മംഗളോദയം

**തമോദ്വാരം**

സുധീശ് രാഘവൻ

1956 ഏപ്രിൽ 29ന് വർക്കലയ്ക്കടുത്ത്
ഇലകമണിൽ ജനിച്ചു.
ഇലകമൺ യു പി എസ്
പ്രഥമാധ്യാപകനായിരുന്നു.
ഭൂതക്കാഴ്ചകൾ, ഭൂമിയുടെ മകൾ
എന്നീ നോവലുകൾ പ്രസിദ്ധീകരിച്ചിട്ടുണ്ട്.
ഭൂതക്കാഴ്ചകൾക്ക് അറ്റ്ലസ് കൈരളി
അവാർഡും നോർക്കയുടെ പ്രവാസി
സാഹിത്യ പുരസ്കാരവും ലഭിച്ചു.
ജീവിതസഖി : ബിജിയ.
മക്കൾ: ആനന്ദ്, സച്ചിൻ.

Mob: +91 7907986114
Email: sudheeshraghavan056@gmail.com

നോവൽ

# തമോദ്വാരം

സുധീശ് രാഘവൻ

MANGALODAYAM
an imprint of GREEN BOOKS

MANGALODAYAM
an imprint of GREEN BOOKS

mangalodayam
an imprint of green books pvt. ltd
gb building, civil lane road, ayyanthole,
thrissur- 680 003, kerala, ph: +91 487-2381066, 2381039
website: www.greenbooksindia.com
e-mail: info@greenbooksindia.com

*malayalam*
**thamodwaram**
*novel*
by
sudheesh raghavan

published april 2022

cover design : dileep rgb

printed in india
repro india ltd

branches:
thrissur 0487-2422515
thiruvananthapuram 0471-2335301
calicut 0495 4854662

isbn : 978-93-91072-07-0

---



₹ 400.00
GMGPL/094/2022

**ത**മോദ്വാരത്തിൽ പ്രവേശിച്ചത് അടച്ചിരിപ്പിന്റെ കോവിഡ് കാലത്താണ്. കുറെ വർഷങ്ങളായി കൊണ്ടുനടന്ന് അടച്ചിരിപ്പിലാണ് പുറത്തുവന്നത്.. പത്തൊമ്പതാം നൂറ്റാണ്ടിലെ ഇരുണ്ട പാതയിലൂടെ സഞ്ചരിച്ചപ്പോഴാണ് നോവലാശയത്തെ സന്ധിച്ചത്. പക്ഷേ പത്തൊമ്പതാം നൂറ്റാണ്ടിലെ ജീവിതം എന്ന നോവലാശയം സംഭവിച്ചില്ല. ഇനി സംഭവിക്കുമോ എന്നും അറിയില്ല.

തമോദ്വാരം 1930–40കളിലെ ചരിത്രവഴികളിലെ ചുവരുകളിൽ വരഞ്ഞ ഫിക്ഷനാണ്. അത് അങ്ങനെ സംഭവിച്ചു പോയതാണ്.

സ്നേഹവും നന്ദിയും:

പ്രിയ സ്നേഹിതൻ പി.കെ. ശ്രീനിവാസന്, പ്രിയ ജീവിതസഖി ബിജിയയ്ക്ക്. നോവൽ ശ്രീ. കൃഷ്ണദാസിനാണ് ഞാൻ അയച്ചു കൊടുത്തത്. നോവൽ പ്രസിദ്ധീകരിക്കുമ്പോൾ അദ്ദേഹം നമ്മോടൊപ്പമില്ല.

തമോദ്വാരം പ്രസിദ്ധീകരിക്കാൻ തയ്യാറായ ഗ്രീൻ ബുക്സിന് നന്ദി. ഡോ. വി. ശോഭയ്ക്കും.

നോവലിലെ അക്ഷരത്തെറ്റുകളും വ്യാകരണ പ്പിശകുകളും തൂത്തുമാറ്റി ശുദ്ധമാക്കിയ പ്രിയ സുഹൃത്ത് രാജഗോപാൽ ചെങ്ങന്നൂരിനോടുള്ള നന്ദിയും സ്നേഹവും വാക്കുകളിൽ ഒതുങ്ങുന്നതല്ല. അവസാനം ഒരു നിയോഗം പോലെ എം.ആർ. ദേവിയും ഒപ്പം കൂടി. ദേവിക്കും രാജഗോപാലിനും സ്നേഹം, സ്നേഹം, സ്നേഹം.

**സുധീശ് രാഘവൻ**

# ഒന്ന്

ഇരുളിൽ അന്ധകാരപ്രപഞ്ചത്തിൽ ഒരതിസൂക്ഷ്മബിന്ദു.

പ്രകാശത്തിന്റെ ഒരു കണം. അറിവാകാതെയുള്ള വഴികൾ സഞ്ചരിച്ചെത്തിയ അക്ഷരക്കൂട്. കട്ടിയുള്ള ഓട്ടുപാത്രത്തിനുള്ളിലെ തമോകോശങ്ങൾക്കുള്ളിൽ അക്ഷരക്കൂട് പൊട്ടിച്ചിതറി. തലയോട്ടിയെ കഷണങ്ങളാക്കി അക്ഷരങ്ങൾ ചിതറിത്തെറിച്ചു. ആകർഷണ വികർഷണങ്ങളുടെ പിടിവലിയിൽ അക്ഷരതന്മാത്രകൾ ആകാശത്തലയുന്നു.

യാഥാർത്ഥ്യങ്ങൾ എന്ന് കരുതുന്നവയിൽ വെളിച്ചത്തിന്റെ പുക അതിരില്ലാകാലത്തിലൂടെ മൂടിപ്പരന്നു.

വിക്ടർ കിടക്കയിൽ തല കുടഞ്ഞ് ആഞ്ഞു തല്ലി, തലതല്ലിച്ചാകുന്ന ഒരു മൃഗം കണക്കെ.

വിക്ടറിന്റെ തല, ഗാഢനിദ്രയിലായിരുന്ന അടുത്തുകിടന്ന വിധുവിന്റെ തലയിലാണ് ചെന്നിടിച്ചത്. വിധു ഞെട്ടിയെഴുന്നേറ്റു. ഇരട്ട ആഘാതങ്ങളിൽ ഞെട്ടി വിക്ടറും. ഒരു റിഫ്ളക്സ് ആക്ഷൻപോലെ വിധു പെട്ടെന്ന് ലൈറ്റിട്ടു.

വിക്ടർ തന്റെ ഇരുകൈകളും തലയ്ക്കിരുവശവും താങ്ങിപ്പിടിച്ച് കണ്ണുതള്ളി ഇരിക്കുന്നതാണ് അപ്പോൾ വിധു കാണുന്നത്. വിക്ടർ കഠിന വേദനയും സഹിക്കാനാവാത്ത ശബ്ദഘോഷവും നിമിത്തം തല മുട്ടിനകത്തേക്ക് കയറ്റി കട്ടിലിൽ ചരിഞ്ഞുവീണു.

''നല്ലോലെ വിയർത്തല്ലോ. എന്തുപറ്റി?''

അവൾ അവന്റെ തല തന്റെ മടിയിലേക്ക് കിടത്തി

സാരിത്തുമ്പുകൊണ്ട് അവന്റെ നെറ്റിയിലെ വിയർപ്പ് ഒപ്പിയെടുക്കുമ്പോൾ അവൾ അറിഞ്ഞു, അവന്റെ ശരീരം തണുത്ത് ഐസുപോലെ ആയിരിക്കുന്നു.

അവൻ പറഞ്ഞു

''തലയോട്ടിനകത്ത് ഒരു പൊട്ടിത്തെറി. വെളിച്ചത്തിന്റെ പൊട്ടിത്തെറി. അക്ഷരങ്ങൾ തെറിച്ചു തെറിച്ച് പോയി.''

അരനിമിഷം അവൾ അവനെ നോക്കിയിരുന്നു, അമ്പരപ്പോടെ. പിന്നെ പറഞ്ഞു

''ബിഗ് ബാങ്ങ്.'' അവൾ പൊട്ടിച്ചിരിച്ചു.

അവനും ഭീതിദമായ സ്വപ്നത്തിൽനിന്ന് യാഥാർത്ഥ്യത്തിലേക്ക് ഉണർന്നു.

വിക്ടറിന്റെ കണ്ണുകൾ മുറിയിലെ വസ്തുക്കളെയോരോന്നും സ്കാൻ ചെയ്തു. വാർഡ്രോബ്, മേശ, അടുക്കിയും ചിതറിയും മേശമേൽ വച്ചിരുന്ന പുസ്തകങ്ങൾ, അയേൺബോക്സ്, കോർണർ ടേബിളിൽ മൺകൂജ, അരികിൽ കമഴ്ത്തിവച്ച ഗ്ലാസ്സ്, മൊബൈൽ ഫോൺ രണ്ടും, വിധുവിന്റെ കണ്ണട, ഊരിവച്ച അവളുടെ ഹെയർ പിന്നുകൾ, അവൾ വായിച്ചു വച്ച പുസ്തകം, എല്ലാം അങ്ങനെത്തന്നെയുണ്ട്.

വിക്ടർ ചുവരിലെ ക്ലോക്കിലേക്കു നോക്കി. സമയം നാലുമണിയാകാറായി. പിന്നെ ക്ലോക്കിനു താഴെ തൂക്കിയിട്ടിരിക്കുന്ന കലണ്ടറിലേക്കും നോക്കി.

2016ലെ കലണ്ടർ.

തീയതി ഓർത്തെടുക്കാൻ ശ്രമിച്ചു.

അവൾ പറഞ്ഞു.

''നേരം വെളുത്താൽ തിങ്കൾ.''

വിക്ടർ കലണ്ടറിലെ ആ ദിവസത്തിൽ ഈ ദിവസത്തെ അടയാളപ്പെടുത്തി. ആടിയുലഞ്ഞ് വീണുപോകുന്നതിൽനിന്ന് സ്ഥലകാലത്തിൽ പിടിച്ച് അവൻ നിന്നു.

ഇത്തരം സന്ദർഭങ്ങളിൽ അവൾക്ക് ഒരുൾക്കിടിലം ഉണ്ടാകാറുണ്ട്. ബുദ്ധിഭ്രമം എന്നോ മനസ്സിന്റെ താളം തെറ്റൽ എന്നോ പറയാവുന്ന വഴികളിൽ വിക്ടറിനൊപ്പം വിധു സഞ്ചരിച്ചിരിക്കുന്നു.

ഇടുങ്ങിയ ഇടവഴികളിലൂടെ, അനന്തമായ മരുഭൂമികളിലൂടെ.

അവന്റെ ചെറിയ വിഷാദങ്ങളെ അവൾ കാര്യമാക്കാറില്ല. ഭ്രമം വരുമ്പോൾ അവന് താങ്ങാകുക എന്നല്ലാതെ ഭ്രാന്ത് എന്ന വാക്ക് സങ്കല്പത്തിൽനിന്നുതന്നെ അവൾ മാറ്റിനിർത്തുന്നു.

തീയതികളെ ചരിത്രത്തിന്റെ കുറ്റികളിലടിച്ച് ഉറപ്പിച്ച് തന്റെ തലച്ചോറിന്റെ സ്ഥിരത ഉറപ്പുവരുത്തുകയായിരുന്നു അവൻ.

അവൾ അവനെ പിടിച്ചുകിടത്തിക്കൊണ്ട് പറഞ്ഞു.

"ബാ... കുറച്ചൂടെ ഉറങ്ങാം."

അവളുടെ നെഞ്ചിൽ തല ചായ്ച്ച് അവൻ ചരിത്രഭ്രമണത്തിലെ മറ്റൊരു ബിന്ദുവിൽ കലണ്ടറിലെ ആ കാലത്തെ ഓർത്ത് മന്ത്രിച്ചു.

നാലുവർഷം മുൻപുള്ള ഈ ദിവസം അവന്റെ ഓർമ്മയിൽ വരരുതേ എന്നവൾ പ്രാർത്ഥിച്ചു.

വിക്ടറിന്റെ ഭ്രമണം ആദ്യമായി തെറ്റിയ ദിവസം, കഴിഞ്ഞകാലങ്ങളിലെ പ്രേതഭൂമിയിലേക്ക് നാടുകടത്തപ്പെട്ട ദിവസം, അവന്റെ 'പ്രസന്റ്' എന്നു പറയുന്നത് 'പാസ്റ്റി'നെ കണ്ടുമുട്ടുന്നതായി മാറിയ ദിവസം, മൺമറഞ്ഞ പൂർവ്വികരുടെ കാലദേശങ്ങളിലെ യാത്രകൾ മാത്രം സ്വന്തം ഓർമ്മകളായി മാറാൻ തുടങ്ങിയ ദിവസം.

അവൾ അവന്റെ മുടിയിഴകളിൽ വിരലുകളോടിച്ച് മുതുകിൽ പതിഞ്ഞ താളത്തിൽ തട്ടി, പതിയെ ഇരുവരും ഉറക്കത്തിൽ മുങ്ങി, സൂര്യൻ ഉദിച്ച് പൊന്തുവോളം.

## രണ്ട്

**വി**ക്ടർ മരിച്ചിട്ട് ഇപ്പോൾ മൂന്നു മാസമാകുന്നു. അപ്പോൾ അവന് മുപ്പത്തിമൂന്നു വയസ്സ് കഴിഞ്ഞിരുന്നു.

അവന്റെ ഭ്രമണം തെറ്റി കൃത്യം ഏഴു വർഷം തികയുന്ന ആ ദിവസമായിരുന്നു അവൻ മരണം തിരഞ്ഞെടുത്തത്. പക്ഷേ സത്യത്തിൽ അതൊരു തിരഞ്ഞെടുപ്പല്ലായിരുന്നു. ജീവിതപ്പാത അവിടെ തീരുകയായിരുന്നു. കൃത്യം ഏഴു വർഷം ഭ്രാന്ത് തുറന്നിട്ട, കെട്ടുപാടുകളില്ലാത്ത, വേലിക്കെട്ടുകളില്ലാത്ത, അദ്വൈതാനന്ദത്തിൽ കഴിഞ്ഞ കാലങ്ങളിലേക്ക് അവൻ യാത്ര ചെയ്യുകയും തിരിച്ചു വരുകയും ചെയ്തു. അവനു മാത്രമായി തീയതികളുടെ വാതിലുകൾ തുറന്നു കിടന്നു. ഭൂതത്തിലും വർത്തമാനത്തിലും അവൻ ഈ ലോകത്തിൽ അന്യനായിരുന്നു. എഴുതപ്പെട്ട എല്ലാ കഥകൾക്കും പുറത്തു നിന്ന് അവൻ കഥകൾ വായിച്ചു.

വിക്ടറിനെക്കുറിച്ച് സൂരജാണ് എന്നോടു പറയുന്നത്.

പി. ഭാസ്കരനുണ്ണിയുടെ 'പത്തൊമ്പതാം നൂറ്റാണ്ടിലെ കേരളം' എന്ന പുസ്തകത്തിലേക്ക് സംസാരം വന്നപ്പോഴായിരുന്നു അത്. ഞാൻ സൂരജിനോട് പറഞ്ഞു, നമുക്ക് കഴിഞ്ഞുപോയ കാലങ്ങളിലേക്ക് യാത്ര ചെയ്യാൻ ഒരു പേടകമുണ്ടായിരുന്നെങ്കിൽ.

അതിന് സയൻസ് ഫിക്ഷനിലൊക്കെ വഴിയുണ്ടെന്നാണ് അപ്പോൾ സൂരജ് പറഞ്ഞത്.

അവന്റെ കണ്ണുകൾ ഓർമ്മയിലേക്ക് പോകുന്നത് ഞാൻ കണ്ടു.

അവൻ പറഞ്ഞു.

''അങ്ങനെ ഒരാളുണ്ട്. ഭൂതകാല യാത്രികൻ. കഴിഞ്ഞകാലങ്ങൾ സന്ദർശിച്ച് മടങ്ങിവരും.''

''അതു കൊള്ളാമല്ലോ. എനിക്കാ ചിറകൊന്ന് കിട്ടിയാൽ കൊള്ളായിരുന്നു.''

എനിക്ക് രസകരമായി തോന്നി.

''അത് സുധിച്ചേട്ടൻ കരുതുന്ന പോലെ തമാശയല്ല. തലച്ചോറിന്റെ നട്ടും ബോൾട്ടുമൊക്കെ അഴിഞ്ഞുപോണം''.

എന്നാലും എനിക്കത് വലിയ സാധ്യതയായി തോന്നി. പഴയ കാലത്തു പോയൊന്നു സന്ദർശിച്ചിട്ടു വരുക. മൺമറഞ്ഞ മഹാന്മാരെ ആ കാലത്തിൽ പോയി കണ്ടു മടങ്ങാം.

ശ്രീനാരായണ ഗുരുവിനെ, കുഞ്ചൻ നമ്പ്യാരെ, വൈകുണ്ഠ സ്വാമിയെ, അയ്യൻ കാളിയെ, ഉണ്ണായി വാര്യരെ. ചരിത്രമെഴുതിയ കഥകൾ മാഞ്ഞ് ഭൂതകാലം അതിന്റെ വർത്തമാനകാലത്തിൽ നിൽക്കും.

എന്തുകൊണ്ടോ അക്ബറിനെയോ ലൂയി പതിന്നാലാമനെയോ നെപ്പോളിയനെയോ എന്തിന് എം.കെ. ഗാന്ധിയെപ്പോലുമോ അപ്പോൾ ഓർമ്മ വന്നില്ല.

''ഒരു എഴുത്തുകാരന് നോർമലായി എഴുത്തിന്റെ ഭ്രാന്തൻ വഴികൾ സഞ്ചരിച്ച് മടങ്ങി വരാം. സൃഷ്ടിയുടെ അല്പം നോവുണ്ടായേക്കാം. പക്ഷേ ഞാൻ പറഞ്ഞില്ലേ വിക്ടർ, അവന്റെ വിഭ്രാന്തി, അവന്റെ കാര്യമതല്ല. അവനനുഭവിക്കുന്നത് തീവ്രവേദനയാണ്. അവനൊരു ജീവിതമില്ല.'' സൂരജ് പറഞ്ഞു.

''സൂരജ് പറയുന്നത് ശരിയാണ്. എഴുത്തിൽ ഭ്രാന്തിന്റെ ചെറിയൊരു ഡോസുണ്ട്. അത് പരമകാഷ്ഠയിലെത്തിയാൽ... സങ്കല്പിക്കാനേ വയ്യ.'' ഞാൻ പറഞ്ഞു.

''ഭ്രാന്തിന്റെ ഡോസ് കൂടുന്തോറും കലാസൃഷ്ടിയുടെ മഹിമയും കൂടും. ദസ്തയെവ്സ്കിയെപ്പോലെ...'' ഞങ്ങളിരുന്ന പാറയിൽ നിന്ന് സൂരജ് എഴുന്നേറ്റു.

അവൻ കടൽക്കരയിൽ മണൽവിരിപ്പിലൂടെ നടന്നു കുറച്ചകലെ ചെന്നു നിന്ന് ഒരു സിഗരറ്റ് കത്തിച്ചു. സിഗരറ്റ് കത്തിത്തീരാറായപ്പോൾ എന്റെ അരികെ വന്നിരുന്ന് അകലേക്ക് കണ്ണുനട്ട് പറഞ്ഞു

''വിക്ടർ എന്റെ കൂട്ടുകാരനായിരുന്നു. സഹപാഠിയായിരുന്നു.''

കുറച്ചുനേരത്തെ മൗനത്തിനുശേഷം അവൻ പറഞ്ഞു.

''അവൻ മിടുക്കനായിരുന്നു. അവനുമൊത്തുള്ള ഒരുപാട് നല്ല ഓർമ്മകൾ എനിക്കുണ്ട്. ഓർമ്മകൾ മാത്രം. അവനെ എനിക്ക് നഷ്ട മായി. അവന് ഓർമ്മകൾ അവൻ ഭൂജാതനാകുന്നതിനും മുൻപുള്ള താണ്.''

ആശ്ചര്യപ്പെട്ട് നോക്കുമ്പോഴും കാലത്തിലൂടെ പിന്നോട്ട് ഒരു വാഹനത്തിൽ യാത്ര ചെയ്യുന്ന എന്നെയായിരുന്നു അപ്പോൾ ഞാൻ കണ്ടുകൊണ്ടിരുന്നത്.

ചരിത്രത്തിലുള്ള എന്റെ ഇഷ്ടമാണ് സൂരജുമായുള്ള സൗഹൃദ ത്തിൽ എത്തിച്ചത്. തിരുവനന്തപുരത്ത് ഇന്റർനാഷണൽ ഫിലിം ഫെസ്റ്റിവലിൽ ഒരിടവേളയിലാണ് സൂരജിനെ ആദ്യമായി കാണു ന്നത്. കൃത്യമായി പറഞ്ഞാൽ iffk 2018. മുപ്പതിനടുത്ത് പ്രായം വരും.

ഫിലിം ഫെസ്റ്റിവൽ കഴിഞ്ഞ് ഡൽഹിയിലേക്കു പോയ സൂരജ് ആറേഴുമാസം കഴിഞ്ഞ് തിരുവനന്തപുരത്ത് തിരിച്ചെത്തി. ശ്രീകാ ര്യത്ത് ഒരു റൂമിലാണ് താമസം.

ഒരു പുസ്തകത്തിന് രചനാസാമഗ്രികൾ തേടുകയാണ് സൂരജ്.

പത്തൊമ്പതും ഇരുപതും നൂറ്റാണ്ടുകളിലെ തിരുവിതാംകൂറിന്റെ സാമൂഹികചരിത്രമാണ് വിഷയം. അതിനു വേണ്ട രേഖകൾ പലതും ഇംഗ്ലണ്ടിൽനിന്നും മറ്റും ശേഖരിക്കുകയുണ്ടായി. കുറെ വർഷങ്ങൾ കൊണ്ടു മാത്രം പൂർത്തിയാകുന്ന ബൃഹത് പദ്ധതിയാണത്.

മനു എസ്. പിള്ളയുടെ 'ദി ഐവറി ത്രോൺ' ഞാൻ ഓർത്തു. അത് നല്ലൊരു വർക്കാണ് എന്ന അഭിപ്രായം സൂരജിനോട് പറഞ്ഞു.

''അതിന്റെ ഫോക്കസ് വേറെയാണ്. ജനജീവിതവും സാമൂഹിക രൂപീകരണവുമാണ് ഞാൻ ഫോക്കസ് ചെയ്യുന്നത്. പി ഭാസ്കര നുണ്ണിയുടെ വഴി എന്നു പറയാം. പക്ഷേ ഇന്ന് ചരിത്രത്തെക്കുറി ച്ചുള്ള കാഴ്ചപ്പാടുകൾ മാറി. അന്വേഷണത്തിന് ധാരാളം ടൂൾസ് ഉണ്ട്.''

സൂരജുമൊത്ത് പിന്നെ പല യാത്രകളുണ്ടായി. ആ യാത്രകളി ലൊന്നിൽ വിക്ടറിനെ കാണുമെന്ന് ഞങ്ങൾ സങ്കല്പിച്ചതേയില്ല. ഞങ്ങൾ വിക്ടറിനെ കാണുന്ന ആ ദിവസം രാത്രി എപ്പോഴോ അവൻ കെട്ടിത്തൂങ്ങി മരിച്ചു. വളരെ യാദൃച്ഛികമായി സംഭവിച്ചതായിരുന്നു അത്.

അതിബുദ്ധിമാനായിരുന്ന ആ സഹപാഠിയെ കാണാൻ സൂരജ് അശക്തനായിരുന്നു.

സൂരജ് ഇന്ന് എന്റെ വീട്ടിലേക്കു വന്നത് പെട്ടെന്നെടുത്ത തീരു മാനത്തെ തുടർന്നാണ്.

ആകാശത്തിന്റെ വിശാലത ഏറെ കാണാവുന്ന ഇടത്താണ് ഞാൻ സാധാരണ ഇരിപ്പിന് ഇടം ഒരുക്കുന്നത്.

വളരെ സാവകാശം മൗനസഞ്ചാരങ്ങളിൽ ആകാശം നോക്കിയിരുന്ന് ഞങ്ങൾ രണ്ടു പെഗ് കഴിച്ച് ഗ്ലാസ് കാലിയാക്കി. ഫിഷ് ഫ്രൈ രുചിച്ചു നോക്കാതെ അവിടെത്തന്നെ ഇരുന്നു. നിലാവെളിച്ചം ലഹരിയിൽ കലർന്നു. ചന്ദ്രൻ തലയ്ക്കുമുകളിൽ എത്താറായി. ഞാൻ ആകാശം നോക്കി ഇരിക്കുമ്പോൾ സൂരജ് വീണുകിടന്ന നിഴലുകളിൽ നോക്കി ഇരുന്നു.

മൗനത്തിൽ നിന്നും ഉണർന്ന് അവൻ പറഞ്ഞു

''ഖനനം അനന്തമാണ്.''

ഏതോ വിഷയം സംസാരിച്ചതിന്റെ തുടർച്ചപോലെയാണ് അവൻ പറഞ്ഞത്.

''അതേ. ഒരിക്കൽ കുഴിച്ചിടത്ത് വീണ്ടും തേടിച്ചെല്ലുമ്പോൾ ലഭിക്കുന്നത് മറ്റൊന്നാണ്.''

മൗനവിനിമയത്തിന്റെ തുടർച്ചയിൽ ഞാനും പറഞ്ഞു.

''ഒരേ തീയതിയിൽ, ഒരേ സ്ഥലത്ത് നടന്ന സംഭവം അതിന്റെ അന്നത്തെ വർത്തമാനത്തിൽ പൂജ്യം നിമിഷത്തിൽ സംഭവിച്ച് പൊലിഞ്ഞുപോയത് പല കാലങ്ങളിൽ അന്വേഷിച്ചു ചെല്ലുമ്പോൾ അത് പലതാണ്. അനന്ത അസ്തിത്വങ്ങളിൽ അത് സംഭവിച്ചതിനെ റദ്ദു ചെയ്യുന്നു. സംഭവിച്ചത് തമോദ്വാരത്തിൽ വിലയിച്ചു കഴിഞ്ഞു.''

സൂരജ് പറഞ്ഞു നിർത്തി എന്നെ നോക്കി ഇരുന്നു.

അവൻ മദ്യം ഒഴിക്കുന്നതിൽ ശ്രദ്ധിക്കുകയായിരുന്നിരിക്കണം ഞാൻ.

ഗ്ലാസ് എടുത്ത് ഒന്നു നുണഞ്ഞുവച്ച ശേഷം മീൻപൊരിച്ചതിൽ നിന്നും ഒരു നുള്ള് വായിൽ വച്ച് ഞാൻ പറഞ്ഞു.

''റിയാലിറ്റി ഒരു കൺകെട്ടാണ്. മാജിക്. അത് ഒരിക്കലും ഒരു കാഴ്ചയല്ല. അത് അതിൽത്തന്നെ സംഭവിച്ചു തീരുന്നു. ഉണ്ടെന്നു കരുതുന്ന ഭൂതകാലത്തിന്റെ, നാം കണ്ടെത്തുന്ന അപഭ്രംശങ്ങൾ വർത്തമാനകാലത്തിന്റെ കാഴ്ചക്കോണിൽ ഉരുവം കൊള്ളുന്നതാണ്.''

''ഭ്രാന്തവസ്ഥയിൽ വിക്ടർ ഭൂതകാലത്തിലൂടെ സഞ്ചരിക്കുന്നു. നമ്മൾ നോർമലായി ഇന്നിൽ നിന്നുകൊണ്ട് ഇന്നലെയെ കാണുന്നു. വിക്ടർ ഭൂതകാലത്തെ അനുഭവിക്കുകയാണ്. അതപ്പോൾ അവന്റെ വർത്തമാനകാലമാണ്. അവനനുഭവിക്കുന്ന ഭൂതകാലവും അവന്റെ തന്നെ തലച്ചോറിന്റെയോ മനസ്സിന്റെയോ പ്രവർത്തനത്തിൽ ഉണ്ടാകുന്നതാണ്.''

സൂരജ് പകുതിയോളം ഗ്ലാസ് മദ്യം കുടിച്ചശേഷം മീൻ അടർത്തിയെടുത്ത് വായിലിട്ട് പറഞ്ഞു.

‘‘ചിലപ്പോൾ വിക്ടർ പഴയകാലത്തെ ആളുകളായി മാറാറുണ്ടായിരുന്നു. വിധു പറഞ്ഞതാണ്. ശരീരഭാഷയും ശബ്ദവുമൊക്കെയങ്ങ് മാറുമെന്നാണ് അവൾ പറഞ്ഞത്. വായ്മൊഴി പോലും മാറും.’’

അമ്മ പറഞ്ഞ ഒരനുഭവമാണ് അപ്പോൾ എനിക്ക് ഓർമ്മ വന്നത്.

ഞാൻ പറഞ്ഞു.

‘‘അമ്മയുടെ ഒരു കുഞ്ഞമ്മ. അവർ ഒരു ദിവസം മറ്റൊരാളായി മാറി. ശരീരത്ത് കൂടി എന്നാണ് പറയുന്നത്. കുഞ്ഞമ്മയുടെ അമ്മാവനായി ആ കുഞ്ഞമ്മയങ്ങ് മാറി. മുഴക്കമുള്ള ആൺശബ്ദവും അധികാരത്തിന്റെയും ആജ്ഞയുടെയും ശരീരഭാഷയും. രൂപവും ഭാവവും ഒക്കെയങ്ങ് മാറി എന്നാണ് അമ്മ പറഞ്ഞത്. പക്ഷേ ഈ അമ്മാവൻ അമ്മയുടെ ആ കുഞ്ഞമ്മ ജനിക്കുന്നതിനു മുൻപേ മരിച്ചുപോയിരുന്നു. അമ്മയുടെ അമ്മയ്ക്കും അമ്മൂമ്മയ്ക്കുമൊക്കെ ആ അമ്മാവനെ ഓർമ്മയുണ്ട്. താൻ ഒരിക്കലും കാണാത്ത മരിച്ചുപോയ അമ്മാവനായി ആ കുഞ്ഞമ്മ ശരിക്കും മാറി എന്നാണ് അവർ പറഞ്ഞതെന്ന് അമ്മ പറഞ്ഞു.’’

‘‘ഇത്തരം കഥകളൊക്കെ ഞാനും കേട്ടിട്ടുണ്ട്. പക്ഷേ വിക്ടർ നമ്മുടെ മുന്നിൽ ഒരു യാഥാർത്ഥ്യമാണ്.’’ സൂരജ് പറഞ്ഞു.

കുറച്ചുനേരം ഞങ്ങൾ മിണ്ടിയില്ല.

ചന്ദ്രൻ ഞങ്ങളുടെ തലയ്ക്കു മുകളിൽനിന്നും കുറച്ചുകൂടി പടിഞ്ഞാട്ടേക്കു നീങ്ങി. തണുപ്പുള്ള കാറ്റ് തഴുകിക്കൊണ്ട് കടന്നുപോയി. നിഴലുകൾ സമയത്തെ എടുത്ത് നൃത്തം ചെയ്യുകയായിരുന്നു.

ഞങ്ങൾ കണ്ണടച്ച് ഏറെ നേരം ഇരുന്നു.

## മൂന്ന്

ട്രെയിനിന്റെ സൈഡ് സീറ്റിൽ അഭിമുഖമായി ഇരുന്ന് ഞങ്ങൾ നന്നായി ഉറങ്ങി. തലേന്നത്തെ ഉറക്കക്ഷീണമുണ്ടായിരുന്നു. രാത്രി ഏറെ നേരം സംസാരിച്ചിരുന്നു. മദ്യം തലയ്ക്കു പിടിച്ചിരുന്നു. ചപ്പാത്തിയും കറിയുമൊക്കെ കഴിച്ച് പാത്രമെടുക്കുമ്പോൾ വെളുപ്പാൻകാലത്തിന്റെ സുഖനിദ്രയുടെ നിശ്ശബ്ദതയിലൂടെ ശാസ്താംനടയിൽ നിന്നുള്ള യേശുദാസിന്റെ ഭക്തിഗാനം ഒഴുകി.

റെയിൽവേസ്റ്റേഷനിലേക്കു നടക്കുമ്പോൾ തലയിലെ കെട്ട് വിട്ടിരുന്നില്ല. തെരുവുപട്ടികൾ കീഴടക്കിയ റോഡിലൂടെ നടന്ന് നാലു

മിനിട്ടു കൊണ്ട് സ്റ്റേഷനിലെത്തി. സ്ലീപ്പർ കോച്ചിൽ സൈഡ് സീറ്റ് പിടിച്ച് ഉറക്കത്തിലേക്ക് വീണു.

കണ്ണു തുറക്കുമ്പോൾ വ്യത്യസ്തമായ ഭൂപ്രകൃതിയിലൂടെയാണ് ട്രെയിൻ പോകുന്നത്. ഏതോ കുന്നിനു കുറുകെ കുഴിച്ചുണ്ടാക്കിയ റെയിൽപ്പാത. ഇടയ്ക്കിടയ്ക്ക് ചെറുതുരങ്കങ്ങളും. ഇരുവശവും വളർന്നു നിൽക്കുന്ന മരങ്ങൾ.

പുറത്ത് മണ്ണിലും ഇലകളിലും മഴ പെയ്ത നനവ്. സൂരജ് കണ്ണു തുറന്നപ്പോൾ ഞാൻ ചോദിച്ചു.

''എത്താറായോ?''

അവൻ പുറത്തേക്കു നോക്കി.

''അടുത്ത സ്റ്റേഷൻ.''

ഞങ്ങൾ മൂത്രമൊഴിച്ച് വാഷ്ബേസിനിൽ മുഖവും കഴുകി ട്രെയിനിന്റെ ഡോറിൽ വന്നുനിന്നു.

ഞാൻ വാതിലിൽ പിടിച്ച് പുറത്തേക്കു നോക്കിനിന്നു. തണുത്ത കാറ്റ് ശരീരത്തെ തഴുകിപ്പോയി. നല്ല സുഖം. ഭൂലോകത്ത് എവിടെ പോയാലും അവിടെ അപരിചിതമായി തോന്നാത്ത അനുഭവമാണെന്റേത്. അന്റാർട്ടിക്കയിൽ ബസിറങ്ങിയാലും അവിടം ഓർമ്മയിലുള്ള ഒരിടം പോലെ.

മഞ്ഞ ബോർഡിൽ സ്ഥലനാമം മൂന്ന് ഭാഷകളിൽ തെളിഞ്ഞു.

ചെറിയ ഒരു സ്റ്റേഷൻ. അപൂർവ്വം ട്രെയിനുകൾ മാത്രം നിർത്തുന്ന സ്റ്റേഷൻ. ട്രെയിൻ മെല്ലെ നിന്നു. ആദ്യം ഞാൻ ഇറങ്ങി. പിന്നാലെ ഇറങ്ങുന്ന സൂരജിനെ നോക്കി ഞാൻ പറഞ്ഞു.

''എന്റെ നോവൽ ഇവിടെ തുടങ്ങുന്നു.'' അവൻ മനസ്സിലാവാതെ മിഴിച്ചു നോക്കി.

''എഴുതാൻ പോകുന്ന പുതിയ നോവൽ ഇവിടെ തുടങ്ങുന്നു എന്ന്.''

''ഓ.... അതു ശരി.. വണ്ടിയിൽനിന്നും ഇറങ്ങുമ്പോഴാണല്ലോ മലയാളത്തിൽ ഒരു കഥ തുടങ്ങുന്നത്.''

അവൻ പൂർവ്വസൂരികളെ കളിയാക്കി.

''എഴുത്തുകാരെ കളിയാക്കണ്ട. ചരിത്രത്തിന്റെ പുതിയ ഘട്ടം തുടങ്ങുന്നതുതന്നെ പുറത്തുനിന്നൊരാൾ പുതിയ മണ്ണിൽ വന്നിറങ്ങുമ്പോഴാണ്.''

''വാസ്കോ ഡി ഗാമ, ശരിയാണ്. ചരിത്രം ഉണ്ടായതുതന്നെ ആദിമ മനുഷ്യന്റെ പലായനങ്ങൾ കൊണ്ടാണ്..''

കുറച്ചാളുകളേ അവിടെ ഇറങ്ങാൻ ഉണ്ടായിരുന്നുള്ളൂ.

ഞങ്ങൾ സ്റ്റേഷനു പുറത്ത് വന്നു. മൂന്ന് ഓട്ടോ റിക്ഷകളും ഒരു കുതിരവണ്ടിയും ഒരു ജീപ്പും അവിടെ ഉണ്ടായിരുന്നു. ഒരു കുടുംബം ജീപ്പിൽ കയറുന്നുണ്ടായിരുന്നു. എനിക്ക് കുതിരവണ്ടിയിൽ കയറ ണമെന്നുണ്ടായിരുന്നു. എന്റെ ഭ്രാന്തുകൾ സൂരജിനറിയാമല്ലോ. അവൻ ചോദിച്ചു.

"സുധിച്ചേട്ടന് കുതിരവണ്ടിയിൽ കയറണോ?" ഞാൻ കൊച്ചു കുട്ടിയെപ്പോലെ തലകുലുക്കി.

"ചന്തയ്ക്കടുത്തും കുതിരവണ്ടി കാണും. നമ്മക്കവിടെ പോയി ഒരു കാപ്പി കുടിച്ചിട്ട് കുതിരവണ്ടിയിൽ കേറാം."

ചുറ്റാകെ നൂറു വർഷത്തിനുമേലെയുള്ള ഓർമ്മകൾ പേറി വമ്പൻ വൃക്ഷങ്ങൾ. നാലോ അഞ്ചോ മിനിട്ട് നടന്ന് ഒരു വളവ് തിരിഞ്ഞ പ്പോൾ കാഴ്ചയാകെ മാറി. ആളുകൾ നിറഞ്ഞ കടയും കമ്പോളവും. വഴിയിൽ നിരനിരയായി ഉരുട്ടുവണ്ടികളിൽ പച്ചക്കറികൾ, പാത്ര ങ്ങൾ, വള, സോപ്പ്, ചീപ്പ്, കണ്ണാടി എല്ലാം. അതിനപ്പുറം കടകളുണ്ട്. ആ കെട്ടിടങ്ങൾക്കും ഒരു നൂറ്റാണ്ടിന്റെ ഓർമ്മകൾ കാണും. വിദൂ രതയിൽ മഞ്ഞിലൂടെ അർദ്ധതാര്യതയിൽ താഴ്വാരം കാണാം. ഒരു തീവണ്ടി താഴ്വാരത്തിലൂടെ പോകുന്നുണ്ട്. ആകാശം താഴ്വാര ത്തിലേക്ക് ചാഞ്ഞിറങ്ങുന്നു. ഒരു നൂറ്റാണ്ടു പിന്നിൽ യാത്ര ചെയ്തെ ത്തിയ പോലെ. അതിനെ ശരിവയ്ക്കുന്നതുപോലെ സൂരജ് എന്നെ നോക്കുകയും എന്റെ കൈപിടിച്ച് കാപ്പിക്കടയിലേക്ക് കൊണ്ടുപോകു കയും ചെയ്തു.

മണ്ണുകൊണ്ടുണ്ടാക്കിയ ചായ്പും ഒരു മുറിയും. അതായിരുന്നു കാപ്പിക്കട. ചെത്തിമിനുക്കാത്ത രണ്ടു പടികൾ കയറി ചായ്പിലെ ബഞ്ചിൽ സൂരജ് ഇരുന്നു. പിന്നെ ഞാനും. അവനെ പിന്തുടരുന്ന ഒരു നിഴൽ പോലെയായി ഞാൻ.

ചായ്പിൽ അകത്ത് പഴയ ബഞ്ചും മേശയും കിടക്കുന്നുണ്ട്. അവിടെ ഒരു കറുത്ത ശരീരം എന്തോ കഴിക്കുന്നുണ്ടെന്ന് മുറിയിലെ അല്പ വെട്ടത്തിൽ കാണാം. പുട്ടും പപ്പടവുമാണെന്ന് ഞാൻ സങ്ക ല്പിച്ചു. റോഡിൽ നിന്നും ഉയർന്നു നിൽക്കുന്ന ചായ്പിൽ കൈ രണ്ടും തറയിൽ കുത്തി ദൂരേക്ക് നോക്കി ഒരാൾ ഇരിക്കുന്നു. ക്ഷീണിച്ച ശരീരം. താടിയും മുടിയും നീണ്ട് വളർന്നിരിക്കുന്നു. ഞാനയാളെ ശ്രദ്ധിച്ചുകൊണ്ടാണ് ചായ്പിന്റെ പടികൾ കയറിയത്. ദേശങ്ങൾ താണ്ടി വന്ന പൂർവ്വികരുടെ ഓർമ്മ അയാളുടെ കോശങ്ങളിൽ ഉറങ്ങു ന്നത് ഞാൻ കണ്ടു.

മെലിഞ്ഞ, അർദ്ധനഗ്നനായ കാപ്പിക്കടക്കാരൻ ഓട്ടുപാത്രങ്ങളിൽ കാപ്പി കൊണ്ടുവച്ചു. കരുപ്പട്ടിയിട്ട ചൂടുള്ള ചുക്കുകാപ്പി. കാപ്പി

കുടിച്ച് പൈസയും കൊടുത്ത് ഞങ്ങൾ അവിടെ നിന്ന് ഇറങ്ങി നടന്നു.

ചട്ടി, കലം, തവി, വൈക്കോൽ എന്നിവയൊക്കെ വിൽക്കുന്ന കടകളും കഴിഞ്ഞ് ഞങ്ങൾ നടന്നു. സൂരജിന് സ്ഥലം വളരെയധികം പരിചിതമാണ്. ഭൂമിയിലെ ആ സ്ഥലത്തെ ദേശമാക്കിയ ആളുകളെ മാത്രം അവന് ഒട്ടുമേ പരിചയമില്ല എന്നെനിക്ക് മനസ്സിലായി.

കുറച്ചുകൂടി നടന്നപ്പോൾ പനംകരിക്ക് വിൽക്കാൻ കൂട്ടിയിട്ടിരിക്കുന്നതിനുമപ്പുറത്ത് മൂന്ന് കുതിരവണ്ടികൾ. എല്ലും തോലുമായ രണ്ടു വയസ്സൻ കുതിരകൾ. മൂന്നാമത്തേത് യുവാവ്. യൗവനദീപ്തമായ പ്രസരിപ്പുള്ള കുതിര. യുവകുതിരയുടെ കുതിരക്കാരൻ പക്ഷേ ഒരു വൃദ്ധനായിരുന്നു. വൃദ്ധന്റെ കുതിരയിൽ ഞങ്ങൾ കയറി.

വണ്ടിയുടെ പിൻഭാഗത്തിരുന്ന് പിറകിലോട്ടു നോക്കി കാഴ്ചകൾ കണ്ട് ഞാൻ ഇരുന്നു. കുതിരക്കുളമ്പടിയുടെ താളത്തിൽ ദൃശ്യങ്ങൾ ചാഞ്ചാടി. ഏതോ സിനിമയിലെ ഫ്രെയിമിനുള്ളിലാണ് ഞാൻ എന്നെനിക്ക് തോന്നി. ഇടയ്ക്ക് തിരിഞ്ഞുനോക്കുമ്പോൾ കുതിരക്കാരന്റെ പിൻഭാഗത്തിനും ചാട്ടയ്ക്കുമപ്പുറം താളത്തിൽ ഉയർന്നു താഴുന്ന കുതിരയുടെ മുൻഭാഗം.

കുറച്ചുകൂടി ചെന്നപ്പോൾ വിജനമായ വഴികൾ. സമൃദ്ധമായ പച്ചപ്പ്. ഒരു ബസ് എതിരേ കടന്നുപോയി. മുന്നിൽ ഒരാട്ടിൻപറ്റത്തെയും തെളിച്ചുകൊണ്ട് ഒരാൾ പോകുന്നതുകൊണ്ടാണ് കുതിരയുടെ വേഗം തെല്ലൊന്ന് കുറച്ചതെന്ന് കുതിര അവയെയും കടന്നുപോയപ്പോൾ മനസ്സിലായി.

ഈ നാടും ആ ചന്തയും ഈ ഭൂപ്രകൃതിയുമൊക്കെ കുറെ വർഷം മുൻപ്, ഒരു ഇരുന്നൂറു വർഷം മുൻപ് എങ്ങനെയായിരുന്നിരിക്കണം? കാലത്തിന്റെ വാതിലുകൾ കടന്ന് വിക്ടർ ജീവിക്കുന്ന ജീവിതത്തിൽ.

കുത്തനെയുള്ള ഒരിറക്കം കഴിഞ്ഞ് ചെറിയൊരു മൈതാനത്തിൽ കുതിരവണ്ടി നിന്നു. റോഡ് അവിടെ അവസാനിക്കുകയാണ്. വണ്ടിയിൽനിന്ന് ഇറങ്ങിയപ്പോൾ മനസ്സിലായി, അതൊരമ്പലപ്പറമ്പാണെന്ന്. ചെറിയൊരു അമ്പലം. പറമ്പിൽ ഒറ്റത്ത് പനയും അതിനുമപ്പുറം കാവുമുണ്ട്.

സൂരജിന്റെ പിന്നാലെ ഞാൻ നടന്നു. ഇടുങ്ങിയ വഴിയായിരുന്നു. വെട്ടുവഴിയിൽ നടന്നുണ്ടായ വഴിക്കിരുവശവും പുല്ലും കുറ്റിച്ചെടികളും കൊണ്ട് നിറഞ്ഞിരുന്നു. കുറച്ചു നടന്നപ്പോൾത്തന്നെ ഒരു നീരൊഴുക്കിന്റെ കരയിലെത്തി. മനസ്സിൽ കുളിരു തോന്നി.

''കണ്ണാടിപോലെ തെളിഞ്ഞ വെള്ളം.'' ഞാൻ പറഞ്ഞു.

അവൻ എന്നെ നോക്കി കുസൃതിയോടെ ചിരിച്ചിട്ട് പറഞ്ഞു.

''വെള്ളംപോലെ തെളിഞ്ഞ വെള്ളം.''

എന്റെ ആനന്ദം അവൻ അനുഭവിക്കുന്നുണ്ടായിരുന്നു. അതിന്റെ പ്രതിഫലനമാണ് ആ ഭാവങ്ങളിൽ.

''വിശക്കുന്നു.'' ഞാൻ പറഞ്ഞു.

''നമുക്കിവിടെ ഇറങ്ങി കുളിക്കാം.'' സൂരജ് പറഞ്ഞു.

''നല്ല ഐഡിയ. വിശപ്പും ക്ഷീണവും മാറും.''

ഞങ്ങൾ ഉടുത്തിരുന്ന പാൻറും ഷർട്ടും ഊരിവച്ച് അണ്ടർവെയറിൽ വെള്ളത്തിലേക്കിറങ്ങി. എന്തൊരു തണുപ്പ്. ഒന്ന് മുങ്ങി നിവർന്നപ്പോൾ വല്ലാത്ത സുഖം. തലച്ചോറിലെ അഴുക്കൊക്കെ അലിഞ്ഞിറങ്ങിപ്പോയപോലെ. വെള്ളത്തിൽ മുങ്ങിയും പൊങ്ങിയും കിടന്നുമൊക്കെ സമയം പോയതറിഞ്ഞില്ല.

''ഇതിനെയാണ് നീരാടുക എന്നുപറയുന്നത്, അല്ലേ. ഞങ്ങളൊക്കെ കുളിക്കാറേയുള്ളൂ, ശരീരത്തിന്റെ അഴുക്ക് കളയൽ.'' ഞാൻ പറഞ്ഞു.

''ഞാനൊരു ജലജീവിയായിരുന്നു. വെള്ളത്തിൽക്കിടന്നാണ് വളർന്നത്. ഇവിടെയുള്ളപ്പോൾ അക്കരെയിക്കരെ നീന്താത്ത ദിവസമില്ല.''

ആറ്റിനു നടുക്കുള്ള പാറപ്പുറത്ത് കയറിനിന്ന് ഞാൻ പറഞ്ഞു.

''എനിക്കൊരു മോഹം.'' അല്പം നാണത്തോടെയാണ് ഞാനത് പറഞ്ഞത്.

എന്ത് എന്ന അർത്ഥത്തിൽ അവൻ എന്നെ നോക്കി.

''മനുഷ്യനോ മനുഷ്യസംസ്കാര അടയാളങ്ങളോ കാണാനില്ലാത്ത ഈ സ്ഥലത്ത്, ഈ ആദിമ വിശുദ്ധിയിൽ ഉടുതുണിയില്ലാതെ നീരാടാനൊരു മോഹം...'' താളാത്മകമായി ഭാവാഭിനയവും കൈക്രിയകളുമൊക്കെ ആവശ്യത്തിന് ചേർത്താണ് ഞാനിതു പറഞ്ഞത്.

''ഹ ഹ ഹ, അതിനെന്താ...'' ഞൊടിയിടയിൽ അവന്റെ അണ്ടർവെയർ ഊരി കരയിലേക്കെറിഞ്ഞ് വെള്ളത്തിലേക്ക് ഊളിയിട്ടു.

അവൻ വെള്ളത്തിൽനിന്ന് പൊങ്ങുന്നതിനിടയിൽ ഞാനും വിവസ്ത്രനായി. വെള്ളത്തിൽനിന്നും പൊങ്ങിയ അവന്റെ കണ്ണ് എന്റെ ലിംഗത്തിലായിരുന്നോ എന്നൊരു സംശയം. ആവോളം ജലക്രീഡ കഴിഞ്ഞ് രണ്ടുപേരും കരയിൽ കയറുമ്പോൾ ഒരു കുരങ്ങൻ ഞങ്ങളെ കാണുന്നുണ്ടായിരുന്നു.

ബാഗ് തലയ്ക്കു മുകളിൽ ഉയർത്തിപ്പിടിച്ച് ഇളിക്കൊപ്പം വെള്ളമുള്ള പുഴയിലൂടെ നടന്ന് അക്കരെ എത്തി. തോർത്തുകൊണ്ട് ഇരുവരും ശരീരം തുടച്ച് ഷർട്ടും പാന്റുമൊക്കെ എടുത്തിട്ടു.

ഞാൻ ചോദിച്ചു. ''ഇതിലേയൊന്നും മനുഷ്യര് പോകൂല്ലേ? ഒറ്റയാളിനെ ഇതുവരേം കണ്ടില്ല.''

''ഇവിടെയിപ്പം നമ്മളെപ്പോലുള്ള ഭ്രാന്തന്മാർക്ക് അഴിഞ്ഞാടാനാ. നോർമൽ ആളുകൾക്ക് വേറെ വഴിയുണ്ട്. നല്ല വീതിയുള്ള ടാറിട്ട റോഡ്.''

''പിന്നെ നമ്മളെന്താ അതിലെ വരാഞ്ഞത്?''

''ചേട്ടൻ പറഞ്ഞു കുതിരവണ്ടിയിൽ വരണമെന്ന്.''

''കുതിര ആ റോഡിൽക്കൂടി പോകത്തില്ലേ?''

''പോവും. അതല്ല കാര്യം. ഞാനിതൊക്കെ പ്ലാൻ ചെയ്തതാ. ഓട്ടോറിക്ഷയിൽ വന്നിറങ്ങി ഇങ്ങനെ നടന്നുവന്ന് കുളിച്ചു പോണം എന്നൊരു സ്ക്രിപ്റ്റ് ആണ് ഞാൻ തയ്യാറാക്കിയത്. കുതിരവണ്ടീടെ കാര്യം ഞാൻ ചിന്തിച്ചതേയില്ല. അത് ചേട്ടന്റെ സംഭാവനയാ. ചേട്ടൻ പിന്നേം കടത്തിവെട്ടി ഒരു നഗ്നനീരാട്ടും കൂടെ ആ തിരക്കഥയിൽ ആഡ് ചെയ്തു.''

ഞാൻ വായ് തുറന്ന് ചിരിച്ചു. ഞങ്ങൾ വസ്ത്രങ്ങൾ ധരിച്ച് ബാഗുമെടുത്ത് നടന്നു. വീണ്ടും നടപ്പാത തെളിഞ്ഞ വെട്ടുവഴി. ഒരു മിറർ ഇമേജ് പോലെ. അക്കരെ നടന്ന് ആറ്റിലിറങ്ങിയ വഴിയുടെ പ്രതിഫലനം. നടക്കുമ്പോൾ ഞാൻ പറഞ്ഞു.

''നല്ല സുഖം. ഞാനുണ്ടെന്ന് തോന്നുന്നു.''

സൂരജ് എന്നെ കൺമിഴിച്ച് നോക്കി. ''ചേട്ടനോടൊപ്പം നിൽക്കുമ്പോൾ കൂടുതൽ ചെറുപ്പമായതുപോലെ.''

ഞാൻ ചിരിച്ചു. ''അത് ഞാനല്ലേ പറയേണ്ടത്?'' ഞാൻ പറഞ്ഞു.

അല്പനേരത്തെ മൗനത്തിനുശേഷം ഞാൻ പറഞ്ഞു.

''വിലക്കുകളും വേലികളും പൊളിക്കുമ്പോളാണ് സ്വാതന്ത്ര്യം അനുഭവിക്കുന്നത്. അത് എഴുത്തിലേ സാധിക്കൂ.''

''എഴുത്തിൽ സാധിക്കുമോ?'' അടുത്തകാലത്ത് എഴുത്തിനും എഴുത്തുകാരനും നേരേയുണ്ടായ ആക്രമണങ്ങൾ ഓർത്താവാം സൂരജ് അങ്ങനെ ചോദിച്ചത്.

''എഴുതാൻ സാധിക്കുമല്ലോ. അത് സമൂഹത്തിന് മുന്നിൽ വരുമ്പോഴുണ്ടാകുന്ന പ്രശ്നം എഴുത്തിന്റെ സ്വാതന്ത്ര്യത്തെ ബാധിക്കുന്നില്ല. ഗുരുവിന്റെ ശിവപ്രതിഷ്ഠയും ഗാന്ധിയുടെ ഉപ്പു കുറുക്കലുമൊക്കെ സ്വാതന്ത്ര്യത്തെ അനുഭവിക്കലാണ്. നിഷേധങ്ങൾ. ചരിത്രത്തിൽ പെടാത്ത, സമൂഹം പ്രകാശനം തടഞ്ഞ എത്രയോ സ്വാതന്ത്ര്യത്തിന്റെ അനുഭവങ്ങൾ വ്യക്തികൾ അനുഭവിച്ചിരിക്കണം. അവിടെ മരണവും സ്വാതന്ത്ര്യമാണ്.''

ഞങ്ങൾ നടന്ന വഴി ടാറിട്ട ഒരു റോഡിൽ ചെന്നു ചേർന്നു. റോഡിൽ ഞങ്ങൾ ചെന്നു കയറിയതിന് എതിർ വശത്ത്, കാടു പിടിച്ചുകിടക്കുന്ന വളപ്പിനകത്ത് ഒറ്റ നോട്ടത്തിൽത്തന്നെ പഴയൊരു പള്ളിക്കൂടം എന്നുതോന്നുന്ന ഒരു കെട്ടിടം. ഓടു മേഞ്ഞ മേൽക്കൂരയും ഭിത്തിയുമൊക്കെ പലയിടത്തും പൊട്ടിപ്പൊളിഞ്ഞു പോയിട്ടുണ്ട്. ഞാൻ അതുതന്നെ നോക്കിനിന്നു.

അവൻ പറഞ്ഞു.

''ഇതൊരു സ്മാരകമാണ്. ചരിത്രത്തിന്റെ തന്നെ സ്മാരകം. രാജാ കേശവദാസൻ സ്മാരക അപ്പർ പ്രൈമറി സ്കൂൾ. R K D M U P S.''

വേലുത്തമ്പീം കേശവദാസനുമൊക്കെ എന്റെ നാട്ടിലൊണ്ട്. വന്നാ കാണിച്ചു തരാം എന്ന് സൂരജ് എന്നോട് മുമ്പൊരിക്കൽ പറഞ്ഞിട്ടുണ്ടായിരുന്നു.

ഞങ്ങൾ റോഡ് മുറിച്ചു കടന്ന് പള്ളിക്കൂടത്തിന്റെ കവാടത്തിലെത്തി. സ്കൂളിന്റെ മുറ്റത്ത് വേലുത്തമ്പി ദളവയുടെ അർദ്ധകായ പ്രതിമ. പ്രതിമയുടെ പീഠത്തിൽ എഴുതിവച്ചിരിക്കുന്നതൊക്കെ എളുപ്പം വായിക്കാനാകില്ല. എല്ലാം പായലും പഴക്കവുംകൊണ്ട് മൂടിപ്പോയിരിക്കുന്നു. ഞങ്ങൾ തൊട്ടാവാടികളും മറ്റ് കുറ്റിച്ചെടികളും കടന്ന് പള്ളിക്കൂടത്തിന്റെ വരാന്തയിലേക്ക് കയറി. വരാന്തയിൽനിന്ന് ഒരു ആൽമരം കുരുത്ത് വെളിയിലേക്ക് വളർന്നുപോയിരിക്കുന്നു. നേരേ കയറിച്ചെല്ലുമ്പോഴുള്ള വാതിലിനു മുകളിൽ ചെറിയൊരു പലകയിൽ എഴുതിവച്ചിരിക്കുന്നു..

രാജാകേശവദാസൻ സ്മാരക അപ്പർ പ്രൈമറി സ്കൂൾ.

ഏറത്ത് പി ഒ

സ്ഥാപിതം: ൧൯൦൦

സ്ഥാപകൻ: ഏറത്ത് കൊച്ചുഗോവിന്ദക്കുറുപ്പ്.

ഞാനതു വായിച്ചു. 1900 എന്ന് മലയാളത്തിലെഴുതിയിരിക്കുന്നത് വായിച്ചപ്പോൾ സൂരജ് പറഞ്ഞു.

''മലയാളം അക്കങ്ങൾ വായിക്കാൻ ഇപ്പം ആർക്കും അറിയില്ല.''

ഞാൻ പിന്നെയും ആ എഴുത്തിലേക്ക് നോക്കിനിന്നു. എന്തൊക്കെയോ ചോദ്യങ്ങൾ എന്നിൽ ഒന്നൊന്നായി പൊന്തി നിരന്നു.

1900. പിന്നെയും പിറകിലോട്ടുള്ള കാലം. പത്തൊമ്പതാം നൂറ്റാണ്ട്.

പിന്നിട്ട ചരിത്രത്തിൽ വീണ്ടും സന്ദർശിക്കാനുള്ള കാൽവയ്പായിരുന്നു അതെന്ന് പിന്നെയാണറിഞ്ഞത്. അവിടെ നിന്ന് ഇറങ്ങി ഊപ്പൻ പുല്ലും കുറ്റിക്കാടും വകഞ്ഞ് ഞങ്ങൾ സ്കൂളിനെ ചുറ്റി

നടന്നു. ഞങ്ങൾ നടന്ന് സ്കൂളിന്റെ പിറകുവശത്തെത്തി. കിണറി നകത്തേക്ക് ഞാൻ നോക്കി. ഇരുളിന്റെ ആഴം.

സൂര്യന്റെ ചരിഞ്ഞ പ്രകാശം വീഴുന്നിടത്ത് പന്നൽച്ചെടികളും മറ്റുമൊക്കെ വളർന്നു നിൽപ്പുണ്ട്. കിണറിന്റെ ഒരു വശത്ത് ഒരു പാമ്പ് പടം പൊഴിച്ചിട്ടിട്ടുണ്ട്. കിണറിനടുത്തു തന്നെ വലിയൊരു നെല്ലി മരം. നിറയെ കായ് പിടിച്ചു കിടക്കുന്ന നെല്ലിമരത്തിലേക്ക് നോക്കി നിന്നിട്ട് ഞാൻ സൂരജിന്റെ മുഖത്തിലേക്ക് നോക്കി. അവനും എന്നെ നോക്കുകയായിരുന്നു.

എന്റെ ഓർമ്മ, അവന്റെ ഓർമ്മ, സ്കൂളിന്റെ ഓർമ്മ എല്ലാം തെളിഞ്ഞ് ഓർമ്മയുടെ ആകാശം. സ്കൂളിനെ പൊതിഞ്ഞു നിന്ന പൂപ്പലുകളും പായലുകളും പിൻവലിഞ്ഞു. കുറ്റിക്കാടുകളും പോയ് മറഞ്ഞു. കുട്ടികളുടെ ആരവത്തിൽ സജീവമായ സ്കൂൾ. എത്ര യെത്ര കാലത്തിന്റെ അടരുകളാണ് ആ സ്കൂളോർമ്മയിൽ.

മരങ്ങളെ വീശിയുലച്ച് ശബ്ദായമാനമായി ഒരു കാറ്റ് ആ ഓർമ്മ കളെയും എടുത്ത് പോയി. പ്ലാവ്, പുളി, ആൽമരം, മാവ്... സ്കൂ ളിന്റെ പിറകുവശത്ത് കുറെ മരങ്ങൾ ഉണ്ട്. കാറ്റടിച്ചപ്പോൾ ഞാൻ മരങ്ങളിലേക്ക് നോക്കി. ഉയർന്നു പൊങ്ങി പടർന്നു പന്തലിച്ച മര ങ്ങൾ. ഈ പള്ളിക്കൂടത്തോളം പ്രായമുള്ളവ.

വൃക്ഷങ്ങളുടെ ഓർമ്മകൾ. നൂറിൽപ്പരം വർഷങ്ങളിൽ ഈ മര ങ്ങൾ എന്തിനെല്ലാം സാക്ഷിയായി.

സൂരജ് ഞങ്ങൾ വന്ന വഴിയേ തിരിച്ചു നടന്നു. അവനെ പിന്തുട രുമ്പോൾ ഞാൻ കണ്ടു, വാതിലുകൾ പൊളിഞ്ഞുപോയ എഴികളി ല്ലാത്ത ജന്നലുകൾ. ഞാനത് ചൂണ്ടിക്കാണിച്ച് പറഞ്ഞു.

''വാ അതിനകമൊന്നു കാണാം.''

സ്കൂളിന്റെ അകം.

സ്മൃതി പേടകം... അതോ മൃതി പേടകമോ?

വാതിൽ പൊളിഞ്ഞുപോയ ജാലകത്തിലൂടെ ഞങ്ങൾ അകത്തേക്ക് നോക്കി. ഓടു പൊളിഞ്ഞ മേൽക്കൂരയിലൂടെ വെളിച്ചം അതിന്റെ പാത വെളിച്ചപ്പെടുത്തി അരണ്ട് പരക്കുന്നു.

മേൽക്കൂരയിലേക്കാണ് ആദ്യം നോക്കിയത്. നിറയെ വാവലു കൾ തൂങ്ങിക്കിടക്കുന്നു. തറയിൽ പൊട്ടിപ്പൊളിഞ്ഞ ഒറ്റക്കാലൻ ബഞ്ചുകൾ, ഡെസ്ക്കുകൾ. പഴമയുടെ മണം നനഞ്ഞു കിടന്നു.

ചരിത്രത്തിന്റെ നിഗൂഢ വഴികൾ... പഴുതുകളിലൂടെ പെയ്തി റങ്ങിയ സൂര്യപ്രകാശത്തിന്റെ വെളിച്ചത്തിന് കടന്നുകയറാനാകാത്ത ഇരുൾപ്പുതപ്പിൽ സ്കൂളിനകം അനന്തതയിലേക്ക് നീളുന്ന ഗുഹ പോലെ തോന്നിച്ചു.

ഞങ്ങൾ സ്കൂളിന്റെ പ്രവേശന ഗേറ്റിലൂടെ പുറത്തു കടന്നു. സ്കൂൾ കോമ്പൗണ്ടിന്റെ അരികിലൂടെ റോഡ് ഇടത്തോട്ട് തിരിഞ്ഞു. ഒരിറക്കം ഇറങ്ങിച്ചെന്നപ്പോൾ വയലാണ്. കുറച്ചു ഭാഗം വാഴയും പച്ചക്കറികളുമൊക്കെ കൃഷിചെയ്തിട്ടുണ്ട്. അതു കഴിഞ്ഞ് നെല്ല് കതിരിട്ടു കിടക്കുന്നു. നെടുനീളത്തിൽ കിടക്കുന്ന താറിട്ട റോഡ് മറ്റൊരു റോഡിൽ ചെന്നുചേരുന്നത് കാണാം. അവിടെ വാഹനങ്ങൾ ഇരച്ചു പാഞ്ഞുപോകുന്നു.

''അത് ഹൈവേ ആണ്. അവിടെനിന്ന് അര കിലോമീറ്ററേ ഉള്ളൂ റെയിൽവേസ്റ്റേഷനിലേക്ക്.'' സൂരജ് പറഞ്ഞു.

ഒരു ബസ് അപ്പോൾ ഹൈവേയിൽനിന്നും തിരിഞ്ഞ്, ഞങ്ങൾ നടക്കുന്ന റോഡിൽ ഞങ്ങൾക്കഭിമുഖമായി വരുന്നുണ്ടായിരുന്നു.

''വീടെത്തി.'' സൂരജ് പറഞ്ഞു.

## നാല്

**ഗേ**റ്റ് കടന്ന് മരത്തിൽ നിന്ന് പൊഴിഞ്ഞുവീണ ഇലകൾ ചവിട്ടി ഞങ്ങൾ വീട്ടിലേക്ക് നടന്നു.

മുപ്പതു വർഷത്തെ പഴക്കമേ ആ വീടിനു കാണൂ. ഗേറ്റിൽനിന്ന് അകത്തേക്ക് കയറുമ്പോൾ ആദ്യം കാണുന്നത് സൂരജിന്റെ അച്ഛാച്ഛന്റെ ശവകുടീരമാണ്.

അച്ഛാച്ഛൻ ദളിത് കുടുംബത്തിൽനിന്നുവന്ന ആ നാട്ടിലെ ആദ്യകാല കമ്മ്യൂണിസ്റ്റാണ്. സഹോദരൻ അയ്യപ്പന്റെ കൂടെ സമുദായ പ്രവർത്തനം നടത്തുകയും പിന്നെ കമ്മ്യൂണിസ്റ്റാവുകയും ചെയ്ത വേലൂർ രാമാനന്ദന്റെ സഹോദരി വി.എൻ. രേവമ്മയെ വിവാഹം കഴിച്ചു. രേവമ്മയും കമ്മ്യൂണിസ്റ്റ് പാർട്ടി പ്രവർത്തകയായിരുന്നു. പാർട്ടിയുടെ നാടകങ്ങളിൽ അഭിനയിക്കുകയും പാടുകയും ചെയ്തിരുന്നു.

തൊണ്ണൂറ്റിനാലു വയസ്സുള്ള രേവമ്മ ഇപ്പോൾ സൂരജിന്റെ അമ്മയ്ക്കും സഹോദരിക്കും ഒപ്പം ബംഗലൂരിലാണ്.

''ഇപ്പോഴിവിടെ ആരും താമസമില്ലേ'' ഞാൻ ചോദിച്ചു.

''ഇപ്പോൾ നാലഞ്ചു മാസമായി അനിയത്തിയുടെ കുട്ടികളെ നോക്കാൻ പോയി നിൽക്കയാണ് അമ്മ. അച്ഛാമ്മയെയും കൊണ്ടു പോകാതെ പറ്റില്ലല്ലോ. അച്ഛാമ്മയ്ക്ക് ഇവിടന്ന് പോകുന്നത് ഇഷ്ടമില്ല. ഇവിടെ ഒരുപാട് ഓർമ്മകളുള്ളതല്ലേ അവർക്ക്. സമരങ്ങളും രാഷ്ട്രീയ പ്രവർത്തനവും. തിരഞ്ഞെടുപ്പു വരുമ്പോൾ യോഗങ്ങളിലൊക്കെ

ഇപ്പോഴും പ്രസംഗിക്കും. എന്റെ അച്ഛന്റെ മരണശേഷം വളരെ ഡൗണായി അവർ. അമ്മയും അങ്ങനെ തന്നെ. പക്ഷേ അമ്മ അതിനു ശേഷം അനിയത്തിയുടെ കുട്ടികളെയൊക്കെ കളിപ്പിച്ച് അതിജീവിക്കാനാണ് നോക്കുന്നത്. അതുകൊണ്ട് അമ്മയ്ക്ക് ബാംഗ്ളൂർ നിൽക്കുന്നതാണിഷ്ടം.''

''സൂരജിന്റെ അച്ഛൻ മരിച്ചിട്ട് എത്ര നാളായി''

''ഒരു വർഷം കഴിഞ്ഞു.''

ഗേറ്റ് കടന്ന് അല്പം ഉള്ളിലായിരുന്നു വീട്. ഞങ്ങൾ ഇതിനകം വീട് തുറന്ന് അകത്തു കയറിയിരുന്നു. ആരോ വന്ന് വീടൊക്കെ വൃത്തിയാക്കുന്നുണ്ട്. സ്വീകരണമുറിയിൽ നിന്ന് ഗോവണിപ്പടികൾ കയറിച്ചെല്ലുമ്പോൾ ബാൽക്കണി. അവിടെ നിന്നാൽ സ്വീകരണമുറിയാകെ കാണാം. ബാൽക്കണിയുടെ വാതിൽ തുറക്കുന്നത് സൂരജിന്റെ അച്ഛൻ ദേവദാസിന്റെ മുറിയിലേക്കാണ്. ബാൽക്കണിയിൽ നിന്നു നോക്കിയാൽ റെയിൽവേ ലൈൻ കാണാം.

''വേലൂരിന്റെയും ഏറത്തിന്റെയും അതിർവരമ്പ് റെയിൽവേ ലൈൻ ആണോ.'' ഞാൻ ചോദിച്ചു.

''വയലിനക്കരെ ഏറത്ത്. ഇപ്പുറം വേലൂർ. ഏറത്ത് കൊച്ചുഗോവിന്ദക്കുറുപ്പ് നമ്മള് കണ്ട ആ പൊളിഞ്ഞ സ്കൂളിന്റെ സ്ഥാപകൻ. അയാൾ സി.വി. രാമൻ പിള്ളയുടെ അടുത്ത ചങ്ങാതിയായിരുന്നു. അതുവഴി സായിപ്പന്മാരുമായിട്ടുമൊക്കെ ബന്ധമുണ്ടായിരുന്നു. റെയിൽവേ ലൈൻ വന്നപ്പോൾ ഇവിടെ ഒരു സ്റ്റേഷൻ വരാൻതന്നെ കാരണം അയാളാണ്.''

''നമ്മൾ ട്രെയിൻ വന്നിറങ്ങിയപ്പോൾ കാപ്പി കുടിച്ച ആ പഴമയുടെ കച്ചവടസ്ഥലമില്ലേ.''

വേലൂർ വേലപ്പൻ, അതായത് എന്റെ അച്ഛമ്മ വി.എൻ. രേവമ്മയുടെ അച്ഛൻ, കച്ചവടം ചെയ്ത് കാശുണ്ടാക്കിയത് അവിടെയാണ്. കൊപ്രയും കുരുമുളകും. കുരുമുളക് പുഴയിലൂടെ മലനാട്ടീന്ന് കൊണ്ടുവരും. കുരുമുളകിന്റെ ഇടനിലക്കാരായി കാശുണ്ടാക്കിയ ഒരുപാട് ക്രിസ്ത്യാനികളും ഈഴവരും ആ കാലത്തുണ്ടായിരുന്നു.'' സൂരജ് പറഞ്ഞു.

വെളിച്ചവും വായുവും ധാരാളമുള്ള ഒരു മുറിയായിരുന്നു ദേവദാസിന്റെ സ്റ്റഡിറൂം. വിശാലമായ ഒരു റൂം. ഷഡ്ഭുജാകൃതിയിലുള്ള ആ മുറി പഠനത്തിനും എഴുത്തിനുമായി സജ്ജീകരിക്കപ്പെട്ടിരുന്നു. മുറിയുടെ ഏറ്റവും നീളമുള്ള ചുവരിനോട് ചേർന്ന് അലമാരയിൽ ചിട്ടയോടെ അടുക്കിവച്ച പുസ്തകങ്ങൾ. റൂമിലേക്ക് കയറുന്ന വാതിൽ ഉള്ള ചുവരും അതിനോട് ചേർന്നുള്ള രണ്ടു ചുവരുകളും ഏറ്റവും

നീളം കുറഞ്ഞതാണ്. അതിൽ ഒരു ചുവരിനോട് ചേർന്ന് എഴുത്തു മേശയും കസേരയും ഇട്ടിരിക്കുന്നു. കസേരയിൽ ഇരിക്കുമ്പോൾ ജനാലയിലൂടെ ദൂരക്കാഴ്ചകൾ കാണാം. ആറ്റിനക്കരെ കുന്നിൽ കമഴ്ത്തി വച്ച ഭീമാകാരങ്ങളായ പാറകൾ. മറ്റേ ചെറുചുവരിനോട് ചേർന്ന് വായനയ്ക്ക് ഇരിക്കാനൊരുക്കിയ ചാരുകസേര. ആ ജനാല യിലൂടെ നോക്കിയാൽ ദൂരക്കാഴ്ചയെ മറച്ച് മരങ്ങൾ. മുറിയിൽ കേൾക്കുന്ന പക്ഷികളുടെ ശബ്ദം. മറ്റു രണ്ടു ഭിത്തികളിലും മൂന്നു പാളികളുള്ള ജന്നലുകളാണ്. മുറിയിലേക്ക് കയറുമ്പോൾ വലതു വശത്തുള്ള ചുവരിനോടു ചേർന്ന് ഒരാൾക്ക് കിടക്കാനുള്ള വീതി കുറഞ്ഞ കട്ടിൽ ഉണ്ട്. മറ്റേ ചുവർ നിറയെ ഫോട്ടോകളാണ്. അവിടെ നിന്ന് നോക്കുമ്പോൾ വിശാലമായ വയലും വീടിന്റെ ഗേറ്റും കാണാം. സാധാരണയെക്കാൾ ഉയരം കൂടിയ ചുവരിൽ കോണാകൃതിയിലുള്ള ഓടു മേഞ്ഞ മേൽക്കൂര ഗോപുരം പോലെ ഉയർന്നു നിൽക്കുന്നു.

മുറിയുടെ ഒത്ത നടുക്ക് ഒരു വട്ടമേശയും അതിന് ചുറ്റുമായി നാലു കസേരകളുമുണ്ട്. മേശയിൽ ഇളംനീലവർണ്ണത്തിൽ മേശ വിരിയുണ്ട്. വെളുപ്പിൽ പതിയെ ഇളകുന്ന ഇളംനീല വർണ്ണത്തിലെ തിരകളാണ് ജാലകക്കർട്ടനുകൾ. സംഗീതം കേൾക്കാനും സിനിമ കാണാനുമുള്ള സംവിധാനങ്ങൾ ആ മുറിയിൽ ഉണ്ട്. പുസ്തക അലമാരയ്ക്ക് മുന്നിലൂടെ ചുരുൾ നിവർന്നുവീഴുന്ന സ്ക്രീനും അതിനെ തിർവശത്ത് തൂക്കി ഘടിപ്പിച്ചിട്ടുള്ള പ്രൊജക്ടറും ഈ സൗഹൃദ ഇടത്തെ അത്രമേൽ സ്വന്തമെന്ന് തോന്നിപ്പിച്ചു.

‘‘സിനിമ കാണാനുള്ള സംവിധാനമൊക്കെ...?’’ എന്റെ സന്തോ ഷവും വിസ്മയവും പുറത്തു വന്നു.

‘‘അച്ഛന്റേതാണ്. പഴയ സിനിമകളെല്ലാം ഞാൻ കണ്ടത് അച്ഛന്റെ ശേഖരത്തിൽ നിന്നാണ്. ലൂമിയർ ബ്രദേഴ്സ് മുതലുള്ള ചിത്രങ്ങൾ. ഞാൻ പറഞ്ഞല്ലോ, നമ്മൾ തമ്മിൽ കണ്ടുമുട്ടുന്നത് 2018 ഡിസംബ റിലാണ്. അതിനും മൂന്നുമാസം മുൻപാണ് അച്ഛൻ മരിക്കുന്നത്. മരിക്കുന്നതിന് ഒരാഴ്ച മുൻപും പുതിയ കുറെ സിനിമകൾ കളക്ട് ചെയ്തിരുന്നു. അത് കണ്ടുതീരുന്നതിനു മുൻപേ അച്ഛൻ പോയി.’’

സൂരജിൽ അച്ഛനോർമ്മകൾ കടന്നുപോകുന്നുണ്ടാവണം. അവനും ഞാനും കുറച്ചുനേരം ഒന്നും മിണ്ടിയില്ല. സൂരജിന്റെ അച്ഛന്റെ ഫോട്ടോ നോക്കുകയായിരുന്നു ഞാൻ. ഇപ്പോഴാണ് ദേവ ദാസിന്റെ മുഖം ഞാൻ കാണുന്നത്. നീണ്ട മുഖം. വീതിയുള്ള നെറ്റി. നീണ്ട് ഉയർന്ന മൂക്ക്. വീതിയുള്ള മീശയും കുറ്റിത്താടിയും. കണ്ണു കൾ കണ്ടാൽ ഒരന്തർമുഖത്വം. ജനിതകത്തിന്റെ കാണാച്ചരട് എന്നെ ആ മനുഷ്യനുമായി ബന്ധിപ്പിച്ചു. എവിടെവച്ചാണ് നാം പിരിഞ്ഞു പോയതെന്ന ഓർമ്മ അകലെയകലെ കറുത്ത ബിന്ദുവിൽ തൊട്ടി ല്ലാതെയായി.

നെഞ്ചിനകത്ത് വല്ലാത്ത ഭാരമില്ലായ്മ തോന്നി.

സൂരജ് ഒരു അലമാരയുടെ അടുത്തേക്ക് നടന്നു. അതു തുറന്ന് ഒരാൽബം എടുക്കുമ്പോൾ പറഞ്ഞു. ''ഈ അലമാരയിൽ അച്ഛന്റെ ഡയറികളും എഴുത്തുകളും ശേഖരിച്ച രേഖകളും അച്ഛന്റെ ഫോട്ടോകളുമൊക്കെയാണ്.''

ആൽബം എന്റെ കൈയിൽ തന്നു. ഞാൻ കസേരയിൽ ഇരുന്നു.

സൂരജ് പറഞ്ഞുകൊണ്ടിരുന്നു.

''ഫോട്ടോകളെല്ലാം ഭദ്രമായി സൂക്ഷിച്ചുവയ്ക്കുന്നത് അമ്മയാണ്. അമ്മയുടെ ഫോട്ടോ കളക്ഷനിൽ നിന്ന് അച്ഛന്റെ ജീവിതത്തിന്റെ പലഘട്ടങ്ങൾ കാണിക്കുന്ന ആൽബം ഞാൻ ഉണ്ടാക്കിയതാണ്. ഒരു ഡിജിറ്റൽ കോപ്പിയുമുണ്ട്, ഫോട്ടോയും വീഡിയോയും ഒക്കെ വച്ച് ഞാൻ ഉണ്ടാക്കിയത്. അച്ഛൻ മരിച്ചശേഷം കുറേനാൾ ഇങ്ങനെയൊക്കെയുള്ള പണികളായിരുന്നു. അച്ഛൻ സ്വന്തം ജീവിതം ജീവിക്കാതെ പോയപോലെ. ഞങ്ങൾക്കു വേണ്ടിയാണ് സ്വന്തം ജീവിതം ജീവിക്കാതിരുന്നത് എന്ന് തോന്നിപ്പോകും. ഒരുപാട് പദ്ധതികൾ അച്ഛൻ പറയുമായിരുന്നു. പക്ഷേ ഒന്നും ചെയ്തില്ല.''

സൂരജിന്റെ മനസ്സ് അച്ഛന്റെ ഓർമ്മയിൽ വിങ്ങുന്നുണ്ടായിരുന്നു. പാതിവഴിയിൽ പൊലിഞ്ഞുപോയി അച്ഛന്റെ ജീവിതം എന്നതാണ് അവനെ ഇത്രയധികം വേദനിപ്പിക്കുന്നതെന്ന് എനിക്ക് മനസ്സിലായി.

''നീ നിന്റെ അച്ഛനെക്കുറിച്ച് ഇത്രയധികം മനസ്സിലാക്കിയല്ലോ. അച്ഛന്റെ കുട്ടിക്കാലവും യൗവനവും വന്ന വഴികളുമൊക്കെ നീ അച്ഛനോട് ചോദിച്ചു മനസ്സിലാക്കിയിരിക്കുന്നു. എന്റെ അച്ഛനെപ്പറ്റി ഞാൻ ഒന്നും ചോദിച്ചറിഞ്ഞില്ലല്ലോ എന്ന് ഞാൻ ചിന്തിച്ചത് അച്ഛൻ മരിച്ച ശേഷമാണ്.'' പലപ്പോഴും ഞാൻ ഓർക്കുമായിരുന്നത് അപ്പോൾ അവനോട് പറഞ്ഞു.

വട്ടമേശയിൽ ആൽബം വച്ച് ഞാനതിന്റെ പേജുകൾ മറിച്ചു. താടിയും മുടിയും വളർന്നു കിടക്കുന്ന മെലിഞ്ഞ പയ്യനെയാണ് ആദ്യം കണ്ടത്. അതിനടുത്തുതന്നെ ആ കാലത്തെ ഒരു ക്ലോസപ്പ് ഫോട്ടോയുമുണ്ട്. അന്തർക്ഷോഭത്തിന്റെ ജ്വലിക്കുന്ന കണ്ണുകൾ. അടുത്ത പേജിൽ ഒരു നാടകസീനാണ്. ദേവദാസ് അഭിനയിക്കുന്നത്. ജി. ശങ്കരപ്പിള്ളയുടെയോ മറ്റോ നാടകമാണെന്ന് ഒറ്റനോട്ടത്തിൽ തോന്നും.

സൂരജ് പറയുന്നത് കേൾക്കാൻ കൂടുതൽ താത്പര്യം തോന്നിയതിനാൽ ആൽബം മടക്കിവച്ചു.

''അച്ഛൻ നാടകരംഗത്തും ഉണ്ടായിരുന്നോ?''

''കോളേജിൽ പഠിക്കുന്ന കാലത്തായിരുന്നു, നാടകം. ഡിഗ്രി കഴിഞ്ഞിട്ട് നാഷണൽ സ്കൂൾ ഓഫ് ഡ്രാമയിൽ പോയി പഠിക്കാനായിരുന്നു ആഗ്രഹം. നടന്നില്ല. ഞാൻ മനസ്സിലാക്കുന്നത് ആത്മ

വിശ്വാസമുണ്ട്, ചെയ്യുന്നതിനൊക്കെ മറ്റുള്ളവരുടെ അംഗീകാരം കിട്ടുന്നുണ്ട്, പക്ഷേ സ്വയം താൻ അതാണോ എന്ന സംശയം. അതാണ് പ്രശ്നം. പിന്നെ പൂനെ ഫിലിം ഇൻസ്റ്റിറ്റ്യൂട്ടിലേക്കായി ശ്രമം. അഡ്മിഷൻ കിട്ടിയില്ല. ആ വർഷം തന്നെ അവിടെ ഫിലിം അപ്രിസിയേഷൻ കോഴ്സിന് പ്രവേശനം കിട്ടി. അവിടെ മൃണാൾസെന്നിൽ നിന്ന് സർട്ടിഫിക്കറ്റ് സ്വീകരിക്കുന്ന ഫോട്ടോ ആ ചുവരിലുണ്ട്.''

അവൻ ഇടതുവശത്തുള്ള ചുവരിലേക്ക് ചൂണ്ടിക്കാണിച്ചു. ഇടതുവശത്തെ ചുവരിൽ ഫോട്ടോകൾ ഭംഗിയായി ക്രമീകരിച്ചിരിക്കുന്നു. ഞാൻ കസേരയിൽ നിന്ന് എഴുന്നേറ്റ് അങ്ങോട്ട് നടന്നു. ഫിലിം ഇൻസ്റ്റിറ്റ്യൂട്ടിലെ ഗ്രൂപ്പ് ഫോട്ടോയ്ക്കും മൃണാൾ സെൻ സർട്ടിഫിക്കറ്റ് കൊടുക്കുന്നതിനും തൊട്ടടുത്ത് ഒരു ഷൂട്ടിങ്ങ് ലൊക്കേഷനിൽ കെ.ജി. ജോർജ്ജിനും മമ്മൂട്ടിക്കും ഒപ്പം നിൽക്കുന്ന പടമാണ്. തൊട്ടടുത്ത് ഭരതനുമായി നിൽക്കുന്ന പടങ്ങളുമുണ്ട്. അങ്ങനെ സിനിമാലോകത്തിലെ കുറേ ചിത്രങ്ങൾ.

എനിക്ക് വിസ്മയമായി. എന്റെ വിസ്മയം വായിച്ചെടുത്ത് സൂരജ് ചിരിക്കുകയാണ്.

''ഇതെന്താ സിനിമാലോകത്തും.'' ഞാൻ ചോദിച്ചു...

''നാലഞ്ചു വർഷം കോടമ്പാക്കത്തും ഉണ്ടായിരുന്നു. ആയിടയ്ക്കാണ് അച്ചാച്ചൻ മരിക്കുന്നത്. പിന്നെ വീട്ടിൽത്തന്നെ നിന്നു. അപ്പോൾ വയസ്സ് മുപ്പത്തിരണ്ടായി. അച്ഛമ്മയുടെ നിർബന്ധത്തിൽ അവരുടെ കണ്ണീര് കാണാൻ വയ്യാത്തതുകൊണ്ട് ബി എഡിനു പോയി, അധ്യാപകനുമായി. മുപ്പത്തഞ്ചാം വയസ്സിലാണ് അമ്മയെ വിവാഹം കഴിക്കുന്നത്. പിന്നെ കുടുംബവും സ്കൂളും. അതിനുശേഷം വായനയും പഠനവുമൊക്കെ വീണ്ടെടുക്കാനുള്ള ശ്രമമായിരുന്നു. ദിവസവും വെളുപ്പിന് എഴുന്നേറ്റ് കുളിച്ച് പഠന മുറിയിൽ കയറും. ഇതൊക്കെ അമ്മയ്ക്ക് പുതിയ അനുഭവമായിരുന്നിരിക്കണം. അച്ഛൻ ജീവിച്ച ഒരുപാട് ജീവിതം, ഒരുപാട് സ്വത്വം അമ്മയ്ക്ക് അജ്ഞാതമായിരുന്നു. രണ്ടുപേർ സ്നേഹിക്കാനും ജീവിക്കാനും അങ്ങനെ അറിയേണ്ടതൊന്നുമില്ലല്ലോ. ഡൽഹിയിൽ പഠിക്കുമ്പോൾ ഇടയ്ക്കിടയ്ക്ക് വരുമ്പോഴാണ് അച്ഛനെക്കുറിച്ച് ചോദിച്ചു മനസ്സിലാക്കിയിട്ടുള്ളത്. ചോദിച്ചു മനസ്സിലാക്കേണ്ട ഒരച്ഛനുണ്ടെന്ന് ഡൽഹിയിൽ ആദ്യമായി അച്ഛനുമായി അകന്ന് താമസിക്കുമ്പോൾ എനിക്കു തോന്നി. ഞാനറിയാത്ത അച്ഛന്റെ ജീവിതം ചോദിച്ചറിയാൻ കഴിഞ്ഞതിൽ വലിയ ആശ്വാസം.''

സൂരജ് പറഞ്ഞുനിർത്തി. അവന്റെ വിരലുകൾ അസ്വസ്ഥതയോടെ എന്തോ തിരയുന്നപോലെയും അത് വർഷങ്ങൾക്കു മുൻപുള്ള എന്റെ വിരലുകൾ പോലെയും എനിക്കനുഭവപ്പെട്ടു.

ഞാൻ ചോദിച്ചു. ''എന്താ നിനക്ക് സിഗരറ്റ് വലിക്കണോ?''

അവൻ തല കുലുക്കി..

''എന്നാ വലിക്ക്.''

''ചേട്ടൻ ഇവിടെ ഇരി. ഞാൻ ബാൽക്കണിയിൽ പോയി രണ്ടു പഫ് എടുത്തിട്ട് വരാം.''

''രണ്ടോ പത്തോ എട്.'' ഞാൻ പറഞ്ഞു.

ചെയിൻ സ്മോക്കർ ആയിരുന്ന ഞാൻ പുകവലി നിർത്തിയ ശേഷം ചെറുപ്പക്കാരെ ഉപദേശിക്കാറുണ്ട്, വലിനിർത്തണം, കുറയ്ക്കാൻ ശ്രമിച്ചാൽ നടക്കില്ല എന്ന്.

ചുവരിലെ ഫോട്ടോകളിലായി പിന്നെ എന്റെ ശ്രദ്ധ. സഹോദരൻ അയ്യപ്പനും മറ്റൊരാളും നിൽക്കുന്ന ഒരു ഫോട്ടോയാണ് ശ്രദ്ധയിൽ പെട്ടത്. വേലൂർ രാമാനന്ദൻ ആയിരിക്കും. വീതിയുള്ള നെറ്റി, ഖദർ ഷർട്ടും മുണ്ടും തോളിൽ രണ്ടാം മുണ്ടും. ക്ലീൻ ഷേവ്, മുടി പുറകോട്ട് കോതി വച്ചിരിക്കുന്നു. അടുത്തു തന്നെ ഒരു ഗ്രൂപ്പ് ഫോട്ടോയുണ്ട്. അതിൽ ഇ.എം.എസും എം.എൻ. ഗോവിന്ദൻ നായരുമുണ്ട്. ഒരു വിവാഹത്തിന് എടുത്ത ഫോട്ടോയാണെന്നതിൽ സംശയമില്ല. പൂമാലയണിഞ്ഞ വധൂവരന്മാർ ആ ബ്ലാക്ക് ആൻഡ് വൈറ്റ് ഫോട്ടോയിലുണ്ട്. അത് സൂരജിന്റെ അച്ഛമ്മയും അച്ഛച്ഛനും ആയിരിക്കും.

അപ്പോഴേക്കും സിഗരറ്റുവലി കഴിഞ്ഞ് സൂരജ് എത്തി.

''ഇത് അച്ചമ്മേടേം അച്ചാച്ചന്റേം കല്യാണ ഫോട്ടോ. 1952 ൽ. ഈയെമ്മസിനേം എമ്മനേം മനസ്സിലായല്ലെ. ഇത് ടി എ മജീദ്, ഇത് ചാത്തൻ മാസ്റ്റർ, ഇത് ആർ. പ്രകാശം''. അങ്ങനെ അവന് അറിയാവുന്നരെയൊക്കെ പറഞ്ഞു തന്നു.

''ഇത് വേലൂർ രാമാനന്ദനാണോ?'' ഞാൻ ചോദിച്ചു.

''അതേ. സഹോദരൻ അയ്യപ്പനും വേലൂർ രാമാനന്ദനും.''

## അഞ്ച്

**ഞാ**ൻ പുതിയ ഷർട്ടും പാന്റ്സും ഇട്ട് താഴേക്കിറങ്ങി. സൂരജ് വേഷം മാറിയിട്ടില്ല.

''നീ വേഗം ഡ്രസ് ചെയ്ത് വാ. നടന്നല്ലേ പോകുന്നത്. ഞാൻ പുറത്ത് നിൽക്കാം.'' ഞാൻ അവനോട് പറഞ്ഞു.

രാജാകേശവദാസൻ സ്മാരക സ്കൂളിൽ നിന്ന് ഞങ്ങൾ വന്ന വഴിയേ ആയിരുന്നു ഏറത്തു വീട്ടിൽ പോകേണ്ടിയിരുന്നത്, വയലരികിലൂടെയുള്ള വഴിയേ. സൂര്യന്റെ ചരിഞ്ഞ കിരണങ്ങൾ കൊയ്തൊഴിഞ്ഞ

പാടത്തിൽ പരന്നിട്ടുണ്ട്. സ്കൂളിന്റെ പിറകിലൂടെ ഞങ്ങൾ പുതിയൊരു വഴിയിലേക്ക് തിരിഞ്ഞു. ആ റോഡ് വയലിനരികിലൂടെ അക്കരെ എത്തി. പിന്നെ ഒരു കയറ്റമാണ്. ഇടയ്ക്ക് ചില സ്കൂട്ടറുകൾ കണ്ടതൊഴിച്ചാൽ വഴിയിൽ ആളുകളാരുംതന്നെ ഇല്ല. പത്തിരുപത് വർഷത്തിനിപ്പുറമുണ്ടായ വീടുകൾ റോഡിനിരുവശവും കാണാം. മതിലും ഗേറ്റും ഇന്റർലോക്കും കാറുമൊക്കെയുള്ള ഭവനങ്ങൾ.

"ഇതൊക്കെ ഒരു കാലത്ത് ഏറത്ത്കാരുടേതായിരുന്നു." സൂരജ് പറഞ്ഞു. "എൺപതുകൾക്ക് ശേഷമാണ് എല്ലാം വിറ്റു പോയത്. ഈ ഗ്രാമം മുഴുവൻ അവരുടേതായിരുന്നു. ഏറത്ത് കുടുംബവും അവരുടെ ജോലിക്കാരായ കുടികിടപ്പുകാരും."

"സൂരജിന് ആ വീട്ടിൽ ഇപ്പോഴുള്ളവരെയൊക്കെ അറിയാമോ?" ഞാൻ ചോദിച്ചു.

"ഇല്ല. ആരെയുമറിയില്ല. ഇതുവഴിയൊക്കെ ഇങ്ങനെ വന്നിട്ടുണ്ടെന്ന് മാത്രം. അവരുടെ ചരിത്രമൊക്കെ അച്ഛമ്മ പറഞ്ഞറിയാം."

ഞങ്ങൾ കയറ്റം കയറിക്കഴിഞ്ഞപ്പോൾ പിന്നെ കുത്തനെയുള്ള ഇറക്കമാണ്. ഒരു കുന്നിന്റെ ഉച്ചിയിലാണ് ഞങ്ങൾ എന്ന് തിരിഞ്ഞു നോക്കിയപ്പോൾ മനസ്സിലായി. വയലും സ്കൂളുമൊക്കെ ഇവിടെ നിന്നാൽ കാണാം. കയറ്റം കയറി ചെല്ലുമ്പോൾ റോഡിന്റെ ഇടതുവശത്തായി ഒരു മുസ്ലീം പള്ളിയുണ്ട്. സൂരജിന്റെ വീട്ടിലിരിക്കുമ്പോൾ മൂന്നു ദിക്കുകളിൽ നിന്ന് വാങ്കുവിളി കേൾക്കാറുണ്ട്. അതിൽ ഒന്ന് ഇവിടെ നിന്നാണെന്ന് മനസ്സിലായി.

"ഇവിടെയൊക്കെ താമസിക്കുന്നത് പുറത്തുനിന്ന് വന്നവരാണോ?" ഞാൻ ചോദിച്ചു.

"അല്ല. ഇവിടെയൊക്കെ ഉണ്ടായിരുന്നവർ തന്നെ. ഒരു കാലത്ത് അടിമകളായിരുന്നവരുടെ പിൻതലമുറ, ഉണ്ണാനും ഉടുക്കാനും ഇല്ലാതിരുന്നവർ, ഏറത്തുകാരുടെ വേലക്കാർ. ഏറത്തുകാർ അവരുടെ ഭൂമി തുണ്ടുതുണ്ടായി മുറിച്ചുവിറ്റു. പണ്ട് പാവങ്ങളായിരുന്ന ഈഴവരും മുസ്ലീങ്ങളും അത് വാങ്ങി വലിയ വീട് വച്ചു, കാറ് വാങ്ങി. ഗൾഫ് കുടിയേറ്റം അതിനവരെ സഹായിച്ചു."

"ഇവിടത്തെ ഈഴവർ പാവങ്ങളായിരുന്നോ?" ഞാൻ ചോദിച്ചു.

"ആയിരുന്നു. ഇവിടെ വേലൂർ വീട്ടുകാർ മാത്രമായിരുന്നു സമ്പത്തുള്ള ഈഴവർ. അതുപോലെ തിരുവിതാംകൂറിലെ സമ്പത്തുള്ള ഈഴവരാണ് എസ്സെൻഡീപ്പിയെ താങ്ങിനിർത്തിയത്. ഗുരു എന്ന ദൈവം പാവപ്പെട്ട ഈഴവരുടെ ആത്മാഭിമാനം ഉണർത്തി. പക്ഷേ അവർക്ക് ഭൗതിക വളർച്ചയുണ്ടാക്കിയത് സിംഗപ്പൂരും ഗൾഫുമാണ്."

ഇറക്കം ഇറങ്ങി റോഡ് കുറച്ചു ദൂരം കഴിഞ്ഞപ്പോൾ നിരപ്പായി നീണ്ടു കിടന്നു. റോഡിന്റെ വലതുവശത്ത് റബ്ബർ എസ്റ്റേറ്റാണ്.

ഇടതുവശം ചെരിഞ്ഞ ഭൂമിയാണ്. രണ്ടു കിലോമീറ്ററിലധികം ഞങ്ങൾ ഇപ്പോൾ നടന്നുകാണും. ഇടത്തോട്ടുള്ള വഴിയിലേക്ക് ഞങ്ങൾ തിരിഞ്ഞു. വഴി ഇറങ്ങിയിറങ്ങി രണ്ടു വളവുകളും കഴിഞ്ഞു ചെന്നപ്പോൾ ഇടിഞ്ഞു തകർന്ന ഓടിട്ട ഒരു പഴയ ഭവനത്തിന്റെ അവശിഷ്ടങ്ങൾ കണ്ടു. ഭിത്തിയും മേൽക്കൂരയും പൊളിഞ്ഞുവീണു കിടക്കുന്ന ഭാഗമാണ് ഞങ്ങൾ ആദ്യം കണ്ടത്. അത് വീടിന്റെ പിറകുവശമാണ്. തകർന്ന വീടിനെ നോക്കി ഞാൻ നിന്നു. പ്രൗഢമായ ഒരു നാലുകെട്ടിന്റെ ഭൂതകാലദൃശ്യം മനസ്സിൽ തെളിഞ്ഞു. നാലുകെട്ട് നിന്നിരുന്നു എന്നു തോന്നിയ പ്രദേശമാകെ കാടു പിടിച്ചു കിടക്കുന്നു. പൊളിഞ്ഞു തുടങ്ങിയ പടിപ്പുര ഇപ്പോഴുമവിടെയുണ്ട്. വിശാലമായ മുറ്റത്ത് പുല്ലും കുറ്റിച്ചെടികളും വളർന്നുനിൽക്കുന്നു.

''ഇതിനോട് ചേർന്നാണ് രാമഭദ്രൻ നായർ താമസിക്കുന്നത് എന്നാണ് അമ്മ പറഞ്ഞത്. നോക്കാം.'' സൂരജ് പറഞ്ഞു.

പക്ഷേ അവിടന്ന് മുന്നോട്ട് വഴിയൊന്നും കാണുന്നില്ല. കാടു പിടിച്ച് കിടക്കുകയാണ്. ഞങ്ങൾ പിന്നെയും നടന്നു. നടവഴി കുറച്ചു മുന്നോട്ടു ചെന്നപ്പോൾ വീതി കുറഞ്ഞ ഇടവഴിയായി. വഴിയിലൊന്നും ആരെയും കാണുന്നില്ല. മരങ്ങൾക്കിടയിലൂടെ ഒരു വീടിന്റെ മേൽക്കൂര സൂരജാണ് കണ്ടത്.

ആ വഴിയിലൂടെ നടന്ന് ഓടിട്ട ചെറിയൊരു വീടിന്റെ മുന്നിലെത്തി. വയലിന്റെ കരയിലാണ് ആ വീട്. അവിടത്തെ പഞ്ചാരമണൽ കലർന്ന ചളിമണ്ണ് ഞാൻ ജനിച്ചു വളർന്ന വീടിനെയും പരിസരത്തെയും ഓർമ്മിപ്പിച്ചു.

വീടിനു മുന്നിൽ ചെന്നപ്പോൾ ഒരാൾ അവിടെ വെളിയിൽ ഇരിപ്പുണ്ട്. വീടിനു മുന്നിലെ മാവിൻ ചുവട്ടിൽ ഒരു കസേരയിലാണ് അയാൾ ഇരിക്കുന്നത്. അൻപതിനുമേൽ പ്രായം തോന്നിക്കും. മുന്നിലുള്ള ടീപ്പോയിൽ വച്ചിരുന്ന മദ്യക്കുപ്പിയിൽ നിന്ന് ഗ്ലാസിലേക്ക് മദ്യം പകർന്ന് ശ്രദ്ധാപൂർവ്വം ആവശ്യത്തിന് വെള്ളവുമൊഴിച്ച് ഗ്ലാസ് ചുണ്ടിലേക്ക് അടുപ്പിക്കുമ്പോഴാണ് അയാൾ ഞങ്ങളെ കാണുന്നത്. ചുണ്ടിനടുത്തോളം എത്തിയ ഗ്ലാസ് റിഫ്ളക്സ് ആക്ഷനിൽ പിൻവലിച്ച് ഞങ്ങളെ നോക്കി. മാത്രനേരം കൊണ്ട് അഹം പ്രവർത്തിച്ച് അയാൾ ഗ്ലാസിന്റെ പകുതിയോളം കാലിയാക്കി ഗ്ലാസ് മേശമേൽ വച്ച്, വന്ന അപരിചിതരായ ഞങ്ങളെ നോക്കി. രണ്ടുപേരെയും വിലയിരുത്തുന്ന ഒരു നോട്ടമായിരുന്നു അത്. അയാളുടെ ഭാവഹാവാദികൾ എനിക്ക് പരിചിതമായിരുന്നു.

''രാമഭദ്രൻനായരല്ലേ?'' സൂരജ് ചോദിച്ചു.

അയാളുടെ നോട്ടം സൂരജിൽ തറപ്പിച്ചു. കുറച്ചുനേരം അയാളിൽ

നിന്ന് ഒരുത്തരവും വന്നില്ല. അയാൾ ഒന്നും പറയാത്തതിനാൽ ഞങ്ങളും നിരീക്ഷിച്ചു നിന്നു.

നായർ ഗ്ലാസിലെ ബാക്കി മദ്യവും അകത്താക്കി ഇടതുകൈ കൊണ്ട് ചിറി തുടച്ച് ഗ്ലാസ് മേശമേൽ വച്ച് ഒരു നിമിഷം മേശയിൽ ത്തന്നെ നോട്ടം ഉറപ്പിച്ചശേഷം തല ചരിച്ച് സൂരജിനെ നോക്കി നീട്ടിമൂളിക്കൊണ്ട് പറഞ്ഞു.

''മ്... എന്താ...''

''ഞാൻ സൂരജ്. ദേവദാസ് സാറിന്റെ മകനാണ്. വേലൂർ രേവ മ്മയുടെ...''

''ദേവദാസ് സാറിന്റെ മകൻ മുതിർന്നവരെ പേരു ചൊല്ലി വിളി ക്കുന്നത് ശരിയാണാ?''

''ഞാൻ പേരു ചൊല്ലി വിളിച്ചില്ലല്ലോ? ആ പേരിലെ ആളാണോ എന്നന്വേഷിച്ചതല്ലേ?''

''ആ... ആ... ശരി... ഇതാരാ...?''

''ഇത് സുധീശ് രാഘവൻ. സാഹിത്യകാരനാണ്.''

അവനിതു പറഞ്ഞതും ഞാനാകെ ചൂളി. ഞാൻ സാഹിത്യവു മായി ബന്ധപ്പെടാത്ത ഇടങ്ങളിൽ എന്നെ എഴുത്തുകാരൻ എന്ന് പരിചയപ്പെടുത്താറില്ല. എഴുത്തും വായനയുമായി ബന്ധമില്ലാത്ത വരിൽ നിന്നു വരുന്ന ചോദ്യങ്ങൾ അസഹനീയമാണ്.

''സാഹിത്യകാരനാ?'' അയാൾ എന്നെ ആകെയൊന്നു നോക്കി.

''കഥയാ കവിതയാ? പന്ത്രണ്ടു മക്കളെ പെറ്റൊരമ്മേന്നൊരു കവിത ടീവീ കേട്ടിട്ടൊണ്ട്. ഒരു നായരാണത് പാടിയത്. നല്ല രസമാണ്. കേക്കാൻ കൊള്ളാം. 'പന്ത്രണ്ട് മക്കളെ പെറ്റൊരമ്മേ നിന്റെ മക്ക ളിൽ ഞാനാണ് ഭ്രാന്തൻ... ഞാനാണനാഥൻ' അത് പാടാനറിയാമോ?''

അയാൾ ഈണത്തിൽ കവിയെ അനുകരിക്കാൻ ശ്രമിച്ചു.

''ഇല്ല. ഞാനങ്ങനെ എഴുത്തൊന്നുമില്ല. ചില ലേഖനങ്ങളും ഒന്നു രണ്ടു കഥകളുമൊക്കെ എഴുതീട്ടൊണ്ടെന്നേയുള്ള്.'' ഞാൻ പറഞ്ഞു.

''അപ്പം കഥ എഴുതുന്നവരാവമ്പം കള്ളുകുടിയൊക്കെ കാണുമല്ലേ? കള്ള്, കഞ്ചാവ്, പെണ്ണ് ഇതൊക്കെ അങ്ങനെ ചുറ്റും വരമ്പഴാണല്ലെ നിങ്ങക്കിങ്ങനെ എഴുത്ത് വരുന്നത്. ഒരു ഗ്ലാസെടുക്കാമ്പറയട്ടാ?''

''വേണ്ട.'' ഞാൻ ആംഗ്യത്തോടെ പറഞ്ഞു.

''അയ്യേ, കുടിക്കാത്ത എഴുത്തുകാര്. അങ്ങനേമൊണ്ടാ? പയ്യൻ കുടിക്കുമോന്ന് ചോദിക്കുന്നില്ല. പിള്ളേര്ടെ കൂടെയൊക്കെ ഞാൻ കുടിച്ചിട്ടൊണ്ട്. കുടിച്ചാലും നമ്മളെ ബഹുമാനിക്കുന്നവരാണെന്ന് മനസ്സിലാക്കിയശേഷം. ചിലര് ഉള്ളീ ചെല്ലമ്പം നമ്മടെ തലേക്കേറും. നിന്റെ പേരെന്തോന്നടാ?'' സൂരജിനോടായി നായർ ചോദിച്ചു.

‘‘സൂരജ്.’’ അവൻ പറഞ്ഞു.

‘‘നമ്മടെ പേര്... എന്തോന്ന് രാഘവൻ...’’

‘‘സുധീശ് രാഘവൻ.’’

‘‘അതിന്റെ കൂടെ ഒന്നും ഇല്ലേ? വാല്?’’

‘‘എനിക്ക് ജാതിയില്ല.’’ ഞാൻ പറഞ്ഞു.

അയാൾ ആക്കുന്ന ഒരു ചിരി ശരീരം മൊത്തമെടുത്ത് ചിരിച്ചു.

‘‘ഓ ഓ... അതക്കെയൊരു ഫാഷനല്ലേ? ജാതിയില്ല. ദൈവമില്ല. ഞാൻ കേട്ടിട്ടൊണ്ട് ഇവന്റെ അച്ഛമ്മയുടെ ആങ്ങള. വേലൂർ രാമാനന്ദൻ ഈ നാട്ടീ അയ്യപ്പന്റെ ആദർശം പറഞ്ഞോണ്ട് നടന്നതാ. എത്ര ജാതിയില്ലന്ന് പറഞ്ഞാലും ജാതിയൊണ്ട്. ഇനിയെത്രയൊക്കെ ജനാധിപത്യം വന്നാലും ഞങ്ങള് നായന്മാരല്ലാതാവോ?’’ നായർ ഒരു ആഭാസച്ചിരി ചിരിച്ചു.

ഗ്ലാസിൽ ബാക്കിയുള്ളതു കൂടി അകത്താക്കിയിട്ട് അയാൾ അകത്തോട്ട് നോക്കി വിളിച്ചു.

‘‘എടീ രണ്ടു കസേരയിങ്ങെട്.’’

അകത്തു നിന്ന് ഒരു സ്ത്രീ രണ്ടു കസേരകൾ കൊണ്ടിട്ട് തിരിഞ്ഞു നടന്നു.

‘‘നക്കാനെന്തെങ്കിലുമൊണ്ടാടീ?’’

അവർ ഒന്നു തിരിഞ്ഞുനോക്കിയിട്ട് അകത്തേക്കു പോയി. അയാളുടെ ഭാര്യയായിരിക്കണം. ഇപ്പോൾ കുളികഴിഞ്ഞതുപോലുള്ള വേഷം. അലക്ഷ്യമായി ചുറ്റിയ സാരിയും തോർത്തിൽ കെട്ടിപ്പൊതിഞ്ഞ മുടിയും.

‘‘ഇരി..ഇരി...’’ അയാൾ ഞങ്ങളോടായി പറഞ്ഞു.

ഞങ്ങൾ ഇരുന്നു.

‘‘അപ്പൊ നിങ്ങള് വന്ന കാര്യം?’’

അയാൾ അടുത്ത പെഗ് ഒഴിച്ചുകൊണ്ട് ചോദിച്ചു.

‘‘ഞങ്ങള് വന്നത് ഈ സ്കൂളിനെക്കുറിച്ചും കുടുംബത്തെക്കുറിച്ചുമൊക്കെ അറിയാനാണ്. ഒരുപാട് ചരിത്രമുള്ള തറവാടാണല്ലോ. ആ കാലത്തൊക്കെ നടക്കുന്ന കാര്യങ്ങളാണ് എന്റെ അടുത്ത നോവലില്. അതിനു വേണ്ടിയാ.’’

‘‘ഒരുപാട് ചരിത്രമുള്ള തറവാടാ. ടിപ്പുനെതിരേ പടനയിച്ച കുറുപ്പന്മാരടെ തറവാടാ. അതൊക്കെ ഞാൻ നിങ്ങക്ക് പറഞ്ഞ് തരണം. നിങ്ങളത് എഴുതി കാശൊണ്ടാക്കും. കഥ ഞങ്ങടത്. കാശ് നിങ്ങക്ക്. അതെവിടത്തെ ഞായം?’’

അയാൾ ഒറ്റവലിക്ക് ഗ്ലാസ് കാലിയാക്കി വച്ചു

ആ സ്ത്രീ അപ്പോഴേക്കും ഒരു പിഞ്ഞാണത്തിൽ മരച്ചീനി പുഴുങ്ങിയതും മറ്റൊന്നിൽ മീൻകൂട്ടാൻ വച്ചതും കൊണ്ടുവന്നു വച്ചു. ഇപ്രാവശ്യം പിഞ്ഞാണം മേശമേൽ വച്ച് നിവരുമ്പോൾ അവർ ഞങ്ങളെ നോക്കിച്ചിരിച്ചു.

അയാൾ പിഞ്ഞാണത്തിൽ നിന്ന് ഒരു കഷണം മരച്ചീനി മീൻ ചാറിൽ മുക്കി വായിലേക്കിട്ട് പറഞ്ഞു.

''ഇതെന്റെ സഹധർമ്മിണി രാജമ്മ.''

അവർ തലയാട്ടി ചിരിച്ചു. വിനയവും നാണവും കലർന്ന ഒരു ചിരി.

രാമഭദ്രൻ നായർ ഞങ്ങളെയും അവർക്ക് പരിചയപ്പെടുത്തി. സൂരജിനെ പരിചയപ്പെടുത്തിയിട്ട് അയാൾ പറഞ്ഞു.

''എന്റെ കൂടെ കാഷ്മീരിലൊണ്ടായിരുന്നു ഒരു സൂരജ്. ഭീകരരുടെ വെടിയേറ്റ് മരിച്ചു. ലീവിന് പോയി കല്യാണം കഴിച്ച് ഒരു മാസമങ്ങാനും നിന്നുകാണും. മരിക്കമ്പം അവന്റെ ഭാര്യയ്ക്ക് ആറു മാസം ഗർഭം.''

''പട്ടാളക്കഥ തൊടങ്ങിയാ പിന്നെ നിർത്തത്തില്ല.'' രാജമ്മ പറഞ്ഞു.

''കാശെട്. പറയാം. സാറിനായിരം കഥകളെഴുതാം.'' അയാൾ കുപ്പി എടുത്ത് ഉയർത്തിപ്പിടിച്ചു നോക്കി. അതിൽ ലേശം ബാക്കിയുണ്ട്. വെറുതെ കണ്ണിറുക്കി കാണിച്ച് അയാൾ കുപ്പി മേശമേൽ വച്ചു.

''ചായ എടുക്കട്ടെ?'' അയാളുടെ ഭാര്യ ഞങ്ങളോട് ചോദിച്ചു.

''വേണ്ട.'' ഞാൻ പറഞ്ഞു.

''ചായയും കുടിക്കൂല്ലേ?'' നായർ ചോദിച്ചു.

''കുടിക്കും. ഞങ്ങളിപ്പോൾ കുടിച്ചതേയുള്ളൂ.''

''എന്നാ കൊറച്ച് കെഴങ്ങ് പുഴുങ്ങിയത് എടുക്കട്ടേ?'' അവർ ചോദിച്ചു.

''വേണ്ടാ. ഇപ്പം ഒന്നും വേണ്ടാ.'' ഞാൻ പറയുമ്പോൾ വേണ്ട എന്ന് സൂരജും ആംഗ്യം കാണിക്കുന്നുണ്ടായിരുന്നു.

''ഓരോ കഷണം ഇതീന്നെട്. നല്ല വയലിക്കെഴങ്ങാ.'' അയാൾ പറഞ്ഞു.

ഞങ്ങൾ പ്ലേറ്റിൽ നിന്നും ഓരോ മരച്ചീനിക്കഷണം എടുത്തു.

''പണ്ടൊക്കെ ഞങ്ങള് അന്യജാതിക്കാരെയൊപ്പമിരുന്ന് കഴീക്കൂലായിരുന്ന്. കൊച്ചിലെ ജാതി കൊറഞ്ഞവരുടെ വീട്ടിലൊന്നും പോയി കഴിക്കാൻ പാടില്ലായിരുന്ന്. പിന്നെ പട്ടാളത്തീ ചേർന്നപ്പം അതൊക്കെ

മാറി. എല്ലാ ജാതിക്കാരെ കൂടെയുമിരുന്ന് ഒരു പാത്രത്തീന്ന് കഴിച്ച്. കാളയിറച്ചിയക്കെ ഞാൻ കഴിക്കുന്നത് നാട് വിട്ട ശേഷമാ...''

ഞാനകത്തോട്ട് പോകട്ട് എന്ന് ആംഗ്യം കാണിച്ച് രാജമ്മ പോയി. കുലീനതയും വശ്യതയും സമ്മേളിച്ച ഭാവവും ശരീരചലനവുമായിരുന്നു അവർക്ക്. അയാൾ കുപ്പിയിൽ ബാക്കിയുള്ളതു കൂടി ഗ്ലാസിലേക്കൊഴിച്ചു കഴിച്ചു.

''അകത്തൊണ്ട്. പട്ടാളക്വാട്ട. പിടിത്തം വിടമ്പം കെടക്കാൻ നേരത്ത് രണ്ട് പെഗൂടെ അടിക്കും.''

''ഈ ഏറത്ത് കൊച്ചുഗോവിന്ദക്കുറുപ്പ് അപ്പൂപ്പനായിരുന്നോ?'' ഞാൻ വിഷയത്തിലേക്ക് വരാൻ ശ്രമിച്ചു.

''അപ്പൂപ്പന്റെ അച്ഛൻ.''

രാമഭദ്രൻ നായർ പറഞ്ഞു. അപ്പോൾ നായരുടെ ഭാര്യ ഒരു കസേര വെളിയിൽ കൊണ്ടുവന്നിട്ടിട്ട് അകത്തേക്കു പോയി.

''ഇപ്പോൾ എന്റെ ഭാര്യ വയസ്സായ ഒരു സ്ത്രീയെ പിടിച്ചുകൊണ്ടു വന്ന് ആ കസേരയിൽ ഇരുത്തുന്നത് കാണാം.'' നായർ പറഞ്ഞു.

ഞങ്ങൾ വാതിലിലേക്ക് നോക്കി ഇരുന്നു. രാജമ്മ എൺപതിനു മേൽ പ്രായം തോന്നുന്ന ഒരു സ്ത്രീയെ പിടിച്ചുകൊണ്ടുവന്ന് ആ കസേരയിൽ ഇരുത്തി. അലക്കിത്തേച്ച മുണ്ടും ബ്ലൗസും ധരിച്ച, വെളുത്ത കുറ്റിത്തലമുടിയുള്ള അഴകുള്ള ഒരമ്മൂമ്മ.

''അതാണ് എന്റെ അമ്മ ദ്രൗപദികുഞ്ഞമ്മ. ഈ നാടിന്റെയും കുടുംബത്തിന്റെയുമൊക്കെ കഥകൾ അവരുടെ ഓർമ്മയിലാണ്. പക്ഷേ അവരുടെ ഓർമ്മ പോയി. ഈ കുടുംബത്തിന്റെ ചരിത്രമെന്നുവച്ചാ ഈ നാടിന്റെ ചരിത്രമാണ്. ദ്രൗപദിക്കുഞ്ഞമ്മയുടെ ഓർമ്മ പോയപ്പം അത് മാഞ്ഞുപോയി.''

അയാൾ തലയും ശരീരവും കുലുക്കി ചിന്തയിലാണ്ടു. ഒരു നിമിഷം കുനിഞ്ഞിരുന്നിട്ട് മേശമേലിരുന്ന സിഗരറ്റ് പാക്കറ്റ് കൈയിലെടുത്തു. ഒരു സിഗരറ്റ് ചുണ്ടിൽ വച്ച് ലൈറ്റർ കൊണ്ട് കത്തിച്ചു.

''കുടിക്കമ്പം ഞാൻ വലിക്കൂല്ല. അത് പണ്ട് മൊതലേ ഉള്ള ശീലമാ.''

''അപ്പം നിങ്ങളെന്താ ചോദിച്ചത്? കൊച്ചുഗോവിന്ദക്കുറുപ്പ്. ഈ ഇരിക്കുന്ന സ്ത്രീയുടെ, എന്റെ അമ്മയുടെ അച്ഛന്റെ അച്ഛൻ. എന്റെ കുട്ടിക്കാലത്ത് ആ പൊളിഞ്ഞ തറവാട്ട് വീട്ടില് അദ്ദേഹത്തിന്റെ ഫോട്ടോയുണ്ടായിരുന്നു. തലയീക്കെട്ടും കൊമ്പൻ മീശയുമൊക്കെയായിട്ട്. വല്ലാത്ത ഒരു ഗാംഭീര്യമാണ് കാണാൻ. പിന്നെയൊരു ഫോട്ടോയുമുണ്ടായിരുന്നു. അതേപോലെ കൊമ്പൻ മീശയുള്ള ഒരാളിന്റെ. നിങ്ങളറിയും, മാർത്താണ്ഡവർമ്മേടെ കഥ എഴുതിയ... പേര് ഞാനങ്ങ് മറന്ന്.''

''സി വി രാമൻപിള്ള.'' ഞാൻ പറഞ്ഞു.

''അതേ, രാമൻപിള്ള. അമ്മ ഇതൊക്കെ കുട്ടിക്കാലത്ത് പറഞ്ഞ് തന്നിട്ടൊണ്ട്. എന്റെ അമ്മ ഒരു പാവമായിരുന്ന്. കാര്യശേഷിയില്ലാത്ത ഒരു സ്ത്രീ. പഠിച്ചതും കേട്ടതുമൊക്കെ നല്ല ഓർമ്മയാണ്. അതെന്തെന്നു വച്ചാ തത്തമ്മേ പൂച്ച പൂച്ച പോലെ. പഠിച്ചതങ്ങ് പാടും അത്രതന്നെ. ജീവിക്കാനറിയില്ല. വെളുത്തതെല്ലാം പാല്. ഇങ്ങനെയൊരാളിനെ പുറത്തെവിടെയെങ്കിലും എങ്ങനെ കല്യാണം കഴിച്ച് വിടും. അതുകൊണ്ട് അമ്മയുടെ അച്ഛന്റെ വകയിലെ ഒരു അനന്തരവനെക്കൊണ്ട് അമ്മയെ കല്യാണം കഴിപ്പിച്ചു. എന്റച്ഛൻ തകർന്ന ഒരു തറവാട്ടിലെ അംഗമായിരുന്നു. സ്വത്ത് മോഹിച്ചാണ് അമ്മയെ കല്യാണം കഴിച്ചത്. അമ്മ സന്തോഷം വന്നാ ചിരിക്കും, നിർത്തില്ലാതെ. ചെറിയ കാര്യത്തിൽ സന്തോഷിക്കുന്നത് പോലെ സങ്കടം വരാനും വലിയ കാര്യമൊന്നും വേണ്ടാ. സങ്കടം വന്നാ കരയും പരിസരം നോക്കാതെ. ദേഷ്യം വന്നാ പിന്നെ ഒരു രക്ഷയുമില്ല. അതുകൊണ്ട് നാലാള് കൂടുന്നിടത്ത് കൊണ്ടുപോകാനൊക്കത്തില്ല. എപ്പഴാണ് കോള് മാറുന്നതെന്ന് അറിയില്ല. പക്ഷേ അമ്മ സുന്ദരിയായിരുന്നു. നിറഞ്ഞൊഴുകുന്ന സ്നേഹവും.''

രാമഭദ്രൻ നായർ ആത്മകഥാംശം കലർന്ന കഥ പറയുമ്പോൾ ഞാൻ അയാളുടെ അമ്മയെ ശ്രദ്ധിക്കുകയായിരുന്നു. ഇടയ്ക്കിടയ്ക്ക് സ്വന്തം തുണിയുടെ അരികിൽ പിടിച്ച് നോക്കുന്നുണ്ട്. ചിലപ്പോൾ തറയിൽ ഒരിടത്ത് നോക്കിയിരിക്കും.

അയാൾ ഒരു സിഗരറ്റു കൂടി കത്തിച്ചു. സൂരജ് സിഗരറ്റ് വലിക്കാനുള്ള ടെംറ്റേഷനിലാണെന്ന് എനിക്ക് മനസ്സിലാകുന്നുണ്ട്. പക്ഷേ നിവൃത്തിയില്ലല്ലോ. അയാൾ വീണ്ടും കഥ പറയാൻ തുടങ്ങി, കഥ പറയുന്നത് അയാളുടെതന്നെ ആവശ്യം എന്നപോലെ.

''അച്ഛൻ ഒരദ്ധ്വാനിയായിരുന്നു. അമ്മയുടെ സ്വത്തിൽ ഈ മണ്ണിൽ അച്ഛൻ അദ്ധ്വാനിച്ചു. മൂത്ത മൂന്നു മക്കളെയും അച്ഛൻ നല്ല നിലയിലാക്കി. ഞങ്ങൾ അഞ്ചു പേരായിരുന്നു. രണ്ടു പെണ്ണും മൂന്നാണും. എന്നെയും എന്റെ നേരേ മൂത്ത ചേച്ചിയെയും നോക്കാൻ അച്ഛൻ ജീവിച്ചിരുന്നില്ല. ഞാൻ എട്ടിൽ പഠിക്കുമ്പോഴാണ് അച്ഛൻ മരിക്കുന്നത്. ചേച്ചി പത്തിലും.''

അയാൾ സിഗരറ്റുകുറ്റി ദൂരേക്കെറിഞ്ഞ് അത് പുകയുന്നത് നോക്കിയിരുന്നു. പെട്ടെന്ന് അയാൾ അകത്തേക്കു പോയി. പോണ പോക്കിൽ അഴിഞ്ഞുപോയ മുണ്ട് മുറുക്കി ഉടുക്കുന്നുണ്ടായിരുന്നു. അയാൾ പോയപ്പോൾ സൂരജും ഞാനും പരസ്പരം നോക്കി. നേരം സന്ധ്യയോടടുക്കുന്നു.

നായർ മറ്റൊരു കുപ്പി മദ്യവുമായി തിരികെ വന്നു.

''ഒരു  പെഗ്ഗൂടെ അടിച്ചു കളയാം. നിങ്ങളോട് കഥ പറഞ്ഞിരുന്ന് പിടുത്തം എറങ്ങിപ്പോയി.''

അയാൾ മദ്യം ഗ്ലാസിലേക്കു പകർന്ന് വെള്ളവുമൊഴിച്ച് ഒറ്റവലിക്ക് കുടിച്ച് ഗ്ലാസ് മേശപ്പുറത്തു വച്ചു.

''അപ്പം എവിടെയാ പറഞ്ഞവസാനിപ്പിച്ചേ? എന്റെ അച്ഛൻ മരിച്ചു. പിന്നെ എല്ലാരും സ്വത്തെല്ലാം ഭാഗിച്ചെടുത്ത് വിറ്റുപറക്കി പോയി. മൈനറായ എന്റെ സ്വത്ത് ഇവിടെ കെടന്നു. എന്റെ നേരേ മൂത്ത ചേച്ചീടെ സ്വത്ത് ചേച്ചീടെ പഠിത്തത്തിനും കല്യാണത്തിനും എന്നു പറഞ്ഞ് മൂത്ത ചേട്ടൻ വിറ്റു. എന്നിട്ട് കാര്യമായൊന്നും ചേച്ചിക്ക് കൊടുത്തതുമില്ല. പഠിപ്പിച്ചതുമില്ല. ചേച്ചിയെയും അമ്മയെയും മൂത്ത ചേട്ടൻ തിരുവനന്തപുരത്ത് കൂടെ കൊണ്ടുപോയി. മൂത്ത ചേട്ടൻ ചേച്ചിയെ അങ്ങേരുടെ ഡ്രൈവറെ കൊണ്ട് കല്യാണം കഴിപ്പിച്ച് ആ ബാധ്യത ഒഴിവാക്കി. എന്നെ മൂത്ത ചേച്ചിയും കൊണ്ടുപോയി. പക്ഷേ ഞാനതോടെ വഴി തെറ്റി. സിഗരറ്റുവലിയും കള്ളും കൂട്ടു കെട്ടും എന്നു വേണ്ട എല്ലാ കുണ്ടാമണ്ടികളും ഒണ്ടായിരുന്നു. അ തിനൊക്കെ പൈസ വേണ്ടേ.  അതിന് അളിയന്റെ പേഴ്സീന്നും ചേച്ചീടെ അലമാരയിൽ നിന്നുമൊക്കെ മോട്ടിക്കും. അളിയൻ എന്നെ ഒരുപാടു തവണ കെട്ടിയിട്ട് അടിച്ചിട്ടൊണ്ട്. എന്തു ഫലം. പൈസ യ്ക്ക് വേറെ വഴിയില്ല. കക്കുക എന്നത് ഒരു ശീലമായി. ഇപ്പഴും കൈ വാക്കിന് എന്തെങ്കിലും കണ്ടാൽ ചെലപ്പം എന്റെ കൈ തരിക്കും. അത് ജന്മവാസനപോലെയാ.''

അതു പറഞ്ഞപ്പോൾ അയാൾ ഒരു കള്ളച്ചിരി ചിരിച്ചു.

അയാൾ വീണ്ടും ഗ്ലാസിൽ മദ്യം പകർന്നു. വീണ്ടും കഥ പറഞ്ഞു തുടങ്ങി.

''പത്താം ക്ലാസ് എങ്ങനെയെങ്കിലും പാസായി. പിന്നെയും പഠിക്കാ നയച്ചു. ഞാൻ ക്ലാസിലൊന്നും കേറാതെ ചീട്ടു കളിച്ചും സിനിമ കണ്ടുമൊക്കെ നടന്നു. അതിന്റെ കൂടെ തല്ലു കൂടലും. നാലഞ്ചു പേരെയൊക്കെ ഒറ്റയ്ക്ക് അടിച്ചു കെടത്തും. അതു കഴിഞ്ഞ് കൈയും തട്ടി പോണതൊക്കെ ജയൻ ശൈലിയിലായിരുന്നു. ജയന്റെ വലിയ ആരാധകനായിരുന്നു അന്ന് ഞാൻ. ജയന്റെ ഒറ്റ സിനിമ വിടത്തില്ല. എന്നെക്കൊണ്ട് ഒരു നിവൃത്തിയും ഇല്ലാത്തോണ്ട്  പതിനെട്ടു വയസ് തെകഞ്ഞപ്പം പട്ടാളത്തി പറഞ്ഞുവിട്ടു. അവിടേം കശപിശയൊക്കെ ഒണ്ടാക്കീട്ടൊണ്ട്. പിന്നെ കാഷ്മീരിലേക്ക് മാറിയ ശേഷം കുറച്ച് മാറ്റമുണ്ടായി. അവിടെ എന്റെ കൂടെ ഉണ്ടായിരുന്ന രാജേന്ദ്രനെന്ന് പറയുന്ന ഒരുത്തന്റെ വീട്ടീ ലീവിന് വന്നപ്പം പോയി രണ്ടു ദിവസം താമസിച്ച്. അങ്ങ് ഇടുക്കീലാണ്.  അവന് ഒറ്റ പെങ്ങളാണ്. അവളെ എനിക്കങ്ങ് ഇഷ്ടായി. അവളാണ് ഇപ്പം എന്റെ ഭാര്യ.''

മധുരമായ ഓർമ്മയിൽ അയാളുടെ മുഖം പ്രസന്നമായി.

''അവിടന്ന് വരുന്നതിന്റെ തലേന്ന് രാത്രി ചാപ്പാട് കഴിച്ചോണ്ടിരിക്കയാണ്. നല്ല അസൽ വെടിയെറച്ചീം ചപ്പാത്തീം ചോറും കപ്പയുമൊക്കെ നിരത്തി വച്ചിരിക്കയാണ്. ഇവളും ഇവൾടെ അമ്മയും ഓരോന്ന് കൊണ്ടുവയ്ക്കുന്നു, വെളമ്പുന്നു. ഞങ്ങള്, ഞങ്ങളെന്ന് വച്ചാ അവനില്ലേ ആ രാജേന്ദ്രൻ അവനും അവന്റച്ഛനും ഞാനും, ഞങ്ങള് റമ്മൊഴിച്ച് കുടിക്കുന്നു. രാജേന്ദ്രന്റെ അച്ഛനാണെങ്കീ എന്തൊരു കപ്പാസിറ്റി. എഴുപതെഴുപത്തഞ്ച് വയസ്സൊണ്ട് പുള്ളിക്ക്. സ്ട്രോങ്ങായിട്ട് ഒറ്റപ്പിടിയാണ്. അങ്ങനെ കുടിയും തീറ്റിയുമായിട്ടിരുന്നപ്പം എല്ലാരുമൊള്ളപ്പം തന്നെ ഞാനങ്ങ് വിഷയമവതരിപ്പിച്ച്. രാജമ്മയെ എനിക്ക് കെട്ടിത്തരോന്ന് ഞാനങ്ങ് ചോദിച്ച്. പിന്നെ ഒരു നിമിഷം ആരും മിണ്ടിയില്ല. അര ഫിറ്റീ രണ്ടും കല്പിച്ച് ഞാനങ്ങ് പറഞ്ഞതാണ്. വശക്കേടായോന്നൊരു സംശയം. ഞാൻ അവള്ടെ അച്ഛന്റെ മുഖത്ത് മാത്രം നോക്കിയിരുന്ന്. കെളവൻ ഒന്ന് ഞെളിഞ്ഞിരുന്ന് രാജേന്ദ്രനോട് ചോദിച്ചു.

''നീയെന്തു പറയുന്നെടാ.''

എനിക്ക് സമ്മതം. ഇവനും ഞാനും അങ്ങനെ കഴിഞ്ഞവരാ. എനിക്കിവനെ നന്നായിട്ടറിയാമെന്നവൻ സെർട്ടിഫിക്കറ്റ് പാസാക്കി.

അപ്പോ കെളവൻ നീയെന്തു പറയുന്നടീ എന്ന് ഭാര്യയോട് ചോദിച്ചു.

നിങ്ങളക്കെ പറയുന്നതു തന്നെ എനിക്കും എന്ന് പറഞ്ഞിട്ട് നല്ല കൊച്ചല്ലിയോ എന്ന് താടീ കൈയും കൊടുത്ത് ശൃംഗരീച്ചോണ്ടൊരു പറച്ചിൽ.

അത് ഓർത്തപ്പോഴും രാമഭദ്രൻ നായർക്ക് രസം പിടിച്ചു.

ഞങ്ങൾക്കും ചിരി വന്നു.

''ഇതക്കെ ഇന്നലത്തെപ്പോലെ ഓർമ്മയുണ്ട്. ആ നിങ്ങള് കേക്കീം. പിന്നെ പുള്ളിക്കാരൻ അവളോട് ചോദിച്ചു. നീയെന്തു പറയുന്നെടീ. രാജമ്മ അതു കേട്ടോണ്ട് നാണിച്ച് അകത്തോട്ടൊരോട്ടം. അമ്മേം കൂടെ പോയി. പിന്നെ അമ്മ വന്നു പറഞ്ഞു അവക്കിഷ്ടംതന്നെന്ന്. അപ്പം കെളവൻ രണ്ടു കൈയും ഉയർത്തി അതങ്ങൊറപ്പിച്ച്. അങ്ങനെ രാജമ്മയെ കല്യാണം കഴിച്ച്. ഇങ്ങനെയക്കെ അങ്ങ് ജീവിക്കുന്ന്, ഒരു കൊഴപ്പോമില്ല. എനിക്കെന്തെങ്കിലും കൊഴപ്പമുണ്ടെങ്കീ അവളത് കാര്യമാക്കൂല്ല. അവൾടെ കൊഴപ്പങ്ങള് ഞാനങ്ങ് കണ്ടില്ലാന്ന് നടിക്കും.''

''അപ്പം ഇന്നിത്രേം കഥ മതിയാ. സാധാരണ ഞാൻ പട്ടാളക്കഥ പറഞ്ഞാലും എന്റെ കഥേം കുടുംബകഥേം പറയൂല്ല. ഇന്നിപ്പം

അമ്മയെപ്പറ്റി പറഞ്ഞപ്പം ഓരോരോന്നോർത്തുപോയി. പിന്നെ അമ്മേടെ കാര്യം. ചേട്ടന്റെ അവിടന്ന് അമ്മേം ഇങ്ങ് വിളിച്ചോണ്ട് വന്ന്. അമ്മ അവിടെക്കെടന്ന് നരകയാതന അനുഭവിക്കയായിരുന്ന്. കുടുംബ സ്വത്തീ കിട്ടിയത് കാശില്ലാതാവമ്പം ഞാൻ കൊറേച്ചെ വിക്കും. എല്ലാരും ഭാഗിച്ചെടുത്തിട്ട് ആർക്കും വേണ്ടാത്ത മൊട്ടക്കുന്നാണ് എനിക്ക് കിട്ടിയത്.''

ഞങ്ങൾ ചുറ്റാകെ നോക്കി. സന്ധ്യയാകുന്നുണ്ട്.

അയാൾ പറഞ്ഞു.

''പോകാൻ സമയമായിരിക്കും. കഥ മതിയായെങ്കീ നിങ്ങള് പോയീ.'' ഞങ്ങൾ എഴുന്നേറ്റു. അയാളും. ഞങ്ങൾ ആ അമ്മയെ ഒന്നുകൂടി നോക്കി.

''എന്നാൽ ഞങ്ങൾ പോട്ടെ. പിന്നെക്കാണാം.'' ഞാൻ പറഞ്ഞു.

''പിന്നേം വരീം. നിങ്ങക്ക് കഥയാക്കാൻ പറ്റിയ സാധനങ്ങള് ഇനീം ഒണ്ട്. കാശൊന്നും വേണ്ടാ. അടുത്ത പ്രാവശ്യം വരമ്പം രണ്ടു കുപ്പീം കൂടെയിങ്ങ് വാങ്ങിച്ചോണ്ട് വന്നാമതി.''

ഞങ്ങൾ വീട്ടുമുറ്റത്തുനിന്ന് റോഡിലേക്കിറങ്ങിയപ്പോൾ ഒരു സ്കൂട്ടർ എതിർവശത്തുനിന്ന് വരുന്നുണ്ടായിരുന്നു. സ്കൂട്ടർ ഞങ്ങളെ കടന്നു പോയിട്ട് നിർത്തി. ഞങ്ങൾ തിരിഞ്ഞു നോക്കിയപ്പോൾ ഒരു പെൺകുട്ടിയാണ്. സ്കൂട്ടറിലിരുന്ന് അവൾ ഞങ്ങളെ തിരിഞ്ഞു നോക്കുകയാണ്. ഞാൻ കരുതി സൂരജിന്റെ പരിചയത്തിൽ ആരെങ്കിലുമാകുമെന്ന്. സൂരജ് എന്നെ നോക്കിയിട്ട് അവളുടെ അടുത്തേക്ക് നടന്നു. ഞാൻ പിറകേയും. ഞങ്ങൾ അവളുടെ അടുത്തെത്തി. അവളുടെ തിളക്കമുള്ള കണ്ണുകൾ ഗൗരവത്തോടെ ഞങ്ങളെ നോക്കുകയാണ്.

''എന്താ ഇവിടെ?'' അവൾ ചോദിക്കുന്നു.

ഞങ്ങൾക്ക് കാര്യം പിടികിട്ടിയില്ല. ഇവളെന്താ പൊലീസാണോ.

''ഈ വീട്ടിൽ വന്നതാണ്.'' സൂരജ് പറഞ്ഞു.

''അതു മനസ്സിലായി. ഈ വഴി ഈ വീട്ടിലേക്കുള്ളതാണ്. ആ വീട്ടിലിരിക്കുന്ന മനുഷ്യൻ ആരും പറഞ്ഞാൽ കേൾക്കാതെ കറങ്ങി നടക്കുന്നയാളാണ്. എന്താ നിങ്ങടെ ആവശ്യം.''

സൂരജ് എന്റെ മുഖത്തു നോക്കി.

''ഈ ഏറത്ത് കുടുംബത്തിനെക്കുറിച്ചും സ്കൂളിനെക്കുറിച്ചുമൊക്കെ അറിയാനാണ്.''

പുച്ഛമോ പരിഹാസമോ എന്ന് വകതിരിച്ചറിയാനാകാത്ത ഒരു ചിരി അവളിൽ വിടർന്നു.

ഇവരേതു കോത്താഴത്തിൽ നിന്ന് വരുന്നുവെന്ന് തന്നെയാണ് ആ ഭാവമെന്ന് ഞാൻ വിലയിരുത്തി.

"എന്നിട്ടറിഞ്ഞോ?"

"കുറച്ചൊക്കെ." സൂരജ് പറഞ്ഞു.

അപ്പോൾ കുറച്ചു കൂടുതൽ പുച്ഛത്തിൽ കൊച്ചുകുട്ടികൾ മണ്ടത്തരം കാണിക്കുമ്പോൾ നോക്കുന്നതു പോലെ ഞങ്ങളെ നോക്കി.

"എന്തിനാണ് നിങ്ങൾ ഈ തറവാടിനെക്കുറിച്ചറിയുന്നത്?"

സൂരജ് പറഞ്ഞു.

"ഈ ചേട്ടൻ ഒരെഴുത്തുകാരനാണ്. അടുത്ത നോവലിന്റെ വർക്ക് നടക്കയാണ്. ഏറത്ത് തറവാടിന്റെയും സ്കൂളിന്റെയും ചരിത്രം നോവലിന് സഹായകമായേക്കാമെന്നു തോന്നി."

ഞാൻ ഇടയ്ക്കു കയറി പറഞ്ഞു.

"വിഷയം ഈ തറവാടല്ല. തറവാടിനെക്കുറിച്ചറിയുന്നതും എഴുത്തിനെ സഹായിച്ചേക്കും എന്നു തോന്നി."

അവൾ സ്കൂട്ടർ സ്റ്റാന്റിട്ട് ഇറങ്ങി.

"നിങ്ങൾ കണ്ട ആ മനുഷ്യൻ പറഞ്ഞ കഥ നോവലിന് പറ്റിയതായിരിക്കുമോന്നറിയില്ല. പക്ഷേ എല്ലാം പറഞ്ഞു കാണില്ല. ഇനി തറവാടിന്റെ കഥയാണെങ്കി ആ മനുഷ്യൻ പറയുന്നത് അങ്ങോരുടെ വേർഷനായിരിക്കും. അത് മതിയെങ്കി രണ്ടു ബോട്ടിലുമായി വന്നാ മതി."

എനിക്ക് ദേഷ്യം വന്നു. ഓരോ ചോദ്യം ചെയ്യലുകൾ.

"ശരി. അങ്ങനെ ചെയ്തോളാം. വാ, സൂരജേ പോകാം." ഞാൻ തിരിഞ്ഞുനടക്കാൻ തുടങ്ങി.

"അദ്ദേഹത്തിന്റെ അടുത്തു പോയി ഇരിക്കുന്നവരൊക്കെ കള്ളു കുടിക്കാൻ കമ്പനിയടിക്കുന്നവരാണ്. അതുകൊണ്ട് പറഞ്ഞതാണ്. നിങ്ങളുടെ ഉദ്ദേശ്യം സാധിക്കാൻ കാണേണ്ട ഒരാളല്ല അദ്ദേഹം."

"അല്ലെന്നെങ്ങനെ പറയാൻ കഴിയും? ഏതു വൃത്തികെട്ടവനിൽ നിന്നും എഴുത്തുകാരന് എഴുതാൻ എന്തെങ്കിലും കിട്ടും. അങ്ങനെ ആരും ഒഴിച്ചുനിർത്തേണ്ടവരല്ല."

ഞാൻ രോഷത്തോടെതന്നെ പറഞ്ഞു.

അവൾക്ക് പെട്ടെന്ന് ഭാവപ്പകർച്ച വന്നു. അവളുടെ മുഖം ഒരു തിരിച്ചറിവിൽ വിളറി.

"സോറി അങ്കിൾ. ഞാനെന്തെങ്കിലും മുൻധാരണ വച്ച് പറഞ്ഞെങ്കിൽ ക്ഷമിക്കണം. അദ്ദേഹം എന്റെ അച്ഛനാണ്. അച്ഛനെ കാണാൻ വരുന്നവരെയൊക്കെ വെറുക്കുന്ന ഒരു മനസ്സ് ഉണ്ടായിപ്പോയി."

അവളുടെ കൺകോണുകളിൽ, മുഖപേശികളിൽ മറ്റൊരു കഥ ഞാൻ കണ്ടു.

''ഏറത്ത് കുടുംബക്കാരായി ഈ നാട്ടിൽ മറ്റാരുമില്ല. നിങ്ങൾക്കാവശ്യമുണ്ടെങ്കിൽ ഇനിയും അച്ഛനെ കാണാം.''

ഒന്നാലോചിച്ച് ഞങ്ങൾ രണ്ടുപേരെയും മാറിമാറി നോക്കി അവൾ പറഞ്ഞു.

''എന്നെക്കൊണ്ട് കഴിയുന്നത് ഞാൻ ചെയ്യാം. ഫോൺ നമ്പർ തരൂ.''

സൂരജ് അവന്റെ നമ്പർ പറഞ്ഞുകൊടുത്തു.

''ഇതിൽ വാട്സ് ആപ്പ് ഉണ്ടോ?''

''ഉണ്ട്.''

''ഞാനിതിൽ ഒരു ഹായ് അടിക്കും. തിരിച്ച് ഇ-മെയിൽ ഐ ഡി എനിക്ക് വാട്സ് ആപ്പ് ചെയ്യണം. ''

ശരി എന്നു പറഞ്ഞ് അവൾ സ്കൂട്ടറിൽ കയറാൻ തുടങ്ങിയിട്ട് വീണ്ടും തിരിഞ്ഞ് പറഞ്ഞു. ''നിങ്ങളുടെ സ്ഥലം എവിടെയാണ്?''

''ഞാൻ ഇവിടെ അടുത്താണ്. വേലൂർ ദേവദാസ് സാറിന്റെ.''

''വീണട്ടീച്ചറിന്റെ....?''

''മകൻ.''

''ഓ... ദയയും ഞാനും പ്ലസ് ടൂവിന് ഒരു സ്കൂളിലാണ് പഠിച്ചത്.''

''എന്താ പേര്?'' സൂരജ് ചോദിച്ചു.

''നയന.''

ഞാൻ ആ കണ്ണുകളിലേക്ക് നോക്കി.

''സാർ.'' ഞാനെവിടെന്നാണ് എന്നറിയാനായി അവൾ എന്നെ നോക്കി.

''അങ്കിൾ എന്ന് നേരത്തേ വിളിച്ചതല്ലേ. ഇനി സാർ എന്ന് വിളിക്കണ്ട.'' ഞാൻ പറഞ്ഞു.

''ചേട്ടന്റെ സ്ഥലം വർക്കലയാണ്. ഇവിടെ ഇന്നലെ വന്നു. ഇവിടെ ഇരുന്ന് നോവലെഴുതാൻ പോകുന്നു.'' സൂരജ് വിശദീകരിച്ചു.

''എന്തു ചെയ്യുന്നു?'' ഞാൻ ചോദിച്ചു.

''എമ്മെസി.''

ഏതാ വിഷയം.''

''മാത്സ്.''

''ശരി.'' എന്നാൽ ഇപ്പോൾ പിരിയാം എന്ന അർത്ഥത്തിൽ ഞാൻ പറഞ്ഞു. അവളും തല കുലുക്കി.

ഞങ്ങൾ നടന്നതിന്റെ എതിർ ദിശയിൽ ചൂണ്ടി നയന പറഞ്ഞു.

''ഇതിലേ പോകുന്നതാണ് എളുപ്പം. വലിയ കയറ്റവുമില്ല. ഈ റോഡ് നേരേ സ്കൂളിന്റെ അടുത്തെത്തും.''

ഞങ്ങൾ കൈ ഉയർത്തിക്കാണിച്ച് അവൾ പറഞ്ഞ വഴിയേ നടന്നു.

അപ്പോഴേക്കും ഇരുൾ വ്യാപിച്ചു കഴിഞ്ഞിരുന്നു. അവിടവിടെ കത്തി നിന്ന സ്ട്രീറ്റ് ലൈറ്റിന്റെ പ്രകാശം മതിയായിരുന്നു പരിച യമില്ലാത്ത ആ വഴിയിലൂടെ നടക്കാൻ.

രണ്ടു കൈയും വീശിയും ഇടയ്ക്ക് ഒരു കൈ മുറുക്കി മറ്റേ കൈവെള്ളയിലിടിച്ചും രസിച്ച് നടക്കുകയാണ് സൂരജ്.

''നയന... സ്മാർട് പെൺകുട്ടി.''

ഞാൻ അർത്ഥം വച്ച് ചിരിച്ച് പറഞ്ഞു.

''ഞാൻ ശ്രദ്ധിക്കുന്നുണ്ടായിരുന്നു നിന്റെ ഭാവങ്ങളൊക്കെ. സുന്ദരികളായ അദർ സെക്സിനെ കാണുമ്പൊ നിന്റെ ഒരു നളി''.

പോ ചേട്ടാ എന്നു പറഞ്ഞ് അവൻ എന്റെ തോളത്ത് തട്ടി.

''കഥ മാറ്റേണ്ടി വരുമോ.'' ഞാൻ പറഞ്ഞു.

അവൻ സീരിയസായി എന്നെ നോക്കി.

''സൂരജ് നായകനും നയന നായികയുമായ കഥ. രാമഭദ്രൻ നായർ വില്ലൻ.''

''ഓ എഴുതിക്കോ. കലക്കും. ചേട്ടന്റെ ഒരു തമാശ.''

''നീ പറഞ്ഞത് ശരിയാണ്. നയന പ്രത്യേകതയുള്ള ഒരു കുട്ടി യാണെന്ന് എനിക്കും തോന്നി. അവളിൽ ഒരു ഉൾപ്പോരാട്ടം ഉണ്ട്. സാഹചര്യങ്ങളെ അതിജീവിക്കാൻ.''

''അതുതന്നെ ഞാനും പറഞ്ഞത്. ഞാൻ പറഞ്ഞപ്പം എന്നെ കളിയാക്കി.'' അവൻ പരിഭവം ഭാവിച്ചു.

ഞങ്ങൾ ചെറിയൊരു കയറ്റം കയറുകയായിരുന്നു. എനിക്ക് നല്ല ക്ഷീണം തോന്നി. പെട്ടെന്ന് ഒരു കൊള്ളിയാൻ മിന്നി. താമസിയാതെ ഇടിയും. അതോടെ കറണ്ടും പോയി. കുറ്റാക്കുറ്റിരുട്ട്. ഒരടി മുന്നോട്ടു വയ്ക്കാൻ വയ്യ. അന്ധകാരപ്പരപ്പ്. ഞാൻ അവന്റെ കൈയിൽ പിടിച്ചു.

''നിനക്ക് വഴിയറിയോ?'' ഞാൻ ചോദിച്ചു.

''സ്കൂളിന്റെ അവിടെ എത്തിയാൽ അറിയാം.''

''നമുക്ക് തിരിഞ്ഞ് വന്നവഴിയേ പോയാലോ?''

''അവിടെയും ഇരുട്ടല്ലേ?''

അപ്പോഴേക്കും അടുത്ത ഇടി വെട്ടി. ഒപ്പം ശക്തമായ മഴയും. ഞങ്ങൾ ഒരടി ചലിക്കാനാകാതെ ചേർന്നുനിന്നു.

''ഒരു കാര്യം ചെയ്യാം. ചെരുപ്പൂരി പിടി. കാലിന്റെ സ്പർശം കൊണ്ട് ടാറിട്ട റോഡ് പിടിച്ച് പോവാം.'' ഞാൻ പറഞ്ഞു.

ഞങ്ങൾ ചെരുപ്പൂരി കൈയിൽ പിടിച്ച് ചെറിയ ചുവടുകൾ വച്ച് നടന്നു. എന്റെ ഇടതുകൈയും സൂരജിന്റെ വലതുകൈയും കൂട്ടിപ്പിടിച്ചിട്ടുണ്ടായിരുന്നു. ഇടയ്ക്ക് മണ്ണിലോ പുല്ലിലോ ചവിട്ടുമ്പോൾ പാദസ്പർശത്തിൽ ഞങ്ങൾ ടാറിട്ട റോഡിനെ ഇന്ദ്രിയഗോചരമാക്കി. ഒച്ചിഴയുമ്പോഴത്തെ ആ നടത്തത്തിൽ ഞങ്ങൾ സയാമീസ് ഇരട്ടകളായി.

''എങ്ങോട്ടാണ് പോക്കെന്ന് വല്ല നിശ്ചയവുമുണ്ടോ?'' സൂരജ് മഴയുടെ ഇരമ്പത്തിൽ വിളിച്ചുചോദിച്ചു.

''പത്തൊമ്പതാം നൂറ്റാണ്ടിലേക്ക്.'' ഞാൻ വിളിച്ചുപറഞ്ഞു.

''അവിടെ സ്റ്റോപ്പില്ല. നമുക്ക് പതിനെട്ടാം നൂറ്റാണ്ടിൽ പോകാം. മാർത്താണ്ഡവർമ്മയെ കാണാം.'' സൂരജ് പറഞ്ഞു

''ശരി. എനിക്ക് ഡിലനോയിയും കുഞ്ചൻ നമ്പ്യാരും ഒരുമിച്ചിരിക്കുന്നത് കാണണം. എന്നാ വാ... വണ്ടി റോക്കറ്റുപോലെ പായട്ടെ.''

ഞങ്ങൾ ആർത്തുവിളിച്ച് വേഗത അനുഭവിച്ചു. ഒച്ചു പോലെ നടന്നു. ഇടയ്ക്ക് ചില കുഴിയിലൊക്കെ തട്ടിവീണു. തപ്പിത്തടഞ്ഞ് എണീറ്റ് വീണ്ടും നടന്നു. ഒരു സാഹസിക യാത്രയുടെ ഇന്ധനം നിറച്ച് വാഹനം മുന്നോട്ടു മുന്നോട്ട് പോയി.

കുറച്ചുനേരം കഴിഞ്ഞ് കറണ്ട് വന്നു.

ശക്തി കുറഞ്ഞ മഴയിലൂടെ സ്ട്രീറ്റ് ലൈറ്റിന്റെ വെട്ടം അർദ്ധതാര്യമായി. നനഞ്ഞ എന്റെ കണ്ണട പ്രകാശത്തെ പൂർണ്ണമായി തടഞ്ഞു. കണ്ണട ഊരി ഞാൻ പോക്കറ്റിലിട്ടു. പിന്നെയും പത്തു മിനിട്ട് നടന്നപ്പോൾ കുറെ കടകൾ ഉള്ള സ്ഥലത്തെത്തി. കടകൾ അടഞ്ഞുകിടക്കുകയാണ്. എന്നാലും എം.എൽ.എ. സ്ഥാപിച്ച ഫ്ളഡ് ലൈറ്റിന്റെ പ്രകാശത്തിൽ കച്ചവടസ്ഥാപനങ്ങൾ അവിടെയാണെന്ന് മനസ്സിലായി.

''ഇപ്പം സ്ഥലം പിടികിട്ടി. ഇവിടെയാണ് ഏറത്ത് ഗ്രാമപ്പഞ്ചായത്താഫീസും കൃഷിയാഫീസും മാർക്കറ്റുമൊക്കെ. വാ, അങ്ങോട്ട് കേറി നിൽക്കാം.'' സൂരജ് പറഞ്ഞു.

ഞങ്ങൾ ഒരു കടയുടെ ചായ്പിൽ കയറി നിന്നു.

ഫോണിൽ വാട്സ് ആപ്പ് മെസേജ് വന്നതിന്റെ ശബ്ദം. സൂരജ് ഫോൺ എടുത്തു നോക്കി.

“നയനയുടെ മെസേജാണ്.” സൂരജ് പറഞ്ഞു.

ഹായ്. ഞാൻ നയന.

മഴയിൽ കുളിച്ചു കാണുമല്ലോ. വീട്ടിൽ എത്തിയോ.

അവൻ റിപ്ലേ ചെയ്തു. വീട്ടിൽ എത്തിയില്ല. മഴ കംപ്ലീറ്റ് നനഞ്ഞു. ഇപ്പം മഴ കുറഞ്ഞു.

അവളൊരു സ്മൈലി ഇട്ടു. തിരിച്ച് അവനും.

ഞങ്ങൾ അവിടെ നിന്നും ഇറങ്ങി നടക്കാൻ തുടങ്ങി.

അവിടെ നിന്ന് നോക്കുമ്പോൾ ദൂരെ മറ്റൊരു ലൈറ്റ് പ്രകാശിക്കുന്നത് കാണാം.

“അത് നമ്മൾ രാവിലെ പോയ വേലൂർ ജംഗ്ഷനാണ്.” സൂരജ് പറഞ്ഞു.

പിന്നെയും പത്തു മിനിറ്റ് നടന്നപ്പോൾ ഞങ്ങൾ രാജാ കേശവദാസൻ സ്മാരക സ്കൂളിന്റെ അടുത്തെത്തി. അങ്ങനെ ഒരു മഴ പെയ്തതിന്റെ തെളിവുകളൊന്നും അവിടെ കാണാനില്ലായിരുന്നു. തെളിഞ്ഞു വരുന്ന ആകാശത്തിൽ അവിടവിടെ നക്ഷത്രങ്ങൾ, പ്രകാശവർഷങ്ങൾക്കകലെ. ദൂരെ എവിടെയൊക്കെയോനിന്ന് ഇടിമുഴക്കം കേൾക്കുന്നുണ്ട്. ഇടയ്ക്കിടയ്ക്ക് ആകാശത്തിൽ അവിടെയും ഇവിടെയും മിന്നൽ പ്രകാശിച്ചുകൊണ്ടിരുന്നു.

## ആറ്

**അ**ന്നു രാത്രി കിടക്കുമ്പോൾ ഞാൻ വല്ലാതെ അസ്വസ്ഥനായിരുന്നു. കോവിഡിനാൽ ഞാൻ തടവിലാക്കപ്പെട്ടതുപോലെ. ഉള്ളാകെ വിമ്മിട്ടമാണ്. ഞാൻ എന്നോടുതന്നെ നീതി പുലർത്താത്തതുപോലെ. എത്രയും പെട്ടെന്ന് വീട്ടിൽ എത്തണമെന്ന തോന്നൽ. പക്ഷേ പുറമേ ഞാൻ ഉത്സാഹിയായിരുന്നു. അത് അഭിനയമല്ല. ഞാൻ എന്നെത്തന്നെ താങ്ങി നിർത്താനെടുത്ത അടവാകാം. ഭാരമില്ലായ്മ അസഹനീയമായിരുന്നു. കർമ്മവും മോഹവുമറ്റ ഒരു നിമിഷത്തിലാണ് ഞാൻ. എത്രയോ മണിക്കൂറുകൾ അങ്ങനെ പോയി. എപ്പോഴോ നിദ്ര എന്നെ ഏറ്റുവാങ്ങിയിരിക്കണം.

ഞാൻ ചരിഞ്ഞ് എന്റെ വലതുവശത്ത് നോക്കി. എന്നോളമുള്ള ഒരാൾ അവിടെ കിടപ്പുണ്ട്. ഞാൻ തിരിഞ്ഞപ്പോൾ അയാളും തിരിഞ്ഞു. പരസ്പരം നോക്കുമ്പോൾ അത് എന്റെ പ്രതിബിംബം ആണോ എന്ന് ഒരു നിമിഷം സംശയിച്ചു. ഒരുമിച്ചാണ് ഞങ്ങൾ ഉറങ്ങാൻ കിടന്നത് എന്നതു പോലെയായി പിന്നെ. അയാളോടൊപ്പം ഞാനും

എഴുന്നേറ്റ് ഇരുന്നു. അയാൾ എന്റെ കൈ പിടിച്ചു. ഇപ്പോൾ എനിക്കറിയാം എന്റെ കൈ പിടിച്ചിരിക്കുന്നത് ദേവദാസ് ആണെന്ന്. ഞങ്ങൾ വീടിനു പുറത്തെത്തിയപ്പോൾ ഏതോ പഴയകാലത്തായിരുന്നു എന്ന് ഇപ്പോൾ ഓർക്കുമ്പോൾ മനസ്സിലാകുന്നു. വയലാണ്. കൊയ്തു കഴിഞ്ഞ വരണ്ട പാടം. അവിടെ വലിയൊരു ഏറ്റുമുട്ടൽ നടക്കുകയാണ്. വടിയും വാരിക്കുന്തവുമൊക്കെ വച്ച് പൊരുതുന്നു. പലരും മരിച്ചു വീഴുന്നു. പൊലീസ് വേഷത്തിലുള്ളവർ അർദ്ധനഗ്നരായ മനുഷ്യരെ വെടിവച്ചിടുകയാണ്. ഞങ്ങൾ മറ്റെന്തോ കാര്യത്തിനെന്നപോലെ ഈ ദൃശ്യവും കടന്ന് ധൃതിയിൽ പോകുകയാണ്. പ്രകാശം നയിച്ച വഴി ചെന്നെത്തിയത് ഏറത്ത് തറവാടിന് മുന്നിലാണ്. അത് ഇപ്പോൾ പ്രൗഢഗംഭീരമായ ഒരു കാലഘട്ടത്തിലാണ്. പടിപ്പുരയിൽ കുന്തമേന്തിയ കാവൽക്കാർ ഉണ്ടായിരുന്നു. ഞങ്ങൾ അദൃശ്യർ എന്ന പോലെ എല്ലാം കടന്ന് പോകുകയാണ്. കവാടത്തിനകത്ത് കടന്നപ്പോൾ അവിടെ നിരനിരയായി തോക്കുധാരികളായ പട്ടാളക്കാരെ കണ്ടു. അകത്തു കടക്കുമ്പോൾ അത് കൊട്ടാരമായിരുന്നു. കൊത്തുപണികളും വർണ്ണപ്പകിട്ടുകളും. ഞങ്ങൾ നോക്കി നിന്നില്ല. അകത്തളങ്ങളിലെ അർദ്ധനഗ്നകളായ സുന്ദരികളും ഞങ്ങളെ ആകർഷിച്ചില്ല. അവയെല്ലാം ഞങ്ങളുടെ വഴിയിലെ പശ്ചാത്തലം എന്ന മാതിരി. സ്വവർഗ്ഗരതിയിൽ അന്നേരമേർപ്പെട്ടുകൊണ്ടിരുന്ന രാജാവിനെയും കടന്നാണ് മറ്റെന്തോ ലക്ഷ്യത്തിലേക്ക് ഞങ്ങൾ പൊയ്ക്കൊണ്ടിരുന്നത്. ചരിത്രത്തിൽ സന്ധിച്ച് പരിചയമുള്ള ഒരാൾ പുറത്തു നിൽക്കുന്നുണ്ടായിരുന്നു. സി.വി. രാമൻ പിള്ള. അദ്ദേഹം മറ്റു രണ്ടു പേരോട് സംസാരിച്ച് നിൽക്കുകയായിരുന്നു. ഒന്ന് പി. രാജഗോപാലാചാരിയും മറ്റേത് ഏറത്ത് കൊച്ചുഗോവിന്ദക്കുറുപ്പും. അവിടെനിന്ന് വളഞ്ഞു പുളഞ്ഞ ഒരു ഇടനാഴിയിൽ ഞങ്ങൾ എത്തപ്പെട്ടു.

എത്രയോ നേരമായി ആ വഴിയിലൂടെ ഞങ്ങൾ നടക്കുകയാണ്. വഴി തെറ്റിയതുപോലെ തോന്നി. ദേവദാസ് എന്നെ നയിച്ചുകൊണ്ടു പോകുന്നതുപോലെ. പൊടുന്നനെ കടുത്ത ഏകാന്തതയും ഭയവും ഞങ്ങളെ ബാധിച്ചു. എത്രയോ ദൂരം നടന്നിട്ടും ഞങ്ങൾ എങ്ങും എത്തിയില്ല. ഞങ്ങൾ ഓടാൻ തുടങ്ങി. ഓടുമ്പോൾ പിന്നിൽ കാലൊച്ചകൾ കേട്ട് ഭയത്തോടെ തിരിയുമ്പോൾ ഇടുങ്ങിയ ഇടനാഴി നിറഞ്ഞ് പോത്തുകളോളം വലുപ്പമുള്ള വളഞ്ഞ കൊമ്പുകളുള്ള ചെമ്മരിയാടുകളുടെ ഒരു വൻനിര ഞങ്ങൾക്ക് പിന്നാലെ പാഞ്ഞുവരുന്നു. അവയുടെ പിന്നിൽനിന്ന് ആരൊക്കെയോ ഓടിക്കുകയാണ്. അതിനും പിന്നിൽ മറ്റാരൊക്കെയോ. വേട്ടക്കാരുടെയും ഇരകളുടെയും അനന്തമായ നിരയിൽ ഏറ്റവും മുന്നിലാണ് ഞങ്ങൾ എന്ന അറിവിൽ, ചലിക്കാനാവാതെ ഞങ്ങൾ വീണു. തലപൊക്കി നോക്കുമ്പോൾ ചുറ്റും

സ്ത്രീകളാണ്. അധികാരത്തിന്റെ തലയെടുപ്പുള്ള പെൺശരീരങ്ങൾ. പെണ്ണുങ്ങൾ വാഴുന്ന നാട്ടിലെ അടിമകളായ ആണുങ്ങളുടെ ഇട യിലേക്ക് അവർ ഞങ്ങളെ തള്ളിവിട്ടു. എല്ലാവരെയും പോലെ ഞങ്ങളുടെ ശരീരത്തെയും കോണകം മാത്രമാണ് മറച്ചിരുന്നത്. കനമുള്ള ഇരുമ്പു ചങ്ങലകൾ വലിക്കുന്ന ജോലി ഞാനും ദേവ ദാസും മറ്റ് അടിമകൾക്കൊപ്പം ചെയ്യുകയാണ്. ദേവദാസും ഞാനും ഏതോ ലക്ഷ്യത്തിലേക്ക് പോകുകയായിരുന്നു എന്നത് ഞങ്ങൾ മറന്നിരുന്നു. എല്ലാ പിൻവഴികളും മറന്നിരുന്നു. ചാട്ടവാറടിയിൽ പുളഞ്ഞ് വേദനിച്ച് ശക്തിയില്ലാതെ ഇരുമ്പു ചങ്ങലയിലെ പിടി വിട്ടു പോകുമ്പോഴാണ് ഞെട്ടി ഉണർന്നത്. ചാടി എഴുന്നേറ്റ് കതക് തുറന്നപ്പോൾ സൂരജാണ്.

ഞാൻ ബെഡ്ഡിൽ പോയി ഇരുന്നു, എവിടെയാണ്, എന്താണ് എന്നറിയാത്ത അങ്കലാപ്പിൽ.

"നല്ല ഉറക്കമായിരുന്നോ?" സൂരജ് ചോദിച്ചു.

ഞാൻ ഒന്നും മിണ്ടിയില്ല.

"രാത്രി എഴുതിയോ? ഛെ, ഞാൻ വിളിക്കില്ലായിരുന്നു. എഴു തില്ല എന്നല്ലേ പറഞ്ഞത്?"

ഞാൻ കുറേശ്ശെ സ്വബോധത്തിലേക്കു വന്നു.

കണ്ണടച്ച് ആടിയാടി ഇരുന്നുകൊണ്ട് പറഞ്ഞു.

"ഞാൻ ഒരു സ്വപ്നത്തിലായിരുന്നു. ഞാനും ദേവദാസും ഒരു മിച്ച് എവിടെയൊക്കെയോ പോയി."

"അച്ഛനോ?" അവൻ അത്ഭുതത്തോടെ ചോദിച്ചു. ഞാൻ തല കുലുക്കി.

"എവിടെ പോയി?"

"എവിടെയൊക്കെയോ ചില ചരിത്ര വഴികളിൽ..." ഞാൻ ചിരിച്ചു.

അവൻ കുറച്ചു നേരം എന്തോ ആലോചിച്ച് ഇരുന്നു.

"അച്ഛനെ ഞാൻ ഈയിടെ സ്വപ്നം കാണാറില്ല. അച്ഛന്റെ മരണ ശേഷമുള്ള നാളുകളിൽ പതിവായി കാണുമായിരുന്നു."

അവനോട് സ്നേഹം എന്നിൽ വന്ന് മുട്ടി. എന്റെ കൈ അവന്റെ കൈയിൽ കോർത്ത് അമർത്തി.

"നയനയുടെ മെസേജുണ്ടായിരുന്നു. അവൾ ഇ മെയിൽ അയ ച്ചിട്ടുണ്ട്. ചേട്ടൻ ഇ മെയിൽ നോക്ക്."

നോക്കാം. സ്വപ്നത്തിന്റെ ക്ഷീണം മാറട്ടെ. നീ ചെല്ല് എന്നു പറഞ്ഞ് ഞാൻ വീണ്ടും കിടന്നു.

കുറെ നേരം അങ്ങനെ കിടന്നു. ശൂന്യമായ മനസ്സ്. സ്വപ്നം നിദ്രയിൽ നിറഞ്ഞു. ഉണർന്നപ്പോൾ ഒന്നുമില്ലാത്ത അവസ്ഥ. ഇപ്പോൾ ഞാൻ ദേവദാസിന്റെ ഫോട്ടോയിൽ നോക്കിക്കിടക്കുകയാണ്. എന്റെ മനസ്സിലെ ശൂന്യസ്ഥലി ദേവദാസിനെക്കൊണ്ട് പൂരിപ്പിക്കുകയാണ്. എന്നെ ഇനിയും വലിച്ചുകൊണ്ടു പോകൂ. ലക്ഷ്യത്തിലേക്കാണ് എന്നെ നയിക്കുന്നതെന്ന് ഞാൻ കരുതുമ്പോൾ നീ ലക്ഷ്യമില്ലാതെ പോകുകയായിരുന്നിരിക്കണം. മുന്നോട്ടും പിന്നോട്ടും ലക്ഷ്യം. കൃത്യമായ വഴികൾ പുസ്തകങ്ങളുടെ പടവുകളിലൂടെയാണ്. നീ അലയാൻ ആഗ്രഹിച്ചത് അജ്ഞതയുടെ ഇടവഴികളിലൂടെയാണ്. ചരിത്രത്തിന്റെ മുളയ്ക്കാത്ത വിത്തുകളുടെ പാടങ്ങളിലൂടെയാണ്.

അങ്ങനെ നോക്കിക്കിടക്കുമ്പോൾ എനിക്ക് കൗതുകം തോന്നി. എന്നെങ്കിലും നാം ഒരിടത്ത് ഒരുമിച്ച് ഉണ്ടായിരുന്നിരിക്കണം. ഒരു ട്രെയിൻ യാത്രയിൽ അഭിമുഖമായി ഇരുന്ന് പരിചയപ്പെടാതെ, അല്ലെങ്കിൽ ഒരു ക്യൂവിൽ തൊട്ടടുത്തടുത്ത്, റോഡ് ക്രോസ് ചെയ്തപ്പോൾ അങ്ങനെ എവിടെയെങ്കിലും.

ഇനിയിപ്പോൾ മദിരാശിയിൽ വച്ച്....

മദ്യപാനകൂടിയിരിപ്പുകളിൽ...

ഞാൻ ആദ്യമായി മദിരാശി, ഇന്നത്തെ ചെന്നൈയിൽ, ചെന്നെത്തിയത് എന്റെ സുഹൃത്ത് പി.കെ. ശ്രീനിവാസന്റെ സവിധത്തിലായിരുന്നു. ശരിക്കും ശ്രീനിയെ കാണാനല്ല പോയത്. വീടു വിട്ടിറങ്ങി അവിടെ ചെന്നെത്തിയതാണ്. മിസ്റ്റർ പികെ എന്നെ അവിടെ പിടിച്ചു നിർത്തി. ശ്രീനി അന്ന് കലാകൗമുദിയിൽ ആയിരുന്നു. രാവിലെ തന്നെ വാർത്തകൾ തേടിയും വാർത്തകൾ ഉണ്ടാക്കാനുമായി ഇറങ്ങും. റൂമിൽ കിടന്നുറങ്ങാൻ താത്പര്യപ്പെടുന്ന എന്നെയും കുത്തി എഴുന്നേൽപ്പിച്ച് കൊണ്ടുപോകും. സിനിമാ സെറ്റുകളിൽ കറങ്ങും. ഇന്റർവ്യൂവിനായി താരങ്ങളുടെയും സംവിധായകരുടെയും മറ്റും വീട്ടിൽ പോകും. പ്രേംനസീർ, അടൂർ ഭാസി, സേതുമാധവൻ, പി.എൻ. മേനോൻ, ഭരതൻ, കെ.ജി. ജോർജ്ജ് അങ്ങനെയങ്ങനെ.... മമ്മൂട്ടിയും മോഹൻലാലുമൊക്കെ അന്ന് സിനിമാജീവിതം തുടങ്ങിയതേയുള്ളൂ. വൈകുന്നേരം ശ്രീനിയുടെ ഏറ്റവും അടുത്ത സുഹൃത്തുക്കളുമായി കൂടും. ഒപ്പം ഞാനും. അതേ... ദേവദാസും ഞാനും ഒരുമിച്ചിരുന്ന് മദ്യപിച്ചിട്ടുണ്ട്. ഞങ്ങൾ ഒരുപാട് തർക്കിച്ചിട്ടുണ്ട്.

ലഹരിയിൽ കെട്ടിപ്പിടിച്ച് ഉമ്മ വച്ചിട്ടുണ്ട്. ഇല്ല എന്ന് ആർക്ക് പറയാനാകും? ഓർമ്മയിൽ മാഞ്ഞുപോയതും ആരുടെയും ഓർമ്മയാകാതെ പോയതും ചരിത്രമല്ലാതാകുമോ?

പ്രഭാതകൃത്യങ്ങൾ കഴിഞ്ഞ് സൂരജ് കൊണ്ടുവന്ന ചായ കുടിച്ചിട്ട് ഒരു തയ്യാറെടുപ്പുപോലെ ഞാൻ ഇ-മെയിൽ തുറന്നു.

nayana097@gmail.com

"അങ്കിൾ എന്നാണോ സർ എന്നാണോ വിളിക്കേണ്ടത് എന്നറിയില്ല. ഇന്നലെ ഞാൻ അങ്കിൾ എന്ന് എന്തുകൊണ്ടോ വിളിച്ചുപോയി. ഇന്നലെ അങ്കിളും സൂരജും പോയശേഷം ഞാൻ നിങ്ങളോട് വളരെ മോശമായാണല്ലോ പെരുമാറിയത് എന്നോർത്ത് വല്ലാതെ വിഷമിച്ചു. എന്നോടുതന്നെ അവജ്ഞ തോന്നി. നിങ്ങളെ രണ്ടുപേരെയും മുൻവിധിയോടെ കണ്ടുപോയി. വീട്ടിലെ അസ്വസ്ഥതകൾ ആയിരിക്കണം അങ്ങനെ പെരുമാറാൻ കാരണം. അച്ഛനോടു സംസാരിക്കാനായി വരുന്നവരെ ഞാൻ അച്ഛനെയെന്നപോലെ വെറുത്തുപോകുന്നു. നിങ്ങളെപ്പോലുള്ള ആരും വീട്ടിൽ വന്ന് അച്ഛനോടു സംസാരിച്ചിരിക്കുന്ന പതിവില്ല. വേറൊരു ടൈപ്പ് ആൾക്കാരാണ് അച്ഛനോടു സല്ലപിക്കാൻ വരുന്നത്. ചിലപ്പോൾ ഞാൻ വളരെ മോശമായിപ്പോകുന്നു. എന്റെ കുഴപ്പമാണ്. എന്തിന് മറ്റുള്ളവരെ കുറ്റം പറയണം?

അപ്പോഴാണ് ഇടിയും മിന്നലും കോരിച്ചൊരിഞ്ഞ മഴയും വന്നത്. ഇരുളിലും മഴയിലും നിങ്ങൾ നടന്നുപോകുന്ന കാഴ്ച ഞാൻ കാണുകയായിരുന്നു. എന്തൊരു രസമാണ്. ഞാൻ കൊതിക്കുന്ന സ്വാതന്ത്ര്യം.

കാര്യത്തിലേക്കു കടക്കാം.

അങ്കിളിന് സംഭവബഹുലമായ ഒരു കഥ എഴുതാനുള്ള സംഗതികളൊക്കെ ഈ കുടുംബത്തിലുണ്ട്. ഏതാനും മിനിട്ടുകൾ മാത്രമുള്ള നമ്മുടെ കൂടിക്കാഴ്ചയിൽ അങ്കിളിന് എന്താണ് ആവശ്യമെന്ന് എനിക്ക് വ്യക്തമായിട്ടില്ല. എന്റെ അമ്മൂമ്മയുടെ ഓർമ്മയിൽ നിന്നാണ് ഈ കഥകൾ എന്നിലേക്കു പകർന്നത്. പക്ഷേ എന്റെ ചിന്തയിലും അറിവിലും നിന്നാണ് ഞാനീ കഥ പറയുന്നത്. അപ്പോൾ കഥയ്ക്ക് ചില ബെന്റുകളും വക്രതകളും നിരൂപണങ്ങളുമൊക്കെ വന്നുചേരും. മാത്രവുമല്ല, ഈ കുടുംബത്തിൽ അകപ്പെട്ടുപോയ ഒരു ജന്മം എന്നാണ് ഞാൻ എന്നെക്കുറിച്ച് കരുതുന്നത്. ഏറത്ത് കുടുംബക്കാരായി ഞങ്ങൾ മാത്രമാണ് ഈ നാട്ടിൽ അവശേഷിക്കുന്നത്. ബാക്കിയെല്ലാരും ഇന്ത്യയിലെ പല നഗരങ്ങളിലും ലോകത്ത് പല രാജ്യങ്ങളിലും ജീവിക്കുന്നു. അവർ തറവാട്ടു മഹിമയിൽ അഭിമാനം കൊള്ളുന്നു. എന്നാൽ ഭൂതകാല ഭാരങ്ങളൊന്നും അവർക്കില്ല. ഒരു വെർച്ചൽ തറവാടാണ് അവരുടേത്. അവിടെ, ഇവിടെയുള്ളതുപോലെയുള്ള അപരർ ഇല്ല. എന്റെ അച്ഛൻ മഹത് ചരിത്രമുള്ള തറവാട്ടിലെ കൂടിയ ആളാണെന്ന് സ്വയം കരുതുന്നുണ്ട്. വയസ്സായ ചില ആളുകൾ അച്ഛനെയും ഇപ്പോൾ നശിച്ചുപോയെങ്കിലും വഴിതെറ്റിപ്പോയെങ്കിലും

കൊല്ലിനും കൊലയ്ക്കും അധികാരമുള്ളവരുടെ പിൻമുറക്കാരനായി കാണുന്നു. പഴയ ക്രൂരതകളുടെ ഓർമ്മയിൽ ചിലർക്ക് വെറുപ്പും പ്രതികാരവുമാണ്. ഏറത്തുകാരുടെ അവശേഷിക്കുന്ന സ്വത്തുവകകൾ ആർക്കും കൈയേറാം. അതിനൊരു പൊതുസമ്മതിയുണ്ട്. എന്നെ സംബന്ധിച്ചിടത്തോളം ഇവിടെ ഞാൻ ഏറത്തെ കുട്ടിയാണ്, എന്റെ ചിന്തകളിലൂടെ രൂപപ്പെട്ട സ്വത്വം ഇവിടെ നിലനിൽക്കില്ല. എനിക്കിവിടന്ന് രക്ഷപ്പെടണം.

ഹൊ... ഞാൻ വീണ്ടും എന്റെ കഥ പറയാൻ തുടങ്ങി. ഇല്ല. ഇനി ഞാൻ കടന്നുവരില്ല.

ഞാൻ കുടുംബചരിത്രത്തിലേക്കു വരാം.

## ഏഴ്

**ഏ**റത്ത് കുടുംബത്തിന്റെ സംക്ഷിപ്ത ചരിത്രം ഒന്നാം ഭാഗം.

ദ്രൗപദിക്കുഞ്ഞമ്മ, എന്റെ അമ്മൂമ്മ, അച്ഛന്റെ അമ്മ, ഒരത്ഭുതമായിരുന്നു. ആ അത്ഭുതം ഇന്ന് ജീവിച്ചിരിപ്പില്ല. അവരുടെ ജീവനുള്ള ഭൗതിക ശരീരം മാത്രമേ ഇന്നുള്ളൂ.

നയനയുടെ ഇ-മെയിൽ സന്ദേശങ്ങളുടെ ഓർമ്മയിൽ എന്റെ ലാപ്പ്ടോപ്പിലെ കീബോർഡിൽ വിരലുകൾ ചലിച്ചു.

ഓർമ്മകളുടെ ശാന്തസമുദ്രമായിരുന്നു ദ്രൗപദിക്കുഞ്ഞമ്മ. മനസ്സ് ശൈശവത്തിനപ്പുറം വളരാത്ത ഓർമ്മകളുടെ പൂങ്കാവനം. ഒരു കൊച്ചുകുട്ടിയുടെ ബുദ്ധി. കുഞ്ഞു മനസ്സ്. നിഷ്കളങ്കമായ ചിരിയും കളിയും. ആർക്കുമവരെ പറ്റിക്കാം.

ദ്രൗപദിക്കുഞ്ഞമ്മയ്ക്ക് ഒരു കവിത ഒറ്റ പ്രാവശ്യം വായിച്ചാൽ മതി, അവർക്കത് കാണാതെ ചൊല്ലാൻ കഴിയും. ജീവിതത്തിലെ കൊച്ചുകൊച്ചു കാര്യങ്ങളും അവരുടെ ഓർമ്മയുടെ ഖജനാവിലുണ്ട്. പറഞ്ഞുകേട്ട കുടുംബകഥകൾ, പഠിച്ച രാജ്യചരിത്രം എല്ലാം അവർക്ക് തെളിഞ്ഞ ഓർമ്മയാണ്. ഓർമ്മകൾ മാത്രമുള്ള പച്ചപ്പനംതത്ത. അവരുടെ അച്ഛൻ അനന്തകൃഷ്ണക്കുറുപ്പ് 'പച്ചപ്പനംതത്തേ' എന്നാണ് വാത്സല്യത്തോടെ വിളിച്ചിരുന്നത്. ദ്രൗപദിയപ്പോൾ കുഞ്ഞുപല്ലുകൾ കാണിച്ച് പൂപ്പുഞ്ചിരി പൊഴിക്കും. അനന്തകൃഷ്ണന്റെ ഏറ്റവും ഇളയമകളായിരുന്നു ദ്രൗപദി.

അനന്തകൃഷ്ണന്റെ അത്ഭുതക്കുട്ടിയായിരുന്നു അവൾ. ആറേഴു വയസ്സായപ്പോൾ തുള്ളൽപ്പാട്ടുകളെല്ലാം അവൾക്ക് മനഃപാഠമായി.

നളചരിതം, കീചകവധം തുടങ്ങിയ കഥകളിപ്പാട്ടുകളൊക്കെ ഹൃദിസ്ഥം. നാരായണീയത്തിലെയും മറ്റും അവളുടെ കുഞ്ഞുവായിൽ കൊള്ളാത്ത ശ്ലോകങ്ങൾ ചൊല്ലുന്നത് കേൾക്കാൻ ഒരു സദസ്സുണ്ടാവും ഏറത്ത് വരാന്തയിൽ.

> "കണ്ഠനാളമഴകിൽ തിരിച്ചനുപദം
> രഥം പിറകിൽ നോക്കിയും"

എന്നു തുടങ്ങുന്ന കേരളവർമ്മ വലിയ കോയിത്തമ്പുരാന്റെ അഭിജ്ഞാന ശാകുന്തളം തർജ്ജമയിലെ ശ്ലോകം കുസുമമഞ്ജരിയുടെ യതികളിലൂടെ ഭാവാത്മകമായി അവൾ ചൊല്ലുന്ന കാഴ്ച രസകരമാണ്. അനന്തകൃഷ്ണനും ഭാര്യമാർ രുക്മിണിയും സത്യഭാമയും പറഞ്ഞുകൊടുത്ത കുടുംബ ചരിത്രം അവർ തന്റെ മക്കൾക്കും പേരക്കുട്ടികൾക്കും പറഞ്ഞുകൊടുത്തു. ആദ്യ ഭാര്യ രുക്മിണിഭായിയിൽ നിന്ന് സന്താനങ്ങൾ ലഭിക്കാതിരുന്നതുകൊണ്ടാണ് അനന്തകൃഷ്ണൻ രുക്മിണിയുടെ അനുജത്തി സത്യഭാമയെക്കൂടി വിവാഹം ചെയ്തത്.

തിരുവിതാംകൂർ രാജ്യചരിത്രം പറയുമ്പോൾ അത് തന്റെ കുടുംബ ചരിത്രത്തോട് ചേർത്തും കുടുംബചരിത്രം പറയുമ്പോൾ തിരുവിതാംകൂർ ചരിത്രത്തോട് സന്നിവേശിപ്പിച്ചും അവർ പറഞ്ഞു. അങ്ങനെയാണ് അവർ കഥകൾ കേട്ടിട്ടുള്ളത്. രാജ്യചരിത്രത്തോട് ചേർന്നു മാത്രമേ ഏറത്തു വീട്ടിലെ ഓരോ വ്യക്തിക്കും ഓർമ്മകൾ ഉള്ളൂ. ഒരു പെരുമഴയുടെ ദുരന്തങ്ങൾ മൂലം തിരുനാൾ നാടു നീങ്ങിയതുമായി ചേർത്തല്ലാതെ എങ്ങനെ ഓർക്കാനാവും? തന്റെ അപ്പൂപ്പൻ കൊച്ചുഗോവിന്ദക്കുറുപ്പിന്റെ അച്ഛൻ പാർത്ഥക്കുറുപ്പിന്റെ കഥ പറയുമ്പോൾ പാർത്ഥക്കുറുപ്പ് ജനിച്ച വർഷമാണ് ധർമ്മരാജാവ് എന്നറിയപ്പെടുന്ന കാർത്തികതിരുനാൾ രാമവർമ്മ മഹാരാജാവ് നാടു നീങ്ങിയത് എന്നു പറയും. നാടുനീങ്ങിയത് എന്നു വച്ചാൽ എന്തെന്ന് കുട്ടികൾ ചോദിക്കുമ്പോൾ "രാജാക്കമ്മാര് മരിക്കമ്പം അങ്ങനയേ പറയാവൂ" എന്നും പറഞ്ഞുതരും. സ്വാതിതിരുനാളിന് അകമ്പടി സേവിക്കുന്ന കുതിരപ്പട്ടാളത്തിലായിരുന്നു പാർത്ഥക്കുറുപ്പ്. അതുകൊണ്ട് അതുമായി ബന്ധപ്പെട്ട വീരകഥകൾ ഒരുപാട് പറയാനുണ്ടായിരുന്നു, ദ്രൗപദിക്ക്. മകളുടെ കഴിവിൽ അനന്തകൃഷ്ണൻ ഏറെ അഭിമാനിച്ചു. തിരുവിതാംകൂറിൽ ഉത്തരവാദ ഭരണത്തിനു പോരാടുന്ന സ്റ്റേറ്റ് കോൺഗ്രസ്സിന്റെ മുന്നണിപ്പോരാളിയായിരുന്നു അനന്തകൃഷ്ണൻ. അതുകൊണ്ടുതന്നെ ഒട്ടനവധിയാളുകൾ ഏറത്ത് ഭവനത്തിൽ വരുമായിരുന്നു. വരുന്ന അതിഥികൾക്കുമുന്നിൽ കുഞ്ഞുദ്രൗപദിയുടെ കഴിവുകൾ പ്രകടിപ്പിച്ച് അഭിമാനിച്ചിരുന്നു, അനന്തകൃഷ്ണൻ. മകളുടെ അസാധാരണ ബുദ്ധിവൈഭവം കണ്ട് വലിയ

വലിയ സ്വപ്നങ്ങൾ നെയ്തു. അയാൾ രുക്മിണിയോടും സത്യഭാമയോടുമായി പറഞ്ഞു.

''നിങ്ങൾ നോക്കിക്കോ. എന്റെ മോള് സരോജിനി നായിഡൂനെപ്പോലെയാവും, അല്ലെങ്കീ അക്കാമ്മാ ചെറിയാനെപോലെ.''

''അവള് രാഷ്ട്രീയത്തീ പോണ്ട.'' രുക്മിണി പറയും.

സത്യഭാമ അതിനെ ശരിവച്ച് പറയും. ''അവൾ ഡാക്ടറായാ മതി, പുന്നൻ ലൂക്കോസിനെപ്പോലെ.''

രണ്ടമ്മമാർക്കും അവൾ ജീവന്റെ ജീവൻ ആയിരുന്നു.

എല്ലാ ക്ലാസിലും അവൾ ഒന്നാമതായി പഠിച്ചു. പതിമ്മൂന്നാമത്തെ വയസ്സിൽ അവൾ ഋതുമതിയായി. അപ്പോഴവൾ സെക്കന്റ് ഫോമിൽ പഠിക്കുന്നു. ഒരുകാര്യം അങ്കലാപ്പോടെ ദ്രൗപദിയുടെ അച്ഛനും രണ്ടമ്മമാരും മനസ്സിലാക്കി. ഓർമ്മശക്തി വികസിക്കുന്നുണ്ടെങ്കിലും മാനസിക വളർച്ച അഞ്ചു വയസ്സിനപ്പുറം പോയിട്ടില്ല.

പെൺകുട്ടിയല്ലേ, ഇങ്ങനെയായാ എങ്ങനെ മനഃസമാധാനത്തോടെ പള്ളിക്കൂടത്തീ പറഞ്ഞുവിടുമെന്ന് അമ്മമാർ ഉത്കണ്ഠപ്പെട്ടു.

അവളിത്തിരി ശുദ്ധഗതിക്കാരിയാണെന്നല്ലേയുള്ളൂ. പഠിക്കാൻ മിടുക്കിയാണല്ലോ. അവളൊരു സ്ഥാനത്തെത്തും. അപ്പോഴും അനന്തകൃഷ്ണൻ അമ്മമാരെ സമാധാനിപ്പിച്ചു. കണക്കിന് മോശമായിരുന്നെങ്കിലും ചരിത്രത്തിലും ഭാഷയിലും എന്നും അവൾ ഒന്നാമതായിരുന്നത് പ്രതീക്ഷയ്ക്ക് വകനൽകി.

എന്റെ മോക്ക് കള്ളത്തരമില്ല. സത്യസന്ധത ഒരു കുറ്റമാണോ?

തേഡ് ഫോം വരെ സ്വന്തം സ്കൂളായ രാജാ കേശവദാസൻ സ്മാരക അപ്പർ പ്രൈമറി സ്കൂളിലാണ് പഠിച്ചത്. മാനേജരുടെ മകൾ എന്ന നിലയിൽ അദ്ധ്യാപകരുടെ പ്രത്യേക ശ്രദ്ധ അവിടെ കിട്ടുമായിരുന്നു. ഫോർത്ത് ഫോറത്തിൽ പഠിക്കാൻ ആറു കിലോമീറ്റർ അപ്പുറം മുകിലൻപാറ സ്കൂളിൽ പോകണം. അവിടെയും പരിചയക്കാരായ അദ്ധ്യാപകരുണ്ടായിരുന്നു. അപ്പോഴേക്കും ഇന്ത്യയ്ക്ക് സ്വാതന്ത്ര്യം കിട്ടുക മാത്രമല്ല കേരള സംസ്ഥാനം ഉണ്ടാകുകയും ചെയ്തു.

അനന്തകൃഷ്ണന്റെ അമ്പത്തിരണ്ടാമത്തെ വയസ്സിലാണ് ദ്രൗപദി ജനിക്കുന്നത്. അഞ്ച് ആൺമക്കൾക്കു ശേഷമാണ് ദ്രൗപദിയുടെ ജനനം. പ്രസവിക്കില്ല എന്ന് വിചാരിച്ചിരുന്ന മൂത്ത ഭാര്യ രുക്മിണി ഭായി ഗർഭിണിയാണെന്നറിഞ്ഞപ്പോൾ സത്യഭാമയ്ക്കും അനന്തകൃഷ്ണനും രുക്മിണിക്കും ഇതിൽപ്പരം സന്തോഷം ഇനി ഉണ്ടാകാനില്ല. മലടി എന്ന് കരുതിയ രുക്മിണി പ്രസവിച്ചു. അതും ഒരു പെൺകുഞ്ഞിനെ. പെൺസന്തതിയുണ്ടാകാതെ തറവാട് നിലനിൽക്കുകയില്ലല്ലോ.

## എട്ട്

ഉത്തരവാദ ഭരണത്തിനായുള്ള പ്രക്ഷോഭത്തിൽ പങ്കെടുത്ത അനന്ത കൃഷ്ണനനും വേലൂർ രാമാനന്ദനും ജയിൽശിക്ഷ കഴിഞ്ഞ് ഏറത്ത് റെയിൽവേസ്റ്റേഷനിൽ എത്തിയപ്പോൾ അവരെ സ്വീകരിക്കാൻ തിരു വിതാംകൂർ സ്റ്റേറ്റ് കോൺഗ്രസിന്റെ ആ നാട്ടിലെ പ്രവർത്തകർ എത്തിയിരുന്നു. നായന്മാരും ഈഴവരുമായ ചെറുപ്പക്കാരായിരുന്നു അധികവും. പരസ്പരം പോരടിക്കുമ്പോഴും ജനായത്ത ഭരണസമ്പ്ര ദായം വരണമെന്നതിൽ അവർ ഐക്യപ്പെട്ടു. അതിൽ തങ്ങളുടെ പ്രാതിനിധ്യം കൂടുതലായി നേടിയെടുക്കണമെന്ന് ഇരുകൂട്ടരും ആഗ്ര ഹിച്ചു.

അന്ന് സ്കൂളിൽ വച്ചു നടന്ന സ്വീകരണയോഗത്തിൽ ജയിൽ അനുഭവങ്ങളും ഭാവി പരിപാടികളും അനന്തകൃഷ്ണനനും രാമാ നന്ദനും വിശദീകരിച്ചു.

ആദ്യം അനന്തകൃഷ്ണൻ ആണ് സംസാരിച്ചത്.

‘‘എത്രയും പ്രിയപ്പെട്ട സഹോദരന്മാരേ, സുഹൃത്തുക്കളേ,

പട്ടം താണുപിള്ളയുടെയും അക്കാമ്മ ചെറിയാന്റെയും ഒക്കെ നേതൃത്വത്തിൽ ഞങ്ങൾ നടത്തിയ സമരം രാമസ്വാമിയുടെ പൊലീസ് കേട്ടുകേൾവിയില്ലാത്ത മർദ്ദനം കൊണ്ടാണ് നേരിട്ടത്. റൗഡികളെ ഇറക്കിവിട്ട് പലരുടെയും വീട് കൊള്ളയടിക്കുകയും അടിച്ചു തകർ ക്കുകയും ചെയ്തു. എത്ര മ്ലേച്ഛമായ പ്രവൃത്തിയാണത്. ഒരു ഭരണാ ധികാരി ഇങ്ങനെ ചെയ്യാൻ പാടുണ്ടോ. ഒരു പരദേശിയാണ് അയാൾ. കെ.പി. നീലകണ്ഠപിള്ളയെ നടുറോഡിലിട്ട് വധിക്കാൻ ശ്രമിച്ച റൗഡികളെ ആരാണ് അതിനു നിയോഗിച്ചത്. നെയ്യാറ്റിൻകരയിൽ നടന്ന വെടിവയ്പിൽ രാഘവനുൾപ്പെടെ നമ്മുടെ അഞ്ച് സഹോ ദരന്മാർ മരണപ്പെട്ട വിവരം നിങ്ങൾക്കറിയാമല്ലോ. അറസ്റ്റ് ചെയ്ത് ഞങ്ങളെ തുറുങ്കിലടച്ചു. മർദ്ദനവും ജയിൽ ശിക്ഷയും ഞങ്ങളുടെ കരുത്തും നിശ്ചയദാർഢ്യവും കൂട്ടിയിട്ടേയുള്ളൂ. ഇപ്പോൾ നിങ്ങൾ നൽകിയ ഈ ആവേശോജ്ജ്വലമായ സ്വീകരണം മുന്നോട്ടുള്ള പ്രവർ ത്തനത്തിന് ഊർജ്ജം പ്രദാനം ചെയ്തിരിക്കയാണ്. കുറ്റവാളികൾ ക്കാണ് ജയിൽശിക്ഷ എന്ന പൊതുധാരണ നിലനിന്നിരുന്നു. എന്നാൽ അവകാശങ്ങൾക്കുവേണ്ടി പോരാടി ജയിൽശിക്ഷ അനുഭവിക്കുന്ന തിനെക്കുറിച്ച് ഇന്ന് ഏറക്കുറെ എല്ലാവർക്കുമറിയാം. ബ്രിട്ടീഷിന്ത്യ യിലെ ഏഴ് സംസ്ഥാനങ്ങളില് ജയിലിൽ കിടന്നവരൊക്കെ ഇന്ന് മന്ത്രിമാരാണ്. സ്വാതന്ത്ര്യ സമരത്തിൽ ജയിൽവാസമനുഭവിച്ച ത്യാ ഗസമ്പന്നരായ കോൺഗ്രസുകാരാണ് അവിടെ ഭരണത്തിലുള്ളത്. നമുക്കും ആ ലക്ഷ്യം നേടണം. നമ്മുടെ സമരത്തിന് കൂടുതൽ പൊതുജനപിന്തുണ നേടേണ്ടതുണ്ട്.

നമ്മളുടെ സമരം രാജാവിനെതിരാണ് എന്ന തെറ്റിദ്ധാരണ പലരിലുമുണ്ട്. ഇവിടത്തെ പ്രമുഖമായ പല തറവാടുകളും ആ വിശ്വാസത്തിലാണ്. അതുകൊണ്ടുതന്നെ അവർ നമ്മളുടെ സമരത്തെ എതിർക്കുന്നു. നമ്മൾ രാജഭരണത്തിനെതിരല്ല എന്ന് അവരെ നാം പറഞ്ഞു മനസ്സിലാക്കണം. രാജാവിനെ അട്ടിമറിക്കാൻ നമുക്ക് ഉദ്ദേശ്യവുമില്ല. നമ്മുടെ മുദ്രാവാക്യംതന്നെ തിരുമേനി ഭരിച്ചോട്ടെ, പരദേശി ഭരിക്കണ്ട എന്നതാണ്. പിന്നെ നാം നടത്തുന്ന സമരം ബ്രിട്ടീഷ് ആധിപത്യത്തിനെതിരായ സമരമാണോ എന്നാണ്. അതുമല്ല. ഇൻഡ്യൻ സ്വാതന്ത്ര്യസമരം നടക്കുകയാണ്. അതിലേക്ക് നാമിപ്പോൾ എടുത്തുചാടുന്നില്ല. പക്ഷേ സ്വാതന്ത്ര്യസമരത്തിന്റെ ഫലമായി ബ്രിട്ടീഷ് ഭരണത്തിലുള്ള ഇൻഡ്യയിൽ ജനങ്ങൾ നേരിട്ട് തിരഞ്ഞെടുക്കുന്ന പ്രതിനിധികളടങ്ങിയ നിയമസഭയുണ്ട്. പ്രധാനമന്ത്രിയും മറ്റ് മന്ത്രിമാരുമുണ്ട്. ഇവിടെയും ദിവാൻഭരണമവസാനിപ്പിച്ച് ജനങ്ങളുടെ മന്ത്രിസഭ വരണം. അതാണ് നമ്മുടെ ആവശ്യം. മലയാളിമെമ്മോറിയലിൽ തുടങ്ങിവച്ച ആവശ്യങ്ങൾ കൂടുതൽ ജനാധിപത്യത്തിനുവേണ്ടി ഇപ്പോൾ ആവശ്യപ്പെടുന്നു. രാജാവിന്റെ കീഴിൽ ഭരണയന്ത്രം തിരിക്കേണ്ടത് പരദേശികളായ അയ്യർമാരും അയ്യങ്കാർമാരും റാവുമാരുമല്ല. നമ്മൾ തന്നെയാണ്. ഈ സന്ദേശം എല്ലാവരിലുമെത്തിക്കണം. രാജഭരണത്തിന് എതിരല്ല നമ്മുടെ സമരം എന്ന് എടുത്തുപറയണം. നമ്മൾ മനസ്സിലാക്കേണ്ട അതിപ്രധാനമായ ഒരു കാര്യം കൂടി എനിക്ക് നിങ്ങൾ ഏവരുടെയും ശ്രദ്ധയിൽ പെടുത്തേണ്ടതുണ്ട്. മലയാളിമെമ്മോറിയലും ഈഴവ മെമ്മോറിയലും നിവർത്തനപ്രക്ഷോഭവുമൊക്കെ സാമുദായിക അവകാശങ്ങൾ നേടിയെടുക്കാൻ സംഘടിപ്പിക്കപ്പെട്ടതായിരുന്നു. അവയ്ക്കു പിന്നിൽ സമുദായത്തിന്റെ സംഘടിതബലമായിരുന്നു ഉണ്ടായിരുന്നത്. ഇപ്പോൾ ദേശീയത, ജനാധിപത്യം, പൗരാവകാശം എന്നീ ലക്ഷ്യങ്ങൾക്കായി ജാതി, മത, സമുദായങ്ങൾക്കതീതമായി സംഘടിച്ചിരിക്കുകയാണ്. തിരുവിതാംകൂർ സ്റ്റേറ്റ് കോൺഗ്രസ്സിൽ നായരും ഈഴവരും ക്രിസ്ത്യാനിയും മുസ്ലീമും തുടങ്ങിയ എല്ലാ സമുദായക്കാരുമുണ്ട്. അതുകൊണ്ടുതന്നെ ജനങ്ങളെ സാമുദായികമായി ഭിന്നിപ്പിക്കാൻ ദിവാൻ ശ്രമിക്കുന്നുണ്ട്. സ്റ്റേറ്റ് കോൺഗ്രസ്സ്, ക്രിസ്ത്യൻ മേധാവിത്വമുള്ള സംഘടനയാണ് എന്നാണ് ദിവാൻ പ്രചരിപ്പിക്കുന്നത്. നമ്മുടെ സംഘടന ഇപ്പോൾ ഇവിടെയുള്ള ഹിന്ദു ഭരണകൂടത്തെ തകർത്ത് ക്രിസ്ത്യൻ മേധാവിത്വം കൊണ്ടുവരാനാണ് എന്ന് അദ്ദേഹം ഹിന്ദുക്കളുടെ ഇടയിൽ പ്രചരിപ്പിക്കുന്നു. സ്റ്റേറ്റ് കോൺഗ്രസിനെ തകർക്കാനായി മന്നത്ത് പദ്മനാഭപിള്ളയുടെ നേതൃത്വത്തിൽ മറ്റൊരു സംഘടന രൂപീകരിക്കുന്നതിനായി സി.പി. രാമസ്വാമി അയ്യർ ശ്രമിക്കുകയുണ്ടായി. ആ കെണിയിൽ മന്നം

വീണില്ല. പക്ഷേ മാവേലിക്കരയിൽ അസംബ്ലിയിലേക്കു നടന്ന തിരഞ്ഞെടുപ്പിൽ നമ്മുടെ സ്ഥാനാർത്ഥിക്കെതിരായി എൻ.എസ്.എസ്. മത്സരിച്ച് ജയിച്ചു. ആ തോൽവി നമ്മൾ പരാജയമായി കാണുന്നില്ല. കാരണം നമ്മുടെ നിലപാട് ജനങ്ങളുടെ മുന്നിൽ വിശദീകരിക്കാൻ നമുക്ക് കഴിഞ്ഞു. ഇത്രയുമാണ് ഇപ്പോൾ എനിക്ക് നിങ്ങളോടു പറയാനുള്ളത്. ഉത്തരവാദഭരണത്തിനായുള്ള നമ്മുടെ പ്രക്ഷോഭണത്തിൽ പങ്കെടുത്ത് സി.പി. രാമസ്വാമി അയ്യരുടെ പൊലീസിന്റെയും ക്യാപ്റ്റൻ വാട്കിസിന്റെ നേതൃത്വത്തിലുള്ള പട്ടാളത്തിന്റെയും വെടിയേറ്റു രക്തസാക്ഷികളായ ധീരദേശാഭിമാനികൾക്ക് പ്രണാമം അർപ്പിച്ചുകൊണ്ട് എന്റെ പ്രസംഗം ഉപസംഹരിക്കുന്നു.''

അനന്തകൃഷ്ണൻ പ്രസംഗം അവസാനിപ്പിച്ച് രാമാനന്ദനെ സംസാരിക്കാൻ ക്ഷണിച്ച് ഇരിക്കാൻ തുടങ്ങിയിട്ട് ഒരു കാര്യം കൂടി പറഞ്ഞുകൊള്ളട്ടെ എന്നു പറഞ്ഞ് എഴുന്നേറ്റു.

അയാൾ പറഞ്ഞു.

''നമ്മുടേത് സഹനസമരമാണ്. ഗാന്ധിമാർഗ്ഗമാണ് നമ്മുടേത്. അഹിംസ, അതാണ് നമ്മുടെ ആയുധം. ചെറുപ്പക്കാർക്ക് ഇതുൾക്കൊള്ളാൻ പ്രയാസമായിരിക്കും. പക്ഷേ അഹിംസാമാർഗ്ഗത്തിലൂടെ മഹാത്മാ ഗാന്ധി നടത്തുന്ന സമരത്തിന്റെ ശക്തി നാം കണ്ടുകഴിഞ്ഞു. പതിനായിരക്കണക്കിനാളുകൾ ഗാന്ധിജിയുടെ ആഹ്വാനം കേട്ട് സമരരംഗത്താണ്. വിദ്യാർത്ഥികൾ കലാശാലകൾ വിട്ട് സമരത്തിൽ അണിചേരുന്നു. ഗാന്ധിജിയുടെ സഹനസമരം ബ്രിട്ടീഷ് സാമ്രാജ്യത്തെ പ്രതിസന്ധിയിലാക്കിയിരിക്കുകയാണ്. അക്രമമാർഗ്ഗം സ്വീകരിച്ച ഭഗത് സിംഗിനും കൂട്ടർക്കും എന്തു സംഭവിച്ചു എന്ന് നമുക്കറിയാം. നമ്മുടെയിടയിലും ചിലർ അക്രമമാർഗ്ഗത്തിലേക്ക് ആകൃഷ്ടരാകുന്നതായി കാണുന്നു. നല്ല ചുറുചുറുക്കുള്ള കൊച്ചനുജനെപ്പോലെ ഞാൻ കണ്ടിരുന്ന ഒരു ചെറുപ്പക്കാരനാണ് ചന്ദ്രശേഖരപിള്ള. എൻ.സി. ശേഖർ എന്നാണ് ഇപ്പോൾ അയാളുടെ പേര്. അയാള് ഇപ്പോൾ കൊലപാതക രാഷ്ട്രീയത്തിൽ വിശ്വസിക്കുന്ന കമ്മ്യൂണിസ്റ്റുകളുടെ കൂടെയാണ്. അയാളും പൊന്നറയും കൂടെയൊക്കെയാണ് മലബാർ ദാമോദരനെ ഇവിടെക്കൊണ്ടുവന്ന് പ്രസംഗിപ്പിച്ചത്. അയാൾ മലബാറിലെ സോഷ്യലിസ്റ്റാണ്. സോഷ്യലിസ്റ്റും കമ്മ്യൂണിസ്റ്റും ഒക്കെ ഒന്നുതന്നെ. അയാളിവിടെ വന്ന് റഷ്യൻ വിപ്ലവവും ഫ്രഞ്ച് വിപ്ലവവുമൊക്കെയാണ് പ്രസംഗിക്കുന്നത്. അയാളെന്താ തമ്പാന്നൂരിൽ പ്രസംഗിച്ചത്? മഹാരാജാവിന്റെ കീഴിലുള്ള ഉത്തരവാദഭരണമല്ല നമുക്കു വേണ്ടതെന്ന്. ലോകത്ത് പലയിടത്തും മഹാരാജാക്കന്മാരുടെ കിരീടം തെറിപ്പിച്ചിട്ടുണ്ട്. ശിരച്ഛേദം തന്നെ ചെയ്തിട്ടുണ്ട് എന്നൊക്കെയാ കെ ദാമോദരൻ പ്രസംഗിച്ചത്. പൊന്നു തിരുമേനി വാണരുളുന്ന മണ്ണിൽ നിന്നാണ് അയാളത് പറഞ്ഞത്. ചെലവമ്മാര്

കയ്യടിച്ചു. കലിയുഗ സന്തതികൾ. നമ്മുടെ ഇടയിൽനിന്ന് ആരും അങ്ങനെ വഴിതെറ്റിപ്പോകാതിരിക്കാൻ നോക്കണമെന്നുകൂടി പറഞ്ഞു കൊണ്ട് ഞാൻ നിർത്തുന്നു. അടുത്തതായി വേലൂർ രാമാനന്ദൻ നിങ്ങളോട് സംസാരിക്കും.''

വേലൂർ രാമാനന്ദൻ പ്രസംഗിക്കുവാനായി എഴുന്നേറ്റു. സംസാരിച്ചു തുടങ്ങുന്നതിനുമുൻപ് സദസ്സിനെ ഒന്നാകെ രാമാനന്ദൻ ഒന്ന് നോക്കി. ആറടി പൊക്കവും വീതിയുള്ള നെറ്റിയും മുഴങ്ങുന്ന ശബ്ദവുമൊക്കെ കൊണ്ട് രാമാനന്ദൻ എവിടെയും നിറഞ്ഞുനിന്നിരുന്നു. പ്രത്യേകരീതിയിൽ തുന്നിയ മുഴുക്കൈയ്യൻ ജുബ്ബയും കരയൻ മുണ്ടുമാണ് വേഷം. തല ചരിച്ച് വിദൂരതയിൽ എവിടെയോ നോക്കി നിർത്തി നിർത്തിയുള്ള പറച്ചിലിലെ ചില ആശയങ്ങൾ ചിലർക്കൊന്നും മനസ്സിലാകില്ല. രാമാനന്ദൻ പ്രസംഗിക്കുമ്പോൾ അനന്തകൃഷ്ണൻ കൈകൾ കൂട്ടിപ്പിടിച്ച് മച്ചിലേക്കു നോക്കി ഗൗരവത്തിൽ ഇരുന്നു.

''പ്രിയ സഹോദരന്മാരേ...''

അഭിസംബോധനയ്ക്കു ശേഷം വീണ്ടും രാമാനന്ദന്റെ ദൃഷ്ടി സദസ്സിലാകെ ഒന്ന് കറങ്ങും.

''നമ്മുടെ സദസ്സിൽ സഹോദരിമാരാരും ഇല്ല എന്നത് നാം ഒരു ജനാധിപത്യ പൗരസമൂഹമായി രൂപാന്തരം പ്രാപിക്കുന്നതിന്റെ ഭ്രൂണ ദശയിലാണ് എന്നതിനെയാണ് സൂചിപ്പിക്കുന്നത്. അക്കാമ്മ ചെറിയാനും ആനി മസ്ക്രീനും മുന്നിൽ നിന്നു നയിക്കുന്ന ഒരു പ്രസ്ഥാനമാണ് നമ്മുടേത്. തോക്കുചൂണ്ടി നിൽക്കുന്ന പട്ടാളത്തിന്റെ മുന്നിൽ പതറാതെ സമരം നയിച്ചവരിൽ ഈ സ്ത്രീകളുമുണ്ടായിരുന്നു. പ്രജകളിൽനിന്ന് പൗരസമൂഹത്തിലേക്കും സ്വതന്ത്രചിന്തയുള്ള വ്യക്തികളിലേക്കുമുള്ള പരിവർത്തനം ജനാധിപത്യത്തിലേക്ക് ഒരു ചുവടുവയ്പാണ്. അത്തരം ഒരു സമൂഹത്തിൽ ജാതി, മത, ലിംഗ വിവേചനങ്ങൾ ഉണ്ടാവില്ല. ജനങ്ങൾ തിരഞ്ഞെടുത്ത ഒരു നിയമസഭയും മന്ത്രിസഭയും നമ്മുടെ രാജ്യത്ത് ഉണ്ടാവണമെന്നതാണ് നാം ഉന്നയിക്കുന്ന ആവശ്യം. അതിനുവേണ്ടി രൂപം കൊണ്ടിട്ടുള്ള തിരുവിതാംകൂർ സ്റ്റേറ്റ് കോൺഗ്രസ് ജാതിക്കും മതത്തിനും അതീതമായി രൂപം കൊണ്ട രാഷ്ട്രീയ പ്രസ്ഥാനമാണ്. ഉത്തരവാദഭരണം നേടിയെടുത്തുകഴിഞ്ഞാൽ നൂറ്റാണ്ടുകളായി അടിച്ചമർത്തപ്പെട്ട പിന്നാക്ക ജാതികൾക്കും ജാതിശ്രേണിയിൽ ഏറ്റവും താഴെയുള്ള പുലയർ, പറയർ, കുറവർ തുടങ്ങിയവർക്കെല്ലാം തന്നെയും പ്രാതിനിധ്യം ഉറപ്പാക്കേണ്ടതാണ്. ബ്രിട്ടീഷുകാർ നേരിട്ടു ഭരിക്കുന്ന ഇൻഡ്യൻ സംസ്ഥാനങ്ങളിൽ തൊട്ടുകൂടാത്തവർ എന്ന് പറയപ്പെടുന്നവർക്ക് നിയമസഭകളിൽ സംവരണം ഉണ്ട്. ഇത് പ്രസിദ്ധമായ പൂനാപാക്ടിലൂടെ സംജാതമായതാണ്. അധഃസ്ഥിതർക്ക് പ്രത്യേക നിയോജകമണ്ഡലം

എന്ന അംബേദ്ക്കറുടെ ആവശ്യം ഗാന്ധിയുടെ അനിശ്ചിതകാല നിരാഹാര സത്യാഗ്രഹം അവസാനിപ്പിക്കുന്നതിനുവേണ്ടി ഉപേക്ഷിക്കുകയും അധഃസ്ഥിതർക്ക് സംവരണം നൽകുന്ന ഒരു ഉടമ്പടി ഉണ്ടാക്കുകയുമാണ് ചെയ്തത്. തിരുവിതാംകൂർ സ്റ്റേറ്റ് കോൺഗ്രസിന്റെ പ്രവർത്തക കമ്മിറ്റി അവർണ്ണ സമുദായങ്ങൾക്ക് മതിയായ പ്രാതിനിധ്യം ഉറപ്പാക്കും എന്ന് തീരുമാനിച്ചിട്ടുണ്ട്. കാലക്രമേണ സ്ത്രീകൾക്കും സംവരണം ഉണ്ടാകുമെന്നും ഈ പ്രസ്ഥാനം ഒരു സമത്വ സമാജമായി മാറുമെന്നുമാണ് എന്റെ സ്വപ്നം. മിസ്റ്റർ അനന്തകൃഷ്ണക്കുറുപ്പ് ഇവിടെ കമ്യൂണിസ്റ്റ് പാർട്ടിയെക്കുറിച്ച് പറഞ്ഞു. ഞാൻ പഠിച്ചുകൊണ്ടിരിക്കുന്ന ഒരു വിഷയമാണ് അതുകൊണ്ട് തത്കാലം ഒരഭിപ്രായം പറയാൻ കഴിയില്ല. കേരളത്തിലായാലും ഭാരതത്തിലായാലും ജാതി വ്യവസ്ഥയിലൂടെയാണ് ചൂഷണവും അടിമത്തവും നിലനിൽക്കുന്നത്. അതിൽ കമ്യൂണിസ്റ്റുകൾ എന്തു പറയുന്നു എന്നറിയണം. ഇപ്പോഴിവിടത്തെ കമ്യൂണിസ്റ്റ് നേതാക്കളധികവും വർഗ്ഗപരമായി ഫ്യൂഡൽ ജന്മികുടുംബത്തിൽനിന്നു വന്നവരാണ്. സവർണ്ണരാണ്. ആ പ്രസ്ഥാനം താഴ്ന്ന ജാതിക്കാരായ തൊഴിലാളി വർഗ്ഗം നേതൃത്വം കൊടുക്കുന്ന പ്രസ്ഥാനമാവുമോ എന്നാണ് ഞാൻ നിരീക്ഷിക്കുന്നത്. തൊഴിലാളി വർഗ്ഗത്തെ സംഘടിപ്പിച്ച് ഒരു ജനകീയ പ്രസ്ഥാനം കെട്ടിപ്പടുക്കാനുള്ള അവരുടെ ശ്രമം ശ്ലാഘനീയമാണ്.''

അനന്തകൃഷ്ണക്കുറുപ്പിന്റെ മുഖം ചെറുതായി വലിഞ്ഞു മുറുകി.

രാമാനന്ദൻ തുടർന്നു.

''റഷ്യയിൽ വിപ്ലവം വന്നത് ഇവിടെ ആവർത്തിക്കില്ല. കാരണം റഷ്യയുടെ ചരിത്രമല്ല നമ്മുടെ ചരിത്രം. റഷ്യൻ സമൂഹമല്ല ഇവിടെ. കമ്യൂണിസ്റ്റുകളെ എനിക്കെതിർക്കേണ്ടിവന്നാലും അത് അനന്തകൃഷ്ണക്കുറുപ്പ് എതിർക്കുന്ന കാരണം കൊണ്ടല്ല. സമൂഹത്തെ ചലിപ്പിച്ച് മുന്നോട്ടുകൊണ്ടുപോകുന്നതിൽ എല്ലാ ബലങ്ങൾക്കും പങ്കുണ്ട്, പരാജയപ്പെട്ടവയ്ക്കും.''

ഒരു നിമിഷം നിശ്ശബ്ദമായി നിന്ന് സദസ്സിന്റെ നേരേ കൈ ഉയർത്തി ആംഗ്യത്തിലൂടെ, നിർത്തുകയാണ് എന്നു കാണിച്ച് രാമാനന്ദൻ ഇരുന്നു.

ചോദ്യങ്ങൾ എന്തെങ്കിലുമുണ്ടോ എന്ന് സദസ്സിനോടായി അനന്തകൃഷ്ണൻ ചോദിച്ചു.

ചെറുപ്പക്കാരനായ ഒരാൾ എഴുന്നേറ്റു.

''സ്റ്റേറ്റ് കോൺഗ്രസ് നടത്തുന്ന ഉത്തരവാദഭരണത്തിനായുള്ള സമരത്തിന് ഇന്ത്യൻ നാഷണൽ കോൺഗ്രസിന്റെ പിന്തുണയുണ്ടോ?

ഉണ്ടെങ്കിൽ സമരം ഇൻഡ്യൻ നാഷണൽ കോൺഗ്രസിന്റെ പേരിൽ ത്തന്നെ ആകാമായിരുന്നില്ലേ?''

അനന്തകൃഷ്ണൻ മറുപടി പറഞ്ഞു.

''ഇന്ത്യൻ നാഷണൽ കോൺഗ്രസ് പരസ്യമായ പിന്തുണ നൽകില്ല. കാരണം അത് ഇന്ത്യക്കാർക്കിടയിലെ ഭിന്നിപ്പായി കണ്ട് ബ്രിട്ടീഷുകാർ മുതലെടുക്കും. അതിനാൽ പ്രത്യക്ഷമല്ലാത്ത പിന്തുണ പ്രതീക്ഷിക്കാം. ഇന്ത്യൻ നാഷണൽ കോൺഗ്രസിന്റെ ഭാഗമാകാതെ പ്രത്യേകം സംഘടന രൂപീകരിച്ച് നാട്ടുരാജ്യങ്ങളിൽ ഉത്തരവാദ ഭരണത്തിനായി സമരം നടത്തണമെന്നാണ് ഹരിപുരയിൽ ചേർന്ന കോൺഗ്രസ് സമ്മേളനത്തിലെ തീരുമാനം.''

രണ്ടാമത് ചോദ്യം ചോദിച്ചത് കുറ്റിത്താടിയും തലയിൽക്കെട്ടും ഉള്ള ഒരു മദ്ധ്യവയസ്സുകാരനാണ്.

''എൻ.എസ്.എസിനെയും എസ്.എൻ.ഡി.പിയെയും നമുക്കൊപ്പം നിർത്തിക്കൂടേ?''

ഇപ്പോഴും അനന്തകൃഷ്ണൻ മറുപടി പറഞ്ഞു.

''അതു തീരുമാനിക്കേണ്ടത് അവരാണ്. പക്ഷേ ഈ ഘട്ടത്തിൽ അവർ നമുക്കൊപ്പം ചേരില്ല. സി.പി.യുടെ പാദസേവ ചെയ്ത് ഒരു കോളേജോ, അങ്ങനെ ചില ആനുകൂല്യങ്ങളോ നേടാനാണ് അവരുടെ ശ്രമം. അതിനെ നമ്മൾ തെറ്റായി കാണുന്നില്ല. അങ്ങനെ സാമുദായിക അഭിവൃദ്ധിയുണ്ടാകട്ടെ. സമുദായ പരിഷ്കരണത്തിനായി അവർ ചെയ്തത് മറക്കാൻ പാടില്ല. അവർ ചെയ്തതിന്റെ തുടർച്ചതന്നെയാണ് സ്റ്റേറ്റ് കോൺഗ്രസിന്റെ ഉത്ഭവം. നമ്മുടെ ദൗത്യം മറ്റൊന്നാണ്. പക്ഷേ ഒരിക്കൽ ജനപ്രതിനിധികളുടെ നിയമസഭയും മന്ത്രിസഭയുമുണ്ടായാൽ അധികാരത്തിൽ കയറിപ്പറ്റാൻ അവർ മുന്നിൽ കാണും. എസ്.എൻ.ഡി.പി. കൂടെയുണ്ടായിരുന്നതാണ്. അതിന്റെ സെക്രട്ടറി വി.കെ. വേലായുധൻ ജയിലിലുണ്ടായിരുന്നല്ലോ. അവസാനം അയ്യപ്പനെ വശത്താക്കി എസെൻഡിപിയെയും സി.പി. കൈയിലെടുത്തു.''

ഇതു പറഞ്ഞപ്പോൾ അനന്തകൃഷ്ണൻ രാമാനന്ദനെ അർത്ഥഗർഭമായി നോക്കി. രാമാനന്ദൻ ഗൗരവത്തിൽ വലിഞ്ഞു മുറുകുന്ന മുഖത്തോടെ അനന്തകൃഷ്ണനെയും സദസ്സിനെയും നോക്കി. അപ്പോൾ പൊടിമീശ വച്ച ഒരു ചെറുപ്പക്കാരൻ എഴുന്നേറ്റു നിന്നു. രൂക്ഷമായ നോട്ടമുണ്ടായിരുന്നെങ്കിലും അയാളുടെ കൈകൾ പതർച്ചകൊണ്ട് വിറയ്ക്കുന്നുണ്ടായിരുന്നു. വിറയ്ക്കുന്ന ശബ്ദത്തിൽ അയാൾ പറഞ്ഞു.

''സി.പി. പരദേശിയാണ്. അയാൾ രാജാവിനും മേലേ അല്ലല്ലോ. അപ്പോൾ അയാളീ ചെയ്യുന്നതൊക്കെ രാജാവ് അറിയാതെയാണോ? നിങ്ങൾ രാജാവിനെ കുറ്റപ്പെടുത്താൻ മടിക്കുന്നതെന്തിന്?''

അനന്തകൃഷ്ണക്കുറുപ്പിന്റെ കണ്ണ് തള്ളി.

അയാൾ ഒരു നിമിഷം ആ ചെറുപ്പക്കാരനെ തറപ്പിച്ചു നോക്കി.

"നീയാ മേലേമേച്ചേരീലെ ഭാസീടെ മോനല്ലേ? നീയും കമ്യൂണിസ്റ്റാ. രാജ്യദ്രോഹമാണ് നീ പറഞ്ഞത്. പൊന്നു തമ്പുരാൻ പ്രജകൾക്കെതിരായി ഒന്നും ചെയ്യില്ല. ഇമ്മാതിരി ചിന്തകളൊന്നും വേണ്ടാ കേട്ടോ."

കുറ്റം ചെയ്തവനോടെന്നപോലെ അവനെ പലരും നോക്കുന്നുണ്ടായിരുന്നു. അവൻ ഇരുന്നു.

ചർച്ചയും ചോദ്യങ്ങളുമായി യോഗം അവസാനിച്ചപ്പോൾ ഒൻപതു മണി കഴിഞ്ഞിരുന്നു.

പലരും ചൂട്ട്കെട്ടിക്കൊണ്ടു വന്നിരുന്നു. പ്രവർത്തകരിലാരോ അനന്തകൃഷ്ണനും രാമാനന്ദനും ചൂട്ട് കത്തിച്ചുകൊടുത്തു. പത്തിരുപതോളം കത്തിച്ച ചൂട്ടുകൾ പല ദിശകളിലായി അകന്നകന്നു പോയി.

## ഒൻപത്

**അ**നന്തകൃഷ്ണൻ ഏറത്തു വീട്ടിൽ എത്തുമ്പോൾ വരാന്തയിൽ പായ വിരിച്ച് അതിൽ കാൽ നീട്ടി പടിപ്പുരയിലേക്കു നോക്കി ഇരിക്കുകയാണ് രണ്ടു ഭാര്യമാരും. അവർ ആ ഇരിപ്പ് ഇരുന്നിട്ട് മണിക്കൂറുകളായി. അൻപത്തേഴ് ദിവസമായി വീട്ടിൽനിന്നുപോയിട്ട്. രാഷ്ട്രീയ പ്രവർത്തനം നടത്തുമ്പോഴും എത്ര ഇരുട്ടിയാലും കത്തിച്ച ചൂട്ടുമായി അനന്തകൃഷ്ണൻ വീട്ടിലെത്തും. പടിപ്പുരയിലൂടെ അകത്തു കടന്നാൽ പിന്നെ കുടുംബസ്ഥനാണ് അയാൾ. അനന്തകൃഷ്ണനെ കണ്ടതും ഭാര്യമാർ എഴുന്നേറ്റുനിന്നു. അനന്തകൃഷ്ണൻ മുറ്റത്തെ മണലിൽ കുത്തി ചൂട്ട് കെടുത്തി അവിടെ ഇട്ടു. കിണ്ടിയിൽ നിന്നു വെള്ളമൊഴിച്ച് കാലു കഴുകി വരാന്തയിലേക്ക് കയറി.

ഭാര്യമാർ രണ്ടും ഉടുമുണ്ടിന്റെ കോന്തലകൊണ്ട് മുഖം മറച്ച് അടക്കിപ്പിടിച്ച് കരയാൻ തുടങ്ങി.

അയാൾ ക്ഷോഭിക്കാതെ ഗൗരവത്തിൽ പറഞ്ഞു.

"എന്തിനാണ് നിങ്ങൾ കരയുന്നത്?" അവർക്ക് കരച്ചിൽ നിർത്താൻ കഴിയുമായിരുന്നില്ല.

"ഞാൻ ജീവനോടെ വന്നില്ലേ? കരച്ചിൽ എനിക്ക് കാണണ്ട. എനിക്ക് വിശക്കുന്നു."

അതു കേട്ടതും അവർ കരച്ചിൽ നിർത്തി അടുക്കളയിലേക്കു പോയി. അനന്തകൃഷ്ണൻ ഉറക്കത്തിലായ മക്കളുടെ മുറികളിലേക്കു പോയി. നാലുകെട്ടിലെ ഒട്ടുമിക്ക മുറികളും ഇപ്പോൾ അടഞ്ഞു കിടക്കുകയാണ്. ഒരുപാടു പേർ ഉണ്ടായിരുന്ന കൂട്ടുകുടുംബത്തിൽ ഇപ്പോൾ അനന്തകൃഷ്ണനും ഭാര്യമാരും മക്കളും വീട്ടുവേലക്കാരും മാത്രമായി.

കത്തിച്ചു വച്ചിരുന്ന റാന്തൽ കൈയിലെടുത്ത് ആദ്യം മൂത്തവൻ ജയരാജന്റെ മുറിയിലേക്ക് അയാൾ പോയി. സാമ്പത്തികശാസ്ത്രത്തിൽ ബി എ ഓണേഴ്സ് അവസാന വർഷമാണവൻ. കുറ്റിരോമങ്ങൾ വളർന്ന മുഖത്തിൽ തന്റെ കൈത്തലം വച്ച് തൊട്ടു. രുക്മിണി വിവാഹം കഴിച്ച് നാലു വർഷമായിട്ടും പ്രസവിക്കാതിരുന്നപ്പോൾ അവളുടെ നിർബന്ധത്തിനു വഴങ്ങി അനുജത്തി സത്യഭാമയെ വിവാഹം കഴിച്ചു. ഒരു വർഷം കഴിഞ്ഞപ്പോൾ അവൾ ഒരു സന്തതിയെ തന്നു. കിട്ടാതെ കിട്ടിയതായതിനാൽ രണ്ട് അമ്മമാരും അയാളും അവനെ ഏറെ ലാളിച്ചു. രണ്ടു വർഷം കഴിഞ്ഞപ്പോൾ സത്യഭാമ വീണ്ടും പ്രസവിച്ചു. അത് ഇരട്ടക്കുട്ടികളായിരുന്നു. അശോകനും ഭദ്രനും. അശോകൻ ബി.എ. ഇംഗ്ലീഷ് സാഹിത്യം രണ്ടാം വർഷമാണ്. ഭദ്രൻ ഗണിതവും. അശോകനും ഭദ്രനും ഒരു മുറിയിലാണ് കിടക്കുന്നത്. ഇളയവരായ കരുണനും ചിത്തരഞ്ജനും മറ്റൊരു മുറിയിലാണ് കിടക്കുന്നത്. ഓരോ മുറിയിലും പോയി റാന്തലും പിടിച്ച് കട്ടിലിന്റെ അരികത്ത് ഇരുന്ന്, ഉറങ്ങുന്ന മക്കളെ ഇത്തിരി നേരം നോക്കി ഇരുന്നു. അപ്പോൾ സത്യഭാമ വന്നു വിളിച്ചു, ഊണു കഴിക്കാൻ.

അനന്തകൃഷ്ണൻ വന്ന് ഇരുന്നശേഷം വിഭവങ്ങളെല്ലാം നിരത്തി വിളമ്പിയ തൂശനിലയിൽ ചോറ് വിളമ്പി. ആസ്വദിച്ച് അയാൾ ഉരുളകൾ ഉരുട്ടി കഴിക്കുന്നത് ഭാര്യമാർ നോക്കി ഇരുന്നു. ഇടയ്ക്കിടയ്ക്ക് ഊണിന്റെ സംതൃപ്തിയായി ശൈശവ നിഷ്കളങ്കമായ ഭാവം മുഖത്ത് വിരിഞ്ഞു. രുക്മിണിയും സത്യഭാമയും പരസ്പരം വിനിമയം ചെയ്തത്, പാവം ജയിലിൽ എത്രമാത്രം കഷ്ടപ്പെട്ടു കാണും എന്നാണ്.

ഊണു കഴിഞ്ഞ് കോലായിലിരുന്ന് മുറുക്കുന്നതിനുള്ള തയ്യാറെടുപ്പായി. ഇടംവലമിരുന്ന് രുക്മിണിയും സത്യഭാമയും വെറ്റിലയിൽ ചുണ്ണാമ്പ് തേയ്ക്കാനും പാക്ക് ഞുറുക്കാനും പുകയില ചെറുതായി അരിഞ്ഞെടുക്കാനുമൊക്കെ തുടങ്ങി. ഇടതുകൈ നീട്ടിയും വലതുകൈ നീട്ടിയും മുറുക്കുവിഭവങ്ങൾ വാങ്ങി അയാൾ വിസ്തരിച്ച് മുറുക്കി. കോളാമ്പി, ചൂരൽ വരിഞ്ഞ ചാരുകസേരയുടെ വശത്ത് കൈയെത്തും ദൂരത്തുണ്ടായിരുന്നു. ആ മുറുക്കിനിടയിൽ വിശേഷങ്ങൾ പങ്കുവച്ചു. കൃഷിയുടെ കാര്യങ്ങൾ, മക്കളുടെ കാര്യങ്ങൾ,

പള്ളിക്കൂടത്തിന്റെ കാര്യങ്ങൾ ഒക്കെ അനന്തകൃഷ്ണൻ ചോദിച്ചറിഞ്ഞു. ജയിലിലെ ദൈനംദിനകാര്യങ്ങൾ, പരിചയപ്പെട്ടവർ ഒക്കെ അയാൾ ഭാര്യമാരുമായി പങ്കുവച്ചു. രാഷ്ട്രീയത്തടവുകാരനായി ജയിലിൽ പോകുന്നത് മഹത്തായ കാര്യമാണ് എന്ന് ഭാര്യമാർ മനസ്സിലാക്കുന്നുണ്ടായിരുന്നു. മക്കളുടെ കാര്യം സംസാരിച്ചുകൊണ്ടിരുന്നപ്പോൾ രുക്മിണിയും സത്യഭാമയും പരസ്പരം നോക്കി.

"മ് എന്തുണ്ടായി?" അയാൾ ചോദിച്ചു.

"ഒന്നുമില്ല. ഞങ്ങക്കൊരു പേടി. ആമ്പിള്ളേര് വലുതായി വരയല്ലേ. അച്ഛൻ കൂടെയുള്ളതുപോലെ ആവത്തില്ലല്ലെ." സത്യഭാമ പറഞ്ഞു.

"അതിനിപ്പം എനിക്ക് നിങ്ങളേം കെട്ടിപ്പിടിച്ച് ഇരിക്കാമ്പറ്റോ? നൂറുകൂട്ടം കാര്യങ്ങളില്ലേ."

ഭാര്യമാർ മൗനമായി ഇരുന്നു.

"നിങ്ങളിപ്പം ഇങ്ങനെ പറയാൻ കാര്യമെന്തെങ്കിലുമൊണ്ടോ?"

"അങ്ങനെയൊന്നുമില്ല. ജയരാജൻ മിക്കവാറും വീട്ടീ ഇരുട്ടീട്ടേ എത്തൂ. ചോദിച്ചാ കൂട്ടുകാരന്റെ വീട്ടിലായിരുന്നെന്ന് പറയും." രുക്മിണി പറഞ്ഞു

"ഓ... കാളേജ് ഹോസ്റ്റലീന്ന് നാട്ടീ വരമ്പം ഇവിടത്തെ കൂട്ടുകാരെയക്കെ കാണണ്ടെ. ചെറുപ്പക്കാരായാ ഇത്തിരി കൂട്ടുകെട്ടക്കെ വേണം. ചീത്ത കൂട്ടുകെട്ടീ അവൻ പോകുമെന്നെനിക്ക് തോന്നുന്നില്ല." അനന്തകൃഷ്ണൻ പറഞ്ഞു.

കോളാമ്പി കൈയിലെടുത്ത് തുപ്പിയിട്ട് അയാൾ ഇങ്ങനെയും പറഞ്ഞു.

"അവൻ വായിക്കുന്ന പുസ്തകങ്ങള് നിങ്ങള് കണ്ടിട്ടൊണ്ടോ. മഹാത്മാഗാന്ധീടെ ആത്മകഥയും നെഹ്രു എഴുതിയ ചരിത്ര പുസ്തകവുമൊക്കെയാ. അതും ഇംഗ്ലീഷില്."

മകനെക്കുറിച്ചുള്ള അഭിമാനം അനന്തകൃഷ്ണന്റെ മുഖത്ത് വിരിഞ്ഞു. ഭാര്യമാർക്ക് സമാധാനമായി.

"അശോകനും ഭദ്രനും എങ്ങനെയുണ്ട്? ഇരട്ടകള് പിന്നെ കുട്ടിയിലേ പഠിക്കുന്നത് കാണാനില്ല. പരീക്ഷയ്ക്ക് നല്ല മാർക്കും കാണും."

"അവർക്ക് കൊഴപ്പമൊന്നുമില്ല. ഈയിടെയായി രണ്ടും മിണ്ടാട്ടമില്ല. എപ്പഴും ദൂരെ എവിടെയോ നോക്കി ചിന്തിച്ചോണ്ടിരിക്കും. എടാ അശോകാ... എടാ അശോകാന്ന് പത്തുപ്രാവശ്യം വിളിച്ചാലും വിളി കേക്കൂല്ല. ഭദ്രനും അതുപോലെ തന്നെ."

അനന്തകൃഷ്ണൻ വായിൽ നിറഞ്ഞ തുപ്പലിനെ ഒരുവശത്ത് ഒതുക്കി പൊട്ടിപ്പോയ ചിരി ചിരിച്ചു.

കോളാമ്പിയിലേക്ക് തുപ്പിയിട്ട് അയാൾ പറഞ്ഞു.

''ഞാനും ഈ പ്രായത്തീ അവനെപ്പോലെയായിരുന്ന്. നിങ്ങളോട് പറഞ്ഞിട്ടില്ലേ. പതിനാറാമത്തെ വയസ്സീ സന്ന്യസിക്കാമ്പോയവനാ ഞാൻ. വീടുവിട്ടുപോയി രാമകൃഷ്ണാശ്രമത്തീ ചേരാൻ. അവര്, സന്ന്യസിക്കാൻ പ്രായമായില്ല തിരിച്ച് വീട്ടീ പൊയ്ക്കോളാൻ പറഞ്ഞു. വീട്ടീ തിരിച്ചെത്തിയപ്പം പൊതിരെ കിട്ടി അച്ഛന്റേന്ന്.''

അയാൾ വലതുകൈകൊണ്ട് ഇടതുകൈ ആസകലം തടവിക്കൊണ്ട് ഓർമ്മിച്ചു.

''ഹൊ... എന്തൊരു അടിയായിരുന്നു അത്. ചൂരലുകൊണ്ട് മേലാസകലം അടിച്ചുപൊട്ടിച്ചു.''

പിന്നെയും നാട്ടുവർത്തമാനമൊക്കെ കുറെ നേരം പറഞ്ഞിരുന്നിട്ട് ഓരോരുത്തരും അവരവരുടെ മുറികളിൽ കിടക്കാനായി പോയി. അനന്തകൃഷ്ണനും രുക്മിണിയും സത്യഭാമയും വെവ്വേറെ മുറികളിലാണ് കിടക്കുന്നത്. രാത്രിയിൽ എപ്പോഴെങ്കിലും അയാൾ ഏതെങ്കിലുമൊരു ഭാര്യയുടെ മുറിയിൽ പോയിട്ടുണ്ടാവും. ചിലപ്പോൾ ഒരു ഭാര്യയുടെ മുറിയിൽ ശയിച്ചിട്ട് ഉണരുക മറ്റേ ഭാര്യയുടെ മുറിയിലായിരിക്കും. കുറെ നേരം മച്ചിൽ നോക്കിക്കിടന്നിട്ട് അനന്തകൃഷ്ണൻ നീതിയുക്തം രുക്മിണിയുടെ മുറിയിലേക്ക് പോയി. ഉണർന്നത് സത്യഭാമയുടെ മുറിയിലും.

## പത്ത്

**കി**ഴക്ക് വെള്ളിയുദിക്കുന്നതിനു മുൻപായി അനന്തകൃഷ്ണൻ എന്നും ഉണർന്ന് പതിവു പ്രഭാതകൃത്യങ്ങൾ തുടങ്ങും. കുളി കഴിഞ്ഞാൽ പിന്നെ യോഗാഭ്യാസമാണ്. അതുകഴിഞ്ഞ് ഭഗവദ്ഗീതയിലെയോ അദ്ധ്യാത്മരാമായണത്തിലെയോ നാരായണീയത്തിലെയോ ഏതാനും ഭാഗം ഉറക്കെ വായിക്കും. പാരായണം തീരുമ്പോൾ ഉദയത്തിനു തൊട്ടുമുൻപുള്ള വെട്ടം മുറ്റത്തു പരന്നിരിക്കും. കുടയുമെടുത്ത് പതിവായി ഒരു നടത്തമുണ്ട്. കയറ്റം കയറി സ്കൂളിനു മുന്നിലെത്തുമ്പോൾ കിഴക്ക് കുന്നിൻ നെറുകയിൽ സൂര്യൻ ഉദിച്ചു പൊന്തുന്നുണ്ടാവും. സ്കൂളിന്റെ സൈഡിലൂടെ താഴോട്ട് ഇറങ്ങി തോട്ടുവരമ്പിൽ എത്തുമ്പോൾ പാടത്ത് പണിയെടുക്കുന്നവരെല്ലാം അവിടെ എത്തിയിട്ടുണ്ടാകും. കന്നിക്കൃഷി കഴിഞ്ഞ പാടത്ത് കളയെടുക്കുന്ന പരുവത്തിലെ നെൽച്ചെടികൾ പച്ചയുടെ അലകളിൽ ഇളകുകയാണ്. പറയരാണ് കൃഷിപ്പണി ചെയ്യുന്നത്. ഭാര്യമാരുടെ അകന്ന ഒരു ആങ്ങള അയ്യപ്പൻപിള്ളയാണ് കാര്യങ്ങളൊക്കെ നോക്കുന്നത്.

കാര്യസ്ഥന്റെ സ്ഥാനമാണ് അയ്യപ്പൻപിള്ളയ്ക്ക്. അയ്യപ്പൻപിള്ളയുടെ ഭാര്യ ഭാനുമതിയാണ് ഏറത്തെ വീട്ടുജോലികളുടെ മേൽനോട്ടം.

അങ്ങനെ അവരുടെ പന്ത്രണ്ടു മക്കൾ കഞ്ഞികുടിച്ച് കിടക്കുന്നു.

അന്നും രാവിലെ പതിവു തെറ്റിച്ചില്ല. വഴിയിലും വയലിലും കണ്ടവരെല്ലാം വർദ്ധിത ബഹുമാനത്തിൽ കൈകൂപ്പുന്നു. നോട്ടത്തിലും ഭാവത്തിലും തന്നോടുള്ള ബഹുമാനം കൂടിയപോലെ. ഗാന്ധിജി തുടങ്ങിയ ദേശീയ നേതാക്കൾ സമരം ചെയ്ത് ജയിലിൽ പോകുന്നത് സമൂഹത്തിലെ താഴെത്തട്ടിൽ ഉള്ളവർപോലും അറിഞ്ഞിരിക്കുന്നു. അതാകണം ഈ ബഹുമാനം.

രാവിലെ പുറത്തുപോകുമ്പോൾ മക്കളാരും എഴുന്നേറ്റിരുന്നില്ല. തിരിച്ചെത്തിയപ്പോൾ അശോകൻ കിണറ്റിൽനിന്ന് വെള്ളം കോരുകയാണ്. ഭദ്രൻ ഉമിക്കരി വച്ച് പല്ല് തേയ്ക്കുന്നു. ഇളയ രണ്ടുപേരും കിണറ്റിനടുത്തുള്ള തുണി അടിച്ചുനനയ്ക്കുന്ന കല്ലിൽ കൈയിൽ പല്ലു തേയ്ക്കാനുള്ള ഉമിക്കരിയും ഈർക്കിലുമായി ഇരിക്കുന്നു. അച്ഛനെ കണ്ടതും ഇളയ പിള്ളേർ സന്തോഷത്തോടെ എഴുന്നേറ്റു.

''അച്ഛനെപ്പം വന്നു?'' അശോകൻ ചോദിച്ചു.

''രാത്രി എത്തിയെടാ. എങ്ങനെയുണ്ട് നിന്റെ പഠിത്തം?''

അവൻ കുഴപ്പമില്ല എന്ന അർത്ഥത്തിൽ തലയാട്ടി.

''നീയോ?'' അനന്തകൃഷ്ണൻ ഭദ്രനോടു ചോദിച്ചു.

അവൻ ചിരിച്ച് തലയാട്ടി.

''ജയരാജൻ എവിടെ.''

''എഴുന്നേറ്റില്ലെന്നു തോന്നുന്നു.'' അശോകൻ പറഞ്ഞു.

അനന്തകൃഷ്ണൻ കോലായിലേക്കു കയറുമ്പോൾ സത്യഭാമ ചുക്കുകാപ്പിയുമായെത്തി. അനന്തകൃഷ്ണൻ കസേരയിൽ ഇരിക്കാതെ നേരേ ജയരാജന്റെ മുറിയിലേക്കാണ് പോയത്. മുറിയിൽ ജയരാജൻ ഇല്ലായിരുന്നു. മേശമേൽ ബുക്കുകൾ ചിതറിക്കിടക്കുന്നു. മുറിയുടെ ഒരു വശത്തു വച്ചിരുന്ന അലമാരി നിറയെ പുസ്തകങ്ങളാണ്.

മകന്റെ പുസ്തക ശേഖരം കണ്ട് അയാൾ സന്തോഷിച്ചു. അറിവ് ഒരുവന്റെ ലോകത്തെ വലുതാക്കുക മാത്രമല്ല മാറ്റിമറിക്കുകയും ചെയ്യും. പുരാണങ്ങളും ഇതിഹാസങ്ങളും കാളിദാസന്റെയും ഭവഭൂതിയുടെയും നാടകങ്ങളും സി വിയുടെ നോവലുകളും വായിച്ചു പഠിച്ച തനിക്ക് വിക്ടർ ഹ്യൂഗോയുടെ 'പാവങ്ങൾ' ഒരനുഭൂതിയായിരുന്നു. അലമാരയിൽ ഇരുന്ന ടോൾസ്റ്റോയിയുടെ 'യുദ്ധവും സമാധാനവും' കൈയിൽ എടുത്തപ്പോൾ ഒരു ചെറുപുസ്തകം താഴെ വീണു. അത് കൈയിൽ എടുക്കുമ്പോൾത്തന്നെ അനന്തകൃഷ്ണൻ പുസ്തകത്തിന്റെ പേര് വായിച്ചുകഴിഞ്ഞിരുന്നു.

കമ്യൂണിസ്റ്റ് മാനിഫെസ്റ്റോ.

അയാളുടെ കൈയിലിരുന്ന ആ പുസ്തകം വിറച്ചു.

യുദ്ധവും സമാധാനവും കൈയിൽ നിന്ന് താഴെ വീണു.

അയാളുടെ ശരീരമാസകലം വിറയ്ക്കാൻ തുടങ്ങി. രണ്ടു കൈ കൊണ്ടും പുസ്തകം പിടിച്ച് പുറംചട്ടയിൽ നോക്കി വീണ്ടും വായിച്ചു.

കമ്യൂണിസ്റ്റ് മാനിഫെസ്റ്റോ.

മാർക്സും എംഗൽസും.

വിറയ്ക്കുന്ന കൈകളോടെ പുസ്തകം പിടിച്ച് അല്പനേരം നിന്നു. കോപം നാഡിഞരമ്പുകളിലൂടെ ഇരച്ചുകയറുന്നുണ്ടായിരുന്നു.

കോപം പുറത്തുകാണിക്കാതെ അയാൾ പുറത്തിറങ്ങി.

അനന്തകൃഷ്ണൻ കാപ്പി കുടിക്കാതെ മുറിയിലേക്കു പോയതിനാൽ ആ കാപ്പിയും കൈയിൽപ്പിടിച്ചു നിൽക്കുകയാണ് സത്യഭാമ. അയാൾ ആ ബുക്കുമായി മുറ്റത്തേക്കിറങ്ങി. മുഖം വലിഞ്ഞു മുറുകുകയാണ്. അപ്പോൾ വീടിന്റെ പിന്നിൽനിന്ന് ഒരു ചരുവവും പിടിച്ച് ജയരാജൻ വരുന്നുണ്ടായിരുന്നു.

കോപം പുറത്തുകാണിക്കാതെ അയാൾ ചോദിച്ചു.

''നീ എവിടെ പോയിരുന്നു?''

''വെളിക്കിറങ്ങാൻ.'' ജയരാജൻ പറഞ്ഞു.

''ഈ പുസ്തകം നിന്റേയാണോ?'' അപ്പോൾ അയാളുടെ ശബ്ദം വിറച്ചു തുടങ്ങി.

''ആണ്.''

''ഇത് കമ്യൂണിസ്റ്റ് മാനിഫെസ്റ്റോ അല്ലേ?''

''അതേ.''

''നിനക്കിതെവിടെന്നു കിട്ടി?''

''ശേഖരൻ മാമൻ തന്നു.''

''എൻ സി ശേഖറാ?''

''അതേ.''

''നീ കമ്യൂണിസ്റ്റാണാ?''

''ആയിക്കൊണ്ടിരിക്കുന്നു.''

അനന്തകൃഷ്ണന്റെ മുഖം ചുവന്നു. അയാളുടെ ശ്വാസഗതി വേഗത്തിലായി. അയാൾ സംയമനം പാലിക്കാൻ ശ്രമിച്ചു. അയാൾ ചോദിച്ചു.

''ഇനിയുമുണ്ടോ ഇതുപോലെ കമ്യൂണിസ്റ്റ് സാഹിത്യം?''

ഉണ്ടെങ്കിലും അതിൽ ഒരു തെറ്റുമില്ലെന്ന ദൃഢതയിൽ ജയരാജൻ പറഞ്ഞു.

''ഉണ്ട്.''

''എല്ലാം എടുത്തുകൊണ്ടുവാടാ.''

അവൻ അകത്തു പോയി ചെറിയ കുറെ പുസ്തകങ്ങൾ കൊണ്ടു വന്നു. അയാളത് പിടിച്ചുവാങ്ങി. അപ്പോൾ കുറച്ചു പുസ്തകങ്ങൾ തറയിൽ വീണു. അയാൾ കൈയിലിരുന്ന പുസ്തകങ്ങളിലേക്ക് നോക്കി. എഞ്ചുവടി വലുപ്പത്തിലുള്ള ഒരു പുസ്തകമായിരുന്നു മുകളിൽ. അയാൾ മനസ്സിൽ വായിച്ചു. 'ഇന്ത്യൻ കമ്യൂണിസ്റ്റ് പാർട്ടി എന്തിനു വേണ്ടി നിലകൊള്ളുന്നു.' അയാളുടെ പല്ലുകൾ തന്റെ നിയന്ത്രണത്തിലല്ലാതെ കടിച്ച് ഞെരിയുന്നുണ്ടായിരുന്നു. എന്തൊരു മഹാദുരന്തമാണ് എന്റെ വീട്ടിനുള്ളിൽ നുഴഞ്ഞുകയറിയത്. അയാളുടെ മനസ്സ് പറഞ്ഞു.

അനന്തകൃഷ്ണൻ വിളിച്ചുപറഞ്ഞു.

''സത്യഭാമേ, ഒരു ചൂട്ട് കത്തിച്ച് വാ.''

അപ്പോഴേക്കും രുക്മിണിയും അവിടെ എത്തി. അവർക്ക് എന്താണു നടക്കുന്നതെന്ന് ശരിക്കും മനസ്സിലായില്ല. മകൻ വഴിതെറ്റിപ്പോകാതിരിക്കാൻ ഗുണദോഷിക്കുന്നു എന്നേ അവർ കരുതിയുള്ളൂ. അനന്തകൃഷ്ണൻ ഉറച്ച തീരുമാനമെടുത്തുകൊണ്ട് പറഞ്ഞു.

''നീ പുസ്തകങ്ങൾ വാരിക്കൂട്ടുന്നതു കണ്ടപ്പോൾ ഞാൻ സന്തോഷിച്ചു. എന്റെ മകൻ നെഹ്രുവിനെപ്പോലെയും ടാഗോറിനെപ്പോലെയും വലിയ വലിയ അറിവുകൾ നേടുമെന്ന് ഞാൻ വിചാരിച്ചു. നീ നിരീശ്വരവാദികളും കൊലയാളികളുമായ തെമ്മാടികളുടെ പുസ്തകമാണ് വായിക്കുന്നതെന്ന് ഞാനറിഞ്ഞില്ല. ഇതിവിടെ പറ്റില്ല.''

''കമ്യൂണിസ്റ്റുകൾ തെമ്മാടികളല്ല. പിന്നെ അച്ഛന്റെ നേതാവ് നെഹ്രുവും നിരീശ്വരവാദിയാണ്. അച്ഛൻ വായിക്കുന്ന ഗീത കൊല്ലുവാൻ ആഹ്വാനം ചെയ്യുന്നതല്ലേ. കമ്യൂണിസ്റ്റുകൾ അനീതിയില്ലാത്ത നാളത്തെ ലോകത്തിനുവേണ്ടിയാണ് നിലകൊള്ളുന്നത്. അത് തൊഴിലാളിവർഗ്ഗത്തിന്റെ ലോകമാണ്.''

''ഛീ. നിർത്തടാ. നിന്റെ ഒരു കമ്യൂണിസം. ഇപ്പംതന്നെ ഇതവസാനിപ്പിച്ചോളണം. ഈ വീട്ടിൽ ഇത് പൊറുപ്പിക്കാനൊക്കൂല്ല.''

അശോകനും ഭദ്രനും മറ്റു കുട്ടികളും പേടിച്ചു നിൽക്കുകയാണ്. അപ്പോഴേക്കും രുക്മിണി ചൂട്ടു കത്തിച്ച് വന്നു. ചൂട്ട് കൈയിൽ വാങ്ങി പുസ്തകങ്ങൾ കത്തിക്കാനൊരുങ്ങി അയാൾ. ജയരാജൻ പുസ്തകത്തിൽ കയറിപ്പിടിക്കാനാഞ്ഞു. അനന്തകൃഷ്ണന്റെ ഒറ്റ

ച്ചവിട്ടിൽ അവൻ ദൂരെ വീണു. അവൻ എഴുന്നേറ്റു വരുമ്പോഴേക്കും പുസ്തകങ്ങളിൽ തീ പടർന്നു കയറി.

ജയരാജന് ദേഷ്യവും കരച്ചിലും വന്നു. അവൻ വിളിച്ചുപറഞ്ഞു.

''ഈ പുസ്തകം കത്തിച്ചതുകൊണ്ടൊന്നും വരാൻ പോകുന്ന വിപ്ലവം ഇല്ലാതാകില്ല. ഞാൻ ഇനീം കമ്യൂണിസ്റ്റ് പുസ്തകങ്ങൾ വായിക്കും. കമ്യൂണിസ്റ്റുകളോടൊപ്പംനിന്ന് പ്രവർത്തിക്കും.''

''എന്നാ ഇറങ്ങിപ്പോടാ ഇവിടന്ന്. ഒരു നിമിഷം താമസിക്കണ്ട.'' അയാൾ കൈ പടിപ്പുരയ്ക്കു പുറത്തേക്ക് ചൂണ്ടി.

''പോകാൻ തന്നെ, പോകുന്നത്.''

അവൻ അമ്മമാരെ ഒരു നിമിഷം നോക്കി. കണ്ണുകൾ ഇടയുന്ന തിനു മുൻപ് അവൻ പുറത്തേക്കു പോകാനായി തിരിഞ്ഞു. അവനിൽ നിന്ന് പുറത്തേക്കു വന്നുപോയ വാക്കുകൾ പറയാനായി വീണ്ടും തിരിഞ്ഞു.

''അറിയാമല്ലോ. പറയരെയും പുലയരെയും മർദ്ദിക്കുകയും കൊല്ലുകയും ചെയ്ത ആളാണ് അച്ഛന്റെ അച്ഛൻ. അദ്ദേഹത്തിന്റെയും അച്ഛന് ഇവർ അടിമകളായിരുന്നു. ആടുമാടുകളെപ്പോലെ. അച്ഛൻ ഉത്തരവാദഭരണത്തിനു വേണ്ടി പോരാടുന്നു. ആരുടെ ഭരണം? നിങ്ങൾ നായർ ഈഴവ ക്രിസ്ത്യൻ മാടമ്പികളുടെ ഭരണം. ഞാൻ തൊഴി ലാളികളുടെ ഭരണത്തിനായി പോരാടും. രാജാവിനെ ഹിംസിക്കേണ്ടി വന്നാൽ ഹിംസിച്ചുകൊണ്ട്.''

ദേഷ്യം കൊണ്ട് അനന്തകൃഷ്ണൻ വിറച്ചു.

''എടാ രാമൂ... ആ കമ്പിങ്ങ് കൊണ്ടുവാടാ.'' എരുത്തിലിലേക്ക് പശുവിനെ അഴിക്കാനായി കയറുകയായിരുന്നു അയ്യപ്പൻപിള്ളയുടെ മകൻ രാമു.

രാമു ഭയത്തോടെ തന്റെ കൈയിലിരുന്ന, കാളയെ തല്ലുന്ന വടി അനന്തകൃഷ്ണന്റെ കൈയിൽ കൊടുത്തു. അയാൾ ആ വടിയു മായി ആഞ്ഞു, ഇവനെ ഇന്നു ഞാൻ എന്നു പറഞ്ഞുകൊണ്ട്. രണ്ടമ്മ മാരും മിന്നൽ വേഗത്തിൽ വന്ന് അനന്തകൃഷ്ണനെ പിടിച്ചു.

''അയ്യോ അടിക്കല്ലേ. അടിക്കല്ലേ.'' അവർ വാവിട്ടു കരഞ്ഞു.

പക്ഷേ അനന്തകൃഷ്ണൻ കോപാവേശത്താൽ മുന്നോട്ടുതന്നെ ആഞ്ഞെങ്കിലും സ്തബ്ധനായി പിൻവാങ്ങിയത് അമ്മമാരുടെ വേദന കണ്ടതുകൊണ്ടല്ല.

അടിക്ക്... എന്നെ അടിക്ക്... എന്നു പറഞ്ഞ് നെഞ്ചുവിരിച്ചു വന്ന ജയരാജൻ അനന്തകൃഷ്ണന്റെ ശരീരത്തെ തളർത്തി.

അവൻ ഇത്രയും കൂടി പറഞ്ഞു.

“എന്നെ തല്ലുന്നത് അച്ഛനല്ല. അച്ഛനിലൂടെ ഒഴുകുന്ന ചരിത്ര മാലിന്യങ്ങളാണ്. ആ ചരിത്രമാലിന്യങ്ങളുടെ മർദ്ദനം ഏൽക്കാനും ഒരുപക്ഷേ കൊല്ലപ്പെടാനുമാണ് ഞാൻ പോകുന്നത്.”

അവൻ ഉടുത്തിരുന്ന വസ്ത്രമല്ലാതെ മറ്റൊന്നുമില്ലാതെ പുറത്തേക്ക് നടന്നു.

അമ്മമാർ ‘മോനേ’ എന്ന് ഭയത്തിൽ വിറച്ച ശബ്ദത്തിൽ വിളിച്ചു. അനന്തകൃഷ്ണന്റെ നോട്ടത്തിൽ അവരുടെ ശബ്ദം ഏതോ കുഴിയിലേക്ക് താഴ്ന്നു പോയിരുന്നു. അവർ വായ് പൊത്തി ചലിക്കാനാകാതെ നിന്നു. ഇളയ രണ്ടു കുട്ടികളും അപ്പോഴേക്കും അമ്മമാരുടെ പിന്നിൽ പേടിച്ച് നിലയുറപ്പിച്ചു. അശോകന്റെ ‘അണ്ണാ’ എന്ന വിളി ഒരു വലിയ ശ്വാസത്തോളമുള്ള ശബ്ദത്തിൽ ജയരാജൻ കേട്ടു. പടിവാതിൽക്കൽ എത്തിയ അവൻ തിരിച്ചുവന്ന് അശോകനെയും ഭദ്രനെയും കെട്ടിപ്പിടിച്ചു. പിന്നെ അവരുടെ പിടി വിടുവിച്ച് ജയരാജൻ പുറത്തേക്കു നടന്നു, പിൻതിരിഞ്ഞു നോക്കാതെ.

## പതിനൊന്ന്

**അ**നന്തകൃഷ്ണൻ ചാരുകസേരയിൽ കിടക്കുകയാണ്, പടിപ്പുര വാതിലിൽ നോട്ടം ഉറപ്പിച്ച്. ആരോടും മിണ്ടാട്ടമില്ല. ചുക്കുകാപ്പി അവിടെത്തന്നെ ഇരുപ്പുണ്ട്. അനന്തകൃഷ്ണന് രാവിലെ കഞ്ഞിയും പയറുമാണ് ഇഷ്ടം. കഞ്ഞിയും പയറും പപ്പടവും കൂടാതെ മരച്ചീനി പുഴുങ്ങിയതും മുളകുടച്ച ചമ്മന്തിയും രാവിലെ തയ്യാറാക്കാൻ കോപ്പുകൂട്ടിയപ്പോഴാണ് ഈ ബഹളം. അടക്കിപ്പിടിച്ച് കരഞ്ഞു കരഞ്ഞു രുക്മിണിയും സത്യഭാമയും അടുക്കളയിൽ ജോലി ചെയ്തു കൊണ്ടിരുന്നു. അക്കനവിടെ ഇരി. എല്ലാം ഞാൻ ചെയ്തോളാം എന്ന് ഭാനുമതി പറയുന്നുണ്ട്. അവർക്ക് അങ്ങനെ ഇരിക്കാൻ കഴിയുമായിരുന്നില്ല. സമനില തെറ്റിയതുപോലെ ഓരോന്ന് ചെയ്തു കൊണ്ടിരുന്നു. ഇടയ്ക്ക് സത്യഭാമയുടെയും രുക്മിണിയുടെയും കണ്ണുകൾ ഇടഞ്ഞു. പിന്നെ കെട്ടിപ്പിടിച്ച് ഏങ്ങലടിച്ച് കരച്ചിലായിരുന്നു. അടുക്കളയിലെ ശബ്ദം മുൻവശത്തെത്താൻ സാധ്യതയില്ല. എന്നാലും ഭാനുമതി അടുക്കളയുടെ വാതിൽ ചാരി. കുറെ കരഞ്ഞപ്പോൾ എന്തെങ്കിലും ഉരിയാടാവുന്ന അവസ്ഥയിലെത്തി അവർ.

“നമ്മടെ മോൻ...” രുക്മിണി പറഞ്ഞു

“നമ്മടെ മോൻ തിരിച്ച് വരോ...?” അവർ സത്യഭാമയെ നോക്കി ചോദിച്ചു.

സത്യഭാമ ഒന്നും മിണ്ടിയില്ല.

ആദ്യത്തെ കുഞ്ഞിക്കാലാണ്. രുക്മിണിക്ക് സന്താനസൗഭാഗ്യമില്ലാതെ വന്നപ്പോൾ രുക്മിണിയുടെ അച്ഛനമ്മമാരുടെയും രുക്മിണിയുടെയും നിർബന്ധത്തിലാണ് അനന്തകൃഷ്ണൻ സത്യഭാമയെക്കൂടി ഭാര്യയായി സ്വീകരിച്ചത്. രണ്ടമ്മമാരും അവരുടെ അമ്മ ഭാഗീരഥിയും ഭാഗീരഥിയുടെ അമ്മ രുദ്രാണിയമ്മയും തലയിലും താഴത്തും വയ്ക്കാതെ ഓമനിച്ചു. അനന്തകൃഷ്ണന് കൊതിയാണ് ഒത്തിരിനേരം അവനെ കൈയിൽ വച്ച് ഇരിക്കാൻ. അയാൾ നീട്ടി വിളിക്കും.

''രുക്മിണീഭായീ...''

അവർ വരുമ്പോൾ അയാൾ പറയും.

''നിങ്ങള് മോനെ എനിക്കും കൂടെ താ...''

ആ പറച്ചില് കേൾക്കുമ്പോൾ രുക്മിണിക്ക് ചിരിവരും..

രുക്മിണി അകത്തു ചെന്ന് പെണ്ണുങ്ങളോടു പറയുമ്പോൾ അവരെല്ലാം കുടുകുടാ ചിരിക്കും.

രുദ്രാണി പല്ലില്ലാത്ത മോണ കാട്ടി ചിരിച്ചുകൊണ്ട് പറയും.

''ഇപ്പഴത്തെ തന്തമാർക്ക് മക്കളെ മടീലിരുത്തണമെന്നും ലാളിക്കണമെന്നുമൊക്കെയുണ്ട്. നമ്മടെയൊക്കെ കാലത്ത് ങേ ഹെ....''

''അതിന് അമ്മേടച്ഛൻ നമ്പൂരിയല്ലേ? തൊട്ടാ അശുത്തമാവൂല്ലേ?'' ഭാഗീരഥി പറയും.

വയസ്സായ സ്ത്രീകൾ ശരിവയ്ക്കുകയും അവരുടെ സംബന്ധകഥകൾ പറയുകയും ചെയ്യും.

ഭാര്യയോടു പറയേണ്ട ഏതു കാര്യത്തിനും അനന്തകൃഷ്ണൻ രുക്മിണിയെയാണ് വിളിക്കുന്നത്. പ്രത്യേകിച്ച് എന്തെങ്കിലും ആരായേണ്ടതുണ്ടെങ്കിൽ സത്യഭാമ രുക്മിണിയോട് പറയും.

''അക്കൻ പോയി ചോദീര്''.

''നീ പോ?''

''എനിക്ക് വയ്യ. അക്കൻ പോ...''

ഇപ്പോഴും സത്യഭാമയ്ക്ക് അനന്തകൃഷ്ണൻ രുക്മിണിയക്കന്റെ ഭർത്താവ് എന്ന ബന്ധമാണ്. കൊച്ചാട്ടൻ എന്നായിരുന്നു വിളിക്കുമായിരുന്നത്. ഇപ്പോഴും സത്യഭാമ അങ്ങനെ തന്നെയാണ് വിളിക്കുന്നത്. രുക്മിണി മറ്റുള്ളവരോട് ജയരാജന്റെ അച്ഛനെന്ന് പറയും. നേരിട്ട് ആംഗ്യങ്ങൾ, ദേ, കേട്ടാ... തുടങ്ങി ചില ധ്വനികളും.

മുറിക്കകത്ത് ചിലപ്പോൾ സത്യഭാമയുടെയും അനന്തകൃഷ്ണന്റെയും കൊഞ്ചലും കുഴയലും കേൾക്കുമ്പോൾ പെണ്ണ് ആളു

മോശമല്ലല്ലെ എന്ന് രുക്മിണി ഒറ്റയ്ക്ക് ആംഗ്യം കാണിച്ച് അടക്കി പ്പിടിച്ച് ചിരിക്കും.

കഞ്ഞി കുടിക്കാനുള്ള സമയമായപ്പോൾ സത്യഭാമ പറഞ്ഞു.

"അക്കനങ്ങോട്ട് ചെല്ല്. കൊച്ചാട്ടനും വിഷമിച്ച് ഇരിക്കയായിരിക്കും."

രുക്മിണി ഭർത്താവിന്റെ അടുത്തേക്കു പോകാൻ എഴുന്നേറ്റപ്പോൾ സത്യഭാമ അക്കനെ പിടിച്ചുകൊണ്ട് പറഞ്ഞു.

"നമക്ക് അയ്യപ്പയണ്ണനെ ഒന്നു പോയി തെരക്കാൻ പറഞ്ഞ് വിട്ടാലോ."

മ്.. എന്ന് തലകുലുക്കി രുക്മിണി പറഞ്ഞു.

"ഞാനങ്ങോട്ട് ചെല്ലട്ട്."

രുക്മിണി അങ്ങോട്ട് ചെല്ലാൻ തുനിയുമ്പോൾ അനന്തകൃഷ്ണന്റെ വിളികേട്ടു.

"രുക്മിണീഭായീ..."

അപ്പോൾ വീണ്ടും വന്ന കണ്ണീരും മൂക്കിൽനിന്ന് ഒലിച്ചിറങ്ങിയതും മുണ്ടിന്റെ കോന്തലകൊണ്ടു തുടച്ച് അവർ വേഗം പൂമുഖത്തെത്തി. അനന്തകൃഷ്ണൻ കുടയുമെടുത്ത് പുറത്തേക്ക് പോകാൻ മുറ്റത്തിറങ്ങി നിൽക്കയാണ്.

അനന്തകൃഷ്ണന് രുക്മിണിയുടെ കരഞ്ഞു കലങ്ങിയ കണ്ണുകളിലേക്കു നോക്കാൻ ശക്തിയില്ലായിരുന്നു.

"ഞാൻ പുറത്തേക്ക് പോയിട്ട് വരാം. ആ ശേഖരനെ ഒന്നു കാണണം. അവൻ അങ്ങോട്ടായിരിക്കും പോയത്."

രുക്മിണിക്ക് ആശ്വാസമായി.

അവർ പറഞ്ഞു.

"കഞ്ഞി കുടിച്ചിട്ട് പോവാം."

"വേണ്ടാ, ഞാൻ പോയിട്ട് വരാം."

"അങ്ങനെ പറയല്ലേ.. ഇത്രേം ദൂരം പോണ്ടേ."

ആ നിമിഷം ആരും വിഷമിക്കുന്നത് അനന്തകൃഷ്ണന് സഹിക്കാനാവുമായിരുന്നില്ല. എത്രയൊക്കെത്തന്നെ ന്യായീകരിച്ചിട്ടും തെറ്റാണുചെയ്തതെന്ന് മനസ്സ് കുത്തിനോവിപ്പിച്ചുകൊണ്ടിരിക്കുന്നു.

അയാൾ കഞ്ഞി കുടിക്കാൻ ചെന്നിരുന്നു. ഒരു പ്ലാവില കഞ്ഞി കോരി വായിലേക്കടുപ്പിച്ചതും വിതുമ്പിപ്പോയി. അയാൾ കരയുന്നത് ഭാര്യമാർ ഇത്രയും കാലം കണ്ടിട്ടില്ല. അയാൾ കരച്ചിൽ അടക്കി. കഞ്ഞി കുടിക്കാതെ എഴുന്നേറ്റു. മുഖം കഴുകി, തിരിഞ്ഞു നോക്കാതെ കൈ ഉയർത്തിക്കാണിച്ച് പുറത്തേക്കു നടന്നു, വേച്ചു വേച്ച്.

മുറ്റത്തിറങ്ങിയപ്പോൾ മനഃശക്തി വീണ്ടെടുത്തു. അയാൾ വെങ്ങാന്നൂരുള്ള എൻ സി ശേഖറിന്റെ വീട്ടിലേക്ക് ജയരാജനെ തിരക്കി യാത്രയായി.

ഏറത്ത് വാതുക്കൽവച്ചുതന്നെ ഒരു സംഘം എതിരേ വരുന്നത് അനന്തകൃഷ്ണൻ കണ്ടു. ജയിൽ മോചിതനായതറിഞ്ഞ് കാണാൻ വരുന്നവരാണ്. ഉള്ളിലെ വേവലാതികൾ മറച്ച് അവരെ നോക്കി. തൊഴുതുകൊണ്ടു നിന്ന അവരെ പ്രത്യഭിവാദനം ചെയ്തു.

അപ്പോൾ അയാൾ തന്നിൽ ഒരു നേതാവിനെ അനുഭവിക്കാൻ തുടങ്ങി.

കുറച്ചുകൂടി നടന്നപ്പോൾ ആണുങ്ങളും പെണ്ണുങ്ങളും കുട്ടികളുമൊക്കെയായി മറ്റൊരു സംഘം നടന്ന് വരുന്നത് കണ്ടു. രുക്മിണിയുടെയും സത്യഭാമയുടെയും അമ്മൂമ്മ രുദ്രാണിയും അമ്മ ഭാഗീരഥിയും സഹോദരന്മാരും സംഘവുമാണ് വരുന്നത്. ജയിൽ മോചിതനായതറിഞ്ഞാണ് അവരും ഏറത്തേക്ക് വരുന്നത്.

അവർ വീട്ടിൽച്ചെന്നിട്ട് വിവരങ്ങൾ അറിയട്ടെ. വലിയ സന്തോഷത്തിലാണ് എല്ലാവരും. വീട്ടിൽച്ചെന്ന് പുതിയ വിശേഷമറിയുമ്പോൾ കൂട്ടക്കരച്ചിലാവും.

''നിങ്ങൾ ചെല്ല്. എനിക്ക് അത്യാവശ്യമായി ഒരിടത്ത് പോണം. ഞാനങ്ങ് വരാം.''

അയാൾ റെയിൽവെസ്റ്റേഷനിലേക്ക് നടന്നു.

രാവിലെയും വൈകീട്ടും ഓരോ പാസഞ്ചർ ട്രെയിനുണ്ട്, തിരുവനന്തപുരത്തേക്ക്. പിന്നെ മദിരാശി മെയിലും. അതിവിടെ നിർത്തില്ല.

സ്റ്റേഷനിൽ തിരക്കു കുറവാണ്. അയാൾ ടിക്കറ്റെടുത്ത് പ്ലാറ്റ്ഫാമിലൂടെ മുന്നോട്ട് നടന്നു. ഇന്നലെ രാത്രിയിൽ നല്ല മഴ പെയ്തെങ്കിലും ഇപ്പോൾ നല്ല വെയിലാണ്. അയാൾ കുട മടക്കിപ്പിടിച്ച് പേരാലിൻ ചുവട്ടിലെ സിമന്റ് ബഞ്ചിൽ ഇരുന്നു. നല്ല തണലുണ്ട്.

വല്ലാത്ത മനംമറിപ്പ് തോന്നി. ഛെ..ഛെ... എന്നിങ്ങനെ അറിയാതെ പുറത്തുവരുന്നു. താൻ എന്തു തെറ്റാണ് ചെയ്തത്. ഒരു മകൻ വഴിതെറ്റുമ്പോൾ ഗുണദോഷിക്കേണ്ടേ? അത്രമേൽ പ്രിയപ്പെട്ട മകനായാലും കമ്യൂണിസ്റ്റായാൽ അവനെ എങ്ങനെ വീട്ടിൽ വച്ചുകൊണ്ടിരിക്കും. പുകഞ്ഞ കൊള്ളി പുറത്ത്. വീറോടെ മെല്ല് മെല്ല് എന്നല്ലേ അവൻ നിന്നത്. പാകതക്കുറവിന്റെ അവിവേകവും എടുത്തുചാട്ടവുമാണെങ്കിൽ ഗുണദോഷിക്കണം. അവന് മാനസാന്തരമുണ്ടാകുമോന്നറിയണം. അത്രതന്നെ. അതുകൊണ്ട് അന്വേഷിച്ചില്ലാന്ന് വേണ്ട.

കമ്യൂണിസം തലേക്കേറിയാ പിന്നെ രക്ഷയില്ല. എൻ.സി. ശേഖർ, അവന്റെ യഥാർത്ഥ പേര് ചന്ദ്രശേഖരപിള്ള എന്നാണ്. നല്ല നായർ തറവാട്ടിൽ പിറന്നത്. തന്നെക്കാൾ ഇളയതാണ്. ഏറത്ത് കുടുംബ ത്തിനെക്കാൾ ഭൂസ്വത്തുള്ളവരാണ് കുര്യാത്തിവീട്ടുകാര്. അവൻ വഴി തെറ്റിപ്പോയില്ലേ. ഭഗത് സിംഗ് തലയ്ക്ക് പിടിച്ചതാണ്. പയ്യന്നൂ രില് ഉപ്പുസത്യാഗ്രഹത്തിന് പോയി തിരിച്ചുവന്നത് കമ്യൂണിസ്റ്റായി. കൂടെ പൊന്നറ ശ്രീധരനും. അവനും നല്ല നായർ കുടുംബത്തിൽ പിറന്നവനും പഠിപ്പുള്ളവനും. അവനെയൊക്കെ കൂടെ നിർത്തുന്നത് സൂക്ഷിച്ചു വേണമെന്ന് പട്ടം പറയാറുണ്ട്. രാജാവിനെ അട്ടിമറിക്കു കയാണ് അവരുടെ ലക്ഷ്യം.

തിരുവനന്തപുരം വരെയുള്ള ആ ട്രെയിൻ യാത്രയിൽ അയാ ളുടെ മനസ്സ് പരുവപ്പെടുകയായിരുന്നു.

തമ്പാന്നൂരിൽ ട്രെയിനിറങ്ങിയപ്പോൾ അനന്തകൃഷ്ണന്റെ കാലു കൾ പിന്നോട്ട് വലിക്കുകയായിരുന്നു. എന്തിനാണ് ഈ അന്വേ ഷിച്ചുപോക്ക്. അവന് മനംമാറ്റമുണ്ടായാൽ തിരിച്ചുവരും. ഇല്ലെങ്കിൽ അവന് അവന്റെ വഴി. വിധി എന്ന് കരുതും..

അങ്ങനെ അയാൾ വെങ്ങാന്നൂർ പോകുന്നത് ഉപേക്ഷിച്ചു. പോയാലും ശേഖർ അവിടെ ഉണ്ടാകാൻ സാധ്യതയില്ല. അയാൾ അടുത്ത സമരമുഖത്തായിരിക്കും. ജയിലിൽ വച്ചും സമരമായിരുന്നു. എന്തായാലും യൂത്ത് ലീഗിന്റെ ആഫീസ് വരെ പോകാമെന്നുവച്ച് അനന്തകൃഷ്ണൻ അവിടെ ചെന്നു.

അബ്ദുൾ ഖാദർ എന്ന യൂത്ത് ലീഗ് പ്രവർത്തകൻ അവിടെ ഒരു ബഞ്ചിൽ കിടന്നുറങ്ങുന്നുണ്ടായിരുന്നു. അനന്തകൃഷ്ണൻ കയ റിയതും അബ്ദുൾ ഖാദർ ഉണർന്നു.

മ് എന്താ എന്ന് തല തിരിച്ച് നോക്കി.

''ശേഖർ എവിടെയുണ്ട്?''

''സഖാവ് ഇവിടെയില്ല.''

''എവിടെയുണ്ടാവും.''

''അറിയില്ല.''

''വെങ്ങാന്നൂരുണ്ടാവോ?''

അബ്ദുൾ ഖാദർ മേശമേൽ കിടന്ന ഷർട്ട് എടുത്തിട്ടുകൊണ്ട് പുച്ഛത്തോടെ പറഞ്ഞു.

''എൻ സി നിങ്ങളെപ്പോലെ നേരേ വീട്ടിൽ പോയി എന്നാണോ വിചാരം. അയാൾ സമരമുഖത്തായിരിക്കും.''

അയാൾ അവിടെനിന്ന് ഇറങ്ങി പുറത്തേക്കുനടന്നു. കൂടെ നടന്ന് അനന്തകൃഷ്ണൻ ചോദിച്ചു.

''ഇപ്പം ഏത് സമരം.''

''അത് അന്വേഷിച്ചുകണ്ടുപിടി. പട്ടത്തിനോട് പോയി ചോദിച്ചാലും മതി. നിങ്ങക്കല്ലെങ്കീ എന്തോന്ന് സമരം. ഞങ്ങൾ സമരത്തിൽ ഉറച്ചുനിന്നപ്പോൾ നിങ്ങൾ സമരം ചെയ്യാൻ നിർബന്ധിതരാകുകയായിരുന്നു, അങ്ങനെയല്ലേ?''

അയാൾ നടന്നുകൊണ്ട് പറഞ്ഞു. അനന്തകൃഷ്ണൻ പിറകെ നടന്നു.

ഇതാണ് കമ്യൂണിസ്റ്റുകാരായ ചെറുപ്പക്കാരുടെ രീതി. പുച്ഛവും എല്ലാം അറിയാമെന്ന ഭാവവുമാണ്. അനന്തകൃഷ്ണൻ വിചാരിച്ചു.

''എന്ത് നോക്കണത്? കുറുപ്പുസാറിന് കാര്യം പുടികിട്ടീല്ലേ? നിങ്ങളെ എന്തുകൊണ്ടാ സി പി ജയിലീന്ന് വിട്ടതെന്നറിയോ?''

അബ്ദുൾ ഖാദർ വീണ്ടും പുച്ഛത്തോടെ അനന്തകൃഷ്ണനെ നോക്കി.

''ആലപ്പുഴയിലെ തൊഴിലാളികൾ പണിമുടക്കിയതുകൊണ്ടാ. അറിയോ?'' അബ്ദുൾ ഖാദർ പറഞ്ഞു. അയാളുടെ ശബ്ദം ഗൗരവത്തിലായി.

''അവരുടെ ഡിമാന്റ് കൂലിവർദ്ധനയ്ക്കും ജോലിസമയം കുറയ്ക്കാനും വേണ്ടി മാത്രമല്ലായിരുന്നു. ഉത്തരവാദഭരണത്തിനു വേണ്ടി കൂടിയായിരുന്നു. ജയിലിലടച്ച സ്റ്റേറ്റ് കോൺഗ്രസ് പ്രവർത്തകരെ വിട്ടയയ്ക്കണമെന്നതായിരുന്നു അവരുടെ പ്രധാന ഡിമാന്റ്. അറിയോ നിങ്ങക്ക്...?'' അയാൾ രോഷത്തോടെ പറഞ്ഞു.

''നമ്മളെ വിട്ടയച്ചിട്ട് സി.പി ടെ പോലീസ് ഇപ്പോൾ തൊഴിലാളികളെ മർദ്ദിക്കുകയും കൊല്ലുകയുമാണ്. തൊഴിലാളികളെ തല്ലിച്ചതയ്ക്കാൻ സി.പിയോട് ചേരുന്ന വഞ്ചകരാണ് നിങ്ങൾ.''

അനന്തകൃഷ്ണന്റെ ഉള്ളിൽ കോപം ഇരച്ചുകയറിയെങ്കിലും അയാൾ പുറത്തു കാണിച്ചില്ല. എന്തിനും പോണ തെമ്മാടികളാണീ കൂട്ടർ. ജയിലിൽ വച്ചേ അത് മനസ്സിലായതാണ്. ആ കെ.സി. ജോർജ്ജും ശ്രീകണ്ഠൻ നായരുമൊക്കെ.

അനന്തകൃഷ്ണൻ അബ്ദുൾ ഖാദറെ സൂക്ഷിച്ചുനോക്കി, ഇനിയുമെന്തെങ്കിലും പറയാനുണ്ടെങ്കിൽ പറയ് എന്ന മട്ടിൽ. എന്റെ മകനും നിങ്ങളുടെ കൂടെയാണ് അല്ലേ എന്ന ചോദ്യം അയാളിൽ വന്ന് മുട്ടിനിന്നു.

അയാൾ നിർവികാരഭാവത്തിൽ ചോദിച്ചു.

''എന്റെ മകനെ അറിയോ?''

''ആരെ? ജയരാജനെയാ?''

അതേ എന്നയാൾ തല കുലുക്കി.

"അറിയാം. ഇവിടെ വരും."

"അവൻ നിങ്ങടെ പാർട്ടീലൊണ്ടോ?"

"പാർട്ടീലൊന്നുമില്ല. കൊറെ വിദ്യാർത്ഥികൾ ഇവിടെ വരും. ആ കൂട്ടത്തീ അവനും കാണും. ഒരിക്കെ സംസാരിച്ചിരുന്നപ്പഴാ നിങ്ങടെ മോനാണെന്ന് മനസ്സിലായത്. വിദ്യാർത്ഥി സമരത്തിലക്കെ ഒണ്ട്. മിടുക്കനാ. വായനാശീലമൊള്ളവനാ. എൻ സി യോടെയും പൊന്നറയോടെയുമൊക്കെ ഇരുന്ന് തർക്കിക്കും. മ് എന്ത് ചോദിച്ചത്?"

അപ്പോഴേക്കും അവർ ബസ്സ്റ്റാന്റിലെത്തി.

"അവൻ വീട്ടിന്നിറങ്ങിപ്പോയി. ഇവിടെ വന്നോന്നറിയാനാണ് ഞാൻ വന്നത്."

"ഇവിടെ വന്നില്ല." അബ്ദുൾ ഖാദർ പറഞ്ഞു.

അതുപറയുമ്പോൾ കള്ളമാണെന്ന് അനന്തകൃഷ്ണന് തോന്നി.

"അവൻ പോയതെന്തിന്?" അബ്ദുൾ ഖാദർ ചോദിച്ചു.

"അവന്റെ കമ്യൂണിസ്റ്റ് പുസ്തകങ്ങൾ ഞാൻ നശിപ്പിച്ചതിന്."

"നിങ്ങള് ചെയ്തത് തെറ്റല്ലേ? വായനയിലൂടെ അറിവുനേടുന്നത് നിങ്ങൾ തടയാൻ പാടുണ്ടോ. പൗരസ്വാതന്ത്ര്യത്തെകുറിച്ചല്ലേ നിങ്ങളും പറയുന്നത്."

"ഒരു കമ്യൂണിസ്റ്റിന് എന്റെ വീട്ടിൽ സ്ഥാനമില്ല."

"എന്നാ പിന്നെ തെരക്കി നടക്കണ്ടല്ലോ."

"അവന്റെ മനസ്സ് മാറുമോന്നറിയാനാണ്."

"മാറിയാൽ അങ്ങ് വരും. പക്ഷേ നിങ്ങളത് പ്രതീക്ഷിക്കണ്ട."

അന്തഃസംഘർഷത്തിലും സംയമനത്തിലും പെട്ട പിതാവിനെ നോക്കി അബ്ദുൾ ഖാദർ പറഞ്ഞു.

"അവനിവിടെ വരാത്ത സ്ഥിതിക്കിപ്പം ആലപ്പുഴ എത്തിക്കാണും. സി.പിടെ പൊലീസും ഗുണ്ടകളും ചേർന്ന് തൊഴിലാളികളെ അടിച്ചൊതുക്കുകയും വെടിവച്ചു കൊല്ലുകയുമാണ്. ഞാനും അങ്ങോട്ട് പോകയാണ്. ഇനി കണ്ടാ കണ്ടെന്ന് പറയാം." അപ്പോൾ വന്നു നിന്ന ഒരു ബസിലേക്ക് അയാൾ ഓടിക്കയറി.

അനന്തകൃഷ്ണൻ എന്തു ചെയ്യണമെന്നറിയാതെ അവിടെ കറങ്ങി നടന്നു. ജീവിതത്തിന്റെ അർത്ഥങ്ങളെല്ലാം മാറിമറിഞ്ഞിരിക്കുന്നു. തന്റെ അച്ഛനിൽ നിന്ന് കിട്ടാത്ത സ്നേഹവും സ്വാതന്ത്ര്യവും താൻ മക്കൾക്ക് നൽകി. അച്ഛന്റെ അച്ഛൻ ഒരു നമ്പൂതിരിയായിരുന്നു.

അതിനാൽത്തന്നെ സ്നേഹമോ സാമീപ്യമോ അച്ഛന് കിട്ടീട്ടില്ല. തന്റെ മക്കൾക്ക് ആ അവസ്ഥ ഉണ്ടാകരുതെന്ന് കരുതി. എല്ലാം തകിടം മറിഞ്ഞു. ഇങ്ങനെയൊക്കെ ചിന്തിച്ചുനിൽക്കുമ്പോൾ ഒരു ബസ് വന്നു നിന്നു. അയാൾ ബസിൽ കയറി ഒഴിഞ്ഞുകിടന്ന ഒരു സീറ്റിൽ ഇരുന്നു.

## പന്ത്രണ്ട്

വിദൂരമായ കാലത്തിൽനിന്ന് ചുറ്റിവളഞ്ഞ ഒരു കോട്ടയിൽ പിറന്നു വീണ് വളരുന്ന ഓരോ മനുഷ്യനും ആ കോട്ടയുടെതന്നെ ആകൃതിയിലും സ്വഭാവത്തിലും ഒരാവരണം പൊതിഞ്ഞുനിന്നിരുന്നു. ഈ ലോകത്ത് ജനിച്ചു വീഴുന്ന ഓരോ മനുഷ്യക്കുഞ്ഞും അങ്ങനെ വളരുന്നു. പൊക്കിൾക്കൊടിയിലൂടെ ഇരുട്ട് കുത്തിക്കയറുന്നു. ഇരുളിന്റെ കുഴിയിൽ അകപ്പെട്ടുപോയി എന്ന് തിരിച്ചറിഞ്ഞാൽ രക്ഷപ്പെടാനുള്ള ശ്രമമാണ് പിന്നെ ജീവിതം. ഒരിക്കലും രക്ഷപ്പെടാതെ ആ ശ്രമത്തിൽ സ്വാതന്ത്ര്യവും അസ്തിത്വവും അനുഭവിക്കുന്നു.

ഏറത്ത് തറവാടിന്റെ പടിപ്പുരയ്ക്കുപുറത്തു കടന്നപ്പോൾ ആ കോട്ടയിൽ നിന്ന് പുറത്താകുകയായിരുന്നു, ജയരാജൻ.

അനന്തമായ കാലം. വിശാലമായ ലോകം.

ഇടുങ്ങിയ ജന്മം.

പുറത്തു കടക്കണം.

ജയരാജൻ പലപ്പോഴും ഇങ്ങനെ ചിന്തിച്ചിട്ടുണ്ട്.

എന്തോ തന്നെ തടസ്സപ്പെടുത്തുന്നതായി അവൻ അറിയുന്നുണ്ടായിരുന്നു. അത് ഭീതിയല്ലാതെ മറ്റൊന്നുമല്ല. രണ്ടു ഭയങ്ങളാണ്. നിലനിൽപ്പിനായുള്ള ഭയം. മരണത്തെക്കുറിച്ചുള്ള ഭയം.. ഭയത്തിൽ നിന്നു പുറത്തു കടക്കാനുള്ള ശ്രമം തുടങ്ങിയിട്ട് ഏറെ നാളായി. ഇതിനായി വായനയെയായിരുന്നു ആശ്രയിച്ചിരുന്നത്. അതായിരുന്നു ബലം. ഇനി മറ്റൊന്നു കൂടി. അത് പ്രവൃത്തിയാണ്. ആക്ഷൻ. ലോകത്തിന്റെ ഷേപ്പ് മാറ്റാൻ ചെയ്യുക. ഒന്നു ചെയ്യുമ്പോൾ ഭയത്തിന്റെ ഒരു കണ്ണി അടർന്നുവീഴുന്നു.

ജയരാജൻ സ്കൂളിനു മുന്നിലെത്തിയപ്പോൾ ആകാശം തെളിമയിൽ അതിന്റെ ഏറ്റവും വലിയ വിസ്തൃതിയെ കാണിച്ചു.

ആദ്യം ശേഖർ മാമനെ കാണണം. അവനറിയാം ശേഖർ തിരുവനന്തപുരത്ത് കാണില്ലെന്ന്. ഒരു സമരം കഴിഞ്ഞാൽ അടുത്ത സമരമുഖത്താവും സഖാവ്. എവിടെയായിരിക്കാം എന്ന് ഒന്നാലോചിക്കേണ്ടി വന്നില്ല. അതിനുമുൻപേ ആ സമരചിത്രം മനസ്സിൽ വന്നു. ആലപ്പുഴയിലെ തൊഴിലാളി സമരം.

ഇന്നലെ അക്കാമ്മ ചെറിയാന്റെ നേതൃത്വത്തിൽ ചിത്തിര തിരുനാൾ രാജാവിന് മെമ്മോറാണ്ടം സമർപ്പിക്കാൻ പോയ വൻ പ്രകടനത്തിൽ ആലപ്പുഴയിലെ തൊഴിലാളികളുടെ ചെങ്കുപ്പായ മണിഞ്ഞ ജാഥ കണ്ടത് ജയരാജൻ ഓർത്തു. ആദ്യമായാണ് ചുവപ്പു വാളണ്ടിയർമാരുടെ ഒരു ജാഥ കാണുന്നത്.

ശേഖർ മാമൻ ആലപ്പുഴയിൽ എത്തിക്കാണും. ആദ്യം കൊല്ലത്ത് എത്തുക. പിന്നെ ആലപ്പുഴയ്ക്ക് ബോട്ടിൽ പോകാം. കൊല്ലത്തേക്കു പോകാൻ രണ്ടു ബസ് കയറണം. ജയരാജൻ ബസ് കാത്തുനിന്നു.

കൊല്ലത്തെത്തിയപ്പോഴേ ആലപ്പുഴയിലെ സമരത്തിന്റെ ഇടി മുഴക്കങ്ങൾ കേൾക്കാമായിരുന്നു. എങ്ങും സമരത്തെക്കുറിച്ചുള്ള സംസാരങ്ങൾ മാത്രം. ആയുധധാരികളായ പട്ടാളക്കാരെയും വഹിച്ചു കൊണ്ടുള്ള ബസുകൾ നിരനിരയായി പോകുന്നു. ഇതെല്ലാം ജയ രാജനെ താൻ എങ്ങോട്ടാണ് പോകുന്നതെന്ന് വ്യക്തമായും അറി യിച്ചു.

ബോട്ടുജട്ടിയിൽ എത്തിയപ്പോൾ യൂത്ത് ലീഗ് പ്രവർത്തകനായ തൈക്കാട് ഭാസ്കറിനെ കണ്ടു. യഥാർത്ഥത്തിൽ ജട്ടിയിൽ ബോട്ട് കാത്ത് നിൽക്കുമ്പോൾ ഭാസ്കർ പിന്നിൽനിന്ന് ജയരാജന്റെ തോളിൽ തട്ടുകയായിരുന്നു. തിരിഞ്ഞുനോക്കിയപ്പോൾ ഭാസ്കരേട്ടൻ ആണ്.

''എന്താ ഇവിടെ?'' ഭാസ്കർ ചോദിച്ചു.

''ആലപ്പുഴയ്ക്കാണോ?'' ജയരാജൻ തിരിച്ചു ചോദിച്ചു.

''മ്.. നീ എവിടേക്കാ?''

''ആലപ്പുഴയ്ക്ക്?''

''എന്തിന്?''

''സമരത്തിന്.''

ഭാസ്കരൻ അത്ഭുതത്തോടെ നോക്കി.

ഭാസ്കരന്റെ മനസ്സിൽ സംശയങ്ങൾ മുറിഞ്ഞുമുറിഞ്ഞ് വന്നു.

ഒന്നും ചോദിച്ചില്ല.

''ശേഖർ മാമൻ ആലപ്പുഴയ്ക്ക് പോയോ?'' ജയരാജൻ ചോദിച്ചു.

''ജയിലീന്നിറങ്ങി ഇന്നലെ നേരേ ആലപ്പുഴയ്ക്കു പോയി. നമ്മുടെ സഖാക്കൾ പലരും പോയിട്ടുണ്ട്. സ്റ്റേറ്റ് കോൺഗ്രസ്കാരും സി പിയും ഒത്തുകളിക്കും. തൊഴിലാളികളുടെ രണ്ട് ഡിമാന്റ് ഉത്തരവാദഭര ണവും തടവിലായവരെ വിടുന്നതുമായിരുന്നു. തടവുകാരെ വിട്ടു. പൊലീസും പട്ടാളവും മുതലാളിമാരുടെ ഗുണ്ടകളും കൂടി നടത്തുന്ന നരനായാട്ടാ ഇനി കാണാൻ പോകുന്നത്. കണ്ടില്ലേ പട്ടാളം പോകു ന്നത്.''

ഭാസ്കർ തുടർന്നു. ''ഇന്നലെ ആലപ്പുഴ കടപ്പുറത്ത് അയ്യായിരം ചുവപ്പുവാളണ്ടിയർമാരുടെ പ്രകടനവും യോഗവും നിശ്ചയിച്ചിരുന്നു. നടന്ന് കാണണം.''

അപ്പോഴേക്കും ബോട്ട് വന്നു. അടുത്തടുത്തിരിക്കാൻ സീറ്റുണ്ടായിട്ടും അവർ അതിൽ ഇരുന്നില്ല. അടുത്തടുത്തിരുന്നാലും അവർക്ക് സംസാരിക്കേണ്ടതൊന്നും സംസാരിക്കാൻ പറ്റില്ലല്ലോ. അല്ലെങ്കിലും ജയരാജന് ഒന്നും സംസാരിക്കാൻ ഇല്ലായിരുന്നു.

തെളിമയുള്ള ആകാശം. കായൽപ്പരപ്പിൽ പ്രകാശം വീണു ചിതറി.

ആദ്യമായാണ് കൊല്ലത്തിനപ്പുറം വടക്കോട്ട് യാത്ര ചെയ്യുന്നത്. മലയും കാടും പുഴയുമൊക്കെയായ തന്റെ നാട്ടിൽനിന്ന് വളരെ വ്യത്യസ്തമായ പ്രകൃതി. തെങ്ങോലയുടെ പച്ചപ്പ് വിരിച്ച കര ഇപ്പോൾ ദൂരക്കാഴ്ചയായി. അഷ്ടമുടിക്കായലിന്റെ വിശാലതയിൽ നോക്കി ജയരാജ് ഇരുന്നു.

തനിക്ക് രണ്ടുസീറ്റ് മുൻപിലാണ് തൈക്കാട് ഭാസ്കർ ഇരിക്കുന്നത്. ഒരു ജട്ടിയിൽ ബോട്ടടുപ്പിച്ച് ആളുകൾ കയറുമ്പോൾ അവർ സംസാരിച്ചുകൊണ്ടുനിന്ന വിഷയംതന്നെ ആവേശത്തോടെ സംസാരിച്ചും തർക്കിച്ചുമാണ് ബോട്ടിൽ കയറുന്നത്. വിഷയം മറ്റൊന്നുമല്ല, തൊഴിലാളി സമരം തന്നെ. യാത്രക്കാർ ഏറെയും നിശ്ശബ്ദരാണ്. അവരും ആ സംഭാഷണങ്ങൾ ശ്രദ്ധിക്കുന്നു. അവരുടെ മൗനങ്ങളിൽ അവർക്കും അഭിപ്രായമുണ്ടെന്ന് മനസ്സിലാവും. മൗനത്തിൽ ശ്രദ്ധിക്കുന്ന ചിലർ ചില അഭിപ്രായങ്ങൾ കേൾക്കുമ്പോൾ പരസ്പരം നോക്കുന്നു. കണ്ണുകൾകൊണ്ട് വിനിമയം. അവർ സമരാനുകൂലികളോ സമരത്തിൽ പങ്കെടുക്കാൻ പോകുന്നവരോ ആകാം.

അഭിപ്രായപ്രകടനങ്ങളിൽ കൃത്യം അവരുടെ ജാതി ആലേഖനം ചെയ്തിട്ടുണ്ട്. നായന്മാർ ഈഴവർ ക്രിസ്ത്യാനികൾ മുസ്ലീങ്ങൾ. ഇവരാണ് പൗരസമൂഹം. അഭിപ്രായമുള്ളവർ. അത് പറയുന്നവർ. രാജഭക്തിയുടെ കാര്യത്തിൽ ഇവർക്കിടയിൽ അഭിപ്രായവ്യത്യാസമില്ല. എല്ലാവരും യോജിപ്പാണ്.

ആലപ്പുഴയിൽ ബോട്ട് ഇറങ്ങിയപ്പോൾ എങ്ങും പട്ടാളക്കാരാണ്. ഇറങ്ങുന്ന തിരക്ക് കഴിഞ്ഞപ്പോൾ ഭാസ്കർ വേഗത്തിൽ ഒറ്റയ്ക്ക് അല്പദൂരം നടക്കുകയും എന്തോ മറന്നപോലെ അതേ സ്പീഡിൽ തിരികെ വരുകയും ആ വരവിൽ ജയരാജന്റെ കാതിൽ ഇങ്ങനെ മന്ത്രിക്കുകയും ചെയ്തു. കൂടെ നടക്കാതെ പിൻതുടർന്നോ. ജയരാജൻ ഭാസ്കറിനെ ശ്രദ്ധിക്കാത്തപോലെ ഒരു കടയുടെ മുന്നിൽ എന്തോ വാങ്ങാനെന്ന പോലെ നിന്നു. ഭാസ്കർ ഒരു ചെറിയ വഴിയിലേക്കു കടക്കുന്നതുകണ്ട് ജയരാജനും ആ വഴിയിൽ കുറെ പിറകിലായി നടന്നു. പഞ്ചാരമണൽപ്പാതയിലൂടെ പല വളവുകളും

കടന്ന് ഒരു പറമ്പിലൂടെ ഭാസ്കർ നടന്നു. തെങ്ങുകൾക്കിടയിലൂടെ കുറെ നടന്നിട്ട് ഭാസ്കർ ജയരാജനെ കാത്തുനിന്നു. ജയരാജൻ കൂടെ എത്തിയപ്പോൾ രണ്ടു പേരും കൂടി നടന്ന് കായലിനരികെ യുള്ള ഒരു കുടിലിൽ ചെന്നുനിന്നു.

ഒരു പെൺകുട്ടി വാതിലിലൂടെ തല വെളിയിലേക്ക് കാണിച്ചു.

''കേശവനില്ലേ.'' ഭാസ്കർ ചോദിച്ചു.

അവൾ ഒന്നും മിണ്ടിയില്ല. അവൾ വാതിലിൽ പിടിച്ച് അകത്തേക്ക് നോക്കി. വീണ്ടും തിരിഞ്ഞ് വന്നവരെ നോക്കി. ഇപ്പോൾ അവൾ ചിരിച്ചു. പിറകേ ഒരു അമ്മൂമ്മ വന്നു. വടി പിടിച്ച് കൂനി നിന്ന് അവർ വന്നതാരെന്ന് നോക്കി. അസ്ഥിമാത്രമായ ശരീരം. ചുക്കിച്ചുളിഞ്ഞ മുലകൾ.

''കേശവനൊണ്ടോ. ഞങ്ങൾ തെക്കുന്നാ. യൂണിയൻകാരാ.''

''വരീം. കേറി ഇരിക്കീം.'' വൃദ്ധ പറഞ്ഞു.

ജയരാജനും ഭാസ്കറും അകത്തേക്കു കയറി തറയിൽ ഇരുന്നു. അവിടെ തറയിൽ ഒരു യുവാവ് കിടക്കുന്നു. വൃദ്ധ അവന്റെ കാൽ ക്കൽ ഇരുന്നു. പെൺകുട്ടി വാതിലിൽ പിടിച്ച് നിന്നു.

അവർ തറയിൽ കീറിയ പുൽപ്പായമേൽ കിടക്കുന്ന ചെറുപ്പക്കാ രനെ നോക്കി. മീശ മുളച്ചുവരുന്ന പ്രായം. പെൺകുട്ടിക്ക് ഏഴെട്ട് വയസ്സ് വരും.

''ഇവനെ ഇന്നലെ പോലീസ്കാര് അടിച്ച് കാലൊടിച്ചു.'' വൃദ്ധ പറഞ്ഞു.

മയക്കത്തിലായിരുന്ന അവൻ ഉണർന്നു നോക്കി.

''ഞങ്ങൾ തെക്കുന്നാ. തിരോന്തരത്ത്. ഞാൻ ഭാസ്കർ, ഇത് ജയരാജൻ.'' ഭാസ്കർ അവനോടു പറഞ്ഞു.

അവൻ തല കുലുക്കി.

''എന്താ പറ്റിയത്?''

''ഇന്നലെ ഇവിടെ ഒരു ഊക്കൻ പ്രകടനം നടന്നു. ആയിരത്തീ കൂടുതല് ആള്കളൊണ്ടായിരുന്ന്. ശവക്കോട്ടപ്പാലത്തിന്റവിടെയെ ത്തിയപ്പൊ പട്ടാളം വെടിവച്ചു. നാലുപേര് മരിച്ച്. ചിതറിയോടിയവരെ പോലീസ് തല്ലിച്ചതച്ച്. പിന്നെയവിടെയുള്ള വീടുകളിലെല്ലാം കേറി അടിച്ചു. വീടുകൾക്കൊക്കെ തീവച്ചു. ഇന്ന് പ്രകടനജാഥയൊണ്ട്. എ.കെ. ഗോപാലൻ പ്രസംഗിക്കും എന്ന് പറയണ കേട്ടു. നടക്കോ എന്തോ.''

''അതെന്ത്?''

''എല്ലാർക്കും ഇപ്പം പേടിയാണ്.''

''പേടിച്ചാ പറ്റൂല്ലല്ലെ. ഞങ്ങളും സമരത്തിന് വന്നതാണ്. ഇന്നലെ ജയിലീന്നിറങ്ങീട്ട് എൻ.സി. ശേഖർ നേരേ ഇങ്ങോട്ട് വന്നിട്ടൊണ്ട്. മലബാറീന്നും കൊറെപ്പേര് സമരത്തിന് സഹായവുമായി വന്നിട്ടൊണ്ട്. ഭയക്കരുത്. ഇത് ജീവൻ മരണ പോരാട്ടമാണ്.'' ഭാസ്കർ മുഷ്ടിചുരുട്ടി അവന് ധൈര്യം പകർന്നു.

''കേശവന്റെ മകനാണോ?''

അവൻ തല കുലുക്കി.

''എന്താ പേര്?''

''നകുലൻ.''

അവൻ അപ്പോൾ വന്ന വേദന തടസ്സപ്പെടുത്തിയ ശബ്ദത്തിൽ പറഞ്ഞു.

''മൊതലാളിമാരുടെ ഫാക്ടറികളൊക്കെ പോലീസുകാരുതന്നെ തീയിടും. സമരം ചെയ്യുന്നവര് അക്രമികളെന്ന് കാണിക്കാൻ.''

''മോളെ പേരെന്താ?'' ഭാസ്കർ ചോദിച്ചു

''മല്ലിക.'' അവൾ നാണത്തോടെ പറഞ്ഞു.

''കേശവന്റെ അമ്മയാണോ?'' ഭാസ്കർ വൃദ്ധയോട് ചോദിച്ചു.

''കേശവന്റെ അമ്മ തന്നെ. നെഞ്ച് കത്തുന്ന് മോനേ... അവര് എന്റെ മോനേം കൊല്ലോ?''

''അങ്ങനെ എല്ലാരേം കൊല്ലാമ്പറ്റോ. അമ്മ ധൈര്യമായിട്ടിരി. എത്ര ജന്മമായി ഇത് സഹിക്കുന്ന്. ഇതിനൊരറുതി വേണ്ടേ.''

കണ്ണീർ തുടച്ചിട്ട് അവർ ജയരാജനെ നോക്കിപ്പറഞ്ഞു.

''ഈ കൊച്ചെന്തിതൊന്നും മിണ്ടാത്തത്?''

''ഒന്നുമില്ലമ്മാ. ചേട്ടൻ സംസാരിക്കുന്നോണ്ട്.'' ജയരാജൻ പറഞ്ഞു.

''മല്ലിക പടിക്കുന്നാ?'' ജയരാജൻ മല്ലികയോട് ചോദിച്ചു.

''മ്...'' അവൾ മൂളുകയും തല കുലുക്കുകയും ചെയ്തു.

''എത്രേൽ?''

''മൂന്നീ...'' അവൾ വേഗം അകത്തേക്കോടി ഒരു സ്ലേറ്റും കുറ്റിപ്പെൻസിലും കീറി മുഷിഞ്ഞ പുസ്തകവുമായി വന്ന് ജയരാജന്റെ അടുത്ത് ഇരിപ്പായി.

''പടിക്കാമ്പോവയാണോ.'' ജയരാജൻ ചോദിച്ചു.

അവൾ സ്ലേറ്റ് നെഞ്ചിനോടു ചേർത്തുപിടിച്ച് സൂത്രഭാവത്തിൽ പറഞ്ഞു.

''ഗുണനപ്പട്ടിക എനിക്ക് അറിയാമല്ലെ. പടം വരച്ചേച്ച് പട്ടിക ചൊല്ലാം.'' അവൾ ജയരാജന്റെ അരികെ ഇരുന്ന് പടം വരയ്ക്കാൻ

തുടങ്ങി. തല ചരിച്ചുവച്ച് ശ്രദ്ധയോടെ പടം വരയ്ക്കുന്ന അവളുടെ ഭാവം അവൻ നോക്കിയിരുന്നു. ഒരു പടം വരച്ച് കൊച്ചരിപ്പല്ലുകൾ കാട്ടിച്ചിരിച്ച് പ്രകാശം വിതറി. അവൾ പടം ജയരാജനെ കാണിച്ചു. സ്ലേറ്റ് ഉയർത്തിപ്പിടിച്ചു കാണിക്കുമ്പോൾ ഒരു വിജയിയുടെ ഭാവമുണ്ടവൾക്ക്. അവളുടെ ബാല്യനിഷ്കളങ്കത കാണുമ്പോൾ ജയരാജനും ഒരു കുട്ടിയുടെ നിർമ്മലതയിൽ ചിരിച്ചു. അവർ രണ്ടും മാത്രമേ ഈ ലോകത്തുള്ളൂ എന്നുതോന്നും അതു കണ്ടാൽ. ഭാസ്കർ ജയരാജനെ നോക്കി ഇരിക്കുകയായിരുന്നു.

"ഇത്തിരി കപ്പേം മീങ്കറീം എടുക്കട്ടാ." വൃദ്ധ ചോദിച്ചു

ജയരാജനും ഭാസ്കറും തമ്മിൽത്തമ്മിൽ നോക്കി. ഭാസ്കർ പറഞ്ഞു.

"വെശപ്പൊണ്ട്."

അവർ കൂനിക്കൂനി അകത്തേക്കു പോയി. അകത്തുനിന്ന് അവർ മല്ലികയെ വിളിച്ചു. അവൾ സ്ലേറ്റും പെൻസിലും ജയരാജന്റെ മടിയിലേക്കു വച്ച് അകത്തേക്ക് പോയി.

ജയരാജൻ സ്ലേറ്റും പെൻസിലുമെടുത്ത് അതിൽ പടം വരയ്ക്കാൻ തുടങ്ങി. ഇതിനിടയിൽ മല്ലിക രണ്ടു പിഞ്ഞാണങ്ങളിൽ, മീൻചാറൊഴിച്ച കപ്പ അവരുടെ മുന്നിൽ കൊണ്ടുവച്ചു. പിറകേ ഒരു മൊന്തയിൽ വെള്ളവുമായി കൂനിക്കൂനി മുത്തശ്ശിയും.

ഇപ്പോൾ ജയരാജൻ പടം വരച്ചു തീർന്നു. അവൻ ആ പടം മല്ലികയെ കാണിച്ചു. ഒരു പെൺകുട്ടി. ഒരുപാടു ഭാവങ്ങൾ മല്ലികയുടെ മുഖത്തു വിടർന്നു. നാണം, ആശ്ചര്യം, സന്തോഷം, അത്ഭുതം.

"ഇതാരാ..?" അവൾ ചോദിച്ചു.

അവൻ ചൂണ്ടുവിരലും ഒപ്പം അവന്റെ കണ്ണുകളും അവൾക്കു നേരേ ചൂണ്ടി.

"ഏ..." അവൾക്ക് ചിരിയും നാണവും വന്നു. അവൾ സ്ലേറ്റ് വാങ്ങി വീണ്ടും സൂക്ഷിച്ചുനോക്കി. ഇത് തന്നെപ്പോലെ തന്നല്ലോ എന്ന അത്ഭുതം. ഇത് താൻ തന്നെയോ എന്ന സംശയം. അവൾ പറഞ്ഞു.

"ഇത് സുന്ദരിയല്ലേ? ഞാൻ സുന്ദരിയല്ലല്ലോ."

എല്ലാവരും ചിരിച്ചുപോയി. നകുലന്റെ ശരീരവേദനയിൽ ചിരിയുടക്കി.

"മല്ലിക സുന്ദരിയാണല്ലോ." ജയരാജൻ പറഞ്ഞു. അവൾ വലിയൊരു അംഗീകാരം കിട്ടിയപോലെ തല ചരിച്ചു നോക്കി പറഞ്ഞു.

"ഇത് ഞാൻ മായ്ക്കാതെ വച്ചേക്കും."

''സ്ലേറ്റിൽ ഇനീം എഴുതണ്ടേ. അത് കൊറേക്കഴിഞ്ഞ് മായ്ച്ചോ. ഞാൻ പേപ്പറിൽ വരച്ചു തരാം.''

അവൾ സന്തോഷത്തിൽ തല കുലുക്കി.

അവൾ ചോദിച്ചു

''എപ്പം.''

''നാളെ.''

''അപ്പം നാളേം ഇവിടെ കാണോ.''

''നാളേം മറ്റന്നാളും അതിനടുത്ത ദിവസോം എല്ലാം കാണും.''

അവൾ സന്തോഷംകൊണ്ട് ചിരിച്ചു.

ജയരാജനും ഭാസ്കറും കപ്പയും മീനും കഴിച്ച് വെള്ളവും കുടിച്ച് പുറത്തു വച്ചിരുന്ന കലത്തിൽനിന്ന് വെള്ളമെടുത്ത് കൈ കഴുകുകയും വായ കൊപ്ലിക്കുകയും ചെയ്തു.

അപ്പോഴാണ് നാലഞ്ചാളുകൾ അങ്ങോട്ടുവന്നത്. കൂട്ടത്തിൽ ഒരാൾ ചോദിച്ചു.

''നിങ്ങളാരാണ്?''

''ഞങ്ങൾ തിരോന്തരത്ത് നിന്നാണ്. ഞാൻ തൈക്കാട് ഭാസ്കർ. യൂത്ത് ലീഗിൽ എൻ സി ശേഖറിന്റെ ഒപ്പം പ്രവർത്തിക്കുന്നു. ഇത് ജയരാജൻ. തിരോന്തരത്ത് പടിക്കയാണ്. ഇപ്പം തൊഴിലാളികളുടെ സമരത്തീ പങ്കെടുക്കാൻ വന്നതാ.''

കൂട്ടത്തിൽ വെളുത്ത് സുന്ദരനായ ഒരാൾ. ഭാസ്കറും ജയരാജനും തന്നെത്തന്നെ നോക്കുന്നതുകണ്ട് ആ മനുഷ്യൻ പറഞ്ഞു.

''ഞാൻ ഏ.കെ. ഗോപാലൻ.''

ഏ.കെ. ഗോപാലൻ തിരുവിതാംകൂറിലുണ്ടെന്ന വിവരം ഭാസ്കറിനറിയാം. ഉത്തരവാദഭരണപ്രക്ഷോഭണത്തിന് പിന്തുണയുമായി മലബാറിൽ നിന്നുള്ള ജാഥ നയിച്ചത് ഏ.കെ. ഗോപാലനാണ്. ആലുവയിൽ വച്ച് അറസ്റ്റ് ചെയ്യപ്പെട്ട് ജയിലിലായിരുന്നു. ഉത്തരവാദഭരണ പ്രക്ഷോഭണത്തിൽ പങ്കെടുത്തവരെയൊക്കെ വിട്ടപ്പോൾ ഏ.കെ. ഗോപാലനും ജയിൽ മോചിതനായി.

''നമുക്കകത്തിരിക്കാം.'' ഏ.കെ. ഗോപാലൻ പറഞ്ഞു.

ആദ്യം ഗോപാലനും പിറകേ മറ്റുള്ളവരും പൊക്കം കുറഞ്ഞ വാതിലിലൂടെ കുനിഞ്ഞ് അകത്തേക്കു കയറി.

ഗോപാലൻ ആകെയൊന്ന് നോക്കി. വൃദ്ധമാതാവിനെയും മല്ലിക എന്ന കുരുന്നിനെയും ഗോപാലൻ ഇരുവശങ്ങളിലുമായി ചേർത്തു പിടിച്ചു.

''എന്റെ മോനെവിടെ? അവന് വല്ലോം പറ്റ്യോ.'' ആ അമ്മ ഗോപാലന്റെ മുഖത്തു നോക്കി സങ്കടത്തോടെ ചോദിച്ചു.

''കേശവൻ ഇവിടെയുണ്ട്. സമരത്തിന്റെ പ്രവർത്തനത്തിലാണ്. അമ്മ വിഷമിക്കരുത്. ധൈര്യമായിരിക്കണം. ഇവിടെ ആരും ഒറ്റയ്ക്കല്ല. നമ്മെളെല്ലാം ഒരുമിച്ചാണ്. ഒറ്റക്കെട്ട്. നമ്മളെ ഇനി അവർക്ക് തോൽപ്പിക്കാനൊക്കില്ല. തൊഴിലാളി ഐക്യത്തിനുമുന്നിൽ അവർ മുട്ടുകുത്തും. തോക്കിനും ലാത്തിക്കും ഒരുമിച്ചു നിൽക്കുന്ന തൊഴിലാളിയെ തോൽപ്പിക്കാനാവില്ല. അവർ പല രീതിയിലും നമ്മെ തളർത്താൻ നോക്കും. തളരരുത്. നമ്മിൽ ചിലർ മരിച്ചുവീണെന്നു വരും. തളരരുത്. എല്ലു മുറിയെ പണി ചെയ്താലും വിശപ്പടക്കാൻ കൂടി കഴിയുന്നില്ല. നൂറ്റാണ്ടുകളായി ഇതനുഭവിക്കുന്നു. ഇനി ഇതവസാനിപ്പിക്കണം. ഈ കിടക്കുന്ന കൊച്ചനുജൻ ഈ കുഞ്ഞുമോൾ നമ്മുടെ വരും തലമുറ സ്വതന്ത്രമാവണം. തളരരുത്. അമ്മമാർ തളരരുത്. അമ്മമാർ കൊടുക്കുന്ന കരുത്തിലാണ് മക്കൾ അവകാശത്തിനായി പൊരുതുന്നത്.''

ആ അമ്മയുടെ കണ്ണുനീർ ഏ.കെ.ജി തുടച്ചു. അവരുടെ നിറഞ്ഞ കണ്ണുകളിൽ ആലംബത്തിന്റെ ആശ്വാസം കാണാമായിരുന്നു. ഏ.കെ.ജി മല്ലികയുടെ കൈയിലിരുന്ന പടം വാങ്ങി നോക്കി.

''മോൾ വരച്ചതാ.''

''അല്ല. ഈ.....'' അവൾ ജയരാജനെ ചൂണ്ടിപ്പറഞ്ഞു.

ഏ.കെ.ജി ജയരാജന്റെ കണ്ണിലേക്കു നോക്കി പുറത്ത് തട്ടി.

ഏ.കെ. ഗോപാലന്റെ ശ്രദ്ധ നകുലനിലേക്കായി. ഏ.കെ.ജിക്ക് മനസ്സിലായി അവൻ മർദ്ദനമേറ്റ് കിടക്കുകയാണെന്ന്. ഏ.കെ.ജി അവനരികിൽ ഇരുന്ന് അവന്റെ കാൽ പിടിച്ച് പരിശോധിച്ചു. അവൻ വേദനകൊണ്ട് അയ്യോ എന്ന് വിളിച്ചുപോയി.

''മർമ്മമോ വൈദ്യമോ അറിയാവുന്ന ആരെങ്കിലുമുണ്ടോ ഈ കൂട്ടത്തിൽ?''

ഏ.കെ.ജി ചോദിച്ചു.

''ഔസേപ്പുണ്ട്. ഔസേപ്പ് വരും. ഔസേപ്പ് മർദ്ദനമേറ്റവരുടെ വീടുകളീ കേറിയിറങ്ങയാ. ഇവിടേം വരും. കൊറച്ച് വെള്ളം അടുപ്പീ ഇട്ടേരെ.''

കൂട്ടത്തിൽ ഒരാൾ പറഞ്ഞു

''ഇന്ന് ജാഥയും യോഗവും നടന്നാ.'' നകുലൻ ചോദിച്ചു.

''നടന്നില്ല. കുറച്ചു ഭയം നമ്മടെ ആളുകൾക്കുണ്ട് ഇന്നലത്തെ വെടിവയ്പ്പോടെ. ഞങ്ങൾ എല്ലാ വീട്ടിലും പോകുന്നുണ്ട്. ഇന്നു

വൈകുന്നേരം കിടങ്ങാംപറമ്പ് മൈതാനത്ത് ഒരു യോഗമുണ്ട്. നാളെ കൂടുതൽ ഉഷാറായി സമരം നടക്കും.''

ഏ.കെ.ജി പറഞ്ഞു.

അപ്പോൾ പോകയല്ലേ എന്ന് ഭാസ്കറിനോടും ജയരാജനോടും ഏ.കെ.ജി തല കുലുക്കി കാണിച്ചു. അമ്മയോടും മല്ലികയോടും നകുലനോടും ഏ.കെ.ജി ആംഗ്യം കൊണ്ട് യാത്ര പറഞ്ഞു.

ഏ.കെ. ഗോപാലനും സംഘത്തോടും ഒപ്പം ഭാസ്കറും ജയരാജനും പുറത്തേക്കിറങ്ങി.

വാതിൽക്കൽ മല്ലിക നോക്കിനിന്നു. കുറച്ചു ദൂരം ചെന്ന് ജയരാജൻ ഒന്ന് തിരിഞ്ഞുനോക്കി.

അവൾ നോക്കിനിന്നു, അവർ മറഞ്ഞുപോയിട്ടും.

## പതിമ്മൂന്ന്

**അ**തിദീർഘമായ കാലത്തിൽ കുരുക്കിക്കുരുക്കിയിട്ടതാണ് ആ ഭയം. അനുസരണയിൽ അകമേ ബന്ധിതരായവർ. സംഘടിത ശക്തിയുടെ അഗ്നിജ്വാലയിൽ ആ ഭയം ഭസ്മമാകും. പക്ഷേ അധികാരത്തിന്റെ തേരുരുളുമ്പോൾ വീണ്ടും ഭയം വ്യാളിയായി അവരെ വലിഞ്ഞു മുറുക്കും. സഹോദരർ കുറെപ്പേർ മരിച്ചു വീഴുന്നു. കൊടിയ മർദ്ദനത്തിൽ അവർ ചവിട്ടിയരയ്ക്കപ്പെട്ട പഴയ കാലത്തിലേക്ക് വലിച്ചെറിയപ്പെടുന്നു. എല്ലാം പൊലിയുന്ന സ്വപ്നങ്ങളായി അവർക്കു തോന്നും.

ശവക്കോട്ടയിലെ വെടിവയ്പ്പും മർദ്ദനവും അന്നുവരെ അവർ അനുഭവിച്ചിട്ടില്ലാത്തതായിരുന്നു. അധികാരം അതിന്റെ വിശ്വരൂപത്തിൽ ഇന്ന് അവരുടെ മുന്നിൽ വിളഞ്ഞാടി. ഇതിനിടയിൽ സ്വന്തം പക്ഷത്താണ് എന്ന് കരുതിയവരുടെ കുത്തിത്തിരിപ്പും. തൊഴിലാളികളെ കൊല്ലിക്കാൻ മലബാർ സോഷ്യലിസ്റ്റുകൾ ഇളക്കിവിട്ടതാണ് ഈ സമരമെന്നാണ് ചിലർ പ്രചരിപ്പിക്കുന്നത്. അവർ ഞങ്ങളെ വഞ്ചിക്കയാണോ. തൊഴിലാളികൾ വിചാരിച്ചു

ഭയത്താലും സംശയത്താലും തൊഴിലാളികൾ പിൻവാങ്ങുകയാണെന്ന് നേതാക്കൾക്കു മനസ്സിലായി. അവരിൽനിന്ന് ഭയത്തിന്റെ ചങ്ങല അറുത്തു മാറ്റണം. നേതാവ് പി കൃഷ്ണപിള്ള ഉടൻ പ്രകടന ജാഥ നയിക്കാൻ എത്തണമെന്ന് ഏ.കെ.ജിയോട് ആവശ്യപ്പെട്ടു. ഏ.കെ.ജി എത്തിയെങ്കിലും ജാഥ നടന്നില്ല. എങ്ങനെ നടക്കും? ആരും വീടുവിട്ടിറങ്ങാൻ ധൈര്യപ്പെടുന്നില്ല. ആരിലാണ് പ്രതീക്ഷയർപ്പിക്കേണ്ടത്?

വീടുവീടാന്തരം കയറിയിറങ്ങി സഖാക്കൾ. വീണ്ടും ഉണർവ്വിലേക്ക്. ഏ.കെ.ജിയോടൊപ്പം തൈക്കാട് ഭാസ്കറും ജയരാജനും കുറെയേറെ വീടുകൾ കയറിയിറങ്ങി. പുതിയൊരു ജന്മം ജയരാജൻ അനുഭവിക്കുകയായിരുന്നു.

സ്വന്തം വീടുവിട്ടിറങ്ങിയിട്ട് ഒരു പകൽ സമയം മാത്രം. ഇവിടെ എത്താൻ സഞ്ചരിച്ചത് വെറും നൂറ്റമ്പത് കിലോമീറ്റർ ദൂരം. കാലത്തിലും സ്ഥലത്തിലുമല്ലാത്ത മറ്റൊരു സഞ്ചാരം ജയരാജനിൽ നടന്നിരിക്കുന്നു.

യുഗങ്ങൾ കടന്നമാതിരി. സൗരയൂഥ സീമകൾക്കപ്പുറത്തെത്തിയപോലെ. പിന്നോട്ടു നോക്കിയാൽ കറുത്ത ചക്രവാളത്തിനപ്പുറമാണ് ഏറത്ത് ഭവനം. അതിനി കാഴ്ചയിലേ ഇല്ല. ഓർമ്മയിൽ അവിടം ഒരു തമോദ്വാരത്തിൽ ഇല്ലാതെയായി.

അത് ഒരു ഇടമാണ്. ഇതും. ഇടമാണ് തടവ്. ഇടമാണ് വെളിവ്. ഇടങ്ങൾ ഭേദിക്കുന്നതാണ് വികാസം. മനുഷ്യചരിത്രത്തിന്റെ നീളം അവനിൽ ഒരു നാഴികകൊണ്ട് കടന്നുപോയി.

കിടങ്ങാംപറമ്പിൽ കൂടുതൽ ആവേശത്തിൽ ജനങ്ങൾ ഒത്തുകൂടി. വീടുവീടാന്തരം കയറിയിറങ്ങിയതിന് ഫലം കണ്ടു. ഭയം ഒട്ടുമുക്കാലും ഒഴിഞ്ഞു പോയിരുന്നു. ഏ.കെ.ജിയുടെ പ്രസംഗം കഴിഞ്ഞപ്പോൾ അവരുടെ ഭയം പൂർണ്ണമായും ഒഴിഞ്ഞുപോയി. ജനങ്ങൾ കൈയടിച്ച് ആർത്തു വിളിച്ചപ്പോൾ ഏ.കെ.ജിക്കും ആവേശമായി.

യോഗം നടക്കുമ്പോൾ ജയരാജൻ എൻ.സി. ശേഖറിനെ കണ്ടു. സദസ്സിന്റെ അരികിൽ നിൽക്കുന്ന കുറെപ്പേരുടെ ഇടയിൽ ആ തല ഉയർന്നു നിൽക്കുന്നു. ജയരാജൻ അങ്ങോട്ട് നടന്നു. അടുത്തു ചെന്നപ്പോൾ തൈക്കാട് ഭാസ്കറും അവിടെയുണ്ട്.

ജയരാജനെ കണ്ടതും ശേഖർ അവനെ തന്റെ അരികിലേക്ക് ചേർത്ത് അണച്ചു. ജയരാജന്റെ കണ്ണുകളിൽ നോക്കി തള്ളവിരൽ ഉയർത്തിക്കാണിക്കുമ്പോൾ അയാളുടെ മാംസപേശികളാകെ വലിഞ്ഞു മുറുകിയിരുന്നു. ശേഖർ അതിനകം എല്ലാം ഭാസ്കറിൽ നിന്ന് അറിഞ്ഞിരുന്നു.

ശേഖർ തൈക്കാട് ഭാസ്കറിനോട് പറഞ്ഞു.

"ഇവൻ കേശവന്റെ വീട്ടിൽ താമസിക്കട്ടെ. നിനക്ക് വേറേ സ്ഥലം ശരിയാക്കാം."

അന്ന് അതിരാവിലെ എൻ.സി. ശേഖർ ആലപ്പുഴയിൽ എത്തിയിരുന്നു. തിരുവനന്തപുരത്ത് തലേ ദിവസം വൈകുന്നേരം ജയിൽ മോചിതനായതാണ്. ചിത്തിര തിരുനാൾ മഹാരാജാവിന്റെ ജന്മദിനത്തിന് സ്റ്റേറ്റ് കോൺഗ്രസ്കാരെ ജയിലിൽനിന്നും സി.പി. രാമസ്വാമി

അയ്യർക്ക് വിട്ടയയ്ക്കേണ്ടി വന്നത് ആലപ്പുഴയിലെ തൊഴിലാളികളുടെ സമരം കാരണമാണ്. അക്കാമ്മ ചെറിയാൻ നയിച്ച ജാഥയും തൊഴിലാളികളുടെ സമരവും ഒരുമിച്ചു നേരിടാനാകാതെവന്നപ്പോൾ അയ്യർ ബുദ്ധി പ്രവർത്തിച്ചു. സ്റ്റേറ്റ് കോൺഗ്രസ്കാരെ വിട്ടയച്ചിട്ട് തൊഴിലാളികളെ അടിച്ചൊതുക്കുക. നാട്ടിലാകെ ഭീതി വിതച്ച് പട്ടാളക്കാരുടെ വാഹനങ്ങൾ നിരനിരയായി ആലപ്പുഴയ്ക്ക് നീങ്ങി. ഒരു കാര്യം അയ്യർ വിചാരിച്ചതുതന്നെ നടന്നു. സ്റ്റേറ്റ് കോൺഗ്രസിന്റെ സമരത്തിനെ പിന്തുണച്ച് ആയിരക്കണക്കിനു തൊഴിലാളികൾ തെരുവിലിറങ്ങിയെങ്കിലും സ്റ്റേറ്റ് കോൺഗ്രസുകാർ തൊഴിലാളികളെ പിന്തുണച്ചില്ല. അവർ തൊഴിലാളികളെ ഭിന്നിപ്പിക്കാനാണ് ശ്രമിച്ചത്. ശേഖറും ചില യൂത്ത് ലീഗുകാരും മാത്രമാണ് ആലപ്പുഴ സമര രംഗത്തേക്ക് കുതിച്ചെത്തിയത്.

ശേഖർ അതിരാവിലെ ആലപ്പുഴ ബോട്ടിറങ്ങി. തലേന്നുനടന്ന വെടിവയ്പിനെക്കുറിച്ചുള്ള അടക്കിപ്പിടിച്ച സംസാരമാണ് എങ്ങും.

ശേഖർ ബോട്ടുജെട്ടി റോഡിലൂടെ പടിഞ്ഞാറോട്ടുള്ള റോഡിലേക്ക് നടന്നു. വഴിയുടെ ഓരത്ത് ഒരാൾ. കറുകറുപ്പൻ. തിളങ്ങുന്ന ചുവന്ന കണ്ണുകൾ. ഒരു ചുമട്ടുതൊഴിലാളിയാകണം. കരിവാളിച്ച മുഖം. ഒട്ടിയ കവിൾ. അടുത്ത കാലത്തൊന്നും കുളിച്ച ലക്ഷണമില്ല. മുടി പാറിപ്പറന്ന് നെറ്റിയിലൂടെ കിടക്കുന്നു. എവിടെയോ കണ്ടു പരിചയമുണ്ട് ആ മുഖം. അയാൾ ഒരു നിമിഷം ശേഖറിനെ നോക്കി കോണിച്ച വശ്യതയുള്ള ചിരി ചിരിച്ചു.

ശേഖറിന് പെട്ടെന്ന് ആളെ പിടികിട്ടി. കണ്ട ഭാവം നടിക്കാതെ ശേഖർ മുന്നോട്ടു നടന്നു. പിറകിലൂടെ അയാൾ അരികിൽ വന്ന് മന്ത്രിച്ചു.

‘‘തെക്കുമുക്കിൽ.’’

പോണപോക്കിൽ തള്ളവിരൽ ചൂണ്ടി വലത്തോട്ട് എന്ന ഒരാംഗ്യവും.

ശേഖർ അയാൾ പോകുന്ന വഴി നോക്കിവച്ചു. അയാൾ കയറിപ്പോയ മുറിയും കണ്ടു. ആരും കാണുന്നില്ലയെന്നുറപ്പുവരുത്തി ശേഖർ ചാരിയിരുന്ന ആ മുറിയുടെ വാതിൽ മെല്ലെ തള്ളിത്തുറന്ന് അകത്തു കടന്നു.

അകത്തു കടന്നതും അയാൾ എൻ സി എന്ന് മന്ത്രിച്ചുകൊണ്ട് ആശ്ലേഷിച്ചു.

‘‘സഖാവേ...’’ എൻ സിയും മന്ത്രിച്ചു.

പി. കൃഷ്ണപിള്ള.

ഏഴു വർഷം മുൻപ് വടകരയിലെ കോൺഗ്രസ് സമ്മേളനത്തിൽ വച്ചു തുടങ്ങിയ സൗഹൃദം. അന്ന് കൃഷ്ണപിള്ളയുടെ ആരാധനാ

മൂർത്തി ഗാന്ധിയായിരുന്നു. പരിമിതമായ അറിവു വച്ച് കമ്യൂണിസ്റ്റ് സിദ്ധാന്തങ്ങളാണ് ശേഖർ പറയുന്നത്. തിരുവനന്തപുരത്തുനിന്ന് വരുമ്പോൾ കമ്യൂണിസ്റ്റ് വിജ്ഞാപനത്തിന്റെ കോപ്പികൾ ശേഖർ കൈയിൽ എടുത്തിരുന്നു. അതിന്റെ ഒരു കോപ്പി കൈയിൽ കൊടുത്തപ്പോഴാണ് ഉശിരൻ തർക്കങ്ങൾ  നടന്നത്. ഇന്നോർക്കുമ്പോൾ ചിരി വരും. രണ്ടു പേരും ഒരുപാടു മാറി. പാവപ്പെട്ടവർ, അവരുടെ മോചനത്തിനായി കേട്ട ശബ്ദങ്ങൾ, അതാണ് അവരെ മാറ്റിയത്. അതാണവരെ ഇവിടെ സന്ധിപ്പിച്ചത്.

കൃഷ്ണപിള്ളയുടെ അന്തക്ഷോഭങ്ങൾ മുഖത്ത് അലയടിക്കുന്നുണ്ട്. ഇന്നലത്തെ വെടിവയ്പും അതിൽ തൊഴിലാളികൾ മരിച്ചു വീണതും കൃഷ്ണപിള്ളയെ തളർത്തിയിരുന്നു. സഖാക്കൾ തളരാൻ പാടില്ല. തളരുന്നവർക്ക്  ഉയിരേകേണ്ടവരാണ്.

കൃഷ്ണപിള്ള പറഞ്ഞു.

"എൻ സി വിവരങ്ങളറിഞ്ഞോ? ആലപ്പുഴ കയർഫാക്ടറിത്തൊഴിലാളികളുടെ പണിമുടക്കാണ് നിങ്ങളെയെല്ലാം ജയിലിനു പുറത്തു കൊണ്ടുവന്നത്.  ഇപ്പോൾ അവൻ ആ സീപി, തൊഴിലാളികളുടെ നേരേയാണ് ചീറിയടുക്കുന്നത്. സ്റ്റേറ്റ് കാൺഗ്രസ് സത്യാഗ്രഹികളല്ല അവന്റെ യഥാർഥ ശത്രുക്കളെന്ന് അവനറിയാം. അവന്റെ അധികാരത്തെ വെല്ലുവിളിക്കുന്ന വിപ്ലവവർഗ്ഗം തൊഴിലാളികളാണെന്ന് അവൻ മനസ്സിലാക്കിയിരിക്കുന്നു. എന്നാൽ എൻ സീ നീയോർത്തോ. അവൻ വിഡ്ഢിയാണ്. കാലം തെളിയിക്കും."

അപ്പോൾ കതകിൽ ഒരാൾ ചെറുതായി തട്ടി. കൃഷ്ണപിള്ള കതകു തുറന്നു നോക്കി. നീണ്ടു മെലിഞ്ഞ ഒരാൾ അകത്തു വന്നു.

അയാൾ പറഞ്ഞു

"ആകെ കുഴപ്പമാണ്. സ്റ്റേറ്റ്കാൺഗ്രസുകാർ സമരം പൊളിക്കാൻ നോക്കുന്നു. തൊഴിലാളികളെ ഭിന്നിപ്പിച്ച് കൊറെപ്പേരെ പണിക്ക് പറഞ്ഞയയ്ക്കാനാണ് അവർ ശ്രമിക്കുന്നത്. തൊഴിലാളികളെ കൊല്ലിച്ചത് മലബാർ സോഷ്യലിസ്റ്റുകളാണ്, അവർ തൊഴിലാളികളെ ചതിക്കയാണ് എന്നാണ് പ്രചാരണം."

കൃഷ്ണപിള്ള  ഏ.കെ. ഗോപാലന് ഒരു കത്തെഴുതി . ഉടൻ ആലപ്പുഴ എത്തണം. തൊഴിലാളികളുടെ ശക്തി കാണിക്കുന്ന ഒരു പ്രകടനം സഖാവിന്റെ നേതൃത്വത്തിൽ ഇന്നു നടക്കണം.

വന്ന സഖാവിന്റെ കൈയിൽ ആ കത്തു കൊടുത്തിട്ട് പറഞ്ഞു.

"ഈ കത്ത് സഖാവ് ഗോപിയെ ഏല്പിക്കണം, സഖാവ് ഗോപാലന് എത്തിക്കാൻ. ഗോപാലൻ ആലുവയിൽ ഉണ്ട്. എന്നിട്ട് സഖാവ് വേഗം ഇവിടെ എത്തണം. ഞങ്ങൾ ഒരു ലഘുലേഖ അതിനകം

തയ്യാറാക്കും. അത് നമ്മുടെ സഖാക്കൾക്ക് കൈമാറി വായുവേഗത്തിൽ എല്ലാടവുമെത്തണം. തൊഴിലാളികളുടെ ഐക്യവും സ്വന്തം കാലിൽ നിൽക്കാനുള്ള ബോധവുമുണ്ടായാൽ ആർക്കും അവരെ തകർക്കാനാവില്ല.''

ലഘുലേഖ വിതരണത്തിൽ ജയരാജനും സജീവമായി പങ്കെടുത്തു. സമരവും പിക്കറ്റിങ്ങും ശക്തമായി തുടർന്നു. പൊലീസ് അതിക്രൂരമായ മർദ്ദനം അഴിച്ചുവിട്ടു. നൂറുകണക്കിനാളുകൾക്ക് പരിക്കേറ്റു. പോലീസ് വീടുകളിൽ കയറി പുരുഷനെന്നോ സ്ത്രീയെന്നോ വ്യത്യാസമില്ലാതെ അടിച്ചവശരാക്കി. വീടുകൾക്ക് തീയിട്ടു.

പലരെയും അറസ്റ്റ് ചെയ്ത് ലോക്കപ്പിലിട്ടു. ലോക്കപ്പിലിട്ട കൂട്ടത്തിൽ ജയരാജനുമുണ്ടായിരുന്നു. പിക്കറ്റിങ്ങിൽ പങ്കെടുത്തപ്പോൾ കിട്ടിയ അടിയുടെ വേദനയിൽ അവശനായ ജയരാജനെ പൊലീസുകാർ തൂക്കിയെടുത്ത് പൊലീസ് വണ്ടിയിലേക്കെറിഞ്ഞു. തല്ലുകൊണ്ട് വേദനിച്ചു നിലവിളിക്കുമ്പോൾ പൊലീസുകാർ പ്രത്യേക സുഖം അനുഭവിക്കുന്നതായി തോന്നും. പൊലീസുകാരധികവും നായന്മാരാണ്. ഇടിയൻ പരമു പിള്ള, മിന്നൽ കുട്ടൻപിള്ള, മർമ്മം കിട്ടുണ്ണിക്കുറുപ്പ് ഇങ്ങനെ ഓരോരുത്തർക്കും അവരുടെ മർദ്ദനസ്വഭാവമനുസരിച്ച് വിളിപ്പേരുകളുണ്ടായിരുന്നു. ഈ വിളിപ്പേരുകളിൽ അവർ അഭിമാനിക്കുന്നത് ജയരാജൻ കണ്ടു.

മർമ്മം കിട്ടുണ്ണിക്കുറുപ്പ് അവനെ ഒരു കൈയിൽ തൂക്കിയെടുത്ത് പൊക്കിനിർത്തി. അയാളുടെ ഇരുവശങ്ങളിലേക്കും നീണ്ടുപിന്നിയ ചകിരിപോലെയുള്ള മീശ വിറച്ചു.

അയാൾ ഒരു നിമിഷം ജയരാജന്റെ കണ്ണിൽത്തന്നെ നോക്കി. പെട്ടെന്ന് താഴെ ഇട്ടു.

ജയരാജൻ താഴെ ചുരുണ്ടുവീണു.

''എണീക്കെടാ.''

അയാൾ ഗർജ്ജിച്ചു.

വേദനയെ അടക്കിപ്പിടിച്ച് ജയരാജൻ എഴുന്നേറ്റു.

വേദനകൊണ്ട് ശരീരം കൂനിപ്പോകുന്നെങ്കിലും അവനാവുംവിധം നിവർന്നുനിന്നു. അവന്റെ തീക്ഷ്ണമായ നോട്ടമാണ് മർമ്മം കിട്ടുണ്ണിക്കുറുപ്പ് കണ്ടത്.

''എന്തടാ നോക്കി പേടിപ്പിക്കുന്നാ...'' പൊലീസുകാരന്റെ മുഴങ്ങുന്ന ശബ്ദവും നോട്ടവും അവനിൽ ഒരു ചലനവുമുണ്ടാക്കിയില്ല

ജയരാജൻ ഒന്നും ഉരിയാടാതെ അങ്ങനെ നോക്കിനിന്നു. മിന്നലും ഇടിയനും തന്റെ കൂടെയുള്ളവരിൽ നടത്തുന്ന മർദ്ദനവും നിലവിളികളും അപ്പോൾ അവിടെ നടക്കുന്നത് അവൻ കാണുന്നുണ്ട്.

സഖാവ് രാജപ്പൻ അടികൊണ്ട് അവശനായി ബോധമറ്റു കിടക്കുകയാണ്. എല്ലാവരെയും ഉടുതുണിയില്ലാതെ നിർത്തിയാണ് മർദ്ദിക്കുന്നത്.

ഇതെല്ലാം തന്നിലും പ്രയോഗിക്കപ്പെടാൻ പോകുകയാണ്. അതിന് തയ്യാറായിത്തന്നെ അവൻ നിന്നു.

''നീ നായരാണാടാ?''

ജയരാജൻ മിണ്ടിയില്ല.

''ഏതാണടാ നിന്റെ തറവാട്?''

ജയരാജൻ അങ്ങനെതന്നെ നിന്നു.

''നിന്നെ കണ്ടാലറിയാം നീയേതോ നല്ല നായർ തറവാട്ടീന്നാണെന്ന്. നീ മിണ്ടൂല്ല അല്ലേടാ പട്ടി പുലയാടിമോനെ''.

അവനെ ആ പോലീസുകാരൻ തൂക്കിയെടുത്ത് ദൂരെയെറിഞ്ഞു. അവൻ ഭിത്തിയിൽ ചെന്നിടിച്ച് താഴെ വീണു. കണ്ണിൽ ഇരുട്ടു കയറി. ഒരു നിമിഷം ബോധം നഷ്ടപ്പെട്ടു. പൊലീസുകാരൻ ജയരാജനെ തൂക്കിയെടുത്തു. അവന് നേരേനിൽക്കാൻ കഴിയുമായിരുന്നില്ല. അവന്റെ തല നേരേ നിൽക്കാതെ മാണ്ടു പോകുന്നുണ്ടായിരുന്നു.

''അഴിക്കടാ നിന്റെ ഉടുപ്പും മുണ്ടും കോണകവുമൊക്കെ.''

അവൻ ഉടുപ്പും മുണ്ടും അടിവസ്ത്രവും അഴിച്ചുവച്ചു.

കിട്ടുണ്ണിക്കുറുപ്പ് ജയരാജന്റെ നഗ്നതയിൽ നോക്കി മീശ പിരിച്ചു.

പെട്ടെന്ന് അവന്റെ വൃഷണത്തിൽ കയറി ഒറ്റപ്പിടി. വേദന നാഡിഞരമ്പുകളിലൂടെ തലച്ചോറിനെ വെട്ടിപ്പിളർന്നു. അവൻ കണ്ണുകൾ ഇറുക്കിയടച്ചു.

''കണ്ട കൊട്ടികളോടും പൊലയന്മാരോടും കൂടെ എറങ്ങി തിരിച്ചോളും കുടുംബം നശിപ്പിക്കാൻ.''

അയാൾ വൃഷണത്തിൽനിന്നുള്ള പിടി വിട്ടു. മുട്ടുമടക്കി വയറ്റിൽ ഒരു തൊഴി. ജയരാജൻ തെറിച്ചു ദൂരെ ജയിൽ മുറിയുടെ മൂലയിൽ വീണു.

അയാൾ വായിൽ വന്ന തെറിയെല്ലാം വിളിച്ചു.

വഴിതെറ്റിപ്പോയ നായർ കുട്ടി. അയാൾ വിചാരിച്ചു.

''അവനെ ഞാമ്പിന്നെ കൈകാര്യം ചെയ്തോളാം.'' അയാൾ മറ്റു പൊലീസുകാരോട് പറഞ്ഞു.

''നിന്നെ എന്തു ചെയ്യണമെന്ന് എനിക്കറിയാമെടാ. ആ കൃഷ്ണപിള്ളയും കൂട്ടരും മറ്റ് നായര് പിള്ളാരേം നശിപ്പിക്കയാണ്. ഇവിടംകൊണ്ട് ഇതവസാനിപ്പിച്ചില്ലെങ്കീ നിന്റെ കൂമ്പിടിച്ച് ഞാങ്കലക്കും.''

അയാൾ ജയരാജനെ നോക്കിപ്പറഞ്ഞു.

ഇരുപതുദിവസം അറസ്റ്റ് ചെയ്യപ്പെട്ട തൊഴിലാളികൾ ജയിലിൽ കിടന്നു. മുതലാളിമാരുടെ പക്ഷത്തായിരുന്ന സ്റ്റേറ്റ് കോൺഗ്രസ് കാരുടെ കുത്തിത്തിരുപ്പും, പൊലീസും മുതലാളിമാരുടെ ഗുണ്ടകളും അഴിച്ചുവിട്ട മർദ്ദനവും തൊഴിലാളികളെ തളർത്തിയില്ല. അവസാനം മുതലാളിമാർക്കും ഭരണകൂടത്തിനും ഒത്തുതീർപ്പുണ്ടാക്കേണ്ടിവന്നു.

ജയരാജനും പുറത്തു വന്നു.

സമരം ഒത്തുതീർപ്പായതിനുശേഷവും തൊഴിലാളികൾക്ക് കമ്പനിയിലേക്കു തിരിച്ചുപോകാൻ വിഷമമായിരുന്നു. അവർക്കേറ്റ മർദ്ദനത്തിന്റെ മുറിവ് അവരുടെ മനസ്സിൽനിന്ന് ഉണങ്ങിയിരുന്നില്ല. പി. കൃഷ്ണപിള്ളയും എൻ.സി. ശേഖറും കെ.കെ. വാര്യരും ഏ.കെ. ഗോപാലനും തൊഴിലാളികളുടെ വീടുവീടാന്തരം കയറിയിറങ്ങി, സമരം കൊണ്ട് നേടിയ കാര്യങ്ങൾ വിശദീകരിച്ചു. ആറേകാൽ ശത മാനം കൂലി വർദ്ധന ലഭിച്ചു. കൂലി വെട്ടിക്കുറയ്ക്കൽ അവസാനി പ്പിച്ചു. കയർവ്യവസായത്തെയും തൊഴിലാളികളുടെ പ്രശ്നത്തെയും കുറിച്ച് പഠിക്കാൻ കമ്മീഷനെ വച്ചു. ഇതെല്ലാം തൊഴിലാളി ഐക്യ ത്തിന്റെ നേട്ടമാണെന്ന് നേതാക്കൾ വിശദീകരിച്ചു.

ഏ.കെ.ജി ഒരു റിക്ഷയിൽ വീടുകൾ കയറിയിറങ്ങിയപ്പോൾ ജയ രാജനെയും കൂടെക്കൂട്ടി. ഒരു പ്രാവശ്യത്തെ കാഴ്ചയിൽത്തന്നെ ഒരാളിനെ അടുത്തറിയാനും അയാളെ ഓർമ്മിച്ചു വയ്ക്കാനുമുള്ള ഏ.കെ.ജിയുടെ കഴിവ് ജയരാജനെ അത്ഭുതപ്പെടുത്തി. ഇങ്ങനെ ചുറ്റിക്കറങ്ങുന്നതിനിടയിൽ പൊലീസ് ഏ.കെ.ജിയെ അറസ്റ്റ് ചെയ്ത് സ്റ്റേഷനിൽ കൊണ്ടുപോയി. ഈ വാർത്തയറിഞ്ഞ് തൊഴിലാളികൾ തടിച്ചുകൂടി. സംഗതി വഷളാകുമെന്നു കണ്ട് ഏ.കെ.ജിയെ ഉടൻ തന്നെ വിട്ടയച്ചു.

പൊലീസ് മർദ്ദനവും സമരവും പുതിയ ജയരാജൻ ഉണ്ടായി ത്തീരുന്നതിന്റെ വഴി തുറന്നു. ജയിലിൽക്കിടന്ന ദിവസങ്ങളിൽ ജയ രാജന് താൻ നടന്നു പോകാൻ പോകുന്ന വഴി തെളിയുന്നുണ്ടായി രുന്നു. ഒരു തൊഴിലാളിയായി നിർമ്മിച്ചെടുക്കപ്പെടുന്ന ഒരാൾ. അങ്ങനെയാണ് അവനെ അവൻ കണ്ടത്. അത് തന്നെത്തന്നെ കണ്ടെത്തലാവും എന്നവന് തോന്നി. ഒരു വിച്ഛേദം. പൂർവ്വാശ്രമത്തെ ഭസ്മീകരിക്കൽ.

എൻ.സി. ശേഖർ ആലപ്പുഴയിലെ സമരം കഴിഞ്ഞ് നേരേ മല ബാറിലേക്ക് പോയി. പോകുന്നതിനു മുൻപ് ജയരാജന് താമസി ക്കുവാൻ കുറച്ചു സൗകര്യമൊക്കെയുള്ള കമ്യൂണിസ്റ്റ്കാരുടെ വീട് ഏർപ്പാടു ചെയ്യാം എന്നാണ് വിചാരിച്ചത്. ഭൂസ്വത്തും തറവാടി ത്തവും ഉള്ള കുടുംബങ്ങളിലെ കമ്യൂണിസ്റ്റുകൾ പലരും ഉണ്ടായിരു ന്നല്ലോ അവിടെ. പാർട്ടിയുടെ നേതൃത്വത്തിലേക്കു വരാൻ കഴിവുള്ള

ഒരാളായിട്ടാണ് ഈ ചെറുപ്പക്കാരനെ ശേഖർ കണ്ടത്. തിരുവനന്തപുരത്ത് യൂത്ത് ലീഗിന്റെ ഓഫീസിൽ വരുമ്പോൾ അവൻ പ്രകടിപ്പിക്കുന്ന അഭിപ്രായങ്ങളിൽനിന്ന് അവൻ ഇതിനകംതന്നെ ആർജ്ജിച്ച അറിവിന്റെ ആഴം ശേഖർ മനസ്സിലാക്കിയിരുന്നു.

ശേഖർ പറഞ്ഞു.

"നീ മലബാറിലേക്ക് വരുക. അവിടെ നിനക്ക് പാർട്ടിയുടെ ഏതെങ്കിലും ഒരിടത്ത് താമസിക്കാം. പാർട്ടി അതിന്റെ ശൈശവദശയിലാണ്. കമ്യൂണിസ്റ്റ് സാഹിത്യം പ്രചരിപ്പിക്കുകയാണ് ഇപ്പോൾ പ്രധാനമായും. പിന്നെ ട്രേഡ് യൂണിയനുകൾ സംഘടിപ്പിക്കലും. നീ പാർട്ടിയിൽ മുഴുവൻ സമയം പ്രവർത്തിക്കുക. സംഘാടനം, സമരം, വായന ഇതെല്ലാം ഒരു സഖാവിന് പ്രധാനമാണ്."

"ഇവിടെത്തന്നെ കുറച്ചുനാൾ നിൽക്കാമെന്നാണ് ഞാൻ വിചാരിക്കുന്നത്." ജയരാജൻ പറഞ്ഞു.

"എന്നാൽ വാര്യരോ ജോർജ്ജോ നിനക്കുവേണ്ട സൗകര്യങ്ങൾ ചെയ്തു തരും. വായനയാണ് നിനക്ക് പ്രധാനം. ഭാവിയിൽ പാർട്ടിയുടെ സൈദ്ധാന്തികനായാണ് ഞാൻ നിന്നെ കാണുന്നത്. മാർക്സിന്റെയും ലെനിന്റെയും തത്ത്വങ്ങളെ നമ്മുടെ ചരിത്രപശ്ചാത്തലത്തിൽ വ്യാഖ്യാനിക്കാൻ കഴിയണം."

"തത്കാലം ഞാൻ കേശവൻ മാമന്റെ വീട്ടിൽ താമസിക്കാം. എനിക്ക് ഒരു പരുവപ്പെടൽ ആവശ്യമുണ്ട്." ജയരാജൻ പറഞ്ഞു.

അവൻ പറയുന്നതിൽ എന്തോ അർത്ഥമുണ്ടെന്നു മനസ്സിലാക്കിയ മാതിരി ശേഖർ ജയരാജനെ ഒരു നിമിഷം നോക്കി.

"ശരി. എന്നാലങ്ങനെയാകട്ടെ." അയാൾ മുഷ്ടി ചുരുട്ടി ദൃഢതയിൽ പറഞ്ഞു. ജയരാജൻ കേശവന്റെ വീട്ടിൽ താമസമായി.

## പതിന്നാല്

**കേ**ശവനും നകുലനും കയർ ഫാക്ടറിയിലായിരുന്നു ജോലി. അവർ ഈഴവരായിരുന്നു. മുതലാളിയും ഈഴവൻ തന്നെ. കേശവൻ കയർഫാക്ടറി വർക്കേഴ്സ് യൂണിയന്റെ പ്രധാന പ്രവർത്തകനാണ്. തൊഴിലാളികൾ അധികവും ഈഴവ സമുദായത്തിലുള്ളവരാണ്. ദരിദ്രരായ നായന്മാരും വളരെ കുറച്ചുപേർ തൊഴിലാളികളുടെ കൂട്ടത്തിലുണ്ട്. പുലയ സമുദായത്തിലെ കുട്ടികൾ റാട്ട് കറക്കാനും പെണ്ണുങ്ങൾ കയർ പിരിക്കാനും ജോലി ചെയ്യുന്നു. കായലിൽ തൊണ്ടു താഴ്ത്താനും ചുമടെടുക്കാനുമൊക്കെ പറയരും പുലയരുമായ ആണുങ്ങളുണ്ട്.

സമരം കഴിഞ്ഞ് ജോലിക്കു പോകുന്നതിന്റെ തലേദിവസം രാത്രി കഞ്ഞികുടിച്ചുകൊണ്ടിരുന്നപ്പോൾ കേശവൻ ജയരാജനോടു പറഞ്ഞു.

''കൊച്ച് കൊറച്ചീസം വീട്ടിലിരി. സമരമൊക്കെ കഴിഞ്ഞതല്ലേ. വരുത്തനാവമ്പം പല പല ചോദ്യങ്ങളാണ്. അവിടെ കയറു കമ്പനീല് ഗുമസ്തപ്പണി ശരിയാവോന്ന് നോക്കാം''.

''എനിക്ക് ഗുമസ്തപ്പണി വേണ്ടാ. നകുലൻ ചെയ്യുന്നതു പോലത്തെ പണി മതി.''

''അയ്യോ അതെന്തിന്? കൊച്ചിന് പടിപ്പുള്ളതല്ലേ?''

''പടിച്ചാൽ മറ്റ് തൊഴിലൊന്നും ചെയ്തൂടെ?''

''അതല്ല. പടിപ്പില്ലാത്തവർക്ക് ഗുമസ്തപ്പണി പറ്റൂല്ലല്ലെ. ഞങ്ങളെപ്പോലെയല്ലല്ലെ. കൊറച്ചൂടെ അന്തസ്സൊള്ള പണി ചെയ്യാൻ യോഗ്യതയൊണ്ടല്ലെ''.

ജയരാജൻ മൃദുവായി ചിരിച്ചു.

''അന്തസ്സുള്ള പണി. അങ്ങനെയൊണ്ടാ?''

''ഇല്ല. എന്നാലും മനുഷ്യമ്മാരക്ക് അതൊണ്ടല്ലെ?''

''അതില്ലാതാക്കാനല്ലേ നമ്മള് ശ്രമിക്കുന്നേ.''

''അതു ശരിതന്നെ.''

കേശവൻ ആലോചിച്ചിട്ട് പറഞ്ഞു.

''എന്നാ ഒരു വാരമങ്ങോട്ട് കഴിയട്ട്. കാര്യങ്ങള്ടെ പോക്ക് ഒന്നറിയട്ട്. നമക്ക് പണി ശരിയാക്കാം.''

എല്ലാം ശ്രദ്ധിച്ചു കേട്ടുകൊണ്ടിരുന്ന മല്ലിക അപ്പോൾ പറഞ്ഞു.

''ജയരായേട്ടൻ എന്റെ പള്ളിക്കൂടത്തീ സാറായാ മതി.''

അതു കേട്ട് എല്ലാവരും ചിരിച്ചു.

ഒരാഴ്ചയ്ക്കുള്ളിൽ ജയരാജൻ പണിക്കു പോയിത്തുടങ്ങി.

കമ്പനിയിലെ മൂപ്പനോട് എല്ലാം പറഞ്ഞുവച്ച ശേഷമാണ് ജയരാജനെയും കൂട്ടി കേശവൻ ചെന്നത്.

മൂപ്പൻ ലക്ഷ്മണപ്പണിക്കർ ജയരാജനെ അടിമുടിയൊന്ന് നോക്കി.

അയാൾ ചോദിച്ചു.

''എത്രവരെ പടിച്ചു?''

''മൂന്നുവരെ.''

''ജയിച്ചാ.''

''ഇല്ല.''

കള്ളത്തരങ്ങൾ കേട്ട് കേശവൻ അസ്വസ്ഥതയടക്കി നിന്നു.

കേശവനോട് നേരത്തേ ചട്ടം കെട്ടിയിട്ടുണ്ടായിരുന്നു, പഠിപ്പി ല്ലെന്ന് പറയാൻ.

"എന്തു പണിചെയ്യും." മൂപ്പൻ ചോദിച്ചു.

"എന്തുവേണേലും ചെയ്യാം." ഏറത്തു വീട്ടിൽ വേലചെയ്യാനെ ത്തുന്ന പറയരുടെയോ ഈഴവരുടെയോ ശരീരമാണ് താൻ എന്നതു പോലെ ജയരാജൻ നിന്നു.

"എന്തു വേലേം ചെയ്യാൻ നീയതൊക്കെ മുമ്പ് ചെയ്തിട്ടൊണ്ടോ? വയലിലെ പണിയാണന്നാണല്ലൊ കേശവൻ പറഞ്ഞത്."

"ആയിരുന്ന്. ഇവിടത്തെ പണികള് പഠിച്ചെടുത്തോളാം."

"ആ.. കേശവാ.. ശിവരാമനെ ഞാൻ വിളിക്കുന്നെന്നു പറഞ്ഞിട്ട് നീ പണിക്ക് കേറ്."

കേശവൻ പോയപ്പോൾ  മൂപ്പൻ ജയരാജനോട് പറഞ്ഞു.

"പണീക്കേറീട്ട് യൂണിയനെന്നും പറഞ്ഞ് കൊടി പിടിക്കാനാണെങ്കീ ഇവിടെ നടക്കൂല്ല. പറഞ്ഞേക്കാം. കേശവൻ പറയുന്നോണ്ടാ പണി ക്കെടുക്കുന്നേ. അവൻ സമരത്തിലൊക്കെയുണ്ടെങ്കിലും നല്ലോണം പണിയെടുക്കും, പണിയെടുപ്പിക്കേം ചെയ്യും."

അപ്പോഴത്തേക്കും ശിവരാമൻ വന്നു.

"ശിവരാമാ... കേശവൻ കൊണ്ടുവന്നതാ ഇവനെ. കെഴക്കെ വിടെയാ ഒള്ളതാണ്. കയറിന്റെ പണിയൊന്നും അറിയത്തില്ല. കണ്ട ത്തിലെ പണിയായിരുന്ന്. എവിടെയെങ്കിലും നിർത്താ പറ്റ്വോ."

കേശവൻ എന്റോടേം പറഞ്ഞ് എന്നു പറഞ്ഞ് ശിവരാമൻ ജയ രാജനെ അടിമുടി ശരീരം അവലോകനം ചെയ്തു. സ്വയം സ്വാത ന്ത്ര്യമില്ലാത്തതും ഉപയോഗമുള്ളതുമായ ശരീരമായി താൻ മാറുന്നത് ജയരാജൻ അറിഞ്ഞു.

"നല്ല തടീം പൊക്കവുമൊക്കെ ഒണ്ടല്ലെ. ചൊമടെടുക്കട്ട്."

"ആദ്യം തൊണ്ടിന്റേം ചകരീടേം കൂടെ നിക്കട്ട്. പണിയക്കെ പഠിച്ചിട്ട് കയറിലോട്ട് കേറാം."

നീണ്ട കഴുത്തു നീട്ടി തല ചരിച്ച് ശിവരാമൻ പറയുമ്പോൾ ഇവിടെ ഈ കാര്യങ്ങളൊക്കെ തീരുമാനിക്കുന്നത് താനാണ് എന്ന ഭാവമു ണ്ടായിരുന്നു.

അതങ്ങനെയായിരുന്നു. കണക്കും കാര്യങ്ങളുമൊക്കെ നോക്കു ന്നതും മൊത്തത്തില് മാനേജ് ചെയ്യുന്നതുമൊക്കെ ലക്ഷ്മണപ്പണി ക്കരാണെങ്കിലും ജോലിക്കാരുടെ ഇടയിൽ നിന്ന് അവരെ പണി ചെയ്യിപ്പിച്ചെടുക്കുന്നത് ശിവരാമനാണ്.

പല പല പണികളായിരുന്നു ജയരാജന്. ഒന്നു ചെയ്തോണ്ടു നിൽക്കുമ്പോൾത്തന്നെ മറ്റൊരു പണിക്കു വിളിക്കും.

തൊണ്ടെടുക്കാൻ ലോറിയിൽ പോകുന്നത്, കായൽക്കരയിൽ ഇറക്കുന്നത്, കായലിൽ തൊണ്ടഴുക്കാൻ അടുക്കുന്നത് അങ്ങനെ തൊണ്ട് കയറായി മാറുന്നതിനിടയിലുള്ള എല്ലാ അവിദഗ്ദ്ധ വേലകളുമായിരുന്നു ജയരാജന്റെ പണി. തൊണ്ടായാലും ചകരിയായാലും കയറായാലും ചുമടെടുക്കണം. ഇടവേളകളില്ലാത്ത പണി.

ശരീരമാകെ വേദനയായിരുന്നു. മുറിഞ്ഞുവീണുപോകുന്ന വേദന. സഹിക്കുക, സഹിക്കുക, സഹിക്കുക... ഇത് ശരീരം കൊണ്ടുള്ള ആന്തരിക യാത്രയാണ്. തെറികളും ആജ്ഞകളും കേട്ട് അവൻ കീഴാള സ്വത്വത്തിലേക്ക് പരിണമിച്ചുകൊണ്ടിരുന്നു.

ഈ കൊച്ചിനിതെന്തിന്റെ കേടാ.. പടിപ്പൊള്ളവര് ചെയ്യുന്ന ഇരുന്നൊള്ള പണി ചെയ്താപ്പോരേ. കേശവന്റെ അമ്മ ഉണിത, ജോലി ചെയ്ത് അവശനായി വരുന്ന ജയരാജനെക്കണ്ട് പറയും.

''എടാ കേശവാ ആ കൊച്ചിന് ഇത്തിരി എണ്ണയിട്ട് തടവിക്കൊട്. മെയ്യില് നല്ലോണം എണ്ണയിട്ട് തടവിപ്പിടിപ്പിച്ചേമച്ച് ചൂടു വെള്ളത്തീ കുളിക്കണം.''

''അത് ഞാമ്പറഞ്ഞാ കേക്കണ്ടേ. ആ കൊച്ച് ഒന്ന് വിചാരിച്ചാ അതേ നടക്കൂ''

''അങ്ങനെ പറഞ്ഞാ പറ്റൂല്ല. കൊച്ചിന് ഒരുപാട് പടിപ്പ് ഒണ്ടെന്നും വച്ച് ഈ വകയൊക്കെ ഞാക്കെ അറിയത്തൊള്ള്''. ഉണിത ജയരാജനോട് പറഞ്ഞു.

''ഓ എന്നാ എണ്ണയിടാം. ശരീരം നല്ല കഴപ്പൊണ്ട്. എന്നെ ജയരാജാന്ന് പേര് വിളിച്ചൂടെ.'' ജയരാജൻ ചോദിച്ചു.

''അത് പിന്നെ നായര് കൊച്ചാണെന്ന് പറഞ്ഞതിനെക്കൊണ്ട്.''

അമ്മ സംശയിച്ച് നിന്നു. കേശവന്റെ കഥപറച്ചിലിലും സ്റ്റഡി ക്ലാസിലും അമ്മയ്ക്കും മാറ്റം വരുന്നുണ്ടായിരുന്നു.

''ഇപ്പം ജയരാജൻ നായരുമല്ല ഈഴവനുമല്ല. മോനേ ജയരാജാന്ന് വിളിയമ്മാ'' കേശവൻ പറഞ്ഞു.

''മോനേ ജയരാജാ...മോനേ ജയരാജാ...'' പല്ലില്ലാത്ത മോണ കാട്ടി ചിരിച്ചുംകൊണ്ട് അവർ വിളിച്ചു.

ആ വിളിയിൽ ഉൾക്കെട്ടുകളഴിഞ്ഞ് സ്നേഹവും സ്വാതന്ത്ര്യവും പുറത്തു ചാടി. ആ കളങ്കമറ്റ ചിരിയിൽ അവൻ ആർദ്രമായി. അവൻ അവരുടെ അരികിൽ ചെന്നു. രണ്ടു കൈകളിലും പിടിച്ചു. അവർ അവന്റെ കവിളിൽ തലോടി.

''മോനേ...''

മുറ്റത്ത് ചാണകം മെഴുകിയ തറയിൽ പുൽപ്പായയിട്ട് ജയരാജൻ കോണകം മാത്രമുടുത്ത് അതിൽ കമഴ്ന്നുകിടന്നു. ഔസേപ്പ് വൈദ്യൻ നകുലനു പുരട്ടാൻ കൊണ്ടുവന്ന ധന്വന്തരം തൈലം കിണ്ണത്തിലെടുത്ത് ലേശം ചൂടാക്കി കേശവൻ ജയരാജന്റെ ശരീരമാസകലം എണ്ണയിട്ട് അമർത്തിത്തടവി. കാൽവണ്ണയിലും മുതുകിലും നല്ല വേദനയുണ്ടായിരുന്നു. കേശവന്റെ മർമ്മമറിഞ്ഞ തടവലിൽ ജയരാജന് ക്രമേണ സുഖമായി മാറി. ധമനികളിലൂടെ കേശവന്റെ വിരലുകൾ രക്തത്തെ ഒഴുക്കിവിടുന്നതായി അവനു തോന്നി.

കമഴ്ന്നുകിടന്നും മലർന്നുകിടന്നും അരമണിക്കൂർ ജയരാജന്റെ ശരീരം കേശവന്റെ കൈപ്രയോഗത്തിലായിരുന്നു.

തടവിനിടയിൽ കേശവൻ സംസാരിച്ചുകൊണ്ടിരുന്നു. തൊഴിലാളി സംഘടനാ പ്രവർത്തനങ്ങളും അതിന്റെ ചരിത്രവുമൊക്കെയാണ് കേശവന് പറയാനുണ്ടായിരുന്നത്.

''നമ്മടെ നാട്ടീ ആദ്യമായിട്ട് തൊഴിലാളികള്ടെ സംഘടന ഒണ്ടാക്കിയതാരെന്ന് മോനറിയാമോ?'' തടവലിൽനിന്ന് കൈയെടുക്കാതെ കേശവൻ ചോദിച്ചു.

ജയരാജൻ അറിയില്ലെന്ന് തലയാട്ടി.

''അത് വാടപ്പുറം ബാവയാണ്. വാടപ്പുറം പി.കെ. ബാവ. ഈ ആലപ്പുഴയില്. എന്നാണന്നറിയോ 1097 മീനം പതിനെട്ടിന്. ഞങ്ങക്കൊക്കെ മറക്കാമ്പറ്റാത്ത ദെവസമാ.. അതോണ്ട് ആ നോട്ടീസിലെ തീയതി ഞാമറക്കൂല.''

അത് ജയരാജനറിയാത്ത ചരിത്രവസ്തുതയായിരുന്നു. തടവലിന്റെ വേദനയ്ക്കിടയിൽ അവൻ ശ്രദ്ധയോടെ കേട്ടു.

കേശവൻ തുടർന്നു.

''അന്ന് ഗുജറാത്തുകാരനായ വട്ടാബ് കിംജിസേട്ടുവിന്റെ എമ്പയർ കയർ വർക്സിലായിരുന്നു എനിക്കു പണി. സേട്ടു മറ്റു മുതലാളികളെപ്പോലെയൊന്നുമല്ല. തൊഴിലാളികളോട് ഇച്ചിരി മയമൊക്കെയുണ്ട്. ഞാനതിനു മുമ്പ് പല കമ്പനീലും പണിയെടുത്തിട്ടൊണ്ട്. മൊതലാളിമാരെന്ന് പറഞ്ഞാ നിനക്കറിയത്തില്ല. കണ്ണീ ചോരയില്ലാത്തവരാണ്. അതിനെക്കാളും കഷ്ടമാണ് മൂപ്പമ്മാര്. കൂലി പിടിച്ചു വയ്ക്കും, ഓരോരോ കുറ്റങ്ങള് കണ്ടുപിടിച്ചിട്ട് പെഴയായിട്ട് കൂലി പിടിക്കും. പിന്നെ തല്ലിയാ കൊണ്ടുകൊടുത്തേ പറ്റൂ. അപ്പഴാണ് എമ്പയറില് മൂപ്പനായി ഈ ബാവേടെ വരവ്.

കാണാൻ നല്ല തലയെടുപ്പും പൊക്കവുമൊക്കെയുള്ള ചന്തമുള്ളൊരാള്. ആളെപ്പറ്റി ഞങ്ങള് മുന്നേ കേട്ടിട്ടൊണ്ട്. ഈ ബാവ

മുമ്പിരുന്ന നാരിയൻവാലാ കമ്പനീല് പണി മൊടക്കി ഓണം അടുവാൻസ് തൊഴിലാളികൾക്ക് വാങ്ങിച്ചുകൊടുത്ത ആളാ. ആദ്യം അവിടത്തെ മൊതലാളി അടുവാൻസ് കൊടുക്കാമെന്ന് സമ്മതിച്ചു. ഇത് മറ്റ് കമ്പനീലെ തൊഴിലാളികളറിഞ്ഞപ്പം പ്രശ്നമായല്ലെ. അവർക്കും വേണമെന്നായി. മൊതലാളിമാര് ഒത്തുകൂടി. അവസാനം എന്തിന് പറയണ്. നാരിയൻവാലാ അടുവാൻസ് കൊടുക്കൂല്ലന്നായി. ബാവ പറഞ്ഞ് ആരും പണിക്ക് കയറരുതെന്ന്. ആരും കയറീല്ല. അങ്ങനെ പണിമൊടക്കായി. നല്ലപ്പമാണ് ഇങ്ങനേരു പണിമൊടക്കം.''

കേശവൻ തേപ്പുനിർത്തി നിവർന്നുനിന്ന് പറഞ്ഞു.

''കുഞ്ഞ് കേക്കണം. അന്ന് നമ്മളിപ്പം കേക്കണ റഷ്യേല് വിപ്ലവം വന്നില്ല. കൃഷ്ണപിള്ള സഖാവ് തന്ന കമ്യൂണിസ്റ്റ് മാനിഫെസ്റ്റോ നമ്മളാരും കണ്ടിട്ടും കേട്ടിട്ടും ഇല്ല. അപ്പഴാ അങ്ങോര് സമരം ചെയ്യിച്ച് അടുവാൻസ് വാങ്ങിക്കൊടുത്തത്.''

ജയരാജന്റെ കഴുത്തു മുതൽ പാദം വരെയുള്ള ഒറ്റത്തടവലിന്റെ ശ്രദ്ധയിൽ കുറച്ചു നേരം കേശവൻ ഒന്നും മിണ്ടിയില്ല. അങ്ങനെ തടവീട്ട് കേശവൻ പറഞ്ഞു.

''ഇനി മലർന്നു കെട.'' ജയരാജൻ മലർന്നുകിടക്കുമ്പോൾ കേശവൻ ചോദിച്ചു.

''ഇപ്പം എങ്ങനെയുണ്ട്?''

''നല്ല സുഖം.'' അവൻ വെളുക്കെ ചിരിച്ചു.

''മെയ് ഒടഞ്ഞ് പരുവപ്പെടണം. പണിയെടുത്ത് പരുവപ്പെടണം. കൊറെ ദെവസം എണ്ണയിട്ട് തടവേംകൂടെ ചെയ്താ ശരീരം നമ്മടെ വരുതീല് വരും. നാളെ ഔസേപ്പ് വൈദ്യന്റേന്ന് കൊറച്ച് എണ്ണേങ്കൂടെ വാങ്ങിച്ചോണ്ട് വരാം.''

''ഏതു കൊല്ലമാണ് ഈ പണിമൊടക്ക് നടന്നത്.'' ജയരാജൻ അതുതന്നെ ആലോചിച്ചുകിടക്കുകയായിരുന്നു.

''നാരിയൻ വാലയില് ബാവ മൂപ്പൻ വന്നപ്പം എനിക്ക് ഇരുപത്തെട്ട് വയസ്സ്. ഇപ്പം എനിക്ക് അമ്പതു വയസ്സായി. അപ്പം ഇരുപത്തിരണ്ട് കൊല്ലം മുമ്പ്. അതിനും ഒന്നാ രണ്ടാ കൊല്ലം മുമ്പാണ് ഈ പണിമൊടക്ക്.''

ജയരാജൻ മനസ്സിൽ കണക്കു കൂട്ടി. ഇപ്പോൾ 1938. ഇരുപത്തിരണ്ടു കൊല്ലം മുൻപ്, 1916. അപ്പോൾ പണിമൊടക്ക് നടന്നത് അതിനും മുൻപ്. റഷ്യൻ റെവല്യൂഷനും മുമ്പ്.

ജയരാജന് അത് ഒരു വെളിപ്പെടലിന്റെ നിമിഷമായിരുന്നു.

പുസ്തകം, പ്രത്യയശാസ്ത്രം ഒന്നുമില്ലാതെ.

മലർന്നുകിടക്കുന്ന ജയരാജന്റെ കാൽപ്പാദം മുതൽ കഴുത്തു വരെ കൈക്കുമ്പിളിൽനിന്ന് എണ്ണ ഇറ്റിച്ചുവീഴ്ത്തിക്കൊണ്ട് കേശവൻ പറഞ്ഞു.

''വാടപ്പുറം അതിനും മുമ്പ് പണിയെടുത്തത് ജനാർദ്ദനംപിള്ളാന്ന് ഒരാളുടെ കമ്പനീലായിരുന്ന്. ഞാനവിടെ ഒരിക്കെ പണിയെടുത്തിട്ടൊണ്ട്, അയാളൊര് വൃത്തികെട്ടവനായിരുന്ന്. ഈ മൊതലാളിമാരെയൊക്കെ നമ്മള് തമ്പുരാൻ എന്ന് വിളിക്കണത് ബാവ അവിടെ നിർത്തിച്ച്. ഇത് വലിയ കൊഴപ്പമായി. തൊഴിലാളികള്ക്ക് ഇത് ബോധിച്ചില്ല. അവര് പറഞ്ഞത് നമ്മടെ അന്നദാതാവല്ലേ, അപ്പം തമ്പുരാനല്ലേ എന്നക്കെ. നിങ്ങള് പണി ചെയ്യുന്നതിനാണ് കൂലി. നിങ്ങളുടെ അന്നം നിങ്ങളുടെ അദ്ധ്വാനമാണ് എന്നാണ് ബാവ അവരോടു പറഞ്ഞ്. അവസാനം ബാവ പറഞ്ഞ് എന്നാ നിങ്ങള് യജമാനൻ എന്ന് വിളിച്ചോന്ന്. അങ്ങനെ ഓരോരോ പ്രശ്നങ്ങളില് ബാവയ്ക്ക് അവിടത്തെ പണീം പോയി.''

പിന്നെ കുറെനേരം കേശവൻ ഒന്നും പറഞ്ഞില്ല. തടവലിലായിരുന്നു ശ്രദ്ധ. ജയരാജന്റെ കൈകൾ നീട്ടിപ്പിടിച്ച് തടവി. ഇരുകൈകളും തടവിക്കഴിഞ്ഞിട്ട് കാലുകൾ.

തടവൽ തീർന്നപ്പോൾ കേശവൻ പറഞ്ഞു.

''അര മണിക്കൂറ് ഇങ്ങനെ കെടക്കണം. എന്നിട്ട് പോയി കുളിക്കണം. അമ്മ വെള്ളം ചൂടാക്കി വയ്ക്കും. ചൂടുവെള്ളത്തീതന്നെ കുളിക്കണം.''

''അതെന്തിന് അമ്മാവാ. ഞാൻ തോട്ടീ പോയി കുളിക്കാം.''

''ഒടല് ഒന്ന് ശരിയാവണവരെ എണ്ണയിട്ട് ചൂടു വെള്ളത്തീ കുളിക്കണം. ഇതിന്റെ രീതികള് ഞങ്ങക്കേ അറിയൂ. ഞങ്ങള് പറഞ്ഞത് കേട്ടാ മതി.''

അവൻ സമ്മതിച്ചു. എല്ലാവരുമായി ഇതിനകം സ്വാതന്ത്ര്യത്തോടെയുള്ള ഒരു ബന്ധം തുറന്നുവന്നു. സ്വന്തം വീട്ടിൽ എന്ന അനുഭവമായി മാറിക്കൊണ്ടിരുന്നു..

കേശവൻ പുൽപ്പായയിൽ ജയരാജന്റെ അരികിലിരുന്നു.

''അപ്പം നമ്മളെവിടെ നിർത്തിയത്.'' കേശവൻ ബാവയുടെ കഥ തുടർന്നു.

പറഞ്ഞുകൊണ്ടിരുന്നത് ജയരാജൻ ഓർക്കാൻ ശ്രമിക്കുമ്പോൾ കേശവൻതന്നെ ഓർത്തു.

''അങ്ങനെ തമ്പുരാൻ വിളി കൊറെപ്പേര് നിർത്തി. പുള്ളി നാരിയൻ വാലാ കമ്പനീല് ഒണ്ടായിരുന്നപ്പം മറ്റൊരു സംഭവം ഒണ്ടായി. അവിടെ മൊഹമ്മദ് എന്നൊരു പാവപ്പെട്ടവൻ പണിയെടുത്തിരുന്ന്.

നല്ല തടിയും പൊക്കവുമക്കെയുണ്ടെങ്കിലും ആള് പാവമാ. അവനെ പരീത് കുഞ്ഞ് എന്നൊരു പണക്കാരൻ ഗുണ്ടകൾക്ക് പണം കൊടുത്ത് തല്ലിച്ചതച്ച്. ഇത് നമ്മടെ ബാവ അറിഞ്ഞ്. അയാക്ക് സഹിച്ചില്ല. അയാള് കോടതീല് കേസ് കൊടുത്ത്. എന്ത് കാരിയം. ഒരു കൊണോം ഒണ്ടായില്ല. കേസ് തോറ്റ്. ബാവയ്ക്ക് വലിയ സങ്കടവും ദേഷ്യവുമായി. ചത്തുകളഞ്ഞാ എന്തെന്ന് വരെ ബാവയ്ക്ക് തോന്നി. അങ്ങനെയാണ് അയാക്ക് പാവപ്പെട്ടവരെ കാരിയത്തില്.''

ജയരാജൻ കേശവൻ പറയുന്ന കഥ കേശവന്റെ മുഖത്തുതന്നെ നോക്കി ശ്രദ്ധിച്ചുകേട്ടുകൊണ്ടിരുന്നു. ആദ്യമായാണ് കേശവന്റെ ഇങ്ങനെയൊരു മുഖം ജയരാജൻ കാണുന്നത്. തന്റെ ഓർമ്മകളും കേട്ട ചരിത്രവും പറയുമ്പോൾ കഥ പറച്ചിലിന്റെ എല്ലാ രസഭാവങ്ങളുമുണ്ട്.

''കേസു തോക്കാൻ എന്താ കാര്യം?'' ജയരാജൻ ചോദിച്ചു.

''എനിക്കാ മൊഹമ്മദിനെ അറിയാം. അവനൊരു പാവമാണ്. എന്തോ നിസ്സാര കാര്യത്തിനുള്ള വൈരാഗ്യമാണ് ആ പരീത് കുഞ്ഞിന്. പക്കേങ്കീ ആ പാവത്തിനുവേണ്ടി സാക്ഷി പറയാനാരുമില്ലായിരുന്ന്. പണക്കാരായ നായരും ഈഴവനും മുസ്ലീമും ക്രിസ്ത്യാനിയും പരീതിന്റെ വശം. പാവപ്പെട്ട തൊഴിലാളികളെ പരീത് കാശു കൊടുത്ത് വശത്താക്കി. സാക്ഷി പറയാമെന്നേറ്റവരും അവസാനം മാറിക്കളഞ്ഞു. മൊതലാളികളായ മുസ്ലീം തൊഴിലാളിയായ മുസ്ലീമിനുവേണ്ടി നിക്കൂല്ല. എസ് എൻ ഡി പി ഈഴവര്ടെ സംഘടനയാണ്. പക്കേങ്കീ തൊഴിലാളിയായ ഈഴവന്റെ പ്രശ്നത്തിന് മൊതലാളിയായ ഈഴവൻ കാണൂല്ല, കെ സി കരുണാകരൻ മൊതലാളി ഈഴവനാണ്. അയാള് ജാതീം മതോം നോക്കാതെ മൊതലാളിമാരെ വശത്തായിരിക്കും. അയാള് നായര് മൊതലാളി ജനാർദ്ദനൻ പിള്ളയ്ക്കും പരീതിനും ഒപ്പമായിരിക്കും. നെനക്കറിയോ? അതോണ്ടാണ് കേസ് തോറ്റത്. തൊഴിലാളികള് ഇതെല്ലാം വിധി എന്നും പറഞ്ഞ് ജീവിക്കയാണ്. എന്തു ചെയ്യണമെന്നറിയാതെ ബാവ വെഷമിച്ച് കേശവൻ വൈദ്യരുടെ അടുത്തുചെന്ന്. എന്തു പ്രശ്നമൊണ്ടായാലും ബാവ മനസ്സ് തൊറക്കുന്നത് വൈദ്യരുടെ അടുത്താണ്. കേശവൻ വൈദ്യര് മഹാവൈദ്യനാണ്. സഹോദരനയ്യപ്പന്റെ അടുത്ത ആളാണ്. വൈദ്യര്ടെ വീട്ടിലാണ് ആലപ്പുഴയില് ആദ്യത്തെ മിശ്രഭോജനം നടന്നത്. വൈദ്യര് ബാവയെ ആശ്വസിപ്പിച്ച്. ആയിടയ്ക്ക് നാരായണഗുരുസ്വാമി കിടങ്ങാംപറമ്പ് ക്ഷേത്രത്തിൽ വരുന്നുണ്ടെന്നറിഞ്ഞു. വൈദ്യര് പറഞ്ഞ് നമക്ക് ഗുരൂനെ ചെന്ന് കാണാമെന്ന്. അങ്ങനെ അവര് രണ്ടുങ്കൂടെ ഗുരൂനെ കണ്ട് സങ്കടം പറഞ്ഞു. ഗുരു എല്ലാം കേട്ടിരുന്ന്.''

''ഗുരൂനെ ജയരാജൻ കുഞ്ഞ് കണ്ടിട്ടൊണ്ടാ?'' കേശവൻ ചോദിച്ചു.

''കൊച്ചിലേ കണ്ടിട്ടൊണ്ട്.'' ജയരാജൻ അച്ഛനോടൊപ്പം ശിവ ഗിരിയിൽ വച്ച് ഗുരുവിനെ കണ്ടത് തെളിമയിൽ ഓർത്തു.

''ഞാനും കണ്ടിട്ടൊണ്ട്. മൂന്നുതവണ. നമ്മള് പറയണതക്കെ ശാന്തനായി ഇങ്ങനെ കേട്ടിരിക്കും. ചെലപ്പം ചെല ചോദ്യങ്ങള് ഇങ്ങോട്ട് ചോദിക്കും.''

''ഗുരൂന്റെ മുമ്പീ നിന്ന് തൊഴുതോണ്ട് ബാവ പറഞ്ഞ്. ഗുരു ഞങ്ങളെ രക്ഷിക്കണം. ഒരു വഴി പറഞ്ഞു തരണം. ബാവയിതു പറയമ്പം ഒരു മൊഹമ്മദ് മാത്രമായിരിക്കില്ല മോനേ ബാവേടെ മന സ്സില്. ബാവ കണ്ട ഒരുപാട് തൊഴിലാളികള്ടെ കഷ്ടപ്പാട് ആ മന സ്സീക്കൂടെ പോയിട്ടൊണ്ടാവും.''

ഗുരു ഒരു നിമിഷം ആലോചിച്ചിട്ട് പറഞ്ഞു.

'തൊഴിൽ ചെയ്യുന്നവരുടെ ഒരു സംഘം ഉണ്ടാക്കണം.' വൈദ്യരും ബാവയും ഒരു നിമിഷം സ്തംഭിച്ചു പോയന്നാ പറയണത്.

'സംഘത്തിന്റെ ശക്തിയിൽ തൊഴിൽ ചെയ്യുന്നവർ കരുത്തുള്ള വരാകും. സ്വതന്ത്രരാകും.' ഗുരു പറഞ്ഞു.

അവർ ഗുരുവിനെ തൊഴുത് അവിടന്ന് മടങ്ങുമ്പോൾ ഗുരു പറഞ്ഞത് ഒരു മന്ത്രം പോലെ മനസ്സ് മന്ത്രിച്ചുകൊണ്ടിരുന്നു.

സംഘം ശക്തി  സ്വാതന്ത്ര്യം...

ഗുരു അരുളിയതാണ്. നടക്കും. ആ വിശ്വാസം വലിയ ബല മായിരുന്നു.

പക്ഷേങ്കീ സംഘം ഒണ്ടാക്കാ തൊഴിലാളികളെ കിട്ടണ്ടേ.. അവര തിന് നിന്ന് തരണ്ടേ. അവരെയൊന്ന് വിളിച്ചുകൂട്ടി ഒരിടത്തിരുത്തി കാരിയങ്ങള് പറയാൻ അവര് വരണ്ടേ. ബാവ ഒരുപാട് ശ്രമിച്ചിട്ടും ആരും വന്നില്ല. പലരും ദൂരേന്ന് വരുന്ന പണിക്കാരാണ്.. മൈലുകള് നടന്നാണ് അവര് പണിക്ക് വരുന്നത്. നേരം പരപരാ വെളുക്കമ്പം ചൂട്ടും കത്തിച്ചെറങ്ങുന്നതാണ്. തിരിച്ച് വീട് പറ്റമ്പം ഒരു നേരമാവും. ഇതിനെടേ അവരെ എങ്ങനെ ഒരുമിച്ചുകൂട്ടി വർത്താനം പറയും. ബാവ എന്ത് ചെയ്തന്നാ. അവര്ടെ കൂടെ നടന്ന്. ഒരു ദിവസം ഒരാ ള്ടെ കൂടെ അയാള്ടെ വീടുവരെ നടക്കും. അങ്ങോട്ട് വിശേഷങ്ങളും ചോദ്യങ്ങളുമക്കെ ചോദിച്ച് തൊടങ്ങും. അപ്പം കമ്പനീലെ കഷ്ടപ്പാ ടക്കെ പറയുമല്ലെ. ഇതിങ്ങനെ പോയാ മതിയാ. നമ്മള് ഒരുമിച്ച് നിക്കാത്തോണ്ടല്ലേ. നമ്മടെ അദ്ധ്വാനം കൊണ്ടാണ് മൊതലാളിമാര് കാശൊണ്ടാക്കുന്നത്. അതിന്റെ തുച്ഛമായ പങ്കാണ് നമക്ക് തരുന്നത്. അതും ചെലപ്പം തരത്തില്ല. ഇതിനക്കെ മാറ്റം വേണ്ടേ. നമ്മള് വിചാ രിച്ചാ നടക്കും. ഇങ്ങനെ പറഞ്ഞോണ്ടിരിക്കും. നമ്മള് അതൊക്കെ

നടക്കാത്ത കാര്യങ്ങളെന്ന് പറഞ്ഞാ എന്തുകൊണ്ട് നടക്കൂല്ലാന്നും പറഞ്ഞ് വിടാതെ നമ്മളെ കൂടെ കൂടും. നാരിയൽവാലാ കമ്പനീല് ഞാൻ പണിമൊടക്ക് നടത്തി ഓണം അടുവാൻസ് വാങ്ങിക്കൊടുത്തത് നിങ്ങക്കക്കെ അറിയാമല്ലെ എന്നപ്പഴ് പറയും. പറഞ്ഞ കാര്യങ്ങള് നമ്മടെ മനസ്സീന്ന് പോവൂല്ല. വീട്ടീ ചെന്നാലും ബാവേടെ ശബ്ദം നമ്മടെ ഉള്ളീ കെടന്ന് മൊഴങ്ങും. ഇതിന്റേടേ ഈഴവര് എസെൻടീപീ ഒണ്ടാക്കി സംഘടിച്ചത്, അതുകൊണ്ട് ഈഴപിള്ളർക്ക് പള്ളിക്കൂടത്തീ പോവാമ്പറ്റിയത്, നമ്മക്ക് വഴിയേ നടക്കാനും ക്ഷേത്രത്തീ കേറാനും പറ്റിയത് ഒക്കെ പറയും. പിന്നെ ഒരു കാരിയം എടുത്തുപറയും ഈഴവനായാലും മൊതലാളി മൊതലാളിയാണ്. തൊഴിലാളി ഈഴവനാണെന്ന സ്നേഹം അവര് കാണിക്കോ. കെ.സി. കരുണാകരൻ കാണിക്കോ. അയാള് വൈകീട്ട് കൂടുന്നത് മറ്റ് മൊതലാളിമാർക്കൊപ്പമാണ്. നായരായാലും നസ്രാണിയായാലും അവരിപ്പം ഒരു ജാതിയാ. മൊതലാളി ജാതി. നമ്മള് തൊഴിലാളി ജാതിയും. ഇങ്ങനയക്കെ പറഞ്ഞ് കേക്കമ്പം നമ്മളങ്ങ് മാറും. ഇങ്ങനെ ഓരോരുത്തരുടെയും കൂടെ പണികഴിഞ്ഞ് വീടു വരെ നടന്ന് പറയും. എന്റോടെ ഈ വീടുവരെ അങ്ങോര് മൂന്നു തെവസം നടന്ന്, ഞാനാദ്യം കട്ടായമായിപ്പറഞ്ഞ് ഇങ്ങനെയക്കെയങ്ങ് ജീവിച്ച് പോയാമതീന്ന്. മൂന്നു തെവസം കൊണ്ട് അങ്ങോരെന്നെ മാറ്റിയെടുത്ത്. പിന്നെ നമ്മള് പണിയെടുക്കുന്നതിനെടേ തമ്മീ തമ്മീ പറയുമല്ലെ. ഇതിനെടേല് ഒരു കുഞ്ഞച്ചൻ മൂപ്പനെ ബാവയ്ക്ക് കൂട്ടിനുകിട്ടി. മധുര കമ്പനീന്നൊരു യൂറോപ്യൻ കമ്പനീലെ മൂപ്പനാണ് അയാള്. അങ്ങനെ മധുര കമ്പനീലെ തൊഴിലാളികളേം സങ്കടിപ്പിച്ച്. സംഘം ഒണ്ടാക്കുന്നെന്ന് എല്ലാ കമ്പനി നടയിലും കവലകളിലും എഴുതി ഒട്ടിച്ച്. പിന്നെ വലിയ പ്രശ്നോം ഒച്ചപ്പാടുമായി. മൊതലാളിമാര് ആകെ ഹാലിളകിയമട്ടായി. അവര് തൊഴിലാളികളെ ഭീഷണിപ്പെടുത്താന്നോക്കി. പല അടവും നോക്കി. അവസാനം ബാവേടെ അടുത്ത് സംസാരിക്കാൻ വന്ന് കൈക്കൂലിയുമായി. വന്നത് കെ.സി. കരുണാകരനും ജനാർദ്ദനംപിള്ളയും. പിന്നെ വെള്ളക്കാര് മൊതലാളിമാരും ബാവേടെ അടുത്ത് വന്ന്. ബാവയും കുഞ്ഞച്ചനും എടുത്ത തീരുമാനത്തീന്ന് പിന്നോട്ട് പോയില്ല. സംഘടന ഒണ്ടാക്കുന്ന തീയതി കുറിച്ച് നോട്ടീസടിച്ചിറക്കി. ഞങ്ങളന്ന് ആദ്യത്തെ തൊഴിലാളി സംഘടനേടെ നോട്ടീസ് എല്ലാടവും കൊണ്ടുനടന്ന് കൊടുത്തു.''

ആ നിമിഷം കേശവന്റെ മുഖത്ത് അഭിമാനം അത്രമേൽ പ്രകടമായി.

''തൊണ്ണൂറ്റേഴ് മീനം പതിനെട്ടിനായിരുന്ന് ആ യോഗം. കളപ്പുര നടേടെ തെക്കുവശത്തെ തൊറസില് കാടക്കെ വെട്ടി നെരപ്പാക്കി. ആളുകള് വരാന്തൊടങ്ങി. ബാവയും കുഞ്ഞച്ചനും എല്ലാത്തിനും

ഓടി നടക്കുന്ന്. ഞങ്ങളക്കെ അങ്ങനെ ആവേശത്തില് നിക്കമ്പം ദാ സ്വാമി വരുന്നൂന്നും പറഞ്ഞ് ബാവ അപ്പം വന്നു നിന്ന റിക്ഷാ വണ്ടീടെ അടുത്തേക്ക് ഓടുന്ന്. ഞങ്ങളക്കെ പെറേന്ന് ഓടിച്ചെന്ന്. വന്നത് സത്യവ്രത സ്വാമികളായിരുന്ന്. ഗുരുവും സത്യവ്രതസ്വാമി കളും തണ്ണീർമുക്കത്ത് വന്നതായിരുന്ന്. സത്യവ്രതസ്വാമികള് ഗുരു പറഞ്ഞയച്ചിട്ട് വന്നതാണ്. തൊഴിലാളികള് പണികഴിഞ്ഞ് എത്താൻ തൊടങ്ങി. ഇതിനെടേല് ഗുരുവാണ് വന്നതെന്ന് വിചാരിച്ച് കൊറേ ആളുകള് വന്ന്. ശ്രീനാരായണ ഗുരു പറഞ്ഞതനുസരിച്ചാണ് നമ്മളീ സംഘടന ഉണ്ടാക്കുന്നതെന്നും ഗുരുവിന്റെ അനുഗ്രഹത്തിൽ യോഗം തൊടങ്ങുകയാണെന്നും ബാവ പറഞ്ഞതോടെ യോഗം തൊടങ്ങി. അന്ന് സത്യവ്രത സ്വാമി പറഞ്ഞത് ഇപ്പഴും എന്റെ കാതീ മൊഴ ങ്ങുന്ന്. ഗുരൂന്റെ അനുഗ്രഹം സംഘടനയ്ക്കുണ്ടെന്നും ഇതൊരു വലിയ സംഘടനയാകുമെന്നും വരാമ്പോകുന്നത് തൊഴിലാളികളുടെ യുഗമാണെന്നും ഗുരു പറഞ്ഞതായി സത്യവ്രതസ്വാമീം യോഗത്തീ പറഞ്ഞ്. അങ്ങനെയന്ന് ലേബർ യൂണിയനുണ്ടായി. മൂന്നാലു മാസം കഴിഞ്ഞപ്പം അതില് കൂടുതല് കമ്പനികളീന്ന് ആളെ ചേർത്ത് വലു താക്കി പേര് ലേബർ അസോസിയേഷൻ എന്നാക്കി. പിന്നെ തൊഴി ലാളീന്നൊരു പത്രവും തൊടങ്ങി. ആ പത്രം ഞാനിവിടെ ഇപ്പഴും വച്ചിട്ടൊണ്ട്. വായിക്കാൻ അറിയാവയ്യാത്തോര് അറിയാവുന്നവരെ ക്കൊണ്ട് വായിപ്പിക്കും. പിന്നെ ലേബറസോസിയേഷനെ പൊളി ക്കാൻ ജനാർദ്ദനമ്പിള്ളയും കെ.സി. കരുണാകരനും കൂടെ കൊറെ തൊഴിലാളികൾക്ക് നക്കാനും ഞൊണയാനുമക്കെ കൊടുത്ത് വശ ത്താക്കി ആലപ്പി യൂണിയനെന്നുംപറഞ്ഞ് ഒന്നൊണ്ടാക്കി. മൊത ലാളിമാര് തൊഴിലാളികളെ രക്ഷിക്കാനെന്നും പറഞ്ഞുവരുന്നത് കുറുക്കൻ കോഴിയെ രക്ഷിക്കുമെന്ന് പറയുമ്പോലെയാണെന്നക്കെ പറഞ്ഞ് പോയവരെയക്കെ തിരിയെ കൊണ്ടുവന്ന്. അങ്ങനെ മൊത ലാളിമാര്ടെ യൂണിയൻ പൊളിഞ്ഞ്.''

കുറച്ചുനേരം കേശവൻ ആകാശത്ത് നോക്കി ഇരുന്നു. പിന്നെ പറഞ്ഞു.

''മോൻ ഇനി കുളിക്ക്. വെള്ളം ദാ അടുപ്പത്തൊണ്ട്.''

ജയരാജൻ എഴുന്നേറ്റിരുന്നു. അവൻ ചോദിച്ചു.

''ബാവ ഇപ്പം എവിടെയുണ്ട്.''

''ഇപ്പഴും ഒണ്ട്. കുടുമ്പവുമായിട്ട് കഴിയുന്ന്. യൂണിയനിലൊന്നും ഇപ്പം ഇല്ല.''

''അതെന്ത്.''

''അതിപ്പം കാലം മാറീല്ലേ. ഇവിടേം സഖാക്കളെ ക്ലാസ് തൊടങ്ങി. കൃഷ്ണപിള്ളേം ശേഖറും വാര്യരുമൊക്കെ തൊഴിലാളികളെ കൂട്ടി

ക്ലാസെടുത്തു. അങ്ങനെയക്കെയായപ്പം ബാവ രാജി വച്ച് പോയി. ഞങ്ങക്കക്കെ വെഷമം ഒണ്ടായിരുന്ന്. ബാവ ഞങ്ങളെ സമാധാനിപ്പിച്ച് പറഞ്ഞത് ഞാനുണ്ടോ ഇല്ലയോ എന്നതല്ല പ്രശ്നം, തൊഴിലാളികളുടെ ഐക്യമാണ് പ്രധാനം എന്നാണ്. ഞാൻ തൊടങ്ങി വച്ചല്ലോ. ഇനി മറ്റുള്ളവർ മുന്നോട്ടു കൊണ്ടുപോകട്ടെ. ട്രേഡ് യൂണിയൻ, ഗുരു പറഞ്ഞതു പോലെ വലുതാകും.''

വീണ്ടും മൗനത്തിനുശേഷം കേശവൻ പറഞ്ഞു.

''ഞാനെടയ്ക്ക് കാണാമ്പോവും. വലിയ കട്ടപ്പാടിലാണ്. യൂണിയനക്കെ നേരാമണം പോകുന്നുണ്ടല്ലേന്ന് ചോദിക്കും. ഒണ്ടെന്ന് ഞാമ്പറയമ്പം നന്നായിരിക്കട്ട് എന്ന് പറയും.''

''വർത്തമാനം പറഞ്ഞോണ്ടിരുന്നാ ആ കൊച്ചിന് കുളിക്കണ്ടേ.'' കേശവന്റെ അമ്മ വിളിച്ചു ചോദിച്ചു.

ജയരാജൻ ഇപ്പോൾ കേട്ട കഥകളിൽ നിന്നുള്ള ചിന്തകളും പേറി അനത്തി വച്ചിരുന്ന വെള്ളമെടുത്ത് കുളിക്കാനായി പോയി.

കുറച്ചു ദിവസങ്ങൾ കൊണ്ട് ശരീരം പണിയെടുക്കാൻ കെല്പുള്ളതായി. വലിയ ആയാസത ഇല്ലാതെ ജയരാജന് പണികൾ ചെയ്യാമെന്നായി.

കേശവൻ പറയുമായിരുന്നു.. മോന് അതിന്റെ വശമറിയാത്തോണ്ടാ. ഒരു വശത്തിനങ്ങ് ചെയ്താ ഒടലറ്യത്തില്ല. ഒക്കെയൊരു മെയ്‌വഴക്കമാ.

അത് ശരിയായിരുന്നു.

ജോലി കഴിഞ്ഞ് വീട്ടിൽ വന്നാൽ തോട്ടിൽപ്പോയി വിസ്തരിച്ചൊരു കുളി. ചിലപ്പോൾ നകുലനുമുണ്ടാകും കൂടെ. നകുലൻ ആറാം ക്ലാസിൽ വച്ച് പഠിത്തം നിർത്തി. നാലിൽ പഠിക്കുമ്പോൾ നകുലന്റെ അമ്മ മരിച്ചു. ക്ഷയം വന്നാണ് മരിച്ചത്. പഠിത്തം നിർത്തിയതിൽപ്പിന്നെ കയറുകമ്പനിയിൽ കറക്കാൻ പോയി. നകുലന്റെ അമ്മയ്ക്കും കമ്പനിയിൽ തൊണ്ടടിക്കുന്ന പണിയായിരുന്നു.

നകുലനുമായി പോകുമ്പോൾ കുളികഴിഞ്ഞ് തോട്ടിൻകരയിൽ കുറെ നേരമിരിക്കും. നകുലൻ അധികം വർത്തമാനം പറയില്ല. പക്ഷേ പാടും.

സമരമൊക്കെ കഴിഞ്ഞ്, നകുലന്റെ പരിക്കുകൾ പൊറുത്തു വന്ന ശേഷം സന്ധ്യയ്ക്ക് വിളക്കിനു മുന്നിലിരുന്ന് നകുലൻ ദൈവദശകം ചൊല്ലുന്നത് ജയരാജൻ കേട്ടു. നല്ല ഈണത്തിൽ.

കേശവനും അമ്മയും മല്ലികയും അവന്റെ ഇരുവശങ്ങളിലായി കൈകൂപ്പി ഇരുന്നു. ജയരാജൻ മുറ്റത്ത് കയറുകട്ടിലിൽ ഇരുന്ന നകുലന്റെ സംഗീതത്തിൽ ലയിച്ചു.

പ്രാർത്ഥന കഴിഞ്ഞ് മുറ്റത്തു വന്നപ്പോൾ കേശവൻ ജയരാജനോട് ചോദിച്ചു.

''ഈശ്വരവിശ്വാസമില്ല അല്ലേ?''

''ഇല്ല.'' ജയരാജൻ പറഞ്ഞു.

''എസ്സെൻഡീപീലെ ഒത്തിരി കൊച്ചിങ്ങള് ദൈവമില്ലെന്നാ പറയുന്നത്. പണ്ട് സഹോദരൻ പറഞ്ഞമാതിരി. ക്ഷേത്ര പ്രവേശനം വേണ്ടായിരുന്നെന്നാ അവര്ടെ അഭിപ്രായം. പടിപ്പൊള്ളവര് പലർക്കും ഇപ്പം ദൈവവിശ്വാസമില്ല. എന്താണെന്ന് എനിക്ക് പിടി കിട്ടുന്നില്ല.''

ഇത്രയും പറഞ്ഞ് കേശവൻ ജയരാജനെ നോക്കി.

ജയരാജൻ ഒന്നും മിണ്ടിയില്ല.

''പക്കേങ്കീ അവരക്കെ ആത്മാർത്ഥതയും സ്നേഹവും ഒള്ളവരാ. ജയരാജൻ കൊച്ചിനെപ്പോലെ.''

ജയരാജൻ പുഞ്ചിരിച്ചു.

ഒരു ദിവസം നകുലൻ ചണ്ഡാലഭിക്ഷുകി നീട്ടിച്ചൊല്ലുന്നതും ജയരാജൻ കേട്ടിരുന്നു. പിറ്റേ ദിവസം കുളിക്കാൻ പോയപ്പോൾ നകുലനും കൂടെയുണ്ടായിരുന്നു.

''നകുലൻ നന്നായി പാടുമല്ലോ.'' ജയരാജൻ പറഞ്ഞു.

''അങ്ങനൊന്നുമില്ല.. പാട്ട് ഇഷ്ടമാണ്.''

''ഞാൻ കേട്ടല്ലോ ചണ്ഡാലഭിക്ഷുകി ചൊല്ലുന്നത്. നല്ല ശബ്ദം. നല്ല സ്വരം.''

നകുലന് പ്രശംസ ഇഷ്ടമായി. അവന് സന്തോഷം നാണത്തിന്റെ ഭാവത്തിൽ വന്നു.

''ആശാന്റെ കവിതയൊക്കെ എവിടന്ന് കിട്ടി?''

''എസെൻഡീപീലൊണ്ട്.''

''കൊറേ കവിതകള് അറിയാമോ?''

''അങ്ങനെയൊന്നുമില്ല. രമണനിലെ കൊറേ വരികളറിയാം.''

അങ്ങനെ കുളികഴിഞ്ഞ് കുറെനേരം തോട്ടിൻകരയിലിരുന്ന് നകുലൻ പാടി. ചണ്ഡാലഭിക്ഷുകി, രമണൻ, നാടൻപാട്ടുകൾ അങ്ങനെയങ്ങനെ.

രമണൻ കേൾക്കുമ്പോൾ ജയരാജൻ കണ്ണടച്ചിരുന്നു. കോളേജിൽ പലവട്ടം ചങ്ങമ്പുഴ പാടി ജയരാജൻ കേട്ടിട്ടുള്ളതാണ്. കോളേജിലെ ഉച്ചസദസ്സിൽ ബിരുദാനന്തര വിദ്യാർഥിയായ ചങ്ങമ്പുഴയുമായുള്ള സംവാദങ്ങൾ ഓർമ്മയിൽ വന്നുപോയി.

''ചങ്ങമ്പുഴയുടെ വാഴക്കുല നകുലനറിയില്ലേ? പുതിയ കവിതയാണ്.''

''അറിയില്ല.'' അവൻ പറഞ്ഞു.

''എനിക്ക് പാടാനറിയില്ല. കവിത ഓർമ്മയിലൊണ്ട്. എഴുതിത്തരാം.''

വീട്ടിൽ ചെന്നശേഷം വാഴക്കുല എഴുതി നകുലന് കൊടുത്തു. പിറ്റേ ദിവസം അത് ഈണത്തിൽ അവൻ ചൊല്ലി. ആ കവിത നകുലൻ ചൊല്ലുന്നത് ജയരാജന് കേൾവിമാത്രമല്ല, കാഴ്ചകൂടിയായിരുന്നു. കവിതയുടെ വികാരവും ശക്തിയും നകുലന്റെ ശബ്ദത്തിൽ മാത്രമല്ല ഭാവത്തിലുമുണ്ടായിരുന്നു.

ഒരു ദിവസം നകുലൻ എസെൻഡീപീന്ന് ഗുരുവിന്റെ കാളീ നാടകത്തിലെ കുറെ വരികൾ പഠിച്ചു വന്നു. വലിയ ഉത്സാഹമായിരുന്നു കാളീനാടകം പാടാൻ. പാടുമ്പോൾ ഒരു കേൾവിക്കാരനുള്ളതിന്റെ സന്തോഷം നകുലന്റെ മുഖത്ത് പ്രകാശിക്കും.

കുളികഴിഞ്ഞ് വീട്ടിൽ വന്നാൽ പിന്നെ മല്ലികയ്ക്കൊപ്പമാണ് ജയരാജൻ. അവളെ പഠിപ്പിക്കുക, പടം വരയ്ക്കുക. ഒരു കൊച്ചുകുട്ടിയെപ്പോലെ അവൾക്കൊപ്പം ജയരാജൻ കളിക്കുന്നതു കാണുമ്പോൾ കേശവനും അമ്മയ്ക്കും കൗതുകമാണ്. കുളികഴിഞ്ഞു വരാൻ അവൾ കാത്തിരിക്കും. വരാൻ താമസിച്ചാൽ അവൾ ജയരാജനെ വഴക്കു പറയും. പിണങ്ങും. രാത്രി ആഹാരം കഴിച്ച് ഒൻപതു മണിയാകുമ്പോൾ കിടന്നുറങ്ങും. അതിരാവിലെ ജോലിക്ക് പോകാനുള്ളതാണ്. മുറ്റത്തിട്ടിരിക്കുന്ന കയറുകട്ടിലിലാണ് ജയരാജൻ കിടക്കുന്നത്.

അകത്ത് ഒരു മുറിയും വീതി കുറഞ്ഞ ഇറയവുമാണുള്ളത്. പിന്നിൽ ചായ്ച്ചിറക്കിയതാണ് അടുക്കള. അകത്തു കിടക്കാൻ കേശവനും അമ്മയും പറഞ്ഞതാണ്.

''ഇവിടെ ആകാശം കണ്ട് കിടക്കാൻ നല്ല സുഖമാണ്. നല്ല തെളിഞ്ഞ കാലാവസ്ഥയും.'' ജയരാജൻ പറഞ്ഞു.

മുറ്റത്തെ കയറുകട്ടിലിൽ ആകാശം നോക്കി കുറെ നേരം കിടക്കും. പിന്നെ ഉറക്കം ആഴത്തിലേക്കാഴത്തിലേക്ക് പോകും. അദ്ധ്വാനിച്ച ശരീരത്തിന്റെ വിശ്രമം.

## പതിനഞ്ച്

''**ഭ...** പറ കഴുവേറീടെ മോനേ..''

ശിവരാമൻ കാന്ത്രാക്കിന്റെ ശകാരം കേട്ട് ജയരാജൻ തിരിഞ്ഞു നോക്കി.

ശിവരാമന്റെ ചവിട്ടേറ്റ് കൊച്ചപ്പി ദൂരെ വീണു.

കൊച്ചപ്പിയും ജയരാജനും ചുരുട്ടി കെട്ടുകളാക്കിയ കയർ ചുമന്നു കൊണ്ടുവന്ന് അട്ടിയട്ടിയായി വയ്ക്കുകയായിരുന്നു. കൊച്ചപ്പി കെട്ട് മുകളിലേക്ക് കയറ്റിവച്ചപ്പോൾ അവൻ കയറ്റിവച്ച കെട്ടും വേറേ മൂന്നാലു കെട്ടുകളും തറയിൽ ഉരുണ്ടുവീണു.

ഫ തന്തയില്ലാത്തവനേ... തായോളീ... എന്നു പറഞ്ഞ്, ചവിട്ടു കൊണ്ട് വീണിടത്തു നിന്ന് എഴുന്നേറ്റ കൊച്ചപ്പിയുടെ ചെവിക്കന്ന ത്തിന് ഒറ്റയടി.

ജയരാജൻ സ്തബ്ധനായി. അവൻ എടുത്തുപൊക്കിയ കയർ കെട്ട് താഴെ വച്ചു.

അവിടെയുണ്ടായിരുന്ന കേശവൻ കണ്ണുകാണിച്ചു ഇടപെടരു തെന്ന്.

അടികൊണ്ടുവീണ കൊച്ചപ്പി എഴുന്നേറ്റ് കയർ കെട്ടുകൾ ഓരോന്നും അട്ടിയിൽ കയറ്റിവച്ചു. അവിടെയുണ്ടായിരുന്ന മറ്റു തൊഴിലാളികൾ അതിൽ രസിച്ചു ചിരിച്ച് നോക്കിനിന്നു.

പറയ സമുദായത്തിലെ ആതിച്ചൻ ഇതൊന്നും കാണാത്ത മട്ടിൽ പണിയെടുത്തു.

"കഴുതകള് ഈ പെലേരും പറയരുമൊന്നും നന്നാവത്തില്ല. തല്ലു കൊള്ളികള്. ഇവന്റെയൊക്കെ മോന്തകണ്ടാലേ തല്ലാൻ തോന്നും."

എല്ലാവരും രസിക്കുന്ന എല്ലാവരും അംഗീകരിക്കുന്ന അഭിപ്രായം ശിവരാമൻ പറഞ്ഞു.

അയാൾ ഒന്നുകൂടി ചവിട്ടാനോങ്ങി. കൊച്ചപ്പി തന്റെ ശരീരത്തെ ആവുന്നത്ര ചുരുക്കി തല്ലു വീഴുന്ന നിമിഷത്തെ കാത്തുനിന്നു. ശിവ രാമൻ ചവിട്ടാനോങ്ങിയ കാൽ പിൻവലിച്ച് ഉഗ്രമായ നോട്ടവും മൂളലും കൊച്ചപ്പിക്ക് നേരേ എറിഞ്ഞു.

കൊച്ചപ്പിയുടെയും ആതിച്ചന്റെയും അവിടെ പണിയെടുക്കുന്ന എല്ലാവരുടെയും വീടുകളിൽ ജയരാജൻ ഇതിനകം പോയിരുന്നു.. ഈഴവരായ തൊഴിലാളികൾക്ക് വീട് എന്നു പറയാൻ ഒരു കൂര യുണ്ട്. മാടം, ചാള എന്നൊക്കെ പറയുന്ന പുലയക്കുടികളും പറയ ക്കുടികളും വീട് എന്ന പേരിന് അർഹതയില്ലാത്തതാണ്.

കൊച്ചപ്പിയുടെയും ആതിച്ചന്റെയും കുടിലുകൾ അടുത്തടു ത്താണ്, വയലോരത്ത് തോട്ടിൻകരയിൽ. തോട്ടുവരമ്പിന്റെ വീതിയേ ആ കുടിലുകൾക്കുള്ളൂ. തെങ്ങോലയും കൈതയോലയും കൊണ്ട് മറച്ചെടുത്ത ഒരു ചെറു കൂടാരം.

അതിന്റെ അകത്തിനെ ഒരു മുറിയെന്ന് വിശേഷിപ്പിക്കാനാകില്ല. ജയരാജൻ വിചാരിച്ചു.

ആ തോട്ടുവരമ്പിൽ പിന്നെയും കുറെ കുടിലുകളുണ്ട്. എല്ലാം പറയരും പുലയരുമാണ് . വയലറ്റ് നിറത്തിലെ കോളാമ്പിപ്പൂക്കൾ പിടിച്ചുകിടക്കുന്ന തോട്ടുവരമ്പിലൂടെ ആതിച്ചനും കൊച്ചപ്പിക്കു മൊപ്പം ചിലപ്പോൾ പണികഴിഞ്ഞ് ജയരാജൻ പോകും. അവിടെ തോട്ടിൽ കുളിച്ച് അവരുടെ വീട്ടിൽ നിന്ന് ചിലപ്പോൾ അവിടെ യുള്ളത് കഴിച്ചിട്ടായിരിക്കും തിരിച്ച് കേശവന്റെ വീട്ടിൽ ചെല്ലുക.

കേശവന് ഇതത്ര പിടിക്കില്ല. നായരു കുട്ടിയായതുകൊണ്ട് ഒന്നും പറയാനും വയ്യ. തീണ്ടലും തൊടീലും തൊട്ടുതിന്നലും ഒന്നും ബാധി ക്കാത്ത ആളല്ലേ. ഈഴക്കുടിയിൽ ഒരു വിഷമവും ഇല്ലാതെ തിന്നും കുടിച്ചും കിടക്കുന്നില്ലേ. അതുപോലെയാവും പറയരുടെയും പുലയരു ടെയും കുടിയിലും. എന്നാലും കേശവനതങ്ങോട്ട് ദഹിക്കുന്നില്ല. ഈഴവര് ജാതീല് അത്ര കൊറഞ്ഞവരൊന്നും അല്ലല്ലെ. അതു പോലാണാ പറയരും പൊലയരും. കേശവൻ വിചാരിച്ചു.

അവിടന്നൊക്കെ തിന്നിട്ട് വരുമ്പോൾ കേശവന്റെ അമ്മ ഉണിത ചാന്നാട്ടി പറയും. ''മോന് വച്ച ചോറും കറീം ഇനിയെന്തു ചെയ്യും.''

''അത് സാരമില്ലമ്മൂമ്മ ഞാങ്കഴിക്കാം.'' അവൻ ഉണിത ചാന്നാട്ടി സ്നേഹത്തോടെ വിളമ്പിക്കൊടുക്കുന്നതും കൂടി കഴിക്കും.

അന്ന് കൊച്ചപ്പി അടി കൊണ്ടപ്പോൾ കേശവൻ പ്രതികരിക്കാ തിരുന്നത് ജയരാജന് അത്ഭുതമായിരുന്നു. ഒരു തൊഴിലാളി സംഘ ടനാപ്രവർത്തകന് ഇങ്ങനെ കണ്ടുകൊണ്ടുനിൽക്കാൻ പറ്റുമോ, ഒരു തൊഴിലാളിയെ മർദ്ദിക്കുമ്പോൾ? എത്ര നിസ്സാര കാരണത്തിനാണ് കൊച്ചപ്പിയെ ചവിട്ടിയതും തല്ലിയതും.

മർദ്ദിച്ച ശിവരാമനോടുള്ളതിനെക്കാൾ ജയരാജന് കൂടുതൽ അമർഷം കേശവനോടായിരുന്നു.

കൊച്ചപ്പിക്ക് അടി കൊണ്ട അന്ന് പണി കഴിഞ്ഞ് ജയരാജൻ കൊച്ചപ്പിക്കൊപ്പം അവന്റെ വീട്ടിലേക്കു പോയി. ആതിച്ചനുമുണ്ടാ യിരുന്നു.

ഒന്നും മിണ്ടാതെ തോട്ടുവരമ്പിലൂടെ നടന്നു. കുറെ നടന്നപ്പോൾ ആ മൗനം ജയരാജന് സഹിക്കാനായില്ല. അവൻ കൊച്ചപ്പിയുടെ തോളിൽ കൈ വച്ചു.

രണ്ടുപേരും പരസ്പരം നോക്കി.

''നീ എന്തിനാണടാ അടി കൊണ്ടത്? നീ എന്തിനെടാ ഒന്നും മിണ്ടാതെ അടി കൊള്ളാൻ നിന്നുകൊടുത്തത്?''

അവൻ ചിറികോട്ടി ചിരിച്ചു.

''എന്നതു ചെയ്യണമെന്നാണ് നിങ്ങ പറയണത്?''

"അവർക്ക് അടിക്കാനെന്തവകാശം. എന്നെ അടിക്കരുതെന്ന് പറയണം. പിന്നേം തല്ലിയാ തിരിച്ചു തല്ലണം."

കൊച്ചപ്പി ചിരിച്ചു.

"ഇതൊന്നും ഞാക്ക് ആദ്യമല്ലല്ലെ. ഞാള് അടികൊള്ളാൻ ജനിച്ച വരല്ലേ." അവൻ പറഞ്ഞു.

ജയരാജൻ മിണ്ടാനാകാതെ നിന്നു.

"നീ എന്തോന്നാ കണ്ടിരിക്കണത്. നെന്റെ നാടെവിടെ വീടെ വിടെ ജാതിയെന്ത് ഇതൊന്നും ഏനറിയില്ല. പക്കേങ്കീ ഒന്ന് ഞാക്ക റിയാം. നീ പറയനോ പെലയനോ കീഴ്ചാതിക്കാരനോ അല്ല."

"ഇതൊന്നും ഒരു തല്ലല്ല രായാ. മരത്തീ കെട്ടിയിട്ടാ തല്ലല്. ചെലപ്പം രണ്ടും മൂന്നും ദെവസം അങ്ങനെ കെട്ടിയിടും. വെള്ളംകൂടി കുടി ക്കാതെ. അങ്ങനെ മരിച്ചവര് എത്രപേരൊണ്ട്. നീക്കറിയോ?"

"നെനക്കടി കൊണ്ടിട്ടൊണ്ടാ? നെന്റെ തന്തയ്ക്കും തന്തേടെ തന്തയ്ക്കും അടികൊണ്ടിട്ടൊണ്ടാ? നെന്റെ പെണ്ണിനേം പെങ്ങളേം അമ്മേംക്കെ തമ്രാക്കാമ്മാര് കേറിപ്പിടിച്ചിട്ടൊണ്ടാ? പെണ്ണിങ്ങളെ പെഴപ്പിച്ചിട്ട് കൊന്നു തള്ളീട്ടൊണ്ടാ?"

ജയരാജൻ ഒന്നും പറയാനാകാതെ ഒരു കുറ്റവാളിയെപ്പോലെ നിന്നു. നീറിപ്പിടയ്ക്കുന്ന വേദന അവന്റെ തൊണ്ടയിൽനിന്ന് നെഞ്ചിലേക്കിറങ്ങി. അവന്റെ കണ്ണിൽ ഇരുട്ടുകയറുകയായിരുന്നു. കാഴ്ചയോടൊപ്പം അവന്റെ തലച്ചോറും ഇരുളിലാഴുകയായിരുന്നു. ഇരുകൈകളും തലയ്ക്കിരുവശവും മുടിയിൽ ശക്തിയായി പിടിച്ചു. വീണുപോകുന്ന ഉള്ളിന് താങ്ങായി. അവൻ നിലത്ത് ആ പാടവര മ്പത്ത് അങ്ങനെതന്നെ ഇരുന്നു. ബോധം നഷ്ടപ്പെട്ടവനെപോലെ വാവിട്ട് നിലവിളിച്ചു. ശ്വാസം കിട്ടാതെ ഏങ്ങിയേങ്ങി കരഞ്ഞു.

കൊച്ചപ്പിയും ആതിച്ചനും അമ്പരന്നുപോയി. ഇവനിതെന്തുപറ്റി. അവർ ജയരാജന്റെ ഇരുവശത്തുമായി ഇരുന്നു.

തലയ്ക്കകത്തുകൂടെ പൊട്ടിപ്പിളരുന്ന വേദനയിൽ ജയരാജൻ കൈകാലിട്ടടിച്ചു.

കൊച്ചപ്പിക്കും ആതിച്ചനും ഒന്നും മനസ്സിലായില്ല.

അവർ രായാ എടാ രായാ നെനക്കന്തൊണ്ടാ പറ്റിയേ എന്താണ്ടാ എന്ന് ചോദിച്ചുകൊണ്ടിരുന്നു. ഏതോ ബാധ കൂടിയതായിരിക്കാം എന്നവർ വിചാരിച്ചു. അതുകൊണ്ടുതന്നെ ബാധ ഇറങ്ങിപ്പോകാൻ അവർ അവനരികെ കാത്തിരുന്നു. കുറെ നേരം ഏങ്ങലടിച്ച് അവൻ ശാന്തനായി. വരമ്പത്തു നിന്ന് നെൽച്ചെടി പച്ച പിടിച്ചു കിടക്കുന്ന വയലിലേക്ക് അവൻ വീണുപോയിരുന്നു. പുറമാകെ ചെളിയായി.

കൊച്ചപ്പിയും ആതിച്ചനും അവനെ പിടിച്ച് വയൽവരമ്പിൽ ഇരുത്തി. ജയരാജൻ കുറെ നേരം തല കുമ്പിട്ടിരുന്നു.

അവൻ കൊച്ചപ്പിയുടെയും ആതിച്ചന്റെയും മുഖത്ത് മാറിമാറി നോക്കി. ജയരാജൻ കഠിനവേദനയിലേക്കാണ്ടത് കൊച്ചപ്പിക്കും ആതിച്ചനും മനസ്സിലാകുമായിരുന്നില്ല. ആരോ ശരീരത്ത് കൂടി എന്നു തന്നെ അവർ കരുതി.

അവർ അവനെ പിടിച്ചെഴുന്നേൽപ്പിച്ചു.

അവർ പതുക്കെ വയൽ വരമ്പിലൂടെ തോട്ടുവരമ്പിലെത്തി.

''വാ ഇവിടന്ന് കുളിക്കാം.'' ആതിച്ചൻ പറഞ്ഞു.

പതിവായി കൊച്ചപ്പിയുടെ കുടിലിനടുത്താണ് അവർ കുളിക്കുന്നത്.

ഇന്ന് അവർ അവിടന്ന് കുളിച്ച് കൊച്ചപ്പിയുടെ വീട്ടിലേക്കു നടന്നു. ജയരാജൻ ഒന്നും മിണ്ടിയില്ല. തനിക്ക് ഏതാനും നിമിഷം മുൻപ് സംഭവിച്ചതുപോലെ മുൻപൊരിക്കൽപ്പോലും ഉണ്ടായിട്ടില്ല.

കുളികഴിഞ്ഞ് അവൻ കൊച്ചപ്പിയുടെയും ആതിച്ചന്റെയും തോളിൽ കൈയിട്ട് ചേർത്തുനിർത്തി ചിരിച്ചു. അവരും ചിരിച്ചു.

ആതിച്ചൻ പറഞ്ഞു.

''എന്റെ ചാച്ചൻ ഓതി ദെണ്ണം ഒഴിപ്പിക്കും. ദേഹത്ത് വാത കൂടിയതാ.''

ജയരാജൻ അത്ഭുതത്തോടെ അവരെ നോക്കി.

''എന്റെ ദേഹത്തുകൂടിയതേ നിങ്ങളെ തല്ലുന്നവരുടെ, പെണ്ണുങ്ങളെ കേറിപ്പിടിക്കുന്നവരുടെ അപ്പനപ്പൂപ്പന്മാരാ... അവര് എന്റെ ശരീരത്തീന്ന് പോയി. ഇനിയിത് അവര്ടെ ശരീരമല്ല.''

അവൻ അവർക്കഭിമുഖമായിനിന്ന് ഇരുവരുടെയും തോളിൽ കൈവച്ച് പറഞ്ഞു.

''ഇനി അവരുടെ ബാധ നമ്മളൊഴിപ്പിക്കും. നമുക്ക് അന്തസ്സായി ജീവിക്കാൻ.''

അവർക്കത് ശരിക്കും മനസ്സിലായില്ല.

അവർ തോട്ടുവരമ്പിലൂടെ നടന്നു. അവിടവിടെ പറയരുടെ കുടിലുകളുണ്ട്. തോട്ടുവരമ്പിൽ കൈതക്കാടുപിടിച്ചുകിടക്കുന്നതിനപ്പുറം കൊച്ചപ്പിയുടെ വീട്ടിനടുത്ത് ഒരു മണൽത്തിട്ടയുണ്ട്. പതിവായി ഇരിക്കാറുള്ള മണൽത്തിട്ട.

അവർ അവിടെ ഇരുന്നു.

ജയരാജൻ മുൻപ് ഇവിടെ വന്ന ദിവസങ്ങളിൽ കുറെനേരം ഇരിക്കും. മണലിൽ മലർന്നുകിടക്കും. വിശാലമായ ഏല. മുകളിൽ

വിശാലമായ ആകാശം. രാത്രി. കൂരിരുട്ടിൽ നിറയെ മിന്നുന്ന നക്ഷത്ര ദീപങ്ങൾ. ചീവിടുകളുടെയും തവളകളുടെയും നിലയ്ക്കാത്ത സംഗീതം.

ഒരു ദിവസം നകുലനെയും കൂട്ടി. നകുലൻ അന്ന് വാഴക്കുല പാടി. എല്ലാമങ്ങ് മനസ്സിലായില്ലെങ്കിലും അതിന്റെ അന്തസാരം അവരനുഭവിക്കുന്നുണ്ടായിരുന്നു. കൊച്ചപ്പി ആ പാട്ട് ഒന്നുകൂടെ കേൾക്കണമെന്ന് പറഞ്ഞു. നകുലൻ വീണ്ടും പാടി. അവസാന വരികൾ അവരുടെ ഓർമ്മയിൽ പതിഞ്ഞു.

"ഇതിനൊക്കെ പ്രതികാരം ചെയ്യാതടങ്ങുമോ

പതിതരേ നിങ്ങൾതൻ പിന്മുറക്കാർ."

അവരുടെ അന്തരംഗത്തിൽ ഈ വരികൾ മുഴങ്ങി.

ആ വരികൾ വീണ്ടും വീണ്ടും അവരറിയാതെ, തിരികെ വീട്ടിലേക്കു നടക്കുമ്പോൾ പാടിപ്പോകുന്നുണ്ടായിരുന്നു.

പിന്നൊരു ദിവസം നകുലനെ വിളിച്ചപ്പോൾ അവൻ വരുന്നില്ലയെന്നു പറഞ്ഞു. പറക്കുടിയിലൊക്കെ പോയിരുന്നാൽ അച്ഛൻ വഴക്കുപറയുമെന്നവൻ പറഞ്ഞു.

അന്നും മണൽത്തിട്ടയിൽ ഏറെ നേരമിരുന്നു. ജയരാജന്റെ മനസ്സ് ശാന്തമായിരുന്നു.

ജയരാജന്റെ അപ്പൂപ്പൻ ഏറത്ത് കൊച്ചുഗോവിന്ദക്കുറുപ്പ്, അനന്തകൃഷ്ണന്റെ അച്ഛൻ, കരപ്രമാണി, നാട്ടിലെ ന്യായാധിപന്റെ സ്ഥാനമായിരുന്നു. കരപ്രമാണിക്ക് കുറ്റം ചെയ്യുന്നവർക്ക് ശിക്ഷ വിധിക്കാനുള്ള അധികാരം രാജാവ് കൊടുത്തിട്ടുണ്ട്. മോഷണം, കൊലപാതകം തുടങ്ങിയവയ്ക്കെല്ലാം ശിക്ഷ വിധിച്ചിരുന്നത് ഏറത്തേമാനാണ്. അതിക്രൂരമായ ശിക്ഷകൾ. നീതി നടപ്പിലാക്കുന്നതിൽ ഒരു ദാക്ഷിണ്യവുമില്ലെന്ന പുകൾ കുറുപ്പേമാന് നാട്ടുപ്രമാണിമാർക്കിടയിൽ മാത്രമല്ല, കൊട്ടാരത്തിനകത്തും ഉണ്ടായിരുന്നു.

കൊന്നുകളയുക, കൈ വെട്ടുക, തിളച്ച എണ്ണയിൽ മുക്കുക, മുക്കാലിയിൽ കെട്ടിയിട്ട് അടിക്കുക ഇങ്ങനെ കുറ്റത്തിനനുസരിച്ചാണ് ശിക്ഷകൾ. ഏറത്തേമാൻ എന്നു കേട്ടാൽ കിടുകിടാ വിറയ്ക്കാത്തവരില്ല. ഇന്ന് തന്റെ അച്ഛനിരിക്കുന്ന ശില്പഭംഗികളുള്ള വീട്ടിത്തടിയിൽ തീർത്ത കസേരയിലിരുന്നാണ് തന്റെ അപ്പൂപ്പനായ ആ മനുഷ്യൻ ശിക്ഷ നടപ്പിലാക്കിയിരുന്നത്. പലരും അടികൊണ്ട് അവിടെത്തന്നെ മരിച്ചു വീണിട്ടുണ്ടെന്ന് അച്ഛന്റെ അമ്മ, താൻ കുട്ടിയായിരുന്നപ്പോൾ പറഞ്ഞു തന്നിട്ടുണ്ട്. അമ്മൂമ്മയുടെ മടിയിൽക്കിടന്ന് ഓരോരോ കഥകൾ കേൾക്കും. അപ്പൂപ്പന്റെ പ്രമാണിത്തവും വീരശൂരത്വവുമായാണ് അമ്മൂമ്മ ഇടയ്ക്കൊക്കെ പറയുന്നത്. കണിശമായും നീതി

നടപ്പിലാക്കിയ മനുഷ്യൻ എന്ന രീതിയിലായിരുന്നു അമ്മൂമ്മയുടെ അവതരണം.

''കള്ളത്തരം അപ്പൂപ്പന് പൊറുക്കൂല്ല. കള്ളം പറയുന്നവന്റെ നാക്കരിഞ്ഞു കളയും.''

അപ്പോൾ അപ്പൂപ്പന്റെ വലിയ ഛായാചിത്രത്തിലേക്ക് ജയരാജൻ നോക്കും. കൊത്തുപണികളുള്ള കസേരയിൽ രാജകീയ പ്രൗഢി യിൽ ഇരിക്കുന്നു. വലിയ കൊമ്പൻ മീശ. കസേരയുടെ വശത്ത് ചാരി ഒരു വടിയുമുണ്ട്. മറ്റൊരു കൊമ്പൻ മീശക്കാരനും അപ്പൂപ്പനും കൂടി ഇരിക്കുന്ന പടവുമുണ്ട്.

അമ്മൂമ്മ പറഞ്ഞു തന്നിട്ടൊണ്ട്, അത് സി.വി രാമൻപിള്ളയാ ണെന്ന്. മാർത്താണ്ഡ വർമ്മയുടെയും രാജാ കേശവദാസന്റെയു മൊക്കെ കഥ എഴുതിയ ആളാണ്. മലയാളിമെമ്മോറിയലിന്റെ കാ ലത്തും കേരളീയ നായർ സമാജത്തിന്റെ കാലത്തും ഇവിടെ വരു മായിരുന്നു. കേരളീയ നായർ സമാജത്തിന്റെ യോഗങ്ങൾ ഇവിടെ വച്ചും കൂടീട്ടൊണ്ട്. അപ്പഴ് സി. കൃഷ്ണപിള്ളയും മള്ളൂരും മന്നവും ചങ്ങനാശ്ശേരിയുമൊക്കെ കാണും. കൃഷ്ണപിള്ളയും മന്നവും ചങ്ങ നാശ്ശേരിയുമൊക്കെ ചേർന്ന് നായർ സർവ്വീസ് സൊസൈറ്റീന്നൊന്ന് സി.വി. രാമൻപിള്ളയോടും മള്ളൂരിനോടുമൊക്കെ പിണങ്ങി ഉണ്ടാക്കി.

അമ്മൂമ്മ ഈ കഥയൊക്കെ പറയുമ്പോൾ ജയരാജനിൽ അതൊക്കെ ദൃശ്യമായി പതിഞ്ഞു. അപ്പൂപ്പന്റെ അടികൊണ്ട് തളർന്നു വീഴുന്ന പാവപ്പെട്ടവരുടെ ചിത്രം. അപ്പൂപ്പൻ കൊന്നൊടുക്കിയ താഴ്ന്ന ജാതി ക്കാർ.

അവൻ ചോദിക്കും. ''അപ്പൂപ്പൻ വാള് വച്ചു വെട്ടിയാണാ കൊല്ലു ന്നത്.''

''അപ്പൂപ്പൻ കൊല്ലത്തൊന്നുമില്ല. അപ്പൂപ്പൻ ഉത്തരവ് കൊടുക്കും. കൊല്ലാനക്കെ വേറെ ആളുകളൊണ്ട്. പിന്നെപ്പിന്നെ അത് നിന്ന്. സായിപ്പമ്മാര് എടപെട്ട് കോടതീം വക്കീലമ്മാരുമക്കെയായി. എന്നാലും തോന്നിവാസം കാണിക്കണവരേം കക്കണവരേം കാളേത്തല്ലണ കമ്പു വാങ്ങി കണക്കിന് കൊടുക്കും.''

അമ്മൂമ്മ എന്തോ ഓർത്ത് ചിരിച്ചു.

''എന്തമ്മൂമ്മാ ചിരിക്കണത്?''

''അതൊരിക്കെ പറപ്പാക്കരന്റെ മോൻ കൊമരനെ ഇവിടിട്ട് തല്ലി. കൊയ്തപ്പം രണ്ടുമൂന്ന് കറ്റ അവൻ ഒളിപ്പിച്ച് വച്ച്. അപ്പൂപ്പന്റെ കാര്യ സ്ഥൻ അന്ന് സാമ്പാറുണ്ണിത്താനാണ്.''

''സാമ്പാറുണ്ണിത്താനാ? അതെന്തര് പേര്?''

''സദ്യയ്ക്ക് സാമ്പാറ് വയ്ക്കാൻ അയാളെപോക്കിയേ ഒള്ള്. ഇനിയിപ്പം നളൻ വന്നാലും അയാളോട് തോറ്റുപോവും.''

നളനും സാമ്പാറുണ്ണിത്താനും സാമ്പാറുണ്ടാക്കി മത്സരിക്കുന്നത് ജയരാജൻ കണ്ടുരസിച്ചു. അവന് ചിരി വന്നു.

''അങ്ങനെ സാമ്പാറുണ്ണിത്താൻ, കറ്റ മോട്ടിച്ചത് കണ്ടുപിടിച്ചു.'' അമ്മൂമ്മ തുടർന്നു. ''അവനെ പിടിച്ചിവിടെ അപ്പൂപ്പന്റെ മുമ്പീ കൊണ്ടു വന്ന്... പത്തുപതിനെട്ട് വയസ്സേ വരൂ അവന്. നല്ല ഒറച്ച ഒടല്. നെഞ്ചക്കെ അങ്ങ് വിരിഞ്ഞുനിക്കും. തേവമ്പുലയൻ കണ്ടത്തീന്ന് കാളകളേം കുളിപ്പിച്ച് വന്നനേരം. കാളേയടിക്കണ വടി വാങ്ങി അവന് നല്ലോണം കൊടുത്ത്. അടി കൊണ്ട് നിലത്തുവീണ അവൻ ഉരുണ്ടു പെടച്ചോടി. ചെന്നുവീണത് ചാണകക്കുഴീല്.''

അതോർമ്മിച്ച് അമ്മൂമ്മ പിന്നെയും ചിരിച്ചു. ജയരാജന് സങ്കടം തോന്നി.

അമ്മൂമ്മ ചിരിച്ചുചിരിച്ച് പറഞ്ഞു.

''ചാണകക്കുഴീന്ന്... ചാണകക്കുഴീന്ന് എങ്ങനെയൊക്കെയൊ വലിഞ്ഞു പറിച്ച് കേറിയപ്പം അവൻ ഉടുത്തിരുന്ന തുണിയഴിഞ്ഞു പോയി. ഉടുതുണിയില്ലാതെ അവൻ ജീവനുംകൊണ്ടോടി. ഇതും കണ്ടോണ്ടാണ് നിന്റച്ഛൻ വരുന്നത്. അവനപ്പം ബിയെല്ലിന് പടി ക്കുന്ന്. അവനന്ന് അച്ഛനെ വെലക്കി ഇനി ഇങ്ങനെ ചെയ്യരുതെന്ന്. കാലം മാറിയത് അച്ഛനറിയണമെന്നവൻ പറഞ്ഞ്. അച്ഛൻ പിണ ക്കിയ അയ്യങ്കാളിയിപ്പം പ്രജാസഭയിലൊണ്ടെന്ന് അച്ഛനറിയാമല്ലെ. അവര് ചെലപ്പം തിരിച്ചു തല്ലാനും മടിക്കത്തില്ല. അച്ഛനവരടെ വിരോതം വേറേം ഉണ്ടാക്കീട്ടൊണ്ടല്ലെ എന്നക്കെ അവൻ പറഞ്ഞ്. അച്ഛൻ മോനെയൊന്ന് നോക്കി. എതിരൊന്നും പറഞ്ഞില്ല. അച്ഛനും മോനും എപ്പഴും രണ്ടു കോണിലാണ്.''

അമ്മൂമ്മ തുടർന്നു പറഞ്ഞു.

''നെന്റെ അപ്പൂപ്പൻ മരിക്കുന്നവരെയ്ക്കും നമ്മടെ പള്ളിക്കൂടത്തീ പെലയരെ പടിപ്പിച്ചിട്ടില്ല. അതിനു വേണ്ടി വലിയ ലഹളയക്കെ നടന്ന്. അയ്യങ്കാളിയക്കെ വന്ന്. നെന്റപ്പൂപ്പൻ വിട്ടുകൊടുത്തില്ല. അപ്പൂ പ്പൻ മരിച്ചേപ്പിന്നെ നെന്റച്ഛൻ പെലേരേം പറേരേം കണ്ടചാതിക്കാര യക്കെ പള്ളിക്കൂടത്തീ കേറ്റി. അയ്യങ്കാളിയെ ഇവിടെ കൊണ്ടുവന്നൊരു സ്വീകരണോം കൊടുത്ത് നിന്റച്ഛൻ. അച്ഛൻ ചെയ്തതിന്റെ പ്രായ ച്ചിത്തം ചെയ്യയാണെന്ന് അന്നവൻ പ്രസംഗിച്ച്.''

''രണ്ടും രണ്ടു കോണിലെന്ന് പറഞ്ഞതെന്തിനമ്മൂമ്മ?''

''കണ്ടില്ലേ ഇങ്ങനെയൊക്കെയാണ്. ഒരേയൊരു മോനാണ്. കിട്ടാതെ കിട്ടിയത്. വളന്ന് വന്നപ്പം എല്ലാം അച്ഛനെതിര്. അച്ഛൻ

സി.വി രാമമ്പിള്ളേടേം മള്ളൂരുന്റേം കൂടെ. മോൻ കൃഷ്ണപിള്ളേടേം മന്നത്തിന്റേം ചങ്ങനാശേരീടേം കൂടെ. അച്ഛൻ ആളോഹരി ഭാഗത്തിനെതിര്. മോൻ ആളോഹരിഭാഗം വേണമെന്ന്. അങ്ങനെയോരോന്നും.''

ജയരാജൻ ചിരിച്ചു, എന്റച്ഛൻ കൊള്ളാമല്ലോ എന്നായിരുന്നു ആ ചിരിയിലെ ചിന്ത.

അപ്പൂപ്പനെ കണ്ട ഓർമ്മ ജയരാജനില്ല. അവന് പന്ത്രണ്ടു വയസ്സുള്ളപ്പോൾ അമ്മൂമ്മയും മരിച്ചു. ഇന്റർ മീഡിയറ്റിന് പഠിക്കാൻ പോകുന്നതുവരെ അച്ഛനോട് രാഷ്ട്രീയ ചർച്ചകൾ നടത്തുമായിരുന്നു. മുതിർന്നവരോടുകൂടിയും രാഷ്ട്രീയത്തിലും ചരിത്രത്തിലും ചർച്ച ചെയ്യാനുള്ള മകന്റെ അറിവിൽ അനന്തകൃഷ്ണൻ അഭിമാനം കൊണ്ടു. അതിഥികളുടെ മുന്നിൽ മകന്റെ പൊതു വിജ്ഞാനം പ്രകടിപ്പിക്കുക അനന്തകൃഷ്ണന്റെ ദൗർബല്യമായിരുന്നു. ഒരിക്കൽ ചങ്ങനാശ്ശേരി പരമേശ്വരൻപിള്ള മകനെപ്പറ്റി പറഞ്ഞു. ഇവൻ ആള് നിസ്സാരനല്ല. ഇവനെ ലണ്ടനിൽ അയച്ചു പഠിപ്പിക്കണമെന്ന്. അതായിരുന്നു അനന്തകൃഷ്ണന് മകനെക്കുറിച്ചുള്ള ആശ. ബി.എ. കഴിഞ്ഞിട്ട് ലണ്ടനിൽ ഉപരിപഠനം നടത്താനുള്ള പദ്ധതിയെല്ലാം മനസ്സിൽ കണ്ടുവച്ചിട്ടുണ്ടായിരുന്നു. എല്ലാം തകർന്നു.

തിരുവനന്തപുരത്ത് പഠിക്കാൻ പോകുന്നതുവരെ അച്ഛന്റെ നിലപാടുകളോട് ജയരാജന് ബഹുമാനമായിരുന്നു. അച്ഛൻ പറച്ചിലിൽ മാത്രമല്ല പ്രവൃത്തിയിലും കുറെയൊക്കെ അയിത്തത്തിനെതിരായിരുന്നു. ഈഴവപ്രമാണിമാരുടെ വീട്ടിൽ പോകുന്നതിനും അവരെ ഏറത്തു തറവാടിന്റെ കോലായയിൽ ഇരുത്തുന്നതിനും വിഷമമില്ല. പറയർക്കും കുറവർക്കുമൊക്കെ തറയിൽ കുഴി കുത്തി അതിൽ ഇലവച്ച് കഞ്ഞി കൊടുക്കുന്നതിനു പകരം അവർക്ക് പ്രത്യേകം പിഞ്ഞാണം കൊടുത്തു. ഏറത്തെ തമ്പ്രാൻ വരുമ്പോൾ അവർക്ക് തീണ്ടാപ്പാടകലേക്ക് ഓടിയൊളിക്കണ്ട. പൊയ്ക്കോളൂ പൊയ്ക്കോളൂ എന്ന് തമ്പ്രാൻ കൈകാണിച്ച് പറയും. അവർ ശരീരത്തെ ചുരുക്കിയൊതുക്കി വഴിയോരത്ത് അറ്റംപറ്റി കടന്നുപോകും. പിന്നെപ്പിന്നെ തമ്പ്രാൻ വരുമ്പോൾ അവർക്ക് പേടിയില്ലാതായി. ചെറുപ്പക്കാരികൾ ചിരിച്ചോണ്ട് കടന്നുപോകും. പ്രായമായവർക്കും ഏറത്തെ തമ്പ്രാനെ കാണുമ്പോൾ മുഖത്തൊരു സന്തോഷം കാണാം. എന്നാലും അവര് വായ് പൊത്തിപ്പിടിക്കും. പറയരുടെയും പുലയരുടെയും കുട്ടികളെ പള്ളിക്കൂടത്തിൽ വിട്ടു പഠിപ്പിക്കാൻ അവരെ ഉപദേശിക്കുമായിരുന്നു. ഇങ്ങനെയൊക്കെയാണെങ്കിലും അവർ വീട്ടിലെ കിണറ്റിൽ വെള്ളം കോരാനോ വീട്ടിനകത്ത് കയറാനോ പാടില്ലായിരുന്നു. വൈക്കം സത്യാഗ്രഹ കാലത്ത് സവർണ്ണ

ജാഥയിൽ പങ്കെടുത്തിട്ടുണ്ട്. നിവർത്തന പ്രക്ഷോഭത്തിനെ ചങ്ങനാശ്ശേരിക്കും കേസരിക്കുമൊപ്പം പിന്തുണയ്ക്കാൻ അച്ഛനുമുണ്ടായിരുന്നു. മന്നവും ചങ്ങനാശേരിയും വീണ്ടും തെറ്റുന്ന സന്ദർഭമതാണ്. അന്ന് വീട്ടിൽ നടക്കുന്ന ചർച്ചകൾ ജയരാജൻ കേട്ടുനിൽക്കുമായിരുന്നു. അന്ന് ചങ്ങനാശ്ശേരിയോടൊപ്പം അനന്തകൃഷ്ണനനും നായർ സമുദായത്തിലെ ഉത്പതിഷ്ണുക്കൾ എന്നാണ് അറിയപ്പെട്ടിരുന്നത്. ചങ്ങനാശ്ശേരി പറയുന്നത് വേദവാക്യം പോലെയാണ് അച്ഛനെന്ന് ജയരാജനു തോന്നിയിട്ടുണ്ട്. എന്നാൽ ഒരിക്കൽ ചങ്ങനാശ്ശേരി എടുത്ത തീരുമാനത്തോട് എതിർപ്പുണ്ടായിരുന്നതായി അനന്തകൃഷ്ണൻ തന്നെ ജയരാജനോട് പറഞ്ഞിട്ടുണ്ട്. 1922 ൽ തിരുവല്ലയിൽ നടന്ന തിരഞ്ഞെടുപ്പിൽ ചങ്ങനാശ്ശേരി മത്സരിച്ചതാണത്. ശരിക്കും ചങ്ങനാശ്ശേരി മന്നത്തിന്റെ കെണിയിൽ വീഴുകയായിരുന്നു. വൃത്തികെട്ട വർഗ്ഗീയതയാണ് മന്നം തിരഞ്ഞെടുപ്പിൽ കളിച്ചത് എന്നാണ് അനന്തകൃഷ്ണൻ ജയരാജനോട് പറഞ്ഞത്. ഹിന്ദുക്കളെയും ക്രിസ്ത്യാനികളെയും വർഗ്ഗീയമായി വിഭജിക്കുന്ന രീതിയിലായിരുന്നു തിരഞ്ഞെടുപ്പ്. വർഗ്ഗീയ പ്രചാരണത്തിൽ മനം മടുത്ത് എതിർസ്ഥാനാർഥി ഇ.ജെ. ജോൺ പിന്മാറുകയായിരുന്നു. അവിടെ തുടങ്ങിയ വർഗ്ഗീയത മന്നം തുടർന്നുകൊണ്ടേയിരുന്നു. നിവർത്തന പ്രക്ഷോഭത്തെയും ഉത്തരവാദ ഭരണ പ്രക്ഷോഭത്തെയും മന്നം ശക്തിയായി എതിർത്തപ്പോൾ ചങ്ങനാശ്ശേരി മറുപക്ഷത്തായിരുന്നു. ചങ്ങനാശ്ശേരി സ്റ്റേറ്റ് കോൺഗ്രസിൽ ചേരാൻ വിസമ്മതിച്ചെങ്കിലും അനന്തകൃഷ്ണൻ സ്റ്റേറ്റ് കോൺഗ്രസിൽ ചേരുന്നതിനെ പിന്തുണയ്ക്കുകയാണ് ചെയ്തത്. ദിവാൻ സർ സി.പി ക്കെതിരായി ആരോപണങ്ങൾ ഉന്നയിച്ച് സ്റ്റേറ്റ് കോൺഗ്രസ് രാജാവിനു കൊടുത്ത മെമ്മോറാണ്ടം പിൻവലിക്കണമെന്ന എം.കെ. ഗാന്ധിയുടെ ഉപദേശത്തോടായിരുന്നു പക്ഷേ ചങ്ങനാശ്ശേരിക്കും യോജിപ്പ്. സമരത്തിൽ പങ്കെടുത്ത് ജയിലിലായ അനന്തകൃഷ്ണന് ഇത് ആശയക്കുഴപ്പമുണ്ടാക്കി. എന്നാലും ജയിലിൽ ടി.എം. വർഗ്ഗീസും പട്ടവുമൊക്കെ എടുത്ത തീരുമാനത്തോട് അനന്തകൃഷ്ണനും യോജിച്ചു. ഉത്തരവാദഭരണ പ്രക്ഷോഭത്തിൽ ജയിലിൽ കിടന്നവരെ ഇപ്പോൾ വിട്ടയച്ചപ്പോൾ സ്റ്റേറ്റ് കോൺഗ്രസ് ആ മെമ്മോറാണ്ടം പിൻവലിച്ചു. ആലപ്പുഴ തൊഴിലാളി പണിമുടക്കിനെ പരാജയപ്പെടുത്താൻ സി.പിയെ സഹായിച്ച സ്റ്റേറ്റ് കോൺഗ്രസുകാർക്കൊപ്പം അനന്തകൃഷ്ണനുമുണ്ടായിരുന്നു. അതുവരെയാണ് സ്റ്റേറ്റ് കോൺഗ്രസുകാരന്റെ ഉത്പതിഷ്ണുത്വം.

ജയരാജൻ മണലിൽ ആകാശം നോക്കിക്കിടക്കുമ്പോൾ അല്പനേരം ഒറ്റയ്ക്കായി. ചരിത്രത്തിന്റെ ഒരു സൂക്ഷ്മാണു, പൊടിയോളം നീളം അവന്റെ മുന്നിൽ തെളിഞ്ഞു. ഒരു നാടിന്റെ മാറ്റമാണത്.

എതിർപ്പ്, നിഷേധങ്ങൾ ഇതൊക്കെയാണ് ചരിത്രത്തെ കുതിപ്പിക്കുന്നത്. സമൂഹത്തിലെ ഏറ്റവും താഴെ താൻ സഞ്ചരിച്ചെത്തി. ചന്തയിൽ അടിമകളായി വാങ്ങുകയും വിൽക്കുകയും ചെയ്തത് ഇവരുടെ അപ്പനപ്പൂപ്പന്മാരെയാണ്. സ്ഥലകാലങ്ങളുടെ ഒരു ബിന്ദുവിൽ നിന്നുകൊണ്ട് സഞ്ചരിച്ചുപോകാവുന്ന സമൂഹദൂരങ്ങളുണ്ട്. ഒരു തമോദ്വാരത്തിലൂടെ കടന്നുപോകണം. അവിടെ ഇരുട്ടിൽ വെളിച്ചം പതിയെ തെളിയുമ്പോൾ ചരിത്രത്തിൽ അദൃശ്യമായിരുന്ന ഒരു വഴി കാണാകും. താൻ അവിടെ എത്തിയിട്ടേയുള്ളൂ. ഇനിയാണ് യാത്ര. ഗുരു വനാന്തരത്തിൽ യാത്രചെയ്തതിനു സമം. അറിവും അനുഭവവും ഒന്നാകണം. ആ ഒന്നാണ് ഞാൻ എന്നു വരണം.

നേരം ഏറെ വൈകി. നല്ല വിശപ്പുണ്ടെങ്കിലും അവിടെക്കിടന്ന് ഉറങ്ങുന്നത് നല്ല സുഖമാണെന്ന് ജയരാജനു തോന്നി.

ജയരാജൻ പറഞ്ഞു.

''നമുക്കിവിടെക്കിടന്നുറങ്ങാം.''

''വെശക്കണില്ലാ?'' ആതിച്ചൻ ചോദിച്ചു.

''വിശക്കുന്നു. ഇവിടെ ഒറങ്ങാൻ നല്ല സുഖം.''

''നമുക്കിവിടെക്കെടന്നൊറങ്ങാം. പോയ് വല്ലോം കഴിച്ചേമച്ച് വരാം.'' ആതിച്ചൻ പറഞ്ഞു.

''ഏനിന്ന് കാലത്തെ കണ്ടത്തീന്ന് പെടയ്ക്കണ മൂന്നാല് വിരാലിനെ പിടിച്ച്. അത് കൂട്ടാമച്ചതും കപ്പേം ചെലപ്പം കഞ്ഞീം കാണും. വാ പോവാം.''

അവർ തോട്ടുവരമ്പിലൂടെ നടന്നു. ഇപ്പോൾ ചന്ദ്രൻ ആകാശത്ത് കുറെ പൊന്തിവന്നു. നിലാവിൽ പരന്നുകിടന്ന പാടത്തിന്റെ പച്ചയുടെ അരികിൽ നിരനിരയായി ഉറക്കത്തിലാണ്ട മാടങ്ങൾ.

ആതിച്ചന്റെ മാടവും കഴിഞ്ഞാണ് കൊച്ചപ്പിയുടെ മാടം.

''എന്നാ നിങ്ങ പോയീ. നേരം ഒത്തിരിയായി. വെളുക്കമ്പം പണിക്ക് പോണ്ടതാ. വല്ലോം തിന്ന് കെടന്നൊറങ്ങട്ട്.''

ആതിച്ചൻ അവന്റെ മാടത്തിൽ കയറി.

നിലാവിൽ പരന്ന് കൈതപ്പൂവിന്റെ മണം. ജയരാജൻ കൊച്ചപ്പിയോടു ചേർന്ന് ലോകത്തിന്റെ ഇപ്പുറത്തു നിന്ന് അപ്പുറത്തേക്ക് നടന്നു.

കൊച്ചപ്പിയുടെ കുടിക്കു മുന്നിലെത്തിയപ്പോൾ രണ്ടു പട്ടികൾ കുരയ്ക്കാതെ മൂളലും ഞരങ്ങലുമായി അവന്റെ കാൽക്കീഴിൽ വന്ന് നക്കിയും മലർന്നു കിടന്നുരുണ്ടും സ്നേഹം കാണിച്ചു. അവൻ കുനിഞ്ഞ് അവരുടെ തലയിൽ തലോടി.

കുടിലിനു മുന്നിൽ മണൽമുറ്റത്തിൽ തറയിൽ ആരോ കിടക്കുന്നത് നിലാവിന്റെ നേരിയ വെട്ടത്തിൽ കാണാം. കൊച്ചപ്പി കുടിലിന്റെ വാരിയിൽ തൂക്കിയിട്ടിരുന്ന കൈതയോലത്തടുക്കെടുത്ത് തറയിലിട്ട് ജയരാജനോടു പറഞ്ഞു.

ഇരി. ഞാമ്പോയി കൂട്ടാനും കപ്പേം എടുത്ത് വരാം.

അവൻ കുനിഞ്ഞ് കുടിലിനകത്തേക്കു കയറി.

ജയരാജൻ തടുക്കിൽ ഇരുന്നു. തൊട്ടപ്പുറത്ത് ഒരാൾ ചുരുണ്ടു കിടക്കുന്നു. മെടഞ്ഞ ഓലക്കീറിലാണ് കിടക്കുന്നത്. കൊച്ചപ്പിയോട് വാലാട്ടി സ്നേഹം കാണിച്ച പട്ടികളും അപ്പുറത്തു കിടക്കുന്നുണ്ട്.

രണ്ടുകൈകളിൽ രണ്ടു ചട്ടികളുമായി കൊച്ചപ്പി പുറത്തുവന്നു. ഒരു പരന്ന ചട്ടിയും ഒരു കുടുവൻ ചട്ടിയും. ജയരാജനരികെ കൊച്ചപ്പി ഇരുന്ന് രണ്ടു ചട്ടികളും താഴെ വച്ചു. പരന്ന ചട്ടിയിൽ മീൻകൂട്ടാനും കപ്പയും.

കുടുവൻ ചട്ടി കാണിച്ച് അവൻ പറഞ്ഞു.

''കഞ്ഞി കൊറച്ചേ ഒള്ള്. എനക്കുമ്മേണ്ടി ഇത്തിരി ഇരുന്നതാണ്. ഒള്ളത് കഴിക്കാം.''

ചട്ടിയിലെ കപ്പയും മീൻകൂട്ടാനും രണ്ടു പേരും കൂടി കഴിക്കാൻ തുടങ്ങി. എരിവും പുളിയുമുള്ള മീങ്കൂട്ടാൻ. നല്ല രുചി.

''കൊള്ളാമോ? കാലത്തേ പിടിച്ചു കൊടുത്ത പെടയ്ക്കണ മീനിനെ അപ്പഴേ അറുത്ത് കൂട്ടാംവച്ച്.''

''കൊള്ളാം.'' ജയരാജൻ വിരാല് നുള്ളി വായിലേക്കിട്ടുകൊണ്ട് പറഞ്ഞു. ''നാക്കെറങ്ങി പോണ്.''

കൊച്ചപ്പിയോടൊപ്പം ഒരേ ചട്ടിയിൽ കഴിച്ചപ്പോൾ ഏറത്ത് തറവാട്ടിലെ ജയരാജന്റെ അന്തഃകരണകൊളുത്തുവലി അവനറിയുന്നുണ്ടായിരുന്നു. ബോധത്തിലും മനസ്സിലുമല്ല, പിന്നെയെവിടെയാണ്?

കൂട്ടാൻ കഴിച്ച് വിരലീമ്പിക്കൊണ്ട് അവൻ കൊച്ചപ്പിയെ നോക്കി.

കൊച്ചപ്പി കുടുവൻ കലത്തിലെ കഞ്ഞി മോന്താൻ ജയരാജന് കൊടുത്തു.

''നീ കുടിച്ചിട്ട് താ.''

കൊച്ചപ്പി കുറച്ച് മോന്തിക്കുടിച്ചിട്ട് ജയരാജന് കൊടുത്തു. വറ്റ് കുറച്ചും വെള്ളം കൂടുതലുമായിരുന്നു കഞ്ഞിയിൽ.

ബാക്കി കഞ്ഞി ജയരാജനും കുടിച്ചു. തൊട്ടുമുന്നിലെ തോട്ടിൽ രണ്ടുപേരുമിറങ്ങി ചട്ടിയും കലവും കഴുകി. തോട്ടുവെള്ളത്തിൽ വായ് കൊപ്ലിച്ച് മുഖവും കഴുകി. കൊച്ചപ്പി കുടിലിനകത്ത് ചട്ടികൾ കൊണ്ടുവച്ച് തിരികെ വന്ന് പറഞ്ഞു.

''ഇനിയിപ്പം ഇവിടെ കെടന്നാപ്പോരേ രായാ. ഇവിടേം ആകാശോം നച്ചത്തിരോം കാണാം.'' അവൻ ചിരിച്ചു.

''മതി.''

കൊച്ചപ്പി രണ്ട് മെടഞ്ഞ ഓലക്കീറുകൾ കൊണ്ടിട്ടു.

''എന്നാ കെടക്കാം.''

അവർ കിടന്നു. ജയരാജൻ ആകാശം നോക്കി മലർന്നുകിടന്നു. തവളകളുടെയും ചീവീടുകളുടെയും നാദത്തിനൊപ്പം തോട്ടുവെള്ളം എവിടെയോ തട്ടിത്തടയുന്നതിന്റെ കളകളാരവവും കേട്ട് അവൻ കിടന്നു. എപ്പോഴോ അവനുറങ്ങി...

ഉറക്കം അതിന്റെ യാത്രയിലൊരിടത്ത് സ്വപ്നത്തിലേക്കിറങ്ങി.

പുഴ ഒഴുകുന്നു. പുഴയിലൂടെ നടക്കുകയാണ് എല്ലാവരും. വലിയൊരു സംഘം. ആണുങ്ങളും പെണ്ണുങ്ങളും കുട്ടികളും. അക്കരയ്ക്കാണ് എല്ലാവരും പോകുന്നത്. താൻ ആരുടെയോ തോളിൽ ഇരിക്കുന്ന കൊച്ചുകുട്ടിയാണ്. തന്നെപ്പോലെ കുറെ കുട്ടികൾ മുതിർന്നവരുടെ തോളിൽ ഇരിപ്പുണ്ട്. സംഘത്തിന്റെ മുൻനിര പുഴയുടെ പകുതി കടന്നിരിക്കുന്നു എന്ന് ഇപ്പോൾ കാണാം. പിന്നിൽ പുഴയിലേക്കിറങ്ങുന്ന കാട്ടുവഴിയിലെവിടെയോ സംഘത്തിന്റെ അറ്റം. എല്ലാവരുടെ കൈയിലും ആയുധമുണ്ട്. അരയിൽ ചുറ്റിയ ഇത്തിരിപ്പോലം ചുവപ്പുതുണിയാണ് ആണിനും പെണ്ണിനും വസ്ത്രം. ഉറപ്പുള്ള ശരീരം ആണിനും പെണ്ണിനും. ആണുങ്ങൾക്ക് വിരിഞ്ഞ മാറും ഉറച്ച പേശികളുള്ള ഭുജങ്ങളും കാലുകളും. പെണ്ണുങ്ങൾക്ക് ഉറച്ചുകൂമ്പിയ മുലകളും ഒതുങ്ങിയ വയറും. ഉയർത്തിപ്പിടിച്ച കുന്തവുമായി സംഘം മുന്നോട്ടു നീങ്ങുകയാണ്.

കൊച്ചപ്പി തട്ടിവിളിച്ചപ്പോൾ കണ്ണു തുറന്നു നോക്കി. സൂര്യൻ ഉദിച്ചു വന്നതേയുള്ളൂ. പാടത്തിന്റെ തുറസ്സിൽ ചരിഞ്ഞുവീണ പ്രകാശം ജയരാജന്റെ കണ്ണിൽ കുത്തി.

അവൻ ചാടിയെഴുന്നേറ്റ് ഇരുന്നു.

''എണീക്കെടാ രായാ. ഇതെന്തര് ഒറക്കം. പണിക്ക് പോണ്ടേ. തോട്ടില് പോയ് കുളിച്ചേച്ചും വാ.'' കൊച്ചപ്പി പറഞ്ഞു.

ജയരാജൻ എഴുന്നേറ്റിരുന്ന് ചുറ്റും നോക്കി.

കൊച്ചപ്പിയുടെ അച്ഛൻ പണിക്കുപോകാനായി ഇറങ്ങിവരുകയായിരുന്നു.

''കാലത്തെ നോക്കിയപ്പം ഒരാള് കെടക്കണകണ്ട്. അവമ്പറഞ്ഞ് കെഴക്കിന്ന് പണിക്ക് വന്നതാണന്ന്. പേര് പറഞ്ഞില്ലല്ല.''

ഒരു നിമിഷം അവൻ ആലോചിച്ചു. പേരെന്താണ്? രായൻ.

“രായപ്പൻ.”

ജയരാജൻ പറഞ്ഞു. അവിടെ അവൻ ലോകത്തിന്റെ മറുപുറത്ത് മറുവാഴ്‌വിൽ പുതിയ പേര് സ്വീകരിച്ചു. കൊച്ചപ്പിയും കയറ്റാപ്പീസിലെ പണിക്കാരും അവനെ വിളിച്ച രായൻ.

“പറയനാ പെലയനാ.” കൊച്ചപ്പിയുടെ അച്ഛൻ ചോദിച്ചു.

“അറിയില്ല. എനിക്കാരുമില്ല. എവിടെയൊക്കെയോ കഴിഞ്ഞു. ഇപ്പം ഇവിടെ.”

“ഞാള് ചോതിച്ചെന്നേ ഒള്ള്. കണ്ടത്തീ പണിയൊണ്ട്. ഞാമ്പോണ്.”

അച്ഛൻ വയൽവരമ്പിലൂടെ നടന്നുപോയി.

അപ്പോൾ അകത്തുനിന്ന് മൂന്നു പെണ്ണുങ്ങൾ ഇറങ്ങിവന്നു. കൊച്ചപ്പിയുടെ അമ്മയും രണ്ടു പെങ്ങന്മാരും.

“ഇന്നലെ വയറ് നെറഞ്ഞ് കാണത്തില്ലല്ല. കഞ്ഞീം കൂട്ടാനും അവനുമാത്രം ഇമ്മിണിയേ ഒണ്ടായിരുന്നൊള്ള്. വേറേ കലത്തീ കാലത്തേക്കൊള്ള പഴങ്കഞ്ഞി ഒണ്ടാരുന്ന്. അവനത് കണ്ടില്ലല്ല.” അമ്മ പറഞ്ഞു.

“കൊഴപ്പമില്ല. നല്ലകൂട്ടാനായിരുന്ന്.”

“പഴങ്കഞ്ഞി ഇച്ചിരി വച്ചിട്ടൊണ്ട്. അതെടുത്ത് കുടിച്ചേമച്ച് പോ. ഞാള് പോണ്. കണ്ടത്തീ നടീലാണ്.”

രായപ്പൻ തല കുലുക്കി.

കൊച്ചപ്പിയുടെ പെങ്ങന്മാർ അവനെ കൗതുകത്തോടെ നോക്കി. രണ്ടു പേരും കുശുകുശുക്കുകയും എന്തോ പറഞ്ഞ് ചിരിക്കുകയും ചെയ്തു.

“എന്തോന്നാടീ കിണിക്കണത്.” അമ്മ അവരെ ശകാരിച്ചു.

മൂത്ത പെങ്ങൾ അമ്മയുടെ അടുത്ത് കാതിൽ സ്വകാര്യം പറഞ്ഞു.

അമ്മയും ചിരിച്ചു. അവർ രായപ്പനോട് ചിരിച്ചോണ്ട് പറഞ്ഞു.

“ഈ മീശ കണ്ടോണ്ടാ ഇവത്തുങ്ങള് ചിരിക്കണത്. ഇവിടെ ഞാളെ ചാതീലൊള്ളോര് മീശ വയ്ക്കാൻ തമ്രാക്കമ്മാര് തമ്മസിക്കൂല്ലല്ല.”

അവനും അവരെ നോക്കിച്ചിരിച്ചു.

ഞാള് പോട്ട്. നേരത്തുങ്കാലത്തും എത്തീലെങ്കീ ആ ഉണ്ടക്കണ്ണൻ തമ്രാന്റെ പള്ള് മുഴുവനും കേക്കണം എന്നുപറഞ്ഞ് അമ്മയും പിറകേ പെങ്ങന്മാരും പോയി.

“മീശേം വച്ചോണ്ട് പാടത്ത് പണിക്ക് പോകാംപറ്റത്തില്ല. തമ്രാക്കമ്മാര് തല്ലിക്കൊല്ലും.” കൊച്ചപ്പി പറഞ്ഞു.

രായപ്പൻ മീശ തടവി.

''എടാ കുളിച്ച് പഴങ്കഞ്ഞീം മോന്തീട്ട് വെക്കം വാടാ. അല്ലെങ്കീ ഞാമ്പോണ്. എനിക്കവെക്കടെ അടി കൊള്ളാംവയ്യ.''

''ഞാൻ വരണില്ല.'' രായപ്പൻ പറഞ്ഞു. ''നീ പോ.''

''അതെന്തെടാ രായാ...'' കൊച്ചപ്പി ചോദിച്ചു.

''ഞാനിനി പാടത്തെ പണിക്ക് പോണ്.''

''അത് പാടാണടാ. പൊരിവെയിലത്ത് പകലന്തിയോളം നമ്മട്ടി യെടുത്ത് ചെളീല് കെളച്ചാ എന്തോന്ന് കിട്ടും. നെനക്കറിയാത്തത ല്ലല്ല.''

''നീ പോ. ഞാനിനി കയറ്റുപണിക്കില്ല. ഈ കുടീല് ഞാങ്കൂടെ കൂടാം.''

''തന്നേടാ.'' കൊച്ചപ്പി രായപ്പനെ കെട്ടിപ്പിടിച്ചു.

''എന്നാപ്പിന്നെ നീയതൊറപ്പിച്ചെങ്കീ നാളെ ചാച്ചന്റെ കൂടെ പോ. ഇന്ന് പഴങ്കഞ്ഞീം കുടിച്ചിവിടെ കെട. ഞാം വെക്കം ചെല്ലട്ട്.''

കൊച്ചപ്പി സമയം താമസിച്ചതുകൊണ്ട് ഓടിപ്പോയി. ഓടിപ്പോകു മ്പോൾ രായപ്പൻ വിളിച്ചുപറഞ്ഞു.

''ഞാൻ കേശവനമ്മാവന്റെ വീട്ടിപോയേമച്ച് വരും.''

''പല്ല് തേച്ചേമച്ച് വാ മോനെ. പഴങ്കഞ്ഞി കുടിക്കാം.'' തിരിഞ്ഞ് നോക്കിയപ്പോൾ ഒരമ്മൂമ്മ.

കൊച്ചപ്പിയുടെ അമ്മാമ്മയാണ്. കൂനുള്ള അമ്മാമ്മ വടികുത്തി യാണ് വെളിയിലേക്കു വന്നത്. ചപ്പിയ മുലകൾ തൂങ്ങിക്കിട ക്കുന്നു.

''ഇപ്പം പഴങ്കഞ്ഞി വേണ്ടമ്മാമ്മ. കുളിച്ചേമച്ച് ഒരു സ്ഥലംവരെ പോണം. വൈയീട്ട് വരാം.''

അവൻ തോട്ടുവക്കിൽ നിന്ന തൈത്തെങ്ങിൽനിന്ന് ഈർക്കിലി യുമെടുത്ത് തോട്ടിലിറങ്ങി. കൈവിരൽ അമർത്തിത്തേച്ച് പല്ല് വൃത്തി യാക്കി ഈർക്കിൽ കീറി നാക്കും വടിച്ചു.

മുണ്ടും ഉടുപ്പും കഴുകി കൈതോലയിൽ വിരിക്കാനിട്ടിട്ട് ഇളി ക്കൊപ്പമുള്ള വെള്ളത്തിൽ നിന്ന് കോണകമഴിച്ച് കഴുകി ഉടുത്തു. അവൻ വെള്ളത്തിൽ മുങ്ങിക്കുളിച്ചു കയറി വെയിലിൽ പുറം തോർ ത്തിയെടുത്തു. തുണി ഉണങ്ങിയശേഷം അതെടുത്തുടുത്ത് കുടി ലിൽ വരുമ്പോൾ അമ്മാമ്മ കൈതോലയിൽ വട്ടി നെയ്യുകയായി രുന്നു. രാവിലെ കൂനിക്കൂനി വരുന്നതു കണ്ട അമ്മാമ്മയ്ക്ക് ഇപ്പോൾ കൈതയോല നെയ്യുമ്പോൾ എന്തൊരു കൈവഴക്കം.

വൈകീട്ട് വരാമെന്ന് അവരോടു പറഞ്ഞ് അവൻ കേശവന്റെ വീട്ടിലേക്കു പോകാനായി തോട്ടുവരമ്പിലൂടെ നടന്നു. വിശാലമായ പാടം. പാടത്ത് പണിക്കാരുണ്ട്. പുഞ്ചക്കൃഷിക്കുള്ള പണിയാണ്. മുന്നോട്ടു നടക്കുന്തോറും വല്ലാത്ത ഏകാന്തത അവനെ ചൂഴ്ന്നു. കേശവന്റെ അമ്മയോടും നകുലനോടും മല്ലികയോടുമൊക്കെയുള്ള ബന്ധവും മുറിക്കേണ്ടി വരുന്നു. മറ്റുള്ളവർ കാണുന്ന കാഴ്ചയാണ് നമ്മൾ. ഞാൻ രായപ്പനാണ്. ഒഴുക്കിലെവിടെയെങ്കിലുമൊക്കെയൊഴുകിയൊഴുകി പോകുന്നതാണ് രായപ്പന്റെ ജീവിതം.

കേശവന്റെ വീട്ടിൽ ചെല്ലുമ്പോൾ കേശവന്റെ അമ്മ മാത്രമേ അവിടെയുണ്ടായിരുന്നുള്ളൂ. നകുലനെയും മല്ലികയെയും കാണണമെന്ന് അവനുണ്ടായിരുന്നു. അവൻ അവിടം വിട്ടു പോകുന്നത് മല്ലികയ്ക്ക് കുറച്ചുനാൾ നൊമ്പരമാവും. അതവനറിയാം. ഒരുകണക്കിന് കാണാതിരുന്നതും നന്നായി.

രായപ്പനെ കണ്ടതും കേശവന്റെ അമ്മ പറഞ്ഞു.

"ഇത്തിരി ഇരുട്ടീട്ടും മോനെ കാത്തിരുന്ന്. ഇനി കാലക്കേടിന് വല്ല ആപത്തുമൊണ്ടായോ. ഒന്നുമറിയത്തില്ലല്ലെ. പണി കഴിഞ്ഞെറങ്ങിയപ്പം, ഞാനങ്ങ് വന്നോളാം, ഇത്തിരി താമസിക്കുമെന്ന് നീ പറഞ്ഞെന്ന് കേശവനും നകുലനും പറഞ്ഞ്. എവടെ പോയടാ മോനേ നീ."

"ഒരു കൂട്ടുകാരന്റെ വീട്ടീ പോയി." അവൻ പറഞ്ഞു. "സംസാരിച്ചിരുന്ന് നേരംപോയതാണമ്മാ."

"ഇന്നലെ നെനക്ക് വച്ചിരുന്ന ചോറ് പഴിഞ്ഞിയായിട്ടിരിക്കുന്ന്. മൊളകൊടച്ചതും കപ്പേമൊണ്ട്. കൊണ്ടുവരട്ടാ."

"കൊണ്ടുവാമ്മാ. കഴിക്കാം."

അവൻ പഴിഞ്ഞിയും കപ്പയും കഴിച്ചെഴുന്നേറ്റ് യാത്ര പറയുമ്പോൾ പറഞ്ഞു.

"ഞാൻ കയറ്റാപ്പീസിലെ പണി നിർത്തിയമ്മാ. വയലീപ്പണിക്ക് പോവാമ്പോണ്. താമസവും അവിടാക്കയാണ്."

"മോനിപ്പം പെലേപിള്ളരോടാണ് കൂട്ടെന്ന് കേശവൻ പറഞ്ഞു. മ്മക്ക് പറ്റിയ കൂട്ടല്ല മോനേ അതൊക്കെ."

അവൻ ഒന്നും മിണ്ടിയില്ല. അവന്റെ സാമാനങ്ങൾ ഒരു മുണ്ടിൽ പൊതിഞ്ഞ് പുറത്തിറങ്ങി.

"ഇടയ്ക്കിടയ്ക്ക് വരാം. കേശവമാമനോടും നകുലനോടും മല്ലികയോടും പറയണേ."

മുണ്ടിൽ പൊതിഞ്ഞ ഭാണ്ഡകെട്ടും തോളിൽ തൂക്കി അവൻ നടന്നു. തിരിഞ്ഞുനോക്കാതെ.

മടങ്ങുന്ന വഴിയിൽ തെളിഞ്ഞ കുളത്തിന്റെ കരയിൽ വെള്ളത്തിന്റെ തെളിമയിൽ നോക്കി അവൻ നിന്നു.

കൊച്ചപ്പിയുടെ വീട്ടിലേക്കു പോകുന്ന വഴിയിലായിരുന്നു അവൻ ആ കുളം കണ്ടത്. ഭാണ്ഡം കുളക്കരയിൽ വച്ച് അവൻ കുളത്തിലേക്ക് നോക്കി. എന്തൊരു തെളിമ. കണ്ണാടിപോലെ. അവൻ കുളക്കടവിൽ ഇരുന്നു. മീശ വടിച്ചുകളഞ്ഞാലോ എന്നവൻ ആലോചിച്ചു. തുണിക്കെട്ടഴിച്ച് കത്തി പുറത്തെടുത്തു. വെള്ളത്തിൽ നോക്കി. കണ്ണാടിപോലെ മുഖം തെളിഞ്ഞു കാണാം. അവൻ മീശയിൽ ഒന്നു തടവി. മീശ പതുക്കെ വടിച്ചു. പിന്നെ മുഖത്തുള്ള കുറ്റിരോമങ്ങളും വടിച്ചു. തെളിഞ്ഞ വെള്ളത്തിൽ നീലാകാശം കാണാം. വെള്ളത്തിൽ നോക്കി രായപ്പൻ പല്ലിളിച്ചു.

കുളിർമ്മയുള്ള വെള്ളം കൈക്കുമ്പിളിൽ കോരി മുഖം കഴുകിയിട്ട് അവൻ കുളത്തിന്റെ കരയിലെ കല്ലിന്മേൽ കിടന്നു. ഒരാൾ നീളത്തിലെ കല്ലാണ്. തവിട്ടു നിറത്തിലെ വെണ്ണക്കല്ല്. നല്ല മിനുസം. ആളുകൾ തുണിയലക്കിയലക്കി മിനുസപ്പെട്ടതാവും.

സൂര്യൻ തിളങ്ങുന്നുണ്ട്

ഇത്തിരി നേരം അവൻ ആ കല്ലിൽ കിടന്നു. രായപ്പൻ. അവന്റെ മനസ്സ് പറഞ്ഞു. പിന്നെ അവനു കേൾക്കാവുന്ന ഒച്ചയിൽ വീണ്ടും പറഞ്ഞു.

‘‘രായപ്പൻ.’’

അങ്ങനെ കിടക്കുമ്പോഴാണ് രായപ്പൻ വെളുപ്പിനു കണ്ട സ്വപ്നം ഓർത്തത്.

വ്യക്തമായ ഓർമ്മ വരുന്നില്ല. പുഴ കടക്കുന്ന സംഘത്തിൽ ആരൊക്കെയാണെന്ന് ഓർത്തെടുക്കാനാവുന്നില്ല. സംഘത്തിന്റെ പിന്നിൽ കരയിൽനിന്ന് സംഘത്തിന്റെ മുൻനിരയിലേക്ക് താൻ ഓടുന്നത് അവന് ഓർമ്മ വന്നു. പുഴയിലെത്തിയിട്ടും കൈയിലുള്ള കുന്തം പിടിച്ച് മുൻനിരയിലെത്താൻ ശ്രമിക്കുകയാണ്. പരിചയമുള്ള ഒരുപാടുപേർ സംഘത്തിലുണ്ട്. ഏറത്തു കുടുംബത്തിലെ എല്ലാ പേരെയും അവിടെയും ഇവിടെയുമൊക്കെ അവൻ കണ്ടു. കൊച്ചപ്പിയും കുടുംബവും കേശവനും കയറ്റാപ്പീസിലെ ശിവരാമപ്പണിക്കരുമൊക്കെയുണ്ട് ആ സംഘത്തിൽ.

കൊച്ചപ്പിയുടെ വീട്ടിൽച്ചെന്നപ്പോൾ മീശ വടിച്ച രായപ്പനെ കണ്ട് കൊച്ചപ്പിയുടെ പെങ്ങന്മാർ അടക്കാനാവാതെ ചിരിച്ചു. താൻ ചിരിക്കൊരു കഥാപാത്രമാവുമ്പോൾ അവനും ചിരി വന്നു.

## പതിനാറ്

"ഇവനേതാടാ കോരാ?"

വരമ്പത്തുനിന്ന് കാർത്തികേയൻ കർത്താ കൊച്ചപ്പിയുടെ അച്ഛൻ കോരനോട് ചോദിച്ചു. കോട്ടപ്പുറം ഗംഗാധരക്കുറുപ്പിന്റെ പാടങ്ങളുടെ കാര്യസ്ഥനാണ് കാർത്തികേയൻ കർത്താ.

"ഞാളെ കൂട്ടത്തിലൊള്ളതാണേ.. അങ്ങ് കെഴക്കിന്നും വന്നതാണേ."

കാർത്തികേയൻ കർത്തായുടെ കണ്ണുകൾ രായപ്പന്റെ ഉടലാകെ പരതി. നല്ല വശത്തിന് വരമ്പ് വെട്ടിപ്പിടിക്കുന്നുണ്ട്. നല്ല പണിക്കാരനാണ്. അയാൾ വിചാരിച്ചു.

"ഇവന് കണ്ടം പൂട്ടാൻ അറിയാമോടാ കോരാ?"

"പടിച്ച് വരണേയൊള്ള് തമ്പ്രാ. കെഴക്ക് കാട്ടിലെ പണിയായിരുന്ന്. ഇവിടെ വന്നിട്ടിപ്പം ഒരു മാസമായി. വേലയൊക്കെ വെക്കം പടിച്ചോളും."

"എന്തേരടാ നെന്റെ പേര്." കർത്താ ശബ്ദമുയർത്തി രായപ്പനോട് ചോദിച്ചു.

മൺവെട്ടി വച്ച് ചെളികോരി വരമ്പൊരുക്കിക്കൊണ്ടിരുന്ന രായപ്പൻ തല പൊന്തിച്ച് കർത്തായെ നോക്കിപ്പറഞ്ഞു.

"രായപ്പൻ." ആവശ്യത്തിന് വിധേയത്വവും അടിമത്തവും ഭാവത്തിലും ഭാഷയിലും വന്നോയെന്ന് അവൻ സംശയിച്ചു.

കർത്താ അവനെ സൂക്ഷിച്ചൊന്നു നോക്കി.

"കണ്ടത്തിലെ പണിയൊക്കെ അറിയാമോടാ?"

"അറിയാമ്പ്രാ." രായപ്പൻ കണ്ടത്തിലെ പണിയിലെന്നപോലെ തമ്പ്രാക്കളോട് സംസാരിക്കാനും പെട്ടെന്നു പഠിച്ചു.

"കാളേ പൂട്ടാനറിയത്തില്ലല്ല നെനക്ക്."

"പടിക്കണ് തമ്രാ." രായപ്പൻ പിന്നെയും പണിയിലേക്ക് മുഴുകി.

ഒരുമാസത്തോളമായി രായപ്പൻ കൊച്ചപ്പിയുടെ വീട്ടിൽ കൂടിയിട്ട്. ഇതിനകം ജയരാജൻ രായപ്പനായി മാറിക്കഴിഞ്ഞിരുന്നു. മറ്റുള്ളവർ അങ്ങനെ കാണുമ്പോൾ മാറ്റം എളുപ്പമായി. ഓർമ്മകളിലും അറിവിലും ചിന്തയിലും ഒരു അരൂപി ഉള്ളിൽ വസിക്കുന്നുണ്ടെന്നാലും രായപ്പനെ മാത്രമേ ഇപ്പോൾ കാണാൻ കഴിയുന്നുള്ളൂ. പറച്ചിലും പ്രവൃത്തിയും ശരീരവും മറ്റാരുടേതുമല്ല.

കർത്താ പോയപ്പോൾ കോരൻ രായപ്പന്റെ അരികെ വന്നു പറഞ്ഞു.

''മോന്റെ പണിയൊക്കെ തമ്പ്രാന് പിടിച്ച്. പക്കേങ്കീ മെതുവെ ചെയ്താ അവത്തുങ്ങള് പള്ള് പറയും. വെക്കം വെക്കം ചെയ്യണം.''

രായപ്പൻ തല കുലുക്കി.

''ഇനി നീ പോയി ആ ഞാറുകെട്ടെടുത്തോണ്ട് വന്ന് കണ്ടത്തീ വെതറ്. വരമ്പിന്റെ പണി ഞാന്തീർക്കാം.''

രായപ്പൻ ഞാറുകെട്ടെടുക്കാൻ ഞാറ്റടിയിൽ ചെന്നു. കൊച്ചപ്പിയുടെ പെങ്ങന്മാരും അമ്മയും കുറെ പെണ്ണുങ്ങളും ഞാറ്റടിയിലുണ്ട്. അവനെ കണ്ടതും കൊച്ചപ്പിയുടെ പെങ്ങന്മാരും കൂടെനിന്ന പെണ്ണുങ്ങളും അടക്കിപ്പിടിച്ചു ചിരിച്ചു. ആദ്യമേ രായപ്പന്റെ പണിയിലെ വശക്കേട് കണ്ട് പെണ്ണുങ്ങൾ ചിരിക്കുമായിരുന്നു. കിഴക്ക് കാട്ടിലെ പണിയായിരുന്ന് കണ്ടത്തിലെ പണി ആ അണ്ണനറിയത്തില്ലാന്നൊക്കെ കൊച്ചപ്പിയുടെ പെങ്ങന്മാർ മറ്റു പെണ്ണുങ്ങളോട് പറഞ്ഞു.

തന്റെ വീട്ടിലെ  വയലിൽ പണിചെയ്യുന്നത് നോക്കിനിന്നിട്ടുണ്ടെങ്കിലും മൺവെട്ടി പിടിച്ച് പണിതുടങ്ങിയപ്പോഴാണ് അതിന്റെ വശക്കേട് രായപ്പൻ ശരിക്കും അനുഭവിച്ചത്. കോരന് അതു മനസ്സിലായി. കൂട്ടത്തിൽ എല്ലാവരും രായപ്പന് പണിയറിത്തില്ലാന്നറിഞ്ഞാൽ പ്രശ്നമാവും. കാർത്തികേയൻ കർത്തായിൽനിന്ന് തല്ലും കിട്ടും. കോട്ടപ്പുറത്തെ പാടശേഖരങ്ങളുടെ പണിയെല്ലാം കോരനാണ്. കർത്തായാണ് വയലിൽ വന്ന് നോക്കിനടത്തുന്നത്. കോട്ടപ്പുറംകുറുപ്പ് പൂമുഖത്ത് ചാരുകസേരയിലിരുന്നുള്ള അന്വേഷണമേയുള്ളൂ. അതു മതി. കർത്താ എല്ലാം നോക്കിക്കൊള്ളും എന്ന് കുറുപ്പദ്യത്തിനറിയാം. കോരനെല്ലാം നോക്കിക്കൊള്ളുമെന്ന് കർത്തായ്ക്കുമറിയാം. കൊയ്ത്തിനും നടീലിനും കെളയലിനും പൂട്ടിനും എല്ലാം പണിക്കാരെ കൊണ്ടുവരുന്നത് കോരനാണ്. പക്ഷേ കർത്താ ശ്രദ്ധിക്കുന്നുണ്ട്, ചെറുപ്പക്കാരുടെ ചില മാറ്റങ്ങൾ. ഇവിടെയിപ്പോൾ അത്ര വന്നിട്ടില്ലെങ്കിലും മറ്റേകരകളിലൊക്കെ പ്രശ്നങ്ങൾ തുടങ്ങിയിട്ടുണ്ട്. കയറ്റാപ്പീസിലെ പണിക്കാരെ സമരത്തിലിറക്കിയതിൽ പിന്നെ പാടത്തില് പണിയെടുക്കുന്നവനും മട്ടും ഭാവവുമൊക്കെ മാറിയിട്ടുണ്ട്. യൂണിയനാണ്. തൊഴിലാളിയൂണിയൻ. പാടത്തിറങ്ങുന്നതും പോകുന്നതുമൊക്കെ അവര് പറയുന്ന സമയത്താണ്. ഒന്ന് വഴക്കു പറഞ്ഞാലോ തല്ലിയാലോ തിരിച്ചു നിന്ന് ചോദ്യം ചെയ്യല്. മുളയിലേ നുള്ളണമെന്നാണ് ഇന്നാള് കട്ടിയാട്ട് ശിവരാമപ്പണിക്കർ കുറുപ്പദ്യത്തെ കാണാൻ വന്നപ്പോൾ പറഞ്ഞത്. കർത്താ ഓർമ്മിച്ചു. അന്ന് കോട്ടപ്പുറത്ത് കുറുപ്പദ്യം കർത്തായോടു ചോദിച്ചു. നമ്മടെ പണിക്കാരൊക്കെ എങ്ങനെയെന്ന്. ഒരു കുഴപ്പവുമില്ലെന്ന് കർത്താ പറയുകയും ചെയ്തു.

കർത്താ കുറുപ്പിനോടു  പറഞ്ഞു.

"ആ കോരൻ മാടു പോലെ പണിയെടുക്കും. കണ്ടം കെളച്ച് തീർന്നില്ലെങ്കീ രാത്രീലും അവൻ ഒറ്റയ്ക്കു വന്ന് കെളയ്ക്കും. നമ്മള ങ്ങോട്ട് ചെല്ലണ്ട. ഒരുത്തനേം ഒരുത്തിയേം നടു നൂക്കാൻ അവൻ സമ്മതിക്കത്തില്ല."

കോരൻ അങ്ങനെയാണ്. രായപ്പനും അത് കണ്ടിട്ടുണ്ട്. ഏറത്തെ പണിക്കാരും ഇങ്ങനെ തന്നെ ആയിരുന്നു. പണിക്കിടയിൽ കുഞ്ഞിന് മുലയൂട്ടാൻവരെ പെണ്ണുങ്ങൾക്ക് പേടിയാണ്. എല്ലാം സ്വന്തം നിലം എന്നപോലാണവർക്ക്. ഒരിക്കൽ പെരുമഴയത്ത് കൊല്ലാപൊട്ടി, കതി രിടാറായ നെല്ലു മുഴുവൻ മൂടിപ്പോയപ്പോൾ ഏറത്തെ പണിക്കാരൻ ചങ്കരനും ഭാര്യ കാമാണ്ടിയും കൊല്ലാപൊട്ടിയ തോട്ടുവരമ്പിൽ വന്നിരുന്ന് വാവിട്ടു നിലവിളിച്ചത് രായപ്പൻ ഓർത്തു.

രായപ്പനെ കണ്ടത്തിൽ ആദ്യമായി പണിക്കു കൊണ്ടുപോയ ദിവസം വയൽവരമ്പിൽനിന്ന് കൈനീട്ടിയൊരുവട്ടംചുറ്റി കോരൻ പറഞ്ഞു.

"ഇക്കാണുന്നതെല്ലാം നമ്മടെ വയലാ."

എല്ലാം കോരൻ ചാച്ചന്റെ വയലാണ്. അങ്ങനെ ആ പാടത്തെ യാകെ സ്നേഹിക്കുന്നു. മനുഷ്യനെ മാത്രമല്ല മണ്ണിനെയും സ്നേ ഹിക്കുന്നു. എല്ലാറ്റിനെയും. ഉപാധിയില്ലാത്ത സ്നേഹം. ഒരു ജന്മം മുഴുവൻ ഈ ജീവിതങ്ങളിൽക്കൂടി നടന്നാലും എനിക്കവിടെ എത്താ നാകുമോ. രായപ്പൻ അവനോടുതന്നെ ചോദിച്ചു. ഇല്ല. നൂറ്റാണ്ടുകൾ കൊണ്ട് നിന്റെ ആത്മത്തിലാണ്ട അഴുക്ക് ഒരു ജന്മം കൊണ്ട് ശുദ്ധി പ്പെടില്ല..

കൊയ്ത കണ്ടംകൂട്ടത്തിൽനിന്ന് തൊളി കിളച്ചു മറിക്കുന്ന പണി യായിരുന്നു ആദ്യത്തെ ദിവസം രായപ്പന്റെ പണി. രായപ്പൻ മൺ വെട്ടി എടുത്തു കിളയ്ക്കുന്നതു കണ്ടപ്പഴേ കോരന് വശക്കേട് മന സ്സിലായി. കുറച്ചു കഴിഞ്ഞപ്പോൾ അവനാകെ തളരുന്നത് കോരൻ കണ്ടു. കുഴഞ്ഞു വീണു പോകുമോ എന്ന് കോരനു തോന്നി.

"എന്തു മോനെ നെനക്ക് വയ്യേ. വയ്യങ്കീ വീട്ടി പോ."

വേണ്ട. ഒന്നൂല്ല എന്നു പറഞ്ഞ് അവൻ കിളയൽ തുടർന്നു. കുഴഞ്ഞു വീഴുമോന്ന്  രായപ്പനും ഭയന്നു.

കോരൻ അല്പ സമയം രായപ്പനെ നോക്കി നിന്നു. പന്തികേടാ ണെന്ന് കോരന് തോന്നി. അയാൾ രായപ്പനോടു പറഞ്ഞു.

"മോനേ... ആ വരമ്പേലിരിക്കുന്ന വെള്ളമെടുത്തോണ്ട് വാ കുടി ക്കാൻ..."

അവൻ വയൽവരമ്പിൽ കലത്തിലിരിക്കുന്ന കുടിവെള്ളമെടുക്കാൻ പോയി. അതവനാശ്വാസമായി. അവൻ ശ്വാസഗതിയെ നിയന്ത്രിച്ചു വിട്ടു.

വെള്ളം കോരന്റെ കൈയിൽ കൊടുത്തു. അതു വാങ്ങി കുടിക്കുന്നതിനു മുൻപ് അയാൾ പറഞ്ഞു.

''ഇന്ന് വെയിലിനിത്തിരി ചൂട് കൂടുതലാണ്..'' അയാൾ വെള്ളം കുടിച്ച് കലം രായപ്പനു കൊടുത്തിട്ട് പറഞ്ഞു.

''നീ വെള്ളം കുടിച്ചിട്ട് ചെളീല് മറയാതെ മേലോട്ട് നിക്കുന്ന കറ്റേടെ മൂടൊക്കെ ചെളീല് താഴ്ത്തി മറയ്ക്കണം. ദാ ഇങ്ങനെ ചവിട്ടി മറയ്ക്കണം.''

അയാൾ കാണിച്ചു കൊടുത്തു. അവൻ കിളച്ചു പോകുന്നവരുടെ പിന്നാലെ ആ പണി ചെയ്തു. അന്നങ്ങനെ കഴിഞ്ഞു.

അന്നുമുതൽ പിന്നെ ഏഴെട്ടു ദിവസം കോരൻ രായപ്പനെ വയലിൽ രാത്രി കൂട്ടിക്കൊണ്ടു പോയി പണി പഠിപ്പിച്ചു. നല്ല നിലാവുള്ള രാത്രി. പാതിരാത്രി വരെ പാടത്ത് കിളച്ചിട്ട് തോട്ടിൽനിന്ന് കുളിച്ച് വീട്ടിലെത്തും.

രായപ്പന് അത്ഭുതമായിരുന്നു. പകലന്തിയോളം പണി ചെയ്തിട്ട് പിന്നെ രാത്രിയിലും ഇങ്ങനെ അദ്ധ്വാനിക്കാൻ ഇവർക്ക് കഴിയുന്നല്ലോ. എല്ലുമുറിയെ പണി ചെയ്യുക എന്ന ഒരു പ്രയോഗം രായപ്പൻ കേട്ടിട്ടുണ്ട്.

അന്നു രാത്രി പണി കഴിഞ്ഞ് മമ്മട്ടിയും തോളിൽ വച്ച് വരുമ്പോൾ കോരൻ പറഞ്ഞു.

''ഇത് കാട്ടിലെ പണിയല്ല. പൊന്നുവെളയിക്കുന്നപണിയാണ്. പക്കേങ്കീ എന്റെ മോൻ വെഷമിക്കണ്ട. നിന്നെ ഞാനൊന്നാന്തരമൊരു പണിക്കാരനാക്കും.''

പാടത്തിൽ മേടത്തിലെ നടീല് കഴിയുന്നതിനു മുൻപേ രായപ്പൻ നല്ല പണിക്കാരനായി. കാളയെ പൂട്ടാനും മരമടിക്കാനുമൊക്കെ അവൻ വശമാക്കി.

## പതിനേഴ്

**മേ**ടക്കൃഷി കഴിഞ്ഞാൽപ്പിന്നെ എന്നും പണിയുണ്ടാവില്ല. പണിയില്ലാത്തപ്പോൾ മീൻ പിടിക്കാൻ പോകും. പെണ്ണുങ്ങൾ പുല്ലറുത്ത് ചന്തയിൽ കൊണ്ടുപോയി വിൽക്കും.

മീൻ പിടിക്കാൻ രായപ്പനും കൂടും. കൂടെ കുറെപേർ കാണും. കൊച്ചപ്പിയും ആതിച്ചനുമല്ലാതെ ഒരുപാടു പേർ ഇപ്പോൾ രായപ്പന്റെ ചങ്ങാതിമാരാണ്. വയലിൽ പണിചെയ്യുന്നവരുമായാണ് രായപ്പന് ഇപ്പോൾ കൂട്ട്. എല്ലാവരുടെയും കുടിലുകളിൽ അവൻ പോകും. അയ്യപ്പനും തേവനും ഇരവിയുമായിരുന്നു അവന്റെ അടുത്ത കൂട്ടുകാർ. അവരുമൊത്തായിരുന്നു അവൻ മീൻ പിടിക്കാനും പോകുന്നത്. ഇരവിയാണ് കൂട്ടത്തിന്റെ നായകൻ. നല്ല ഉയരവും തിളങ്ങുന്ന കണ്ണുകളും കുറ്റിത്തലമുടിയുമുള്ള ഇരവിക്ക് എന്തൊക്കെയോ പ്രത്യേകതകൾ ഉണ്ടെന്ന് രായപ്പന് തോന്നിയിട്ടുണ്ട്. നാലുപേര് ചെയ്യുന്ന പണി ഇരവി ഒറ്റയ്ക്ക് ചെയ്യുമെന്ന് രായപ്പൻ കേട്ടിട്ടുള്ളതാണ്. എപ്പോഴും ഗൗരവപ്രകൃതിയുള്ള ഇരവി ചിരിക്കുമ്പോൾ രായപ്പൻ രസിച്ചു നോക്കിനിൽക്കും. അപ്പോൾ ആ മുഖം കൊച്ചുകുട്ടിയുടേതാവും. സംസാരിച്ചുകൊണ്ട് വായ് തുറന്ന് എന്റമ്മോ എന്റമ്മോ എനിക്ക് വയ്യേ എന്നൊക്കെ പറഞ്ഞ് വയറ്റത്തടിച്ച് ചിരിക്കും. സംസാരംപോലെ ചിരിക്കും നല്ല മുഴക്കമാണ്. ഇരവിയുടെ കൈയാളായാണ് രായപ്പൻ മീൻ പിടിത്തം തുടങ്ങിയത്. ഒത്തിരി മീൻ കിട്ടിയാൽ ചന്തയിൽ കൊണ്ടുപോയി വിൽക്കും. ചിലപ്പോൾ ചെറുവള്ളമെടുത്ത് മീൻ പിടിക്കാൻ പോകും. വള്ളം തുഴയലും മീൻ പിടിക്കലുമൊക്കെ രായപ്പന്റെ ജീവിതവും ആനന്ദവുമായി. ഒറ്റയ്ക്ക് വള്ളത്തിൽ രാത്രിയുടെ ആകാശത്തിനു കീഴെ ജലപ്പരപ്പിൽ തുഴഞ്ഞു തുഴഞ്ഞു പോകുമ്പോൾ സുഖമുള്ളൊരു വേദനയാണ്.

ഇടയ്ക്കിടയ്ക്ക് രാത്രി മണൽത്തിട്ടയിൽ അവർ കള്ളു കുടിക്കാൻ ഒത്തുകൂടും. കൊച്ചപ്പിയും ആതിച്ചനും കള്ളുകുടിക്കൂട്ടത്തിൽ കാണും. എല്ലാവരും വട്ടത്തിലിരിക്കും. കുടത്തിൽനിന്ന് ചെറിയ ചട്ടിയിലൊഴിച്ച് കള്ള് മോന്തും. അപ്പോൾ പിടിച്ചുകൊണ്ടുവന്ന മീൻ ഓലച്ചൂട്ടിൽ വച്ച് ചുട്ടെടുത്തതും കൂട്ടിയാണ് കള്ളുകുടി. പിന്നെ പാട്ടും തുള്ളലുമാണ്. കൊയ്ത്തുപാട്ടും നാടൻപാട്ടുകളും. ഏറത്തെ വയലുകളിൽ അവൻ കേട്ട പാട്ടുകളുടെ ഈണം. അതിന് ചുവടു വച്ചുള്ള തുള്ളലും. ആദ്യം രായപ്പൻ ചുവടു വച്ചു തുള്ളാൻ അറച്ചു നിന്നു.

"എന്താടാ നീയങ്ങ് മാറി നിക്കുന്നേ? എറങ്ങി തുള്ളടാ രായപ്പാ." ഇരവി പറഞ്ഞു. എനിക്കറിഞ്ഞൂടന്ന് പറഞ്ഞ് അവൻ ഒതുങ്ങി നിന്നു.

"അറിഞ്ഞൂടേ..? എടാ മയിരേ നിന്നെ മീമ്പിടിക്കാ പടിപ്പിച്ചതാരാ. മരമടിക്കാൻ പടിപ്പിച്ചതാരാ. ഇരവി... അപ്പം ഇരവി നെന്നെ തുള്ളാനും പടിപ്പിക്കും."

ഇരവി കൈചൂണ്ടി ആജ്ഞാപിക്കുന്നതുപോലെ പറഞ്ഞു.

''എറങ്ങി തുള്ളടാ മൈരേ.''

ആ ആജ്ഞയിൽ കള്ളിന്റെ ലഹരിയിൽ അവൻ ആദ്യചുവടുകൾ വച്ചു. പാട്ടിന്റെ ദ്രുതതാളത്തിനൊപ്പമായി ചുവടുകളും. ശരീരവും മുഖപേശികളും താളാത്മകമായി. രായപ്പന്റെ തുള്ളലിൽ എല്ലാവർക്കും ആവേശമായി.

ഒരിക്കൽ പാട്ടുപാടിക്കൊണ്ടിരുന്നപ്പോൾ കൊച്ചപ്പി പറഞ്ഞു.

''രായപ്പന് ഒരു പാട്ടറിയാം. ഉശിരൻ പാട്ടാ. എന്തോന്ന്..'' അവൻ ഓർത്തെടുത്തു. ''വാഴക്കുല.''

''എനിക്കതറിയില്ല. നകുലനാ പാടിയത്.'' രായപ്പൻ പറഞ്ഞു.

പുലയന്റെ കഷ്ടപ്പാടിന്റെ സവർണ്ണകാഴ്ച അവൻ തന്റെ ഓർമ്മയിൽ കുഴിയെടുത്ത് മൂടിയിരുന്നു. അവരോടൊപ്പം അവർ പാടുന്ന പാട്ടിലായിരുന്നു അവന്റെ ജീവിതം.

ചില ദിവസം കൊച്ചപ്പിയുടെ അച്ഛൻ കോരൻ കള്ളുമായി വരും. അന്ന് എല്ലാവരും മുറ്റത്തിരുന്ന് കള്ളുകുടിക്കും. കള്ളിന്റെ കൂടെ മീനും കപ്പയും കാണും. കൊച്ചപ്പിയുടെ അമ്മാമ്മ കള്ളുകുടിച്ചാൽ പിന്നെ രസമാണ്. കൈകൊട്ടി ഞാറ്റുപാട്ടും കൊയ്ത്തുപാട്ടും പാടും. പല്ലില്ലാത്ത മോണകാട്ടിച്ചിരിച്ചുകൊണ്ട് പാടുന്നതു കാണാൻ നല്ലരസമാണ്. മറ്റുള്ളവർ ഏറ്റുപാടും. കൊച്ചപ്പിയുടെ പെങ്ങന്മാർ താളം കൊട്ടിപ്പാടുന്നത് രായപ്പൻ നോക്കി ഇരിക്കും. കള്ളുകുടിക്കുമ്പോഴാണ് അവനിങ്ങനെ നോട്ടം വരുന്നത്. ശരിക്കും അവൻ പാട്ടുപാടുമ്പോഴുള്ള ഭാവങ്ങളും ആസ്വദിക്കുകയാണ്. മൂത്ത പെങ്ങൾ നീലിയുടെ ഇമ്പമാർന്ന പാട്ടിന്റെ കയറ്റിറക്കങ്ങളിൽ വിറയാർന്ന വേദന അതിന്റെ തീവ്രതയിലെത്തും. ഇളയവൾ പാടുന്നത് കാണാൻ ഒരു പ്രത്യേക അഴകാണ്. അവളുടെ പേരും അഴകി എന്നാണ്.

നീലിക്ക് കളിയും ചിരിയും സന്തോഷവുമുണ്ടെങ്കിലും അതിനുള്ളിൽ ഒരു വിഷാദം കാണാം. അവൾക്ക് രണ്ടു വയസ്സായ ഒരു മകളുണ്ട്. ചക്കി. അവളുടെ ഭർത്താവ് അവിടെ ഉണ്ടായിരുന്നില്ല. നീലിയുടെ വിഷാദവും ചക്കിയുടെ അച്ഛൻ അവിടെ ഇല്ലാത്തതും രായപ്പൻ ശ്രദ്ധിച്ചിരുന്നു. അവൻ അതിനെക്കുറിച്ച് ആരോടും ആരാഞ്ഞില്ല. കൊച്ചപ്പി ജോലി കഴിഞ്ഞു വന്നാൽ ചക്കി പിന്നെ അവനൊപ്പമാണ്. ഇപ്പോൾ കൊച്ചപ്പിയെക്കാൾ അവൾക്കിഷ്ടം രായപ്പനെയാണ്. പണികഴിഞ്ഞു വന്നാൽ അവളെയും കൂട്ടിയാണ് രായപ്പൻ കുളിക്കാൻ തോട്ടിൽ പോകുന്നത്. കുളി കഴിഞ്ഞ് അവളെ തോളിലിരുത്തിയാണ് രായപ്പൻ വരുന്നത്. ചക്കി രായപ്പന്റെ ആനന്ദമാണ്.

പണികഴിഞ്ഞാൽ അവൻ ഓടിവരുന്നത് ചക്കിയെ കാണാനാണ്. വന്നയുടൻ രായപ്പൻ അവളെ കോരിയെടുത്ത് ആകാശത്തേക്ക് ഉയർത്തും. രായപ്പനെ കാണുമ്പോഴേ മമ്മാന്ന് വിളിച്ച് രണ്ടുകൈയും നീട്ടി ഓടിവരും. രായപ്പനെ അവൾ മമ്മാന്നാണ് വിളിക്കുന്നത്. മാമാന്ന് വിളിക്കാൻ നീലി പറഞ്ഞുകൊടുത്തതാണ് അവൾ മമ്മാന്ന് ആക്കിയത്.

ഒരു ദിവസം അവൾ കൊച്ചപ്പിക്കും രായപ്പനുമൊപ്പം തോട്ടു വക്കത്ത് അടിഞ്ഞുകൂടിയ മണലിലിരുന്ന് കളിക്കുകയായിരുന്നു. തോട്ടുവരമ്പിൽക്കൂടി നടന്നുപോയ ഒരാളെ ചൂണ്ടി അവൾ പറഞ്ഞു. ''ച്ചൻ...ച്ചൻ''..

അയാൾ തിരിഞ്ഞുനോക്കി ചിരിച്ചുകൊണ്ടുപോയി.

അത് അച്ഛനല്ല മോളേ എന്ന് കൊച്ചപ്പി ചക്കിയോട് പറഞ്ഞു.

അപ്പോൾ കൊച്ചപ്പിയുടെ മുഖത്ത് വിഷാദം പടരുന്നത് രായപ്പൻ ശ്രദ്ധിച്ചു.

രായപ്പൻ കൊച്ചപ്പിയുടെ മുഖത്തു നോക്കി ഇരുന്നു.

അവൻ ചോദിച്ചു. ''ചക്കിയുടെ അച്ഛനെവിടെ?''

ഒരു നിമിഷത്തെ മൗനത്തിനുശേഷം കൊച്ചപ്പി പറഞ്ഞു.

''ചത്തു.... ചത്തതല്ല.. കൊന്ന്.''

അവന്റെ മുഖത്ത് വേദനയും രോഷവും രായപ്പൻ കണ്ടു.

''എങ്ങനെ? ആര്..?''

''തമ്പ്രാക്കമ്മാര്..പിന്നല്ലാതാര്. ഇപ്പം മൂന്നുമാസമായി.''

കൊച്ചപ്പി പിന്നെ ഇങ്ങനെ പറഞ്ഞു.

''ഇവിടെ ഇങ്ങനെയക്കെ തന്നാണല്ല. തമ്പ്രാക്കമ്മാരടെ കൊല്ലും കൊലയും പുത്തരിയല്ലല്ല. നിങ്ങ നാട്ടീ ഇങ്ങനൊന്നും അല്ലാരിക്കും.''

കായലിന്റെ അങ്ങേക്കരയിലാണ് ചോതിയുടെ വീട്. ചോതി യുടെ അച്ഛൻപെങ്ങള് ഈ തോട്ടിൻകരയിലാണ് താമസം. അങ്ങനെ യാണ് ചോതി ഈ കരയില് വന്നത്. കണ്ടത്തിൽ പണിക്ക് വന്ന പ്പോൾ തമ്മിൽ കണ്ട് ചോതിയും നീലിയും ഇഷ്ടത്തിലായി. കല്യാണം കഴിഞ്ഞ് നീലിയെ ചോതിയുടെ നാട്ടിൽ കൊണ്ടുപോയി.

ചോതി അധികം ആരോടും സംസാരിക്കില്ല. കല്യാണത്തിനു മുൻപ് നീലിയോടും അധികം സംസാരിച്ചിട്ടില്ല. ആദ്യം അവളോടു സംസാരിക്കുന്നത് ഞാൻ നിന്നെ കെട്ടട്ടോന്നാണ്. ഒറ്റച്ചോദ്യമാണ്. നീലി ഞെട്ടിപ്പോയി. എന്തു പറയണമെന്നവൾക്കറിയില്ല. അതും ഗൗരവത്തിൽ തറപ്പിച്ചു നോക്കിക്കൊണ്ട്. പറപറായുള്ള ശബ്ദം.

പാറയിലുരയ്ക്കുന്ന പോലെ. ഈ ചെറുപ്പക്കാരനെ അവൾ ശ്രദ്ധി ച്ചിട്ടുണ്ട്. അവന്റെ കണ്ണിലും മുഖത്തുമൊക്കെ ക്ഷോഭം കത്തിജ്വലി ക്കുന്നപോലെ. ദൃഢതയുള്ള ശരീരം. വയൽവരമ്പിൽ അവൻ ദൂരേ ക്കെവിടെയെങ്കിലും നോക്കിനിൽക്കുമ്പോൾ തലയെടുപ്പുള്ള ഒരു ശില്പം കണക്കെ വിരിഞ്ഞ മാറും ഉറച്ച പേശികളുള്ള കൈത്ത ണ്ടയും കാൽവണ്ണയും. പണിക്കിടയിൽ ചിരിച്ചുകളിച്ചു നടക്കുന്ന പെണ്ണുങ്ങൾ ചോതിയെ കാണുമ്പോൾ ചിരി നിർത്തും. അവൻ ഒന്നും പറഞ്ഞിട്ടല്ല. അവൻ അടുത്തുവരുമ്പോൾ അവരങ്ങനെ ആയിപ്പോകും. ഒരിക്കൽ നീലി അവനിൽ മറ്റൊരു മുഖം കണ്ടു. ചോതി ദൂരെ എവിടേക്കെന്നില്ലാതെ നോക്കിനിൽക്കുകയായിരുന്നു. കൊയ്ത്തി നിടയിൽ ചുമ്മാ തിരിഞ്ഞുനോക്കിയപ്പോഴാണ് അവളവന്റെ ആ നിൽപ്പ് കണ്ടത്. തിരിയുമ്പോൾ പെട്ടെന്ന് കാഴ്ചയിൽ അവൻ. അവൾ കാഴ്ച പിൻവലിച്ച് തിരിഞ്ഞതും ഒന്നുകൂടി നോക്കണമെന്നവൾക്ക് തോന്നി. അന്നവൾ കണ്ടുപിടിച്ചു. ഗൗരവമാർന്ന ആ മുഖത്ത് കരു ണയോ വിഷാദമോ എന്ന് പറഞ്ഞറിയിക്കാനാവാത്ത ഭാവം. അവൾ പിന്നെയും പിന്നെയും അവനെ പലപ്പോഴായി ശ്രദ്ധിച്ചു. കരുണ, എന്തിനോടൊക്കെയോ. അത് എല്ലാവർക്കും കാണാനാകാതെ മറ ഞ്ഞിരിക്കുന്നു.

സ്നേഹം...

പിന്നൊരു ദിവസം കൊയ്ത്തിന് നീലി അഴകിയോടും ഇരവി യുടെ പെങ്ങൾ ചിരുതയോടും ചോദിച്ചു.

''നിങ്ങ ആ ചോതീടെ മൊകം കണ്ടാ?''

''അങ്ങോട്ട് നോക്കാം പറ്റത്തില്ലല്ല. നോക്കമ്പന്തന്നെ പേടിയാവും.'' ചിരുത പറഞ്ഞു.

''എന്നാലുങ്കണ്ടാ..?''

''കണ്ടിട്ടൊക്കെയൊണ്ട്.''

''കണ്ടപ്പം എന്തോന്ന് തോന്നി.''

''എന്തോന്ന് തോന്നാൻ... പോത്ത്. എവക്കെന്ത്. പ്രാന്ത് പിടിച്ചാ.''

''പോടീ.. നീപറ.'' നീലി അഴകിയോട് പറഞ്ഞു.

''പോത്തിനെപ്പോലേന്ന് പറഞ്ഞപ്പം. ഒച്ചയിട്ടാ പോത്തമറണ പോലെ. അല്ലേടീ.'' ചിരുത അഴകിയെ നോക്കിപ്പറഞ്ഞു. രണ്ടുപേരും ചിരിച്ചു.

''പോടീ.. എനക്കാ മൊകം കാണമ്പം പാവംന്ന് തോന്നും. ചെലപ്പം എനക്കേ തോന്നത്തൊള്ളാരിക്കും.'' നീലി പറഞ്ഞു.

“എന്നാ അവനെ കെട്ടിക്കോ. എവളവനോട് ഇഷ്ടത്തിലായന്നാ തോന്നണത്.” ചിരുത പറഞ്ഞു.

“നെനക്കെന്തടീ പൈത്യമാ.. കണ്ടാ പേടിയാവും..ഒരു മൊരടൻ.” അഴകി പറഞ്ഞു.

“ചെലപ്പം അയാളെ പാവത്തം പിടിച്ച മൊകം ഞാമ്മാത്രേ കാണ ത്തൊള്ളാരിക്കും.”

“ഓ.. എന്നാ നീയവനെ കെട്ടിക്കൊ..പോത്തിനെ കെട്ടിയാ പോത്തിച്ചീന്ന് ഞാള് വിളിക്കും.”

“പോടീ... ഏന് കെട്ടാനൊന്നുമല്ല. കണ്ടത് പറഞ്ഞപ്പം.”

ഒരുവശത്ത് കാർത്തികേയൻ കർത്തായെയും പിറകിൽ കറ്റ പിടിച്ചു കൊടുക്കുന്ന ചോതിയെയും കണ്ടപ്പോൾ അവർ പെട്ടെന്ന് വർത്തമാനം നിർത്തി.

നീലി ശരിക്കും ചോതിയെ പ്രണയിക്കുന്നുണ്ടാകുമോ? അത വൾക്കറിയില്ല. അഴകിയോടും ചിരുതയോടും ചോതിയെപ്പറ്റി പറയു മ്പോൾ അവളങ്ങനെ ചിന്തിച്ചിരുന്നതേ ഇല്ല. പക്ഷേ പിന്നെയും പിന്നെയും ആ തലയെടുപ്പിൽ അവൾ കാരുണ്യം കണ്ടു. അത് കരുണയാണ് എന്ന ഭാഷ അവൾക്കില്ലായിരുന്നു. പാവം എന്നാണ വൾക്കു തോന്നിയത്.

കടയിൽ നിന്ന് അരയ്ക്കാൻ പൊതിഞ്ഞുകൊണ്ടുവന്ന കടലാ സിൽ ഒരു മൃഗത്തിന്റെ പടം അവൾ കണ്ടു. അന്നുവരെ അങ്ങനെ ഒരു ജന്തുവിനെ അവൾ കണ്ടിട്ടില്ല. നാലാംതരത്തിൽ പഠിക്കുന്ന അയ്യപ്പന്റെ പെങ്ങളുടെ മോൾ കുഞ്ഞിപ്പെണ്ണാണ് അത് സിംഹമാ ണെന്നും മൃഗരാജാവാണെന്നും പറഞ്ഞത്. മൃഗരാജാവെന്ന് പറഞ്ഞ പ്പോൾ ആ പടത്തിൽ നോക്കിയിരുന്നുപോയി. ആ നോട്ടവും തല യെടുപ്പും. മറ്റു മൃഗങ്ങളൊക്കെ വിറയ്ക്കും ഇതിനെ കണ്ടാൽ. തമ്പ്രാനേന്ന് വിളിച്ച് ഓച്ഛാനിച്ച് നിൽക്കും. ഒരു രാജാവിനെയും അവൾ കണ്ടിട്ടില്ല. എല്ലാർക്കും രാജാവിനെ പേടിയാണ്. എന്തിന് നമ്മടെ കരിങ്ങോട്ടേം കോട്ടപ്പുറത്തേം തമ്പ്രാക്കമ്മാരെ ഇവിടത്തെ പെലേരും പറയരും ഈഴവരുമൊക്കെ പേടിക്കുന്നില്ലേ. രാജാവായ പൊന്നുതമ്പ്രാന്റെ മുന്നീ ഇവിടത്തെ തമ്പരാക്കമ്മാര് വെറച്ച് പെടുക്കും. ഇങ്ങനെയാണ് രാജാവെന്താണെന്ന് അച്ചാച്ചൻ അവൾക്ക് പറഞ്ഞുകൊടുത്തിട്ടുള്ളത്.

മൃഗങ്ങളുടെ രാജാവിന്റെ പടം അവൾ പിന്നെയും നോക്കി. അതിന്റെ കണ്ണുകളിൽ അവൾ പാവത്തം കണ്ടു. പാവം രാജാവ്. അവൾ വിചാരിച്ചു. മറ്റെല്ലാ മൃഗങ്ങളെയും സ്നേഹിക്കുന്ന പാവം.

ആ സിംഹം മാത്രമായിരിക്കും പാവം, മറ്റു സിംഹങ്ങളൊക്കെ ക്രൂര ന്മാരായിരിക്കും.

ഇപ്പോൾ ചോതിയിൽ പാവത്തം കണ്ടപ്പോൾ അവൾ ആ സിംഹ ത്തിനെ ഓർമ്മിച്ചു.

ഞാന്നിന്നെകെട്ടട്ടോന്ന് ചോതി ചോദിച്ചപ്പോൾ അവളാദ്യം പകച്ചുപോയെങ്കിലും പിന്നെ നാണം കൊണ്ടുള്ള ചിരി വന്നു. അവൾ കൈകൊണ്ട് വായ് മറച്ചു. അവൾ ചരിഞ്ഞ് അവനെ നോക്കി. കുറച്ചു സമയം ഒന്നും മിണ്ടാതെ നിന്നു.

നേരിയ പുഞ്ചിരി അവനിൽ വിരിഞ്ഞു. അവളാദ്യമായാണ് അവന്റെ മുഖത്ത് ഇങ്ങനെ ഒരു ഭാവം കാണുന്നത്. അവനിൽ ഒളി ഞ്ഞിരിക്കുന്നതായി അവൾ കണ്ടുപിടിച്ച സ്നേഹവും കരുണയും ആ മന്ദസ്മിതത്തിലൂടെ ഇറ്റിറ്റ് പുറത്തുവരുന്നത് അവൾ കണ്ടു. ഒരു കാഴ്ച കണ്ടു നിൽക്കുന്ന വിസ്മയം പോലെ അവൾ പരിസരം മറന്ന് അവനെ നോക്കി നിന്നു.

അവൻ പറഞ്ഞു.

“മ് പറ.”

അവൾ മിണ്ടാതെ നിന്നു.

“ഞാമ്പറഞ്ഞത് കേട്ടാ..?” അവൻ പറഞ്ഞു.

“മ്” അവൾ മൂളി..

“എന്നാ പറ.”

“അച്ചനോട് ചോദിക്ക്.”

“നെനക്കിഷ്ടം തന്നല്ലെ?”

അവൾ മൂളി..

അവൻ നടന്നുപോയപ്പോൾ അവന്റെ പിൻഭാഗം നോക്കി അവൾ നിന്നു.

അങ്ങനെ അവരുടെ കല്യാണം നടന്നു. പുലയരുടെ അപ്പൂപ്പൻ നടയിൽ വച്ച്.

കളിവള്ളത്തിൽ അവർ രണ്ടുപേരും കായലിനക്കരെ പോകു മ്പോൾ കൊച്ചപ്പിയും കോരനും അഴകിയും കാമാണ്ടിയും ചിരുത യുമെല്ലാം കരയിൽ നോക്കിനിന്നു. വള്ളം അകന്നകന്നു പോയി. അക്കരെ എത്തുവോളം അവർ നോക്കിനിന്നു.

മൂന്നു വർഷം കഴിഞ്ഞ്, അതേ കടവിൽ അവരെല്ലാം അക്കരെ നോക്കിനിൽക്കുകയാണ്. ആർക്കും അക്കരെ പോകാൻ ധൈര്യമില്ല. പോകാൻ ധൈര്യപ്പെട്ടവരെ മറ്റുള്ളവർ തടഞ്ഞു. ഇരവിയാണ്

പോകാൻ ധൈര്യപ്പെട്ട് മുന്നിൽ നിന്നത്. അവന്റെ സംഘത്തിലെ പിള്ളേരും കൂടെ നിന്നു. പെണ്ണുങ്ങളും മുതിർന്ന ആണുങ്ങളും അവരെ തടഞ്ഞു. അവരുടെ ചുറ്റുംനിന്ന് പെണ്ണുങ്ങൾ പോവല്ലേ പോവല്ലേ എന്ന് വാവിട്ട് നിലവിളിച്ചു. അവർക്കറിയാം തമ്പ്രാക്കന്മാരോട് എതിരിടാൻ പോയാൽ കൊന്നു കുഴിച്ചുമൂടും. അവർക്കതിനധികാരമുണ്ട്.

ചോതിയെ തമ്പ്രാക്കന്മാരുടെ ചട്ടമ്പികൾ കെട്ടിയിട്ടടിച്ചെന്നും അവന്റെ സംഘത്തിലെ പതിനൊന്നു പേരും ആ കരയിലെ പുലയരുമെല്ലാം ഇതറിഞ്ഞ് അങ്ങോട്ട് പോയിട്ടുണ്ടെന്നും അക്കരെനിന്ന് ആരോ ഇക്കരെ വന്ന് പറഞ്ഞിട്ടുപോയി. അവർ അക്കരയ്ക്കു നോക്കി നിൽക്കുമ്പോൾ, അക്കരെ പോയി ചോതിയെ രക്ഷപ്പെടുത്താൻ നിൽക്കുന്ന ഇരവിയെ പെണ്ണുങ്ങളും കൂട്ടരും തടയുമ്പോൾ, ഒരു വള്ളം അക്കരെനിന്ന് വരുന്നുണ്ടായിരുന്നു.

രണ്ടു വയസ്സുള്ള ചക്കിയെ വള്ളത്തിൽ തന്റെ അരികത്തിരുത്തി നീലി വള്ളം തുഴഞ്ഞു. മുഖത്തും ശരീരത്തിലുമാകെ അടി കൊണ്ട പാടുകളുമായി വള്ളത്തിൽ കിടക്കുകയാണ് ചോതി. നീലി കരയുന്നുണ്ടായിരുന്നില്ല. എങ്ങനെയും ചോതിയെ ജീവനോടെ കിട്ടണം. അക്കരെ എത്തി തന്റെ ആളുകളെ കണ്ടപ്പോൾ നീലി എല്ലാ നിയന്ത്രണവും വിട്ട് അലറിവിളിച്ച് കരഞ്ഞു.

ഇരവിയും കൂട്ടരും രക്തത്തിൽ കുളിച്ച ചോതിയെ വള്ളത്തിൽ നിന്ന് എടുത്ത് നീലിയുടെ വീട്ടിലേക്ക് കൊണ്ടുപോയി. ചക്കിയെ അഴകി എടുത്തു. നീലിയെ പെണ്ണുങ്ങൾ താങ്ങിപ്പിടിച്ച് കൊണ്ടുപോയി. വീട്ടിനു പുറത്ത് പായിട്ട് അവനെ കിടത്തി. വെള്ളം കൊണ്ടുവാ... ചോര തുടച്ചെട്, ഇത്തിരി വെള്ളം വായിലൊഴിച്ചുകൊട് ഇങ്ങനെയൊക്കെ പലരും പറയുന്നുണ്ടായിരുന്നു. ഇതിനകം ആരോ വെള്ളം കൊണ്ടുവന്നു. ബോധമറ്റു കിടന്ന ചോതി ഒന്ന് ഞരങ്ങി. കണ്ണു തുറന്നു നോക്കി. അവനെത്തന്നെ നോക്കി അരികെയിരുന്ന നീലിയെ അവൻ കണ്ടുകാണുമോ? അവൾ വെള്ളം അവന്റെ വായിലേക്ക് ഇറ്റിച്ചു. അവൻ കണ്ണുകളടച്ചു. ചോരയിൽ കുളിച്ച ശരീരത്തിൽ കെട്ടിപ്പിടിച്ച് നീലി അലമുറയിട്ടു കരഞ്ഞു.

ചോതി കൊല്ലപ്പെട്ട കഥ കേട്ട് രായപ്പൻ തരിച്ചിരുന്നു. പറയരും പുലയരും കുറവരുമൊക്കെ ക്രൂരമർദ്ദനമേൽക്കുന്നതും കൊല്ലപ്പെടുന്നതുമായ കഥകൾ രായപ്പന്റെ ഓർമ്മകളിലും വീട്ടിൽനിന്നു കേട്ട കഥകളിലും ധാരാളമുണ്ട്. ഭാരതമഹാജനസഭയുടെ വലിയ നേതാവായ എം കെ ഗാന്ധി ഇപ്പോൾ ഇവരെ ഹരിജനങ്ങളെന്നാണ് പറയുന്നത്. പൂനാ പാക്ടിനു ശേഷം അയിത്തം ഇല്ലാതാക്കാനും ഇവരെ ഉയർത്താനും ഹരിജൻ സേവാസംഘം എന്നൊന്ന് ഗാന്ധി ഉണ്ടാക്കി.

അതിന്റെ തിരുക്കൊച്ചിയിലെ പ്രസിഡന്റും സെക്രട്ടറിയും രണ്ട് അയ്യർമാരായിരുന്നു. അവരെയേ കിട്ടിയുള്ളൂ എന്നതുകൊണ്ടല്ല, മേൽജാതിക്കാർ ഹരിജനങ്ങളുടെ രക്ഷകരാവണം. അതാണ് ഗാന്ധി യുടെ സിദ്ധാന്തം. ഗാന്ധി ദക്ഷിണാഫ്രിക്കയിൽ വക്കീൽപ്പണി ചെയ്യു മ്പോഴേ ഹരിജനങ്ങളെന്ന് ഇപ്പോൾ വിളിക്കുന്ന സാധുജനങ്ങള് ഇവിടെ സംഘടനയുണ്ടാക്കി. കർഷകത്തൊഴിലാളികൾ പണിമുടക്കി. ഇപ്പോൾ ചങ്ങനാശ്ശേരിയും ജി രാമചന്ദ്രനുമാണ് ഗാന്ധിയുടെ ഹരി ജൻസേവാസംഘത്തിന്റെ ഭാരവാഹികൾ. പുലയരുടെയും പറയരു ടെയും കുറവരുടെയും ഒക്കെ ആളുകൾ ഇപ്പോൾ പ്രജാസഭയിലുണ്ട്. അവരാരുമല്ല ഹരിജൻ സംഘത്തിന്റെ ഭാരവാഹികൾ. ക്ഷേത്ര പ്രവേശനവിളംബരം ആഘോഷിക്കാൻ ഗാന്ധി തിരുവിതാംകൂറി ലെത്തി. ഈഴവരാണ് ഗാന്ധിക്ക് സ്വീകരണം കൊടുത്തത്. ഈഴവ നേതാക്കൾ ഈഴവരുടെ ക്ഷേത്രപ്രവേശനമായിട്ടാണ് കൊണ്ടാടി യത്. ഗാന്ധിക്കതുപോരാ. ഗാന്ധിയുടെ ഹിന്ദുമതം അംബേദ്ക്കറു മായുള്ള ഇടച്ചിലിനുശേഷം അതിവിശാലമായി. തൊട്ടുകൂടാത്ത വർക്ക് പ്രത്യേക നിയോജകമണ്ഡലം എന്ന അംബേദ്ക്കറിന്റെ ആവശ്യ ത്തിനുശേഷം ഗാന്ധിയുടെ ഇന്ത്യ എന്ന സങ്കല്പവും ഹിന്ദു എന്ന സങ്കല്പവും മാറിമറിഞ്ഞു. തൊട്ടുകൂടാത്തവരുംകൂടി ചേർന്ന വിശാല ഹിന്ദുവാണ് ഗാന്ധിയുടെ സ്വപ്നം. അവർക്കുവേണ്ടിയാണ് താൻ ഹരിജൻസേവാസംഘം ഉണ്ടാക്കിയത്. അവർക്കുകൂടിയാണ് ക്ഷേത്ര പ്രവേശനം. ക്ഷേത്ര പ്രവേശനത്തിൽ ആവേശഭരിതരായ വരുടെ കൂട്ടത്തിൽ അവരുടെ ആളുകളെ ആരെയും കാണുന്നില്ലല്ലോ. ഗാന്ധി അന്വേഷിച്ചു. അന്വേഷണത്തിൽ അയ്യൻകാളി എന്നൊരു നേതാവ് അവർക്കുണ്ടെന്ന് ആരോ പറഞ്ഞു. അയ്യൻകാളിയുടെ ജാതിയും ചോദിച്ചറിഞ്ഞു. അയ്യൻകാളിയെ കാണാൻ ഗാന്ധി വെങ്ങാ ന്നൂർക്ക് പോയി. ക്ഷേത്രത്തിൽ ദേഹശുദ്ധിയോടെ കയറാൻ പുലയരെ പ്രേരിപ്പിക്കണം, അതാണ് ഗാന്ധി അയ്യൻകാളിയോടാവശ്യപ്പെട്ടത്.

അധഃകൃതർക്ക് വഴിനടക്കാനും പള്ളിക്കൂടത്തിൽ പോകാനും സ്വന്തം ശരീരത്തിലെ അവകാശത്തിനുമാണ് സാധുജനങ്ങൾ സമരം ചെയ്തത്. ക്ഷേത്രത്തിൽ കയറാനല്ല.

നമ്മളെ കൊല്ലമ്പം കാണാത്ത ദൈവത്തെ നമക്ക് വേണ്ടടാ മക്കളേ എന്നാണ് അയ്യൻകാളി തന്റെ ആളുകളോട് പറഞ്ഞത്.

അയ്യൻകാളി മന്ദസ്മിതത്തോടെ ഗാന്ധിയെ നോക്കി. സാധുജന സമുദായത്തിൽ നിന്ന് പത്ത് ബി.എ ക്കാരെ വേണം. അതാണെന്റെ ആഗ്രഹം എന്നാണ് ഗാന്ധിയെ നോക്കി അയ്യൻകാളി പറഞ്ഞത്. താഴെത്തട്ടിലെ മർദ്ദിത ജനതയുടെ ആ നേതാവിനെ പുലയരാജാവ് എന്നാണ് ആ സനാതനൻ അഭിസംബോധന ചെയ്തത്.

ആരാണ് മഹാത്മാവ്?

ജയരാജന്റെ ചിന്തകളെ രായപ്പൻ നോക്കിയിരുന്നു.

കൈതയോല അറുത്തെടുക്കാൻ കൊച്ചപ്പിയോടൊപ്പം പോയപ്പോഴായിരുന്നു നീലിയുടെ കാര്യം സംസാരമായത്. ചക്കിയെ തോട്ടു വരമ്പിലെ മണലിൽ കളിക്കാനിരുത്തിയിട്ടാണ് കൊച്ചപ്പിയും രായപ്പനും കൈതയോല അറുക്കാനിറങ്ങിയത്.

ചോതി വെട്ടിയും അടിച്ചും കൊല ചെയ്യപ്പെട്ടത് കൊച്ചപ്പി പറഞ്ഞതുകേട്ട് കുറെ നേരം രായപ്പൻ ഒന്നും മിണ്ടിയില്ല. അറുത്ത കൈതയോലകൾ കെട്ടുകളാക്കി വച്ചിട്ടാണ് അവർ തോട്ടുവക്കിലെ പൂഴി മണ്ണിലിരുന്നത്.

സമാന്തരചിന്തകളെ നോക്കി രായപ്പൻ അങ്ങനെ ഇരുന്നു.

കൈതയോലയറുത്ത പിച്ചാത്തി മണ്ണിൽ കുത്തിക്കുത്തി അവൻ ആരെയോ കേൾക്കുന്നതുപോലെ തല കുലുക്കുന്നുണ്ടായിരുന്നു.

രായപ്പൻ കൊച്ചപ്പിയുടെ നേരേതിരിഞ്ഞ് ചോദിച്ചു.

"നീ അയ്യങ്കാളീന്ന് കേട്ടിട്ടൊണ്ടോ?"

കൊച്ചപ്പി ആവേശത്തോടെ പറഞ്ഞു .

"പിന്നേ കണ്ടിട്ടൊണ്ടല്ല.. ഇവിടെ കൊടുപ്പുന്ന പടനിലത്തീ വന്നിട്ടൊണ്ട്. കഴിഞ്ഞ കൊല്ലം. നമ്മള് തമ്മീ അന്ന് പണിമുടക്കിന് ജയിലീ വച്ച് കാണുന്നതിന് അഞ്ചാറു ദെവസം മുമ്പ്. എന്തോരാവേശമായിരുന്ന്. ഒരുൽസവം തന്നാരുന്ന്."

അന്ന് ചെറുപ്പക്കാരുടെ സംഘം കരയായകരയെല്ലാം കയറിയിറങ്ങി. തുലാം മൂന്നിനാണ് അയ്യൻകാളി വരുന്നത്. ഇരവിയാണ് നേതാവ്. കൊച്ചപ്പിയും ആതിച്ചനും തേവനും വാസുവും കുഞ്ഞനും എല്ലാവരുമുണ്ട്.

**എ**ല്ലാവരും ആവേശത്തിമിർപ്പിലായിരുന്നു. അയ്യൻകാളി യജമാനൻ വരുന്നുണ്ട്. വമ്പിച്ച സ്വീകരണം നല്കണം. ആദ്യമായാണ് അയ്യൻ കാളി കുട്ടനാട് എത്തുന്നത്. പണ്ട് ചെങ്ങണ്ടയിൽ വന്നെന്ന് കൊച്ചപ്പി പറഞ്ഞ് കേട്ടിട്ടുണ്ട്. അത് പുലയര് ക്രിസ്ത്യാനികളാകാൻ പോയപ്പോൾ അതിൽ നിന്ന് പിന്തിരിപ്പിക്കാനായിരുന്നു. ഇതിപ്പം സാധുജനപരിപാലനസംഘം യജമാനന് സ്വീകരണം കൊടുക്കുകയാണ്. പള്ളാത്തുരുത്തിയിലെ കെ.സി. ശീതങ്കനും മൂലയിൽ സോമനാഥനുമാണ് ഇരവിയെ വന്നറിയിച്ചത്. ഓരോ വീട്ടിൽ ചെന്നറിയിക്കുമ്പോഴും അവർ വിശ്വസിക്കാനാകാതെ നിൽക്കുകയാണ്. അയ്യൻ കാളിയെ കുറിച്ച് ഇളംതലമുറയ്ക്ക് മുതിർന്നവർ പറഞ്ഞ കേട്ടറിവേ

ഉള്ളൂ. മുതിർന്നവർ ചിലർ അയ്യൻകാളിയെ ചെങ്ങണ്ടയിൽ വച്ച് കണ്ടി ട്ടുണ്ട്. ചിലർ ചങ്ങനാശ്ശേരിയിൽ വച്ച് കണ്ടിട്ടുണ്ട്. അതൊക്കെ വർഷ ങ്ങൾക്ക് മുൻപാണ്.

ഓരോ വീട്ടിൽ ചെന്നറിയിക്കുമ്പോഴും അവിടത്തെ പെണ്ണുങ്ങളും ആണുങ്ങളും ആർത്തുവിളിച്ച് അടുത്ത വീടുകളിലേക്ക് ഓടും. അങ്ങനെ അയ്യൻകാളി യജമാനന്റെ വരവറിയിപ്പുതന്നെ ഒരു ഘോഷ യാത്രയായി.

കളിവള്ളങ്ങളിൽ എല്ലാവരും പടനിലത്തിനു തെക്കുള്ള പുഴയി ലെത്തി യജമാനന്റെ വരവ് കാത്ത് കണ്ണുംനട്ട് നിന്നു.

കൊച്ചപ്പി ആ രൂപം ഓർത്തെടുത്തു. കിന്നരി വച്ച വെള്ള തല പ്പാവും വലിയ മീശയും നീളമുള്ള കറുത്ത കോട്ടുമൊക്കെയായി വലിയ പൊക്കവും തലയെടുപ്പുമുള്ള മനുഷ്യൻ.

രായപ്പൻ ഓർത്തു.

കഴിഞ്ഞ വർഷം തുലാം മാസം. ഒക്ടോബർ 8. അന്നു വെളുപ്പി നാണ് തന്റെ ജീവിതം പിളർന്നു മാറുന്നത്. തലേ ദിവസം, അതൊര മാവാസി ദിവസമാണെന്നവനോർമ്മയുണ്ട്. അന്ന്, രാജാവിന്റെ ജന്മ ദിനത്തിന്, അച്ഛനെയും മറ്റ് സ്റ്റേറ്റ് കോൺഗ്രസ് പ്രവർത്തകരെയും ജയിലിൽ നിന്ന് വിട്ടയച്ചു. അടുത്ത ദിവസമാണ് താൻ വീടുവിട്ടിറ ങ്ങിയതെന്ന് രായപ്പൻ ഓർത്തു.

രായപ്പന്റെ ആലോചന ഇങ്ങനെയായി. തുലാം അഞ്ചിനു തുട ങ്ങുന്ന തൊഴിലാളി പണിമുടക്കത്തിന്റെ ഒരുക്കങ്ങൾ നടക്കുമ്പോൾ അയ്യൻകാളി മറ്റൊരു ദൗത്യവുമായി കുട്ടനാട്ടെത്തുന്നു. കൊച്ചപ്പി അവിടെയുണ്ട്. രണ്ടു ദിവസം കഴിഞ്ഞ് കൃഷ്ണപിള്ളയുടെ നേതൃ ത്വത്തിൽ തൊഴിലാളി പണിമുടക്കിൽ അവൻ പങ്കെടുത്ത് കൊടിയ മർദ്ദനത്തിനിരയാകുന്നു. ഒരേ കാലത്ത് ഒരേ കവലയിൽ പരസ്പരം കാണാതെ കടന്നുപോകുന്ന ചരിത്രസ്രഷ്ടാക്കൾ.

അയ്യൻകാളി വന്നുപോകുന്നതിനും മാസങ്ങൾക്കു മുൻപാവണം ചോതിയുടെ മരണം. എന്തെങ്കിലും ബന്ധമുണ്ടോ ഇവയ്ക്കെല്ലാം തമ്മിൽ. ഒന്നും കാണാനാകുന്നില്ല.

രായപ്പൻ ചോദിച്ചു.

''എന്തിനാണ് ചോതിയെ അവർ കൊന്നത്?''

''അവര് കൊന്നുകൂട്ടിയ പെലയർക്കും പറയർക്കും കണക്കൊണ്ടാ. അവര് പെഴപ്പിച്ച ഞാളെ പെണ്ണുങ്ങളെത്രയെന്ന് കണക്കൊണ്ടാ. ഞമ്മക്ക് ഒന്നും ചെയ്യാമ്പറ്റൂല്ലല്ല. അപ്പം ഇങ്ങനെയക്കെയങ്ങ് കഴിഞ്ഞു

പോണം. അവനങ്ങനല്ലല്ല. ആ ചോതി തമ്പ്രാക്കമ്മാരെ നേരേ നിന്നങ്ങ് ചോദിക്കും. അവനൊറ്റയ്ക്ക്. പിന്നയവന്റെ കൂടെ പത്തു പന്ത്രണ്ട് പിള്ളേരും ചേർന്ന്. എന്തേരൊണ്ടായാലും അപ്പം അവരവടെ കാണും. നമ്മടെ പെണ്ണുങ്ങളെ തൊട്ടാ അപ്പം ഇവമ്മാരവടെ എത്തും. പതം കൊറഞ്ഞാ ചോദിച്ചു വാങ്ങിക്കും. ഒരുപാട് അടീം ലഹളേമക്കെ നടന്നിട്ടൊണ്ട്. പോലീസ്കാർ കൊണ്ടുപോയി അടിച്ചിട്ടൊണ്ട്. എന്നാലും അവര് മെല്ല് മെല്ലന്ന് തന്നെ. ആ കരേലെ പെലേരും പറേരുമെല്ലാം ചോതീന്ന് വച്ചാ മരിക്കും. ഒരിക്കെ പതത്തിന്റെ കണക്കും പറഞ്ഞ് കൊയ്യാനാരും പാടത്തെറങ്ങീല്ല. അവര് വെളീന്നാളെ കൊണ്ടുവന്ന് കൊയ്യിക്കാന്നോക്കി. അതും ചോതീം അവന്റാളുകളും തടഞ്ഞ്. അവസാനം പതം കൂട്ടിക്കൊടുത്ത്. ഇങ്ങനെ ഓരോന്ന് വന്നപ്പം ചോതിയെ ഒതുക്കിയേ പറ്റൂന്നവര് വിചാരിച്ച്. അവര് അവൻ ഒറ്റയ്ക്കു നടന്ന് പോയപ്പം പട്ടാപ്പകല് കെണിവച്ച് കയറില് വരിഞ്ഞു മുറുക്കി. തമ്പ്രാക്കമ്മാര്ടെ ചട്ടമ്പികള് എല്ലാവമ്മാരുങ്കൂടെ ഒലക്കേം ഇരുമ്പ് പാരേമൊക്ക് വച്ച് അവരവനെ കെട്ടിയിട്ടടിച്ച്. എല്ലാരുമ്പറഞ്ഞ് ചത്തെന്ന്. ചത്തില്ലായിരുന്ന്. കാണാനും ആള് കൂടി. അപ്പഴത്തേക്കും കരയിലെല്ലാം അറിഞ്ഞ്. ആണുങ്ങളും പെണ്ണുങ്ങളുമായ പെലേരും പറേരും ഓടിക്കൂടി. കൂട്ടത്തല്ലായി. അതിനിടെ ഒരുകൂട്ടര് വളഞ്ഞുനിന്ന് ചോതീടെ കെട്ടഴിച്ച്. ജീവനൊണ്ടെന്നേ ഒള്ളാരുന്ന് അപ്പം. അവര് വള്ളത്തീകേറ്റി നീലീനേം കൂട്ടി ഇക്കരെ വിട്ട്. ഇങ്ങെത്തിയതും മരിച്ച്. അവിടെ അടീം ബഹളോം ആയി. പോലീസക്കെ എറങ്ങി. അവിടത്തെ നെലവിളീം കരച്ചിലും ഇങ്ങിക്കരെ കേക്കാരുന്ന്. ചോതീടെ കൂട്ടത്തിലെ നാലെണ്ണത്തിനെ കൊന്ന്. പിന്നേം പലരും മരിച്ച്. പെണ്ണുങ്ങളെ പെഴപ്പിച്ച്. വീടുകള് തീവച്ച്. ചാവാത്തവര് പേടിച്ച് എവിടെയൊക്കെയാ ഓടിപ്പോയി.

നമ്മള് അടിമകളാണ്. എന്നും. പണ്ട് ചന്തേല് അച്ചനേം അമ്മേം മക്കളേം പിരിച്ച് വിക്കേം വാങ്ങേം ചെയ്തതാണല്ല. ഇപ്പം അതില്ലല്ല. ഇത്രേംക്കെ മതി.''

കുറച്ചുനേരം കൊച്ചപ്പി ഒന്നും മിണ്ടിയില്ല. രായപ്പനും.

ചക്കി മണ്ണുവാരിക്കളിച്ചതു മതിയായി രായപ്പന്റെ മടിയിൽ കയറിയിരുന്നു.

കൊച്ചപ്പി പറഞ്ഞു.

''നീലിനേം ചക്കീനേം തിരിച്ചുകിട്ടി. പക്കേങ്കീ അവള്ടെ ചങ്ക് പെടയയാണ്. അവള് പൊറത്ത് കാണിക്കൂല. അവളെക്കൊണ്ട് കല്യാണം കഴിപ്പിക്കാൻ കൊറേ നോക്കി. അവള് തമ്മസിക്കൂല. ചത്താലും തമ്മസിക്കൂല. അവള്ടെ ജീവന്റെ ജീവനാരുന്ന് ചോതി.''

മണ്ണിൽ കത്തി കൊണ്ട് വരഞ്ഞു വരഞ്ഞിരുന്നിട്ട് രായപ്പനെ നോക്കി കൊച്ചപ്പി പറഞ്ഞു.

''അച്ചൻ ഇന്നാളൊരീസം അവളോട് മെതുവെ കേട്ട് നെന്നെപ്പറ്റി. നല്ല ആളെന്നവള് പറഞ്ഞ്. നെനക്കവനെ കെട്ടാമോ എന്നായി അച്ചൻ. നെനക്കൊരു ജീവിതം കിട്ടുമെന്ന് അച്ചമ്പറഞ്ഞ്. അവളങ്ങോട്ട് കരഞ്ഞ് നെലവിളിച്ച് തുള്ളിപ്പൊടിച്ച്കളഞ്ഞല്ലെ. പിന്നെ ഞാമ്പോയി സമാതാനിപ്പിച്ച്. ഇനിയാരും അവളോട് ഈ കാര്യം പറയൂല്ല. അവള് ചോതിയേം കരളില് വച്ച് ജീവിക്കട്ട്.''

ചന്തയിൽ പോയി പുല്ലു വിറ്റിട്ട് നീലിയും അഴകിയും വരുന്നുണ്ടായിരുന്നു. ചക്കിയാണത് ആദ്യം കണ്ടത്. മ്മ മ്മ എന്നവൾ രായപ്പന്റെ തോളിനു മുകളിലൂടെ കൈചൂണ്ടി പറഞ്ഞു. രായപ്പനും കൊച്ചപ്പിയും തിരിഞ്ഞു നോക്കി. നീലി അടുത്തു വന്ന് ചക്കിയെ എടുക്കാൻ കൈ നീട്ടി. അവൾ വരുന്നില്ല എന്ന് തലയാട്ടി. അഴകിയും കൈ നീട്ടി. ചക്കി രായപ്പന്റെ നെഞ്ചിലേക്ക് കുനിഞ്ഞിരുന്നു.

അവക്ക് രായപ്പണ്ണനൊണ്ടെങ്കീ ആരും വേണ്ടാ. കള്ളിപ്പെണ്ണ് പോടീ എന്ന് കൊഞ്ചിച്ച് അടിക്കാനോങ്ങി, അഴകി.

ചക്കിമോൾ ചിരിച്ച് കിണുങ്ങി രായപ്പനെ കെട്ടിപ്പിടിച്ചു.

''ടീ ആ കൈതയോലയുങ്കൂടെ എടുത്തോ.'' കൊച്ചപ്പി പറഞ്ഞു.

നീലിയും അഴകിയും കൈതയോലക്കെട്ടുകൾ എടുത്ത് തലയിൽ വച്ച് രായപ്പനെ നോക്കി പുഞ്ചിരിച്ച് കുടിലിലേക്ക് നടന്നു. സ്നേഹത്തിന്റെ മണം അവിടമാകെ പരന്നു. തുമ്പികൾ തെന്നിക്കളിക്കുന്നതു കണ്ട് ചക്കി രായപ്പന്റെ മടിയിൽ നിന്ന് ഇറങ്ങി തുമ്പികൾക്കൊപ്പം തുള്ളിച്ചാടി.

രായപ്പൻ രണ്ടു ബീഡി തോർത്തുപൊതിയിൽനിന്നെടുത്ത് ഒന്ന് കൊച്ചപ്പിക്ക് കൊടുത്തിട്ട് ഒന്ന് അവൻ കത്തിച്ച് പുകയൂതി വിട്ടു.

## പതിനെട്ട്

**ന**ടവെല്ലാം കഴിഞ്ഞ് വിളറിയപച്ചയിൽ ചാഞ്ഞു നിന്ന നെൽച്ചെടികൾ നൂന്ന് പച്ചപ്പിട്ട് വന്നപ്പോൾ ഇടി വെട്ടിയുള്ള മഴയും തുടങ്ങി. കോട്ടപ്പുറത്തെ തമ്പ്രാന്റെ വീട്ടില് ഓല വെട്ടിയപ്പോൾ കോരൻ അഞ്ചാറ് മടൽ ഓല ചോദിച്ചുവാങ്ങി. എല്ലാ വർഷവും കൊടുക്കും. പിന്നെ അവിടേം ഇവിടേം വീണുകിടക്കുന്നതൊക്കെ ഒപ്പിച്ച് കൂട്ടിവയ്ക്കും. കിട്ടുന്ന ഓലകൾ അപ്പോൾത്തന്നെ കീറി വെള്ളത്തിലിട്ട് കൊവുത്ത്

കൊണ്ടിടും. രാത്രി കോരനും ഭാര്യ കാമാണ്ടിയുംകൂടിയിരുന്ന് മെടയും. മഴ തുടങ്ങുമ്പോൾ ചോർച്ച ഉള്ളിടത്ത് ഊട് വലിക്കും. മൊത്തം കെട്ടി മേയാൻ ഓല തികയില്ല. ഇത്തവണ കോട്ടപ്പുറത്ത് നിന്ന് കൊണ്ടുവന്ന ഓല കീറാനും കൊവുക്കാനും മെടയാനുമൊക്കെ രായപ്പനുമുണ്ടായിരുന്നു.

നാലുവശവും ഓലകൊണ്ട് മറച്ച കൂരയാണ് അവിടത്തെ എല്ലാ പുലയരുടെയും പറയരുടെയും കുടിലുകൾ. രണ്ടു വശത്ത് മണ്ണു കൊണ്ട് തുറുകോരി പൊക്കിയ ചായ്പ്പുണ്ട്. ഒരു വശത്ത് അടുപ്പു കൂട്ടാനാണ്. മറ്റേ ചായ്പ്പിൽ മഴയത്ത് ആണുങ്ങൾ കിടക്കും. പെണ്ണു ങ്ങൾ അകത്ത് കിടക്കും. മഴക്കാലമല്ലാത്തപ്പോൾ ആണും പെണ്ണും പണി കഴിഞ്ഞ് വന്നാൽ മിക്കവാറും വീട്ടിനു പുറത്ത് ഇത്തിരിപ്പോല മുള്ള മുറ്റത്താണ്. ആണുങ്ങൾ കിടപ്പ് മുറ്റത്തുതന്നെ. ചിലപ്പോൾ പെണ്ണുങ്ങളും ചായ്പ്പിൽ കിടക്കും. കോരനും കാമാണ്ടിയും കിട ക്കാൻ അകത്തു കയറിയാൽ പെൺമക്കൾ ചായ്പ്പിൽ കിടക്കും. തെളിഞ്ഞ കാലാവസ്ഥയിൽ കഞ്ഞിയും കൂട്ടാനും വയ്ക്കാനും പുറത്ത് അടുപ്പു കൂട്ടും.

രായപ്പൻ വന്നശേഷമുള്ള ആദ്യത്തെ മഴ പെയ്തത് രാത്രിയി ലാണ്. അവനും മറ്റാണുങ്ങളും മുറ്റത്ത് കിടക്കുകയായിരുന്നു. ഇടിയും മഴയും. എല്ലാവരും കിടന്നിരുന്ന ഓലക്കീറും പായുമൊക്കെ എടുത്ത് ചായ്പിൽ വന്നുകിടന്നു. കുളിരാൻ തുടങ്ങിയപ്പോൾ ഓലക്കീറിൽ കിടന്നിട്ട് പായ കൊണ്ട് മൂടി.

ഇടവം പാതി കഴിഞ്ഞപ്പോൾ കാലവർഷം കനത്തു.

അന്നൊരു ദിവസം സൂര്യന്റെ ചരിഞ്ഞ വെട്ടം കായൽപ്പരപ്പിൽ നിഴലും വെളിച്ചവുമായി കിടക്കുമ്പോൾ രായപ്പൻ കൊതുമ്പുവള്ള വുമെടുത്ത് തുഴഞ്ഞുപോയി. ചില ദിവസങ്ങളിൽ ഒറ്റയ്ക്ക് ഒന്നി നുമല്ലാതെ ആകാശത്തിനുകീഴെ അങ്ങനെ ചിലപ്പോഴൊക്കെ അവൻ പോകും.. എന്തിനാണ്? എന്തിനോ.

അക്കരയ്ക്കും ഇക്കരയ്ക്കും ഒത്ത മദ്ധ്യത്തിലെത്തി പിന്നെ നെടുനീളത്തിൽ തുഴഞ്ഞുപോകുമ്പോൾ ആകാശത്ത് കറുത്ത മേഘം പടർന്നു മൂടി. നിമിഷങ്ങൾക്കകം മഴത്തുള്ളികൾ അവന്റെ ദേഹത്ത് കുത്തിത്തെറിച്ചു. കായലോളത്തിൽ വഞ്ചി ചാഞ്ചാടി. രായപ്പൻ തിരിച്ചു തുഴഞ്ഞു. വള്ളം മുങ്ങുകയോ മറിയുകയോ ചെയ്താൽ ഇപ്പോഴവന് കായലിലും നീന്താൻ പറ്റും. പക്ഷേ ഇത്രയും ദൂരം.

വള്ളം ആഞ്ഞു തുഴയുമ്പോഴും രായപ്പൻ ഭയന്നു.

ഭയം. പ്രകൃതിയെ ഭയക്കുന്നത് മറികടക്കാൻ അവന് ഇനിയു മായിട്ടില്ല.

പ്രകൃതിയോട് ഭയക്കാത്ത ഇണക്കവും മേലാളരായ മനുഷ്യരോട് ഭയവും ഉള്ളവരോടൊപ്പമാണ് രായപ്പൻ ഇപ്പോൾ ജീവിക്കുന്നത്. അതവൻ അറിയുന്നുണ്ടായിരുന്നു. ഭയത്തെ മറികടക്കുക. അവൻ ഭയത്തിനെതിരേ തുഴഞ്ഞു. കരയിലെത്തി വീട്ടിലേക്കോടി. ആരിൽ നിന്ന് രക്ഷപ്പെടാനാണ് ഈ ഓട്ടം?

അവൻ മഴയത്ത് മെല്ലെ നടന്ന് വീട്ടിലെത്തി. നനഞ്ഞു വാരി വീട്ടിലെത്തിയപ്പോൾ അവനെക്കണ്ട് എല്ലാവരുംകൂടെ കൂക്കും ചിരിയുമായി. അത് മഴയുടെ ഉന്മാദവുമായിരുന്നു. അവൻ ചായ്പിൽ അങ്ങേവശത്തു പോയി മുണ്ടഴിച്ച് പിഴിഞ്ഞ് ഉടുത്തു.

ചെറിയ ചാറ്റമഴ നനഞ്ഞാൽ രണ്ടമ്മമാരും തോർത്തെടുത്ത് തോർത്താൻ വരുന്നതും രാസ്നാദിപ്പൊടി തിരുകുന്നതും അപ്പോൾ വീശിയടിച്ച കാറ്റിൽ ഓർമ്മയായി വന്നകന്നു.

കഞ്ഞി വയ്ക്കാൻ കത്തിച്ച അടുപ്പിന്റെ മുന്നിൽ അവൻ പോയി ഇരുന്നു. അവിടെ തറയിൽ കാലുനീട്ടി കൊച്ചപ്പിയുടെ അമ്മമ്മയും ഇരിപ്പുണ്ടായിരുന്നു.

''രായപ്പനെവിടെടീന്ന് കാമാണ്ടിയോടെ കേട്ടപ്പം അവള് പറഞ്ഞ് എങ്ങാണ്ടാ പോയെന്ന്. എവടെപോയടാ മോനേ നീ?'' അവർ ചോദിച്ചു.

അവൻ ചിരിച്ചു. കൈ തിരുമ്മിക്കൊണ്ട് പറഞ്ഞു.

''ചുമ്മാ കായലീ.''

അവരും ചിരിച്ചു.

മഴ കനക്കുകയാണ്. മണ്ണിട്ട് പൊക്കിയ ചായ്പിലേക്ക് സാധാരണ വെള്ളം കയറില്ല. ഇപ്പോൾ തിട്ട നിരപ്പിലെത്താൻ ഒരു നെല്ലിട മതി. വീശിയടിച്ച കാറ്റിൽ വെള്ളം തൂളിയടിച്ചപ്പോൾ അമ്മമ്മ അകത്ത് കയറിപ്പോയി. കൊച്ചപ്പിയുടെ അമ്മ കാമാണ്ടി കഞ്ഞിവെന്തോന്ന് നോക്കി, വെന്തെന്ന് കണ്ടപ്പോൾ കഞ്ഞിക്കലമെടുത്ത് അകത്ത് കൊണ്ടുവച്ചു. വേവിച്ചു വച്ചിരുന്ന മീൻ കൂട്ടാനും കിഴങ്ങുമെടുത്ത് അഴകിയും അകത്ത് പോയി. തീകാഞ്ഞിട്ട് രായപ്പൻ കൊച്ചപ്പിയുടെ അടുത്ത് ഇരിക്കുകയാണ്. നീലിയെയും ചക്കിയെയും രായപ്പൻ ചായ്പിൽ കണ്ടില്ല. അകത്തുണ്ടായിരിക്കും. അവൻ വിചാരിച്ചു.

മഴ കോരിച്ചൊരിയുകയാണ്.

രണ്ടു പട്ടികളും ചായ്പ്പിന്റെ ഒരു മൂലയിൽ ചുരുണ്ടുകൂടി കിടക്കുന്നു.

''മഴ നിന്നില്ലെങ്കീ വെള്ളം ചായ്പേ കേറും. ഒറപ്പാ.'' കോരൻ പറഞ്ഞു. രായപ്പനറിയില്ല എന്തു ചെയ്യണമെന്ന്. ആർക്കും ഒരു പരിഭ്രമവുമില്ല. വെള്ളം ചായ്പ്പിലോട്ട് കയറാൻ തുടങ്ങി. നിമിഷം

കൊണ്ട് ചായ്പ് വെള്ളത്തിലായി. ചായ്പിനെക്കാൾ പൊക്കത്തിലാണ് ഓല കൊണ്ട് മറച്ച അകം. എല്ലാവരും അകത്തോട്ട് കയറി. പട്ടികളും. രായപ്പനും കൂടെ കയറി. അന്നാണ് അപ്പോഴാണ് രായപ്പൻ കുടിലിന്റെ അകം കാണുന്നത്. അതിനു മുൻപ് അകത്ത് കയറേണ്ട ആവശ്യമൊന്നും അവനുണ്ടായില്ല.

പട്ടികൾ അതിനവകാശപ്പെട്ട മൂലയിൽ പോയിക്കിടന്നു.

തറയിലിട്ട പായിൽ ചക്കി കിടന്നുറങ്ങുന്നു. അരികെ കാലും നീട്ടി നീലി ഇരിക്കുന്നു.

“ചക്കി ഒറങ്ങിയാ?” രായപ്പൻ ചോദിച്ചു.

“അവക്ക് പനി. രായപ്പണ്ണനെ അവള് തെരക്കി.”

നെറ്റിയിലെന്തോ അരച്ച് പുരട്ടിയിട്ടുണ്ട്. അവൻ ചക്കിയുടെ ദേഹത്ത് കൈവച്ചു നോക്കി. പൊള്ളുന്ന പനി.

“നല്ല പനിയൊണ്ടല്ലെ. വൈദ്യമ്മാര് ആരേം...”

അവന്റെ അമ്പരപ്പു കണ്ട് നീലി ചിരിച്ചു.

“അണ്ണമ്പേടിക്കണ്ട. അതങ്ങ് പോവും.. പൂച്ചിട്ടല്ലെ. പിന്നെ ചാച്ച നോതി അടുപ്പത്തുംട്ട്.”

“എടീ അവളെ ഒണത്തി ഇത്തിരി കഞ്ഞീം വറ്റും ആറ്റിക്കൊടടീ.” കോരൻ പറഞ്ഞു.

നീലി ചക്കിയെ കുലുക്കിവിളിച്ചു. അവൾ ഞരങ്ങുകയും അസ്വസ്ഥപ്പെടുകയും ചെയ്തു.

പോയി കഞ്ഞി എടുത്താറ്റടീ എന്നു പറഞ്ഞ് കോരൻ ചക്കിയെ വാരിയെടുത്തു. നീലി കഞ്ഞിവെള്ളവും കുറച്ച് വറ്റും ചട്ടിയിലെടുത്ത് ചിരട്ടത്തവികൊണ്ട് കോരിയൊഴിച്ച് ആറ്റി. പാതിയുറക്കത്തിൽ ചക്കി കുറച്ച് കഞ്ഞിവെള്ളം കുടിച്ചു. മുണ്ടിൽ മൂടിപ്പുതച്ച് കുറച്ചു നേരം കോരൻ അവളെ മടിയിൽ ചേർത്ത് വച്ചിട്ട് പായിൽ കിടത്തി.

രായപ്പൻ ചുറ്റാകെ നോക്കി. അയയിൽ തുണികൾ. ഒരു മൂലയ്ക്ക് മൂന്നാല് ചട്ടീം കലവും തവികളും. പാതി നെയ്തെടുത്ത വട്ടി. പഴംതുണിയിൽ എന്തോ കെട്ടിവച്ചിരിക്കുന്നു. പതം കിട്ടിയ നെല്ലായിരിക്കണം. മെടഞ്ഞ ഓലക്കീറുകളും പായയും. മറ്റൊന്നുമില്ല.

കോരൻ ചെറ്റവാതിലിലൂടെ വെളിയിലേക്കു നോക്കി. ചായ്പിൽ വെള്ളം നിറഞ്ഞു.

“മഴേടെ ഊക്ക് കൊറഞ്ഞിട്ടൊണ്ട്. ഇനി വെള്ളം പൊങ്ങൂല്ല.” കോരൻ ആരോടെന്നില്ലാതെ പറഞ്ഞു.

മുന്നിലുള്ള പാടം വെള്ളം നിറഞ്ഞ് കായൽ പോലെ ആയി.

കുഞ്ഞിക്കയും അഴകിയും നീലിയും കഞ്ഞിയും കൂട്ടാനുമെടുത്തു വന്നു. കോട്ടപ്പുറം വീട്ടിൽ എരുത്തിലിനു പിറകിൽ കളഞ്ഞുകിടന്ന ഒരു ഇരുമ്പു പിഞ്ഞാണം നീലിയെടുത്ത് കൊണ്ടുവന്ന് കഴുകിയെടുത്തു. കോരൻ ഇപ്പോൾ അതിലാണ് കഞ്ഞി കുടിക്കുന്നത്. കൊച്ചപ്പിയും രായപ്പനും ഓരോ ചട്ടി എടുത്തു. അഴകിയും നീലിയും എല്ലാവർക്കും കപ്പ വിളമ്പി. മീൻകൂട്ടാനും അതിലൊഴിച്ചു. കപ്പയും മീനും കഴിച്ചു കഴിഞ്ഞ് കഞ്ഞിയും വെള്ളവുമൊഴിച്ചു കുടിച്ചു. അഴകി പട്ടികൾക്ക് കഞ്ഞിയും കൂട്ടാനും രണ്ടു ചട്ടികളിലായി കൊടുത്തു. എല്ലാവരുടെയും കഞ്ഞികുടിയും പാത്രം കഴുകലും കഴിഞ്ഞ് കിടക്കാൻ പായയും ഓലക്കീറും കൊണ്ടിട്ടു. ചക്കി കിടക്കുന്ന പായയ്ക്കപ്പുറമിട്ട ഓലക്കീറിൽ അഴകിയും അമ്മമ്മയും കിടന്നു. ചക്കിയും നീലിയും കിടക്കുന്നതിനിപ്പുറം കാമാണ്ടിയും അതിനിപ്പുറം കോരനും പിന്നെ രായപ്പനും കൊച്ചപ്പിയും.

രായപ്പന് ഏറെ നേരം ഉറക്കം വന്നില്ല. കോരൻ കൂർക്കം വലിച്ചുറങ്ങുന്നു. കിടന്നപാടെ എല്ലാവരും ഉറക്കമായി.

അറിഞ്ഞതും ഓർമ്മയിലുള്ളതുമായ വാക്കുകൾ അർത്ഥമില്ലാതെ മരിച്ചു പോകുന്നു.

എന്തിന് വാക്കുകൾ? എന്തിന് ഭാഷ?

അവൻ വിതുമ്പി. കണ്ണുകൾ നനഞ്ഞു.

## പത്തൊമ്പത്

**വി**ത, ഞാറു നടീൽ, കളപറിക്കൽ, കൊയ്ത്ത്, മഴ, പഞ്ഞം....

ആവർത്തനങ്ങൾ...

ചുറ്റും പരന്നു കിടക്കുന്ന പാടത്തിന്റെ നിറം മാറ്റം ആവർത്തിച്ച്... ആവർത്തിച്ച്...

കൊയ്ത്തു കഴിഞ്ഞ വയൽ, വെളുത്ത കൊക്കുകൾ അവിടവിടെ. താറാക്കൂട്ടങ്ങൾ...

പച്ചയുടെ ഓളം നെല്ലോലകളിൽ....വെയിലിന്റെ വെട്ടിത്തിളക്കം..

നെൽക്കതിരും നെല്ലോലകളും സ്വർണ്ണവർണ്ണത്തിൽ ചായ്ഞ്ഞ്....

ആവർത്തനങ്ങൾ....മഴ..മഴ..മഴ...പിന്നെ പട്ടിണിയുടെ നാളുകൾ... പഞ്ഞം..

ഇപ്പോൾ പട്ടിണി ഇരട്ടിക്കിരട്ടിയാണ്..

കൊച്ചപ്പിക്ക് ലോകകാര്യങ്ങൾ കുറച്ചൊക്കെ ഇപ്പോളറിയാം. കയറ്റാപ്പീസ് തൊഴിലാളികൾ രഹസ്യമായി കൂടുന്നുണ്ട്. പണി കഴിഞ്ഞ് താമസിച്ചു വരുമ്പോൾ, അവിടെ ക്ലാസൊണ്ടായിരുന്നൂന്ന് അവൻ രായപ്പനോട് രഹസ്യമായി പറയും. നമ്മളൊക്കെ തൊഴിലാളികളാണ് എന്നവൻ തിരിച്ചറിഞ്ഞിരിക്കുന്നു.

രായപ്പൻ പത്രങ്ങളും പുസ്തകങ്ങളും കണ്ടിട്ട് ഒരുപാടു നാളായി.

"തൊഴിലാളികള് ഒരു രാജ്യത്തില് ഭരണം പിടിച്ചടക്കി. നമ്മളും സംഘടിക്കണം നമ്മടെ കഷ്ടപ്പാട് മാറാൻ." കൊച്ചപ്പി രായപ്പനോട് പറഞ്ഞു.

അവന്റെ ഭാഷതന്നെ മാറിയിരിക്കുന്നു. വർഗ്ഗബോധം എന്നൊക്കെ അവൻ പറയാൻ തുടങ്ങിയിരിക്കുന്നു.

കയർത്തൊഴിലാളികളെപ്പോലെ കർഷകത്തൊഴിലാളികളെയും സംഘടിപ്പിക്കുന്നുണ്ട്. എല്ലായിടത്തും യൂണിയനുണ്ടാക്കിയിട്ട് അതിശക്തമായ സമരം ഉണ്ടാകും. സാധനങ്ങൾക്ക് വില വാണംപോലെ കുതിച്ചുയരുന്നു. കൂലി കൂട്ടുന്നുമില്ല. തൊഴിലാളികളുടെ അധ്വാനം കൊണ്ടാണ് മുതലാളിമാർ തടിച്ചുകൊഴുത്ത് സമ്പന്നരായി ജീവിക്കുന്നത്.

ടി വി തോമസ് തൊഴിലാളികളുടെ യോഗത്തിൽ പ്രസംഗിച്ച വാചകങ്ങൾ കൊച്ചപ്പി അതുപോലെ ആ മണൽത്തിട്ടയിലിരുന്നു പറഞ്ഞു. പതിവായി കൂടുന്ന ചെറുപ്പക്കാരോടാണ് അവനത് പറഞ്ഞത്. ഇരവിയും ആതിച്ചനും കുഞ്ഞനും രായപ്പനും ഒക്കെയുണ്ടായിരുന്നു.

അവസാനം കൊച്ചപ്പി പറഞ്ഞു.

"നമക്ക് ഉത്തരവാദപരണം വേണം."

"ഏ..ഏ..അതെന്തോന്ന്?" ഇരവി ചോദിച്ചു.

"ഞമ്മള് തെരെഞ്ഞെടുക്കുന്ന ഞമ്മടെ ആളുകള് പരിക്കണം." കൊച്ചപ്പി വിശദീകരിച്ചു.

"പോടാ. എവനിതെന്തോന്ന് പറയുന്നത്. നമക്കിവിടെ നേരാമണം തുണിയുടുത്തൂട, പേടിച്ച് പേടിച്ച് വഴീല് നടക്കാപറ്റണില്ല, കിണറ്റീന്ന് വെള്ളമെടുത്തൂട. പള്ളിക്കൂടത്തീ കേറ്റൂല്ല, തമ്രാക്കമ്മാര്ക്ക് തല്ലാം കൊല്ലാം. അതൊക്കെയൊന്ന് ശരിയായാ മതി. നമക്ക് പരണമൊന്നും വേണ്ടാ." ആതിച്ചൻ പറഞ്ഞു..

"ഉത്തരവാദ പരണം വന്നാ അതൊക്കെ ശരിയാവും. നമ്മടെ ആൾക്കാരാണ് പിന്നെ മന്ത്രി."

''പോടാ മൈരേ... മണ്ടത്തരം പറയാതെ... പരണോം കൊര ണോന്നുമല്ല ഞമ്മക്ക് വേണ്ടത്. പട്ടിണിയില്ലാതെ കെടക്കണം. അന്ത സായി ജീവിക്കണം.'' ഇരവി പറഞ്ഞു.

''എടാ മണ്ടാ.. നെനക്ക് മീശേം വച്ച് നല്ല മുണ്ടുമുടുത്ത് ഞെളിഞ്ഞ് നമ്മടെ അയ്യങ്കാളി യജമാനൻ നിക്കണ പോലെ തമ്രാക്കമ്മാരടെ മുമ്പീ പോയി നിക്കാമ്പറ്റോ?'' കുഞ്ഞൻ ചോദിച്ചു.

കൊച്ചപ്പി ഒന്നും മിണ്ടിയില്ല.

''പറ്റോടാ? പറ.'' കുഞ്ഞൻ വിട്ടുകൊടുത്തില്ല..

''അത് പരണം വന്നിട്ട്.'' കൊച്ചപ്പി പറഞ്ഞുതീരുംമുൻപ് എല്ലാ വരും കൂടി കൂവി കെളത്തി.

''എടാ നീ നാളേം  അടി വാങ്ങാതെ നോക്കിയാ മതി കയറ്റാ പ്പീസീലെ അയാളോടേന്ന്.''

കൊച്ചപ്പി ഒന്നും പറഞ്ഞില്ല. ഇവർക്കൊന്നും മനസ്സിലാവില്ല. നല്ലതു വരുമെന്നു നിരീച്ച് ഇവരോട് സംസാരിച്ചാ ഒള്ളതും പോവും. അവൻ ചിന്തിച്ചു.

രായപ്പൻ ഒന്നിലും കൂടാതെ മിണ്ടാതിരിക്കുന്നത് ഇപ്പോഴാണ് ഇരവി കണ്ടത്.

''എന്തടാ രായപ്പാ നീയൊന്നും മുണ്ടാത്തത്?'' ഇരവി ചോദിച്ചു. അപ്പോഴാണ് എല്ലാവരും രായപ്പനെ ശ്രദ്ധിക്കുന്നത്.

''രായപ്പൻ പറ. ആദ്യം പരണം വേണോ... മനുഷമ്മാരെപ്പോലെ ജീവിക്കണോ, പറയെടാ?''

''മനുഷമ്മാരെപ്പോലെ ജീവിക്കണം.'' രായപ്പൻ പറഞ്ഞു..

എല്ലാവരും ആർത്തുവിളിച്ചു..

കൊച്ചപ്പി ഒറ്റപ്പെട്ടു..

തിരിച്ചു വീട്ടിലേക്കു പോകുമ്പോൾ കൊച്ചപ്പി വിഷാദമൂകനാ യിരുന്നു. ഒന്നും മിണ്ടാതെ അവനിങ്ങനെ നടന്നപ്പോൾ രായപ്പൻ ചോദിച്ചു.

''എന്തടാ നീയൊന്നും മിണ്ടാത്തേ?''

അവൻ ഒന്നും മിണ്ടിയില്ല.

''എടാ നീ പെണക്കമാ?''

ഒന്നുമില്ലെന്നവൻ തലയാട്ടി.

''പിന്നെ.. എടാ അവര് പറയുന്നതിലും കാര്യമുണ്ട്. നമ്മളെ ഇപ്പം ചവിട്ടിത്തേച്ച് ഇട്ടേക്കയല്ലേ... അത് മാറണ്ടേ. അല്ലാതെ നമക്ക് ഇപ്പം ഭരണത്തീ കേറാമ്പറ്റുവോ.'' രായപ്പൻ പറഞ്ഞു.

“നമ്മടെ നേതാക്കമ്മാര് പരണത്തീക്കേറും. അപ്പം എല്ലാം നേരേയാവും. നിനക്ക് വിശ്വാസമില്ലേ.”

“ഈ തീണ്ടലും അടിമപ്പണീം മാറണം. നമ്മടെ കുട്ടികള് പടിക്കണം. നമ്മക്ക് കൃഷിചെയ്യാൻ ഭൂമി വേണം. ഇതിനൊക്കെ നമ്മള് മാറണം. നമ്മള് തന്നെ നമ്മളെ നേതാക്കളാകാമ്പറ്റണം. യെന്തായാലും നിനക്കിപ്പം നല്ല മാറ്റമൊണ്ട്. അത് നല്ലതു തന്നെ. അന്ന് ശിവരാമൻ മൂപ്പന്റേന്ന് അടികൊണ്ട് കരഞ്ഞ കൊച്ചപ്പിയല്ലയിപ്പം.”

“അവര്ടെ മുമ്പേചെല്ലമ്പം ഇപ്പഴും അങ്ങനെത്തന്നടാ. അടിച്ചാ ഇപ്പഴും കൊള്ളാനേ പറ്റത്തൊള്ള്. ഒറ്റയ്ക്ക് നമ്മ എന്തോന്ന് ചെയ്യാൻ. അതാണ് സങ്കടിക്കണമെന്ന് പറയുന്നത്. നെനക്ക് പിടികിട്ടിയാ.”

രായപ്പൻ തലകുലുക്കി.

“അവമ്മാരടെ കൂടെ നീയും കൂടിയപ്പം എന്റെ ചങ്ക് പറിഞ്ഞു പോയി.

“ഒന്നുംല്ലടാ. നേതാക്കമ്മാരെ ഭരണമല്ല നമ്മടെ ഭരണം വരണം.. അതിന് സമയമെടുക്കും. അതാണങ്ങനെപറഞ്ഞത്. നെന്റെകൂടെ ഞാനൊണ്ടടാ.” അവൻ കൊച്ചപ്പിയെ കെട്ടിപ്പിടിച്ചു.

കുറച്ചു ദിവസം കഴിഞ്ഞപ്പോൾ ഇരവിയും ആതിച്ചനും കൂടി വലിയ ഉത്സാഹത്തിൽ ഓടിക്കൊണ്ട് രായപ്പനെയും കൊച്ചപ്പിയെയും കാണാൻ വന്നു.

രായപ്പനും കൊച്ചപ്പിയും വള്ളവുമെടുത്ത് മീൻ പിടിക്കാൻ പോകാനിറങ്ങിയതാണ്. രായപ്പനാണ് തുഴയുന്നത്.

വള്ളം തുഴഞ്ഞു നീങ്ങിയതും ഇരവി കൂവി വിളിച്ചു. അങ്ങ് ദൂരെ തോട്ടുവരമ്പിലൂടെ ഓടിവരുകയാണ് ഇരവിയും ആതിച്ചനും. കൊച്ചപ്പി മറുകൂക്ക് കൂകി. ഓടിവരുന്ന അവർ ഇടയ്ക്ക് കൈതപ്പടർപ്പിൽ മറയുന്നുണ്ട്. രായപ്പൻ വള്ളം കരയ്ക്കടിപ്പിച്ചു. വള്ളം കരയ്ക്കടുത്തതും ഇരവിയും ആതിച്ചനും അവിടെ എത്തി.

“കേറിവാടാ.” ഇരവി സന്തോഷത്തിലും അധികാരത്തിലും വിളിച്ചു.

“എന്തടാ കാരിയം പറ.”

“നിങ്ങ ഇങ്ങോട്ട് വന്നിരി. പറയാം.”

അവർ നാലുപേരും തോട്ടുവരമ്പിലെ തൈത്തെങ്ങിന്റെ മൂട്ടിൽ ഇരുന്നു.

“നമ്മ യൂണിനൊണ്ടാക്കുന്ന്.” ഇരവി പറഞ്ഞു.

അവൻ പ്രതികരണം പ്രതീക്ഷിച്ച് കുത്തിയിരുന്ന് കൈ രണ്ടും കാൽമുട്ടുകളിൽ നീട്ടിവച്ച് ആടിക്കൊണ്ട് കൊച്ചപ്പിയുടെയും രായപ്പന്റെയും നേരേ നോക്കി ഇരുന്നു.

''യൂണിയനാ.. എന്തോര് യൂണിയൻ..? കാരിയം പറയടാ.'' കൊച്ചപ്പി അക്ഷമനായി.

''പറയടാ.'' ഇരവി ആതിച്ചനോട് പറഞ്ഞു.

''കർഷകത്തൊഴിലാളി യൂണിയൻ.'' ആതിച്ചൻ പറഞ്ഞു.

''നിങ്ങക്ക് യൂണിയൻ വേണ്ടല്ലെ. ഇപ്പം എന്തോന്ന് യൂണിയൻ?'' കൊച്ചപ്പി ചോദിച്ചു.

''ഇത് അങ്ങനത്തെ യൂണിയനല്ല. നമ്മള് പറേരേം പെലേരേം യൂണിയനാണ്. സാധുജനത്തിന്റെ തൊഴിലാളിയൂണിയൻ. നമ്മ തന്നല്ല ഇവിടെ കർഷകത്തൊഴിലാളികള്. ഇവിടെ ചെളീ വേലയെടുക്കുന്ന നമ്മള് തന്നല്ല. വേറാരുമല്ലല്ല. നേതാക്കളും നമ്മള് തന്നെ.''

രായപ്പൻ എല്ലാം കേട്ടുനിന്നു.

''അതിപ്പം ആര് യൂണിയനുണ്ടാക്കുന്നത്. സദാശിവൻ സഖാവ് ഇന്നാള് നമ്മള് കൂടിയപ്പം പറഞ്ഞ് കർഷകത്തൊഴിലാളികൾക്ക് യൂണിയനൊണ്ടാക്കുമെന്ന്. എന്നോട് പ്രത്യേയം പറഞ്ഞ് നെന്റെ ആളുകളെയക്കെ വിളിക്കണമേടാന്ന്.''

''ഇതിപ്പം അങ്ങനെയല്ലടാ.. നമ്മയൂണിയൻ നമ്മതന്നെ ഒണ്ടാക്കുന്നു പള്ളാത്തുരുത്തിയിലെ ശീതങ്കയണ്ണനും മൂലയിൽ സോമനാതനും ആണ് സങ്കടിപ്പിക്കുന്നത്. അതില് നമ്മളക്കെത്തന്നെ നേതാക്കമ്മാര്. നെന്റെ പരണം പിടിക്കലൊന്നും അതിലില്ല. അടിമച്ചന്തേം കച്ചോടവും ഇല്ലെന്നേയൊള്ള്. നമ്മ ഇപ്പഴും അടിമകള് തന്നെ. കൂലി കൂടുതല് കിട്ടണം. പട്ടിണിയില്ലാതെ ജീവിക്കണം. നമ്മ അടിക്കാനൊരുത്തനും അവകാശമില്ല. നമ്മടെ മക്കക്കും പടിക്കണം. നമ്മളും മാറണം.''

''ഇപ്പം ദിനസരി അവര് ഞാളെ കാണാവ്വരും. ഒരുപാട് കാര്യങ്ങള് ഞാള് സംസാരിച്ച്. ഇത് എല്ലാരോടേം പറയണം. നമക്ക് കേറിയെറങ്ങണം എല്ലാടത്തും''.

ഇരവി പറഞ്ഞുനിർത്തി രായപ്പനെ നോക്കി.

''നീ എന്തടാ മിണ്ടാതെ നിക്കണത്?''

''ഒന്നൂല്ലടാ. കേട്ടോണ്ട് നിക്കയല്ലേ. നമക്ക് എല്ലാടത്തും കേറിയെറങ്ങാമടാ. എന്നാണടാ യൂണിയനൊണ്ടാക്കുന്നത്?'' രായപ്പൻ ചോദിച്ചു.

“തുലാം പത്തെന്ന് പറഞ്ഞ്. ഇനീം പതിനാല് ദെവസം. നാളെ ത്തൊട്ട് വയീട്ട് എല്ലാരേം കാണണം. കുഞ്ഞനേം കുഞ്ഞൂലീയേം ഞാവ്വിളിക്കാം. നിങ്ങ തേവനേം വിളിച്ചോ. പെണ്ണുങ്ങളും വേണം. യൂണിയനീ ആണും പെണ്ണും ഒരേ പോലെ മുന്നീ നിക്കണമെന്നാ ശീതങ്കയണ്ണൻ പറഞ്ഞേ.”

അങ്ങനെ അന്നവർ പിരിഞ്ഞു. പിറ്റേ ദിവസം മുതൽ അവർ വീടു വീടാന്തരം കയറി ഇറങ്ങി. ഒരോ വീട്ടിൽനിന്നിറങ്ങുമ്പോഴും കൂടുതൽ ആളുകൾ ചേർന്ന് സംഘമായി. ഇന്നിറങ്ങുന്നതിന്റെ ഇരട്ടി യാളുകൾ അടുത്ത ദിവസം കാണും. അഴകിയും നീലിയും കാമാ ണ്ടിയും കുഞ്ഞിക്കയും എല്ലാം സംഘത്തിലുണ്ട്.

അന്ന് കായലിന്റെ തീരത്ത് അവർ കൂടി. കരയിലേക്ക് കയറ്റിയിട്ട വള്ളത്തിൽ കയറി നിന്നാണ് കെ സി ശീതങ്കൻ സംസാരിച്ചത്.

അവിടെക്കൂടിയ അടിമജീവിതം ജീവിക്കുന്ന സാധുജനങ്ങളെ നോക്കി രണ്ടു കൈയും ഉയർത്തി ശീതങ്കൻ  പറഞ്ഞു.

“എന്റെ ഉടപ്പിറന്നോരായ തൊഴിലാളി കൂട്ടുകാരേ.”

അങ്ങോട്ടുമിങ്ങോട്ടും മിണ്ടിയും പറഞ്ഞും നിന്നവർ പെട്ടെന്ന് നിശ്ശബ്ദരായി.

“നമ്മൾ ആരായിരുന്നു? ജാതിയുടെ തട്ടിൽ ഏറ്റവും താഴെയുള്ള മനുഷ്യരാണ് നമ്മള്.  അത് നമ്മളറിയണം. നമ്മളാരാണ്? അതും നമ്മളറിയണം. നമ്മളാരാകണം? അതും നമ്മളറിയണം.”

ഇങ്ങനെയാണ് ശീതങ്കൻ പ്രസംഗം തുടങ്ങിയത്. ഓരോ വാക്കും നിർത്തിയും ആവർത്തിച്ചുമാണ് ശീതങ്കൻ സംസാരിച്ചത്.

“നമ്മളാരായിരുന്നു. നമുക്ക് ചരിത്രമുണ്ടോ. ഒണ്ട്. നമ്മൾ അടിമ കളായിരുന്നാ. നമ്മളെ അടിമകളായി ഒടയതമ്പുരാൻ പടച്ചുവിട്ടാ.

അല്ല. ഈ ഭൂമിയെല്ലാം നമ്മളതായിരുന്നു. നമ്മളതില് വേല ചെയ്തു. എല്ലാ മനുഷ്യരും ഒരുപോലേന്നൊരു കാലം ഇവിടെയു ണ്ടായിരുന്നു. പിന്നെ ആയുധങ്ങളുമായി വന്നവര് നമ്മളെ ഭൂമിയെല്ലാം തട്ടിയെടുത്ത് നമ്മളെ അടിമകളാക്കി. നമ്മള് ആരോടും പോരിന് പോവരല്ല. അതുകൊണ്ട് നമുക്ക് ആയുധങ്ങളുമില്ല. ആയിരക്കണ ക്കിന് ആണ്ടുകൾ നമ്മളെ അടിമകളാക്കിയപ്പം നമ്മള് നമ്മളെ മറന്നു. നമ്മടെ പഴയകാലമൊക്കെ മറന്നു. നമ്മളാരെന്ന് നമ്മക്കറിയാം വയ്യാ തായി. അവര്, നമ്മളിപ്പം തമ്രാക്കമ്മാരെന്ന് വിളിക്കുന്നവര് നമ്മളെ പ്പറ്റിപ്പറയുന്നതേ നമ്മക്കിപ്പം നമ്മളെപ്പറ്റി അറിയൂ. അവരെ തമ്രാക്ക ളെന്ന് വിളിക്കണമെന്ന് നമ്മളെ പടിപ്പിച്ചതാരാ? അവര് തന്നെ.

നമ്മള് അവര്ടെ കൺവെട്ടത്ത് വന്നൂടാന്ന് നമ്മളെ പടിപ്പിച്ച താരാ? അവര് തന്നെ. അവര്ടെ മുമ്പീ കൂനിക്കൂനി നമ്മടെ നടു വളഞ്ഞു. അപ്പനപ്പൂപ്പമ്മാര്ടെ നടു വളഞ്ഞു. ഇനീയിപ്പം നൂക്കാനാ കാത്ത പോലെ വളഞ്ഞു. പക്ഷേ നമ്മക്ക് നടു നൂത്ത് നിവർന്നു നിക്കണം. അയ്യൻകാളിയെപ്പോലെ. നമ്മടെ മക്കള് തലയെടുപ്പോടെ നിക്കണം. അവര് പള്ളിക്കൂടത്തീ പോയി പടിക്കണം. എല്ലാരും നടക്കണ വഴീല് നമ്മക്കും നടക്കണം. അതിനാണ് അയ്യൻകാളി വില്ലുവണ്ടീല് പോയത്. പള്ളിക്കൂടത്തീ പടിപ്പിച്ചില്ലെങ്കീ പാടത്ത് പണിയെടുക്കൂല്ലാന്ന് പറഞ്ഞ് പണിമുടക്കി. അടിമകളായി ജീവിച്ച നമ്മള് തൊഴിലാളികളാണെന്ന് നമ്മളറിയണം. നമ്മള് പണിയെടുത്തിട്ടാണ് അവര്ടെ പത്തായം നെറയുന്നത്. നമ്മടെ വിയർപ്പാണ് അവര്ടെ മക്കള്ടെ ഒടലിലെ ചത. നമ്മളെയടിക്കാനുള്ള അവര്ടെ കരുത്ത് നമ്മളൊണ്ടാക്കിക്കൊടുത്ത ചോറിന്റെയാണ്. നമ്മള് പണിയെടുത്തുണ്ടാക്കുന്ന ചോറു തിന്ന് ബുദ്ധിവച്ചാണ് അവര്ടെ മക്കള് പടിക്കുന്നത്. അവര് നമ്മളെ ഊറ്റിക്കുടിക്കയാണ്. അട്ട ചോര ഊറ്റുന്ന പോലെ.''

ശീതങ്കൻ ഒരു നിമിഷം നിശ്ശബ്ദനായി തന്റെ മുന്നിലുള്ള ജനങ്ങളെ നോക്കി.

നിശ്ശബ്ദതയുടെ പരപ്പായിരുന്നു ശീതങ്കൻ കണ്ടത്. മുന്നിലുള്ള ജനം കാതുകൂർപ്പിച്ച് കേൾക്കുകയാണ്. ഇടയ്ക്കിടയ്ക്ക് എവിടന്നൊക്കെയോ നിശ്വാസത്തിന്റെ സ്പന്ദനം മാത്രം. അത് അറിവാണ്. സ്വയം അറിയുന്നത്.

''നമക്ക് ഇങ്ങനെ ജീവിച്ചാ മതിയാ?''

അപ്പോഴും നിശ്ശബ്ദം.

''എന്റെ മുന്നിലെ മനുഷ്യമ്മാര് ചത്ത മനുഷ്യമ്മാരാണാ?''

അപ്പോൾ സദസ്സ് ഒന്നിളകി.

''നമക്ക് ഇങ്ങനെ ജീവിച്ചാ മതിയാ..?''

''പോരാ..'' സദസ്സ് ഒന്നാകെ വിളിച്ചു പറഞ്ഞു.

''ഉറക്കെ പറ. നമ്മക്ക് ഇങ്ങനെ ജീവിച്ചാ മതിയാ..?''

''പോരാ.'' അത്യുച്ചത്തിൽ സദസ്സ് വിളിച്ചു പറഞ്ഞു.

''നമ്മക്ക് മനുഷ്യരായി ജീവിക്കണ്ടേ...?''

''വേണം.''

''നമ്മക്ക് താമസിക്കാൻ വീട് വേണ്ടേ?''

''വേണം.''

"നമ്മക്കും മക്കക്കും പട്ടിണിയില്ലാതെ തിന്നാനൊള്ളത് വേണ്ടേ?"

"വേണം."

"നമ്മടെ മക്കക്ക് നല്ല തുണിയുടുക്കണ്ടേ?"

"വേണം."

"അവർക്ക് പള്ളിക്കൂടത്തീ പോയി പടിക്കണ്ടേ?"

"വേണം."

സദസ്സ് ഒറ്റശരീരമായി ഒറ്റ ഒച്ചയായി ഉച്ചത്തിൽ പറഞ്ഞുകൊണ്ടിരുന്നു.

"അതിന് നമ്മളെന്തു ചെയ്യണം. ഇതക്കെ നമക്ക് എങ്ങനെ നേടാം?"

സദസ്സിൽ മർമ്മരങ്ങൾ ഉയർന്നു. തമ്മിൽത്തമ്മിൽ എന്തൊക്കെയോ പറയുന്നുണ്ട്.

"ഈ വയലക്കെ നമ്മടതാകണം." ആരോ എണീറ്റുനിന്ന് വിളിച്ചു പറഞ്ഞു.

"നമുക്ക് പണം വേണം." മറ്റൊരു ശബ്ദം സദസ്സിൽനിന്നു കേട്ടു.

"അപ്പൊ അതാണ്. നമ്മക്ക് കൃഷി ചെയ്യാൻ വയല് വേണം. നല്ലോലെ ജീവിക്കാൻ പണം വേണം..ഇതൊക്കെ ഒറ്റയടിക്ക് നമക്ക് കിട്ടൂല്ല. ഓരോരോന്നോരോന്നായി നമ്മള് നേടിയെടുക്കണം. ആദ്യം നമ്മടെ പെണ്ണുങ്ങളെ അവമ്മാര് അപമാനിക്കാൻ പാടില്ല. നമ്മളെ അവര് മർദ്ദിക്കാൻ പാടില്ല. ഒരു പെണ്ണിനെ തമ്രാക്കമ്മാരെന്ന് പറയുന്ന അവമ്മാരാരെങ്കിലും തൊട്ടാ കൂട്ടത്തോടെ അവിടെ എത്തണം. കാക്ക മുച്ചുന്നത് കണ്ടിട്ടില്ലേ..? ഒരു കാക്കയ്ക്ക് എന്തെങ്കിലും പറ്റിയാ മറ്റു കാക്കകളക്കെ അവിടെ കൂടും. അവരൊന്നായി ശത്രുവിനെ ആക്രമിക്കും. നമ്മടെ പെണ്ണുങ്ങളെ കയറിപ്പിടിക്കുന്നവര്, നമ്മടെ ചെറുക്കമ്മാരെ അടിക്കുന്നവര് അവര് നമ്മടെ ശത്രുക്കളാണ്. നമ്മള് ഒത്തൊരുമിച്ച് കൂടിയാത്തന്നെ അവര് പേടിക്കും. ആദ്യമേ തല്ലാനിക്കണ്ട. തല്ലിയാ തിരിച്ചു തല്ലും എന്നവർക്ക് തോന്നണം. ആവശ്യം വന്നാ തല്ലേം വേണം. അവർക്ക് പൊലീസൊണ്ട്. ഗുണ്ടകളൊണ്ട്. പക്ഷേ നമ്മളൊരുമിച്ച് നിന്നാ നമ്മളെ തോപ്പിക്കാനൊക്കൂല്ല. നമ്മളില്ലാതെ അവര്ടെ പാടത്ത് നെല്ല് മൊളയ്ക്കൂല്ല.

നമ്മള് പിന്നെ ആവശ്യപ്പെടേണ്ടത് നമ്മളെ അവകാശങ്ങളാണ്. നമുക്ക് പട്ടിണിയില്ലാതെ കെടക്കാൻ, നമ്മടെ മക്കക്ക് തുണി വാങ്ങാൻ, കൂര പണിയാൻ ഇതിനൊക്കെ പണം വേണം.. അതിന് കൂലി കൂട്ടണം. പതം കൂട്ടണം. അത് ചോദിക്കണം. ജോലി സമയം നിശ്ചയിക്കണം. ഇതക്കെ നമ്മള് ആവശ്യപ്പെടണം. ഇതിനക്കെ നമ്മള് ഒത്തുകൂടണം.

നമ്മള് പണ്ടക്കെ പാടിയ പാട്ടുകൾ നമ്മടെ വേദനയുടെ പാട്ടുകളായിരുന്നു. ഇനി നമ്മള് നമ്മളേം മറ്റുള്ളവരേം മനുഷ്യമ്മാരാക്കാനുള്ള പാട്ട് പാടണം. നാളെയുടെ പാട്ട്. അവകാശങ്ങളുടെ പാട്ട്.''

''ഇരവീ പാട്ടു പാടുന്നവരെവിടെ..'' സോമനാഥൻ വിളിച്ചു ചോദിച്ചു.

ഇരവിയും ആതിച്ചനും തേവനും നീലിയും അഴകിയും ചിരുതയും കുഞ്ഞിക്കയും സദസ്സിൽനിന്ന് പാടാനായി ചെന്നു.

ശീതങ്കനും സോമനാഥനും പാടിയത് അവർ ഏറ്റുപാടി. സങ്കടങ്ങളില്ലാത്ത പ്രത്യാശയുടെ പാട്ട്.

അത് ഭാവനയായിരുന്നു.

ആവേശത്തിൽ ഉയർന്നുയർന്നു പോയ പാട്ട്.

യോഗം പിരിഞ്ഞ് നക്ഷത്രങ്ങൾ നിറഞ്ഞ ആകാശത്തിനു കീഴെ ഇരുളിൽ അവർ തിരികെപ്പോകുമ്പോൾ പുതിയ മനുഷ്യരായിരുന്നു. സ്വപ്നത്തിലെന്നപോലെ അവർ സ്വതന്ത്രരായിരുന്നു. വലിയ ആവേശവും ഉണർവും. ചെറുപ്പക്കാരികൾക്കും ചെറുപ്പക്കാരന്മാർക്കുമായിരുന്നു കൂടുതൽ ആവേശം. പ്രായമായവർ ഒന്നു പകച്ചു. എല്ലാം ശരിയാണ്. പക്ഷേ എതിർക്കാൻ...

രായപ്പനും വലിയ പ്രതീക്ഷ തോന്നി. എന്നാലും ഇരവിക്കും ആതിച്ചനുമൊക്കെയുണ്ടായ ആവേശം അവനുണ്ടായില്ല. അവൻ കാഴ്ചക്കാരനും നടനുമായിരുന്നു. അവനങ്ങനെയാകണമെന്ന് ആഗ്രഹിക്കുന്നില്ലയെങ്കിലും.

യോഗം കഴിഞ്ഞ് കൊച്ചപ്പിയും രായപ്പനും തോട്ടിൻകരയിൽ വർത്തമാനം പറഞ്ഞിരുന്ന് വീട്ടിൽ ചെല്ലുമ്പോൾ കോരൻ പുറത്ത് പതിവായി ഇരിക്കുന്ന മരത്തടിമേൽ ഇരിക്കുകയാണ്. ഒരു കാൽ മറ്റേ കാലിൽ കയറ്റിവച്ച് തല ഉയർത്തിപ്പിടിച്ച് നിവർന്നാണിരിക്കുന്നത്. നോട്ടവും ഇരിപ്പും ഒരു പ്രമാണിയെപ്പോലെയാണ്. ഇത് ശീതങ്കന്റെ പ്രസംഗം കേട്ട് സംഭവിച്ചതല്ല. രായപ്പൻ ശ്രദ്ധിച്ചിട്ടുണ്ട്, ആദ്യം തന്നെ. തമ്പ്രാക്കന്മാരുടെ മുന്നിൽ കൂനിക്കൂടി നിൽക്കുന്നവർ, താനേ നട്ടെല്ല് വളയുന്നവർ, സ്വന്തം വീട്ടിൽ വരുമ്പോൾ അധികാരത്തിന്റെ ശബ്ദവും ശരീരവുമാണ്. അടിമത്തം അമർച്ച ചെയ്യാത്ത ജൈവശക്തി.

## ഇരുപത്

**വ**റുതിയുടെ നടുവിലാണ് അഴകിയും രായപ്പനും കല്യാണം കഴിക്കുന്നത്. കാട്ടുജാതിക്കാവിൽ പരദേവതകൾക്കുമുന്നിൽ അങ്ങോട്ടുമിങ്ങോട്ടും മാലയിട്ടു. നീലി പൂപറിച്ച് കെട്ടിയ മാല. നീല ശംഖുപുഷ്പവും കനകാംബരവും ചേർത്ത് തുന്നിയ മാല.

അഴകിയുടെ ചലനങ്ങൾ അവളുടെ ഇഷ്ടം രായപ്പനെ അറിയിച്ചു കൊണ്ടിരുന്നെങ്കിലും രായപ്പൻ അതൊക്കെ കാണുന്നുണ്ടെങ്കിലും അവൻ തിരിച്ചൊരിഷ്ടം കാണിച്ചില്ല. പിന്നെ അവനറിയാതെ അവളുടെ ചലനങ്ങളെ അവൻ ഏറ്റുവാങ്ങി. കണ്ണ് കണ്ണിനോട്. മുഖപേശികൾ മുഖപേശികളോട്.

ഒരു ദിവസം കൊച്ചപ്പി പറഞ്ഞു.

“രായാ... അഴകിയും നീയും തമ്മീ ഇഷ്ടത്തിലാണന്നൊക്കെ പാടത്ത് പണിയെടുക്കുന്ന എല്ലാർക്കും ഇപ്പമറിയാം. ചാച്ചൻ നിന്നോട് കേക്കാമ്പറഞ്ഞ്. അങ്ങനെയെങ്കീ അതങ്ങ് നടത്താം.”

രായപ്പൻ ഒന്നും മിണ്ടിയില്ല.

“എന്തടാ നീ മിണ്ടാണ്ടിരിക്കുന്നേ.”

രായപ്പൻ ദൂരേക്കു നോക്കിപ്പറഞ്ഞു.

“എന്റേൽ ഒന്നുമില്ല.” അവന്റെ ശബ്ദം വിറച്ചു.

കൊച്ചപ്പി ഒച്ചയിൽ ചിരിച്ചു.

“നീയിതെന്തോന്നടാ പറയുന്നേ. നമ്മളക്കെ ഒന്നുമില്ലാത്തവരല്ലേ. ഒന്നുമില്ലാത്തവനും കല്യാണം വേണ്ടേടാ.”

കൊച്ചപ്പി രായപ്പനെ കെട്ടിപ്പിടിച്ചു.

കൊച്ചപ്പി പറഞ്ഞു.

“വറുതിയായയോണ്ടാ ചാച്ചനിത് പറയാണ്ട് നീട്ടിക്കൊണ്ടുപോയത്. കല്യാണത്തിന് അയലോക്കക്കാർക്ക് വച്ചുകൊടുക്കാൻ എന്തേലും വേണ്ടേ. ചാച്ചനിന്നലെ പറഞ്ഞ് നിന്നോട് കേക്കാൻ. നീ തമ്മസിച്ചാ വഴിയൊണ്ടാക്കാമെന്ന്.”

“എന്തു വഴി.”

“അത് ചാച്ചൻ കോട്ടപ്പുറത്തെ തമ്രാന്റടുത്ത് അഴകിയെ കെട്ടിക്കാനെന്നുമ്പറഞ്ഞ് ചെന്നാ അതിനൊള്ള നെല്ലക്കെ കൊടുക്കും. അത് ചാച്ചനറിയാം. പിന്നെ അഴകിയും നീലീം പോച്ച പറിച്ചുവിറ്റ് കിട്ടിയ കാശ് എങ്ങാണ്ടാ ഒളിപ്പിച്ച് വച്ചിട്ടൊണ്ട്. പഷ്ണികെടന്നിട്ടും അവരതെടുത്തില്ല. വാക്കിയൊള്ളതിനക്കെ അതെടുക്കാം. നീയൊന്നു മൂളിയാമതി.”

രായപ്പൻ സമ്മതം മൂളി. കല്യാണം നടന്നു. വന്നവർക്കെല്ലാം വച്ചു വിളമ്പി.

സന്ധ്യ മയങ്ങിയപ്പോൾ പാട്ടും കളിയുമൊക്കെ തുടങ്ങി. ഇരവിയും ആതിച്ചനും കള്ള് സംഘടിപ്പിച്ച് വന്നു. എല്ലാവരും തിമിർക്കുമ്പോൾ രായപ്പൻ മൂകനായി ഇരുന്നു. അഴകി നോക്കുന്നുണ്ടവനെ.

അവൾക്ക് വിഷമമായി. എന്താണ് രായപ്പണ്ണനിങ്ങനെ.. കൊച്ചപ്പിയതു കണ്ടു. കൊച്ചപ്പി ഒരു ചട്ടിയിൽ കള്ളൊഴിച്ച് രായപ്പനു കൊടുത്തു. അവനത് മോന്തിക്കുടിച്ചു. പിന്നെ കൊച്ചപ്പിയും ഇരവിയും ആതിച്ചനും കൂട്ടരും കൂടി രായപ്പനെ എടുത്തുപൊക്കി. ഇരവി അവനെ തോളിലിരുത്തി. ചുറ്റും നിന്നവർ കൈകൊട്ടി പാട്ടുപാടി. അഴകിക്ക് സന്തോഷമായി. പെണ്ണുങ്ങൾ കണ്ടു ചിരിച്ചു. ആകെ കൂക്കും ബഹളവുമായി. പിന്നെ രായപ്പനും അവരോടു ചേർന്ന് തുള്ളാൻ തുടങ്ങി.

രായപ്പനെ കുടിലിനകത്താക്കി എല്ലാവരും പിരിഞ്ഞു. ഒറ്റമുറിക്കുടിലിന്റെ ഒരറ്റത്ത് ഓലവച്ച് മറച്ച് അവരുടെ ആദ്യരാത്രിക്ക് ഇടമൊരുക്കിയിരുന്നു. അവർ അവിടെ പായ് വിരിച്ച് കിടന്നു. രായപ്പന്റെ മാറിൽ തലചായ്ച്ച് അവൾ കിടന്നു. അവൻ മേൽക്കൂരയിൽ കണ്ണും നട്ട് കിടന്നു. ചിന്തകൾ അവനെ കടന്നാക്രമിച്ചുകൊണ്ടിരുന്നു. അഴകി അവന്റെ മുടിയിഴകളിൽ തലോടി. ആ വിരൽത്തുമ്പുകളുടെ തൊട്ടുതലോടലിൽ അവന്റെ ചിന്തകൾ അണഞ്ഞുപോയി. അവൻ അവളെ മെല്ലെ തഴുകി. പുതിയൊരു ജീവിതം തുടങ്ങി.

## ഇരുപത്തിയൊന്ന്

**എ**വിടെയോ യുദ്ധം നടക്കുകയാണ്.. അരിയും സാധനങ്ങളും വരുന്നില്ലത്രേ..

കൊച്ചപ്പിയാണ് എങ്ങോ യുദ്ധം നടക്കുന്നെന്ന് വന്നുപറഞ്ഞത്. അവൻ കയറ്റാപ്പീസിൽനിന്ന് അറിഞ്ഞതാണ്.

''നമക്ക് അരി വരുന്ന രാജ്യം യുദ്ധത്തീ പിടിച്ചടക്കി. അതാണ് അരിക്കും ഉപ്പിനും അരയ്ക്കാനുമൊക്കെ തീപിടിച്ച വില.'' അവൻ പറഞ്ഞു

ചക്കി കരയുകയാണ്. അവൾക്ക് വിശന്നിട്ടാണ്. എല്ലാവർക്കും വിശക്കുന്നുണ്ട്. വയർ വലിച്ചുമുറുക്കി സഹിക്കുന്നു. അതൊന്നും ആർക്കും പുത്തരിയല്ല. കഴിഞ്ഞ നാലു വർഷങ്ങളായി രായപ്പനും വിശപ്പ് എന്തെന്നറിയുന്നു. വിശക്കുമ്പോൾ വരുന്ന തലവേദന ഇപ്പോഴവന് വരാറില്ല. തോട്ടിൽനിന്നും കായലിൽനിന്നുമൊക്കെ മീൻ പിടിക്കും. അതു മാത്രം കഴിച്ചാലും വയറ് കാറലാണ്. ചിലപ്പോൾ പഴുത്തുവീണ് കിടക്കുന്ന ചക്ക കിട്ടും. ചക്കപ്പഴം തിന്ന് വിശപ്പടക്കും. ചക്കക്കുരു ചുട്ടു തിന്നും. ചക്കപ്പൂഞ്ചും മുള്ള് ചെത്തിക്കളഞ്ഞ ചക്കമടലും അരിഞ്ഞ് കുറച്ച് ഉപ്പും മഞ്ഞളും ചേർത്ത് വേവിച്ചു കഴിക്കും.

വയറുമുടക്ക് വരാതിരിക്കാൻ ചാച്ചന് ചില പ്രയോഗങ്ങളുണ്ട്. പോച്ച യുടെ ഇടയിൽ നിന്ന് ഏതാണ്ടൊക്കെ പറിച്ച് ഇടിച്ചു പിഴിഞ്ഞ് അതിന്റെ ചാറ് എല്ലാവർക്കും കൊടുക്കും. രായപ്പൻ ഒരിക്കൽ ചക്ക മടലൊക്കെ തിന്ന് വയറു വേദനിച്ച് പുളഞ്ഞു പോയി. ചാച്ചന്റെ പച്ചമരുന്നും കൂടെ കഴിച്ചപ്പോൾ ഛർദ്ദിലുമായി. പിന്നെ വയറിള ക്കവും. നിർത്താത്ത തൂറ്റൽ. ചത്തുപോകുമോ എന്നവന് തോന്നി. ജീവിക്കണം എന്ന് അവന് ആശ തോന്നിയ നാളുകൾ. ഛർദ്ദിയും ഇളക്കവും തീരുന്നതുവരെ അനത്തിയ വെള്ളം മാത്രം കുടിച്ച് കിടന്നു. പട്ടിണിക്കാലത്തെ ആഹാര ശീലങ്ങൾ പതിയെ പതിയെ രായപ്പന്റെ ശരീരത്തിന് പരിചയമായി.

തീരെ നിവൃത്തിയില്ലാത്ത ഘട്ടങ്ങളിൽ കക്കുകയല്ലാതെ വേറെ വഴിയില്ല.

വിശന്നു വലയുമ്പോൾ ചുറ്റുമുള്ള പറമ്പുകളിൽ ചക്കയുണ്ട്, തെങ്ങിൽ തേങ്ങയുണ്ട്, പിഴുതെടുക്കാൻ കപ്പയും ചേമ്പും കാച്ചി ലുമുണ്ട്. അതൊക്കെ പക്ഷേ ജന്മിയുടെ ഭൂമിയിലാണ്. ഭൂമി എന്ന് പറയുന്നത് ജന്മിക്ക് സ്വന്തമായ മണ്ണാണ്. അവിടെ വിളയുന്നതെല്ലാം ജന്മിക്ക് സ്വന്തം. മണ്ണിൽ രാവും പകലും എല്ലുമുറിയെ പണിയെ ടുത്ത് വിളയിക്കുന്നവൻ വിശപ്പ് അല്പമൊന്നാറ്റാൻ ആ വിളവിലേക്ക് കൈ നീണ്ടാൽ അത് കളവാണ്. അതെടുത്തവൻ കള്ളനാണ്. അവനെ മരത്തിൽ കെട്ടിയിട്ട് അടിക്കുന്നതാണ് ശിക്ഷ.

അന്നൊരു ദിവസം രായപ്പനും കൊച്ചപ്പിയും നടന്നുവരുമ്പോൾ കരിങ്ങോട്ടുകാരുടെ പറമ്പിൽ കർപ്പൂര മാങ്ങ പഴുത്തു വീണുകിട ക്കുന്നു. രായപ്പൻ കൊച്ചപ്പിയുടെ വീട്ടിൽ താമസമായി അധികനാളാ യിട്ടില്ല. നട്ടുച്ച സമയം. ചുറ്റും ആരെയും കാണാനില്ല. അവിടമാകെ നാട്ടുമാവിന്റെയും പറങ്കിമാവിന്റെയും കൂട്ടമാണ്. വീണുകിടക്കുന്ന മാങ്ങ കണ്ടപ്പോൾ കൊച്ചപ്പി അങ്ങോട്ടോടി.. വാ..വാ എന്ന് രായ പ്പനെ അടക്കിയ ശബ്ദത്തിൽ വിളിച്ചു. കൊച്ചപ്പിയിൽ വല്ലാത്ത ആർ ത്തിയും കക്കാൻ പോകുന്നതിന്റെ ഭാവങ്ങളുമുണ്ടായിരുന്നു.

വീണുകിടക്കുന്ന മാങ്ങയെല്ലാം പോച്ചപറിക്കാൻ കൈയിലെടുത്ത വല്ലത്തിൽ പെറുക്കിയിട്ടു. വേഗം വേഗം പെറുക്കിയിടുന്ന കൊച്ചപ്പി ക്കൊപ്പം രായപ്പനും കൂടി. ഒരു കാറ്റടിച്ചപ്പോൾ കുറെ മാങ്ങകൂടെ നിലത്തു വീണു. കൊച്ചപ്പിയുടെ വേഗത്തിൽ രായപ്പനും മാങ്ങ പെറുക്കി വല്ലത്തിലിട്ടു. കൊച്ചപ്പിയുടെ ആർത്തി രായപ്പനിലേക്ക് സംക്രമിച്ചു. വല്ലം രായപ്പൻതന്നെ തലയിൽ വച്ച് മാവിൻമൂട്ടിൽനിന്ന് പുറത്തേക്കിറങ്ങി. കൊച്ചപ്പി പിറകേയും. പത്തു ചുവട് നടന്നു കാണില്ല, അതിനുമുൻപ് മുന്നിൽച്ചാടി വീണു, കരിങ്ങോട്ടെ കാര്യസ്ഥൻ

പത്മാസനൻ പിള്ള. ഉഗ്രരൂപിയായി നിന്ന് അയാൾ രായപ്പനെ ഒരു നോട്ടം നോക്കി. കൊച്ചപ്പി പിന്നിൽ വിറച്ചുകൊണ്ട് നിന്നു.

''വയ്ക്കടാ വല്ലം താഴെ.'' അയാൾ പറഞ്ഞു

രായപ്പൻ വല്ലം താഴെ വച്ചു. പത്മാസനൻ പിള്ള വല്ലത്തിലേക്ക് നോക്കി. വല്ലം പകുതിയോളം നിറഞ്ഞ് പഴുത്തു വീണ കർപ്പൂര മാങ്ങ.

''കള്ളക്കഴുവേറി. ചമ്പു തിന്നി പറയാ.. നിന്നെ ഇന്നു ഞാൻ ശരിയാക്കും.'' അയാൾ കോപംകൊണ്ടു വിറച്ചു. കൈകൊണ്ടടിച്ചാൽ അശുദ്ധമാകും..

അയാൾ ഒരു വടിക്ക് ചുറ്റാകെ നോക്കി. ഒരു മഞ്ഞനാത്തിയുടെ കമ്പ് തൊട്ടപ്പുറത്ത് അയാളുടെ കണ്ണിൽപ്പെട്ടു. കമ്പ് പോയി ഒടിക്കാൻ അയാൾ ഒരു ചുവടാഞ്ഞു. പിന്നെ പിൻവലിഞ്ഞ് കൊച്ചപ്പിയെ നോക്കി. കമ്പ് ഒടിക്കാൻ പോകുന്ന സമയം ഇവർ ഓടിക്കളഞ്ഞാലോ. ഇല്ല അതിനുള്ള ധൈര്യം കാണില്ല. എന്നാലും.

''ഡാ ആ കമ്പുപോയി ഒടിച്ചോണ്ട് വാടാ.'' അയാൾ കൊച്ചപ്പിയോട് ആജ്ഞാപിച്ചു.

കൊച്ചപ്പി എന്തു ചെയ്യണമെന്നറിയാതെ വിറച്ച് കൈകൂപ്പിനിന്നു.

''ഭ പൊലയാടി മോനേ, ഒറ്റച്ചവിട്ടിന് നിന്നെ. പോയി ഒടിച്ചോണ്ട്..''

പിള്ളയുടെ ആട്ടിലെ തെറികൾ കാതിൽ വീഴും മുൻപേ കൊച്ചപ്പി കമ്പൊടിക്കാനോടി. ഞൊടി നേരം കൊണ്ട്  ഒടിച്ച കമ്പ് അവൻ പത്മാസനൻ പിള്ളയ്ക്ക് കൈമാറി. വടി കിട്ടിയപാടെ തലങ്ങും വിലങ്ങും മൂന്നാലടി കൊച്ചപ്പിക്ക് കൊടുത്തു. പിന്നെ രായപ്പന്നും ആഞ്ഞൊന്ന് കൊടുത്തു. അത് രായപ്പന്റെ കൈയിലാണ് കൊണ്ടത്.

''കെട്ടടാ കൈ.'' അയാൾ ആജ്ഞാപിച്ചു.

രായപ്പൻ കൈകെട്ടി നിന്നു.

''തിരിഞ്ഞു നില്ലടാ തന്തയില്ലാത്ത പറപ്പൊലയാടീ മോനേ.''

''ഇനി നീ കരിങ്ങോട്ട്കാരെ പറമ്പീന്നല്ല ഒറ്റ പറമ്പീന്നും കേറി മോട്ടിക്കരുത് എന്നു പറഞ്ഞ് രായപ്പന്റെ മുതുകിൽ ആഞ്ഞടിക്കാൻ തുടങ്ങി. രണ്ടടിവീണപ്പോഴേക്കും നിലവിളിച്ചു കരഞ്ഞ് കൊച്ചപ്പി പത്മാസനൻ പിള്ളയുടെ കാൽക്കൽ വീണു.

അടിക്കല്ലേമ്പ്രാ... അടിക്കല്ലേമ്പ്രാ.... വയറ് കാഞ്ഞിട്ടാണമ്പ്രാ... പട്ടിണിയാണമ്പ്രാ...''

അയാൾ അടി നിർത്തി.

“നിങ്ങളല്ലേടാ കരിങ്ങോട്ടെ തെങ്ങേന്ന് തേങ്ങ മോട്ടിച്ചത്?”

പറഞ്ഞുതീരുംമുൻപ് കൊച്ചപ്പി എഴുന്നേറ്റ് വാവിട്ടു നെലവിളിച്ച് കരഞ്ഞു പറഞ്ഞു.

“ഞാളല്ലമ്പ്രാ...ഞാള് കക്കൂല്ലമ്പ്രാ..” അവൻ വയറ്റിൽ കൈവച്ച് കരഞ്ഞ് പറഞ്ഞു. “വെയന്നീട്ടാണമ്പ്രാ...കൊടല് കരിയണമ്പ്രാ... തറേകെടന്ന മാങ്ങയാണമ്പ്രാ...”

പുറംതിരിഞ്ഞ് നിൽക്കുന്ന രായപ്പനോട് പിള്ള പറഞ്ഞു.

“തിരിഞ്ഞു നില്ലടാ.”

രായപ്പൻ തിരിഞ്ഞുനിന്നു.

“നിന്നെ കണ്ടാ ഒന്നാന്തരം കള്ള ലക്ഷണമൊണ്ട്. നീ വരത്തനല്ലേടാ?”

പത്മാസനൻ പിള്ള രായപ്പനെ രൂക്ഷമായി നോക്കി.

നീയെന്തടാ എന്നെ നോക്കി പേടിപ്പിക്കുന്നായെന്നു പറഞ്ഞ് രായപ്പന്റെ നേരേ അയാൾ ഓങ്ങി അടിച്ചു.

ഇനിയും അടി കൊള്ളാൻ വയ്യാത്തതുകൊണ്ടോ കൊച്ചപ്പി ചെയ്യുന്നതുപോലെ കരഞ്ഞിരിക്കുകയാണ് വേണ്ടത് എന്ന തോന്നലിലോ പത്മാസനൻ പിള്ളയുടെ വടി പൊങ്ങിയപ്പോൾ രായപ്പൻ തൊഴുതു കരഞ്ഞ് പറഞ്ഞു. “അടിക്കല്ലേമ്പ്രാ... ഇനി കക്കൂല്ലമ്പ്രാ...”

അപ്പോഴേക്കും അടുത്ത അടി അവന്റെ തോളിൽ ആഞ്ഞു പതിച്ചിരുന്നു. അടികൊണ്ട വേദനയിൽ അലറി വിളിച്ച് രായപ്പൻ കരഞ്ഞു.

“തല്ലല്ലേമ്രാ....”

“എടുത്തോണ്ട് പോടാ. നീയക്കെ തൊട്ട മാങ്ങ ഇനിയെന്തിനു കൊള്ളാം. ഇനിമേലാ കള്ളത്തരവങ്ങാനും കണ്ടാ മരത്തുമ്മേ കെട്ടിയിട്ടടിക്കും. പൊക്കോ മുമ്പീന്ന്.” അയാൾ ആജ്ഞയിൽ വിരൽ ചൂണ്ടിയിടത്തേക്ക് അവർ വല്ലവുമെടുത്ത് ഓടിപ്പോയി.

രായപ്പന്റെ മുതുകത്ത് അടിയുടെ പാടുകൾ തെണത്തു കിടന്നു. കൊച്ചപ്പിക്ക് കൈയിലും വയറ്റിലുമാണ് കൊണ്ടത്. പിള്ളയുടെ കണ്ണ് മറഞ്ഞപ്പോൾ അവർ ഓട്ടം നിർത്തി. നടന്ന് തോട്ടുവക്കിലെത്തി.

“ഇവിടെ ഇരിന്ന് മൂന്നാലു മാങ്ങ തിന്നിട്ട് പോച്ച പറിക്കാമെടാ.”

കൊച്ചപ്പിക്ക് എന്തെങ്കിലും സംഭവിച്ച മട്ടില്ലായിരുന്നു. അടി കൊണ്ടു. വേദനയുണ്ട്. എത്രയോ കൊണ്ടിരിക്കുന്നു. ഒരിക്കലും പൊറുക്കാത്ത വേദനകൾ.. അവയെ ആലോചിച്ചൊരു വേദനയില്ല.

അവർ തോട്ടിൻ കരയിലിരുന്ന് അറുപ്പോത്തി വച്ച് മാങ്ങ പൂളിത്തിന്നു.

മാങ്ങ തിന്നുകൊണ്ടിരുന്നപ്പോൾ ഒരു ഓർമ്മ രായപ്പനിൽ മിന്നി.

ഒൻപതിൽ പഠിക്കുമ്പോഴുള്ള ഓർമ്മ. വയലിനക്കരെയുള്ള കുന്നിൻചരിവിൽ നിറയെ പറങ്കിമാവിൻ കൂട്ടമാണ്. പള്ളിക്കൂടമില്ലാത്തപ്പോൾ അനിയന്മാരുമായി പറങ്കിമാവിൻ കൂട്ടത്തിൽ കളിക്കാനായി പോകും. മരങ്ങളിൽ കയറി കുത്തിമറിയുന്നതാണ് കളി. നടന്നു പോകാവുന്ന തരത്തിൽ ചരിഞ്ഞ തായ്ത്തടിയിലും പടർന്നുകിടക്കുന്ന മരക്കൊമ്പുകളിലും കയറി കളിക്കും. ഒരിക്കൽ അങ്ങനെ കളിച്ചുകൊണ്ടുനിൽക്കുമ്പോഴാണ് മറ്റൊരു മാവിലെ കൊമ്പ് കുലുങ്ങുന്നത് അനിയൻ ഭദ്രൻ കണ്ടത്. ശബ്ദമുണ്ടാക്കാതെ എല്ലാവരും അങ്ങോട്ട് നീങ്ങി. ജയരാജൻ അവിടന്നു കിട്ടിയ ഒരു കമ്പും കൈയിലെടുത്തു. അനക്കം കേട്ട മാവ് ചുറ്റാകെ വളഞ്ഞു. അശോകനും ഭദ്രനും പടർന്നു കിടക്കുന്ന മാവിന്റെ ഉള്ളിലേക്ക് നൂന്നുകേറി. അവർ കയറുന്ന ശബ്ദം കേട്ട് മാവിന്റെ മണ്ടയിൽ കയറി അണ്ടി പറിച്ചുകൊണ്ടിരുന്ന പരമൻ മാവിൽനിന്ന് എടുത്തുചാടി. അവൻ ഓടി മാവിൻ പടർപ്പിൽനിന്ന് പുറത്തുചാടിയതും ജയരാജന്റെ മുന്നിലാണ് വന്നുപെട്ടത്. കൈയിലിരുന്ന കമ്പു വച്ച് ഒരൊറ്റ അടി. തന്നെക്കാൾ പ്രായമുള്ള, തടിയും പൊക്കവും ആരോഗ്യവുമുള്ള പരമൻ അടികൊണ്ടു പുളയുന്നത് ജയരാജൻ കൺമുന്നിൽ കണ്ടു. ഇനി അടിക്കല്ലേ എന്ന യാചന പരമന്റെ കണ്ണുകളിൽ കണ്ടമാത്രയിൽ ജയരാജൻ ഒന്നുകൂടി പരമനെ ആഞ്ഞടിച്ചു. അടിക്കല്ലേ തമ്രാ എന്നവൻ കരയാൻ തുടങ്ങി. ജയരാജന്റെ ഉള്ളിൽ എന്തോ സംഭവിച്ചു. അവന്റെ കൈയിൽ നിന്ന് വടി ഊർന്നു വീണു. അശോകനും കരുണനനും അവന് ഇനീം അടി കൊടണ്ണാ, കൊടണ്ണാ അടി എന്ന് വിളിച്ചു പറഞ്ഞു. ദയനീയമായി നോക്കിനിന്ന പരമനോട് പോകാൻ ജയരാജൻ ആംഗ്യം കാണിച്ചു. അവൻ പോയി.

പരമന്റെ യാചനയ്ക്കുമേൽ വീണ്ടും അടി വീഴ്ത്തിയതെന്താണ്? ആരാണ് തന്നെക്കൊണ്ടിതു ചെയ്യിച്ചത്? ജയരാജന്റെ മനസ്സ് നീറിപ്പുകഞ്ഞു.

അവന് ചോറിനു മുന്നിലിരുന്നിട്ട് കഴിക്കാൻ പറ്റുന്നില്ല. എന്താണ് കഴിക്കാത്തത് എന്ന അമ്മമാരുടെ ചോദ്യം വരും. അച്ഛനറിയും. എല്ലാവരുടെയും കണ്ണുവെട്ടിച്ച് അന്നവൻ അവന്റെ ആഹാരം എരുത്തിലിന്റെ ചായ്പിൽ കെട്ടിയിട്ടിരുന്ന പട്ടിയ്ക്ക് കൊണ്ടുകൊടുത്തു.

പലയിടത്തും പരമനെ അവൻ വീണ്ടും കണ്ടു. കുറ്റബോധം തോന്നി. പിന്നെപ്പിന്നെ പാപങ്ങളുടെ രഹസ്യ അറയിൽ ഇതും നിക്ഷേപിച്ചു.

അടിമയായി ജീവിക്കുക, അടിയും തൊഴിയുമേറ്റ് ശരീരം കഠിന വേദനയനുഭവിക്കുക, അമ്മയും പെങ്ങളും കൺമുന്നിൽ അപമാനിക്കപ്പെടുക ഇതിനെക്കാളൊക്കെ സഹിക്കാനാകാത്തതാണ് വിശപ്പ്. തന്റെ വിശപ്പ് അനുഭവിക്കുകയും വേണ്ടപ്പെട്ടവരുടെ വിശപ്പ് കണ്ടുനിൽക്കുകയും ചെയ്യുന്ന അവസ്ഥ വായിച്ചറിഞ്ഞതിൽ സങ്കല്പിച്ചതൊന്നുമല്ല. രായപ്പൻ അനുഭവിക്കുകയാണ്.

അവൻ ചായ്പിൽ കാലുനീട്ടി ഇരിക്കുകയാണ്. വിശന്ന് വയറു കരിയുന്നു. അകത്ത് ചക്കി വിശന്നു നിലവിളിച്ച് കരയുന്നു. രായപ്പൻ അകത്തുപോയി കരയുന്ന ചക്കിയെ എടുത്ത് തന്റെ വയറിനോട് ചേർത്തുകിടത്തി. ചക്കി തളർന്ന് അവനെ ചേർന്നുകിടന്നു.

ഇത് അവൻ കൊച്ചപ്പിയോടൊപ്പം താമസമാക്കിയശേഷം ആദ്യത്തെ പഞ്ഞകാല അനുഭവമാണ്. ഒരു കൊല്ലംകൊണ്ട് രായപ്പൻ എല്ലാ അനുഭവങ്ങളിലൂടെയും കടന്നുപോയി, ഋതുമാറ്റം പോലെ. പിന്നെയും ആവർത്തനങ്ങൾ. ജീവിതപ്പാടുകളിൽ രായപ്പൻ സമൂർത്തമായി. ജയരാജന്റെ ഓർമ്മകളിൽ രായപ്പന്റെ ഓർമ്മകൾ പടർന്നുമൂടിക്കൊണ്ടിരുന്നു.

ചക്കി തളർന്ന് രായപ്പന്റെ വയറോട് വയർ ചേർത്ത് ഉറങ്ങി.

''എടീ അവളെയങ്ങെടുത്ത് കെടത്തടീ.''

അഴകിയോട് കൊച്ചപ്പി പറഞ്ഞിട്ട് രായപ്പനോട് നീ വാടാ ഒരെടെത്ത് പോണമെന്നു പറഞ്ഞ് അവനെ വിളിച്ചു.

രായപ്പനിൽനിന്ന് ചക്കിയെ ഉണർത്താതെ അഴകി അവളെ എടുത്തു.

കൊച്ചപ്പി കൈയിലിരുന്ന വല്ലം രായപ്പന്റെ കൈയിൽ കൊടുത്തു.

കൊച്ചപ്പിയുടെ പിറകേ രായപ്പൻ നടന്നു. നല്ല ഇരുട്ട്. ചീവീടുകളുടെയും തവളകളുടെയുമൊക്കെയായി രാത്രിയുടെ ശബ്ദം. നടന്ന് പരിചിതമായ തോട്ടുവരമ്പ്. കാലിന് പരിചിതമാണ് വഴി. കുഴിയും കുണ്ടും വളവും തിരിവും കാലുകൾക്ക് കാണാമായിരുന്നു. രണ്ടു തോടുകൾ വന്നു ചേരുന്നിടത്ത് തോട്ടിലിറങ്ങി അക്കരെ വരമ്പിൽ കയറി. ഇളിവരെ വെള്ളമുണ്ടവിടെ. ഉടുത്തിരുന്ന തോർത്തെടുത്ത് തലയിൽ കെട്ടി വെള്ളത്തിലൂടെ നടന്ന് അക്കരെ കയറി. കുറ്റാക്കുറ്റിരുട്ടിൽ കറുത്ത ശരീരങ്ങൾ ലയിച്ചുകിടന്നു. കുറച്ചുകൂടി നടന്ന് വയലിൽ പണകോരി കപ്പക്കൃഷി ചെയ്തിട്ടുള്ള സ്ഥലത്തെത്തി. അവർ വരമ്പരികിൽ നിന്ന് ഉള്ളിലോട്ടു കയറി ഒരു കപ്പത്തടത്തിന്റെ മൂട്ടിലിരുന്നു. കൊച്ചപ്പി കൈയിലിരുന്ന അറുപ്പോത്തികൊണ്ട് കപ്പയുടെ മൂട്ടിലെ മണ്ണുമാറ്റി ഒരു മുഴം നീളത്തിലെ ഒരു കപ്പക്കിഴങ്ങ് മുറിച്ചെടുത്തു. ആ മൂട്ടിൽനിന്ന് രണ്ടു കിഴങ്ങുകൾ കൂടി മുറിച്ചു. പിന്നെയും

മൂന്നുവരിക്കപ്പുറം ഒരു മൂട് മാന്തി നാലു കിഴങ്ങുകൂടി കണ്ടിച്ചെടുത്തു. അങ്ങനെ രണ്ടുമൂന്നു ദിവസത്തേക്ക് വിശപ്പകറ്റാനുള്ളത് ഒപ്പിച്ചു. വിശപ്പ് അങ്ങേയറ്റം കത്തിക്കാളുമ്പോഴാണ് കൊച്ചപ്പി രാത്രിയിൽ അവനെയും വിളിച്ച് കക്കാനിറങ്ങുന്നത്. ചിലപ്പോൾ കപ്പ അല്ലെങ്കിൽ ചേമ്പ് ഇങ്ങനെയെന്തെങ്കിലും. ജന്മിയുടെ കാവൽക്കാർ അവിടെയുമിവിടെയുമുണ്ടാവും. ഈഴവരോ സ്വത്തില്ലാത്ത നായരോ ആയിരിക്കും കാവൽക്കാർ. അവരുടെ കണ്ണിൽപ്പെട്ടാൽ അടികിട്ടിയതുതന്നെ. ആളെ തിരിച്ചറിഞ്ഞാൽ ജന്മിയുടെ ചട്ടമ്പികൾ കുടിലിൽവന്ന് പിടിച്ചിറക്കിക്കൊണ്ടുപോകും. പിന്നെ കെട്ടിയിട്ട് അടിയാണ്. പട്ടിണിയുടെ ഇടയിൽ അടിയുംകൂടിയാവുമ്പോൾ ചിലപ്പോൾ ചത്തുപോകും. കൊച്ചുങ്ങളുടെയും പെണ്ണുങ്ങളുടെയും പട്ടിണി കണ്ട് സഹിക്കാൻ പറ്റാതെ ചാവ് മുന്നിൽക്കണ്ടാണ് കക്കാനിറങ്ങുന്നത്.

വീട്ടിൽ എത്തിയപ്പോൾ നീലിയും അഴകിയും കൊച്ചപ്പിയുടെയും രായപ്പന്റെയും വരവ് നോക്കി നിൽക്കുകയാണ്. ചാച്ചൻ എപ്പോഴും ഇരിക്കുന്ന കല്ലിൽ കാലിന്മേൽ കാൽകയറ്റി ഇരിക്കുന്നു. വല്ലത്തിൽ നിന്ന് കുറെ കിഴങ്ങെടുത്ത് നീലിയെ ഏല്പിച്ചു. ബാക്കി വീടിന്റെ പിറകിൽ കുറച്ചു മണ്ണ് മാന്തി അവിടെ കുഴിച്ചിട്ടു. നീലിയും അഴകിയും അടുപ്പിന്റടുത്ത് ചായ്പിലിരുന്ന് കിഴങ്ങ് തൊലിച്ചു ഞുറുക്കി. കൊച്ചപ്പി തൈത്തെങ്ങിൽനിന്ന് ഈർക്കിലും ഊരി ഒരു ചൂട്ടും കത്തിച്ച് രായപ്പനെയും കൂട്ടി തോട്ടിലേക്കിറങ്ങി ചൂട്ട് രായപ്പന്റെ കൈയിൽ കൊടുത്തു. രായപ്പൻ വെള്ളത്തിനു മുകളിൽ കത്തുന്ന ചൂട്ടു പിടിച്ചു. വെട്ടത്തിൽ തിളങ്ങുന്ന വെള്ളത്തിൽ മീനുകളും തിളങ്ങി. വരാൽ വലുതൊന്നിനെ ഉന്നംവച്ച് കൊച്ചപ്പി അറുപ്പോത്തിക്ക് വെട്ടി. മീൻ വെട്ടുകൊണ്ട് മലർന്നു. കൊച്ചപ്പി മീനിനെ കൈയിലെടുത്ത് ഈർക്കിലിൽ കോർത്ത് കരയിൽ മണലിലേക്കിട്ടു. പിന്നെയും തക്കംനോക്കി വെട്ടി. കിട്ടിയത് ഒരു വ്ലാങ്കിനെയാണ്. പിന്നെ പൊത്തയും കുറെ ചെറുമീനുകളും. മീനുമായി എത്തിയപ്പോൾ കപ്പ അടുപ്പത്ത് തിളയ്ക്കാൻ തുടങ്ങി. കപ്പത്തൊലി പിറകിൽ മണ്ണു മാന്തി മൂടി.

മീൻ കൂട്ടാൻ വയ്ക്കാൻ അരയ്ക്കാനോ ഉപ്പോ ഒന്നുമില്ല. കുഞ്ഞിക്ക മൂന്നാലു മുളക് തപ്പിയെടുത്ത് അരച്ചെടുത്തു. മീൻ തീയിലിട്ട് ചുട്ട് തൊലി ഉരിച്ച് കപ്പയും കൂട്ടി അവർ വട്ടംകൂടിയിരുന്ന് തിന്നു. മുളകരച്ചത് ഇടയ്ക്ക് തൊട്ട് നാവിൽ വച്ചു. ചക്കിയെ രായപ്പൻ മടിയിലിരുത്തി കപ്പയും മീനും നുള്ളി അവളുടെ വായിലേക്ക് വച്ചു കൊടുത്തു. അവൾ ഉറക്കച്ചടവിൽ നുണഞ്ഞു തിന്നുമ്പോൾ തല ചൊറിഞ്ഞുകൊണ്ടിരുന്നു. തലയിൽ പേൻ കാണും കൊന്നു കൊടുക്കണം. നാളെയാവട്ടെ.

എല്ലാവരും ആർത്തിയോടെ തിന്നുകയാണ്. ആഹാരം കാണുമ്പോഴുള്ള ആർത്തി ഏറത്ത് പണിക്കാരിൽ കണ്ടിട്ടുണ്ട്. ആർത്തിയുടെ അർത്ഥം രായപ്പന് മനസ്സിലാകുന്നത് ഇപ്പോഴാണ്. പക്ഷേ എത്ര വയറൊട്ടിക്കരിഞ്ഞാലും രായപ്പന് ആ ആർത്തി വരുന്നില്ല എന്നവൻ തിരിച്ചറിഞ്ഞു. അധഃസ്ഥിതന്റെ ജീവിതം ജീവിക്കുകയാണ്. എല്ലാ അനുഭവങ്ങളിലൂടെയും കടന്നുപോകുകയാണ്. കഴിഞ്ഞ മൂന്നു നാലു കൊല്ലത്തെ അനുഭവം, കൊച്ചപ്പിയുടെ കുടിലിൽ ജീവിച്ച് കർഷകത്തൊഴിലാളിയായുള്ള അടിമജീവിതം അതിനു മുമ്പുള്ള ഇരുപതു കൊല്ലത്തെ ജീവിതത്തെ ഏതാണ്ട് മായ്ച്ചുകഴിഞ്ഞിരുന്നു. നാലു വർഷത്തെ ഓർമ്മകളിൽ അവൻ പൂർണ്ണമായും രായപ്പനായി മാറി. അല്ലെങ്കിലും ഓർമ്മകളെക്കാൾ അന്നന്നത്തെ വിശപ്പാണ് പ്രശ്നം. വിശക്കുന്നവന്റെ ലോകത്തിൽ വിശപ്പടക്കണം എന്നു മാത്രമേയുള്ളൂ. എനിക്കു വിശക്കുന്നു അതിനാൽ ഞാൻ ഉണ്ട് എന്ന് ഒരു വാചകം വിശപ്പിന്റെ കത്തിക്കാളൽ അറിയുന്ന ആദ്യനാളുകളിൽ അവനിൽ വന്നു. അത് വിശപ്പറിയാത്ത നാളുകളിൽ അവന്റെ ഓർമ്മയിൽ കുറിച്ച ഒരു ദാർശനികവാചകത്തിന്റെ ശവത്തിൽ മുളച്ചതാണ്.

ഒരു കീഴാള ജീവിതം അവനെ മാറ്റിനിർത്തുന്നത് വിശന്നാലും വരാത്ത ആർത്തി മാത്രമല്ല, ഒഴിച്ചുമാറ്റാനാകാത്ത നൂറ്റാണ്ടുകളിലൂടെ ഒഴുകി വന്ന ആശയങ്ങളും ചരിത്രവുമാണ്. ആദ്യത്തേത് അവൻ കാര്യമാക്കുന്നില്ലെങ്കിലും രണ്ടാമത്തേത് അവന് ഓക്കാനം ഉണ്ടാക്കുന്നുണ്ട്. നിരന്തരം അവൻ ഛർദ്ദിച്ചുകൊണ്ടിരുന്നു. ആശയങ്ങളെയും ചരിത്രത്തെയും നിഷേധിക്കാം, വിമർശിക്കാം തള്ളിക്കളയാം, അവയെ ആവിയാക്കി പുറത്തു കളയാനാവില്ല. രായപ്പന് ഒരിക്കലും കൊച്ചപ്പിയാവാനാവില്ല എന്ന തീവ്രവേദനയെ മറയ്ക്കുന്നത് മുഷിപ്പില്ലാത്ത ജീവിതം എപ്പോഴും ഉള്ളതുകൊണ്ടാണ്.

കൊച്ചപ്പിയെയും ഇരവിയെയും ആതിച്ചനെയുമൊക്കെ ആർത്തിയുടെ കെട്ടഴിഞ്ഞ മനുഷ്യരൂപമായി കണ്ടിട്ടുള്ളത് തമ്പ്രാക്കന്മാരുടെ വീടുകളിൽ ഏതെങ്കിലും അടിയന്തരം നടക്കുമ്പോഴുള്ള സദ്യകഴിഞ്ഞ് എച്ചിലെടുക്കുമ്പോഴാണ്. പട്ടികളുടെയും കാക്കകളുടെയും ഇടയിൽ എറിഞ്ഞു വീഴുന്ന ഇലകൾ കൈക്കലാക്കാൻ പിള്ളേരും ചെറുപ്പക്കാരുമുണ്ടാവും. കൊച്ചുകുഞ്ഞുങ്ങളെ ഒക്കത്തെടുത്ത് പെണ്ണുങ്ങളും വയസ്സരും മാറിനില്ക്കും. അവർ സദ്യയുണ്ട് ഇലയുമായി വരുന്നവരുടെ നേരേ ദയനീയമായി കൈ നീട്ടും. കൂട്ടിപ്പിടിച്ച ഇല അവർക്കു നേരേ തമ്പ്രാക്കന്മാരും തമ്പ്രാട്ടിമാരും ഇട്ടുകൊടുക്കുന്നതിനെയും ദയ എന്നു പറയാറുണ്ടായിരുന്നു. ചിലർ

അങ്ങനെ ഇട്ടു കൊടുക്കില്ല. എച്ചിൽക്കുഴിയിലേ ഇല ഇടൂ. ഇല കുഴിയിൽത്തന്നെ ഇടണമെന്ന് അടിയന്തരത്തിന്റെ മേൽനോട്ടക്കാർ പറയുന്നുണ്ടാവും. എച്ചിലിലകൾ ശേഖരിച്ച് അതെല്ലാമെടുത്ത് പറമ്പിന്റെ ഒരു മൂലയിലോ തൊടിയിലോ പോയിരുന്ന് കിട്ടിയ നാലഞ്ചിലയിലെ ചോറും കൂട്ടാനും ഒരിലയിലേക്ക് തട്ടി എല്ലാം കൂട്ടിക്കുഴച്ച് ഉണ്ണും. വലിയ ഉരുളകളാക്കി ആർത്തിയോടെ വിഴുങ്ങും. ഉരുട്ടി വിഴുങ്ങുന്ന ചോറല്ലാതെ മറ്റൊന്നും അപ്പോൾ കാഴ്ചയിലുണ്ടാകില്ല.

പൊയ്കവിളയിലെ ഹരിശങ്കരൻതമ്പി മരിച്ചത് രായപ്പൻ കൊച്ചപ്പിയുടെ വീട്ടിൽ താമസമാക്കിയതിന്റെ ആയിടയ്ക്കാണ്. കായലിനക്കരെ പേരുകേട്ട തറവാടാണ് പൊയ്കവിള. ചുറ്റുമതിലും പടിപ്പുരയുമുള്ള നാലുകെട്ട്. ഹരിശങ്കരൻതമ്പിയുടെ പതിനാറടിയന്തരത്തിനാണ് രായപ്പൻ ആദ്യമായി എച്ചിലില എടുക്കുവാൻ കൂടുന്നത്. വയലും തൊടിയും കഴിഞ്ഞ് കുറച്ചുയർന്ന ഭാഗത്താണ് പൊയ്കവിള വീട്. തൊടിയിൽനിന്നുള്ള പടിക്കെട്ടുകൾ വീട്ടിലേക്കുള്ള പാതയിലാണെത്തുക. പടിപ്പുര വരെ വില്ലുവണ്ടിയിൽ വരാൻ തെളിച്ച പാതയിൽ ഇപ്പോൾ കാറും വരുന്നു. ഹരിശങ്കരൻതമ്പി ഈയിടെ ഒരു കാർ വാങ്ങിച്ചു. കാറിന് മുറ്റത്തേക്ക് കടക്കാൻ പടിപ്പുരയ്ക്കപ്പുറം മതിൽ പൊളിച്ച് ഒരു വാതിൽ ഉണ്ടാക്കിയിട്ടുണ്ട്. അകത്ത് വലിയ പന്തലിൽ പന്തിയിരുന്ന് സദ്യയുണ്ണുന്നവരുടെ എച്ചിലിലകൾ സ്വജാതീയരായ ശ്രമക്കാർ പെറുക്കി വലിയവല്ലത്തിലിട്ട് തുറന്നിട്ടിരിക്കുന്ന ആ വാതിൽ വഴി പുറത്തുവന്ന് താഴെ തൊടിയിലേക്ക് തള്ളുന്നു. പിന്നെ അവിടെ ഒരു തള്ളും ബഹളവുമാണ്. ഓടിക്കൂടുന്ന പട്ടികളെ ഓടിച്ച് ഇലകളിൽ പറ്റിപ്പിടിച്ച ചോറിനും പായസത്തിനുമായി ഉന്തുകയും തള്ളുകയും ചെയ്യുന്നവരെ രായപ്പൻ നോക്കിനിന്നു. അവന് ഒന്നും ചെയ്യാൻ കഴിയുന്നില്ല. അവന്റെ ശ്വാസഗതി വർദ്ധിക്കുകയും കാലുകൾ വിറയ്ക്കുകയും ചെയ്തു. അവനും ആ കൂട്ടത്തിൽ എച്ചിൽച്ചോറ് വാരേണ്ടതാണ്. അതാണ് അവന്റെ പാത. പിൻമടക്കം പാടില്ല. പക്ഷേ കഴിയുന്നില്ല. രായപ്പന് തലചുറ്റുന്നതുപോലെ തോന്നി. അവൻ അവിടെ ഇരുന്നു. കൊച്ചപ്പിയും നീലിയും അഴകിയും ഇലകളിൽ കിട്ടിയ ചോറും കൂട്ടാനും വാരിയിട്ട് കൊണ്ടുവന്ന് ഒരിടത്തു വച്ചു. മൂന്നിലകൾക്കും കാവലായി നീലി അവിടെ ഇരുന്നു. അഴകിയും കൊച്ചപ്പിയും വീണ്ടും എച്ചിൽ പെറുക്കാൻ പോകുമ്പോഴാണ് രായപ്പനെ കണ്ടത്.

കൊച്ചപ്പി ചോദിച്ചു.

''നീയെന്തടാ ഇവിടെ? പോയി ചോറ് പറക്കടാ.''

കൊച്ചപ്പിയുടെ കൂടെ അവൻ പോയി. ഒരു പന്തികൂടി കഴിഞ്ഞിട്ട്. വല്ലങ്ങളിൽ വീണ്ടും എച്ചിലിലകൾ വീഴാൻ തുടങ്ങി. രായപ്പൻ സ്വയം ഊക്കോടെ മുന്നോട്ടു തള്ളി. അവൻ എച്ചിലിലക്കൂമ്പാരത്തിനു മുന്നി ലായി. അവിടെ ഉന്തിത്തള്ളുന്ന ഒരു വലിയ യന്ത്രത്തിന്റെ ഭാഗം എന്നപോലെ അവൻ പ്രവർത്തിച്ചു. ഒരില കൈക്കലാക്കി അതിൽ മറ്റിലകളിൽ ചിതറിക്കിടക്കുന്ന ചോറും കറികളും വാരിയിട്ടു. പിന്നിൽ നിന്നു വരുന്ന തള്ളുകളിൽ വീഴാതെ അവൻ ബലം കൊടുത്തു. കണ്ണിൽ ഇരുട്ടു കയറി. എന്നിട്ടും ചോറ് വാരിവാരിയിട്ട് ഇല മാറോടു ചേർത്തു നടന്ന് നീലിയുടെ അടുത്തുവന്ന് ഇല നിലത്തുവച്ചു. നീലി ഇതിനകം വീട്ടിലേക്ക് കൊണ്ടുപോകേണ്ടത് ഇലയിൽ നിന്ന് കലത്തിലേക്ക് മാറ്റിയിരുന്നു. കൊച്ചപ്പിയും അഴകിയും ഇലകളിൽ ചോറുമായി വന്നു. അവർ വട്ടംകൂടിയിരുന്ന് തീറ്റ തുടങ്ങി. വലിയ ഉരുളകൾ ഉരുട്ടി ആർത്തിയോടെ തിന്നുന്നത് രായപ്പൻ ഒന്ന് നോക്കി.

അവനും ചോറ് വായിലേക്ക് തള്ളി. ചോറ് ഇറക്കാൻ ശ്രമിക്കു മ്പോൾ അടുത്ത ഉരുള ഉരുട്ടാൻ അവൻ തിടുക്കം കൂട്ടിയെങ്കിലും ഇറക്കിയ ചോറ് പുറത്തേക്ക് തള്ളിവന്നു. ഛർദ്ദിച്ച് വായിലേക്കു വന്ന ചോറ് അവൻ വീണ്ടും ഇറക്കാൻ ശ്രമിച്ചു. വലിയ ശ്രമത്തിൽ അതവൻ ഇറക്കി. അടുത്ത ഉരുള വായിലേക്കിട്ടതും എല്ലാംകൂടി പുറത്തേക്ക് ഒരു ഛർദ്ദിയായി വന്നത് കൈകൊണ്ട് പൊത്തിപ്പിടിച്ച് ഓടാൻ എഴുന്നേറ്റു. ഛർദ്ദി കണ്ട കൊച്ചപ്പി മാറിപ്പോടാ എന്ന് അലറി. അവരെല്ലാം തിന്നുന്നതിന്റെ ആർത്തിയിലായിരുന്നു. ചിലർ രായ പ്പന്റെ അവസ്ഥ കണ്ട് വായ് നിറയെ ചോറിരിക്കുമ്പോഴും അടക്കി ച്ചിരിച്ചു. രായപ്പൻ തെങ്ങിന്റെ മൂട്ടിൽ പോയിരുന്ന് നിർത്താതെ ഛർ ദ്ദിച്ചു. കുടൽമാല വായിലൂടെ പുറത്തുവരുമെന്ന് അവന് തോന്നി. ഛർദ്ദിച്ചു ഛർദ്ദിച്ച് അവൻ തളർന്നുവീണു. അവന് കരച്ചിൽ വന്നു. അവന് അകം നീറി.

ഒറ്റയ്ക്കായിപ്പോയ ഒരു കൊച്ചുകുട്ടിയായിരുന്നു അപ്പോൾ അവൻ. അവൻ ഏങ്ങിയേങ്ങി കരഞ്ഞു.

കനൽ കത്തിയ അറിവിന്റെ അകംനീറ്റലിൽ ഗുരുവിന്റെ മുൾ പ്പാതയിലായിരുന്നു.

കൊച്ചപ്പിയുടെ വീട്ടിൽ താമസമാക്കിയതിനു ശേഷമുള്ള ഓരോന്നും അവൻ ഓർത്തു. അവനനുഭവിച്ച വേദനകൾ ചുറ്റമുള്ളവരുടെ വേദന യോട് ചേർന്നുനിന്നു. അതായിരുന്നു അവന് അറിവ്. മനസ്സിന് നല്ല തെളിമ. കറുത്തവാവിന്റെ കുറ്റാക്കുറ്റിരുട്ടിൽ അവൻ ആകാശം നോക്കി ക്കിടന്നു. നിറയെ നക്ഷത്രങ്ങൾ. അതിൽ ചില നക്ഷത്രങ്ങൾക്ക് മനുഷ്യനിട്ട പേരുകൾ രായപ്പനറിയാം. അങ്ങനെ ഒരുപാട് വിവരങ്ങൾ

ശേഖരിച്ച തലച്ചോറാണവന്റേത്. വിവരങ്ങൾ ഒഴിഞ്ഞു പോകാൻ ഒരു വഴിയുമില്ല. ഈ വിവരങ്ങൾ കൊണ്ട് എന്താണ് പ്രയോജനം? മനുഷ്യൻ ആർജ്ജിച്ച അറിവുകൾകൊണ്ട് എന്താണ് പ്രയോജനം? അറിവുകളിൽ നിന്ന് അകറ്റി ഒരു കൂട്ടം മനുഷ്യരെ കഷ്ടപ്പാടിൽ തള്ളിവിടുമ്പോൾ അറിവുള്ളവർ എന്ന് പറയപ്പെടുന്നവരുടെ അറിവ് ഈ കഷ്ടപ്പാടുകളെ കാണാതെ പോകുകയും ചെയ്യുമ്പോൾ ആ അറിവുകൊണ്ട് എന്ത് പ്രയോജനം?

രായപ്പൻ വിചാരിച്ചു.

അറിവ് ഹിംസയെ തടയുന്നില്ല. ഹിംസയ്ക്ക് ആധികാരികബലം കൊടുക്കുകയാണ് ചെയ്യുന്നത്. വൈകുണ്ഠ സ്വാമിയെ ജയിലില ടയ്ക്കാനും ക്രൂരപീഢനങ്ങൾക്ക് വിധേയനാക്കാനും സ്വാതിതിരു നാളിന് കഴിയുന്നു. സ്വാതിതിരുനാളിന്റെ അറിവ് വൈകുണ്ഠ സ്വാമി ചെയ്തത് തെറ്റല്ല എന്ന് അയാൾക്ക് കാണിച്ചുകൊടുക്കുന്നില്ല. വൈകുണ്ഠ സ്വാമിയുടെ അറിവിലേക്ക് സ്വാതിതിരുനാളിന്റെ അറി വിന് സഞ്ചരിക്കാനും കഴിയുന്നില്ല. എന്താണ് അറിവ്? സ്വാതിതി രുനാളിന്റേത് അറിവല്ലെന്ന് വരുമോ? അറിവ് വെട്ടമാണെങ്കിൽ അത് തന്റെ ഉള്ളിലേക്കടിച്ച് കാണിച്ചുകൊടുക്കേണ്ടത് അപരനെയാണല്ലോ? അറിവ് അധികാരത്തിന്റെ ആയുധമാണ്. അറിവും അധികാരവും ഒത്തുപോകില്ല.

അവൻ കണ്ണുകളടച്ചു കിടന്നു. ആകാശത്തിലെ പരശ്ശതം നക്ഷത്ര ങ്ങളെ കൺപോളകൾകൊണ്ട് മറച്ചു. അന്ധകാരത്തിൽ ശബ്ദങ്ങളെ ശ്രദ്ധിച്ച് രായപ്പൻ കിടന്നു. ഉറക്കത്തിൽ ശബ്ദങ്ങൾ മറഞ്ഞു മറഞ്ഞ് ഇല്ലാതെയായി. ഉറക്കം ഇന്ദ്രിയങ്ങളുടെ ജാലകങ്ങൾ അടച്ചു.

സുഷുപ്തിയുടെ തിരശ്ശീലയെ മെല്ലെ നീക്കി.

നോക്കെത്താദൂരം പരന്നുകിടക്കുന്ന ഭൂമി. എങ്ങും പച്ചപ്പ്. വഴി യരികിൽ രായപ്പൻ ഇരിക്കുകയാണ്. ഉടുപ്പിടാതെ ഒരു തോർത്തു ടുത്ത് ഇരിക്കുന്ന കുട്ടി താൻതന്നെ എന്ന് രായപ്പൻ അനുഭവിക്കുന്നു. വഴിയിൽ ദൂരെ നിന്ന് ഗുരു നടന്നുവരുന്നു. വയസ്സായി. ഗുരു ഇ പ്പോൾ അടുത്താണ്.

ഗുരു ചിരിച്ചു. രായപ്പന് സന്തോഷമായി. ഗുരുവിന്റെ ഒരു പട ത്തിലും കാണാത്ത ചിരി.

''വാ പോകാം.'' ഗുരു പറഞ്ഞു.

ഗുരുവിനൊപ്പം നടന്നു. കാട്ടിലേക്ക്. നടന്ന് ഒരു പുഴയുടെ കര യിലെത്തി.

പുറത്തു കിടന്ന രണ്ടാംമുണ്ടും ഉടുത്തിരുന്ന മുണ്ടും അഴിച്ച് കരയിൽവച്ച് ഗുരു വെള്ളത്തിൽ ഇറങ്ങി. ഗുരു ആഴത്തിലേക്കു നടന്നുപോയി. ഇപ്പോൾ നോക്കിനിൽക്കുന്ന രായപ്പൻ കുട്ടിയല്ല. രായപ്പനൊപ്പം കൊച്ചപ്പിയുമുണ്ട്. ഗുരു മുങ്ങിക്കുളിച്ച് കരയിലേക്ക് നടക്കുന്നു. ഇപ്പോൾ തുറസ്സായ സ്ഥലത്ത് മൂന്നുപേർ നടക്കുന്ന വിദൂര ദൃശ്യമാണ് രായപ്പൻ സ്വപ്നത്തിൽ കാണുന്നത്. ഗുരുവാണ് മുൻപേ നടക്കുന്നത്. ആ വിദൂര ദൃശ്യത്തിൽ കോരിച്ചൊരിയുന്ന മഴ. ഒറ്റയ്ക്കു നിൽക്കുന്ന ഒരു വലിയ മരത്തിന്റെ ചുവട്ടിൽ ഗുരുവും രായപ്പനും കൊച്ചപ്പിയും നിന്നു. രണ്ടാംമുണ്ടുകൊണ്ട് മൂടിപ്പുതച്ച ഗുരു വിറയ്ക്കുന്നുണ്ടായിരുന്നു. അപ്പോഴും ഗുരു ചിരിക്കുന്നുണ്ട്.

''നിങ്ങളും മലയാള ദേശം ഉപേക്ഷിച്ചോ?'' ഗുരു ചോദിച്ചു.

രായപ്പൻ ഒന്നും പറഞ്ഞില്ല.

വിജനതയിൽ ഒറ്റയ്ക്കു നടന്നുപോകുന്ന ഗുരുവിന്റടുത്ത് രായപ്പന് എത്താനേ പറ്റുന്നില്ല. മഴയത്ത് കുറെ ദൂരം അങ്ങനെ നടന്നപ്പോൾ ഒരു കൽമണ്ഡപത്തിലെ ഇത്തിരി സ്ഥലത്ത് ഞെരുങ്ങി ഞെരുങ്ങി കുറെ ആളുകൾ ഇരിക്കുന്നു. എല്ലാവരുടെയും കൈയിൽ ഓരോ കോഴിയും. ഉടുത്തിരുന്ന മുഷിഞ്ഞ തുണിയും അഴുക്കുപിടിച്ച പല്ലുകളും ഒക്കെക്കൊണ്ട് ആകെ വൃത്തിയില്ലാത്ത മനുഷ്യർ. ഗുരു മഴയത്തുനിന്ന് അങ്ങോട്ടു കയറി. ഞെരുങ്ങി ഇരിക്കുന്ന അവരുടെ ഇടയിൽ അല്പം ഇടമുണ്ടാക്കി അവിടെ മൂടിപ്പുതച്ച് ഇരുന്നു.

ഉറക്കം ഉണർന്ന രായപ്പൻ കുറെ നേരം അവിടെത്തന്നെ ഇരുന്നു, ഗുരുവിനെ കണ്ട തെളിമയിൽ. ഉറക്കത്തിലെ ദീർഘമെന്നു തോന്നിച്ച സ്വപ്നം എല്ലാം അവനോർക്കാനാകുന്നില്ല. സ്വപ്നത്തിലെ ദൃശ്യങ്ങൾ അവന് മുൻപ് പരിചയമായിരുന്നതുപോലെ തോന്നി. എവിടെയോ കേട്ടറിഞ്ഞവ എന്നപോലെ. അവനതിനെപ്പറ്റി ആലോചിച്ചുകൊണ്ട് ഇരുന്നു. അപ്പോൾ ഗുരുവും മറ്റു കുറെപ്പേരും ഒരു കാളവണ്ടിക്കു പിറകേ നടക്കുന്ന കാഴ്ച അവന്റെ മനസ്സിൽ വന്നു.

കുട്ടിക്കാലത്ത് അച്ഛനോടൊപ്പം ശിവഗിരിയിൽ പോയി ഗുരുവിനെ കണ്ടിട്ടുണ്ട്. അവൻ കണ്ട ഗുരുവിനെ ഓർമ്മിച്ച് ഇരിക്കുമ്പോൾ തല ചൊറിഞ്ഞുകൊണ്ട് ചക്കി ഉറക്കമെണീറ്റുവന്ന് രായപ്പന്റെ മടിയിൽ ഇരുന്നു. രായപ്പൻ അവളുടെ മുടി ചികഞ്ഞ് പേനുകളെ കണ്ടെടുത്ത് വിരൽനഖങ്ങൾക്കിടയിൽ കൊന്നുകൊണ്ടിരിക്കുമ്പോൾ അവൻ ആലോചിച്ചു.

നിങ്ങളും കേരളം ഉപേക്ഷിച്ചോ, സ്വപ്നത്തിൽ ഗുരു പറഞ്ഞത്.

എവിടെയാണ് ഉപേക്ഷിച്ചു പോരേണ്ട ഇടം. താൻ ഉപേക്ഷിച്ചത് സ്വന്തം വീടാണ്. വീടുപേക്ഷിച്ചവർ അനവധിയുണ്ട്. വിദ്യാലയം ഉപേക്ഷിച്ചവരുണ്ട്. ഇതൊക്കെ മനുഷ്യ തലച്ചോറുകളുടെ വാർപ്പിടങ്ങളാണ്. വാർപ്പുമൂശയിൽനിന്നുള്ള കുതറിമാറൽ ആണ് ഉപേക്ഷിക്കൽ.

ഗുരുവോ? വീടും കുടുംബവും മാത്രമല്ല, തന്റെ പേരിൽ സ്ഥാപിതമായ സംഘങ്ങളെയും ഉപേക്ഷിക്കേണ്ടിവരുന്നു. അവ ഉപേക്ഷിച്ച് സംഘടിച്ചു ശക്തരാകാത്ത, വിദ്യ കൊണ്ടു പ്രബുദ്ധരാകാത്ത ജീവിതങ്ങളിലേക്ക് ഗുരു ഇറങ്ങിവരുന്നത് കാണുന്നതുപോലെ അവനു തോന്നി.

ഗുരു ഏകാകിയായിരുന്നു. എല്ലാം ഉപേക്ഷിച്ചാൽ ഏറ്റവും അടിത്തട്ടിൽ പിന്നെയും ഇടമുണ്ട്. പീഡ അനുഭവിക്കുന്നവരുടെ ജീവിതത്തിൽ. അറിവ് രായപ്പന് പുതിയ ഒരറിവായി. അറിവ് ഒറ്റപ്പെട്ടതാണ്.

പൂഴിമണ്ണിലൂടെ ഒറ്റയ്ക്ക് ഒരു ഉറുമ്പ് നടന്നുപോകുന്നത് നോക്കി അവൻ ഇരുന്നു.

## ഇരുപത്തിരണ്ട്

**സൂ**രജിന്റെ വീട്ടിൽ നിന്ന് ഞാൻ യാത്ര പറഞ്ഞ് ഇറങ്ങി. മൂന്നു മാസത്തിലധികമായി ഇവിടെ വന്നിട്ട്. എന്നിലൂടെയുള്ള സഞ്ചാരത്തിൽ എന്നിൽത്തന്നെയുള്ള താവളങ്ങൾ.

ചരിത്രത്തിന്റെ പാത എന്നെ കഥയുടെ കവാടം കടത്തിവിട്ടു. കഥയുടെ റിപ്പബ്ലിക്കിൽ എനിക്കതിനെ പിന്തുടരുകയേ മാർഗ്ഗമുള്ളൂ.

എഴുത്തിലെ ഇടവേളകളിൽ സൂരജുമായി ഒന്നു കൂടും. നയന ചിലപ്പോൾ വിളിക്കും. വെറുതേ ഒരു കുശലം. എന്നാലും സൂരജ് നയനയെ കാണുന്നുണ്ടെന്നെനിക്ക് മനസ്സിലായി.

സൂരജിന്റെ അമ്മ വീണയും അച്ഛമ്മ സ: വി എൻ രേവമ്മയും രണ്ടു ദിവസം മുൻപ് ബാംഗ്ലൂരിൽ നിന്ന് എത്തി. കഴിഞ്ഞ രണ്ടു ദിവസവും സൂരജിന്റെ അമ്മൂമ്മയുമായി ഇരുന്നു സംസാരിക്കുകയായിരുന്നു. അവരുടെ ഓർമ്മയിൽനിന്ന് ഒരു കാലം ഒഴുകി വന്നു. പഴയകാലം പറയുമ്പോൾ പോരാട്ട വീര്യം ജ്വലിച്ചു നിന്നു. പുതിയ കാലത്തെത്തുമ്പോൾ എല്ലാം പാർട്ടിയിൽ വിശ്വാസമർപ്പിച്ചും. പാർട്ടിക്ക് തെറ്റു പറ്റില്ല എന്ന ഉറച്ച വിശ്വാസം വി എൻ രേവമ്മയ്ക്കും ഉണ്ട്. തെറ്റുപറ്റിയിട്ടുണ്ടെങ്കിൽ അത് ഏറ്റുപറഞ്ഞ് തിരുത്തിയിട്ടുമുണ്ട്.

അങ്ങനെ ഏതു പാർട്ടിയാണുള്ളത്. പാർട്ടിയെ വിമർശിക്കുന്നവർ പാർട്ടി ശത്രുക്കളാണെന്നാണ് രേവമ്മയുടെയും അഭിപ്രായം. ആയിരത്തി തൊള്ളായിരത്തി ഇരുപത്താറിൽ ജനിച്ച രേവമ്മയുടെ കുട്ടിക്കാലം മുതൽ മുപ്പതുവർഷക്കാലത്തെ ഓർമ്മ എനിക്കു തന്നത് മറ്റെവിടെനിന്നും കിട്ടാൻ സാധ്യതയില്ലാത്തതാണ്. തൊണ്ണൂറ്റഞ്ചു വയസ്സായിട്ടും കേടുകൂടാതെ ഓർമ്മയുടെ കോശങ്ങൾ ആ തലച്ചോറിൽ ജീവിച്ചു.

യാത്ര പറഞ്ഞിറങ്ങുമ്പോൾ നയന അവിടെ വന്നു. നയനയെ സൂരജിന്റെ അമ്മൂമ്മയ്ക്ക് പരിചയപ്പെടുത്തി, അനന്തകൃഷ്ണക്കുറുപ്പിന്റെ പേരമകന്റെ മകൾ എന്ന്. സൂരജിന്റെ അമ്മൂമ്മ നയനയുടെ അമ്മൂമ്മയെക്കുറിച്ച് ചോദിച്ചു. കുട്ടിക്കാലത്തെ ചില ഓർമ്മകൾ പറഞ്ഞു.

“ദ്രൗപദി എന്റേന്നും പത്തു പതിനഞ്ച് വയസ്സിന് എളേതാ. പാവം കൊച്ച്.”

എന്തോ ഓർത്ത പോലെ രേവമ്മ ചിരിച്ചു.

ഞാൻ നയനയെ നോക്കി. ഇരുവരും ചിരിച്ചു. എന്തൊക്കെയോ വിനിമയം ചെയ്ത മൗനത്തിൽ ഞാൻ പോയ്‌വരട്ടെ എന്ന് തല കുലുക്കി കാറിൽ കയറി. അവളും ചിരിച്ചുകൊണ്ട് തല കുലുക്കി. വീണയോടും ചിരിച്ചുകൊണ്ട് കൈ വീശി യാത്ര ചോദിച്ചു. വീണ പ്രസാദത്തോടെ ചിരിക്കുമ്പോഴും കണ്ണിൽ ജലം നിറഞ്ഞു.

കാർ മാർക്കറ്റ് റോഡിലൂടെ ഹൈവേയിൽ കയറി.

സൂരജ് മൗനമായി ഡ്രൈവ് ചെയ്യുകയാണ്.

ഒരു നീണ്ടശ്വാസം വിട്ടിട്ട് സൂരജ് എന്നെ നോക്കി ചേട്ടാ എന്നു വിളിച്ചു.

“ഒരു പാട്ടിടടാ.” ഞാൻ പറഞ്ഞു. അവൻ പാട്ടിട്ടു.

ഞാൻ സീറ്റിൽ ചാരിക്കിടന്നു. സഞ്ജയ് സുബ്രഹ്മണ്യം എന്റെ മനസ്സിനെ ശൂന്യമാക്കി...പാട്ടിൽ ലയിച്ച് കണ്ണുമടച്ചു കിടന്നു.

സഞ്ജയ് സുബ്രഹ്മണ്യത്തിന്റെ പാട്ട് തീർന്നിട്ടു സൂരജ് അടുത്ത പാട്ടിടാൻ തുടങ്ങിയപ്പോൾ ഞാൻ പറഞ്ഞു.

“പാട്ടു മതി. നമ്മളിങ്ങനെ ഒന്നും മിണ്ടാതെ മുനികളെപ്പോലെ.”

“ചേട്ടന്റെ മൂഡ് അങ്ങനെയാണല്ലോ..അതോണ്ടല്ലേ.”

അവൻ ഗിയർ ചെയ്ഞ്ച് ചെയ്തുകൊണ്ട് എന്നെ നോക്കി.

“നീ എന്നെ കൊറേ സഹിക്കുന്നു അല്ലേ.” ഞാൻ പറഞ്ഞു.

“അതെന്ത് ചേട്ടൻ അങ്ങനെ പറഞ്ഞത്.”

“അല്ല. ഞാൻ മിണ്ടാട്ടവുമില്ല.. രാത്രി എഴുത്ത്. പകലുറക്കം.”

“ചേട്ടൻ എഴുതാനിരിക്കുമ്പോ പിന്നെ അങ്ങനെയാണല്ലോ. ഞാൻ ബോറടിച്ചില്ല. എനിക്ക് പിടിപ്പത് വർക്ക് ഉണ്ടായിരുന്നു. പിന്നെ നയനയും. ഞങ്ങൾ ഇതിനിടയിൽ നല്ല കമ്പനിയായി.”

ഞാനവന്റെ മുഖഭാവത്തിലേക്കു നോക്കി. അവൻ ചുണ്ടു കൂട്ടി ചിരിച്ചു.

അവൻ പറഞ്ഞു.

“ഒരു നല്ല സൗഹൃദം. അത് അതർ സെക്സീന്നാവുമ്പോ പ്രത്യേക സുഖമാണല്ലോ”.

കുറച്ചു നേരത്തെ മൗനത്തിനുശേഷം അവൻ പറഞ്ഞു.

“അവളുടെ വീട്ടന്തരീക്ഷം വളരെ മോശമാണ്. അവൾക്ക് ചേർന്ന തല്ല. അവിടെ വേറൊരു കൾച്ചറാണ്.”

“അതു നമുക്കന്ന് മനസ്സിലായല്ലോ.”

“അവിടെ ഇതുപോലൊരു പെൺകുട്ടി. ചേട്ടനോർത്തു നോക്കിയേ. അവളൊരു പെണ്ണാണ്. ഒരു ആണിനെപ്പോലല്ല, പിടിച്ചു നിൽക്കാൻ പാടാ. ഇവളുടെ എളേത് ഒരു ചെറുക്കനുണ്ട്, കൈയിൽ ചരടൊക്കെ കെട്ടിയ. അവൻ ആള് പെശകാണ്. ഒരു വിവരദോഷി.”

ഞാൻ സൂരജിനെ നോക്കുമ്പോൾ എന്റെ കണ്ണു തള്ളിവരുന്നു ണ്ടായിരുന്നു.

“അവൻ ചെലപ്പം നയനയെ ഒന്നും രണ്ടും പറഞ്ഞ് തല്ലും. അവള് തിരിച്ചും കൊടുക്കും.”

“എന്തിന് തല്ലുന്നത്. ഇവന്മാരുടെ അടുത്തൊക്കെ തർക്കിക്കാൻ പോയിട്ട് കാര്യമില്ലെന്ന് അവളോട് പറയണം.”

“അവള് രാഷ്ട്രീയമോ അങ്ങനത്തെ വിഷയമോ സംസാരിക്കില്ല. അതൊന്നും അവക്കറിയത്തില്ലെന്നും അവനെല്ലാമറിയാമെന്നുമാണ് അവന്റെ ഭാവം. ചെലപ്പം അവനവളെ ദേശസ്നേഹവും ഭാരതീയ സംസ്കാരവുമൊക്കെ പഠിപ്പിക്കാൻ ചെല്ലും. അവള് ഒന്നും തർക്കി ക്കൂല്ല. കുറച്ച് മൂളിമൂളി കേട്ടിട്ട് എങ്ങനെയെങ്കിലും തടിതപ്പും. വർ ഗ്ഗീയ വിഷം നിറഞ്ഞ അവൻ പറയുന്നത് സഹിക്കാൻ പറ്റൂല്ല. മിക്ക വാറും അവൻ വരുന്നതിനു മുൻപേ അവൾ മുറിയിൽ കേറി ലൈറ്റ ണച്ച് കെടക്കും”.

“പിന്നെന്തിനാ അവര് തമ്മില് അടി.” ഞാൻ ചോദിച്ചു.

“സദാചാരം. അവളുടെ ബുക്കും ഫോണുമൊക്കെ പരിശോധി ക്കാൻ കേറും. ഫോണിങ്ങെടടീ നോക്കട്ട് എന്ന് അധികാരത്തിൽ

പറയും. തരാൻ പറ്റത്തില്ലാന്ന് പറഞ്ഞാ അത് വീട്ടിലാകെ പ്രശ്ന മാക്കും. അവൾക്ക് പ്രണയമാണ്, ആൺപിള്ളേരോടെ ചാറ്റിങ്ങാണ് എന്നൊക്കെ പറഞ്ഞ് ബഹളമാവും. അവളുടെ അച്ഛനും അമ്മയു മൊക്കെ ഇടപെട്ട് അവള് ഒറ്റയ്ക്കാവും. സഹോദരിയിൽ ഇത്രയും കരുതൽ ഉള്ള സഹോദരനെ അച്ഛനുമമ്മയും സപ്പോർട്ട് ചെയ്യുകയും സഹോദരൻ പറയുന്നത് വിശ്വസിക്കുകയും ചെയ്യുമല്ലോ.''

''എനിക്ക് ആ സിറ്റുവേഷൻ നന്നായി മനസ്സിലാവുന്നു. പെൺ കുട്ടികളുടെ സമാനമായ വീട്ടനുഭവങ്ങൾ എനിക്ക് പരിചിതമാണ്.''

''പെണ്ണിനെ ഇനിയും കെട്ടിക്കാതെ നിർത്തിയാൽ കുഴപ്പമാവും എന്ന രക്ഷാകർതൃ ചിന്ത ഉണ്ടായി വന്നിട്ടുണ്ട്. അവൻ അവന്റെ തരത്തിൽപ്പെട്ടവരുടെ ആലോചനയുമായൊക്കെ വരുന്നുണ്ട്. പൊരുത്ത ത്തിന്റെ ഏതോ പ്രശ്നത്തിൽ അതൊക്കെ നടക്കാതെ പോയി. അവൾക്കെന്തോ ദോഷമുണ്ടുപോലും. പക്ഷേ ഏതു നിമിഷവും സംഗതി കൊഴയാം.''

''നീയുമായിട്ടുള്ള നയനയുടെ ഫ്രണ്ട്ഷിപ്പ് ആ ചെക്കനറിയോ?''

''ഇതുവരെ ഇല്ല. ഏതു നിമിഷവും അതറിയും. പിന്നെ സംഗതി യാകെ മാറും''.

ഞാൻ ചോദിച്ചു.

''നിങ്ങൾ തമ്മിൽ ഇഷ്ടമാണോ?''

ചോദ്യം കേട്ട് പെട്ടെന്ന് സൂരജ് എന്റെ മുഖത്തു നോക്കി.

''ഇഷ്ടമാണ്.''

''നിനക്ക് ജീവിതത്തിൽ കൂട്ടുവാൻ ഇഷ്ടമാണോ.''

''ഇഷ്ടമാണ്.'' അവൻ പറഞ്ഞു. നീണ്ടുനിവർന്നു കിടക്കുന്ന റോഡിൽ ദൂരേക്ക് ആയിരുന്നു അവന്റെ നോട്ടം.

''അവളെ രക്ഷിക്കാൻ വേണ്ടിയാണോ.''

''ചേട്ടന്റെ ഈ ചോദ്യം ഞാൻ പ്രതീക്ഷിച്ചു. ഈ ചോദ്യം ഞാനെ ന്നോടു തന്നെ ചോദിക്കുന്നതാണ്. രക്ഷകവേഷം ഞാനും അവളും ഇഷ്ടപ്പെടുന്നില്ല.''

കാർ മറ്റൊരു പട്ടണത്തിൽ പ്രവേശിച്ചു.

ഞാൻ ആലോചിക്കുകയായിരുന്നു. സൂക്ഷിച്ചും ബുദ്ധിയോടെയും കൈകാര്യം ചെയ്യേണ്ട വിഷയമാണ്. വഷളൻ കക്ഷികളാണ് മറു ഭാഗത്ത്. എന്തും ചെയ്യാൻ മടിയില്ലാത്തവർ. എന്റെ ദീർഘമൗനം കൊണ്ടായിരിക്കണം സൂരജ് ചോദിച്ചു.

''ചേട്ടൻ എന്തോന്ന് ആലോചിക്കുന്നത്?''

''ഒന്നുമില്ല. കാര്യത്തിന്റെ ഗൗരവം ആലോചിക്കുകയായിരുന്നു. നീ അവളോട് നിന്റെ ഇഷ്ടം പറഞ്ഞോ?''

''പറഞ്ഞു. പക്ഷേ അത് നല്ല ഒരു സന്ദർഭത്തിലല്ലാതെയായിപ്പോയി.''

''അതെന്തുപറ്റി.''

''അവൾ ഫേസ്ബുക്കിൽ ഏതോ ഫെമിനിസ്റ്റ് പോസ്റ്റ് ലൈക്ക് ചെയ്തു. അതു വലിയ പ്രശ്നമായി. നയനയുടെ ചേട്ടനെ സംബന്ധിച്ചിടത്തോളം ഭാരതീയസംസ്കാരത്തിന് നിരക്കാത്ത വലിയൊരു സദാചാരപ്രശ്നം അതിലുണ്ട്. പിന്നെ പോസ്റ്റിട്ടത് എല്ലാ പ്രതിഷേധങ്ങളെയും മറികടന്ന് ശബരിമലയിൽ ദർശനം നടത്തിയ സ്ത്രീയും. ആ ചെക്കന് സഹിക്കോ. അവൻ അവളെ തല്ലി. അവൾ തിരിച്ചും. അവൻ കൈയിൽ കിട്ടിയതെന്തോ എടുത്ത് അവളെ അടിച്ചു. അവളുടെ തല പൊട്ടി. ഇതൊക്കെ എന്നോട് പറയുമ്പോഴാണ് ഞാൻ പെട്ടെന്ന് നമുക്കൊരുമിച്ചു ജീവിക്കാമെന്നും നീ അവിടന്ന് രക്ഷപ്പെടണമെന്നുമൊക്കെ പറഞ്ഞത്. പറഞ്ഞതും രീതിയുമൊക്കെ തെറ്റായിരുന്നു. സത്യത്തിൽ ആ നിമിഷം എടുത്ത തീരുമാനമല്ല. പറയണം എന്നു കരുതിയത് അപ്പോഴങ്ങ് പറഞ്ഞു. പറഞ്ഞില്ലെങ്കിലും ഞങ്ങൾ തമ്മിൽ അതറിയാമെന്നപോലെയായിരുന്നു. അവളെ രക്ഷിക്കാൻ ഞാൻ വിവാഹം കഴിക്കാം എന്ന രീതിയിലായിപ്പോയി. അവൾ പൊട്ടിത്തെറിച്ചു. എന്തൊക്കെയോ പറഞ്ഞ് ഫോൺ കട്ടു ചെയ്തു. പിന്നെ ഞാൻ വിളിച്ചിട്ടും കിട്ടുന്നില്ല. ഞാൻ തുടരെ മെസേജ് അയച്ചുകൊണ്ടിരുന്നു. ഞാനാകെ വിഷമിച്ചുപോയി. മനസ്സ് നീറിപ്പിടഞ്ഞുപോയി. ഒന്നു രണ്ടു പ്രാവശ്യം ചേട്ടന്റെ മുറിയുടെ വാതിൽക്കൽ വന്നു. അവിടെ ലൈറ്റ് ഉണ്ടായിരുന്നു. ചേട്ടൻ എഴുതുകയാണ്. എഴുത്തിനിടയിൽ... അതുകൊണ്ട് ഞാൻ മുറിയിൽപ്പോയി കിടന്നു. ഉറങ്ങാതെ. രാത്രി രണ്ടു മണി കഴിഞ്ഞപ്പോ ഒരു മെസേജ് വന്നു. നമുക്ക് കാണണം എന്ന്. അങ്ങനെ അവളുടെ ഇൻസ്റ്റിറ്റ്യൂട്ടിനടുത്തു വച്ച് കണ്ടു. കുറെ സംസാരിച്ചതിനുശേഷം ഞങ്ങൾ പിരിയാൻ കഴിയുന്നവരല്ല എന്ന യാഥാർഥ്യം അംഗീകരിച്ചു.''

അതു പറഞ്ഞ് എന്നെ നോക്കി അവന്റെ സ്ഥിരം ചിരി ചിരിച്ചു.

ഞാനോർത്തു. വിവാഹം, കുടുംബം എന്നിവയുമായൊന്നും പൊരുത്തപ്പെടാനാവില്ല എന്നുപറഞ്ഞവനല്ലേ ഇവൻ. എന്നിട്ട് ഈ രണ്ടു മാസം കൊണ്ട്...

അതു ഞാനവനോടു പറഞ്ഞ് ഓർമ്മിപ്പിച്ചില്ല. ചോദിച്ചാൽ അവന് ന്യായീകരണം കാണും. ആ ന്യായീകരണം അവന് ബലം നൽകട്ടെ.

''നയനയെ നീ കൂടക്കൂടെ കാണാറുണ്ടോ?'' ഞാൻ ചോദിച്ചു.

''ഇല്ല. ഇന്നു കണ്ടത് നാലാമത്തെ പ്രാവശ്യമാണ്. ഇന്നും ഞാൻ വരണ്ട എന്നു പറഞ്ഞതാണ്. കാണുന്നത് അപകടമാണ്. അവൾക്ക് പോകുന്നതിന് മുൻപ് ചേട്ടനെ ഒന്നു കാണണം എന്നു പറഞ്ഞു.''

''എല്ലാം സൂക്ഷിച്ചു കൈകാര്യം ചെയ്യേണ്ടതാണ്. എന്തുണ്ടെങ്കിലും നീ എന്നെ അറിയിക്കണം.''

വീട്ടിലെത്തിയപ്പോൾ ഉച്ച കഴിഞ്ഞു. കാറിൽനിന്ന് ഇറങ്ങിയപ്പോൾ ഒരു നിറഞ്ഞ ചിരിയോടെ എന്റെ ജീവിത പങ്കാളി ബിജി ലാപ്ടോപ്പ് എന്നിൽനിന്ന് വാങ്ങി. മൂന്നു മാസത്തിന്റെ അദ്ധ്വാനം അതിനകത്താണ്. അവളതിനെ മാറോടു ചേർത്തുപിടിച്ചു. രണ്ടു മാസം ഞാനില്ലാതെ അവളിത്തിരി കഷ്ടപ്പെട്ടുകാണും. ഞാൻ വിചാരിച്ചു.

നല്ല വിശപ്പുണ്ട്.

ഞങ്ങൾ രണ്ടുപേരും കുളിച്ചു വന്ന് ഊണു കഴിച്ചു.

സൂരജിന് രാത്രിയാവുന്നതിനു മുൻപ് വീട്ടിലെത്തണം. അവൻ ഊണു കഴിച്ച് അധികനേരം നിന്നില്ല.

അവൻ തിരിക്കുന്നതിനുമുൻപായി ഞാൻ പറഞ്ഞു.

''സൂരജേ കാര്യം സീരിയസാണ്. അവളുടെ അച്ഛൻ വലിയ പ്രശ്നമില്ല. അയാൾ പഴയ ജാത്യാഭിമാനവും പട്ടാളക്കഥകളുമായി കഴിയുന്ന കഥയില്ലാത്ത ഒരുത്തനാണ്. പാരമ്പര്യത്തിന്റെ ചൊരുക്കല്ലാതെ വിഷജീവിയല്ല. പക്ഷേ ആ സഹോദരൻ , അവൻ വിഷജീവിസംഘത്തിലേതാണ്. നാം ഭയക്കേണ്ടതുണ്ട്. ഇതു കേരളമാണെന്ന് കരുതരുത്. കേരളത്തിൽ ഹരിയാനയും യുപിയും സൃഷ്ടിക്കാനാണ് അവർ ശ്രമിക്കുന്നത്. കൊല്ലാനും മടിക്കില്ല.''

ഞാനിതു പറഞ്ഞപ്പോൾ അവന്റെ മുഖത്തുണ്ടായ ഭയം കണ്ടിട്ട് ഞാൻ പറഞ്ഞു.

''പേടിച്ചിട്ട് കാര്യമില്ല. കാര്യമായി പ്ലാൻ ചെയ്യണം.''

അവൻ തല കുലുക്കി. എന്റെ കൈയിൽ ബലമായി അമർത്തി. അപ്പോഴേക്കും ബിജി വന്നു, അവന് വഴിയിൽ കഴിക്കാൻ എന്തോ പലഹാരങ്ങളുമായി.

അവൻ പോയപ്പോൾ ബിജി പറഞ്ഞു കേറിക്കോ എഴുത്തുമുറിയിലേക്കെന്ന്.

ഞാൻ പറഞ്ഞു.

രണ്ടു ദിവസത്തേക്ക് ഇനി എഴുത്തൊന്നുമില്ല. ഫുൾ ഫാമിലി മാൻ.

അടുത്ത നാലു ദിവസങ്ങൾ ഞാൻ ഒന്നുമെഴുതിയില്ല.

ഇന്ന് ഇപ്പോൾ രാത്രി.

മഴയുടെ ശബ്ദം തുറന്നിട്ട ജാലകത്തിലൂടെ വന്ന് ഉന്മേഷം തരുന്നുണ്ട്. എഴുത്തുമേശയിലിരുന്ന് ലാപ്ടോപ്പിലെ കീബോർഡിൽ വിരൽ തൊട്ടുതൊടാതെ ഇരുന്നു. മനസ്സിൽ തെളിഞ്ഞത് വിക്ടർ ആണ്.

## ഇരുപത്തിമൂന്ന്

**അ**ന്ന് ഞാൻ സൂരജിനൊപ്പം മുൻ നിശ്ചയമില്ലാതെയാണ് വിക്ടറിനെ കാണാൻ പോയത്. എന്റെ മനസ്സിൽ അതുവരെയുണ്ടായിരുന്ന രൂപ മല്ലായിരുന്നു നേരിൽ കണ്ട വിക്ടർ. മെലിഞ്ഞ് പൊക്കമുള്ള ഒരാൾ. യേശുവിനെപ്പോലെ നീണ്ട താടിയും മുടിയും വളർന്ന് ചിരിയിൽ സ്നേഹം ചൊരിയുന്ന ഒരു മുഖം. ഇതായിരുന്നു മനസ്സിലുണ്ടായിരുന്ന രൂപം.

ഒരു നടവരമ്പിലൂടെ നടന്നു പോകുമ്പോൾ വെട്ടുകല്ലുകൊണ്ട് കെട്ടിയ പൂശാത്ത വീട് സൂരജ് ചൂണ്ടിക്കാണിച്ചത് തെങ്ങുകൾക്കും അടയ്ക്കാമരങ്ങൾക്കും ഇടയിലൂടെ ഞാൻ കണ്ടു. നടപ്പാതയ്ക്ക് അരികെ രണ്ടാൾപ്പൊക്കത്തിൽ താഴെ വെള്ളം നിറഞ്ഞൊഴുകുന്നു, ഒരു തോടിനെക്കാൾ വീതിയുണ്ട്. പുഴയായിരിക്കാം.

ഇറയത്ത് അരഭിത്തിയിൽ ഇരിക്കുന്ന വിക്ടറിന്റെ പിൻഭാഗമാണ് ആദ്യം കണ്ടത്. വിക്ടർ ഷർട്ട് ഇട്ടിരുന്നില്ല. ഒറ്റനോട്ടത്തിൽ ഒരു പൊണ്ണത്തടിയൻ. അടുത്തെത്തിയിട്ടും അവൻ തിരിഞ്ഞുനോക്കിയില്ല. സൂരജിന്റെ പിറകേ ഞാനും ഇറയത്തേക്ക് കയറി. അപരിചിതരെ നോക്കുന്നതുപോലെ അവൻ ഞങ്ങളെ നോക്കി. സൂരജിനോടും അവൻ ഒരു പരിചയവും കാണിച്ചില്ല.

വിക്ടർ എന്നിൽ വന്നു ഭവിച്ച ഭാവനയെ തെറ്റിച്ചുകൊണ്ട് ഉയരം കുറഞ്ഞവനും പൊണ്ണത്തടിയനും ആയിരുന്നു. മീശയോ താടിയോ ഇല്ലാതെ മുഖം ക്ലീൻ ഷേവ് ആയിരുന്നു. മുടി ചുരുളൻ ആയിരുന്നു. അത് നീണ്ടു പടർന്ന് കിടന്നു. നെഞ്ചിലെല്ലാം രോമക്കാടായിരുന്നു. കണ്ണിന് അസാധാരണമായ തിളക്കം.

വിക്ടറിനെ ചേർന്നുനിന്ന് സൂരജ് അവന്റെ തോളിൽ കൈ വച്ചു.

''വിക്ടർ...'' അവൻ വിളിച്ചു.

വിക്ടർ സൂരജിന്റെ മുഖത്തു നോക്കി. ഒരു ഭാവവുമില്ല. കണ്ണു കൾ സംസാരിക്കുന്നതുപോലെ തിളങ്ങുന്നു. മെല്ലെ വിക്ടർ, അവന്റെ

കൈകൾ സൂരജിന്റെ മുഖത്തെ താടിരോമങ്ങളിൽ തടവി. അവർ കുറെ നേരം അങ്ങനെ ചേർന്നുനിന്നു.

അപ്പോഴേക്കും വിധു എത്തി. സൂരജ് എന്നെ വിധുവിന് പരിചയപ്പെടുത്തി.

അവർ തമ്മിൽ കണ്ടിട്ട് ഏഴോ എട്ടോ വർഷങ്ങളായിട്ടുണ്ട്. സൂരജ് വിധുവിന്റെ വിശേഷങ്ങൾ ഒന്നും ചോദിച്ചില്ല, അവൾ പറഞ്ഞുമില്ല. വിക്ടറല്ലാതെ അവൾക്ക് ജീവിതത്തിൽ മറ്റൊന്നുമുണ്ടായിരിക്കില്ല ഈ കാലയളവിൽ.

വിധു ഞങ്ങൾക്ക് കപ്പയും മുളകുചമ്മന്തിയും കട്ടനും കൊണ്ടുവന്നു. വിക്ടർ ഭക്ഷണം കഴിക്കുന്നത് ഞാൻ നോക്കിയിരുന്നു. വളരെ സാവകാശം ഞങ്ങൾ കഴിച്ചതിന്റെ ഇരട്ടിയെങ്കിലും അവൻ കഴിച്ചു കാണും.

വിക്ടറിനെക്കുറിച്ച് സൂരജ് എന്നോടു പറഞ്ഞിട്ടുണ്ടെന്ന് വിധു ഊഹിച്ചിട്ടുണ്ടാവും. ഭക്ഷണം കഴിച്ച് ഞങ്ങൾ വിധു തന്ന മൊന്തയിലെ വെള്ളം കൊണ്ട് കൈയും വായും കഴുകി. വിക്ടർ കൈ കഴുകി വായ് കൊപ്ലിച്ചിട്ട് മുറ്റത്തിന്റെ ഒരു കോണിൽക്കിടന്ന പഴയൊരു കല്ലുരലിൽ പോയി ഇരുന്നു. ഇവിടെ നടക്കുന്നതൊന്നും അവൻ അറിയുന്നില്ല എന്നു തോന്നും. പക്ഷേ വിളിച്ചാൽ തിരിഞ്ഞു നോക്കും, ഒരു ഭാവവ്യത്യാസവുമില്ലാതെ. അവൻ ദൂരെയെവിടെയോ നോക്കി ഇരിക്കുകയാണ്.

വിധു എന്റെ മുഖത്തു നോക്കി സൂരജിനോടും എന്നപോലെ പറഞ്ഞു.

"ചിലപ്പോൾ ഈ ലോകത്ത് വരും. അപ്പോൾ കുറച്ചൊക്കെ സംസാരിക്കും. എന്നെ കെട്ടിപ്പിടിച്ചു കരയും. ഇപ്പോൾ യാത്രയ്ക്കായി കാത്തിരിക്കുന്ന പോലെയാണ്. യാത്ര തുടങ്ങുമ്പോൾ ശാരീരികമായും കുറെ അനുഭവിക്കുന്നുണ്ട്."

വിധു പറയുന്നത് കേൾക്കുന്നു എങ്കിലും സൂരജ് അവളുടെ മുഖത്തു നോക്കാതെ കൈകൾ കൂട്ടിപ്പിടിച്ച് കുനിഞ്ഞിരുന്നു.

വിധു എന്നെ നോക്കി പറയുകയും ഇടവിട്ടിടവിട്ട് ഓരോ മാത്ര സൂരജിനെ നോക്കുകയും ചെയ്തു.

മൂകമായ വിനിമയങ്ങൾ, എനിക്കറിയാത്ത അവരുടെ ഓർമ്മകൾ, അത് വലയം ചെയ്ത അന്തരീക്ഷത്തിലായിരുന്നു ഞാൻ. എന്തൊക്കെയോ ചോദ്യങ്ങൾ എന്നിൽ വന്നു. അത് എന്തെന്നറിയും മുൻപ് ഇല്ലാതെയായി.

"ഉറങ്ങുന്നതുപോലെ കിടന്നുകൊണ്ടാകും ചിലപ്പോൾ യാത്ര. കൺപോളകൾ ചിമ്മിക്കൊണ്ടിരിക്കും. ശ്വാസഗതി വർദ്ധിക്കും.

മൂളുന്നതുപോലെ ശബ്ദവുമുണ്ടാകും. ചിലപ്പോൾ പുറത്തേക്ക് വേഗത്തിൽ നടക്കും. പുറപ്പെട്ട് പോകും.. ചിലപ്പോൾ വയലന്റ് ആകും. ആരോടൊക്കെയോ യുദ്ധം ചെയ്യുന്നപോലെ. ചിലപ്പോൾ വളരെ ശാന്തമായാണ് യാത്ര. എന്തോ ഒക്കെ രസിക്കുന്നപോലെ. കൂടെ ആരൊക്കെയോ ഉണ്ട്. അപ്പോൾ ഇവിടെ അങ്ങോട്ടുമിങ്ങോട്ടും ശബ്ദമില്ലാതെ സംസാരിച്ചുകൊണ്ട് നടക്കും. ഇപ്പോൾ കുറെ ദിവസമായി മൗനത്തിലാണ്. ഇത്രയും നാൾ ഇങ്ങനെ പോയിട്ടില്ല. കൂടക്കൂടെ എന്നെ തുറിച്ചുനോക്കും. അല്ലാത്തപ്പോഴൊക്കെ അകലെ എവിടെയോ.''

''വയലന്റാവുമ്പോ...?'' ഞാൻ ചോദ്യം പകുതിയിൽ നിർത്തി.

''അകത്ത് ചങ്ങലയ്ക്കിടും. അതിനൊള്ളതൊക്കെ മുറിയിലുണ്ട്. പ്രശ്നമാവുന്നതിനു മുൻപേ ലക്ഷണങ്ങൾ കാണും. അവിടെ വന്നു കിടന്ന് കൈകൾ നീട്ടിപ്പിടിക്കും.''

വിക്ടർ ഇപ്പോൾ സൂരജിനെത്തന്നെ നോക്കുകയാണെന്ന് ഞാൻ കണ്ടു.

സങ്കല്പിച്ചതൊന്നുമല്ല കണ്ടത്. വിക്ടറിനെയും വിധുവിനെയും കുറിച്ച് അറിഞ്ഞപ്പോൾ അവർ താമസിക്കുന്ന സ്ഥലം പോലും എനിക്ക് ഭാവനയിൽ ദൃശ്യമായിരുന്നു. അത് മറ്റൊരു സ്ഥലം, മറ്റൊരു വിക്ടർ, മറ്റൊരു വിധു. യാഥാർത്ഥ്യത്തിന്റെ അനന്തഭാവനകൾ സമാന്തരമായി വർത്തിക്കുന്നു, അതിന്റെ നിഴലുകളെ വീഴ്ത്തിക്കൊണ്ട്.

പാവാടയും ഷർട്ടും ഇട്ടിരുന്ന വിധുവിന്റെ മുഖത്ത് കുട്ടിത്തം ഉണ്ടായിരുന്നു. ചപ്പിയ തലയിൽ വലിയ കണ്ണുകൾ. കുറച്ചുനേരം മൗനം അവിടെ നിറഞ്ഞു നിന്നു. അപ്പോൾ കാലത്തിലൂടെയുള്ള യാത്രയുടെ സ്റ്റേഷനിൽ ചാരുബഞ്ചിൽ ഇരിക്കുന്ന യാത്രക്കാരാണ് ഞങ്ങൾ എന്നെനിക്ക് തോന്നി. ഒരു നിശ്ചല ചിത്രത്തിലെന്ന പോലെ.

സൂരജ് വിധുവിനോട് യാത്ര ചോദിക്കാതെ, മുഖത്തുനോക്കാതെ എഴുന്നേറ്റ് മുറ്റത്തേക്കിറങ്ങി. ഞാനും കൂടെയിറങ്ങി. അപ്പോൾ വിധു സൂരജിന്റെ കൈയിൽപ്പിടിച്ച് അവന്റെ കണ്ണുകളിലേക്ക് നോക്കി. ആ നിമിഷം തന്നെ സൂരജ് അവളെ തന്നിലേക്കടുപ്പിച്ച് കെട്ടിപ്പിടിച്ചു. അണപൊട്ടിയൊഴുകിയ ആശ്ലേഷം. അവൾ അവനെ ഉമ്മവയ്ക്കുകയും മുഖത്തും മുടിയിഴകളിലും വിരലുകൾ കൊണ്ടുള്ള സ്പർശത്തിലൂടെ അവനെ തൊടുകയും ചെയ്തു. അവളുടെ ഭാവവും ആവേശവും ഒരു മാതാവിന്റേതെന്നപോലെ തോന്നിച്ചു. മാറ്റിനിർത്തപ്പെട്ട കുട്ടിയെ കണ്ട അമ്മയെപ്പോലെ.

സൂരജ് വിക്ടറിന്റെ അടുത്തു പോയി നിന്നു. വിക്ടർ രണ്ടു കൈകളും ഉയർത്തി സൂരജിന്റെ ഇരുകവിളുകളിലേക്ക് കൊണ്ടുവരുകയും ഒപ്പം എഴുന്നേൽക്കുകയും ചെയ്തു. സൂരജും വിക്ടറിന്റെ മുഖം സ്വന്തം കൈക്കുമ്പിളിൽ ചേർത്തു. ആന്തരികചോദനയിൽ ശരീരം അറിയാതെ ചലിക്കുന്നു. സൂരജിന്റെ മുഖത്ത് ഞാനതുവരെ കാണാത്ത വികാരവായ്പുകൾ കണ്ടു.

"എന്തെങ്കിലും മിണ്ടൂ."

സൂരജ് വിക്ടറിന്റെ കണ്ണുകളിൽത്തന്നെ കുറച്ചു നേരം നോക്കി പതിഞ്ഞ ശബ്ദത്തിൽ പറഞ്ഞു.

വിക്ടർ പറഞ്ഞു: "യാത്ര അവസാനിച്ചു. സമയം തീർന്നു."

അവൻ കൈ സാവധാനം പിൻവലിച്ചു. വിക്ടർ സംസാരിച്ചു കേട്ടു എന്നു മാത്രം ഞാൻ വിചാരിച്ചു

തിരിച്ചു തിരുവനന്തപുരത്തേക്കാണ് സൂരജിന് പോകേണ്ടിയിരുന്നത്. വയനാട്ടിൽ നിന്ന് കോഴിക്കോട്ട് എത്തി. എനിക്കും തിരുവനന്തപുരത്തേക്കു തന്നെ ട്രെയിനിൽ ടിക്കറ്റ് എടുത്തു. അതിരാവിലെ തിരുവനന്തപുരത്ത് എത്തും.

യാത്രയിൽ എന്റെ മനസ്സ് ഏകബിന്ദുവിൽ ശൂന്യമായി. വിക്ടറിന്റെ യാത്രയുടെ ഓർമ്മയാണ് മനസ്സിനെ കൂർപ്പിച്ചത്. കാലത്തിന്റെ വാതിൽ തുറന്ന് സംഭവങ്ങളുടെ യാഥാർത്ഥ്യങ്ങളിൽ സ്വയം പ്രത്യക്ഷമാകുക. അതിനുശേഷം സംഭവിച്ചതിന്റെയൊന്നും നിറം കലരാതെ പൂർവ്വാപരബന്ധമില്ലാതെ ഓരോന്നും അതായി.

മനസ്സ് യാത്ര തുടർന്നു. പഥം ഇല്ലാത്ത സഞ്ചാരം. ദൂരവും സമയവും ഇല്ലാത്ത, വേഗം അനന്തമായ... ഇല്ല. യാത്ര എന്നു പറയാനാകില്ല. ഇവിടെ ഇല്ലാതാകുന്നു. മറ്റൊരു സംഭവത്തിൽ ഉൾപ്പെടുന്നു. എന്നോ സംഭവിച്ച ആ സംഭവത്തിന്റെ സമയത്തിലും സ്ഥലത്തിലും. പിന്നെ അവിടെ ഇല്ലാതായി മറ്റൊരു സംഭവത്തിൽ. ഭൂതം വീണ്ടും വർത്തമാനമാകുന്ന കേവലത.

വിക്ടർ എന്ന വ്യക്തിയുടെ ഭാവനയിലെ രൂപം നേർക്കാഴ്ചയിൽ തിരുത്തപ്പെട്ടു എങ്കിലും വിക്ടറിന്റെ ഭൂതകാലത്തിലേക്കുള്ള യാത്ര ഇപ്പോൾ ജീവിക്കുന്നത് എന്റെ ഭാവനയിലാണ്. അവന്റെ യാത്രയും അനുഭവങ്ങളും അവനിൽ ഒടുങ്ങുന്നു.

വെളുപ്പിന് തിരുവനന്തപുരത്ത് എത്തി. സൂരജിന്റെ മുറിയിൽ കയറിയതും വിധുവിന്റെ ഫോൺ വന്നു. അവന്റെ സമയം തീർന്നു. ഹി ഈസ് നോ മോർ. തൂങ്ങിയാണ് മരിച്ചത്.

# ഇരുപത്തിനാല്

**ഒ**രേയൊരു ദിവസം മാത്രം കണ്ട വിക്ടർ. കഴിഞ്ഞകാലങ്ങളുടെ തുറസ്സുകൾ കടന്നുകടന്ന് അവസാനം മരണവാതിൽ നോക്കി നിൽക്കുന്ന വിക്ടറിനെയായിരുന്നു അന്നു കണ്ടത്. അതു മനസ്സിലാവുന്നത് അവൻ ആ വാതിൽ കടന്നുപോയശേഷവും.

എന്നെ വിക്ടർ നന്നായി ബാധിച്ചു.

ആദ്യം സങ്കല്പത്തിലും പിന്നെ കേട്ടുകേൾവിയിലെ മൂർത്തഭാവനയിലും അതിനുശേഷം നേർക്കാഴ്ചയിലും. നേരിട്ടു കണ്ടത് സ്വപ്നത്തിലാണോയെന്ന് ഇപ്പോഴും തോന്നിപ്പോകുന്നു.

വിക്ടർ എന്നെ ഭീതിദമായ ഏകാന്തതയിലേക്ക് കൊണ്ടുപോകുന്നു. അത് എന്നെ കൂട്ടിക്കൊണ്ടു പോകുന്നതുപോലെ തോന്നിപ്പിക്കും. വിക്ടർ പോകുകയാണ്, ഒരുപക്ഷേ ഞാൻ പിന്നിലുണ്ടെന്നറിയാതെ. ഞാൻ പക്ഷേ അവന്റെ കാന്തിക ബലത്തിൽ വാതിലുകളോരോന്നും കടന്നുപോകുകയാണ്. അവന്റെ നിഴലായി. ഞാൻ നിഴലായി ഏറത്തു ഭവനത്തിൽ എത്തി.

ഏറത്തു ഭവനത്തിന്റെ പടിപ്പുരയിൽ നോക്കി ഞാൻ നിൽക്കുകയാണ്.

രാജകീയമായ ഒരു ഭവനം എന്റെ മുന്നിൽ ഉയർന്നു നിൽക്കുന്നു. അടഞ്ഞു കിടന്ന പടിപ്പുരവാതിൽ കിറുകിറ ശബ്ദത്തോടെ മെല്ലെ തുറന്നു. സർവ്വം മൂകം. വലിയ വലിയ മരത്തൂണുകളുള്ള പൂമുഖത്ത് പ്രൗഢമായ ചാരുകസേരയിൽ പൊക്കിൾ വരെ നീണ്ട താടിയുമായി ഒരാൾ ഇരിക്കുന്നു. നീണ്ട മുടി ഉച്ചിയിൽ കെട്ടിവച്ചിട്ടുണ്ട്. അനന്തകൃഷ്ണക്കുറുപ്പ് ഒരു നിശ്ചല ചിത്രമായി ഇരിക്കുന്നു. സന്ധ്യയുടെ നനുത്ത വെയിൽ പരന്നുകിടക്കുന്നു. തറവാടിന്റെ ഒരു വശത്ത് നീണ്ട തൊഴുത്തിലിൽ നിരനിരയായി കന്നുകാലികൾ. ഒരിലയനക്കംകൂടിയുമില്ലാത്ത നിശ്ചലജീവിതത്തിന്റെ വലിയൊരു ക്യാൻവാസായിരുന്നു അത്.

ദൂരെ യുദ്ധം നടക്കുകയാണ്. ലോകത്ത് പലഭാഗത്തും യുദ്ധത്തിൽ മനുഷ്യൻ മരിച്ചുവീണുകൊണ്ടിരിക്കുന്നു. കറുത്തവനും വെളുത്തവനും ഭക്ഷണം കിട്ടാതെ അസ്ഥിമാത്രശരീരങ്ങളായി നരകിക്കുന്നു. യുദ്ധത്തടവുകാരുടെ നഗ്നശരീരങ്ങൾ നിരനിരയായി നടന്നുപോകുന്നു. കൊന്നുകൂട്ടിയവരുടെ എല്ലിൻകൂടുകൾ കുന്നുകൂടിക്കിടക്കുന്നു.

ഭദ്രനും അശോകനും യുദ്ധമുഖത്താണ്. ഭദ്രൻ ബ്രിട്ടീഷ് ഇൻഡ്യൻ പട്ടാളത്തിലും അശോകൻ ഐ.എൻ.എയിലും.

അശോകനാണ് ആദ്യം നാടുവിട്ടത്.

മദിരാശിയിൽ ഒരു പ്രസ്സിൽ ജോലി ചെയ്തുകൊണ്ടിരിക്കുമ്പോൾ കൂടുതൽ ശമ്പളം കിട്ടുമെന്നു പറഞ്ഞ് മലയായിലേക്കു പോകുന്ന വരുടെ കൂടെ അവനും കൂടി. മലയായിൽവച്ച് കിട്ടിയ അച്ഛന്റെ കത്തിൽ നിന്ന് ഭദ്രൻ ബ്രിട്ടീഷ് പട്ടാളത്തിൽ ചേർന്നു എന്നറിഞ്ഞു. താമസിയാതെ യുദ്ധം തുടങ്ങി. കത്തിടപാടുകൾ ദുഷ്കരമായി. ജപ്പാൻ ജർമ്മനിക്കും ഇറ്റലിക്കുമൊപ്പം ചേർന്നു. യുദ്ധം മലയായി ലുമെത്തി.

അശോകൻ ബർമ്മയിൽ ഒരു നദീതീരത്ത് കാടിനകത്ത് ഒരു താത്കാലിക ടെന്റിലാണ്. കാടുകളിൽ പതിയിരുന്നാക്രമണം. അവിട വിടെ വെടിപൊട്ടുന്നുണ്ട്. ശത്രുവിന്റെ പട്ടാളം വളഞ്ഞിരിക്കുന്നു. കമാന്ററുടെ ആജ്ഞ. എല്ലാവരും പുറത്തിറങ്ങി. മരങ്ങളെ മറഞ്ഞി രുന്ന് ശത്രുവിനെ ലക്ഷ്യമാക്കി വെടി വയ്ക്കുകയാണ്. ആരാണ് ശത്രു? എന്താണ് ശത്രുത? മറവിൽ കാണുന്നയാൾ ശത്രുവിന്റെ പ്രതിനിധിയാണ്.

കുറെ നേരം അങ്ങോട്ടുമിങ്ങോട്ടും വെടിവച്ചു.

അശോകൻ തോക്കു ചൂണ്ടിപ്പിടിച്ച് ശത്രുവിന്റെ തലവട്ടം നോക്കി പതുങ്ങിപ്പതുങ്ങി നടന്നു. ഒരു വലിയ പാറയുടെ അരികുപറ്റി നടന്നു നടന്ന് അതിനെ വലയം വച്ചു വരുമ്പോൾ മുന്നിൽ ശത്രുപക്ഷത്തെ സൈനികൻ. ബ്രിട്ടീഷ് ഇൻഡ്യൻ പട്ടാളത്തിലെ ആ പട്ടാളക്കാരനും തന്നെപ്പോലെ തോക്കു പിടിച്ച് പാറയ്ക്ക് എതിർദിശയിൽ വലംവച്ച് മുന്നിൽ.

നീട്ടിപ്പിടിച്ച തോക്കുമായി രണ്ടുപേരും. രണ്ടുപേരുടെയും പര സ്പരനോട്ടം. കണ്ണിൽ ഭയം? ആർദ്രത? കരുണ?

ഒരിക്കലും കൊല്ലാനുള്ള ക്രൗര്യമല്ല ആ കണ്ണുകളിൽ. ശത്രു സൈന്യത്തിലുള്ളവനെ കൊല്ലാനാണ് തോക്കു കൈയിൽ പിടിച്ചി രിക്കുന്നത്. ആദ്യം വെടിവയ്ക്കുന്നയാൾക്ക് ഇപ്പോൾ സംഭവിക്കാ വുന്ന മരണം മാറ്റിവയ്ക്കപ്പെടും. ഏതാനും മാത്രകൾ അങ്ങനെ നിന്നു.

അപരൻ വെടിവയ്ക്കുമെന്ന് തോന്നിപ്പോയ ആ നിമിഷം അശോ കൻ വെടിയുതിർത്തു. അയാൾ വെടികൊണ്ടു വീണു. അശോകൻ അയാൾക്കരികെ വന്നിരുന്നു. അയാൾ മരിക്കാൻ പോകുകയാണ്. അശോകൻ ആ സഹജീവിയുടെ തല തന്റെ കൈകളിൽ താങ്ങി യെടുത്തു. മരണത്തിലേക്കു പോകുന്ന കണ്ണുകൾ അശോകനെ നോക്കി.

അമ്മേ എന്ന് ചുണ്ടുകൾ മന്ത്രിച്ചു. അവൻ മരിച്ചു. ഒരു നിമിഷം സമപ്രായക്കാരനായേക്കാവുന്ന ആ സഹോദരനെ നോക്കി, പിന്നെ അവനിൽ നിന്ന് കൈ പിൻവലിച്ച് കുറച്ചു നേരം കളങ്കമോ ക്രൗര്യമോ ഇല്ലാത്ത ആ മനുഷ്യമുഖത്ത് നോക്കി ഇരുന്നു.

തോക്ക് തലകീഴായി പിടിച്ച് അവൻ കുനിഞ്ഞുനടന്നു. വെടി യൊച്ചകൾ അപ്പോഴും കേൾക്കുന്നുണ്ട്. നടന്നുപോകുമ്പോൾ അവൻ ഭദ്രനെ ഓർത്തു. ബ്രിട്ടീഷ് പട്ടാളത്തിൽ ചേർന്ന് യുദ്ധം ചെയ്യുന്ന തന്റെ ഇരട്ട സഹോദരൻ ഭദ്രൻ.

നദിക്കരയിൽ അവൻ വന്ന് ഇരുന്നു.

മറഞ്ഞിരുന്നും കൂട്ടം ചേർന്നും ആക്രമിക്കുമ്പോൾ ആരൊക്കെയോ മരിച്ചുവീഴുന്നുണ്ട്. അതൊക്കെ കൂട്ടം ചേർന്നുള്ള ആഘോഷമായി രുന്നു. ശത്രുവിനു മേൽ നേടുന്ന ജയമാണ്.

ഇപ്പോൾ... ഒരാൾ നേർക്കുനേർ... അവൻ എന്റെ നേരേ വെടി യുതിർക്കും എന്നു തോന്നിയ നിമിഷത്തിലാണ് താൻ കാഞ്ചി വലി ച്ചത്.

അത് തോന്നലായിരുന്നിരിക്കുമോ? വെടിയുതിർത്തില്ലായിരുന്നു വെങ്കിൽ ഞാൻ ഈ ലോകത്ത് ഇപ്പോൾ ഉണ്ടാകുമായിരുന്നില്ല. അവൻ വിചാരിച്ചു.

എന്തിനീ ജീവിതം. അവന്റെ നെഞ്ചകം നീറിപ്പിടഞ്ഞു. അവൻ യുദ്ധവിമുഖനായി. ആ മുഖം, കണ്ണുകൾ അവന്റെ മുന്നിൽ തെളിഞ്ഞു നിന്നു. മരിച്ച സഹോദരന് ഒരു ജീവിതമുണ്ടായിരുന്നു. ഒരു കുടുംബം. അമ്മ, ഭാര്യ? കാമുകി? അവന്റെ ഓർമ്മകൾ... എല്ലാം തന്റെ വിരലു കൾ ചലിച്ചപ്പോൾ തീർന്നു.

അശോകന് കരയുവാൻ പോലും കഴിയുന്നില്ല. നിർവികാരത... ഭീകരമായ മരവിപ്പ്. എങ്ങോട്ടും രക്ഷപ്പെടാനില്ല. സ്വയം മരിക്കാൻ തോക്ക് തന്റെ തലയ്ക്ക് നേരേ ചൂണ്ടി. മരണം വിരലിന്റെ ചലനം കാത്തുനിന്നു. കണ്ണടച്ച് അല്പനേരം.

ജീവിതത്തിന് ഒരർത്ഥവുമില്ല. അനിശ്ചിതമായി ഇടയ്ക്കെവി ടെയോ പ്രവേശിക്കുന്നു. അനിശ്ചിതമായ ജീവിതം. അനിശ്ചിതമായ അന്ത്യം. പക്ഷേ വിരലുകൾ ചലിച്ചില്ല. അവൻ തോക്ക് ദൂരേക്ക് വലിച്ചെറിഞ്ഞു. അവൻ കാട്ടിൽ ഇടുങ്ങിയ വഴിയിലിരുന്ന് കരഞ്ഞു.

യുദ്ധം തീരുവോളം അശോകൻ ഐ.എൻ.എയിൽ ഉണ്ടായിരുന്നു. കൂടെയുണ്ടായിരുന്ന പലരും മരിച്ചു. അതിൽ മലയാളികൾ ഏറെ. ചിലരെപ്പറ്റി ഒരു വിവരവുമില്ല. ചരിത്രത്തിലെ വലിയ വലിയ

സംഭവങ്ങൾ സംഭവിച്ച് യുദ്ധം തീർന്നു. മരിച്ചുപോയവരും അവരുടെ ആശ്രിതരും ചരിത്രത്തിന്റെ കുഴിയിൽ മൂടപ്പെട്ടു.

അശോകന് തിരികെപ്പോകാനുള്ള അനുമതി കിട്ടി.

ഏതായിരുന്നു ശരിയുടെ പക്ഷം? ഹിറ്റ്ലർ തെറ്റായിരുന്നോ? സുഭാഷ് ചന്ദ്രബോസ്?

താൻ ഇത്രയും കാലം തെറ്റായ ചിന്താഗതിയുടെ പിറകെയായിരുന്നുവെങ്കിൽ ആരാണതിനുത്തരവാദി? ആരാണ് തെറ്റിനെ ശരിയെന്ന് ടോർച്ചടിച്ച് വഴിതെറ്റിക്കുന്നത്. ജീവിച്ചുപോയ ജീവിതത്തെ തെറ്റായിപ്പോയെന്നു കണ്ട് വെട്ടിക്കളഞ്ഞാൽ പിന്നെ ജീവിച്ചുപോയ ആ കാലത്തിനെന്തർത്ഥം. ഇന്ന് ശരിയെന്നു തോന്നുന്നത് ശരിതന്നെയായിരിക്കുമോ?

ഏതാണ് ശരിയായ മാർഗ്ഗം. ലോകം ഏതു വഴിക്കു പോയാലും വ്യക്തിക്ക് സ്വയം വ്യത്യസ്ത പാത തിരഞ്ഞെടുക്കാനാവുമോ?

യുദ്ധം കഴിഞ്ഞ് ഇന്ത്യയിലെത്തി മൂന്നു വർഷം കഴിഞ്ഞാണ് അശോകൻ വീട്ടിലേക്കു തിരിച്ചത്. കൈയിൽ തൂക്കിയ ചെറിയ ഇരുമ്പുപെട്ടിയിൽ തന്റെ മുഷിഞ്ഞ തുണികളുണ്ടായിരുന്നു. ആറേഴു മൈൽ അകലെയുള്ള സ്റ്റേഷനിലായിരുന്നു അവൻ വന്ന ട്രെയിനിന്റെ സ്റ്റോപ്പ്.

രാത്രി ഒരുമണിക്കാണ് തീവണ്ടിയിൽനിന്ന് ഇറങ്ങിയത്. എട്ടു വർഷമായി നാടുവിട്ടിട്ട്. ഇരുളിൽ നടക്കുന്നത് അന്ന് പരിചിതമായിരുന്ന വഴിയിലാണ്. ഇന്ന് ആ വഴികൾ മാറിയോ എന്ന് ഇരുട്ടിൽ എങ്ങനെയാണ് അറിയുക. നടന്നുപോകുന്നത് കറുത്ത ദ്വാരത്തിലൂടെയാണ്. ഇരുളിന്റെ ഒരു ഗുഹ. കാലുകൾ മുന്നോട്ടു വയ്ക്കുമ്പോൾ ഇരുളിന്റെ ഭിത്തി മുന്നിലുണ്ട്. അതിനെ ഭേദിച്ച് അവൻ നടന്നു.

ചിന്തകളില്ലാത്ത ഇരുൾ ശൂന്യതയിലാണ് ഒരു വഴി തെളിഞ്ഞത്. അത് ഗുരുവിനെ ഓർമ്മിപ്പിച്ചു.

അപരന്നു സുഖത്തിനായി വരേണം... ഇത്രയും മതി ഒരു വ്യക്തിക്ക്.

അവന്റെ ശരീരം ഇരുളിലൂടെ ഏറത്ത് വീട്ടിലേക്ക് എത്തിക്കൊണ്ടിരുന്നു. നാടു മുഴുവൻ ഉറക്കമാണ്. പട്ടിയുടെ കുരപോലുമില്ല. രാത്രിയുടെ തനതു ശബ്ദം മാത്രം. അത് അവനെയും വഹിച്ച് നീങ്ങി. കാൽപ്പാദങ്ങൾ മാത്രമാണ് ഇപ്പോൾ ശരീരാവയവം. അതുതന്നെയാണ് ഇന്ദ്രിയവും. ദേഹം വിയർത്തുകുളിച്ചു. മീനച്ചൂടാണ്. ഉടുപ്പ് വിയർപ്പിൽ ഒട്ടിപ്പിടിച്ചു. ഇടയ്ക്കിടയ്ക്ക് ഇലയനങ്ങുന്ന ഒച്ചയിൽ കടന്നുപോകുന്ന കാറ്റ് തന്നെയും തടവിപ്പോകുന്നു.

ഇരുട്ടും രാത്രിശബ്ദവും ഉഷ്ണവും ഇടയ്ക്കിടയ്ക്ക് വഴിയിൽ കാത്തു നിന്ന് യാത്രയാക്കിയ കുഞ്ഞിക്കാറ്റും അവനെ ഏറത്ത് പടിപ്പുരവാതിൽക്കൽ എത്തിച്ചു.

കനമുള്ള പലകയിൽ തീർത്ത പടിപ്പുരവാതിലിൽ അവൻ ആഞ്ഞിടിച്ചു ശബ്ദമുണ്ടാക്കി. കൂടുതൽ മുട്ടേണ്ടി വന്നില്ല. പാണ്ടൻ പട്ടി ഉണർന്നുകുരച്ചു. ഒപ്പം കൈസറും. കരച്ചിലും വാലാട്ടലും പരിചയമുള്ളവരുടെ സാമീപ്യത്തിൽ എന്നപോലെയായിരുന്നു.

പൂമുഖത്ത് കാര്യസ്ഥൻ അയ്യപ്പൻപിള്ളയും അനുജൻ കുട്ടൻപിള്ളയും രാമുവും കിടക്കുന്നുണ്ട്. ഉഷ്ണകാലമായതിനാൽ വെറും തറയിലാണ് കിടപ്പ്. തറയ്ക്ക് നല്ല തണുപ്പാണ്. ചിരട്ടക്കരിയും കരിക്കിൻവെള്ളവും നാരങ്ങയും ഒക്കെക്കൂടി ചേർന്ന മിശ്രിതത്തിൽ തീർത്ത മിനുസമാർന്ന തറ. ഉറക്കമാവുന്നതുവരെ പാളവിശറി വച്ച് വീശിവീശി നാട്ടുവർത്തമാനങ്ങൾ പറഞ്ഞ് കിടക്കും.

പട്ടിയുടെ കുരയിൽ അയ്യപ്പൻപിള്ള ഞെട്ടിയുണർന്നു. തുടന്ന് നായകൾ രണ്ടിന്റെയും മൂളലും മുരളലുമൊക്കെയായപ്പോൾ സംശയമായി. വീട്ടുകാരല്ലെങ്കിൽ അവ ഇങ്ങനെ പെരുമാറില്ല. അയ്യപ്പൻപിള്ള വെപ്രാളത്തിൽ കുട്ടനെയും രാമുവിനെയും തട്ടിവിളിച്ചു. വീടുവിട്ടുപോയ മക്കളിൽ ആരെങ്കിലും? പടിപ്പുരവാതിലിലേക്കു നടക്കുമ്പോൾ ഇങ്ങനെയൊരു ചിന്ത അയ്യപ്പൻപിള്ളയിൽ മിന്നി. അയ്യപ്പൻപിള്ള ശക്തിയായി സാക്ഷവലിച്ച് വാതിൽ തുറന്നു.

‘‘ആരാ?’’ അയാൾ വിറച്ച ശബ്ദത്തിൽ ചോദിച്ചു.

‘‘ഞാനാണ്.’’ അയ്യപ്പൻപിള്ള ശബ്ദത്തെ തിരിച്ചറിഞ്ഞു.

അശോകനാ എന്നു പറഞ്ഞ് ഇരുളിൽ അയാൾ അശോകനെ തൊട്ടു.

മോനേ എന്നു വിളിച്ച് സ്നേഹപ്രസരണത്തിൽ അയാൾ അശോകനെ കെട്ടിപ്പുണർന്നു.

വന്നത് അശോകനാണ് എന്നറിഞ്ഞപാടേ കുട്ടനും രാമുവും പൂമുഖത്തേക്കോടി അകത്തേക്കുള്ള വാതിലിൽ തട്ടി. വാതിൽക്കൽത്തന്നെ കിടക്കുകയായിരുന്ന അയ്യപ്പൻപിള്ളയുടെ ഭാര്യ ഭാനുമതി വാതിൽ തുറന്നു.

‘‘എടീ, അശോകനാണെടീ അശോകൻ.’’

ഭാനുമതി അക്കാ അക്കാ എന്നു വിളിച്ച് അകത്തേക്കോടി. അകത്ത് അങ്കണത്തോടു ചേർന്ന കോലായിൽ നിലത്തു കിടക്കുകയാണ്, രുക്മിണിയും സത്യഭാമയും. ഉഷ്ണകാലമായതിനാലും അനന്ത

കൃഷ്ണൻ സ്ഥലത്തില്ലാത്തതിനാലും തറയിൽ കൈതയോല മെട ഞ്ഞുണ്ടാക്കിയ മെത്തപ്പായിലാണ് കിടക്കുന്നത്. ഗാഢനിദ്രയിലാ യിരുന്നു അമ്മമാർ.

“അക്കാ.. അക്കാ...” ഭാനുമതി കുലുക്കിവിളിച്ചു.

“അക്കാ.. അക്കാ... അശോകൻ വന്നു.. അശോകൻ വന്നു.”

രുക്മിണിയും സത്യഭാമയും ചാടി എഴുന്നേറ്റു, സ്വപ്നത്തിലെ ന്നപോലെ.

ചെവിത്തകിട്ടാതെ നിൽക്കുമ്പോൾ അശോകൻ അവരുടെ മുന്നി ലെത്തി.

“അമ്മാ...” അവൻ വിളിച്ചു.

ഇരുട്ടിൽ രണ്ടമ്മമാരും അവനെ തൊട്ടു. മോനേ... എന്നു വിളിച്ച് അവർ കെട്ടിപ്പിടിച്ചു. തുരുതുരെ ഉമ്മവച്ചു. എവിടെയായിരുന്നെടാ മോനേ നീ... ഇരട്ടകള് രണ്ടും മരിച്ചെന്ന് ഓരോരുത്തര് പറഞ്ഞ്. നീ ഞങ്ങളെ തീ തീറ്റിച്ചല്ലോടാ എന്നൊക്കെ പറഞ്ഞ് കരയുകയും കെട്ടി പ്പിടിക്കുകയും ഉമ്മവയ്ക്കുകയും ചെയ്യുമ്പോൾ ഭാനുമതി അടുക്കള യിൽനിന്ന് കത്തിച്ച മണ്ണെണ്ണച്ചിമ്മിനിയുമായി വരുകയായിരുന്നു. ചിമ്മിനിയുടെ അരണ്ട വെട്ടത്തിൽ ഭാനുമതി കണ്ടു അമ്മമാർ ഉടു തുണിയില്ലാതെ നിൽക്കുകയാണ്. ഉഷ്ണമായതിനാൽ റൗക്ക ഊരി വച്ച് കിടക്കുകയായിരുന്നു പെണ്ണുങ്ങൾ. ഉറക്കത്തിന്റെ അർദ്ധബോധ ത്തിൽ വെപ്രാളത്തിൽ ചാടി എഴുന്നേൽക്കുമ്പോൾ ഉടുമുണ്ടുമില്ലാ യിരുന്നു. ഭാനുമതി വിളക്ക് തൂണിന്റെ മറവിൽ വച്ചു. ഉണർന്നു വന്ന കാമാക്ഷിയും ചെല്ലമ്മയും പായിൽക്കിടന്ന മുണ്ടുമായി ഓടിച്ചെന്നു.

“അക്കാ... അക്കാ... ഇതെന്തോന്ന് പ്രാന്ത്. നിങ്ങളിതുടുക്കീ.” കാമാക്ഷി സമനിലയിലേക്കവരെ വിളിച്ചുണർത്തി.

അവർ വേഗം മുണ്ട് വാരിച്ചുറ്റി പായിൽ അഴിച്ചിട്ടിരുന്ന റൗക്കയും എടുത്തിട്ടു.

“മോനേ നീയിവിടെയിരി.” കനകമ്മ അശോകനെ അവിടെ പിടിച്ചിരുത്തി.

അശോകൻ പായിൽ ഇരുന്നു. ഭാനുമതി ചിമ്മിനിവിളക്കുമായി വന്നു. കാമാക്ഷി രണ്ടു തൂക്കുവിളക്കുകളിലും പുന്നയ്ക്കയെണ്ണ യൊഴിച്ച് തിരി കത്തിച്ചു. ദീപനാളങ്ങളുടെ പ്രകാശത്തിൽ അശോകന്റെ മുഖം അവർ കണ്ടു. കരിവാളിച്ച മുഖത്ത് കുറ്റിത്താടി. കുഴിയിലേ ക്കിറങ്ങിയ കണ്ണുകൾ തിളങ്ങുന്നു. പോകുമ്പോഴുണ്ടായിരുന്ന ചെറുപ്പത്തിന്റെ കുട്ടിത്തം മാഞ്ഞ് മുറ്റിയ മുഖം.

രണ്ടമ്മമാരും അശോകന്റെ ഇരുവശങ്ങളിലുമായി ഇരുന്നു. രുക്മിണി അവന്റെ മുഖം കൈക്കുമ്പിളിലെടുത്തു. അവർ ആ മുഖത്തു നോക്കി തേങ്ങിക്കരഞ്ഞു. അശോകന്റെ പുറംചാരി സത്യഭാമയും കരഞ്ഞു.

അശോകൻ ഒന്നും മിണ്ടിയില്ല. തേങ്ങൽ ശമിക്കുവോളം അവ നങ്ങനെ ഇരുന്നു.

സൂര്യന്റെ ആദ്യകിരണങ്ങൾ അങ്കണത്തിലൂടെ കോലായിൽ മങ്ങിയ വെട്ടം പരത്തി. അശോകൻ ചുറ്റും നോക്കി. പായിൽ ഒരു കുഞ്ഞ് ഉറങ്ങുന്നു.

അവന്റെ വിസ്മയത്തിലേക്ക് അടുക്കളപ്പണിക്കാർ കൗതുക ത്തോടെ നോക്കി. അവൻ കുഞ്ഞിനെയും അമ്മമാരെയും മാറിമാറി നോക്കി. സത്യഭാമ ആറു വയസ്സുള്ള ആ കുഞ്ഞിനെ വാരിയെടുത്ത് അശോകന്റെ മടിയിൽ വച്ചുകൊണ്ട് പറഞ്ഞു.

''രുക്മിണിയക്കൻ പ്രസവിച്ചതാണിവളെ. നിങ്ങളെല്ലാം പോയപ്പം ഒരുപാട് തീ തീറ്റിച്ച ദയിവം ഒരിറ്റ് കരുണകാണിച്ച്.''

''ആർക്കെങ്കിലും ഈ ഗതി വരുത്തോ. പെറ്റ മക്കള് ഒന്നൊ ന്നായ്... ഐയെന്നേയീന്ന് തിരിച്ചു വന്നവര് പറഞ്ഞ് നീ മരിച്ചു പോയീന്ന്.'' സത്യഭാമ രണ്ടുകൈകൊണ്ടും വാപൊത്തി അടക്കാ നാവാതെ ഏങ്ങിക്കരഞ്ഞു.

''ഇവള് വന്നേപ്പിന്നെ ഒന്നുമറിയാത്ത ഇവൾടെ കളിംചിരീം. ഞങ്ങൾടെ നോവൊണക്കാനായിട്ട് പഗവതീടെ പണി.''

അവളുടെ, ഉറങ്ങുന്നതിന്റെ ചന്തം അവൻ നോക്കിയിരുന്നു.

''ഇവളുടെ പേരെന്താ?'' അവൻ ചോദിച്ചു.

''ദ്രൗപദി.'' രുക്മിണി പറഞ്ഞു.

ദ്രൗപദിയെ അശോകൻ പായിൽ കിടത്തി. നേരം വെളുത്തു കൊണ്ടിരുന്നു. ചോദ്യങ്ങളും ഉത്തരങ്ങളും മൗനമായി തളം കെട്ടി നിന്നു.

ഭാനുമതിയും കാമാക്ഷിയും അടുക്കളയിലേക്കു പോയി. കനകമ്മ പാലുകറക്കുന്ന പാത്രത്തിൽ വെള്ളവും പശുവിന്റെ മുലയിൽ തേയ്ക്കാൻ ഇത്തിരി വെണ്ണയുമെടുത്ത് എരുത്തിലിലേക്ക് പോയി. കുട്ടൻ പാലു കറന്നുതീരുന്നതുവരെ പശുവിന്റെ ആട ചൊറിഞ്ഞ് അവിടെ ഇരിക്കും.

''അച്ഛനെവിടെ?'' അശോകൻ ചോദിച്ചു.

“ഹരിജൻ സേവാസങ്കത്തിന്റെ കാര്യത്തിന് പോയി. പത്തിരുപത് ദെവസമായി. വടക്കെവിടയോ ആണ്.” അലതല്ലിയിരുന്ന സങ്കടത്തിനെയും കണ്ണുനീരിനെയും തുടച്ചുകൊണ്ട് രുക്മിണി പറഞ്ഞു.

അശോകൻ അമ്മമാരെ രണ്ടുപേരെയും നോക്കി. ആ നോട്ടം സഹിക്കാൻ അവർക്കായില്ല. അവർ പൊട്ടിപ്പൊട്ടിക്കരഞ്ഞു.

“ഭദ്രൻ പോയി മോനേ. അവനിനി വരോ നിന്നെപ്പോലെ... അയ്യോ... എന്റെ നെഞ്ഞ് പൊടിയുന്നെടിയേ.” രുക്മിണി അലമുറയിട്ടു കരഞ്ഞു. സത്യഭാമയും അക്കാ എന്റെ പൊന്നക്കാ എന്നു വിളിച്ച് കരയാൻ തുടങ്ങി.

അശോകന് രക്തമെല്ലാം വാർന്നുപോകുന്നതുപോലെയും കാഴ്ച നഷ്ടപ്പെട്ടുപോകുന്നതുപോലെയും തോന്നി.

“പറ... ഭദ്രനെന്തു പറ്റി. പറ...?” അവൻ അലറി വിളിച്ചു.

വെളിയിൽ നിന്ന് അയ്യപ്പൻ പിള്ള ഓടിവന്ന് അശോകനെ പിടിച്ച് അടുത്തിരുത്തി. അശോകൻ ഭ്രാന്തനെപ്പോലെ അയ്യപ്പൻപിള്ളയെ നോക്കി.

“അമ്മാവാ പറ. എന്റെ ഭദ്രനെവിടെ?”

“അവൻ ബ്രിട്ടീഷ് പട്ടാളത്തീ ചേർന്ന് മോനേ. ഇവിടെ കമ്പീം വന്ന് പിന്നെയവന്റെ ട്രങ്ക്പെട്ടീം വന്ന്... അവനെ യുദ്ധം കൊണ്ടു പോയി മോനേ.”

അശോകൻ അയ്യപ്പൻപിള്ളയെ അമർത്തിപ്പിടിച്ച് തുറിച്ചു നോക്കി.

തന്റെ നേർക്കുനേർ വന്ന് താൻ വെടിവച്ചുകൊന്ന പട്ടാളക്കാരന്റെ ഓർമ്മ ഒരു അസ്ത്രമായി അശോകന്റെ ശരീരത്തെ തുളച്ചു. അവൻ ശ്വാസം കിട്ടാതെ ഏങ്ങിക്കരഞ്ഞു. നിലത്തു കിടന്നുരുണ്ടു. തലയിലെ കോശങ്ങളിൽ വേദന നിറഞ്ഞു. കൂട്ടക്കരച്ചിൽ കേട്ട് പശുവിനെ കറന്നുകൊണ്ടിരുന്ന കനകമ്മയും കുട്ടനും ഓടിയെത്തി.

എല്ലാം കരഞ്ഞടങ്ങട്ടെ. അയ്യപ്പൻപിള്ള തൂണുചാരി ഇരുന്നു. ഭദ്രനെപ്പോലെ അശോകനും മരിച്ചു എന്നാണ് കരുതിയത്. ഇപ്പോൾ അശോകൻ തിരിച്ചുവന്നപ്പോൾ ഭദ്രന്റെ ഓർമ്മ ആറിത്തുടങ്ങിയതിനെ ഊതിക്കത്തിക്കുന്നു.

അശോകൻ ആ നിലത്തു കിടന്ന് എപ്പോഴോ ഉറങ്ങി. യാത്രയിലെ ഉറക്കമില്ലായ്മയും മാനസികാഘാതവും എല്ലാംകൊണ്ട് അവൻ തളർന്നുപോയി. ഉറക്കം അവന്റെ ശരീരത്തെ കൂട്ടിക്കൊണ്ടുപോയി. സൂര്യരശ്മി പടിഞ്ഞാറു നിന്ന് ചാഞ്ഞുവീഴുവോളം അശോകൻ

ഉറങ്ങി. ഉണരുമ്പോൾ അവന്റെയടുത്ത് അവനെത്തന്നെ നോക്കി ദ്രൗപദി ഇരിപ്പുണ്ട്. അശോകൻ അവളെ ചേർത്തുപിടിച്ചു. അവൾ ചിരിച്ചു. സുന്ദരമായ ചിരി.

അശോകൻ അവളുടെ നെറ്റിയിൽ ഉമ്മവച്ചു.

## ഇരുപത്തിയഞ്ച്

ഭഗവതിക്ഷേത്രത്തിലെ ചുറ്റുമതിലിന്റെ കിഴക്ക് പഞ്ചാരമണൽപ്പരപ്പ് പുഴയോരം വരെ വിരിച്ചിട്ടിരിക്കുകയാണ്. അവിടെയാണ് പത്തു ദിവസം പന്തലുകെട്ടി ഉത്സവത്തിന് കലാപരിപാടികൾ അവതരിപ്പിക്കുന്നത്. സ്ഥിരമായ ഒരു കൂത്തമ്പലം വടക്കുപടിഞ്ഞാറേ മൂലയിലുണ്ട്. ഓലകെട്ടിയ കൂരയുള്ള ആ കൂത്തമ്പലവും ചുറ്റുമതിലുമൊക്കെ മാർത്താണ്ഡവർമ്മയുടെ ഭരണകാലത്തുണ്ടായതാണ്. കുഞ്ചൻനമ്പ്യാർ അവിടെ തുള്ളൽ അവതരിപ്പിച്ചിട്ടുണ്ടെന്ന് അച്ഛനോടൊപ്പം തുള്ളൽ കാണാൻ വരുമ്പോൾ അശോകന് അച്ഛൻ പറഞ്ഞുകൊടുത്തിട്ടുണ്ട്.

അശോകൻ ആ കൂത്തമ്പലത്തിൽ ഇരിക്കുകയാണ്. ഉച്ചതിരിഞ്ഞ് വെയിലിന്റെ ചരിഞ്ഞ പ്രകാശം മണലിലും പുഴയിലും വീണു തിളങ്ങുന്നു. വന്നതിനുശേഷം അച്ഛനെ ഇതുവരെ കണ്ടില്ല. താൻ വന്ന വിവരം അച്ഛൻ അറിഞ്ഞിട്ടുണ്ടാവില്ല. അനന്തകൃഷ്ണൻ ഹരിജൻ സേവാസംഘത്തിന്റെ പ്രവർത്തനവുമായി യാത്രയിലാണ്.

മൂന്നു ദിവസമായി വന്നിട്ട്. വീട്ടിലെ മൂകതയെല്ലാം തല്ലിക്കെടുത്തും ദ്രൗപദിയുടെ കളിയും ചിരിയും ബഹളങ്ങളും. തളംകെട്ടിക്കിടക്കുന്ന മൂകതയുടെ ഇരുണ്ടുകനത്ത വലിയ അർത്ഥങ്ങൾ. അവളുടെ ചെറിയ അർത്ഥങ്ങളുടെ പ്രകാശംകൊണ്ടു മൂടിപ്പോകും.

വീട്ടിൽ വന്ന വലിയൊരു മാറ്റം ഇളയവൻ ചിത്തരഞ്ജൻ ഒരു ക്രിസ്ത്യാനിയെ കല്യാണം കഴിച്ചു വീട്ടിൽ കൊണ്ടുവന്നതാണ്. അവന്റെ ഭാര്യ നാൻസിയെക്കുറിച്ച് എല്ലാവർക്കും നല്ലതേ പറയാനുള്ളൂ. അയ്യപ്പൻപിള്ളയ്ക്കും വേലക്കാരികൾക്കും അമ്മമാർക്കുമെല്ലാം ചിത്തരഞ്ജനെക്കുറിച്ചും ഭാര്യ നാൻസിയെക്കുറിച്ചും പറഞ്ഞാലും പറഞ്ഞാലും തീരില്ല.

വീട്ടിൽ പുതിയ പുതിയ സിംഗപ്പൂർ സാധനങ്ങൾ. അച്ഛന്റെ കൈയിലെ വിലകൂടിയ വാച്ച്, വേദനയ്ക്കുള്ള കുഴമ്പുകൾ, കമ്പിളിപ്പുതപ്പ്, പേന, കറിക്കത്തികൾ, ഷേവിങ്ങ് സെറ്റ്, ബ്ലേഡ്, സോപ്പുകൾ അങ്ങനെ

യങ്ങനെ... നിത്യോപയോഗ സാധനങ്ങളൊക്കെ സിംഗപ്പൂർമയമായി ഏറത്തു വീട്ടിൽ. വന്നതിന്റെ പിറ്റേന്നുതന്നെ സത്യഭാമ സിംഗപ്പൂരിൽ നിന്നു കൊണ്ടുവന്ന സോപ്പും ടവ്വലും കൊടുത്തപ്പോഴാണ് അശോകൻ ഈ മാറ്റം അറിയുന്നത്. ഭദ്രന്റെ മരണമറിഞ്ഞ ആഘാതവും നിയന്ത്രണം വിട്ട കരച്ചിലും പിന്നെ പകൽ, വൈകുന്നേരം വരെ കിടന്നുള്ള ഉറക്കവും കഴിഞ്ഞ് കിടന്ന തറയിൽത്തന്നെ ഇരിക്കുമ്പോൾ സത്യഭാമ വന്നു പറഞ്ഞു.

“മോൻ പോയി കുളിച്ചിട്ടു വാ. ചോറുണ്ണാം.”

അവർ കുളിക്കാനായി ടവ്വലും സോപ്പും അവന് കൊണ്ടുകൊടുത്തു. പുതിയ ടവ്വൽ. അതിന് ഒരു പ്രത്യേക മണം. അമ്മാതിരി ഒരു ടവ്വൽ ഏറത്ത് പുതിയതാണ്.

“ചിത്തൻ സിംഗപ്പൂരീന്ന് കൊണ്ടുവന്ന വാസന സോപ്പാണ് മോനേ” എന്നു പറഞ്ഞാണ് സത്യഭാമ അശോകന് യാർഡ്‌ലി സോപ്പ് കൊടുത്തത്.

“ചിത്തൻ?” അശോകൻ ചോദിച്ചു. ചിത്തന്റെ വിശേഷങ്ങളൊന്നും അശോകൻ അറിഞ്ഞിരുന്നില്ല.

“അവൻ സിംഗപ്പൂരിൽ നല്ല നിലയിലാണ്. നീ കുളിച്ചു വാ. എല്ലാം പറയാം.”

പിന്നെ കേൾക്കുന്നതൊക്കെ ചിത്തന്റെയും നാൻസിയുടെയും വിശേഷങ്ങൾ. രണ്ടുമാസം മുൻപ് വന്നിട്ടു പോയി. കുട്ടൻ ഒളിച്ചുവച്ച് വലിക്കുന്ന സിംഗപ്പൂർ സിഗരറ്റ് അശോകനെ കാണിച്ചു. അയ്യപ്പൻ പിള്ളയ്ക്ക് സിംഗപ്പൂരിൽ നിന്ന് ബ്രാണ്ടി കൊണ്ടുവന്നു കൊടുത്തെന്ന് കുട്ടൻ പറഞ്ഞു. അശോകൻ അത് അയ്യപ്പൻപിള്ളയോട് നയത്തിൽ ചോദിച്ചു.

“മോനേ ആരോടും പറയല്ലേ. മദ്യവർജ്ജനത്തിന്റെ ആളാ ഇവിടെയൊള്ളത്. എന്റേം കൊച്ചിങ്ങൾടേയും വയറ്റിപ്പിഴപ്പ് പോവും.” അയ്യപ്പൻപിള്ള പറഞ്ഞു.

ചിത്തരഞ്ജന്റെയും നാൻസിയുടെയും വിവാഹം നടന്നത് അയ്യപ്പൻപിള്ള വിസ്തരിച്ചു പറഞ്ഞു. കുട്ടൻ അവന്റെ രീതിയിൽ പറഞ്ഞു.

അച്ഛൻ ഈ വിവാഹം കെങ്കേമമായി നടത്തിക്കൊടുത്തു എന്നത് അശോകന് വിശ്വസിക്കാൻ കഴിയുന്നില്ല. മാറ്റമുണ്ട്. നല്ല മാറ്റം. പക്ഷേ എനിക്കിപ്പോഴും ഈ വീട് അന്യമാണ്. ഏറത്തു വീട്ടിൽ എങ്ങനെ വന്നീ മാറ്റങ്ങൾ? അശോകൻ അത്ഭുതപ്പെട്ടു.

എട്ടുവർഷങ്ങൾക്കു ശേഷമാണ് അശോകൻ നാട്ടിൽ മടങ്ങിവരുന്നത്. എന്തെല്ലാം അനുഭവങ്ങൾ? എത്ര എത്ര രാജ്യങ്ങൾ? എത്ര

തരം മനുഷ്യർ? പട്ടിണി. വിശപ്പാണ് ഏറ്റവും വലിയ ദുരിതം എന്നു തിരിച്ചറിഞ്ഞ നാളുകൾ. കുട്ടികൾ, സ്ത്രീകൾ, കൊല്ലപ്പെട്ട ശരീരങ്ങളുടെ കൂമ്പാരങ്ങൾ, ശവശരീരങ്ങളുടെ ഇടയിൽ അംഗഭംഗം വന്ന മൃതപ്രായർ, ഉണക്കച്ചുള്ളി കൂട്ടിയിട്ടിരിക്കുന്നതുപോലെ മനുഷ്യരുടെ എല്ലുകൂമ്പാരം, നിരനിരയായി പോകുന്ന, പിടിക്കപ്പെട്ട ശത്രുസൈനികർ , കൊടിയ മർദ്ദനങ്ങൾ, പീഡനങ്ങൾ. ദീനതയുടെ ആഴം അനുഭവിക്കാൻ മറ്റൊരിടമില്ല. യുദ്ധഭൂമി മാത്രം. കേട്ടറിവുകൾ പോലെയല്ല, അതിനുള്ളിൽ നിന്നനുഭവിക്കുന്നത്.

യുദ്ധം ചെയ്തുകൊണ്ടിരിക്കുമ്പോൾ ഇതൊന്നും നിങ്ങളുടെ കരളലിയിക്കുന്നില്ല. യുദ്ധം അവസാനിച്ച് നാട്ടിലേക്കു മടങ്ങാൻ അനുവാദം കിട്ടിയപ്പോൾ ലക്ഷ്യമില്ലാത്തവന്റെ ശൂന്യതയാണ് അനുഭവപ്പെട്ടത്. മൂന്നു വർഷം ഇന്ത്യയിലാകെ അലഞ്ഞു. വിശ്വാസങ്ങളും പ്രതീക്ഷകളും തകിടം മറിഞ്ഞു.

റങ്കൂണിൽ നിന്ന് നേരേ കൽക്കത്തയിലാണ് എത്തിയത്. കുറെ മാസങ്ങൾ കൽക്കത്തയിൽ. പിന്നെ യാത്ര. എവിടെയെന്നില്ലാതെ. മുറിച്ചും ചേർത്തൊട്ടിച്ചും ഇന്ത്യയെ രൂപീകരിച്ചുകൊണ്ടിരിക്കുകയായിരുന്നു. മുറിവിലൂടെ ചോരയൊഴുകി ഉത്തരദേശമാകെ പടർന്നു. ഉണങ്ങാത്ത മുറിവുമായി രണ്ടു രാഷ്ട്രങ്ങൾ പിറവികൊള്ളുമ്പോൾ ചോര പടർന്ന ദേശങ്ങളിൽ അശോകൻ ഉണ്ടായിരുന്നു. യുദ്ധത്തിലെ ക്രൂരതയിലുണ്ടായിരുന്ന അശോകൻ ഇപ്പോൾ രാഷ്ട്രം രൂപമെടുത്ത ഹിംസയ്ക്ക് സാക്ഷിയായി.

വർഗ്ഗീയത. വിഭജനം വിതച്ച വിദ്വേഷത്തിന്റെ അതിക്രൂര മുഖം. നരകമാണ് ജീവിതം പഠിക്കാനുള്ള യൂണിവേഴ്സിറ്റിയെന്ന് ജീവിതം അവനെ മനസ്സിലാക്കിച്ചു.

ഇന്ത്യ സ്വതന്ത്രമാകുന്ന ദിവസം അശോകൻ ബോംബേയിലായിരുന്നു. ബോംബേയിൽ വച്ചാണ് അംബേദ്ക്കറുടെ എഴുത്തും പ്രവർത്തനങ്ങളും അശോകൻ പരിചയപ്പെടുന്നത്. ഭരണഘടനാ നിർമ്മാണസഭയിൽ അതിന്റെ ഡ്രാഫ്റ്റിങ്ങ് കമ്മിറ്റി ചെയർമാൻ ബി.ആർ. അംബേദ്ക്കർ ആണെന്ന വാർത്ത അശോകൻ വായിച്ചിരുന്നു. കമ്മ്യൂണൽ അവാർഡ് പ്രശ്നത്തിൽ ഗാന്ധിയുടെ മരണം വരെയുള്ള ഉപവാസം അവസാനിപ്പിച്ചത് അംബേദ്ക്കർ വിട്ടുവീഴ്ചയ്ക്കു തയ്യാറായതുകൊണ്ടാണെന്ന് അശോകനും അറിയാമായിരുന്നു.

ഗാന്ധിജിയുടെ ജീവൻ രക്ഷിച്ചയാൾ എന്ന് അംബേദ്ക്കറെ അച്ഛൻ പ്രകീർത്തിക്കുന്നത് അശോകൻ കേട്ടിട്ടുണ്ട്. അതേ തുടർന്ന്

തൊട്ടുകൂടാത്തവരെക്കൂടി ഹിന്ദു/ഇന്ത്യൻ സമൂഹത്തിലേക്ക് ഉൾച്ചേർത്തില്ലെങ്കിലുള്ള അപകടം ഗാന്ധി മനസ്സിലാക്കി. സവർണ്ണ നേതാക്കൾ പലയിടത്തും അവരുടെ ദേവാലയങ്ങൾ താഴ്ന്ന ജാതിക്കാർക്ക് തുറന്നുകൊടുക്കാൻ തയ്യാറായി. ഗാന്ധി ഹരിജൻ സേവാസംഘം ഉണ്ടാക്കി. അനന്തകൃഷ്ണനും ആ പാത തുടർന്ന് മാനസിക പരിവർത്തനത്തിന് വിധേയനായത് അശോകന് അറിയാം. പക്ഷേ ഇപ്പോൾ അംബേദ്ക്കർ കൃതികൾ വായിച്ചപ്പോഴാണ് ആ മനുഷ്യൻ ഇന്ത്യൻ രാഷ്ട്രീയത്തെ എങ്ങനെ സ്വാധീനിച്ചിരുന്നു എന്ന് മനസ്സിലായത്.

ഗാന്ധി, നെഹ്രു, സുഭാഷ് ചന്ദ്ര ബോസ്, ജിന്ന തുടങ്ങി താനറിഞ്ഞ ദേശീയ നേതാക്കളുടെ ഇന്ത്യയല്ല അംബേദ്ക്കർ പ്രതിനിധാനം ചെയ്യുന്ന ഇന്ത്യ എന്ന് അവൻ മനസ്സിലാക്കി.

ആ അറിവ് ഒരു വലിയ അറിവായിരുന്നു. അത് മറ്റൊരിന്ത്യയെ അശോകനു കാണിച്ചുകൊടുത്തു. അതുവരെയും അദൃശ്യമായിരുന്ന ഇന്ത്യ. ഇന്ത്യൻ ദേശീയനേതാക്കൾക്കും അദൃശ്യമായിരുന്നു ആ ഇന്ത്യ. ഗാന്ധി കാണാതിരുന്ന ആ ഇന്ത്യയെ അംബേദ്ക്കർ കാണിച്ചുകൊടുത്തു. സവർണ്ണരുടെ ദയാവായ്പിൽ അധഃകൃതരെ ഉയർത്തിക്കൊണ്ടുവരാനാണ് ഗാന്ധിയുടെ ശ്രമം. ആ ഉദ്ധാരണ പ്രവർത്തനത്തിലാണ് തന്റെ അച്ഛനും.

ബ്രിട്ടീഷുകാർ തങ്ങളുടെ കോളനികളിലുള്ള അപരിഷ്കൃതർ എന്ന് അവർ കരുതുന്നവരെ പരിഷ്കൃതസമൂഹമാക്കാനുള്ള പ്രക്രിയയിലാണെന്നാണല്ലോ അവർ പറയുന്നത്. ഇന്ത്യൻ സായിപ്പായ സവർണ്ണർ അധഃകൃതരെ പരിഷ്കൃതരാക്കും എന്നു പറയുന്നത് ബ്രിട്ടീഷുകാരുടെ വാദം തന്നെയാണ്. ഗാന്ധി അതുതന്നെയല്ലേ പറയുന്നത്. തന്റെ അച്ഛൻ ഇപ്പോൾ ആ പ്രയത്നത്തിലാണ്. ഇന്ത്യയ്ക്കു കിട്ടിയ സ്വാതന്ത്ര്യം അതിന്റെ ചട്ടക്കൂടിനെ തകർക്കുകയല്ല അരക്കിട്ടുറപ്പിക്കുകയേ ഉള്ളൂ.

ദേശീയ സ്വാതന്ത്ര്യസമരത്തിലെ രാഷ്ട്രീയ വിജയപരാജയങ്ങളുടെ രസതന്ത്രം അശോകന് പുതിയൊരറിവ് നൽകി. ഗാന്ധിക്ക് ലഭിക്കുന്ന പിന്തുണയും ആരാധ്യതയും സുഭാഷ് ചന്ദ്രബോസിന് ലഭിച്ച വീരാരാധന ഇതൊക്കെ എങ്ങനെയാണ് നേതാക്കൾ ഉണ്ടാവുന്നതെന്നും എങ്ങനെയാണത് രാഷ്ട്രത്തിന്റെയും ജനങ്ങളുടെയും ഭാഗധേയം നിർണ്ണയിക്കുന്നതെന്നും താൻ ജീവിക്കുന്ന കാലത്തു നിന്ന് അവൻ വായിച്ചെടുത്തു.

ഗാന്ധി വെടിയേറ്റു മരിക്കുന്ന ദിവസം അശോകൻ പൂനയ്ക്കടുത്തുള്ള ഒരു ഗ്രാമത്തിലായിരുന്നു. ഗാന്ധി ഉണർത്തിയ ദേശീയതയുടെ വെളിച്ചം ചെന്നെത്താത്ത കീഴാള ജനതയോടൊരുമിച്ച്.

അവർക്ക് ഗാന്ധിയും ഗോഡ്സേയും ഹിന്ദുക്കളായിരുന്നു.

അവർ ചോദിച്ചു.

എന്തിനാണ് ഒരു ഹിന്ദു മറ്റൊരു ഹിന്ദുവിനെ കൊന്നത്.

അശോകൻ അകലെ ഇരുന്ന് തന്റെ വീടിനെ ഓർമ്മിക്കുമ്പോൾ ആ വീട് ജാതി മേധാവിത്വ ഹിന്ദു ഇന്ത്യയുടെ പ്രതിരൂപമാണ്. നൂറ്റാണ്ടുകളായി നിലനിന്ന ഘടനാശൃംഖലയിലെ ഒരു കണ്ണിയാണ് ഏറത്ത് ഭവനം. അത് തകരണം. അതിൽ നിന്ന് പുറത്തു കടന്നാലേ സ്വയം സ്വതന്ത്രനാകാൻ സാധിക്കൂ. താൻ വീടുവിട്ടിറങ്ങുമ്പോൾ ഈയൊരു ചിന്തയായിരുന്നു.

ഘടനയെ സംരക്ഷിച്ച് അനുരഞ്ജനപ്പെടുന്നതാണ് ഗാന്ധിയുടെ അഹിംസ. ഹിംസാത്മകമായ ഘടനയെ നിലനിർത്തുമ്പോൾ അതെങ്ങനെയാണ് അഹിംസയാകുന്നത്. നൂറ്റാണ്ടുകളായി ചവിട്ടിയരയ്ക്കപ്പെടുന്ന തൊട്ടുകൂടാത്തവരെ ആ ഹിംസാത്മക തത്ത്വശാസ്ത്രമായ സവർണ്ണഹിന്ദുമതത്തോട് കൂട്ടിക്കെട്ടുന്നത് എങ്ങനെയാണ് അഹിംസയാകുന്നത്. തങ്ങൾ നിൽക്കുന്ന ഇടത്തിന്റെ സംരക്ഷണമാണ് ഗാന്ധിക്കും മറ്റും പ്രധാനം. അതിന്റെ തകർച്ച അവർ ഏതു വിധേനയും തടയും. അതിനാണ് ഗാന്ധി പൂനയിൽ മരണം വരെയുള്ള ഉപവാസം പ്രഖ്യാപിച്ചത്. മറ്റൊരു ഘട്ടത്തിലും ഗാന്ധി ഇതുപോലെ ജീവൻ പണയം വച്ച സമരം ചെയ്തിട്ടില്ല. ഹിംസാത്മക ലോകത്തെ അഹിംസാ സമരത്തിൽ സംരക്ഷിക്കുക. അതാണ് ഗാന്ധിയുടെ അഹിംസ.

കഴിഞ്ഞ മൂന്നുനാലു വർഷങ്ങൾ തന്റെ ജീവിതവും ചിന്തയും കീഴ്മേൽമറിഞ്ഞതിന്റെ വഴികൾ അവൻ ഓർത്തെടുക്കുകയായിരുന്നു.

സൂര്യകിരണങ്ങൾ കുറെക്കൂടി ചാഞ്ഞു. ഒരാൾ രണ്ടു പോത്തുകളെ പുഴ കടത്തിക്കൊണ്ടു പോകുന്നതും പുഴയിലെ ആകാശത്തിന്റെ പ്രതിബിംബം കലങ്ങുന്നതും നോക്കി അവനിരുന്നു.

അപ്പോൾ ആർട്സ് കോളേജിന്റെ കവാടത്തിൽ തന്നെ യാത്രയാക്കുന്ന ഭദ്രനെ അശോകൻ ഓർമ്മിച്ചു. അശോകന്റെ ഭദ്രനുമൊത്തുള്ള അവസാനത്തെ നിമിഷം. അന്ന് മരണമാണ് മോചനം എന്ന് അവൻ പറഞ്ഞത് ഓർത്തു. ആ ചിന്തയിൽ നിന്ന് കരകയറിയെന്നും അന്നവൻ പറഞ്ഞു. വീണ്ടും മരണത്തിലെത്തിച്ചേരാനാവുമോ അവൻ പട്ടാളത്തിൽ ചേർന്നത്.

കുട്ടിക്കാലത്ത് ഭദ്രൻ എല്ലാവർക്കും ഒരു വിചിത്ര കുട്ടിയായിരുന്നു. സാമൂഹിക തട്ടുകളും അതിന്റെ അതിരുകളുമൊന്നും ഭദ്രന് മനസ്സിലാകില്ലായിരുന്നു. അവനതൊന്നും കാണുന്നേ ഇല്ല. കുട്ടിയിലേ

അങ്ങനെയാണ്. ബുദ്ധിയുറയ്ക്കാത്തവൻ എന്നാണ് എല്ലാവരും കരുതിയത്. എന്നാലോ കണക്കിലും ശാസ്ത്രത്തിലും അസാമാന്യ ബുദ്ധി. സാറന്മാർക്കറിയാത്തതും ഭദ്രനറിയാമെന്ന് കുട്ടികൾ പറയും.

ഒരിക്കൽ രാത്രി സ്കൂൾ വാർഷിക പരിപാടി നടക്കുകയാണ്. ഏഴാം ക്ലാസിൽ പഠിക്കുമ്പോളാണ്. ഭദ്രൻ കളി മൈതാനിയിലെ തുറസ്സിൽ ഒറ്റയ്ക്ക് മാനത്തു നോക്കി കിടക്കുകയാണ്. ഭദ്രനെ കാണാതെ അശോകൻ തിരക്കിയപ്പോഴാണ് അവൻ മൈതാനത്ത് ഒറ്റയ്ക്ക് കിടക്കുന്നു എന്നറിഞ്ഞത്.

അശോകനും കൂട്ടുകാരും അങ്ങോട്ടോടിച്ചെന്നു.

''നീയെന്താ ഇവിടെ ഒറ്റയ്ക്ക്?'' അശോകൻ ചോദിച്ചു.

''നക്ഷത്രങ്ങളെ കാണാൻ. ആ കാണുന്നതാണ് തിരുവാതിര നക്ഷത്രം.'' തീക്കട്ടപോലെ ചുവന്നു തിളങ്ങുന്ന നക്ഷത്രത്തെ ചൂണ്ടി അവൻ പറഞ്ഞു. ഗണിതാധ്യാപകൻ ദിനകരൻ സാർ എന്താണവിടെ കുട്ടികൾ ഇരുട്ടത്ത് കൂട്ടംകൂടി മാറിനിൽക്കുന്നതെന്നു നോക്കാനായി വന്നപ്പോൾ കണ്ടത് മാനത്തു തെളിഞ്ഞ ഓരോ നക്ഷത്രത്തിന്റെയും നക്ഷത്രഗണത്തിന്റെയും പേരുകൾ അവൻ കൂട്ടുകാർക്ക് പറഞ്ഞുകൊടുക്കുന്നതാണ്.

സാറിനത് അത്ഭുതമായി.

നക്ഷത്രങ്ങൾ, രാശികൾ, ഗ്രഹങ്ങൾ എല്ലാം ഓരോന്നായി അവൻ പറഞ്ഞു വിശദീകരിക്കുന്നു. ഓരോ രാശിക്കും ആ പേരു വന്നത് ആകൃതികൾ കാണിച്ച് അവൻ വിശദീകരിക്കുന്നു.

നോക്കൂ, ചിങ്ങം രാശി. ഒരു സിഹം കിടക്കുന്നതു പോലെ നക്ഷത്രം കുത്തുകുത്തായി കാണുന്നില്ലേ. ദേ അത് ഒറ്റാൽ മാതിരിയല്ലേ. ഇംഗ്ലീഷിലെ എ അക്ഷരം പോലെ. അതിന്റെയറ്റത്ത് തിളങ്ങിനിൽക്കുന്നതാണ് രോഹിണി. അത് സപ്തർഷികൾ. അവൻ ഏഴ് ഋഷിമാരെയും വസിഷ്ഠനരികെയുള്ള അരുന്ധതിയെയും അവർക്കു കാണിച്ചുകൊടുത്തു. ആ ദിവസത്തെ നക്ഷത്രമേതെന്ന് കലണ്ടർ നോക്കാതെ പറയാനാകുമെന്നവൻ പറഞ്ഞപ്പോൾ കുട്ടികൾക്കാശ്ചര്യമായി.

ഭദ്രൻ പറഞ്ഞു: ''ആകാശം കലണ്ടറാണ്. അതിന്റെ പതിപ്പാണ് നമ്മുടെ വീട്ടിലെ കലണ്ടറും പഞ്ചാംഗവുമൊക്കെ.''

ഒള്ളതു തന്നേ സാർ എന്ന് കുട്ടികൾ ദിനകരൻ സാറിനോടു ചോദിച്ചു. സാർ ഭദ്രനെ ചേർത്തുനിർത്തി ഒള്ളതുതന്നെയെന്ന് പറഞ്ഞു.

ഈ ബുദ്ദൂസിന് ഇതിനക്കെയുള്ള ബുത്തിയെവിടന്ന്കിട്ടി. ക്ലാസ്സിൽ എപ്പോഴും ഭദ്രനോടു മത്സരിച്ച് പരാജയപ്പെടുന്ന മണികണ്ഠൻ പറഞ്ഞു.

ക്ലാസിൽ കണക്കുകൂട്ടുന്നതിലെ ആർക്കുമെത്താൻ കഴിയാത്ത വേഗം ദിനകരൻസാർ ശ്രദ്ധിച്ചിട്ടുണ്ടെങ്കിലും ഇപ്പോൾ അവനിൽ കണ്ട അറിവും അപാരമായ ഓർമ്മയും അയാളെ അത്ഭുതപ്പെടുത്തി.

മദിരാശിയിൽ പഠിക്കുകയായിരുന്ന കേശുമാമൻ ആയിടെ ഏറത്തു വന്നപ്പോൾ കുട്ടികളെയെല്ലാം കൂട്ടി നക്ഷത്രങ്ങളെ കാണിക്കാൻ പള്ളിക്കൂടം മൈതാനത്തിൽ കൊണ്ടുപോയി.

''ഈ കേശൂനെന്താ പടിച്ച് പടിച്ച് പ്രാന്തായാ. എന്നും കാണുന്ന നക്ഷത്രങ്ങളെ കാണാനെന്തിരിക്കുന്നു'' എന്ന് രുക്മിണിയും സത്യ ഭാമയും പറഞ്ഞു.

കേശുമാമൻ ആകാശത്തേക്കു ചൂണ്ടി ഓരോ നക്ഷത്രത്തിന്റെ പേരും അത് എത്ര അകലെയാണെന്നുമൊക്കെ പറഞ്ഞു. സങ്കൽപ്പി ക്കാനാകാത്ത ദൂരങ്ങൾ. അശോകന് കാര്യമായി ഒന്നും മനസ്സിലാ യില്ല. പ്രകാശവർഷം ദൂരമാണെന്ന് സങ്കൽപ്പിക്കാനേ കഴിയുന്നില്ല.

കേശുമാമൻ പോയി മാസങ്ങൾ കഴിഞ്ഞും ഭദ്രൻ അതേപോലെ ഓർത്തുവച്ചിരിക്കുന്നത് അശോകനെ അത്ഭുതപ്പെടുത്തി.

ഇങ്ങനെയൊക്കെയാണെങ്കിലും വീട്ടിലും പള്ളിക്കൂടത്തിലും ഭദ്രൻ പരിഹാസ്യ കഥാപാത്രമായിരുന്നു. എത്ര പറഞ്ഞുകൊടു ത്താലും ചിലതൊന്നും അവന് മനസ്സിലാവില്ല. ഉദാഹരണമായി ഇപ്പോൾ അവൻ നാല് ബിയിൽ ആണെന്നിരിക്കട്ടെ. അതാണ് അവന്റെ ക്ലാസ് എന്നവന് മനസ്സിലാവില്ല. അവനിഷ്ടപ്പെട്ട ക്ലാസിൽ പോയി ഇരിക്കും. ഏഴിലോ ആറിലോ അഞ്ചിലോ ഒക്കെ. ഇഷ്ടവിഷയം, ഇഷ്ടപ്പെട്ട സാർ അതേ അവൻ നോക്കൂ. ഇതൊരു വലിയ പ്രശ്ന മായി. മാനേജരുടെ മകനായതുകൊണ്ടും പഠിക്കുന്ന ക്ലാസിന്റെ അതിരുകൾക്കപ്പുറവും അവനറിയാമായിരുന്നതുകൊണ്ടും എല്ലാം അവന്റെ ഇഷ്ടത്തിന് വിട്ടുകൊടുത്തു.

ഇതുമാത്രമല്ല പ്രശ്നം. എന്റേത് നിന്റേത് എന്ന വേർതിരിവ് അവനറിയാത്തതുപോലെയാണ്. അവന്റെ കൈയിലുള്ളതെന്തും അവനു വേണ്ടെങ്കിൽ മറ്റുള്ളവർക്കു കൊടുക്കും, വിലപ്പെട്ടത് എന്നു കരുതുന്നവയും.

ഏറത്തു പുരയിടത്തിൽ നിന്ന് തേങ്ങയോ പറങ്കിയണ്ടിയോ ചുള്ളി വിറകോ ആരെങ്കിലുമെടുത്തുകൊണ്ടുപോകുമ്പോൾ അത് കളവാണെന്ന് വീട്ടിലുള്ളവർ പറയുന്നത് അവന് മനസ്സിലാകില്ല.

അതുപോലെ മറ്റുള്ളവരുടെ പുരയിടത്തിൽ കയറി അവനിഷ്ടമുള്ള മാങ്ങയോ പേരയ്ക്കയോ ഒക്കെ അവൻ പോയി പറിക്കും. ഏറത്തെ കൊച്ചായതുകൊണ്ട് ആരുമൊന്നും പറയില്ല. അതിർവരമ്പുകളും വിഭജനങ്ങളും അവനില്ല. ജാതിമതവിഭജനവും അവന് ഉൾക്കൊള്ളാനാകില്ല. നല്ലാന്റെ മകൻ വെള്ളാത്തനും താനും മനുഷ്യരാണ് എന്നല്ലാതെ അവൻ വേടനും താൻ നായരുമാകുന്ന വ്യത്യാസം അവന്റെ തലച്ചോറിന് വകതിരിച്ചെടുക്കാൻ കഴിയുന്നില്ല.

ജാതിയുടെ യുക്തിക്ക് അമ്മൂമ്മ പറയും നല്ലാനും വെള്ളാത്തനും കറുത്തതാണെന്ന്. ജയരാജയണ്ണൻ കറുത്തതാണല്ലോ, നീലാണ്ടയമ്മാവൻ കറുത്തതാണല്ലോ എന്നവൻ മറുയുക്തി പറഞ്ഞ് വാദിക്കും.

ഭദ്രൻ മൂന്നിൽ പഠിക്കുമ്പോൾ മനഃശാസ്ത്രജ്ഞനായ ഫ്രെഡറിക്ക് സായിപ്പ് ഏറത്തു വന്നു. ചങ്ങനാശ്ശേരിക്കൊപ്പമാണ് വന്നത്. ചങ്ങനാശ്ശേരി പരമേശ്വരൻ പിള്ള ഇംഗ്ലണ്ടിൽ പഠിക്കുമ്പോഴുള്ള സുഹൃത്താണ്. ഭദ്രന്റെ പെരുമാറ്റങ്ങൾ കണ്ട് മനഃശാസ്ത്രജ്ഞൻ പറഞ്ഞു.

''സാമൂഹികവേർതിരിവുകൾ മനസ്സിലാക്കാൻ കഴിയാത്തത് അബ്നോർമാലിറ്റിയാണ്.''

ഫ്രെഡറിക്ക് പറഞ്ഞു: ''വലുതാവുമ്പോൾ കുറെയൊക്കെ മാറും. സമൂഹത്തിൽ താൻ ആരാണ് എന്നത് സാമൂഹികകുടുംബ ചുറ്റുപാടിൽ വാർത്തെടുക്കപ്പെടുന്നതാണ്. ഓർമ്മ വച്ചു വരുമ്പോഴേക്കും സമൂഹത്തിലെ ഒരു കള്ളിയിൽ കുട്ടി അകപ്പെട്ടു കഴിയും. സമൂഹത്തിലേക്കുള്ള ഇന്റഗ്രിറ്റി അങ്ങനെയാണ് സംഭവിക്കുന്നത്. ചിലർ രൂപപ്പെടാൻ സമയമെടുക്കും. ഭദ്രന്റെ പ്രശ്നം അപൂർവ്വമായി കാണപ്പെടുന്നതാണ്. മഹാന്മാരായ പലരിലുമാണ് ഇങ്ങനെയൊരു വ്യക്തിവികാസപ്രശ്നം കാണുന്നത്. സമൂഹത്തിൽ ജീവിക്കുക അവർക്ക് തീരെ എളുപ്പമല്ല. പീഡകൾ നിറഞ്ഞതാണ് അവരുടെ ജീവിതം. യേശുവിനെപ്പോലെ. മരണശേഷം ചിലർ വലിയ പ്രവാചകരൊക്കെയായി ഉയർത്തെഴുന്നേൽക്കപ്പെടാം.''

മനഃശാസ്ത്രപഠനത്തിന്റെ ചില ഓർമ്മകളിൽ ഫ്രെഡറിക്കിന് ചിരി വന്നു.

കണക്കും ശാസ്ത്രവും ചിത്രമെഴുത്തും ഇഷ്ടവിഷയമായ ഭദ്രന് ചരിത്രത്തിന് പലപ്പോഴും വട്ടപ്പൂജ്യമായിരുന്നു. അതിലെ ചോദ്യങ്ങളൊക്കെ അവന് അസംബന്ധമാണ്.

മറ്റൊരസംബന്ധമാണ് ദൈവം. ദൈവം എന്താണെന്ന് അവന് മനസ്സിലാകുന്നേയില്ല. ഒരു കല്ലിനെ കാണിച്ചിട്ട് അതിനെ ദൈവമെന്ന് പറയുന്നു. അതിനു മുൻപിൽ എന്തൊക്കെയോ കോപ്രാട്ടികൾ

കാണിക്കുന്നു. ആളുകൾ കൈകൂപ്പിനിന്ന് പ്രതിമയോട് എന്തൊക്കെയോ പറയുന്നു. അങ്ങനെ പറഞ്ഞാൽ ആവശ്യങ്ങൾ സാധിച്ചു തരുമത്രേ. ഈ പ്രപഞ്ചമാകെ നിലനിർത്തിക്കൊണ്ടുപോകുന്നത് ആ ശക്തിയാണത്രേ.

അമ്മൂമ്മ എപ്പോഴും പറയും: ''ദൈവവിശ്വാസം വേണം മോനേ.''

''ഈ വിശ്വാസം എന്നു പറയുന്നത് എന്താണമ്മൂമ്മേ?''

''മോൻ നോക്ക്. സൂര്യനെ കണ്ടില്ലേ. സൂര്യൻ ഒണ്ടല്ലോ. അപ്പം സൂര്യനെ സൃഷ്ടിച്ച ദൈവവും ഒണ്ട്.''

ഭദ്രൻ പറയും: ''സൂര്യൻ വിശ്വാസമല്ലമ്മൂമ്മ, അത് നമ്മളീക്കാണുന്നതുപോലെയുമല്ല. അതൊക്കെ മനുഷ്യൻ കണ്ടുപിടിച്ചിട്ടൊണ്ട്.''

അമ്മൂമ്മയ്ക്ക് ഉത്തരം മുട്ടും. അവർ ഭദ്രനെ പഠിപ്പിക്കുന്ന സാറന്മാരെ വഴക്കു പറയും.

കൂടുതൽ ഉയർന്ന ക്ലാസിലായപ്പോൾ ശാസ്ത്രതത്ത്വങ്ങളും പ്രകൃതിനിയമങ്ങളുമല്ലാതെ മറ്റൊന്നും യാഥാർത്ഥ്യമല്ല എന്നവൻ കൂട്ടുകാരുടെ ഇടയിൽ വാദിച്ചു.

മനുഷ്യരുടെ ഇടയിൽ ജാതി വിഭജനമില്ല എന്ന് ഗുരു പറഞ്ഞത് ശാസ്ത്രീയമാണെന്ന് ഭദ്രൻ അശോകനോടു പറഞ്ഞു.

''ജാതി അശാസ്ത്രീയമായിരിക്കാം. പക്ഷേ സമൂഹത്തിൽ അതുണ്ട്. നമ്മൾ അതിനകത്താണ്. അപ്പോൾ നമ്മൾ അത് പരിപാലിച്ചേ പറ്റൂ.' അശോകൻ പറഞ്ഞു.

''എന്തിന് പാലിക്കണം? ഇല്ലാത്തത് ഇല്ല തന്നെ. ഉണ്ട് എന്ന് പറഞ്ഞുണ്ടാക്കുന്ന നുണ അംഗീകരിക്കണോ?''

''നുണകളും ചേർന്നതാണ് ജീവിതം.''

''നുണകളുടെ പേരിൽ മനുഷ്യൻ ചൂഷണം ചെയ്യപ്പെടുന്നതും അടിച്ചമർത്തപ്പെടുന്നതും നീ ന്യായീകരിക്കുകയാണോ? എല്ലാ വിഭജനങ്ങളും നുണയാണ്.''

''നുണയോ മായയോ?'' അശോകൻ തമാശയായിട്ടു പറഞ്ഞു.

''ആ വാക്കൊക്കെ തേഞ്ഞ് അർത്ഥമില്ലാതായി. മായാവാദം പറഞ്ഞവർതന്നെയല്ലേ ജാതിസമ്പ്രദായത്തിന്റെയും ആളുകൾ.'' ഭദ്രൻ ഗൗരവത്തിലായിരുന്നു.

''ഞാൻ ജാതിവ്യവസ്ഥയെ അംഗീകരിക്കുന്നില്ല. ജാതിവ്യവസ്ഥ മാറണം. പക്ഷേ ഇപ്പോൾ അതുണ്ട്. അതു മാറണം. നീ പറയുന്നത് അതില്ല, ഒരിക്കലുമില്ലായിരുന്നു എന്നാണ്. ദാ ഈ കല്ല് ഇവിടെയുണ്ട്. അതെടുത്തു മാറ്റണം എന്നാണ് ഞാൻ പറയുന്നത്.''

''ഈ കല്ല് ഉണ്ട്. അതൊരു ഭൗതിക വസ്തുവാണ്. ജാതി അങ്ങനെയല്ല. അത് സങ്കല്പമോ ഭാവനയോ ഒക്കെയാണ്. അതില്ലാത്തതുപോലെയങ്ങ് ജീവിച്ചാൽ മതി.''

''ഗുരു അങ്ങനെ ജീവിച്ചിട്ടും ഈഴവരും മറ്റുള്ളവരും ഗുരുവിനെ ഈഴവഗുരുവായിട്ടാണല്ലോ കാണുന്നത്. ഗുരു ജാതിയില്ലാ വിളംബരം ചെയ്തിട്ടും ഒരു പ്രയോജനവുമുണ്ടായില്ല. ജാതിയുടെ കോട്ടകൾ ഇളകാതെ നിൽക്കുന്നു.''

''അത് ഭാവനയുടെ കോട്ടയാണ്.''

''എനിക്കു തോന്നുന്നത് ഭാവനയ്ക്കും കൽപ്പിത കഥകൾക്കും വലിയ ശക്തിയുണ്ടെന്നാണ്. ഭൗതികശക്തിപോലൊന്ന്. നമ്മുടെ ജീവിതത്തിൽ അത് ഇടപെടുന്നു. സമൂഹത്തിന്റെ ഗതിവിഗതികൾ നിർണ്ണയിക്കുന്നത് കൽപ്പിത കഥകളും വിഭജനങ്ങളുമാണ്.''

അശോകൻ പറയുന്നതിൽ എന്തോ കാര്യമുണ്ടെന്ന് ഭദ്രനു തോന്നി.

പുഴയിലേക്കു നോക്കി കൂത്തമ്പലത്തിൽ ഇരിക്കുകയാണ് ഇരുവരും. ആലോചനയിൽ മുഴുകി ഇരിക്കുന്ന ഭദ്രനെ നോക്കി അശോകൻ പറഞ്ഞു:

''ഈ ഗ്രാവിറ്റേഷൻ അട്രാക്ഷൻ എന്നൊക്കെ പറയുന്നപോലെ ജാതിയും ദൈവവുമൊക്കെ സമൂഹത്തിലെ ബലങ്ങളാണ്. പക്ഷേ അസ്ഥിരമാണ്. നശിച്ചുപോകുന്നതാണ്. പുതിയതായി ഉണ്ടാകുകയും ചെയ്യും.''

''ദൈവങ്ങളോ?''

''എത്രയോ ദൈവങ്ങൾ ഇല്ലാതായിരിക്കുന്നു. ചില ദൈവങ്ങൾ പരിണമിക്കുന്നു. പുതിയവ ഉണ്ടാകുകയും ചെയ്യുന്നു.''

കോളേജ് അവധിക്ക് നാട്ടിൽ വരുമ്പോൾ വൈകുന്നേരങ്ങളിൽ ഈ കൂത്തമ്പലത്തിൽ വന്നിരുന്നാണ് ഓരോ ചർച്ചകൾ. അതോർക്കുമ്പോൾ ഒഴുകുന്ന പുഴയും ചരിഞ്ഞ വെയിലും മനസ്സിൽ തെളിയും. ഭദ്രന്റെ ഓർമ്മകളാണ് അശോകനെ ഇന്ന് ഇവിടേക്ക് കൊണ്ടുവന്നത്.

അശോകൻ കൂത്തമ്പലത്തിൽ തണുത്ത തറയിൽ കമഴ്ന്നു കിടന്നു. നെഞ്ചു നീറുന്ന വേദന. അവന്റെ കാലിൽ ആരോ തൊട്ടു. അവൻ തല പൊന്തിച്ചുനോക്കി.

''മോനേ.'' ആ ശബ്ദം.

അച്ഛനാണ്. അവൻ ചാടിയെഴുന്നേറ്റിരുന്നു. അസ്തമിക്കാറായ സൂര്യവെട്ടത്തിൽ അവൻ അച്ഛനെ കണ്ടു. അച്ഛൻ ആകെ മാറിയിരിക്കുന്നു. പൊക്കിൾ വരെ നീളുന്ന വെള്ളത്താടിയും ഉച്ചിയിൽ കെട്ടിവച്ചിരിക്കുന്ന മുടിയും.

''അച്ഛാ...'' അശോകൻ എഴുന്നേറ്റ് അച്ഛന്റെ തോളിൽ കൈ വച്ചു. അനന്തകൃഷ്ണൻ മകനെ കെട്ടിപ്പിടിച്ചു. അശോകൻ അച്ഛന്റെ നെഞ്ചോടു ചേർന്ന് തോളിൽ തലചായ്ച്ച് ശാന്തി തേടി. മകന്റെ ആ ചേർന്നുനിൽപ്പിൽ ആ പിതാവിന്റെ സിരകളിലൂടെ സ്നേഹം ഒഴുകിപ്പരന്നു.

''നീ ഇവിടെ കാണുമെന്ന് എനിക്കറിയാമായിരുന്നു. ഇവിടെ യാണല്ലോ നിന്റെ കൂടപ്പിറപ്പിന്റെ ഓർമ്മകൾ.'' അയാൾ വിതുമ്പി. ''നിന്റെ വരവ് പ്രതീക്ഷിച്ചില്ല. എന്നെന്നേക്കുമായി നീയും പോയി എന്നാണ് അറിഞ്ഞത്. ഇപ്പോൾ നീ വന്നു. എവിടെയെങ്കിലും ജീവി ച്ചിരിക്കുന്നു എന്നറിയുന്നതുതന്നെ എന്തൊരാശ്വാസമാണ്. ജയ രാജനും എവിടെയെങ്കിലും കാണുമായിരിക്കും.''

കുറച്ചുനേരത്തെ മൗനത്തിനുശേഷം അനന്തകൃഷ്ണൻ പറഞ്ഞു.

''അവൻ വയലാറിൽ സിപിയുടെ പൊലീസിന്റെ വെടികൊണ്ടു മരിക്കുന്നത് ഞാൻ സ്വപ്നത്തിൽ കണ്ടു. ഞാൻ ഉറക്കത്തിൽ നില വിളിച്ചു. രുക്മിണി ചോദിച്ചപ്പം ഞാൻ കാര്യം പറഞ്ഞില്ല. സത്യ ഭാമയും ഓടിക്കൊണ്ടു വന്നു. ഞാനാകെ വിയർത്തു തളർന്നിരുന്നു. അത് സത്യമല്ലായിരിക്കും അല്ലേ മോനേ...''

അശോകന്റെ തോളിൽ കൈ വച്ച് അവനെ നോക്കി അയാൾ പറഞ്ഞു. അശോകൻ ഒന്നും മിണ്ടിയില്ല.

''വാ... നമുക്ക് വീട്ടിലേക്കു പോകാം.'' അനന്തകൃഷ്ണൻ പറഞ്ഞു.

അവർ പുഴയുടെ ഓരത്തൂടെ നടന്നുപോകുമ്പോൾ ഇരുട്ടു പരന്നു തുടങ്ങിയിരുന്നു.

## ഇരുപത്തിയാറ്

**ക**റുത്തവാവുകഴിഞ്ഞ് മൂന്നാംനാൾ. ഒരു കീറ് ചന്ദ്രൻ പടിഞ്ഞാറ് തെളിഞ്ഞത് സ്കൂളിനു മുന്നിലെത്തിയപ്പോൾ കണ്ടു.

അനന്തകൃഷ്ണൻ മുന്നിലും അശോകൻ പിന്നിലുമായി നടന്നു. അനന്തകൃഷ്ണൻ സംസാരിച്ചുകൊണ്ടിരുന്നു. രാഷ്ട്രീയമാറ്റങ്ങളെ ക്കുറിച്ചായിരുന്നു സംസാരം.

ഇത്ര പെട്ടെന്ന് ഇന്ത്യയ്ക്ക് സ്വാതന്ത്ര്യം കിട്ടുമെന്ന് ആരും പ്രതീ ക്ഷിച്ചില്ല. ഉത്തരവാദഭരണം ആവശ്യപ്പെട്ട് സമരം ചെയ്തവർ രാജ ഭരണംതന്നെ പോകുമെന്ന് കരുതിയില്ല. ഒരു സുപ്രഭാതത്തിൽ

അധികാരം കൈയെത്തുംദൂരത്ത്. പട്ടമൊക്കെ അന്തംവിട്ട നിലയായി. അധികാരം അതുതന്നെ ലക്ഷ്യം. അത് ഇത്ര പെട്ടെന്ന് കൈയിൽ കിട്ടുമെന്ന് ആരും കരുതിയില്ല.

"എന്നെസെസും എസെൻഡീപ്പീയും സ്റ്റേറ്റ് കോൺഗ്രസുമെല്ലാം ഇപ്പം ഇന്ത്യൻ നാഷണൽ കാൺഗ്രസ്സല്ലേ. ഞാനിപ്പം അവരുടെ കൂടെയില്ല. ഗാന്ധിയുടെ പാതയിലാണ് ഞാൻ. സ്വാതന്ത്ര്യം കിട്ടുമ്പോ മുറിവേറ്റവരുടെ ഇടയിലിറങ്ങിച്ചെന്ന മഹാത്മാവാണ് എനിക്ക് വഴി കാട്ടി."

"നിവർത്തനക്കാരും മന്നത്തിനെ എതിർക്കുന്ന കുറെ നായന്മാരും സാമുദായികമായി സംഘടിച്ചതെല്ലാംകൂടി ചേർന്നതല്ലേ സ്റ്റേറ്റുകാങ്ക്ര സായത്? ശരിക്കും രാഷ്ട്രീയമായി ജനങ്ങളെ സംഘടിപ്പിച്ചത് കമ്മ്യൂ ണിസ്റ്റുകാരല്ലേ?"

അനന്തകൃഷ്ണൻ പുരികമുയർത്തി അശോകനെ ഒന്നു നോക്കി. ഇരുട്ടായതിനാൽ അശോകൻ അതു കണ്ടില്ല.

"കമ്മ്യൂണിസ്റ്റുകാർ രാജ്യദ്രോഹികളാണ്. പുന്നപ്രയിലെയും വയലാറിലെയും പാവപ്പെട്ട തൊഴിലാളികളെ സി.പിയുടെ തോക്കിനു മുന്നിലിട്ടു കൊല്ലിച്ചില്ലേ അവർ. ഇപ്പം സ്വാതന്ത്ര്യം കിട്ടിയപ്പോ അത് സ്വാതന്ത്ര്യമല്ലപോലും."

പറഞ്ഞു പറഞ്ഞ് അനന്തകൃഷ്ണന്റെ ശബ്ദം ഉയർന്നു.

"അവർ ജനാധിപത്യത്തിന് എതിരാണ്. സ്റ്റാലിന്റെ റഷ്യപോലെ സ്വേച്ഛാധിപത്യമാണ് അവരുടെ ലക്ഷ്യം. ഇപ്പം കൽക്കത്ത തീസി സില് സായുധവിപ്ലവമാണവർ പറയുന്നത്. എല്ലാവരും ജയിലിന കത്തും ഒളിവിലും."

"സാമൂഹ്യമാറ്റം വേണ്ടന്നാണോ അച്ഛൻ പറയുന്നത്?" അശോ കൻ ചോദിച്ചു.

അല്പനേരത്തെ മൗനത്തിനുശേഷം അനന്തകൃഷ്ണൻ ശാന്ത നായി പറഞ്ഞു.

"മാറ്റങ്ങള് വേണം. അത് അഹിംസാ മാർഗ്ഗത്തിലായിരിക്കണം."

"അത് നടക്കോ, അഹിംസയിലൂടെ? ജനങ്ങളുടെ അവകാശ ത്തിനുവേണ്ടിയും അവർക്ക് പ്രാതിനിധ്യമുള്ള ഭരണത്തിനുവേണ്ടിയും ജനങ്ങളെ സംഘടിപ്പിക്കുന്ന രാഷ്ട്രീയപ്രവർത്തനമാണ് കമ്മ്യൂണി സ്റ്റുകാർ ചെയ്തത്. ഏറ്റവും താഴെത്തട്ടിലുള്ള മനുഷ്യർക്ക് തങ്ങളും പൗരന്മാരാണ് എന്ന ബോധമുണ്ടായത് കമ്മ്യൂണിസ്റ്റുകാരുടെ പ്രവർത്തനംകൊണ്ടാണ്. നിങ്ങൾക്ക് ജനങ്ങൾ ഭൂസ്വത്തുള്ള നായരും

ഈഴവനും ക്രിസ്ത്യാനിയും മാത്രമാണ്. എൻ.സി. ശേഖറും കെ.സി. ജോർജ്ജുമൊക്കെ സമ്പന്നകുടുംബത്തിൽനിന്നും പാവപ്പെട്ടവരുടെ ഇടയിലിറങ്ങിച്ചെന്ന് പ്രവർത്തിച്ചവരാണ്.'

''നീയീ പറയുന്നപോലെയല്ല. ഉത്തരവാദഭരണം അമേരിക്കൻ മോഡൽ അറബിക്കടലിൽ എന്നൊക്കെ പറഞ്ഞാ മനസ്സിലാകുന്ന വരാണോ വിവരോം വിദ്യാഭ്യാസവുമില്ലാത്ത കീഴ്ജാതിക്കാരായ തൊഴിലാളികൾ. അവരുടെ ആവശ്യം കൂലി കൂടുതൽ, ബോണസ്സ്, ജോലിസമയം കുറയ്ക്കുക ഇങ്ങനെയുള്ള കാര്യങ്ങളായിരുന്നു. അതൊക്കെ ടി.വി. തോമസ്സും ശ്രീകണ്ഠൻനായരുമായുള്ള ചർച്ച യിൽ സി.പി. അംഗീകരിക്കുകയും ചെയ്തു. അവരതിന് വഴങ്ങീല്ല.''

''ഞാനറിഞ്ഞത് സി.പി. അവരുടെ മുന്നിൽ വച്ച ഒരു ഉപാധി സ്വതന്ത്ര തിരുവിതാംകൂർ ഭരണഘടന അംഗീകരിക്കണമെന്നായി രുന്നു എന്നാണ്. അത് അംഗീകരിച്ചാൽ അവർക്ക് വേണ്ട സ്ഥാന മാനങ്ങളും വാഗ്ദാനം ചെയ്തതായാണ് അറിഞ്ഞത്. സിപിക്ക് വശത്താക്കാൻ പറ്റാത്ത ആരെങ്കിലുമുണ്ടോ സ്റ്റേറ്റുകാങ്രസിൽ.''

കുറച്ചു കഴിഞ്ഞ് അശോകൻ ചോദിച്ചു.

''ആരാണ് സി.പിയെ വെട്ടിയത്?'' അനന്തകൃഷ്ണൻ ഒന്നു ഞെട്ടി.

''ആ... എനിക്കെങ്ങനെയറിയാം.''

''സി.പിക്കെതിരേയല്ലേ നിങ്ങൾ സമരം ചെയ്തത്. സി.പി. വെട്ടും കൊണ്ട് ഓടിയോണ്ടല്ലേ ഇവിടെ ജനപ്രതിനിധികളിലേക്ക് അധി കാരക്കൈമാറ്റം നടന്നത്. പട്ടം താണുപിള്ള പ്രധാനമന്ത്രിയായത്. അപ്പോൾ അതിനു കളമൊരുക്കിയ ധീരനായ രാജ്യസ്നേഹിയെ നിങ്ങൾ ആദരിക്കേണ്ടതല്ലേ?''

''ഞാനിപ്പം അവരുടെ കൂടെയൊന്നും ഇല്ല എന്ന് പറഞ്ഞില്ലേ. രാഷ്ട്രീയത്തിന്റെ സ്വഭാവമേ മാറി. എനിക്കവരോട് ചേരാൻ പറ്റില്ല.''

''അതിരിക്കട്ടെ ആര് സി.പിയെ വെട്ടീന്നാണ് സംസാരം.''

''പൊതുവെ കേൾക്കുന്നത് കെസിയെസ് മണീന്നൊരു ബ്രാഹ്മണ നാണെന്നാണ്. ആരുമത് വിശ്വസിക്കുന്നില്ല. ശ്രീകണ്ഠൻ നായരുടെ കൂടെ ഒരിക്കൽ ഞാനവനെ കണ്ടിട്ടൊള്ളതായി ഓർമ്മ വരുന്നു. കുമ്പളത്ത് ശങ്കുപ്പിള്ളയാണ് അതിന്റെ പിന്നിലെന്നും പറയുന്നു. എനിക്കുമങ്ങ് വിശ്വാസം വരുന്നില്ല. അത്രയ്ക്കൊക്കെ ധൈര്യം ഒരു ത്തന് വരോ?'

''ഓഹോ.... അപ്പോൾ കേസീയെസ് മണിയുടെ ഹിംസയുടെ ഫലമാണ് തിരുവിതാംകൂറിന് കിട്ടിയ സ്വാതന്ത്ര്യം. അതുകൊണ്ടാണ്

പട്ടവും കൂട്ടരും അധികാരത്തിലെത്തിയത്. അത് ഉറക്കെ പറയുന്ന താണ് സത്യസന്ധത. നന്ദിയില്ലാത്ത വർഗ്ഗം.'' അശോകന് അരിശം വന്നു.

ഇങ്ങനെയൊക്കെ സംസാരിച്ച് അവർ സ്കൂളിന്റെ മുന്നിലെത്തി. സ്കൂൾ നിൽക്കുന്ന കുന്നിൽ ആകാശം വിസ്തൃതമായി കാണാം. പടിഞ്ഞാറ് ചന്ദ്രക്കല തെളിഞ്ഞുനിൽക്കുന്നു.

അനന്തകൃഷ്ണൻ മുണ്ടിന്റെ കോന്തലയിൽ കെട്ടിയിട്ട താക്കോൽ ക്കൂട്ടം എടുത്ത് പള്ളിക്കൂടത്തിന്റെ ആഫീസ് മുറിയുടെ വാതിലിന്റെ താക്കോൽദ്വാരം തപ്പിക്കണ്ടുപിടിച്ച് തുറന്നു. ജൂബയിലെ വലിയ കീശയിൽ നിന്നു തീപ്പെട്ടിയെടുത്ത് ഉരച്ചു. തീപ്പെട്ടിത്തിരിയിലെ തീ നിലവിളക്കിലെ തിരിയിലേക്കു കാണിച്ച് കത്തിച്ചു. കഥകളിയര ങ്ങിൽ കാണുന്നതുപോലെയുള്ള അരയാൾ പൊക്കമുള്ള നിലവിളക്ക്. വിളക്കിൽ ആവശ്യത്തിന് എണ്ണയുണ്ടോയെന്ന് അനന്തകൃഷ്ണൻ നോക്കി. എണ്ണയുണ്ടെങ്കിലും വിളക്കിനു സമീപം വച്ചിരുന്ന ഉയർന്ന പീഠത്തിൽനിന്ന് പുന്നയ്ക്കയെണ്ണ ഭരണിയെടുത്ത് അതിൽനിന്ന് കുറച്ച് എണ്ണകൂടി വിളക്കിലേക്കൊഴിച്ചു.

അവർ കസേരകളിൽ ഇരുന്നു.

അശോകൻ ചുവരുകളിൽ ചുറ്റാകെ നോക്കി. ശ്രീ ചിത്തിര തിരു നാളിന്റെ വലിയ ദീർഘകായചിത്രം ഒരു ചുവരിലുണ്ട്. മറ്റൊരു ചുവരിൽ രാജാകേശവദാസന്റെയും അനന്തകൃഷ്ണന്റെ അച്ഛൻ കൊച്ചുഗോവിന്ദക്കുറുപ്പിന്റെയും ചിത്രങ്ങളുണ്ട്.

ഇനിയൊരു ചുവരിൽ പുതിയൊരു ചിത്രം. നീണ്ടവടി കുത്തി നടക്കുന്ന പ്രകാശം പരത്തുന്ന ചിരിയുമായി ഗാന്ധിയുടെ ചിത്രം. അശോകൻ ആ ചിത്രത്തിലേക്ക് അല്പനേരം നോക്കിയിരുന്നു. അതിനുശേഷം അച്ഛനെ നോക്കി. അച്ഛന്റെ മുഖത്ത് വിഷാദഛായ പരക്കുന്നത് അവൻ കണ്ടു.

അനന്തകൃഷ്ണൻ പറഞ്ഞു.

''കഴിഞ്ഞ വർഷം ആഗസ്റ്റ് പതിനഞ്ചിന് ഇവിടെ ത്രിവർണ്ണ പതാക ഉയർത്തി. അന്നുതന്നെ ഗാന്ധിജിയുടെ ചിത്രവും അനാ ച്ഛാദനം ചെയ്തു. അടുത്ത സ്വാതന്ത്ര്യ ദിനത്തിന് അദ്ദേഹമില്ല. ഇനിയിങ്ങനെയൊരു മഹാത്മാവുണ്ടാവുമോ.'' കൺകോണിൽ വന്ന കണ്ണുനീർ അയാൾ തുടച്ചു.

ഗാന്ധി കൊല്ലപ്പെട്ടത് ലക്ഷക്കണക്കിന് ആളുകൾക്കൊപ്പം അച്ഛ നെയും വേദനിപ്പിച്ചിട്ടുണ്ട്. അശോകൻ വിചാരിച്ചു.

‘‘വയസ്സായ ആ മനുഷ്യനെ അങ്ങനെ സ്വച്ഛന്ദമായി മരിക്കാനനുവദിക്കാതെ നമ്മൾതന്നെ അദ്ദേഹത്തെ കൊന്നുവല്ലോ. അഹിംസയ്ക്കും സ്നേഹത്തിനും സത്യത്തിനും വേണ്ടി നിലകൊണ്ട ഒരു ഋഷിയെ എങ്ങനെയവർക്ക് കൊല്ലാൻ തോന്നി. നാണമില്ലല്ലോ ഇവർക്ക് ഹിന്ദുവെന്നു പറയാൻ.’’ രോഷത്തിലും സങ്കടത്തിലും അനന്തകൃഷ്ണൻ പറഞ്ഞു.

അവർ തീവ്രഹിന്ദു. ഗാന്ധി മിതവാദി ഹിന്ദു. തീവ്രവാദി മിതവാദിയെ കൊല്ലുക സ്വാഭാവികമാണ്. അശോകൻ ചിന്തിച്ചെങ്കിലും പറഞ്ഞില്ല.

അനന്തകൃഷ്ണൻ വല്ലാതെ അസ്വസ്ഥപ്പെടുന്നുണ്ടായിരുന്നു. ഗാന്ധിയിൽ തീവ്രാരാധനയുള്ള അച്ഛനെ വിഷമിപ്പിക്കരുതെന്ന് അശോകൻ കരുതി.

‘‘അച്ഛന്റെ ദുഃഖം എനിക്കു മനസ്സിലാകുന്നുണ്ട്. ഗാന്ധിയോട് ആശയപരമായി യോജിപ്പില്ലാത്തവർക്കും ദുഃഖകരമാണ് ഗാന്ധി കൊല്ലപ്പെട്ടത്. ഹിന്ദു തീവ്രവാദികളേ ഗാന്ധിവധം ആഘോഷമാക്കൂ.’’

അല്പനേരത്തിനുശേഷം പറഞ്ഞുവന്നത് വിശദീകരിക്കാൻ അശോകൻ ശ്രമിച്ചു.

‘‘എതിർശബ്ദങ്ങളെ കൊന്നൊടുക്കുന്നത് സംഘടിതഹിന്ദു മുൻപും ചെയ്തിട്ടുണ്ട്. ബുദ്ധമതത്തെ ഇന്ത്യയിൽ തുടച്ചുനീക്കിയത് ചോരപ്പുഴ ഒഴുക്കിയിട്ടാണല്ലോ.’’

‘‘കള്ളം... പച്ചക്കള്ളം... നിന്നോടിതാരാണ് പറഞ്ഞത്.’’

‘‘അതൊക്കെ മൂടിവച്ചിരിക്കുന്ന ചരിത്രമാണ്, ദേശീയതയെ ഉണർത്താൻ. ഹിന്ദുമതംതന്നെ ഹിംസാത്മകമല്ലേ അച്ഛാ. തൊട്ടുകൂടാത്തവരും തീണ്ടിക്കൂടാത്തവരും. വഴിനടക്കാൻ സ്വാതന്ത്ര്യമില്ല. പൊതുക്കിണറിൽനിന്ന് വെള്ളമെടുത്ത് കുടിക്കാൻ പാടില്ല. അതൊക്കെ ഹിംസയല്ലേ? ജാതിയെ അംഗീകരിക്കുന്നത് ഹിംസയെ അംഗീകരിക്കലാണ്. ഗാന്ധി അത് ചെയ്തിട്ടുണ്ട്. സഹജീവികളോട് ഇത്രയും അനീതി കാണിക്കുന്ന മറ്റൊരു മതമുണ്ടോ. അനീതി ലോകത്തെങ്ങുമുണ്ട്. മതതത്ത്വശാസ്ത്രംതന്നെ ഇത്രയും നീതിരഹിതമാകുന്നത് ലോകത്തൊരിടത്തും വേറെ കാണില്ല.’’

‘‘അങ്ങനെയൊന്നുമല്ല. ഗാന്ധിജി പിന്നെ നിലപാടുകൾ മാറ്റി. ദുഷിപ്പുകൾ മാറിയ അഹിംസാത്മകമായ ഹിന്ദുമതമാണ് ഗാന്ധിജി മുന്നോട്ടുവച്ചത്. ഗാന്ധിജി തന്റെ ജീവൻ തന്നെ നൽകേണ്ടിവന്നത് എന്തിനാണെന്ന് എല്ലാർക്കുമറിയാം.’’

അച്ഛൻ തന്റെ തർക്കങ്ങൾ ഒക്കെ സഹിഷ്ണുതയോടെ കേൾക്കുന്നു. അച്ഛനു വന്ന മാറ്റമാണിത്. കുട്ടിക്കാലത്ത് കഥകൾ പറഞ്ഞു തരുന്ന, രാഷ്ട്രീയ ചർച്ചകൾ നടത്തുന്ന അച്ഛനെ പൊതുപ്രവർത്തനം സജീവമായപ്പോൾ വീട്ടിൽ കണ്ടുകിട്ടാതായി. ജയരാജൻ നാടുവിട്ടതോടെ മക്കളോടുള്ള പെരുമാറ്റം ആകെ മാറി.

കുറച്ചുനേരം രണ്ടുപേരും ഒന്നും പറഞ്ഞില്ല.

തന്റേത് ഒരു നിസ്സംഗജീവിതം എന്ന് സ്വയം കരുതുന്നുണ്ടെങ്കിലും പുത്രസാന്നിധ്യം ആ മനസ്സിന് തണുവേകി. അയാൾ അതിൽ സ്വയമറിയാതെ മുങ്ങിത്താഴ്ന്നു.

അശോകൻ ഭദ്രനെ ഓർത്തു.

''അച്ഛാ...'' അവൻ അലിവിന്റെ ആഴത്തിൽനിന്ന് വിളിച്ചു.

ആ വിളിയുടെ സൂചനയിൽ അനന്തകൃഷ്ണൻ തെല്ലമ്പരന്നു.

''അച്ഛാ... ഭദ്രൻ നാടുവിട്ടത് എന്നെ കാരണമല്ലേ. ഞാനാണോ അവനെ കൊലയ്ക്കു കൊടുത്തത്.''

ഒറ്റശ്വാസത്തിൽ അവനത് പറയുമ്പോൾ അവന്റെ മുഖം വലിഞ്ഞു മുറുകുന്നുണ്ടായിരുന്നു.

''അവൻ മരണത്തെ പുൽകാനാണ് യുദ്ധത്തിൽ ചേർന്നത്. എനിക്കറിയാം.''

അശോകൻ കരയാൻ തുടങ്ങി.

അനന്തകൃഷ്ണൻ മേശമേലിരുന്ന അശോകന്റെ കൈയിൽ തന്റെ കൈ വച്ചു.

''മോനേ... കാര്യകാരണങ്ങളെല്ലാം ഒന്നിനോടൊന്ന് ബന്ധപ്പെട്ടു കിടക്കുന്നു. നീ പോയി മൂന്നു മാസം കഴിഞ്ഞപ്പോൾ അവൻ പോയി, ആരോടും പറയാതെ. നിന്റെ കത്തൊന്നും വരാത്തതിൽ അവനാകെ വിഷമത്തിലായിരുന്നുവെന്നാണ് ഞാൻ മനസ്സിലാക്കുന്നത്. അവൻ പോയി നാലഞ്ചുമാസം ഒരു വിവരവുമില്ലായിരുന്നു. പിന്നെ ബാംഗ്ലൂര് നിന്ന് ഒരെഴുത്ത് വന്നു. അവിടെ ജോലി കിട്ടി. നിന്റെ വിലാസം കിട്ടിയെങ്കിൽ അയച്ചുകൊടുക്കണം. അങ്ങനെ രണ്ടു വാക്യത്തിൽ ഒരു പോസ്റ്റ് കാർഡ്. നിന്റെ വിവരങ്ങൾ ഒന്നും അറിയില്ല എന്ന് ഞാൻ തിരിച്ചെഴുതി. പിന്നെ നീ മദിരാശിയിൽനിന്നും അവനെഴുതിയ കത്ത് ഞാൻ അവനയച്ചു കൊടുത്തു. ആ വിലാസത്തിൽ അവൻ കത്തയച്ചെന്നും മറുപടി വന്നില്ലെന്നും എനിക്കു കത്തു വന്നു. നീ അപ്പോഴേക്കും മലയായിലേക്കു പോയിട്ടുണ്ടാവും. പിന്നെ

നീ മലയായിൽനിന്നും ഒരു കത്തയച്ചു. അതും അവന്റെ പേരിലായിരുന്നു. നീ എനിക്ക് ഒരു കത്തും അയച്ചില്ലല്ലോ. ആ വിലാസം ഞാനവനയച്ചു. അവൻ നിനക്ക് മലയായിലേക്കയച്ച കത്തിനൊന്നിനും മറുപടി വന്നില്ല എന്നെഴുതിയ എത്രയോ കത്തുകൾ എനിക്കവനയച്ചു. ആഴ്ചയിൽ രണ്ടു കത്തെങ്കിലും ഞാനശോകനെഴുതുന്നു. ഒന്നിനും മറുപടിയില്ല. അവനെപ്പറ്റിയറിയാതെ എനിക്ക് സമാധാനമില്ല എന്ന് അവനൊരു കത്തിലെഴുതിയത് ഞാനോർക്കുന്നു. ഞാൻ മലയായിലേക്കയച്ച കത്തുകൾക്കും മറുപടിയില്ലെന്ന് ഞാനെഴുതി. പിന്നെയൊരു കത്തുവന്നു. അവൻ ബ്രിട്ടീഷ് പട്ടാളത്തിൽ ചേർന്നെന്ന്. വല്ലപ്പോഴും വീണ്ടും കത്തുകൾ വന്നുകൊണ്ടിരുന്നു. അവസാനം കത്ത് വന്നത് കൽക്കത്തയിൽ നിന്നാണ്. 1944 ഒക്ടോബർ പതിമൂന്നിന്. പിന്നെ രണ്ടുമാസം കഴിഞ്ഞപ്പോൾ ഒരു കമ്പി വന്നു. റംഗൂണിലായിരുന്നു അവന്റെ അവസാനം.''

ഏതോ ബിന്ദുവിൽ കാഴ്ചയെ ഉറപ്പിച്ച് അനന്തകൃഷ്ണൻ ഇത്രയും പറഞ്ഞിട്ട് അശോകന്റെ മുഖത്തേക്കു നോക്കി. അശോകന്റെ മുഖം ചേതനയറ്റ് വിളറിയിരുന്നു. കണ്ണുനീർ ഒഴുകിക്കൊണ്ടിരുന്നു.

ആ അച്ഛൻ മകന്റെ കൈയിൽ മുറുകെപ്പിടിച്ചു.

## ഇരുപത്തിയേഴ്

**ദ്രൗ**പദിമോൾ ഉമ്മറത്തേക്കുള്ള പടികൾ കയറിയും ഇറങ്ങിയും കളിക്കുകയാണ്. ചിത്തരഞ്ജൻ സിംഗപ്പൂരിൽനിന്നു കൊണ്ടുവന്ന കളിപ്പാട്ടം ഉരുട്ടിക്കളിച്ച കളി മടുത്തിട്ടാണ് ഇപ്പോൾ അവൾതന്നെ ഒരു കളി കണ്ടുപിടിച്ചത്. അശോകൻ അവളുടെ കളികളും നോക്കി ഉമ്മറപ്പടിയിൽ ഇരിക്കുന്നു. ദ്രൗപദിയാണ് ഈ വീട്ടിൽ പുതിയ ഉദയം, മറ്റു പലതും അസ്തമിച്ചപ്പോൾ.

കഴിഞ്ഞുപോയ എട്ടുവർഷക്കാലം. ലോകത്തിന്റെ വേഗം കുതിച്ചുയർന്നകാലം. സംഭവങ്ങളെ നിർണ്ണയിക്കുന്ന അനന്തവിതാനങ്ങളും അതിനു കുറുകേ വീഴുന്ന യാദൃച്ഛികതയും ഭാവിയെ ഇരുണ്ട യാഥാർത്ഥ്യമാക്കി. ദൈവം മരിക്കുകയും സ്വന്തം ജീവിതവും അസ്തിത്വവും നിർണ്ണയിക്കുന്നതിൽ അവനവന് ഒരു റോളുമില്ല എന്നതും ജീവിതത്തെ അർത്ഥശൂന്യമാക്കി.

ഇരുളിൽ അപ്പോഴും സ്വപ്നം പ്രകാശത്തിന്റെ ചെറുകണമായി പൊയ്ക്കൊണ്ടിരുന്നു. തന്നെ ഇപ്പോൾ തിരിച്ചറിയുന്നത് അപരനിലൂടെയാണ്. ഞാനാരാണ് എന്ന് അവർ പറയുന്നുണ്ട്.

അമ്മമാർ, അച്ഛൻ, വീട്ടുജോലിക്കാർ, പാടത്തെ പണിക്കാർ, നാട്ടുകാർ. അശോകൻ എന്ന അസ്തിത്വത്തെ ഉണ്മയാക്കുന്നവർ.

യുത്തത്തീ മരിച്ചെന്ന് കരുതിയ ആ ഏറത്തെ കൊച്ച് തിരിച്ചു വന്നിട്ടോണ്ട്. ആ അമ്മമാർ എന്തുമാത്രം കണ്ണീര് കുടിച്ച്. പെണ്ണുങ്ങൾ പറയും.

പടപണ്ടാരം പോലത്തെ ഏറത്ത് വീട്. പൂമുഖം, വടക്കിനി, തെക്കിനി, നടുമുറ്റം. കുറെ പണിക്കാർ. പാടത്ത് പണിയെടുക്കുന്നവർ... കൊയ്ത്ത്കറ്റ കൊണ്ടിടുന്നവർ... മേൽനോട്ടക്കാരായ കാര്യസ്ഥന്മാർ....

അച്ഛൻ ചാരുകസേരയിൽ ഇരിക്കുന്നു. ഗാന്ധിയൻ... സ്വന്തം സന്ദേഹങ്ങൾക്ക് ശാന്തിയായി ഹരിജൻ സേവാപ്രവർത്തനവും.

"കുടിക്കാൻ കൊറച്ച് വെള്ളം." ഒരു പണിക്കാരൻ പിന്നാമ്പുറത്തു വന്നു ചോദിക്കുന്നു.

കിണറ്റിൻകരയിൽ അമ്പഴച്ചോട്ടിലെ പാറക്കല്ലിൽ എങ്ങോ നോക്കി ഇരിക്കുകയാണ് അശോകൻ.

രുക്മിണി വിളിച്ചുപറഞ്ഞു.

"മോനേ അശോകാ. ആ പറയികൾക്ക് കുടിക്കാൻ കെണറ്റീന്ന് ഇത്തിരി വെള്ളം കോരി ഒഴിച്ചുകൊട്."

അശോകൻ കിണറ്റിൽനിന്ന് വെള്ളം കോരിയെടുക്കുന്നു. പണിക്കാർ പാത്രമോ പാള കോട്ടിയതോ തറയിൽ വച്ച് അല്പം മാറി നിൽക്കുന്നു. അശോകൻ അതിൽ വെള്ളമൊഴിച്ചുകൊടുക്കുന്നു.

വയസ്സായ മാണിക്ക വായിൽ കൈപൊത്തി ആദരവോടെ കുനിഞ്ഞ് സ്നേഹം ചൊരിഞ്ഞ് ചോദിക്കുന്നു.

"കൊച്ചമ്പ്രാൻ തിരിച്ചുവന്നല്ലെ.. എന്റെ മണ്ടക്കാട്ടമ്മേ..." മാണിക്ക മുകളിൽ നോക്കി മണ്ടക്കാട്ട് ഭഗവതിയെ വിളിച്ചു.

"എന്റെ തമ്പ്രാട്ടിമാര് കുടിച്ചകണ്ണീര്." മാണിക്കയുടെ കണ്ണ് നിറഞ്ഞൊഴുകി.

അവർക്ക് കിണറ്റിൽനിന്ന് വെള്ളം കോരിക്കുടിക്കാൻ ഇപ്പോഴും പാടില്ല. വെള്ളം കോരിക്കുടിച്ചോളൂ എന്ന് അശോകൻ പറഞ്ഞാൽ അതൊരു ഭൂകമ്പമാകും. അതംഗീകരിക്കാൻ തന്റെ അച്ഛനമ്മമാർക്കും പണിക്കാർക്കും കഴിയില്ല. രൂഢമൂലമാണ് ആ ബോധ്യങ്ങൾ.

പണിക്കാർക്ക് കഞ്ഞിയും ചക്കക്കൂട്ടാനും കൊടുക്കുകയാണ് കാമാക്ഷിയക്കനും ചെല്ലമ്മയക്കനും. വേലക്കാർ പറമ്പിൽ പാത്രം

വച്ച് മാറിനിൽക്കുന്നു. മണ്ണിൽ കുഴിയുണ്ടാക്കി അതിൽ വച്ച ഇല യിൽ കഞ്ഞിയൊഴിച്ചുകൊടുക്കുന്നത് അനന്തകൃഷ്ണൻ നിർത്ത ലാക്കി. ഓരോരുത്തർക്കും ഓരോ പിഞ്ഞാണം വാങ്ങിക്കൊടുത്തി ട്ടുണ്ട്. അവരത് എരുത്തിലിന്റെ വാരിയിലാണ് സൂക്ഷിക്കുന്നത്. എന്നാലും ചിലർ, പാത്രമില്ലാത്തവർ കുഴികുത്തി ഇലയിട്ട് ഇരിക്കും. ഹരിജനോദ്ധാരണത്തിന്റെ ഭാഗമായി മഹാത്മാ ഹരിജൻ കോളനി ക്കായി അനന്തകൃഷ്ണൻ മൂന്നേക്കർ ഭൂമി കൊടുത്തു. ഒരു മുറിയും ചായ്ച്ചിറക്കിയ അടുക്കളയുമുള്ള മുന്നൂറ് വീടുകൾ ഹരിജൻ സേവാ സംഘത്തിന്റെ ഫണ്ടുപയോഗിച്ച് അവിടെ വച്ചു. വീടിനായി കുറെ കൊന്നത്തെങ്ങുകളും മരങ്ങളും ഏറത്തു പറമ്പിൽ നിന്നു മുറിച്ചു.

കാമാക്ഷിയക്കൻ വിളമ്പിവച്ച ചോറിനും കൂട്ടാനും മുന്നിൽ അവ നിരുന്നു. കഴിക്കാൻ കഴിയുന്നില്ല. ഒന്നുരണ്ട് ഉരുള കഷ്ടപ്പെട്ട് വായി ലിട്ടിട്ട് അവൻ എഴുന്നേറ്റു. അവന് ഓക്കാനം വന്നു.

ഈ വീട്ടിലെ ജീവിതം അസഹ്യമാണ്. വ്യവസ്ഥിതിയുടെ കേന്ദ്രം വീടാണ്. വയ്യ പോകണം. അശോകൻ തമ്പ്രാനായി ഇവിടെ ജീവി ക്കാൻ വയ്യ. പോകാനാണ് വന്നത്. ഭദ്രനെവിടെയെന്നറിയാതെ... അവനെ കാണാനാണ് വന്നത്. വരേണ്ടിയിരുന്നില്ല. മരിച്ചുപോയി എന്ന് വിചാരിച്ചുപോയേനേ എല്ലാരും.

അശോകൻ പൂമുഖത്ത് വന്ന് ഇരുന്നു. കുറെ ഓടിക്കളിച്ച ശേഷം ദ്രൗപദി അശോകന്റെ മടിയിൽ വന്ന് ഇരുന്നു.

''മോള് പാട്ട് പാടോ?'' അശോകൻ ചോദിച്ചു.

''പ്രിയമാനസാ നീ പോയ് വരേണം...'' അവൾ പാടാൻ തുടങ്ങി. അച്ഛൻ പറഞ്ഞുകൊടുത്തതാണ്. ആറു വയസ്സുകാരിക്ക് ഇത്രയും വരികൾ ഓർക്കാൻ കഴിയുന്നല്ലോ. അശോകൻ അത്ഭുതപ്പെട്ടു. വീട്ടിൽ ദ്രൗപദി ഇപ്പോൾ ഒരാനന്ദം തന്നെ. അവരുടെ ദുഃഖങ്ങൾ കുറെ ഈ പെൺകുഞ്ഞ് മറയ്ക്കും.

ചോറുകൊടുക്കാൻ ദ്രൗപദിമോളെ ഭാനുമതി അകത്തേക്ക് എടുത്തുകൊണ്ടുപോയി.

ഇവിടെനിന്നു പോകുമ്പോൾ ഭദ്രനെ പിരിയുന്നതു മാത്രമാണ് അശോകനെ അലട്ടിയത്. മറ്റു രണ്ടു സഹോദരങ്ങൾ കരുണനനും ചിത്തരഞ്ജനുമാണ്. കരുണൻ ഫിഫ്ത്ത്ഫോമിൽ വച്ച് പഠിത്തം നിർത്തി നാടുവിട്ടുപോയിരുന്നു. അപ്പോൾ തേഡ് ഫോമിലായിരുന്ന ചിത്തരഞ്ജനെയും കൊണ്ടാണ് നാടുവിട്ടത്. മദിരാശിയിൽനിന്നു വന്ന കേശുവമ്മാവന്റെ പെട്ടിയിൽനിന്ന് പണം മോഷ്ടിച്ചുകൊണ്ടാണ് നാടുവിട്ടത്. രണ്ടാഴ്ച കഴിഞ്ഞപ്പോൾ തിരിച്ചുവന്നു. അനന്തകൃഷ്ണൻ രണ്ടുപേരെയും തെങ്ങിൽ കെട്ടിയിട്ട് പൊതിരെ തല്ലി.

നാടുവിട്ടുപോയതിനെക്കാൾ, മോഷണമാണ് അനന്തകൃഷ്ണനെ തളർത്തിയത്. വാക്കിലും പ്രവൃത്തിയിലും സത്യസന്ധനായ അനന്ത കൃഷ്ണൻ എങ്ങനെ സഹിക്കും. ഹരിശ്ചന്ദ്രന്റെയും ആ കഥ കേട്ട കുട്ടിയായ മോഹൻദാസ് ഗാന്ധിയുടെയും കഥ മക്കൾക്ക് പറഞ്ഞു കൊടുത്തിട്ടുണ്ട്.

''അച്ഛാ.. ഇനി ഞാൻ മോട്ടിക്കൂല്ലച്ഛാ... ഇനി തെറ്റുചെയ്യൂല്ല. ഇപ്പ ഴത്തേക്ക് മാപ്പ് തരണമച്ഛാ...'' എന്നു വിളിച്ച് ചിത്തരഞ്ജൻ കരഞ്ഞു.

കരുണന് എത്ര അടികൊണ്ടിട്ടും ഒരു ഭാവഭേദവുമില്ല. കരച്ചി ലുമില്ല.

ചിത്തരഞ്ജൻ പണം മോഷ്ടിച്ചതുമില്ല. കരുണൻ പണം മോഷ്ടിച്ച കാര്യം അവന് അറിയുകയുമില്ലായിരുന്നു. നാടുകൾ കാണാനുള്ള മോഹം കൊണ്ട് കരുണന്റെ പ്രലോഭനത്തിൽ പോയതാണ്. ചിത്ത രഞ്ജന് ചെയ്തത് വലിയ തെറ്റായിപ്പോയിയെന്ന് പിന്നെ തോന്നി. അവൻ അന്നു രാത്രി അച്ഛനുറങ്ങിക്കിടക്കുമ്പോൾ കട്ടിലിന്റെ കാൽ ക്കലിരുന്നു കരഞ്ഞു. കരച്ചിൽ കേട്ട് അനന്തകൃഷ്ണൻ ഉണർന്നു. ചിത്തരഞ്ജൻ ഏങ്ങിയേങ്ങി കരയുകയാണ്. ''അച്ഛാ... മാപ്പു തരണം. ഞാഞ്ചെയ്തത് വലിയ തെറ്റാണച്ഛാ. ഗാന്ധിജിയും കൊച്ചിലെ തെറ്റു ചെയ്തിട്ടൊണ്ടല്ലച്ഛാ. ഇനി ചെയ്യൂല്ലച്ഛാ. ഇപ്പഴത്തേക്ക് മാപ്പുതരണ മച്ഛാ...''എന്നു പറഞ്ഞ് കരഞ്ഞു..

അനന്തകൃഷ്ണൻ മകനെ അടുത്തിരുത്തി അവനെ തടവി ആശ്വ സിപ്പിച്ചു. കൊമേഴ്സിൽ മാസ്റ്റർ ബിരുദമെടുത്തശേഷം ചിത്തര ഞ്ജൻ സിംഗപ്പൂരിൽ പോയി. ഒരു വലിയ കമ്പനിയിലാണ് ജോലി. പോയി ഒരു മാസമാകും മുൻപേ കോട്ടും ടൈയുമൊക്കെയിട്ട് സായിപ്പുമായി നിൽക്കുന്ന ഫോട്ടോ അച്ഛനയച്ചുകൊടുത്തു. മാസ ത്തിൽ രണ്ടു കത്ത് അവൻ അച്ഛനയയ്ക്കും. ഒരു കത്ത് അമ്മമാർക്കും. വെള്ളക്കാരോടും ചീനക്കാരോടുമൊത്തുള്ള ഫോട്ടോ കാണുമ്പോൾ അനന്തകൃഷ്ണൻ അഭിമാനിക്കും... ഒരുത്തനെങ്കിലും...

ജോലികിട്ടി രണ്ടുമൂന്നുമാസമായപ്പോൾ സിംഗപ്പൂരിൽ നിന്ന് നാട്ടിൽ വന്ന ഒരു നെയ്യാറ്റിൻകരക്കാരന്റെ കൈയിൽ കുറെ സാധന ങ്ങൾ കൊടുത്തുവിട്ടു. അച്ഛന് കൈയിൽ കെട്ടാൻ ഫേവർലൂബ റിസ്റ്റ് വാച്ച്, തലയിൽ കെട്ടാൻ കമ്പിളി മഫ്ളർ, അലങ്കാരപ്പണി കളുള്ള ഊന്നുവടി, പുതപ്പ്, കുട, വാസനസോപ്പ്, തലവേദനയ്ക്കും ശരീരം വേദനയ്ക്കുമുള്ള കുഴമ്പുകൾ, വീട്ടുജോലിക്കാർക്കുൾപ്പെടെ തുണി, ദ്രൗപദിക്ക് അവിടെയാരും ഇതുവരെ കണ്ടിട്ടില്ലാത്ത രീതി യിൽ തുന്നിയ ഫ്രോക്കുകളും കളിപ്പാട്ടങ്ങളും.

എല്ലാത്തിനും ഒരു പ്രത്യേക വാസന.

''സിംഗപ്പൂരിന്റെ മണം.'' രുക്മിണി പറഞ്ഞു.

നെയ്യാറ്റിൻകരക്കാരൻ വിൻസന്റ് പറഞ്ഞു, ചിത്തരഞ്ജനവിടെ വലിയൊരാശുപത്രീലെ മാനേജരാണെന്ന്.

അച്ഛനും അമ്മമാർക്കും ആശ്വാസമായി. ചിത്തരഞ്ജനും ദ്രൗപദി മോളും. പുത്രദുഃഖത്തിന്റെ മുറിവുകളെ ഊതിത്തണുപ്പിക്കുന്നത് ഈ രണ്ടു സന്താനങ്ങളായിരുന്നു.

## ഇരുപത്തിയെട്ട്

**ക**രുണന്റെ ആദ്യത്തെ കള്ളവും നാടുവിട്ടുപോകലും നാടാകെ യറിഞ്ഞു. ആളുകളെ രസിപ്പിച്ച വാർത്തയായിരുന്നു അത്. കുറുപ്പേ മാനെയോർത്ത് ചിലർ സഹതപിച്ചു. പാവം കുറുപ്പദ്യം. എത്ര തങ്ക പ്പെട്ട മനുഷ്യനാണ്. എന്നാലും ഏറത്തുവീട്ടിലിങ്ങനെയൊരു സന്തതിയെങ്ങനെ ജനിച്ചുവെന്നവർ അത്ഭുതപ്പെട്ടു.

ജയരാജൻ വീടുവിട്ടുപോകുന്നതിനു മുൻപേയായിരുന്നു ഈ സംഭവം. ശകാരിക്കുകയും തല്ലുകയും ചെയ്തെങ്കിലും കുട്ടിത്ത ത്തിന്റെ വികൃതിയായയാണ് അനന്തകൃഷ്ണൻ കണ്ടത്. കുട്ടികളല്ലേ. അവർക്കൊരു തെറ്റുപറ്റി. ഗാന്ധിജിയും കുട്ടിക്കാലത്ത് ഇത്തരം തെറ്റ് ചെയ്തിട്ടുണ്ടല്ലോ. സഹതപിച്ചവരോട് അനന്തകൃഷ്ണൻ പറഞ്ഞു.

ചിത്തരഞ്ജന്റെ കാര്യത്തിൽ ഇതു ശരിയായിരുന്നു. പക്ഷേ കരുണന്റെ ധിഷണ മോഷണകലയിലേക്കുതന്നെ തിരിഞ്ഞു. ജന്മ വാസനയെന്നോണം.

ആദ്യത്തെ മോഷണത്തിനുശേഷം കൂടക്കൂടെ നാടുവിടും. എവി ടെയോ ഒക്കെ കറങ്ങിത്തിരിഞ്ഞ് തിരിച്ചുവരും. ആദ്യസങ്കടങ്ങളുടെ കനലടങ്ങി. അവനിങ്ങനെയൊരുത്തൻ എന്ന് അമ്മമാർ സമാധാ നിച്ചു.

അവനെ ചോദ്യം ചെയ്യാൻ അനന്തകൃഷ്ണനും പേടിയാണ്. ഉണ്ടക്കണ്ണുരുട്ടി മുഖം പെരുപ്പിച്ച് ഒരു നോട്ടമുണ്ട്. എന്തും ചെയ്യാൻ മടിക്കാത്തവൻ എന്നു തോന്നും.

ഒരിക്കൽ ജയരാജൻ കരുണനെ അടിക്കാൻ വടിയെടുത്തു. തെണ്ടിത്തിരിഞ്ഞു നടക്കുന്നത് ചോദ്യം ചെയ്തപ്പോൾ കരുണൻ

ധിക്കാരത്തോടെ തറുതല പറഞ്ഞപ്പോഴാണ് ജയരാജൻ ദേഷ്യം വന്ന് വടിയെടുത്തത്. കരുണൻ തേങ്ങ പൊതിക്കുന്ന കമ്പിപ്പാര യെടുത്ത് ചീറ്റപ്പുലിയെപ്പോലെ അലറിയടുത്തു. എല്ലാവരും പേടിച്ചു.

കുട്ടനും തേങ്ങയടക്കാൻ വന്ന വേലുവും കരുണനെ പിടിക്കാൻ നോക്കിയിട്ടും രക്ഷയില്ല. കരുണൻ കുത്താനടുക്കുമ്പോൾ ജയരാജൻ ഭയന്ന് പിറകോട്ടു പിറകോട്ട് തെന്നിമാറുകയാണ്. ഇതിനിടയിൽ വേലു കിണറ്റു കയറ് വീശി കരുണനെ കുരുക്കിട്ടു മുറുക്കി. കയറു കൊണ്ട് ചുറ്റി വരിഞ്ഞു. വേലു അനന്തകൃഷ്ണന്റെ മുന്നിൽ മാറി നിന്ന് പറഞ്ഞു.

“തമ്പ്രാനേ... മാപ്പാക്കണം. ജയരാജൻ കുഞ്ഞ് കുത്തുകൊണ്ട് ചത്തുപോകുമായിരുന്നു അതോണ്ടാ.”

കരുണനെ മുറ്റത്തിനു പുറത്ത് ഒരു കോണിലായി നിൽക്കുന്ന എടന മരത്തിൽ കെട്ടിയിട്ടു.

എല്ലാവരോടുമായി അനന്തകൃഷ്ണൻ  ആജ്ഞാപിച്ചു.

“ജലപാനം കൊടുത്തുപോകരുതവന്.”

നേരത്തോടുനേരം അവൻ അങ്ങനെ കിടന്നു. വീട്ടിൽ വേദനയും മൗനവും നിറഞ്ഞുനിന്നു. കരുണന് ഒരു മാറ്റവുമില്ല.

ഭദ്രനും അശോകനും അവനോടു പോയി പറഞ്ഞു:

“അനിയാ നീ എന്താണിങ്ങനെ.”

കരുണൻ മിണ്ടാട്ടമില്ല.

“നീ എന്തെങ്കിലും പറ. നിനക്കെന്താ പ്രശ്നം? തിന്നാതേം കുടി ക്കാതേം കിടന്നാ നീ ചത്തുപോകുമെടാ. എന്തെങ്കിലും പറ. എന്താ ണിങ്ങനെ.”

വീണ്ടുംവീണ്ടുമുള്ള ചോദ്യത്തിന് അവൻ പറഞ്ഞു. ഉറക്കെ അലറിവിളിച്ചുകൊണ്ടാണ് അവൻ പറഞ്ഞത്.

“ഞാനിങ്ങനെയാണ്. അതിനിപ്പം എന്ത്... നിങ്ങളിങ്ങനെയൊ ക്കെയല്ലേ. അതുപോലെ ഞാനിങ്ങനെയാണ്. ഇങ്ങനെയായിരിക്കും. കൊല്ലാമ്പറ്റുമെങ്കീ കൊന്നുകള.”

അനന്തകൃഷ്ണൻ വല്ലാത്ത പ്രതിസന്ധിയിലായി. മനസ്സ് നീറി പ്പിടഞ്ഞു. അവനോട് തോൽക്കുകയല്ലാതെ രക്ഷയില്ലെന്ന് അയാൾ തിരിച്ചറിഞ്ഞു. ഇനി മേലാൽ ഇത്തരം തെറ്റുകൾ ആവർത്തിക്കരുത് എന്നുപറഞ്ഞാലും നിഷേധപ്രതികരണമായിരിക്കും.

അനന്തകൃഷ്ണൻ അവനെ അഴിച്ചുവിടാൻ അയ്യപ്പൻപിള്ളയോട് പറഞ്ഞു.

അയ്യപ്പൻപിള്ള കരുണന്റെ അടുത്തുവന്ന് പറഞ്ഞു.

''മോനേ... അച്ഛന്റടുത്ത് ഞാനും അമ്മമാരും കരഞ്ഞ് പറഞ്ഞ്. മോനിനി നല്ല കുട്ടിയായിരിക്കണേ.''

''അങ്ങനെയൊരുറപ്പിലും എന്നെ അഴിച്ചു വിടണ്ട. ഞാനിവിടെ ക്കിടന്ന് ചത്തോളാം.''

''നിന്നോട് തർക്കിക്കാൻ ഞാനില്ല. വാ വന്ന് ചോറുണ്ണ്.'' അയ്യ പ്പൻപിള്ള അവനെ അഴിച്ചുവിട്ട് അടുക്കളയിൽ കൊണ്ടുചെന്നു. ഭാനുമതി ചോറും കറികളും വിളമ്പിക്കൊടുത്തു.

രണ്ടമ്മമാരും കോലായിൽ കാലുംനീട്ടിയിരിക്കുകയായിരുന്നു, കണ്ണുനീർ വാർത്തുകൊണ്ട്. അവർ ഇതുവരെ ഒന്നും കഴിച്ചിട്ടില്ല.

തന്റെ ബീജത്തിൽ പിറന്ന, തന്റെതന്നെ ഭാഗമായ ഒരുത്തനാണ് ഇങ്ങനെയായതെന്നത് അനന്തകൃഷ്ണന് സ്വയം അവജ്ഞയായി. അപ്പോൾ കരുണൻ വീട്ടിൽ ഒരു മോഷണമേ നടത്തിയിരുന്നുള്ളൂ. പഠിക്കാതെ വീടുവിട്ടു തെണ്ടിത്തിരിയുന്ന കുറ്റമേ ഉണ്ടായിരുന്നുള്ളൂ. ഇപ്പോൾ ആറു വയസ്സിനു മൂത്ത ചേട്ടന്റെ നേരേയാണ് അവൻ കുത്താനാഞ്ഞത്. പിന്നെപ്പിന്നെ കരുണന്റെ തെറ്റുകളുടെ കൂന അനന്തകൃഷ്ണന്റെയും അമ്മമാരുടെയും മനസ്സിനെ വേദനയിൽ പൊള്ളിച്ച് മരവിപ്പിച്ചു.

അനന്തകൃഷ്ണന് രണ്ടാമത്തെ ആഘാതമായിരുന്നു ജയരാജന്റെ വീടുവിട്ടുള്ള പോക്ക്.

ഓരോ ആഘാതവും അനന്തകൃഷ്ണനെ പുതിയൊരു വ്യക്തി യാക്കിക്കൊണ്ടിരുന്നു. സ്വകാര്യജീവിതത്തിലെ ആഘാതങ്ങളും പൊതുജീവിതത്തിലെ അനുഭവങ്ങളും അനന്തകൃഷ്ണനെ നിർമ്മിച്ചു കൊണ്ടിരുന്നു. എന്തെല്ലാം കളങ്കം കുടുംബത്തിൽ ചൂണ്ടിക്കാണി ക്കാനുണ്ടായാലും അനന്തകൃഷ്ണന്റെ സൽപ്പേര് നാൾക്കുനാൾ വർദ്ധിച്ചതേയുള്ളൂ. ലളിത ജീവിതം, ദീനാനുകമ്പ, ഹരിജനോദ്ധാരണം, സത്യസന്ധത, അധികാരത്തോട് മമതയില്ലായ്മ ഇങ്ങനെയൊക്കെ യുള്ള അനന്തകൃഷ്ണൻ നാട്ടുകാർക്ക് കാണപ്പെട്ട ഗാന്ധിജി ആയി രുന്നു.

സ്വാതന്ത്ര്യദിനത്തിന്റെ ഒന്നാം വാർഷികം നാടെങ്ങും ആഘോഷി ക്കുകയാണ്.

ഗാന്ധിവധത്തിന്റെ വേദന തളം കെട്ടിയ ആഘോഷങ്ങളായിരുന്നു അതെല്ലാം. ഗോഡ്സെയും കൂട്ടരും അപ്പോൾ വിചാരണ നേരിടുക യായിരുന്നു.

ഏറത്ത് കേശവദാസൻ മെമ്മോറിയൽ യു.പി. സ്കൂളിലും കെങ്കേമമായി ആഘോഷപരിപാടികൾ നടന്നു. അന്ന് വന്നെത്തിയ വിശിഷ്ടാതിഥി കൾക്കു മനസ്സിലായി നാട്ടുകാർക്ക് അനന്തകൃഷ്ണക്കുറുപ്പിനോടുള്ള ബഹുമാനാദരങ്ങൾ.

സ്കൂളും പരിസരവും കൊടിതോരണങ്ങൾ കെട്ടി അലങ്കരിച്ചു.

വിദ്യാർത്ഥികളും അധ്യാപകരും നാട്ടുകാരും ജാഥയായി ഗ്രാമ ത്തിലെ പ്രധാന പാതകളിലൂടെ റയിൽവേസ്റ്റേഷൻ മൈതാനത്ത് എത്തി. മഹാത്മജിക്ക് മരണമില്ല, ഭാരതമാതാ കീ ജയ്, പണ്ഡിറ്റ് ജവഹർലാൽ നെഹ്രു കീ ജയ്, സർദാർ വല്ലഭായ് പട്ടേൽ കീ ജയ്, മൗലാനാ അബ്ദുൾകലാം ആസാദ് കീ ജയ് എന്നിങ്ങനെ വിളിച്ചു കൊണ്ടാണ് ജാഥ നീങ്ങിയത്. കൂടുതൽ ആളുകൾ അണിചേർന്ന് ജാഥയുടെ നീളം കൂടിക്കൊണ്ടിരുന്നു. ആദ്യമായാണ് ജനം ഇങ്ങനെ യൊരു കാഴ്ചകാണുന്നത്. വഞ്ചീശ മംഗളം പാടിയുള്ള രാജാവിന്റെ തിരുനാളാഘോഷമാണ് ആളുകൾക്ക് പരിചയമുള്ളത്.

ജനാധിപത്യം നാടിന്റെ സിരകളിലൂടെ പടർന്നൊഴുകുകയായി രുന്നു സ്വാതന്ത്ര്യത്തിന്റെ ഒന്നാം വാർഷികത്തിൽ. ജാഥ റെയിൽവേ സ്റ്റേഷൻ മൈതാനം നിറഞ്ഞുകവിഞ്ഞു. അവിടെ പൗരമുഖ്യന്മാർ പ്രസംഗിച്ചു. അനന്തകൃഷ്ണന്റെ പ്രസംഗം ഗാന്ധിജിയുടെ ഓർമ്മ യിൽ ഏറെ വികാരതീവ്രമായിരുന്നു..

സ്വാതന്ത്ര്യം കിട്ടിക്കഴിഞ്ഞു. കിട്ടിയ സ്വാതന്ത്ര്യം എങ്ങനെ അർത്ഥവത്താക്കാം എന്നതാണ് പ്രധാനം. ലഭ്യമായ സ്വാതന്ത്ര്യ ത്തിന്റെ വിലയറിയാതെ സ്വതന്ത്രഇന്ത്യയോട് സായുധകലാപത്തിന് ആഹ്വാനം ചെയ്യുന്ന കമ്മ്യൂണിസ്റ്റുകൾ രാജ്യത്തിനെതിരായ പ്രവർ ത്തനമാണ് ചെയ്യുന്നത്. നമുക്ക് ഒരു രാജ്യം കെട്ടിപ്പടുക്കേണ്ടതുണ്ട്. പട്ടിണിയോടും നിരക്ഷരതയോടും പോരാടേണ്ടതുണ്ട്. ഹരിജന ങ്ങൾക്ക് മാന്യമായ ജീവിതം ഉണ്ടാകേണ്ടതുണ്ട്. മഹാത്മാവായ ഗാന്ധിജി സ്വപ്നം കണ്ട ഇന്ത്യയ്ക്കായുള്ള ശ്രമം നമ്മൾ ആരംഭി ച്ചിട്ടേയുള്ളൂ. നമ്മുടെ പ്രധാനമന്ത്രി പണ്ഡിറ്റ് ജവഹർലാൽ നെഹ്രു വിന്റെ നേതൃത്വത്തിൽ ഇന്ത്യ അതിന്റെ മഹനീയ സംസ്കാരം ഉയർ ത്തിപ്പിടിച്ച് ഒരു മതേതര ജനാധിപത്യ രാജ്യമായി ലോകത്തിനുമുന്നിൽ തല ഉയർത്തിപ്പിടിച്ചുതന്നെ നിൽക്കുമെന്നതിൽ സംശയമില്ല. വിഭ ജനത്തിന്റെ മുറിവുകൾ ഇനിയും ഉണങ്ങിയിട്ടില്ല. വെറുപ്പും വിദ്വേ ഷവും വർഗ്ഗീയ ചേരിതിരിവുകളുമുണ്ടായാൽ അവിടെ ശാന്തിയുടെ സന്ദേശവുമായി വരാൻ നമുക്കിന്നൊരു ഗാന്ധിജിയില്ല. മതഭ്രാന്തന്മാർ, ഹിന്ദു വർഗ്ഗീയവാദികൾ ഗാന്ധിജിയെ വധിച്ചു. പുതുതലമുറയിലേക്ക്

അവരുടെ വിഷം സംക്രമിക്കാതെ നോക്കിയില്ലെങ്കിൽ ഇന്ത്യയുടെ ഭാവി നരകസമാനമാവും.

ഇങ്ങനെ കയറിക്കയറി പോയി അനന്തകൃഷ്ണന്റെ പ്രസംഗം. ജനം ഇടയ്ക്കിടയ്ക്ക് കൈയടിച്ചുകൊണ്ടിരുന്നു. രാജാകേശവദാസൻ മെമ്മോറിയൽ സ്കൂളിൽ എത്തിയശേഷം ഗാന്ധിജിയുടെ ചിത്രത്തിൽ ഹാരമണിയിച്ചു. ഹരിജൻ വിദ്യാർത്ഥികൾക്കെല്ലാം പുതുവസ്ത്രം നല്കുകയും എല്ലാവർക്കും പായസം വിതരണം ചെയ്യുകയും ചെയ്തു.

## ഇരുപത്തിയൊൻപത്

**തീ**വണ്ടിയിലോ നഗരത്തിലോ ഒരു കളവുണ്ടായാൽ പൊലീസ് ആദ്യം സംശയിക്കുക കരുണനെയാണ്. തിരുവിതാംകൂർ പോലീസിനറിയാം ഗാന്ധിയനും വക്കീലുമായ അനന്തകൃഷ്ണക്കുറുപ്പിന്റെ മകനാണ് കരുണനെന്ന്.

നിയമം മുഖം നോക്കാതെയാണ് നടപ്പിലാക്കേണ്ടതെന്നറിയാമല്ലോ എന്ന് മകൻ പൊലീസ് കസ്റ്റഡിയിലായപ്പോൾ കുറുപ്പ് പൊലീസ് മേധാവിയോടു പറഞ്ഞു. കേരളത്തിനു വെളിയിലും തീവണ്ടിക്കൊള്ളയ്ക്ക് കരുണൻ പ്രസിദ്ധനാണ്. ഫിഫ്ത് ഫോം വരെ പഠിച്ച കരുണൻ ഇംഗ്ലീഷിനു പുറമേ എട്ട് ഇന്ത്യൻ ഭാഷകളും അനായാസമായി സംസാരിക്കും.

അച്ചുവമ്മാവൻ കൊളംബിൽനിന്നു വന്നപ്പോഴായിരുന്നു വീട്ടിൽ നിന്നുള്ള രണ്ടാമത്തെ മോഷണം. അന്നൊരു പതിനെട്ടു വയസ്സു കാണും. അച്ചുവമ്മാവന്റെ ട്രങ്കു പെട്ടിയിൽ നിന്ന് രൂപയും ഈശ്വരി അമ്മാവിയുടെ കഴുത്തിൽക്കിടന്ന നാലുപവന്റെ മാലയുമാണ് അന്ന് കരുണൻ എടുത്തുകൊണ്ടുപോയത്.

മൂന്നു ദിവസം കഴിഞ്ഞ് പള്ളിക്കൂടം മുക്കിൽ കരുണൻ പ്രത്യക്ഷപ്പെട്ടു. എരപ്പൻ വാസുവിന്റെ കടയിൽ ചായയ്ക്കും പുട്ടിനും പറഞ്ഞു. രാവിലെ പണിക്കുപോകുന്നവരൊക്കെ ചായകുടിക്കാൻ വന്നിട്ടുണ്ട്. എരപ്പൻ ഈഴവനാണ്. ഈഴവർക്ക് കുപ്പിഗ്ലാസിലും പറയർക്കും കുറവർക്കുമൊക്കെ ചിരട്ടയിലുമാണ് ചായ. നായന്മാർ എരപ്പന്റെ കടയിൽ വന്ന് ഇരിക്കില്ല. കരുണൻ വരും. ഏറത്തെ കൊച്ചുചായക്കടയിൽ വന്നിരിക്കുമ്പോൾ ആദ്യമൊക്കെ അവിടെയിരിക്കുന്ന പ്രായമായവരുടെ ചന്തി ഒന്നിളകും. ചിലർ ഭവ്യതയോടെ വാപൊത്തി

എഴുന്നേറ്റ് പുറത്തുനിൽക്കും. നവോത്ഥാനക്കാറ്റടിച്ച ചെറുപ്പക്കാർ തല കുറച്ചുകൂടെയൊന്നുയർത്തി അവിടെ ഇരിക്കും. മേശമേൽ താളമടിക്കും. നായർപിള്ളാരൊക്കെ പ്രായമായ ഈഴവരെയും മറ്റ് താഴ്ന്ന ജാതിക്കാരെയും പേരുചൊല്ലിയാവും വിളിക്കുക.

പറയരെയും കുറവരെയുമൊക്കെ കരുണൻ തോളിൽ കൈയിട്ട് 'വാ ചാത്താ, ഇവിടെ ഇരിക്കാ'മെന്നു പറഞ്ഞ് ചായക്കടയ്ക്കകത്ത് ബഞ്ചിൽ തന്റെയരികെ പിടിച്ചിരുത്തും. ബഞ്ചിലിരിക്കുന്ന ഈഴവർ എഴുന്നേറ്റുമാറും. അവർ പറയും. "ആ കൊച്ചിന് പ്രാന്താണ്."

കരുണന്റെ രണ്ടാമത്തെ മോഷണം അനന്തകൃഷ്ണൻ നാലാള റിയാതിരിക്കാൻ നോക്കി. നാട്ടുകാരറിഞ്ഞാൽ നാറുന്നത് അവനല്ല, താനാണ്. തെറ്റു ചെയ്യുന്നവൻ പക്ഷേ ശിക്ഷിക്കപ്പെടണം. അവൻ തിരിച്ചു വരട്ടെ. അപ്പോൾ പൊലീസിൽ പിടിച്ചു കൊടുക്കണോ? പുറത്തും മോഷണം നടത്തുന്നെങ്കിൽ അവനെ പൊലീസ് പിടിക്കു ന്നുണ്ടായിരിക്കുമല്ലോ.

കരുണൻ പുറത്ത് മോഷ്ടിക്കുന്നുണ്ടാവുമെന്ന് സംശയിക്കാൻ അയാൾ പ്രയാസപ്പെട്ടു. ആദ്യത്തെ മോഷണത്തിനുശേഷം കറങ്ങി ത്തിരിഞ്ഞ് വല്ലപ്പോഴും വീട്ടിലെത്തും. ഉറക്കവും ഭക്ഷണവും കഴി ഞ്ഞാൽ വീട്ടിൽ കാണില്ല. അവനിങ്ങോട്ട് വരരുത് എന്നാണ് അനന്ത കൃഷ്ണൻ ആഗ്രഹിക്കുന്നത്. തന്റെ മുന്നിൽനിന്ന് അവൻ ബീഡി വലിച്ച് ഊതി വിടും. അവനോടൊന്നും പറയാൻ പറ്റില്ല, ബീഡിയോ മുറുക്കാനോ അങ്ങനെ യാതൊരു ദുശ്ശീലങ്ങളുമില്ലാത്ത ആളാണ് അനന്തകൃഷ്ണൻ. അല്ലെങ്കിൽത്തന്നെ സ്വന്തം പിതാവിന്റെ മുന്നിൽ നിന്ന് ആരെങ്കിലും ബീഡി വലിക്കുമോ? വല്ലാത്ത ഗന്ധമാണ് അവൻ വലിച്ചുവിടുന്ന പുകയ്ക്ക്. അയ്യപ്പൻപിള്ള പറഞ്ഞു അത് കഞ്ചാവാ ണെന്ന്.

നിവൃത്തിയില്ലാതെ ഒരു ദിവസം അനന്തകൃഷ്ണൻ പറഞ്ഞു.

"നിന്റെ ശീലങ്ങളിലൊന്നും ഞാനിടപെടുന്നില്ല. എന്റെ മോനാ ണല്ലോ എന്നു വിചാരിച്ച് നിന്നെ ഗുണദോഷിക്കാൻ സാധ്യമല്ല. ഒരൊറ്റക്കാര്യത്തിലേ എനിക്കപേക്ഷയുള്ളൂ. മുറ്റത്തു വച്ചോ വീട്ടി നകത്തു വച്ചോ ബീഡി വലിക്കരുത്. ഇവിടെ വിശാലമായ പറമ്പുണ്ട്. അവിടെവച്ചായിക്കോ."

കരുണൻ ഒന്നും മിണ്ടിയില്ല. തറപ്പിച്ചു നോക്കിയിട്ട് നടന്നങ്ങു പോയി. അനുസരിക്കയില്ല എന്നാണ് അനന്തകൃഷ്ണൻ വിചാരി ച്ചത്. പക്ഷേ പിന്നെയവൻ കിണറ്റിൻകരയിലോ വീടിന്റെ പിന്നാ മ്പുറത്തോ പോയിരുന്ന് ബീഡി വലിച്ചു.

കരുണൻ വീട്ടിലെത്തിയിട്ട് മൂന്നു ദിവസമേ ആകുന്നുള്ളൂ. അച്ചുവമ്മാവന്റെ പണവും ഈശ്വരിയമ്മായിയുടെ മാലയും കളവുപോയതിന്റെ അന്ന് അപ്രത്യക്ഷനാകുകയും ചെയ്തു. മൂന്നു വർഷം മുൻപ് കേശുവമ്മാവന്റെ കാശു കട്ടെടുത്തെങ്കിലും പിന്നെയവൻ വീട്ടിൽ കളവൊന്നും ചെയ്യാത്തതിനാൽ കരുണനെ സംശയിച്ചില്ല.

മാല കാണാതായതാണ് ആദ്യം അറിഞ്ഞത്. ഉറങ്ങിയെണീറ്റ് കണ്ണാടിയുടെ മുന്നിൽ നിന്ന് ഉലഞ്ഞ വസ്ത്രങ്ങൾ നേരേയാക്കി മുടി വാരിക്കെട്ടുമ്പോഴാണ് കഴുത്തിൽക്കിടന്ന മാല പോയകാര്യം ഈശ്വരിയമ്മ കണ്ടത്.

''അയ്യോ അക്കാ... അക്കാ... എന്റെ മാല കാണുന്നില്ലക്കാ.'' ഈശ്വരി വിളിച്ചുകൂവിക്കൊണ്ട് തെക്കിനിയിലെ വരാന്തയിലേക്കോടി വന്നു.

''അയ്യോ അതെവിടെപ്പോയി? നീ കെടന്നടത്ത് നല്ലോണം നോക്കിയാ.'' സത്യഭാമ ചോദിച്ചു.

നടുമുറ്റത്തുനിന്ന് ആദിത്യസ്തുതി ചൊല്ലുകയായിരുന്നു രുക്മിണി. അടുക്കളയിലും പിന്നാമ്പുറത്തും നിന്നവരെല്ലാം വരാന്തയിലേക്കോടി വന്നു. രുക്മിണിയും സത്യഭാമയും കൂടി  കിടന്ന മുറിയാകെ നോക്കി. എങ്ങുമില്ല.  അവർ തിരിച്ചു വരാന്തയിൽ വന്നു. അടുക്കളക്കാരികൾ സംശയത്തിന്റെ നിഴലിൽ അകപ്പെട്ടപോലെ പകച്ചു നിൽക്കുന്നു. രുക്മിണിയും സത്യഭാമയും എല്ലാവരെയുമൊന്ന് നോക്കി.

അപ്പോൾ അടുക്കളയിൽനിന്ന് തീയൂതിക്കത്തിച്ചിട്ട് കണ്ണുതിരുമ്മി വന്ന കാമാക്ഷിയോട് രുക്മിണി ചോദിച്ചു.

''നീ കണ്ടോടീ ഈശ്വരീടെ മാല?''

കാമാക്ഷി അന്ധാളിച്ചു. അവൾ അങ്ങനെയൊരു ചോദ്യം പ്രതീക്ഷിച്ചില്ല. കാമാക്ഷി കരയാൻ തുടങ്ങി. മറ്റുള്ളവർക്ക് പേടിയായി. ഇനിയാരെയാണ് സംശയിക്കുന്നതെന്നറിയില്ല. ഏറത്തു വീട്ടിൽ എല്ലാം തുറന്നിട്ടിരിക്കുകയാണ്. ഒരു കളവും ഇതുവരെയുണ്ടായിട്ടില്ല, കരുണൻ കുട്ടിക്കാലത്ത് അവിവേകം ചെയ്തതല്ലാതെ.

''അക്കാ... അവരേ കിട്ടിയാ തരൂല്ലേ അക്കാ. അവരെയെന്തിന് സംശയിക്കുന്നേ?'' സത്യഭാമ പറഞ്ഞു.

എല്ലാവർക്കും നേരേ ശ്വാസം വീണതപ്പോഴാണ്.

''ഞാൻ സംശയിച്ചില്ലല്ലെ. കണ്ടോന്ന് ചോദിച്ചല്ലെ ഒള്ള്. അതിനിവള് മോങ്ങുന്നതെന്തിന്? പോയിനെടീ എല്ലാരും അവരവരടെ പണിക്ക്.''

“എത്ര പവന്റെ മാലയാണടീ?” സത്യഭാമ ചോദിച്ചു.

“നാലു പവൻ.” ഈശ്വരിക്ക് കരച്ചിൽ വന്നു.

“നീ ഒന്നുകൂടെ ഓർത്തുനോക്ക്. കുളിച്ചപ്പഴങ്ങാനും അഴിച്ചു വച്ചാന്ന്.” സത്യഭാമ പറഞ്ഞു.

അച്ചു അപ്പോൾ ഇരച്ചുപാഞ്ഞവിടെയെത്തി.

പെട്ടിയിലിരുന്ന പണം കണ്ടില്ലെന്ന്. പെട്ടിയുടെ പൂട്ട് കുത്തി ത്തുറന്നിരിക്കുന്നു.

“അയ്യോ... വീട്ടീ കള്ളൻ കേറിയേ.” സത്യഭാമ അന്ധാളിച്ചു വിളിച്ചു.

അപ്പോഴേക്കും അനന്തകൃഷ്ണനും വന്നു. മറ്റെന്തെങ്കിലും പോയിട്ടുണ്ടോന്ന് അന്വേഷണമായി. വീട്ടിനകത്ത് കള്ളനു കടക്കാൻ ഏതെങ്കിലും വാതിലിലെ പൂട്ട് പൊളിച്ചിട്ടുണ്ടോ എന്നൊക്കെ എല്ലാ വരുംകൂടി നോക്കി. മറ്റെങ്ങും കള്ളൻ കയറിയതിന്റെ ലക്ഷണം കാണാനില്ല. സ്വർണ്ണപ്പെട്ടിയൊക്കെ ഭദ്രം.

അതിനിടയിൽ അയ്യപ്പൻപിള്ള വന്ന് അനന്തകൃഷ്ണന്റെ കാതിൽ പറഞ്ഞു. കരുണനെ കാണുന്നില്ല. അവൻ പതിവുപോലെ പോയെന്നാ തോന്നുന്നത്. കരുണൻ കട്ടതാവുമോ എന്നു പറയാനുള്ള അറപ്പു കൊണ്ടാണ് അയ്യപ്പൻപിള്ള അങ്ങനെ പറഞ്ഞത്.

അനന്തകൃഷ്ണന് കാര്യം പിടികിട്ടി. കുറച്ചു സമയം ആലോ ചിച്ചു. അയാൾ അച്ചുവിനെ അരികിൽ വിളിച്ച് പറഞ്ഞു.

“ഈ വീട്ടിലെ ആദ്യത്തെ സംഭവമാണിത്. ആരാണെന്ന് ആർ ക്കറിയാം. പണം പെട്ടീന്ന് പോയ സ്ഥിതിക്ക് ആരോ കട്ടതു തന്നെ. മാല മാത്രമാണെങ്കീ കളഞ്ഞുപോയതാണെന്ന് കരുതാമായിരുന്ന്. ഈ വീട്ടീ കള്ളൻ കേറുമെന്ന് സങ്കൽപ്പിക്കാനേ കഴിയുന്നില്ല. പക്ഷേ, അങ്ങനെ സംഭവിച്ചിരിക്കുന്നു. ആരെന്ന് ഞാൻ കണ്ടുപിടിക്കും. പൊലീസിനെ അറിയിച്ചാ നാട്ടിലൊക്കെ പാട്ടായി. അതു വേണോ... നാലു പവൻ മാലയും നാന്നൂറ് രൂപയുമല്ലേ പോയത്. അത് നിനക്ക് ഞാന്തരാം.”

“അയ്യോ കൊച്ചാട്ടാ, അതു വേണ്ടാ. പോയത് പോട്ട്. കൊച്ചാട്ടൻ അതിനായിട്ടിപ്പം തരണ്ട. പിന്നയവള്ടെ കെട്ടുതാലി കൊരുത്തിട്ട മാലയാണ് കട്ടോണ്ടു പോയത്. അതവക്കൊരു വെഷമം കാണും. ഞാന്തന്നെ വേറൊന്ന് കെട്ടിക്കൊടുത്താ ആ വെഷമമങ്ങ് മാറും.”

അതങ്ങനെ തീർന്നെങ്കിലും ഈശ്വരി അടുക്കളയിലെ അടക്കം പറച്ചിലിൽ കേട്ടു, കരുണനാണ് കട്ടതെന്ന്.

വേണ്ടായെന്നുപറഞ്ഞെങ്കിലും തിരിച്ചു പോകാൻ നേരത്ത് ഒരു സമ്മാനം പോലെ സ്വർണ്ണപ്പെട്ടിയിൽനിന്ന് അഞ്ചുപവന്റെ ഒരു കാശു മാല രുക്മിണി ഈശ്വരിയുടെ കഴുത്തിൽ ഇട്ടുകൊടുത്തു. ഈശ്വരി യുടെ സന്തോഷം രുക്മിണിയും സത്യഭാമയും അവളുടെ മുഖത്ത് കണ്ടു.

മകന്റെ കള്ളം മറയ്ക്കാൻ സത്യനിഷ്ഠ ലംഘിക്കപ്പെട്ടത് അനന്ത കൃഷ്ണനെ കുത്തിനോവിപ്പിച്ചുകൊണ്ടിരുന്നു. അയാൾ മൂന്നു ദിവസം ഉപവാസമിരുന്നു.

മൂന്നു ദിവസം കഴിഞ്ഞപ്പോൾ കരുണൻ പ്രത്യക്ഷനായി.

''എരപ്പൻ ചാന്നാരെ കടേല് കൊച്ചമ്പ്രാൻ ഇരിക്ക്ന്ന്.'' വെള്ളാ ത്തൻ അയ്യപ്പൻപിള്ളയോട് പറഞ്ഞു.

''ഏത് കൊച്ചമ്പ്രാൻ?'' അയ്യപ്പൻപിള്ള ചോദിച്ചു.

''കരുണക്കുറുപ്പ് കൊച്ചമ്പ്രാനേ.'' വെള്ളാത്തൻ വായ്പൊത്തി ശബ്ദം താഴ്ത്തി പറഞ്ഞു.

പിന്നെ കുറെക്കൂടി ശബ്ദം താഴ്ത്തി പറഞ്ഞു.

''ഇവിടന്ന് സ്വർണ്ണത്തിന്റെ മാല കട്ടന്നൊക്കെ പറയുന്നതു കേട്ടു.''

അയ്യപ്പൻപിള്ള കേട്ടകാര്യം അനന്തകൃഷ്ണനോട് പറഞ്ഞു. ശരീരമാകെ തളരുന്നത് അയാൾ അറിഞ്ഞു. അയ്യപ്പൻപിള്ള യോട് ശരി എന്ന് ആംഗ്യം കാണിച്ച് ചാരുകസേരയിൽ ചാഞ്ഞ് ഇരുന്നു.

കരുണൻ എന്നു കേൾക്കുമ്പോഴേ അനന്തകൃഷ്ണന് നെഞ്ചി ടിപ്പ് കൂടും. ആകെയൊരു പരിഭ്രമമാണ് പിന്നെ. പുറത്തു കാണി ക്കാനുമാകില്ല. അതിനതിന് അകമേ വിമ്മിട്ടപ്പെടുന്നതിന്റെ പ്രയാസം അയാൾക്കു മാത്രമറിയാം. ഒരു ഗാന്ധിയന്റെ ആത്മസംഘർഷങ്ങൾ അതീവരഹസ്യമായ ഇരുട്ടറയാണ്.

ഏറത്ത് പണവും സ്വർണ്ണവും മോഷണം പോയത് നാട്ടുകാരാരും അറിഞ്ഞിരുന്നില്ല. അയ്യപ്പൻപിള്ളയോ അടുക്കളക്കാരികളോ ആരോടും പറയില്ല. അത്രയും വിശ്വസ്തരാണവർ. കരുണനതു പൊട്ടിച്ചു. എര പ്പന്റെ കടയിലിരുന്ന് എല്ലാ വിശേഷങ്ങളും പറയുന്നകൂട്ടത്തിൽ അതും.

കരുണന് ഇതൊന്നും ഒളിച്ചുവയ്ക്കണം എന്ന വിചാരത്തിലുള്ള കാര്യങ്ങളല്ല. താൻ ചെയ്യുന്നതൊന്നും കരുണൻ ഒളിപ്പിച്ചുവയ്ക്കാ റില്ല. കളവു ചെയ്യുമ്പോഴത് ഒളിവിലാണ്. പിന്നെയത് വെളിവാണ്. വർത്തമാനകാലം ഇരുളിലും ഭൂതകാലം വെളിച്ചത്തിലും.

യാത്ര കഴിഞ്ഞു വരുമ്പോൾ മോഷണവിശേഷങ്ങളെല്ലാം കടയിലും കവലയിലും വച്ച് പറയും. കേൾക്കാൻ ഒത്തിരിപ്പേർ ചുറ്റുമുണ്ടാകും. ആളുകൾ അന്തംവിട്ട് രസിച്ച് കേട്ടിരിക്കും. എങ്ങുനിന്നും കേൾക്കാൻ പറ്റാത്ത കഥകളല്ലേ.

തീവണ്ടി മോഷണങ്ങളും പോക്കറ്റടിയുമാണ് കൂടുതൽ. തന്റെ അടുത്ത് ഉണർന്നിരിക്കുന്ന ഉടമസ്ഥന്റെ സാധനമോ പണമോ മോഷ്ടിക്കുന്നതിൽ കരുണന് പ്രത്യേക ആനന്ദമാണ്. വീട്ടിലെ പൂട്ടു തുറന്നു കയറിയ അനുഭവങ്ങളുമുണ്ട്. കൂട്ടുകൂടിയുള്ള കളവില്ല. എല്ലാം ഒറ്റയ്ക്ക്.

പള്ളിക്കൂടം മുക്കിലോ ചന്തയിലോ കരുണനെത്തിയാൽ ആളുകൾ കൂടും. പുതിയ മോഷണവാർത്തകൾ അറിയാം. കരുണന്റെ കൈയിലുള്ള കാശ് എന്തെങ്കിലും കിട്ടുകയും ചെയ്യും. തന്റെ കൈയിൽ അപ്പോഴുള്ളത് കരുണൻ പാവപ്പെട്ടവർക്ക് കൊടുക്കും. കേൾവിക്കാർക്ക് പല സംശയങ്ങളുമുണ്ടാകും. എന്നാലും ചോദിക്കുന്നതെങ്ങനെ എന്നു വിചാരിച്ച് ചോദിക്കില്ല.

ഓച്ചിറമുണ്ടനെന്ന് എല്ലാവരും വിളിക്കുന്ന കനകാംബരൻ തനിക്ക് ചോദിക്കാനെന്തെങ്കിലുമുണ്ടെങ്കിൽ ചോദിച്ചിരിക്കും. അതാണവന്റെ പ്രകൃതം. നാലേമുക്കാലടി പൊക്കം. നല്ല തടി. കാലുകൾ ബ്രാക്കറ്റു പോലെ വളഞ്ഞിരിക്കും. രണ്ട് ആകാരസൗഷ്ഠവമുള്ള കാളകൾക്കു പിറകെ ആ ഉരുണ്ട ശരീരം ഉരുണ്ടുരുണ്ട് വരും.

ആൾക്കൂട്ടത്തെ കണ്ടപ്പോഴേ ഓച്ചിറമുണ്ടൻ വിചാരിച്ചു, കരുണക്കുറുപ്പ് എത്ത്യായിരിക്കും. കാളകളെ വഴിയോരത്ത് മേയാൻ വിട്ട് ഓച്ചിറ അങ്ങോട്ടു ചെന്നു. ഓച്ചിറ വന്നപ്പോൾ ചിലർക്ക് സന്തോഷമായി. ചോദ്യങ്ങൾ ചോദിക്കുമല്ലോ.

കുറച്ചുനേരം കേട്ടുനിന്നിട്ട് ഓച്ചിറ ചോദിച്ചു.

കരുണൻ തല ചരിച്ച് ഓച്ചിറയുടെ ചോദ്യം കേട്ടു.

ആരെങ്കിലും പറയുന്നത് ശ്രദ്ധിക്കുമ്പോൾ കരുണൻ തല ചരിച്ച് പുരികം ഉയർത്തി കാതിന്റെ ശ്രദ്ധയെ കൂർപ്പിക്കും. ചെവി കേൾക്കാഞ്ഞിട്ടൊന്നുമല്ല. അങ്ങനെയാണ് പ്രകൃതം. കേട്ടുകഴിയുമ്പോൾ കണ്ണൊന്നടയ്ക്കും. പിന്നെ തല ചരിച്ച് വായ് തുറന്ന് ഒച്ച ഉയർന്നും താഴ്ന്നും, ചിലപ്പോൾ അടക്കം പറയുന്നതുപോലെയും കാര്യങ്ങൾ പഠിപ്പിക്കുന്നതുപോലെയും പറഞ്ഞു കൊടുക്കും. അടക്കം പറയുന്നതുപോലെ പറയുന്നത് കൂടുതൽ ഗൗരവമുള്ളതായിരിക്കും.

അടക്കം ഉച്ചത്തിൽ പറയുന്നതിനാൽ സദസ്സിന് കേൾക്കാൻ പറ്റും.

ഓച്ചിറ മുണ്ടൻ ചോദിച്ചു.

''ഈ പൊലീസുകാര് പിടിച്ചാ അവര് അടിച്ച് ചമ്മന്തിയാക്കത്തില്ലേ?''

കരുണന് ചിരി വന്നു.

''പൊലീസുകാര്ടെ കൈയീ കിട്ടിയാ പിന്നയവര് തടവോ. അവരടിച്ച് സൂപ്പാക്കും. ആദ്യമൊക്കെ കൊറേ അടി കൊണ്ടിട്ടൊണ്ട്. പിന്നെപ്പിന്നെ അവരും നമ്മളും തമ്മീ ഒരിത് ഒണ്ടാവും. കള്ളനും പൊലീസും തമ്മില് ഒരു ഇരുപ്പുവശമൊണ്ട്. അത് നിങ്ങക്ക് അറിയില്ല.''

എല്ലാവരെയും ഒന്നു നോക്കിയിട്ട് കരുണൻ പറഞ്ഞു.

''ഇപ്പം ഇന്ത്യയിലെ ഒരുമാതിരിപ്പെട്ട സ്റ്റേഷനിലക്കെ എന്റെ പേരു പറഞ്ഞാ അറിയാം.''

പൊലീസൊക്കെ പൂവാസാണെന്ന് കരുണൻ കൈകൊണ്ട് ആംഗ്യം കാണിച്ച് കണ്ണിറുക്കി.

ആളുകൾ അന്തംവിട്ടുനിന്നു കേട്ടു.

''അവമ്മാര് കൈത്തരിപ്പ് തീർക്കാൻ ഒന്നും രണ്ടുമൊക്കെ തരാതിരിക്കത്തില്ല. പൊലീസുകാരുടെ അടിയൊന്നും ഒന്നുമല്ല. പൊതുജനത്തിന്റേതാ സഹിക്കാമ്പറ്റാത്തത്. അവരടെ കൈയീ കിട്ടിയാ പെട്ടതുതന്നെ. അവര് പന്തു തട്ടണതുപോലെയിട്ടങ്ങ് തട്ടും. വരണവരും പോണവരുമക്കെ കേറിയങ്ങ് പെരുമാറും. എന്തിനാണന്ന് അവർക്കുതന്നെ അറിയത്തില്ല.''

ഒന്നു നിർത്തിയിട്ട് കരുണൻ ചിറി ഒരു വശത്തേക്ക് കോട്ടി കണ്ണും അതേ ദിശയിലാക്കി പറഞ്ഞു.

''അതുകൊണ്ട് പൊതുജനത്തെ സൂക്ഷിച്ചാ മതി.''

കാര്യങ്ങൾ പറഞ്ഞകൂട്ടത്തിൽ അച്ചുവമ്മാവന്റെയും ഈശ്വരിയമ്മാവിയുടെയും പണവും സ്വർണ്ണവും മോഷ്ടിച്ചതും കരുണൻ പറഞ്ഞു.

''വീട്ടിന്നൊന്നും എടുക്കണമെന്ന് കരുതീട്ടല്ല. കൊച്ചുപ്രായത്തീ ചെയ്തതല്ലാതെ വീട്ടിന്നെടുക്കമ്പം അതൊരു കളവായി തോന്നാത്തതുകൊണ്ട് ഞാനതങ്ങ് നിർത്തി. ഇതിപ്പം അച്ചുവമ്മാവന്റേം അമ്മാവീടേം വരവും ഭാവവും പടുതീം ഒക്കെ കണ്ടപ്പം ഒരു കുസൃതി.''

അമ്മാവി അമ്മമാരോട് വരാന്തയിലിരുന്ന് വർത്തമാനം പറഞ്ഞിരിക്കുന്നതിനിടെ മാല തന്റെ കൈയിൽ വന്നത് പറഞ്ഞതു കേട്ട് സദസ്സാകെ രസിച്ചു.

"ഈ ഒറങ്ങിക്കെടക്കുന്നവരേന്ന് എടുക്കുന്നതില് രസമില്ല. നല്ലോലെ ഒണന്നിരിക്കമ്പം സാധനം നമ്മടെ കൈയില് വരണം."

കരുണൻ വരുമോ എന്ന് വിമ്മിട്ടപ്പെട്ട് പൂമുഖത്ത് പുരാതനമായ ചാരുകസേരയിൽ അനന്തകൃഷ്ണൻ ഇരിക്കുമ്പോൾ പടിപ്പുരവാതിൽക്കൽ അയാൾ പ്രത്യക്ഷനായി. വലിച്ചുകൊണ്ടിരുന്ന ബീഡിക്കുറ്റി പുറത്തെറിഞ്ഞ് ചവിട്ടി തീകെടുത്തിയിട്ടാണ് കരുണൻ പടിപ്പുര കടന്നത്. ഷർട്ടും കാൽസറായിയും ഷർട്ടിനു മീതേ മുൻവശം തുറന്നിട്ട കോട്ടുമാണ് വേഷം.

കരുണൻ മുറ്റത്ത് അച്ഛന്റെ മുന്നിൽ നിന്നു. കരുണൻ വന്ന പാടേ പറഞ്ഞു.

"മാലയും പണവുമെടുത്തത് ഞാനാണ്. കാശൊക്കെ തീർന്നു പോയി. എന്നെ പൊലീസിനെക്കൊണ്ട് പിടിപ്പിക്കാം."

"നീയിത് നാട്ടുകാരോടെല്ലാം പറഞ്ഞു അല്ലേ?"

"പറഞ്ഞു. അതല്ലേ സത്യസന്ധത. അച്ഛന് ഇതുകൊണ്ടൊന്നും നാണക്കേടുണ്ടാവൂല്ല. അച്ഛനത്രയ്ക്ക് പേരും പെരുമയുമുണ്ട്."

"ഞാൻ പൊലീസിനെ വിളിക്കാൻ പോകയാണ്."

"വിളിക്കാനല്ലേ ഞാൻ പറഞ്ഞത്."

വീട്ടിൽ വന്ന അതിഥികളുടെ മാലയും പണവും മോഷണം പോയെന്നും ഈ വരുന്ന തന്റെ പുത്രനായ കരുണനാണ് അതു ചെയ്തതെന്നും കേസ് രജിസ്റ്റർ ചെയ്ത് നിയമം അനുശാസിക്കുന്ന ശിക്ഷ കൊടുക്കണമെന്നും കാണിച്ച് അപ്പോൾത്തന്നെ ഒരു പെറ്റീഷനെഴുതി അയ്യപ്പൻപിള്ളയുടെ കൈയിൽ കൊടുത്തിട്ട് പറഞ്ഞു.

"ഇതുകൊണ്ട് പൊലീസ് ഇൻസ്പെക്ടറുടെ കൈയിൽ കൊടുക്കണം. അവനും കൂടെ വരട്ട്. ഇവിടെ വച്ച് അറസ്റ്റ് ചെയ്യണ്ട."

ഏഴു കിലോമീറ്റർ അപ്പുറമാണ് പൊലീസ് സ്റ്റേഷൻ. ഏറത്ത് ചന്തയുടെ അവിടെ ചെന്നാൽ മൂന്നു മണിക്ക് ഒരു ബസ്സുണ്ട്.

ഇതിനിടയിൽ അയ്യപ്പൻപിള്ള അടുക്കളയിൽ പോയി ഭാനുമതിയെ കണ്ടുവന്നിട്ട് കരുണനോട് പറഞ്ഞു.

"നീയങ്ങ് അപ്രത്ത് ചെല്ല്."

ഭാനുമതി അടുക്കളയ്ക്കപ്പുറത്തുള്ള ചായ്പിൽ ഇലയിട്ട് ഒരു കുന്ന് ചോറും കുറെ കൂട്ടാനും വിളമ്പി. കരുണൻ നല്ലതുപോലെ ശാപ്പാട് കഴിക്കും. അത് ഭാനുമതിക്കറിയാം. കരുണൻ ഒന്നും മിണ്ടാതെ വലിയ ഉരുളകൾ ഉരുട്ടി വായിലേക്കിട്ടു. ഭാനുമതിയും ഒന്നും മിണ്ടാതെ അവൻ കഴിക്കുന്നത് നോക്കിനിന്നു.

കുഞ്ഞായിരുന്ന കരുണനെ അവർ ഓർക്കുകയായിരുന്നു, പേറെ ടുത്തതും തണുങ്ങിൻ പാളയിൽ കിടത്തി കുളിപ്പിച്ചെടുത്തതുമൊക്കെ. വിശപ്പുകൊണ്ടായിരിക്കില്ല അയ്യപ്പൻപിള്ള കഴിച്ചിട്ടു പോകാൻ പറഞ്ഞപ്പോൾ അവൻ അനുസരിച്ചത്. വഴിയുടെ ആദിയിൽ ഈ വീടു നിൽക്കുന്നു. ആ രുചി ഓർമ്മയാണ്. അതിനെ നുണയുകയാണ് അയാളിപ്പോൾ. അമ്മമാർ പുറത്തു വന്നില്ല. അവർ അറിഞ്ഞു, അവൻ വന്നതും ചോറുണ്ണുന്നതും.

രുക്മിണി വേദന കടിച്ചമർത്തി നടുമുറ്റത്തിലേക്കിറങ്ങുന്ന സോപാനത്തിൽ ഇരുന്നു. സത്യഭാമ തൂണും ചാരി വരാന്തയിലും. ഒഴുകി വരുന്ന കണ്ണുനീർ അവർ തുടയ്ക്കുന്നുണ്ട്. അവനെ പൊലീസ് സ്റ്റേഷനിലേക്കാണ് കൊണ്ടുപോകുന്നതെന്ന് അവർക്ക് അറിയില്ലാ യിരുന്നു.

നാട്ടിലെ പൊലീസ് സ്റ്റേഷനിൽ കരുണന്റെ പേരിൽ രജിസ്റ്റർ ചെയ്യുന്ന ആദ്യത്തെയും അവസാനത്തെയും കേസായിരുന്നു അത്. സ്വന്തം മകനെ നിയമത്തിനു മുന്നിൽ കൊണ്ടുവന്നു ശിക്ഷ വാങ്ങി ക്കൊടുത്ത അനന്തകൃഷ്ണനെ ജനം വാഴ്ത്തി.

അശോകനോട് ഈ കഥകളെല്ലാം അയ്യപ്പൻപിള്ള പറഞ്ഞു.

ഇപ്പോൾ പ്രധാനപ്പെട്ട തീവണ്ടിയാപ്പീസിലൊക്കെ ഇവരെ സൂക്ഷി ക്കുക എന്നെഴുതി വച്ചിരിക്കുന്നതിൽ കരുണന്റെ പടവുമുണ്ട്.

കൊല്ലം റെയിൽവേ സ്റ്റേഷനിൽ ഇവരെ സൂക്ഷിക്കുക എന്നെ ഴുതിയതിന്റെ താഴെയുള്ള ഫോട്ടോകളിൽ കരുണൻ എന്ന പേരു മുണ്ടായിരുന്നത് അശോകൻ കണ്ടു. എട്ടു വർഷം മുൻപുള്ള ഓർമ്മ യിലെ കരുണനിൽനിന്ന് നല്ല മാറ്റമുണ്ട് ആ ഫോട്ടോയിൽ കണ്ട കരുണന്.

യാദൃച്ഛികമായാണ് അന്ന് തിരുവനന്തപുരത്തു വച്ച് കരുണനെ കണ്ടത്. ഫോട്ടോയിൽ കണ്ട രൂപം മായാതെ മനസ്സിലുണ്ടായിരുന്നു. കിഴക്കേക്കോട്ടയിലൂടെ നടക്കുമ്പോഴാണ് വൃത്തിയില്ലാത്ത മുണ്ടും ഷർട്ടുമിട്ട ഒരാൾ ശ്രദ്ധയിൽപ്പെടുന്നത്.

കരുണൻ?

ഒന്നു രണ്ടു പ്രാവശ്യം തിരിഞ്ഞു നോക്കി. ചോദിക്കാൻ തോന്നി യില്ല. ഇനി അതവനാണെങ്കിൽത്തന്നെ താനവനെ കണ്ടുമുട്ടേണ്ട തുണ്ടോ എന്ന് മനസ്സിന് തീർച്ചയില്ല. റെയിൽവേ ലൈൻ ക്രോസ് ചെയ്ത് റയിൽവേസ്റ്റേഷനിലേക്കു നടക്കുമ്പോൾ ഫോട്ടോയിൽ കണ്ട രൂപവും കിഴക്കേക്കോട്ട ബസ് സ്റ്റാന്റിൽ വച്ചു കണ്ട രൂപവും മനസ്സിൽ മാറിമാറി വന്നുകൊണ്ടിരുന്നു.

നഗരത്തിലെ തിരക്കേറിയ തെരുവിന്റെ നിശ്ശബ്ദചലനചിത്രം പോലെ അലസമായ മനസ്സിൽ അവ്യവസ്ഥമായി വന്നുപൊയ്ക്കൊണ്ടിരുന്ന ഒരുപാട് ഓർമ്മകൾക്കും ചിന്തകൾക്കുമിടയിൽ കരുണന്റെ രൂപവുമുണ്ടായിരുന്നു.

അപ്പോഴാണ് കോട്ടും സ്യൂട്ടും ഹാറ്റുമൊക്കെയായി ആ കുറിയ മനുഷ്യൻ തൊട്ടുമുന്നിൽ വന്നുനിന്ന് ചോദിക്കുന്നത്.

‘‘ആർ യൂ ഫ്രം റെയിൽവേ ഡിപ്പാർട്ട്മെന്റ്?’’

ഒന്നു പകച്ചു. പിന്നെ പറഞ്ഞു. ‘‘നോ.’’

അശോകനതു പറഞ്ഞ് പെട്ടെന്ന് നടന്നുനീങ്ങി.

ഒപ്പം ഓർമ്മയിലെ കരുണന്റെ കുട്ടിക്കാല രൂപം, ഫോട്ടോയിലെ രൂപം, കിഴക്കേക്കോട്ടയിൽ കണ്ട ആൾ, ഈ കോട്ടിട്ട മനുഷ്യൻ.

പിറകിൽ നിന്ന് ആരോ തൊട്ടു. തിരിഞ്ഞുനോക്കിയപ്പോൾ അയാൾ തന്നെ. ആ കോട്ടിട്ട ആൾ.

അയാൾ ചോദിച്ചു. ‘‘വാട്സ്യുവർ നെയിം?’’

‘‘അശോകൻ.’’

അയാൾ കണ്ണു വിടർത്തി ചരിഞ്ഞുനോക്കി.

ആ മുഖത്തിന്റെ സ്വതഃസിദ്ധമായ ഭാവങ്ങളും പ്രകൃതങ്ങളും പുറത്തു വന്നു. മുഖംമൂടിയുടെ ചർമ്മാവരണം ഉരുകിയൊലിച്ചു പോയപോലെ.

അയാൾ സൂക്ഷിച്ചുനോക്കി പറഞ്ഞു.

‘‘അശോകയണ്ണനല്ലേ?’’

‘‘അതേ.’’

‘‘അണ്ണൻ... മരിച്ചു പോയി എന്ന് കേട്ട്...’’

‘‘മരിച്ചില്ല. കരുണനല്ലേ?’’

‘‘കരുണനാണണ്ണാ.’’

‘‘കരുണാ... വർഷങ്ങളായി നിന്നെ കണ്ടില്ലെങ്കിലും എനിക്ക് സംശയം തോന്നി. കുറച്ചു മുൻപ് നിന്നെ കിഴക്കേക്കോട്ടയിൽ?’’

‘‘കിഴക്കേക്കോട്ടയിൽനിന്നാണ് ഇങ്ങോട്ടു വരുന്നത്.’’

‘‘നിന്റെ വേഷം ഇതല്ലായിരുന്നു.’’

‘‘അല്ലായിരുന്നു.’’ കരുണൻ അർത്ഥവത്തായി ഗൗരവത്തിൽ ചിരിച്ചുകൊണ്ടു പറഞ്ഞു.

അശോകന് പോകാനുള്ള തീവണ്ടി വന്നുനിന്നു.

‘‘നീ വീട്ടിൽ വരുന്നുണ്ടോ?’’

‘‘ഇപ്പോഴില്ല. വല്ലപ്പോഴും വരും. അമ്മമാരെ കാണും.’’

തീവണ്ടി ചൂളം വിളിച്ചു. അശോകൻ ട്രെയിനിലേക്കു നോക്കി.

‘‘എനിക്കിതിൽ പോകണം.’’

കരുണൻ അശോകന്റെ കൈപിടിച്ചു കുലുക്കാൻ തുടങ്ങുമ്പോൾ അശോകൻ ഏതോ പ്രേരണയാൽ കൂടപ്പിറപ്പിനെ ആലിംഗനം ചെയ്തു. കരുണനും ഇരുകൈകളാൽ ജ്യേഷ്ഠനെ പുണർന്നു. രണ്ടു പേരും ഒന്നുകൂടെ കൈകളിൽ അമർത്തിപ്പിടിച്ചു.

തീവണ്ടി ചൂളം വിളിച്ച് പതുക്കെ നീങ്ങിത്തുടങ്ങി. അശോകൻ തീവണ്ടിയിൽ കയറി. കരുണൻ കൈ വീശി. കരുണൻ കുറെ നേരം അവിടെ നിന്നു. തീവണ്ടി വളവിൽ മറഞ്ഞു. കരുണന് അപരിചിതമായ വിമ്മിട്ടം തോന്നി. സ്വന്തബന്ധങ്ങളുടെ വലയത്തിനകത്തെ സ്നേഹം വിമ്മിട്ടമാണയാൾക്ക്.

കരുണന്റെ ലൈംഗിക ജീവിതം തുടങ്ങുന്നത് അലക്കുകാരി നാണിയിലാണ്. അന്ന് പതിനാറോ പതിനേഴോ വയസ്സ് പ്രായം കാണും. ഏറത്തു വീട്ടിലെ തുണിയലക്കുന്നത് നാണിയാണ്. നാണിയുടെ ഭർത്താവ് തുണിയലക്ക് മടുത്ത് നാണിയെയുമുപേക്ഷിച്ച് നാടുവിട്ടു പോയി. പത്തു പന്ത്രണ്ടു വയസ്സുള്ള ഒരു മോനുണ്ട് നാണിക്ക്.

കരുണന് തന്നെക്കാൾ പ്രായം കൂടിയ പെണ്ണുങ്ങളിലായിരുന്നു ആകർഷണം. മുപ്പതു മുപ്പത്തഞ്ചു വയസ്സുള്ള വേലക്കാരിപ്പെണ്ണുങ്ങളെ അവൻ കൊതിയോടെ നോക്കിനിൽക്കും.

പെണ്ണുങ്ങൾ പരസ്പരം പറയും. ആ ചെറുക്കന്റെ നോട്ടം.

ഒള്ളതുതന്നെ. ആ നോട്ടം അത്ര ശരിയല്ലല്ലെ. മുട്ടേന്ന് വിരിഞ്ഞില്ല. അതിനുംമുമ്പേ... എന്നൊക്കെ.

ഒരു ദിവസം പുഴയിൽ തുണിയലക്കിയിട്ട് കുളിക്കുമ്പോൾ കരയിലെ പൊന്തയുടെ മറവിൽ കരുണൻ ഇരിക്കുന്നത് നാണി കൈയോടെ പിടിച്ചു. മുലക്കച്ച കെട്ടി നിൽക്കുന്ന നാണി നനഞ്ഞ തുണിയിൽ കരുണന് നേർമുന്നിൽ വന്നു ചോദിച്ചു.

‘‘ഏറത്തെ കൊച്ചിന് ഈ ഒളിഞ്ഞു നോട്ടം കൊള്ളാമോ? അത്ര കൊതിയാണെങ്കീ അങ്ങോട്ട് വാ. വെളുത്തേടരുടെ വീട്ടീ കേറുമെങ്കീ രാത്രി ആരുമറിയാതെ വാ.’’

അങ്ങനെ കരുണൻ ചെന്നു. അറിവും അനുഭവവുമായ ലൈംഗികതയുടെ ആദ്യപാഠങ്ങൾ കരുണന് നാണിയിലൂടെ സമ്പന്നമായിരുന്നു.

ഫിഫ്ത്ത് ഫോമിലെ ആദ്യ മോഷണം കഴിഞ്ഞ് നാടുവിട്ടു പോയി. തിരിച്ചുവന്നശേഷം വീണ്ടും നാടുവിടാതെ നാട്ടിൽത്തന്നെ

കഴിഞ്ഞത് നാണിയിലുള്ള സുഖമായിരുന്നു. എല്ലാം കഴിഞ്ഞശേഷം നാണി പറയും. ''മോനിനിയങ്ങു പോ.''

അവൻ പോവില്ല. നാണിയുടെ മാറിൽ മുഖം പൂഴ്ത്തി അവനുറങ്ങും. നേരം വെളുക്കുന്നതിനു മുൻപ് നാണി അവനെ പറഞ്ഞു വിടും. എല്ലാ രാത്രികളിലും കരുണൻ നാണിയെ തേടിയെത്തുന്നത് പിന്നെപ്പിന്നെ നാണിക്ക് പ്രശ്നമായി.

രാത്രിയുടെ മറവിൽ നാണിയുടെ അടുത്തെത്തുന്ന നിലയും വിലയുമുള്ള മാന്യന്മാർ അറിയാതെ മീശ കിളിക്കാത്ത ചെറുക്കനെ അകത്തു കയറ്റിയത് അവന്റെ കൊതി കണ്ടിട്ടാണ്. നാണിക്കും നല്ല അനുഭവമായിരുന്നു. പക്ഷേ കാശു തരുന്നവരെ കളയാൻ പറ്റുമോ. അവരെയൊക്കെ വെറുപ്പിച്ച് ജീവിക്കാൻ പറ്റുമോ.

കരുണൻ പിന്നെയും നാടുവിട്ടു.

തെരുവിൽ അവന്റെ ലൈംഗികശമനത്തിന് വഴികൾ തുറന്നു കിടന്നു. ഒരിക്കൽ കണ്ട ശരീരം പിന്നെ കാണാതെ ദൈനംദിനം പെണ്ണ് സുലഭമായിരുന്ന യാത്രയായിരുന്നു ഇന്നോളം കരുണന്റെ ജീവിതം.

പണം വാങ്ങുന്ന ലൈംഗികത്തൊഴിൽ ചെയ്യുന്നവരുടെ അടുത്തു മാത്രമേ അയാൾ അതിനായി പോയിരുന്നുള്ളൂ.

മോഷ്ടിച്ചു കിട്ടുന്ന പണം വിശപ്പിനാണ്. വയറിന്റെ വിശപ്പും ലിംഗ വിശപ്പും. മറ്റ് കാര്യമായ ആവശ്യങ്ങൾ ഒന്നുമില്ല. അന്നന്ന് കൈയിൽ ബാക്കി വരുന്ന പണം മറ്റ് വിശക്കുന്നവർക്കുള്ളതാണ്.

ബോംബെയിൽ... മദിരാശിയിൽ... കൽക്കത്തയിൽ... പൂനയിൽ... ഡൽഹിയിൽ...

ഓരോ നഗരത്തെരുവിലും കരുണന് ഓരോ പേരുണ്ട്. തെരുവിലെ കുട്ടികൾ അയാളെ വിളിക്കുന്ന പേര്. കരുണൻ വരുമ്പോൾ അവർ കൂട്ടമായോടി ആരവത്തോടെ അയാൾക്കു ചുറ്റും കൂടും.

## മുപ്പത്

**അ**ശ്വതിയെ അശോകൻ ഓർമ്മിച്ചു.

ഈ യാത്രയിൽ അശ്വതിയെ കാണാൻ അശോകൻ ചിന്തിച്ചിരുന്നില്ല. അവൾ വിവാഹിതയായി. ഒരു കുടുംബമുണ്ട്. അതുകൊണ്ടു തന്നെ അവളെ കാണണം എന്ന് ആഗ്രഹിക്കുന്നത് ശരിയല്ല എന്ന്

തോന്നി. കഴിഞ്ഞ എട്ടു വർഷം അനുഭവങ്ങളുടെ യുദ്ധഭൂമിയായിരുന്നു. ഓർമ്മകളെ കൊന്ന് മറവു ചെയ്യുന്ന ശ്മശാന ഭൂമി.

നാട്ടിലേക്കു വരുമ്പോൾ തീവണ്ടിയുടെ താളത്തിൽ മനസ്സ് ഏകാന്തമായി. ഇപ്പോൾ ഈ ഏകാന്തതയിൽ അറിയുന്നു, ഓർമ്മകൾ മരിച്ചിട്ടില്ല. എല്ലാം തെളിമയോടെ ഏതോ ഉറവയിൽനിന്ന് ഒന്നൊന്നായി ഒലിച്ചൊലിച്ചു വരുന്നു. ഓർമ്മകൾ ഏകാന്തതയുടെ ചുവരിലൂടെ കടന്നുപൊയ്ക്കൊണ്ടിരിക്കുന്നത് അശോകൻ നോക്കിയിരുന്നു.

ഓർമ്മയുടെ ഒഴുക്ക് ചിന്തയെ തട്ടിയുണർത്തുന്നു. ചിന്തയിലുള്ളത് ഈ നിമിഷത്തിലെ അശോകനാണ്.

അശ്വതി...

ബാല്യകൗമാരങ്ങളുടെ ഓർമ്മ.

പള്ളിക്കൂടത്തിൽ പോകുന്ന സമയത്ത് അടുക്കളയുടെ പിൻവാതിലിനു പുറകിൽ അശ്വതി കാണും. അവൾക്ക് ചെല്ലമ്മയക്കൻ പുളിശ്ശേരിയൊഴിച്ച പഴിഞ്ഞി കിണ്ണത്തിൽ കൊടുക്കും.

ചെല്ലമ്മയക്കന് ഏറത്ത് അടുക്കളപ്പണിയായിരുന്നു. ചെല്ലമ്മയക്കന്റെ മകളാണ് അശ്വതി. കരുവന്നൂരാണ് ചെല്ലമ്മയക്കന്റെ നാട്. അവിടെയാണ് രുക്മിണിയുടെയും സത്യഭാമയുടെയും തറവാടായ പുളിക്കൽ. പുളിക്കൽ തറവാട്ടുകാരുടെ അകന്ന ബന്ധുവാണ് ചെല്ലമ്മ.

എന്തു ബന്ധം എന്നു ചോദിച്ചാൽ കുഴങ്ങും. അയഞ്ഞ ലൈംഗിക ബന്ധത്തിൽ ദാമ്പത്യത്തിന്റെ ചിട്ടയും വട്ടവുമില്ല. അത്ര അകന്നതല്ല എന്നു മാത്രമല്ല വളരെ അടുത്ത ബന്ധമാണെന്ന് അശോകന് മനസ്സിലായത് പിന്നെയാണ്. വ്യവസ്ഥാപിതമല്ലാത്ത രക്തബന്ധങ്ങൾ പരസ്യമായ രഹസ്യങ്ങളാണ്.

ഒരു തോർത്തു മാത്രമുടുത്ത് അവൾ സ്കൂളിൽ വരും. അവൾ മാത്രമല്ല പല കുട്ടികളും അങ്ങനെയായിരുന്നു അക്കാലത്ത്. തോർത്തിന്റെ പാതി സുതാര്യതയിൽ അകത്തെ കോണകം കാണാം.

മെലിഞ്ഞ ശരീരം. നീണ്ട മുഖം. വിടർന്ന വലിയ കണ്ണുകൾ. അഴകുള്ള കറുമ്പിപ്പെണ്ണ്. അവളുടെ ചിരിയും ഇളകുന്ന കണ്ണുകളും അശോകനെ വല്ലാതെ ഇഷ്ടപ്പെടുത്തി. അശോകനെക്കാൾ രണ്ടു വയസ്സ് മൂത്തതാണ് അശ്വതി. ശരിക്കും ജയരാജന്റെ പ്രായം. അവളെ ചെല്ലമ്മയക്കൻ പള്ളിക്കൂടത്തിലയയ്ക്കണമെന്ന് വിചാരിച്ചതല്ല. നാട്ടിലെ നായന്മാരുടെ വിദ്യാഭ്യാസാഭിവൃദ്ധിക്കുവേണ്ടി സ്ഥാപിച്ച പള്ളിക്കൂടത്തിൽ എല്ലാ നായർകുട്ടികളും ചേർന്നിരിക്കണമെന്ന് കൊച്ചുഗോവിന്ദക്കുറുപ്പിന് നിർബന്ധമായിരുന്നു.

കൊച്ചുഗോവിന്ദക്കുറുപ്പിന്റെ വാക്ക് ധിക്കരിക്കാനാവില്ല. അങ്ങനെ പള്ളിക്കൂടത്തിൽ ചേർക്കുമ്പോൾ അവൾ ജയരാജനെക്കാൾ രണ്ടു ക്ലാസ് പിറകിലായി. അശോകനും ഭദ്രനും അശ്വതിയും ഒരു ക്ലാസിലായി. ഒരുമിച്ചാണ് അവർ പള്ളിക്കൂടത്തിൽ പോകുന്നതും വരുന്നതും. കിലുകിലാ വർത്തമാനം പറയും അവൾ. അശോകനും അശ്വതിയും തമ്മിലാണ് കൂട്ട്. വഴക്കിടുന്നതും അവർ തന്നെ.

"പോടാ ചെറുക്കാ.. നിന്റോടെ ഞാനിനി മിണ്ടൂല്ല." അവൾ പറയും.

"പോടീ കണ്ണീ... കറുമ്പീ... നിന്നോട് ഞാനിനി കൂട്ടില്ല." അവൻ പറയും.

പിറ്റേ ദിവസം പിന്നെയും കൂട്ടാവും.

അശ്വതിയുടെ വീട് വയലിനക്കരെയാണ്. മൂന്നു നേരം ആഹാരം കഴിക്കാൻ അവൾ ഏറത്തെത്തും. പള്ളിക്കൂടമില്ലാത്തപ്പോൾ എപ്പോഴും ഏറത്തു തന്നെ. പണിക്കാരത്തിയുടെ മോള് വീട്ടിലെ പിള്ളാരോടു കളിക്കാൻ പോയാൽ വഴക്കു കിട്ടും. അതുകൊണ്ട് വീട്ടിൽ വച്ച് അവൾ കളിക്കാൻ പോകില്ല.

അവൾക്ക് എന്തെങ്കിലും ജോലി കാണും. തൂക്കുക, തുടയ്ക്കുക, വിളക്ക് തിരുമ്മി വൃത്തിയാക്കുക, അരിയാട്ടുമ്പോൾ ഇളക്കിക്കൊടുക്കുക, എരുത്തിലിലെ ചാണകം വാരി കുട്ടയിലിടുക. ഇങ്ങനെ ഓരോരോ ജോലികൾ.

അഞ്ചാം ക്ലാസിലായപ്പോൾ അവൾ ജമ്പറിട്ടു. അവളുടെ അർദ്ധനഗ്നമേനി മറഞ്ഞു. ഒരു പെൺശരീരം ആ ജമ്പറിനകത്ത് രൂപപ്പെടുന്നത് ഒരു രഹസ്യം എന്നപോലെ അശോകൻ ശ്രദ്ധിച്ചു.

സെക്കന്റ് ഫാറം പകുതിയായപ്പോൾ അവൾ പഠിത്തം നിർത്തി. ഫസ്റ്റിലും സെക്കന്റിലും തേർഡിലും വച്ച് മിക്ക പെൺകുട്ടികളും പഠിത്തം നിർത്തും. കാരണം അശോകന് മനസ്സിലായില്ല. പിന്നെ അതൊരു സമ്പ്രദായമാണെന്ന് അവന് മനസ്സിലായി.

പെൺകുട്ടികൾ വയസ്സറിയിച്ചാൽ പിന്നെ പള്ളിക്കൂടത്തിൽ പൊയ്ക്കൂടാ. ഭാനുമതിയിൽനിന്നാണ് അവനത് കേട്ടത്. ഋതുമതിയായ പെൺകുട്ടികളെ പള്ളിക്കൂടത്തിൽ പഠിക്കാൻ കൊച്ചുഗോവിന്ദക്കുറുപ്പ് അനുവദിക്കില്ല.

"കുഞ്ഞുകുട്ടിയേ. നിന്റെ പെങ്കൊച്ച് വയസ്സറിയിച്ചതല്ലേ? അവളിപ്പഴും പള്ളിക്കൂടത്തീ വരുന്നുണ്ടന്നാണല്ലൊ അറിഞ്ഞത്."

"വരണൊണ്ട് ഏറത്തമ്മാവാ."

‘‘വേണ്ടാ വേണ്ടാ. ഇനിയവളെ പള്ളിക്കൂടത്തീ വിടണ്ട. ഇത്രയ്ക്ക് വിവരമില്ലേ നെനക്ക്? ആചാരങ്ങള് ലംഘിക്കാൻ പാടുണ്ടോ?’’

‘‘തീണ്ടാരിയാവമ്പം അവള് പൊറത്തു തന്നെ. പള്ളിക്കൂടത്തീ വിടൂല്ല. അവക്ക് പടിക്കണമെന്ന് പെരുത്ത ആശ. അതോണ്ടാണ മ്മാവാ.’’

‘‘പെമ്പിള്ളേർക്ക് അമ്മാതിരി ആശയൊന്നും വേണ്ടാ.’’

കുറുപ്പ് കണ്ണു മുഴപ്പിച്ച് പുരികമുയർത്തി പറഞ്ഞു.

‘‘എഴുതാനും കണക്കു കൂട്ടാനും അറിഞ്ഞാ മതി പെമ്പിള്ളേര്. മജിസ്ട്രേറ്റ് ആവാനൊന്നുമല്ലല്ലെ. പെറാനും കൊച്ചിങ്ങളെ വള ത്താനും ഇതൊക്കെ മതി.’’

ഇങ്ങനെ പറഞ്ഞ് കൊച്ചുഗോവിന്ദക്കുറുപ്പ് വിലക്കും.

പള്ളിക്കൂടത്തിൽ, വയസ്സറിയിച്ചിട്ടും പഠിക്കുന്ന കുട്ടികളുണ്ടെന്നും അവരൊക്കെ നസ്രാണിച്ചികളാണെന്നുമൊക്കെ ഉരൽപ്പുരയിൽ അരിപാറ്റുന്നതിനിടയിലെ പെണ്ണുങ്ങളുടെ വർത്തമാനത്തിൽനിന്നാണ് അശോകൻ കേട്ടത്.

അശോകൻ ഫിഫ്ത്ത് ഫോമിലായി. അശ്വതി വളർന്നു. കൊയ്ത്ത്, നെല്ലുകുത്ത്, ചാണകം ചുമട് തുടങ്ങിയ ജോലികൾ അശ്വതി ചെയ്യാൻ തുടങ്ങി. ഇല്ലെങ്കിൽ അടുക്കളയിലെ ജോലികൾ. എന്തായാലും അശ്വതി ഏറത്തുണ്ടാവും. വയലിൽ കൊയ്യുമ്പോൾ, കറ്റ ചുമന്ന് നടന്നു പോകുമ്പോൾ, ചാണകം ചുമക്കുമ്പോൾ അവൻ അവളെ കാണും. അടുക്കളയുടെ പിന്നിലെ ചായ്പ്പിൽ അവൾ അരിയാട്ടുക യാവാം. ചക്ക വെട്ടിപ്പറിക്കുകയാവാം. ഉരൽപ്പുരയിൽ അരിയിടിച്ച് മാവാക്കുകയോ നെല്ലുകുത്തുകയോ ആവാം.

വടിവിൽ പുഷ്ടിച്ച അവളുടെ ശരീരം ചലനമായാണ് അവന്റെ കാഴ്ചയുടെ ഓർമ്മയിൽ. നെല്ലുകുത്തുമ്പോൾ താളത്തിൽ ഉയർന്നു താഴുന്ന അവളുടെ കരങ്ങൾ. ഒപ്പം വലിയുന്ന വയർ വക്രത. അരി യാട്ടുമ്പോൾ അവളുടെ ശരീരവും ആടുന്നത്, കറ്റചുമക്കുമ്പോൾ പിൻഭാഗത്തെ താളം ഇതൊക്കെ മായാതെ മനസ്സിൽ.

അവൾ അവനെ നോട്ടം കൊണ്ട് അകറ്റി നിർത്തി. അവനെ അനുസരിപ്പിക്കാൻ പോന്ന പാകത ആ നോട്ടത്തിനുണ്ടായിരുന്നു. അത് ആജ്ഞയല്ലായിരുന്നു പക്ഷേ, അരുത് എന്ന കല്പനയുണ്ടാ യിരുന്നു. അവന് അവളെ ദിവസവും ഒന്നു കാണണം. അതു മതി യായിരുന്നു. തനിക്ക് അശ്വതിയോട് പ്രേമമാണോ. അവൻ സ്വയം ചോദിച്ചു. അവളെ കാണാതിരിക്കാൻ അവന് കഴിയുന്നില്ല.

സിക്സ്ത്ത് ഫാറം ജയിച്ച് അശോകനും ഭദ്രനും കോളേജിൽ ചേർന്നു. അപ്പോഴാണ് അശ്വതിയെ കാണാതിരിക്കുന്നതിലെ വിഷമം അവന് മനസ്സിലാകുന്നത്. അവളെ ഒന്നു കാണാൻ തിടുക്കപ്പെട്ടാണ് അവൻ അവധിക്ക് നാട്ടിൽ വരുന്നത്.

തെക്കിനിയിൽ നിൽക്കുമ്പോൾ എവിടെനിന്നോ അവളുടെ ശബ്ദം കേൾക്കുമ്പോൾ അവന്റെ നെഞ്ചിടിപ്പ് കൂടും. അവൾക്ക് ആദ്യം കാണുമ്പോൾ ഒരു ചെറുപുഞ്ചിരി. പിന്നെ പഴയ ഭാവം തന്നെ.

''എനിക്കവളോട് പ്രണയമാണോ?'' അശോകൻ ഭദ്രനോട് ചോദിച്ചു.

''അതെനിക്കെങ്ങനെയറിയാം?'' ഭദ്രൻ പറഞ്ഞു.

''എനിക്കെന്തോ അവളെ കാണാതിരിക്കാൻ കഴിയുന്നില്ല. ഒന്ന് കണ്ടാൽ മതി.''

''അപ്പഴ് പ്രണയം തന്നെ. പക്ഷേ അവൾക്കിങ്ങോട്ടുണ്ടോ?''

''അതറിയില്ല. ഒണ്ടന്നൊക്കെ എനിക്കങ്ങ് തോന്നും. എന്റെ തോന്നലായിരിക്കും.''

''പ്രണയിച്ചിട്ട് നീ എന്താ ചെയ്യാൻ പോകുന്നത്? കല്യാണം കഴിക്കോ?''

''എനിക്കവളെ കല്യാണം കഴിക്കണം.'' അശോകൻ പെട്ടെന്ന് പറഞ്ഞു.

''പക്ഷേ അവൾ എന്നെക്കാൾ രണ്ടു വയസ്സിന് മൂത്തതാണ്. അത് പ്രശ്നമാവോ?'' അശോകൻ സന്ദേഹം വെളിപ്പെടുത്തി.

''അതു മാത്രമല്ലല്ലോ പ്രശ്നം. തറവാട്ടു മഹിമ, സമ്പത്ത് ഇതൊക്കെ പ്രശ്നമാണല്ലോ. ജാതി മാത്രമേ ഇവിടെ പ്രശ്നമല്ലാതെയുള്ളൂ. കല്യാണം നടക്കാൻ പാടാണ്.'' ഭദ്രൻ അസന്ദിഗ്ദ്ധമായി പറഞ്ഞു.

അശോകന്റെ മുഖത്ത് നിരാശ പടർന്നു.

ഭദ്രൻ പറഞ്ഞു: ''അതുകൊണ്ട് പ്രണയമുണ്ടായാലും അവൾ തിരിഞ്ഞുനടക്കും. അവൾക്കറിയാം കല്യാണം നടക്കത്തില്ലെന്ന്. ഒള്ള കഞ്ഞികൂടി കിട്ടാതാവും. നീയീ പ്രണയം അവസാനിപ്പിക്ക്. അവളെ വേറെ ആരെങ്കിലും സ്വന്തമാക്കും. സ്വന്തമാക്കും എന്ന വാക്ക് ഞാനുപയോഗിച്ചത് ബോധപൂർവ്വമാണ്. മക്കത്തായം വന്നതോടെ പെണ്ണ് ആണിന്റെ ഉടമസ്ഥതയിലാണ്.''

''എനിക്ക് ഒരു ജോലി കിട്ടിയാൽ ആരെതിർത്താലും അവൾക്ക് സമ്മതമാണെങ്കിൽ ഞങ്ങൾക്കൊരുമിച്ച് താമസിച്ചൂടെ.''

‘‘അതിനൊക്കെ ധൈര്യമുണ്ടെങ്കിൽ ആയിക്കോ. പക്ഷേ എന്നാണ് നിനക്കൊരു ജോലി കിട്ടുന്നത്?’’

‘‘ഞാൻ പഠിത്തം നിർത്തി ജോലിയന്വേഷിച്ചു പോയാലോ?’’

‘‘അത് പ്രശ്നമാവും. ജോലി കിട്ടാൻ മദിരാശിയിലോ ബോംബെയിലോ ഒക്കെ പോവേണ്ടിവരും. പിന്നെ നാടുമായി കുറെ നാളത്തേക്ക് നിനക്ക് ഒരു ബന്ധവുമില്ല. അപ്പോഴേക്കും അവളെ ആർക്കെങ്കിലും പിടിച്ച്...’’

‘‘പിടിച്ച്... പറ... പറ...’’

‘‘പിടിച്ച്... കൊടുക്കും. മനസ്സിലായാ പിടിച്ചു കൊടുക്കും എന്നതിന്റെ അർത്ഥം?’’

അശോകൻ പിന്നെ കുറെനേരം ഒന്നും മിണ്ടിയില്ല. അവൻ ഭഗവതി ക്ഷേത്രത്തിലെ മണൽപ്പരപ്പിൽ ആകാശം നോക്കിക്കിടന്നു. നിലാവിന്റെ വെട്ടം മണലിലും പുഴയിലെ വെള്ളത്തിലും.

അശോകൻ പറഞ്ഞു.

‘‘നീ ഇപ്പോൾ എന്നെ അത്ഭുതപ്പെടുത്തുന്നു. നിന്നെക്കാൾ പ്രായോഗികമായി ചിന്തിക്കുന്നത് ഞാനായിരുന്നു. എന്നിട്ടിപ്പോൾ നീ.’’

‘‘ഈ ലോകം എന്താണെന്ന് ഇപ്പോൾ എനിക്കറിയാം. ലോകത്തിന് പറ്റിയ ആളല്ല ഞാനെങ്കിലും. ഞാനോർക്കുന്നു, എല്ലാവരും കളിയാക്കിയ എന്റെ കുട്ടിക്കാലം. ആ കുട്ടിക്കാല ഓർമ്മ വലിയ അറിവാണ്. മനുഷ്യ സമൂഹത്തെ പുറത്തുനിന്ന് കാണുകയാണ് ഞാൻ ഇപ്പോൾ.’’

കാർമേഘത്തിൽ മറഞ്ഞ ചന്ദ്രൻ തെളിഞ്ഞുവരുന്നതിലേക്കു നോക്കി രണ്ടുപേരും മണലിൽ കിടന്നു.

പിന്നെയൊരവധിക്ക് നാട്ടിൽ വന്നപ്പോഴാണ് അതു സംഭവിച്ചത്. പത്തായപ്പുരയിലേക്കുള്ള ഇടനാഴിയിൽ അവളെ അടുത്ത് ഒറ്റയ്ക്കു കണ്ടു.

അവൾ നെല്ലു ചുമന്ന് പത്തായത്തിൽ കൊണ്ടിട്ട് നിറയ്ക്കുകയായിരുന്നു. മുറ്റത്ത് ഉണക്കിയ പൊലി പാറ്റിയത് അവൾക്ക് കുട്ടയിൽ നിറച്ച് പിടിച്ചുകൊടുക്കുകയാണ് സരസു മൂപ്പത്തി. പൂമുഖത്തിരിക്കുമ്പോൾ അശോകനതു കണ്ടു.

അവളെ ഒറ്റയ്ക്കു കാണണം, കണ്ടാലെന്തു പറയണം എന്നൊക്കെ കുറച്ചു നാളായി ആലോചിക്കുന്നു. പറയേണ്ട വാക്കുകൾ അവൻ മനസ്സിൽ കുറിച്ചു. അവളെ കാണുന്നതു സങ്കല്പിച്ച് പറഞ്ഞുനോക്കി. ഇപ്പോൾത്തന്നെ കാണാം. അശോകൻ തീരുമാനിച്ചു.

നെല്ല് പത്തായത്തിലിട്ട് തിരിച്ചുവരുമ്പോൾ ഇടനാഴിയിൽ അശോകൻ എത്തി. അദൃശ്യമായ ദ്വാരങ്ങളിലൂടെ നുഴഞ്ഞുകയറിയ സൂര്യരശ്മി തറയിൽ അവിടിവിടെ പ്രകാശ വട്ടങ്ങൾ വരഞ്ഞു.

പെട്ടെന്ന് അവനെക്കണ്ട് അവൾ നിന്നു. രണ്ടുപേരും മുഖാമുഖം അടുത്ത്. അവളുടെ ആദ്യപരിഭ്രമം ഒരു മിന്നൽ പോലെ വന്നു മാഞ്ഞു. ചുണ്ടിന്റെ കോണിലും കണ്ണിലും അവൻ അവളിൽ അനുഭാവം കണ്ടു. നിശ്ചലമായ നിമിഷത്തിൽ അതിങ്ങനെ പൊന്തുന്നതു പോലെ അവനു തോന്നി. തന്നെ അവൾ ഉമ്മവയ്ക്കാനായുന്ന പോലെ ഒരു മാത്ര നേരം തോന്നുകയോ സങ്കല്പിക്കുകയോ ചെയ്തു.

ആ നിമിഷം അവനവളെ പുണർന്നു. ഉമ്മ വച്ചു. ഒരു ഹൃദയമിടിപ്പിന്റെ നിമിഷമാത്രയിൽ അവർ പുണർന്നുനിന്നു. അവളവനെ ശക്തിയായി തള്ളിമാറ്റി. അവളുടെ നോട്ടം അവനിൽ തറച്ചു. അവൻ ചുരുങ്ങി ഇല്ലാതാവുന്നതുപോലെ തോന്നി. എല്ലാം ഒരു ചെറിയ നിമിഷത്തിൽ.

പിന്നെയും നെല്ല് ചുമന്നുകൊണ്ടു പോകുന്ന അശ്വതിയെ അശോകൻ കണ്ടു. നേരിട്ടു നോക്കാതെ. അവൾ അടക്കിയും മറച്ചും വച്ചിരിക്കുന്ന മനസ്സ് എന്നിട്ടും അവന് ആ മുഖത്തു തെളിഞ്ഞു. ഇടയ്ക്ക് ആരും കാണാതെ കണ്ണീർ തുടയ്ക്കുന്നതും അവൻ കണ്ടു. അവന്റെ മനസ്സ് വേദനിച്ചു. എന്തൊരു തെറ്റാണ് ചെയ്തത്?

പിറ്റേ ദിവസം അവൾ ജോലിക്കു വന്നില്ല.

ചെല്ലമ്മയക്കനോട് എന്തു കാരണം പറഞ്ഞായിരിക്കും അവൾ വരാതിരിക്കുന്നത്. എന്തായാലും നടന്ന സംഭവം പറഞ്ഞിട്ടുണ്ടാവില്ല. അതിന്റെ ഒരു ലാഞ്ഛനയും ആരിലും കാണുന്നില്ല.

അടുത്ത ദിവസം അശോകന് തിരുവനന്തപുരത്തേക്ക് തിരിച്ചു പോകേണ്ടതാണ്. അവൻ അവളെ കാണാൻ തന്നെ തീരുമാനിച്ചു. അവളെ കാണാതെ തിരിച്ചു പോകാനാകില്ല. കൈത കാടുപിടിച്ചു കിടക്കുന്ന തോട്ടുവരമ്പിലൂടെ നടന്നു. വയലിൽ അസ്തമിക്കാറായ സൂര്യന്റെ വെയിൽ പരന്നുകിടന്നു. പാടത്തിനു നടുക്ക് തോട്ടുവരമ്പിനോടു ചേർന്ന പണയിലാണ് അവളുടെ കൊച്ചു വീട്.

കൊച്ചുഗോവിന്ദക്കുറുപ്പ് പത്തു സെന്റ് ഭൂമിയിൽ ഒരു വീടു വച്ച് ചെല്ലമ്മയ്ക്ക് കൊടുത്തു. കരുവന്നൂരിലെ രഹസ്യക്കാരിയിൽ കൊച്ചുഗോവിന്ദക്കുറുപ്പിനുണ്ടായ മകളാണ് ചെല്ലമ്മ എന്നൊരു സംസാരമുണ്ട്. ചെല്ലമ്മയെ വീടു വച്ച് പാർപ്പിച്ചപ്പോൾ അമ്മ അതിന്റെ പേരിൽ കലഹിക്കുന്നത് അനന്തകൃഷ്ണന്റെ ഓർമ്മയിലുണ്ട്.

കൊച്ചുഗോവിന്ദക്കുറുപ്പിന്റെ നോക്കെത്താദൂരത്തോളം കിടക്കുന്ന ഭൂമിയിൽ കുടികിടപ്പുകാരായി അയാളുടെ പണിക്കാർ പലരുമുണ്ട്. കൊല്ലനും ക്ഷുരകനും മുണ്ടലക്കുന്ന വെളുത്തേടരും ചെക്കാട്ടുന്ന ചെട്ടികളും കണിയാനുമൊക്കെ. പറയർക്ക് അയാളുടെ ഭൂമിയുടെ അതിരുകൾ അവസാനിക്കുന്നിടത്ത് മൊട്ടക്കുന്നിൽ 'മാടങ്ങൾ' വച്ചു കൊടുത്തിട്ടുണ്ട്.

അശോകൻ അശ്വതിയുടെ വീട്ടുമുറ്റത്തു ചെന്നുനിന്നു. വാതിൽ അടഞ്ഞുകിടക്കുന്നു. ഇറയത്ത് ആരുമില്ല. മുറ്റത്ത് ഒരു പട്ടി കിടന്നുറങ്ങുന്നു. അശോകന്റെ കാൽപ്പെരുമാറ്റം കേട്ട് തലപൊന്തിച്ചു നോക്കിയ പട്ടി വാലൊന്നനക്കിയിട്ട് പിന്നെയും കിടന്നു.

അടഞ്ഞ വാതിലിൽ നോക്കി അശോകൻ നിന്നു. അവന്റെ നെഞ്ചിടിപ്പ് വർദ്ധിച്ചു.

അശ്വതീ... എന്ന് വിളിക്കണോ? ശബ്ദം വരാത്ത പോലെ.

അപ്പോൾ അവൾ കതകു തുറന്നു. അവളുടെ മുഖത്ത് സമ്മിശ്ര ഭാവമാണ്. കുറ്റപ്പെടുത്തലിന്റെ ഭാവം ഏറിനിന്നു.

അശോകൻ പറഞ്ഞു.

''ഞാൻ തെറ്റു ചെയ്തു. എന്നോട് ക്ഷമിക്കണം. അതു പറയാനാണ് വന്നത്. ഇന്ന് ഞാൻ തിരികെ പോകും. നിന്നെ കണ്ട് ഇതു പറയാതെ പോകാൻ എനിക്കാവില്ല.''

അതു കേട്ട് നേരിയ ചിരി അവളുടെ ചുണ്ടിൽ മിന്നി. പെട്ടെന്നതു മാഞ്ഞു.

അവൾ പറഞ്ഞു.

''നിന്നിൽ നിന്ന് ഇത് പ്രതീക്ഷിച്ചില്ല. എനിക്കറിയാവുന്ന അശോകനല്ലേ നീ ഇപ്പോൾ എന്നോർത്താണ് ഞാൻ സങ്കടപ്പെട്ടത്. നീയിപ്പം കാളേജിലൊക്കെ പോയപ്പം മാറിപ്പോയോ?''

''ഇല്ല അശ്വതീ. അങ്ങനെയല്ല. നീ വിശ്വസിക്കണം. ആ ഒരു നിമിഷം. എനിക്കറിയില്ല എന്തുകൊണ്ടങ്ങനെ സംഭവിച്ചതെന്ന്. നീ വിശ്വസിക്കണം. ഞാനന്നു വന്നത് നിന്നെ കാണാനാണ്. നിന്നെ സ്നേഹിക്കുന്നു എന്നു പറയാൻ. നീയിതു വിശ്വസിച്ചില്ലെങ്കിൽ ഞാൻ സഹിക്കില്ല.''

അശോകൻ ചോദിച്ചു.

''നീ എന്നെ സ്നേഹിക്കുന്നില്ലേ?''

''കുട്ടിക്കാലം തൊട്ടേ നിന്നെ ഞാൻ സ്നേഹിക്കുന്നുണ്ടല്ലോ. ആ സ്നേഹത്തിനപ്പുറം മറ്റൊന്നും സങ്കല്പിച്ചു കൂട്ടണ്ട. സങ്കടപ്പെടേണ്ടി വരും.''

"ഇല്ല ഞാൻ നിന്നെ വിവാഹം കഴിക്കും. എല്ലാവരും എതിർക്കും അതെനിക്കറിയാം. ഞാനൊരു ജോലിക്ക് ശ്രമിക്കും. അതു കിട്ടുന്നതു വരെ നീ കാത്തിരിക്കണം."

അവൾ ദൂരേക്കു നോക്കിനിന്നു. അവൾ പറഞ്ഞു.

"അതൊന്നും അത്ര എളുപ്പമല്ല അശോകാ. അതൊന്നും നടക്കത്തില്ല. കുട്ടിക്കാലത്തെ ലോകവും നമ്മടെ മനസ്സിനകത്തെ ലോകവുമല്ല. പുറത്ത് ഒരു ലോകമുണ്ട്. അതിന്റെ വരുതിയിലേ നമുക്ക് ജീവിക്കാമ്പറ്റൂ."

അവൻ എന്തു പറയണം എന്നറിയാതെ നിന്നു. യാഥാർത്ഥ്യത്തിന്റെ നരകലോകം അവനും കാണുകയാണ്.

"എനിക്ക് നിന്നോടു പ്രണയമുണ്ട്." അവൾ അവന്റെ കണ്ണുകളിൽ നോക്കി പറഞ്ഞു.

"നീ പറഞ്ഞില്ലെങ്കിലും എനിക്കതറിയാം നിനക്കെന്നോടുള്ള ഇഷ്ടം. പല വിവാഹാലോചനകളും വന്നു. ഞാനതൊക്കെ വേണ്ടെന്നു പറഞ്ഞു. പത്തിരുപത്തിനാല് വയസ്സായി. പത്തു പതിനാറു വയസ്സായപ്പഴേ ആലോചനകള് വരുന്ന്. എല്ലാം ഞാൻ തട്ടിക്കളഞ്ഞ്. ഇനിയത് പറ്റൂല്ല. അമ്മ എന്നെയോർത്ത് നീറുകയാണ്. ഇപ്പം ഞാൻ വെറും കൊച്ചു കുട്ടിയല്ല. കിനാവു കാണുന്നതെല്ലാം നടക്കൂല്ലാന്ന് അറിയാം."

ഒരു നിമിഷം കഴിഞ്ഞ് അവൾ പറഞ്ഞു.

"അമ്മയ്ക്ക് വയ്യ. എപ്പോഴും ചൊമച്ചു ചൊമച്ച് വയ്യാതെയാണ് ആ ജോലിയൊക്കെ ചെയ്യുന്നത്. മരിച്ചുപോവുമെന്ന പേടി ഇപ്പം ഒണ്ട്. അവര് പോയാപ്പിന്നെ എനിക്കാരാണ്. അതാണവര്ടെ ആധി. മനസ്സമാധാനമായി അവര് കണ്ണടയ്ക്കണം. അല്ലെങ്കീ എനിക്ക് സഹിക്കൂല്ല."

അവളുടെ കണ്ണുകൾ നിറഞ്ഞു. ഒരു വിരൽ കൊണ്ട് അവൾ കണ്ണുനീർ തുടച്ചു.

അശോകൻ പറഞ്ഞു.

"നീ സമാധാനപ്പെട്. അതിനൊക്കെ പരിഹാരമുണ്ട്. എനിക്കൊരു ജോലി കിട്ടിയാൽ നമുക്ക് ജീവിക്കാമല്ലോ. ഒരു ജോലി കിട്ടാൻ ഈ പടിപ്പൊക്കെ മതി. ഞാൻ മദിരാശിയിൽ പോയി ഒരു ജോലി ശരിയാക്കാം."

"ജയരാജൻ പോയതീ പിന്നെ ഏറത്തമ്മാവനും അമ്മായിമാരും സങ്കടപ്പെട്ടിരിക്കയാണ്. ഇനി നീയുംകൂടിപ്പോയാ. അവര് സഹിക്കോ.

അവര്ടെ കരുണയിലാണ് എന്റമ്മേം ഞാനും കഴിയുന്നത്. ഇത ങ്ങാനുമറിഞ്ഞാ അതും ഇല്ലാതാവും. ഈ കെടപ്പാടവും ഇല്ലാതാവും. അതുകൊണ്ട് എന്റെ പൊന്നു പഠിച്ച് ഉദ്യോഗമൊക്കെ കിട്ടി വലിയ തറവാട്ടിലെ ഒരു പെണ്ണിനെ...'' അവളുടെ തൊണ്ട ഇടറി. അവൻ അവളുടെ വായ് പൊത്തിപ്പിടിച്ചു.

അവൻ അവളുടെ കൈ സ്വന്തം കൈയിലെടുത്തു.

അവൾ അവന്റെ കൈയിൽ ഉമ്മ വച്ചു. അവളുടെ കണ്ണുനീർ അവന്റെ കൈകളിൽ വീണു.

അവൾ പെട്ടെന്ന് പറഞ്ഞു.

''നീയിപ്പം പോ.''

അവളുടെ നോട്ടം ദൂരെ വയൽവരമ്പിലായിരുന്നു. അവളുടെ അമ്മ നടന്നുവരുന്നുണ്ട്.

''അമ്മ വരുന്നു. നീ പോ. ഞാൻ നാളെത്തൊട്ട് ഏറത്ത് ജോലിക്കു പോകും.''

''ഞാൻ വെളുപ്പിനുള്ള വണ്ടിക്കു പോകും.''

അവൻ വീട്ടിലേക്കു പോയി. വീട്ടിലെത്തുമ്പോൾ ഇരുട്ട് വ്യാപിച്ചി രുന്നു. അച്ഛൻ പൂമുഖത്തുണ്ട്. അവന്റെ മുഖം ഗൗരവത്തിലായി രുന്നു. അച്ഛന്റെ മുന്നിൽ ചെന്നുനിന്ന് അശോകൻ പറഞ്ഞു.

''അച്ഛാ... അച്ഛനോട് എനിക്കൊരു കാര്യം പറയാനുണ്ട്.''

''മ്...''

''ഞാൻ അശ്വതിയെ സ്നേഹിക്കുന്നു. അവളെ വിവാഹം കഴി ക്കാൻ ആഗ്രഹിക്കുന്നു.''

''ഏതശ്വതി?''

''ചെല്ലമ്മയക്കന്റെ മോൾ.''

അയാൾ അകമേ ഞെട്ടിയെങ്കിലും പുറത്തുകാണിച്ചില്ല. ചാരു കസേരയിൽ ചാരിക്കിടന്ന അയാൾ ഒന്നു നൂന്നിരുന്നു. കണ്ണിൽ നിന്നു കണ്ണടയെടുത്ത് കൈയിൽ പിടിച്ചു. കണ്ണൊന്ന് തിരുമ്മി. അയാൾ അശോകനെ ചരിഞ്ഞുനോക്കി.

''നീ നാളെ രാവിലെ പോകയല്ലേ. അടുത്ത അവധിക്ക് വരു മ്പോൾ ആലോചിക്കാം.''

അശോകൻ അവിശ്വസനീയമായി നോക്കി.

''രണ്ടാം വർഷ പരീക്ഷയല്ലേ നടക്കുന്നത്. അതിന് നല്ലോണം പഠിക്ക്. പരീക്ഷ കഴിഞ്ഞ് വരമ്പം ആലോചിക്കാം. ഇപ്പം ഇതാ രോടും പറയണ്ട.''

അവൻ തലയാട്ടി.

''അത്താഴം കഴിച്ച് നേരത്തേ കെട. നാലരയ്ക്കാ വണ്ടി.''

അച്ഛന്റെ പെരുമാറ്റത്തിലാകെ മാറ്റം. ഇത്തവണ വന്നപ്പോൾ അച്ഛന് ആകെയൊരു മാറ്റം ശ്രദ്ധിച്ചിരുന്നു. എന്നും ക്ഷൗരം ചെയ്യുന്ന മുഖത്ത് കുറ്റിരോമങ്ങൾ വളർന്നു നിൽക്കുന്നു.

പരപരാ വെട്ടം വച്ചപ്പോൾ അശോകൻ ചെറിയ ട്രങ്കുപെട്ടിയും തൂക്കി ഇറങ്ങി. നല്ല സുഖമുള്ള തണുപ്പും വൃശ്ചികക്കാറ്റും. നിഷ്കപടവും സുന്ദരവുമായ ഒരു ലോകത്തിലൂടെയാണ് അവനിപ്പോൾ നടന്നുപോകുന്നത്. പള്ളിക്കൂടത്തിനു മുന്നിലെത്തിയപ്പോൾ ശുക്രൻ കിഴക്കേ ആകാശത്തിലുണ്ട്. ഭൂമി ഉറങ്ങുകയാണ്, സുന്ദരസ്വപ്നങ്ങൾ കണ്ട്. ഭൂമിയുടെ സ്വപ്നത്തിലൂടെ അവൻ നടന്നു. എന്തും വിശ്വസിച്ചുപോകുന്ന ആന്ധ്യം. ആന്ധ്യത്തിന്റെ ആനന്ദം. അവനറിയാതെ കാലുകൾ വേഗത്തിലായി. കുറച്ചു ദൂരം ഓടി. അവന് ചിരി വന്നു.

തിരുവനന്തപുരത്ത് തീവണ്ടിയിറങ്ങി പ്ലാറ്റ്ഫോമിലൂടെ നടക്കുമ്പോൾ എതിരേ ഭദ്രൻ വരുന്നു. അവന്റെ പരീക്ഷ ഇന്നലെ കഴിഞ്ഞു. വീട്ടിലേക്ക് പോകയാണ്. ഇന്നലെ അച്ഛനോട് നടന്ന സംഭാഷണം അവനോട് പറയണ്ടേ? അച്ഛൻ ആരോടും ഇപ്പോൾ പറയണ്ട എന്നാണ് പറഞ്ഞിരിക്കുന്നത്. അവനോട് എങ്ങനെയാണ് പറയാതിരിക്കുന്നത്. അവൻ വേഗത്തിൽ നടന്നുവരുകയാണ്.

''നീ ചെല്ല്. വണ്ടി ഇപ്പം എടുക്കും'' എന്നു പറഞ്ഞ് ഭദ്രൻ ഓടിപ്പോയി.

തിരിഞ്ഞ് അവൻ മിന്നൽപോലെ പോയവഴി അല്പനേരം നോക്കി നിന്നു.

ഒരാഴ്ച കഴിഞ്ഞ് ഭദ്രൻ തിരിച്ചുവന്നു. ഉച്ചയ്ക്കുള്ള തീവണ്ടിയിലാണ് അവൻ വന്നത്. നേരേ മുറിയിൽപ്പോയി ട്രങ്കുപെട്ടി അവിടെ വച്ചു. മുഖവും കൈകാലുകളും കഴുകി അശോകനെ കാണാനിറങ്ങി.

ഉച്ചയ്ക്കുള്ള ഇന്റർവെല്ലാണ്. അശോകൻ എവിടെ കാണുമെന്ന് അവനറിയാം. കോളേജിൽ എന്നും ഉച്ചയ്ക്കൊരു സാഹിത്യപരിഷത്തുണ്ട്. സാഹിത്യവാസനയുള്ളവർ ഒത്തുകൂടി ചർച്ചയും തർക്കങ്ങളുമാണ്. കോളേജിൽ കൂടെ പഠിക്കുന്നവരും ജൂനിയേഴ്സും സീനിയേഴ്സുമൊക്കെയുണ്ടാവും. അതിലൊരാൾ കവി എന്ന നിലയിൽ പ്രശസ്തനായ ചങ്ങമ്പുഴ കൃഷ്ണപിള്ളയാണ്. അയാൾക്ക് ഒരുപാട് ആരാധകരുണ്ട്. പിന്നെ എസ് ഗുപ്തൻ നായർ, ഇന്റർ

മീഡിയറ്റിനു പഠിക്കുന്ന കെ. ബാലകൃഷ്ണൻ എന്നിവരൊക്കെയുണ്ടാവും.

ഭദ്രൻ അവിടെ ചെന്നു. ഗുപ്തൻ നായരാണ് സംസാരിക്കുന്നത്. അശോകനെ അവിടെ കണ്ടില്ല. ചെങ്ങാരപ്പള്ളിയോട് ചോദിച്ചു, അശോകനെ കണ്ടോ എന്ന്. അവധിക്കു പോയി വന്നശേഷം ഒരു ദിവസമേ അവിടെ വന്നുള്ളൂ എന്ന് ചെങ്ങാരപ്പള്ളി പറഞ്ഞു.

ഭദ്രൻ അവിടന്നിറങ്ങി മരങ്ങളുടെ തണലിലൂടെ അശോകനെ അന്വേഷിച്ചു നടന്നു. അപ്പോഴാണ് അശോകന്റെ സ്നേഹിതനായ നാരായണൻ എതിരേ വരുന്നത്.

നാരായണനോട് ചോദിച്ചു, അശോകനെ കണ്ടോ എന്ന്.

''ദോ അവിടെ ഇരിക്കുന്നു.'' ഒരു മരച്ചുവട്ടിൽ നീണ്ടു നിവർന്നു കിടക്കുന്ന പാറയിൽ ചൂണ്ടി നാരായണൻ പറഞ്ഞു.

അശോകൻ ആ പാറയിൽ കിടക്കുന്നുണ്ടായിരുന്നു. ഭദ്രൻ അവന്റെ അടുത്തു ചെന്നു. അശോകൻ എഴുന്നേറ്റിരുന്നു.

''നീ എപ്പം വന്നു. നാളെ വരുമെന്നാണ് വിചാരിച്ചത്.''

''ഇങ്ങു പോന്നു.''

ട്രെയിനിറങ്ങിയപ്പോൾ ഭദ്രനോടു പറയാതെ പോയത് പറയാൻ അശോകന് പൊന്തിവന്നു. ഭദ്രനും ഒരു കാര്യം പറയാനുള്ള തിടുക്കത്തിലാണ് അവനെ വന്നയുടൻ അന്വേഷിച്ചത്. ഭദ്രൻ പറഞ്ഞു.

''ഇന്നലെ അശ്വതിയുടെ കല്യാണമായിരുന്നു.''

അശോകൻ ചാടി എഴുന്നേറ്റു. അവന്റെ കണ്ണുകൾ തള്ളിവന്നു. അവൻ കൈയിലിരുന്ന പുസ്തകം വലിച്ച് ദൂരേക്കെറിഞ്ഞു. അവൻ ഭദ്രന്റെ ഉടുപ്പു കൂട്ടിപ്പിടിച്ച് പറഞ്ഞു.

''നീ എന്താ പറഞ്ഞത്. നീ എന്താ പറഞ്ഞത്?''

സമനിലതെറ്റിയവനെപ്പോലെ അശോകൻ ഭദ്രനെ പിടിച്ചുതള്ളി.

''നീ ഒന്നടങ്ങ്...ഞാമ്പറയുന്നത് കേള്...'' എന്നൊന്നും പറയുന്നത് അശോകൻ കേൾക്കുന്നില്ല.

കാഴ്ചയിൽ തിരിച്ചറിയാനാകാത്ത, എപ്പോഴും ഒരുമിച്ചുണ്ടാകുന്ന ഇരട്ടകൾ ശണ്ഠ കൂടുന്നതു കണ്ട ചില കൂട്ടുകാർ അങ്ങോട്ടു വന്നു. അശോകൻ തറയിലിരുന്ന് നിലവിളിച്ചു കരയാൻ തുടങ്ങി. ഭദ്രൻ അവിടെ നിന്ന കൂട്ടുകാരോട് നിങ്ങൾ പോ എന്ന് ആംഗ്യത്തിൽ പറഞ്ഞു. അവർ പോയി.

അശോകൻ അലറിവിളിച്ചു പറഞ്ഞു.

“അയാൾ എന്നെ ചതിക്കയായിരുന്നു. വഞ്ചകൻ. എനിക്കയാളെ കൊല്ലണം.”

“ആര്?” ഭദ്രൻ ചോദിച്ചു.

“നമ്മുടെ അച്ഛൻ. എനിക്കയാളെ കൊല്ലണം.” അവന്റെ കണ്ണുകൾ തള്ളിവന്നു.

“നീ വാ, മുറിയിൽ പോകാം. നീ പരിസരം മറക്കുന്നു. കുറച്ച് നിയന്ത്രിക്ക്. ഞാൻ കൂടെയുണ്ടല്ലോ. സമാധാനിക്ക്.”

“എങ്ങനെ സമാധാനിക്കുമെടാ. നീയതറിഞ്ഞിട്ടും?”

“ഞാമ്പറയട്ട്. നീ മുഴുവൻ കേൾക്ക്. ഇന്നലെയച്ഛൻ കല്യാണത്തിനു പോകാനൊരുങ്ങി നിൽക്കുമ്പോഴാണ് ചെല്ലമ്മേടെ മോളെ വിവാഹമാണ് നീ കൂടെ വാ എന്നച്ഛൻ എന്നോട് പറയുന്നത്. ഞാനമ്പരന്ന് അച്ഛനെ നോക്കി. എന്റെ ചിന്ത നീ നാട്ടിൽ വന്നപ്പോൾ ഇതൊന്നും അറിഞ്ഞില്ലേ എന്നാണ്.”

ഭദ്രൻ ഓർത്തിട്ട് പറഞ്ഞു.

“ആ പെണ്ണിനൊരാലോചന വന്നിട്ടൊണ്ട്, ഇന്നല്ലെങ്കീ ഒരു മാസം കഴിഞ്ഞേ മുഹൂർത്തമൊള്ള് എന്നാണ് അച്ഛൻ പറഞ്ഞത്.”

“കള്ളം പച്ചക്കള്ളം. ഇതെല്ലാം ആസൂത്രണം ചെയ്തു നടപ്പിലാക്കിയത് ആ ഗാന്ധിയൻ സത്യാന്വേഷിയാണ്.”

അശോകൻ ദേഷ്യംകൊണ്ട് വിറച്ചു.

ഭദ്രൻ പറഞ്ഞു.

“വാ നമുക്ക് മുറിയിലേക്കു പോകാം. അവിടെപ്പോയി സംസാരിക്കാം.”

ഭദ്രൻ അശോകനെ പിടിച്ചെഴുന്നേൽപ്പിച്ചു. അവർ ഹോസ്റ്റൽ മുറിയിലേക്ക് നടന്നു. അശോകൻ പറഞ്ഞുകൊണ്ടിരുന്നു. അച്ഛൻ ഇത്രയും ക്രൂരനാണല്ലോ. നമ്മൾ ഇയാളുടെ മകനായി പിറന്നല്ലോ, എന്നൊക്കെ.

ഭദ്രൻ പറഞ്ഞു.

“നീ എന്തിനാണ് ഇങ്ങനെയൊക്കെ പറയുന്നത്? അശ്വതിയെ നിനക്കിഷ്ടമാണെന്ന് നീ അവളോട് പറഞ്ഞിട്ടില്ലല്ലോ. അവള് കല്യാണ പ്രായം കഴിഞ്ഞു നിൽക്കുന്ന പെണ്ണാണ്. ഒരാലോചന വന്നു, അതു നടന്നു.”

“അങ്ങനെയല്ല. നീയറിയാത്ത ചിലതുണ്ട്.”

അശോകൻ എല്ലാ കാര്യങ്ങളും പറഞ്ഞു. പത്തായപ്പുരയിലേക്കുള്ള ഇടനാഴിയിൽ അശ്വതിയെ സന്ധിച്ചതു മുതൽ എല്ലാം.

ചാരുകസേരയിൽ നൂന്നിരുന്ന് കണ്ണട കൈയിലെടുത്ത് കണ്ണു തിരുമ്മിയ അച്ഛനെ അശോകൻ ഓർത്തു. ശാന്തനായി ക്രൂരത ചെയ്യുന്ന ഒരു വില്ലന്റെ ഭാവമായിരുന്നു അതെന്ന് അപ്പോൾ തിരിച്ചറിഞ്ഞിരുന്നില്ല.

അവർ ഹോസ്റ്റൽ മുറിയിൽ എത്തി. ഭദ്രൻ ചിന്തിക്കുകയായിരുന്നു. അച്ഛൻ ചെയ്തത് വഞ്ചനയാണ്. വലിയ കാപട്യമാണ്. പക്ഷേ അവൾ മൗനമായി സമ്മതിച്ചിരിക്കാം. അശോകനോട് അവൾ പറഞ്ഞതുവച്ചും അങ്ങനെ ചിന്തിക്കേണ്ടി വരുന്നു. അവൾ ചിന്തിച്ചത് രണ്ടു കാര്യങ്ങളാണ്. പഠിച്ച് അശോകന് നല്ല ഭാവിയുണ്ടാകുക, ഏറത്തു വീട്ടിൽ അവൾ മൂലം ഒരശാന്തിയുണ്ടാവരുത്.

ഇപ്പോൾ ഭദ്രൻ ഓർക്കുന്നു, വിവാഹദിവസത്തിലെ അശ്വതിയെ. വിഷാദം തളം കെട്ടി നിന്ന ഭാവമായിരുന്നു അവൾക്ക്. ഇടയ്ക്കിടയ്ക്ക് ഭദ്രനെ കൺകോൺകൊണ്ട് അവൾ നോക്കുന്നുണ്ടായിരുന്നു. വിവാഹത്തിന് പെണ്ണിന്റെ ആളുകളായി അനന്തകൃഷ്ണനും ഭദ്രനും കൂടാതെ ചെല്ലമ്മയും അയ്യപ്പൻപിള്ളയും ഭാനുമതിയും കുട്ടനുമുണ്ടായിരുന്നു.

മഞ്ഞച്ചരടിൽ കോർക്കാൻ സ്വർണ്ണത്താലിയും അവൾ കല്യാണത്തിനുടുത്ത പുടവയും സദ്യയും അനന്തകൃഷ്ണൻ ഏർപ്പാടാക്കി. ചക്കിലപ്പാറയിൽനിന്നാണ് പയ്യൻ. അധ്വാനിച്ചുറച്ച ശരീരം. നല്ലൊരു കൃഷിക്കാരനാണെന്ന് അയ്യപ്പൻപിള്ള പറയുന്നത് ഭദ്രൻ കേട്ടു. സദ്യയൂണ് കഴിഞ്ഞിട്ട് അവളെ ചക്കിലപ്പാറയിലേക്ക് കൊണ്ടുപോയി. പോകാൻ നേരം അവൾ കരഞ്ഞു, അവളുടെ അമ്മയെ ചേർത്തുപിടിച്ച്. കാളവണ്ടിയിൽ കയറി പോകാൻ നേരത്ത് ആരെയോ തിരയുന്നതുപോലെ തോന്നിയതും തന്നെ കണ്ടപ്പോൾ ഒരു നിമിഷം അവൾ തന്നെ നോക്കിയതും അവളുടെ കണ്ണുകൾ എന്തോ വിനിമയം ചെയ്തതും ഭദ്രൻ ഇപ്പോൾ ഓർക്കുന്നു.

അശോകൻ ശാന്തനാകുന്നത് ഭദ്രൻ അറിഞ്ഞു. കുറെനേരം രണ്ടുപേരും ഒന്നും മിണ്ടിയില്ല.

മൗനം മുറിഞ്ഞത് അശോകൻ സംസാരിച്ചപ്പോഴാണ്.

''ഞാൻ ഇനി വീട്ടിലേക്കില്ല. വീട് എന്നെന്നേക്കുമായി ഉപേക്ഷിക്കയാണ്. പ്രേമനൈരാശ്യം കൊണ്ട് നാടുവിടുകയല്ല. വ്യവസ്ഥിതിയാണ് കാരണം. എന്നെയും ഈ വ്യവസ്ഥിതിയുടെ നടത്തിപ്പുകാരനോ വിധേയനോ ആക്കുന്നത് ഞാൻ ആ മേലാള തറവാട്ടിൽ ജനിച്ചു വളർന്നതുകൊണ്ടാണ്. അതിൽനിന്ന് എനിക്ക് മോചനം വേണം. ഞാൻ പോകയാണ്.''

''എങ്ങോട്ട്?''

“അങ്ങനെയൊരു ചോദ്യമില്ല. അത് ഭീരുത്വം നിറച്ച ചോദ്യമാണ്.”

“എനിക്കു മനസ്സിലാകുന്നു. മറുത്തൊന്നും ഞാൻ പറയില്ല. ഞാനും മോചിപ്പിക്കപ്പെടണ്ടേ? നീ ചെയ്യുന്നത് ശരിയാണെങ്കിൽ ആ ശരി ഞാനും ചെയ്യണ്ടേ?”

“അച്ഛൻ എന്നോട് വഞ്ചന കാണിച്ച ഈ സന്ദർഭത്തിൽത്തന്നെ ഞാൻ പോണം. പ്രതികരിച്ചില്ലെങ്കിൽ ഞാൻ എന്നോടുതന്നെ ചെയ്യുന്ന തെറ്റാണ്. പിറകേ നിനക്കും അവിടെനിന്നു പുറത്തു ചാടേണ്ടി വരും.”

“അച്ഛന്റെ പണം കൊണ്ടു പഠിക്കുന്നതിൽ എനിക്ക് കുറ്റബോധ മുണ്ട്.”

“അച്ഛന്റെ പണമോ? ആരു പറഞ്ഞു അച്ഛന്റെ പണമെന്ന്? തിരു വാതിരന്റെയും മാണിക്കയുടെയും വെള്ളാത്തന്റെയും അദ്ധ്വാനം വിറ്റകാശിനാ നീയും ഞാനും ജീവിക്കുന്നതും പഠിക്കുന്നതും. ഇക്കണ്ട സ്വത്തൊക്കെ അനന്തകൃഷ്ണന് എവിടന്നു കിട്ടി?”

ഭദ്രൻ ചിരിച്ചു. കസേരയിൽനിന്ന് എഴുന്നേറ്റ് ജനൽപ്പടിയിൽ ചാരിനിന്നുകൊണ്ട് പറഞ്ഞു.

“ഞാനൊരിക്കൽ പറഞ്ഞ കാര്യങ്ങളാ നീയിപ്പം പറയുന്നത്. അന്ന് ഭൂമിയിൽ ചില അതിരുകളും വേലികളുമുള്ളത് എനിക്ക് മന സ്സിലാകാത്ത കാര്യങ്ങളായിരുന്നു. നിനക്കോർമ്മയില്ലേ നമ്മുടെ പറങ്കിമാവിൽ കയറി പറങ്കിയണ്ടി പറിച്ചോണ്ടു പോകുന്ന പിള്ളാരെ നീയും ജയരാജയണ്ണനുമൊക്കെ പിടിച്ചുനിർത്തി അവരേന്ന് അണ്ടി തിരിച്ചുവാങ്ങി വെരട്ടമ്പം എനിക്ക് മനസ്സിലാവില്ലായിരുന്ന്. അതു പോലെ മറ്റുള്ളവരുടെ പുരയിടത്തിൽ കയറി ഞാൻ മാങ്ങാ പറിച്ചതും അതൊക്കെ എന്റേതുമാണ് എന്നു വിചാരിച്ചാണ്. ഇപ്പോൾ എനി ക്കറിയാം ഹോമോസാപ്പിയൻസ് ഇങ്ങനെയൊക്കെയാണെന്ന്. അനന്ത കൃഷ്ണക്കുറുപ്പ് എന്തുകൊണ്ടിങ്ങനെയെന്നതും ചരിത്രത്തിന്റെ കണ്ണിലൂടെയാണ് ഞാൻ കാണുന്നത്. നീ അന്നൊക്കെ പറഞ്ഞുതന്ന പലതും ഞാൻ ഓർക്കാറുണ്ട്. മനുഷ്യൻ അവന്റെതന്നെ ബോധ ത്തിന്റെ തടവറയിലാണ്. എങ്ങനെ ജീവിതം സ്വതന്ത്രവും സത്യ സന്ധവും ആനന്ദകരവുമാക്കാമെന്നതാണ് എന്നെ എപ്പോഴും മഥി ക്കുന്ന ചിന്ത. അതുകൊണ്ട് ഞാനും പുറത്തു ചാടും. എത്തിച്ചേരുന്ന ഇടമല്ല, മോചനത്തിനുള്ള സ്ട്രഗിൾ ആണ് സ്വാതന്ത്ര്യം എന്ന അനുഭവം. മരണം വരെയുള്ള സ്ട്രഗിൾ. വീടു വിട്ടാലും പുറത്ത് വ്യവസ്ഥിതിയുടെ കോട്ടകൾ ഉണ്ടല്ലോ. കുറേനാൾ ഞാൻ തീവ്ര വേദന അനുഭവിച്ചിരുന്നു. നിന്നോടു പറയാതിരുന്ന എന്റെ ജീവിത ത്തിലെ ഒരു കാര്യമാണത്. മരണമാണ് മോചനം എന്ന ഉത്തരം എന്റെ മുന്നിൽ സത്യത്തിന്റെ തെളിമയിൽ നിന്നു. മരണം എന്നെ

മാടി വിളിച്ചുകൊണ്ടിരുന്നു. മറ്റൊരു ഞാൻ ജീവിച്ചുകൊണ്ടുള്ള അകംവഴികളും കണ്ടു. സംഘർഷത്തിന്റെ പാതയിൽ ഞാനെത്തുന്നത് അങ്ങനെയാണ്. അതുകൊണ്ട് ഞാൻ വീടുപേക്ഷിക്കാനുള്ള തീരുമാനം നേരത്തേ എടുത്തതാണ്. ഇപ്പോൾ നീ പോകൂ. ഒരുമിച്ചു ജനിച്ച നമ്മൾ, ഒരുപോലെ ചിന്തിക്കുന്ന നമ്മൾ ഒരുമിച്ചുണ്ടാകണമെന്ന് എനിക്കാഗ്രഹമുണ്ട്. ഞാനും പിറകേ വരും.''

കട്ടിലിൽ ഇരിക്കുകയായിരുന്ന അശോകൻ എഴുന്നേറ്റ് ഭദ്രന്റെ അടുത്തു ചെന്നു. രണ്ടു കൈകളും ഭദ്രന്റെ തോളിൽ വച്ചു. പരസ്പരം നോക്കിനിന്നു. ഉൾക്കാഴ്ചയിലേക്ക് കണ്ണുകളടഞ്ഞപ്പോൾ അവർ കെട്ടിപ്പിടിച്ചു. നെഞ്ചിൽ വേദനയുള്ള ശാന്തി. ഒറ്റപ്പെട്ടുപോയവരുടെ ഹൃദയഭാഷ... വാക്കുകളില്ലാത്ത ശബ്ദമില്ലാത്ത ഭാഷ..

വീണ്ടും പരസ്പരം നോക്കിനിൽക്കുമ്പോൾ അശോകൻ പറഞ്ഞു.

''ഞാൻ ഇപ്പോൾത്തന്നെ പുറപ്പെടുന്നു.''

''നിന്റെ കൈയിൽ എത്ര രൂപയുണ്ട്?''

''പത്തു രൂപ.''

ഭദ്രൻ തന്റെ പുസ്തകം തുറന്ന് അതിനകത്തിരുന്ന പന്ത്രണ്ടു രൂപ എടുത്തുനീട്ടി.

''വേണ്ടാ, അതു നിന്റെ കൈയിലിരിക്കട്ടെ. നിനക്ക് ചെലവുകളുണ്ടല്ലോ.''

അശോകൻ ഒരു സഞ്ചിയിൽ രണ്ടു ജോഡി വസ്ത്രവും ഒരു തോർത്തും എടുത്തുവച്ചു. പോകട്ടെ എന്ന് അവൻ ഭദ്രനോട് തല കുലുക്കി ആംഗ്യം കാണിച്ചു. അശോകനോടൊപ്പം ഭദ്രനും മുറിയിൽ നിന്ന് ഇറങ്ങി. കോമ്പൗണ്ടിൽനിന്ന് പുറത്തേക്കുള്ള കവാടത്തിലേക്കു നടക്കുമ്പോൾ ഭദ്രൻ പറഞ്ഞു.

''നീ രണ്ടു മിനിട്ട് നിൽക്ക്. ഞാനിപ്പം വരാം.''

ഗേറ്റിൽ അശോകൻ റോഡിലേക്കു നോക്കി നിന്നു. തിരക്കില്ലാത്ത പാത വെയിലിൽ വെട്ടിത്തിളങ്ങി. മനുഷ്യൻ വലിച്ചുകൊണ്ടു പോകുന്ന റിക്ഷകളും സൈക്കിൾ റിക്ഷകളും അപ്പോൾ നിരത്തിലുണ്ടായിരുന്നു. ഒരു ബസ് അപ്പോൾ അവിടെ നിർത്തിയിട്ട് ആളെടുത്തുപോയി. അപ്പോഴേക്കും ഭദ്രൻ ഓടിക്കിതച്ചെത്തി. അവൻ കിതച്ചുകൊണ്ടു പറഞ്ഞു.

''ഇത് അമ്പത്തഞ്ചു രൂപയുണ്ട്. പുഷ്പാംഗദന്റേന്ന് വാങ്ങി. ഇതുപിടി. ലേഖനം എഴുതിയ വകയ്ക്ക് എനിക്ക് ഭാഷാപോഷിണിയിൽനിന്നുമൊക്കെ കുറച്ചുകാശ് കിട്ടാനുണ്ട്. അതുമക്കെ ചേർത്ത് ഞാനത് കൊടുത്തു തീർത്തോളാം.''

അശോകൻ രൂപ വാങ്ങി പോക്കറ്റിലിട്ടു. ഭദ്രൻ ചോദിച്ചു.

''നീ എങ്ങോട്ടാണ് പോകുന്നത് എന്നു ചോദിക്കുന്നതിൽ അർത്ഥമില്ല. പക്ഷേ നീ എവിടെയാണ് ഒള്ളതെന്നറിയാതെ ഞാനെങ്ങനെ കഴിയും.'' ഭദ്രന്റെ ശബ്ദം ഇടറി.

''ഇപ്പഴെനിക്ക് ലക്ഷ്യമില്ല. അലഞ്ഞു തിരിയലിൽ ആൾക്കൂട്ടത്തിനിടയിൽ ഒരു മഹാവനത്തിൽ എന്ന പോലെ ഞാൻ ഏകാകിയായിരിക്കും. ഞാൻ നിനക്കുവേണ്ടി മുന്നോട്ടു നോക്കുമ്പോൾ അങ്ങനെ കാണുന്നു.''

ദൂരേക്ക് നോക്കിയിട്ട് വീണ്ടും ഭദ്രനെ നോക്കി അശോകൻ പറഞ്ഞു.

''ഞാൻ നിനക്ക് കത്തയയ്ക്കും. എപ്പോഴായിരിക്കും അതെന്ന് എനിക്ക് നിശ്ചയമില്ല. ഇപ്പോൾ ഞാനേതെങ്കിലും വണ്ടിയിൽ കയറും മദിരാശിയോ ബോംബെയോ ബാംഗ്ലൂരോ.''

അശോകൻ റോഡിലൂടെ നടന്നുപോയി. അവൻ മറയുവോളം ഭദ്രൻ നോക്കിനിന്നു.

തീവണ്ടി ഇനി വൈകുന്നേരമേയുള്ളൂ. തമ്പാന്നൂർ ചെന്നപ്പോൾ കൊല്ലത്തേക്ക് ബസ് കിട്ടി. കൊല്ലം തീവണ്ടിയാപ്പീസിൽ മദിരാശിക്കുള്ള വണ്ടി കിടക്കുന്നു. ടിക്കറ്റ് എടുത്ത് അതിൽ കയറി. തീവണ്ടി ഒരു നീണ്ട തുരങ്കത്തിലൂടെ തിരുവിതാംകൂറിന്റെ അതിർത്തികടന്ന് മദിരാശി നഗരത്തിൽ അശോകനെ ഇറക്കിവിട്ടു.

## മുപ്പത്തിയൊന്ന്

**മു**ൾച്ചെടികളിൽ കാറ്റു വീശുന്ന ശബ്ദം. കുറ്റിച്ചെടികളുടെ നിഴലുകൾ നിലാവിൽ ആടുന്നു. അശോകൻ തികച്ചും ഒറ്റപ്പെട്ടവനായി. മനഃസാക്ഷിയുടെ കഠിനമായ നീറ്റൽ ആത്മപീഡനമായി അനുഭവിച്ച് അവനിരുന്നു. കുറച്ചകലെ കിടക്കുകയായിരുന്ന ഒരു പട്ടി വാലാട്ടി അവനടുത്തു വന്നു. അവനതിനെ തലോടി. പിന്നെ പൂഴിമണ്ണിൽ അവൻ തല ചരിച്ച് കമഴ്ന്നു കിടന്നു. പട്ടി അവന്റെ കാൽക്കൽ കിടന്നു.

എപ്പോഴോ അശോകൻ ഉറങ്ങി. ഉറക്കത്തിലേക്കു വഴുതുമ്പോൾ ഭദ്രൻ. ഏതോ അപരിചിത സ്ഥലങ്ങളിൽ എന്താണ് നീ എന്നെ കൂട്ടാതെ പോയത്, നീ എന്താണ് എന്നെയുപേക്ഷിച്ചത് എന്ന് നിശ്ശബ്ദമായ

നോട്ടത്തിൽ മനസ്സ് മനസ്സിനോട് വിനിമയം ചെയ്യുന്നു. അസ്വസ്ഥപ്പെടുന്ന നിദ്രയിൽ വീണ്ടും വീണ്ടും മുറിഞ്ഞു മുറിഞ്ഞ് ആവർത്തിക്കുന്ന സ്വപ്നം. ഉറക്കത്തിൽ ഞെട്ടി ഉണരുകയും വീണ്ടും ഉറക്കത്തിലേക്കും സ്വപ്നത്തിലേക്കും വഴുതിവീഴുകയും ചെയ്തുകൊണ്ടിരുന്നു. ഭദ്രൻ നടന്നുപോകുന്നു. ഒരിടവഴിയിലൂടെ. രണ്ടു വശവും ഇടതൂർന്ന മരങ്ങൾ. ഭദ്രൻ വേഗത്തിൽ നടക്കുകയാണ്. അശോകനെ ഉപേക്ഷിച്ചുള്ള പോക്കാണത്. ഒരിക്കലും ചെന്നെത്താൻ കഴിയാത്ത വേഗത്തിലാണ് ഭദ്രൻ നടക്കുന്നത്. ഭദ്രൻ നഷ്ടപ്പെട്ടുപോകുകയാണെന്ന് സ്വപ്നത്തിൽ അശോകൻ അറിയുന്നു. അവന്റെ ശ്രമങ്ങൾ നിഷ്ഫലമാവുന്നു. കാലുകൾ മുന്നോട്ടു നീങ്ങുന്നതേയില്ല. എന്നിട്ടും ശ്രമം തുടർന്നുകൊണ്ടേയിരുന്നു. അവസാനം ഒരു വെടിയൊച്ച. അതോടൊപ്പം അശോകന്റെ കാലിന് വേഗത കിട്ടി. ഞൊടിനേരം കൊണ്ട് അവൻ അവിടെ എത്തി. ഭദ്രൻ വെടിയേറ്റ് വീണുകിടക്കുന്നു. കൈകൾ ആകാശത്തേക്ക് പൊക്കി അശോകൻ ഉറങ്ങിക്കിടക്കുന്നവന്റെ നിലവിളി വിളിച്ചു. പട്ടി എഴുന്നേറ്റ് അശോകനെ തട്ടിവിളിച്ച് ഉണർത്തി, അശോകൻ പിടഞ്ഞ് എഴുന്നേറ്റിരുന്നു. കൈകൾ കോർത്ത് തലയിൽ ബലമായമർത്തി. കിതപ്പ് അവന് മാറിയിരുന്നില്ല. പട്ടി സ്നേഹത്തോടെ അവനെ ചേർന്നിരുന്നു. അവൻ പട്ടിയെ അണച്ചുപിടിച്ചു. കുഴിഞ്ഞുപോകുന്ന നെഞ്ചകത്ത് മൃഗത്തെ ചേർത്തുനിർത്തി ഒത്തിരി നേരം കണ്ണടച്ച് അങ്ങനെ ഇരുന്നു. അപ്പോഴവൻ തീരുമാനിച്ചു. പോകണം. പിറന്ന വീട്ടിലേക്ക് പോകണം. മറന്നു വച്ച ഓർമ്മയെ, താഴിട്ട പെട്ടിയിൽ സൂക്ഷിച്ചുവച്ച ഓർമ്മയെ കൂടെ കരുതണം. ഒരു ദശാദൂരം ഒറ്റയ്ക്ക് യാത്രചെയ്തു. ഇനി കൂടപ്പിറപ്പിനെ കൂടെ ചേർക്കണം.

പെണ്ണുങ്ങളുടെ കലപിലകേട്ട് കണ്ണു തുറന്നു. വെളുപ്പാൻ കാലത്ത് ദൂരെ അരുവിയിൽനിന്ന് വെള്ളമെടുക്കാൻ പോകുകയാണവർ സംഘമായി. അവന്റെ അടുത്തുവന്നപ്പോൾ എന്തിവിടെ എന്ന് അവരിലൊരുത്തി ചോദിച്ചു. ചുമ്മാ എന്നവൻ ആംഗ്യവും ഭാവവുംകൊണ്ട് പറഞ്ഞു. കുടവുമേന്തി അവർ നടന്നുപോകുന്നത് അവൻ നോക്കി ഇരുന്നു. ആ ഒരു നിമിഷം അവനും നടന്നുപോകുന്ന പെണ്ണുങ്ങളും പട്ടിയും ഒരു സ്വപ്നത്തിനകത്തെ ദൃശ്യഖണ്ഡമാണെന്ന് അവൻ അനുഭവിച്ചു.

ഏറത്ത് മുറികൾ ഒരുപാടുണ്ടായിട്ടും ഭദ്രനും അശോകനും ഒരു മുറിയിലായിരുന്നു, മുതിർന്നിട്ടും. അവരുടെ മുറിയിൽ ഭദ്രനും അവനും കൂടിയുള്ള ഫോട്ടോ നോക്കിക്കൊണ്ടിരുന്നപ്പോൾ, ഭദ്രനെ കാണാനായി അവൻ വീട്ടിലേക്ക് തിരിക്കുന്നതിനുമുൻപുള്ള അവനെ ഇങ്ങോട്ട് പറഞ്ഞയച്ച രാത്രിയെ ഓർക്കുകയായിരുന്നു.

ഫോട്ടോയും കത്തുകളും മാസികകളും ഡയറിയും ഭദ്രന്റെ എല്ലാ ശേഷിപ്പുകളും ഓർമ്മകളുമെടുത്ത് അവൻ മുറിവിട്ടിറങ്ങി. നാളെ പുറപ്പെടണം.

രാവിലെ അശോകൻ അച്ഛനെ സ്കൂളിൽ അദ്ദേഹത്തിന്റെ മുറിയിൽപ്പോയിക്കണ്ടു. രാവിലെ സ്കൂളിൽ ശിപായി വന്ന് സ്കൂൾ തുറന്ന്, തൂപ്പുകാരി തൂത്തു വൃത്തിയാക്കിക്കഴിയുമ്പോൾ അനന്തകൃഷ്ണൻ എത്തും. ഹെഡ്മാസ്റ്റർ അണഞ്ഞ്ജുപിള്ളയും നീളൻ കുടയും പിടിച്ച് വരുന്നുണ്ടാവും. സ്വർണ്ണനിറത്തിലെ ബട്ടൻ വച്ച മുഴുക്കൈയ്യൻ ഉടുപ്പ് ജൂബാ മാതിരി പ്രത്യേകം തയ്പ്പിച്ചതാണ്. പുളിയിലക്കര കസവുനേര്യതിന്റെ രണ്ടാംമുണ്ടും കഴുത്തിനെ ചുറ്റിയുണ്ടാവും. പത്തു കിലോമീറ്റർ നടന്നാണ് അണഞ്ഞ്ജുപിള്ള വരുന്നത്. കാലു നീട്ടിവച്ചുള്ള അണഞ്ഞ്ജുപിള്ള സാറിന്റെ നടത്തത്തിലെ വേഗം പ്രസിദ്ധമാണ്. എതിരേ വരുന്നവരെയും പോകുന്നവരെയുമൊന്നും പിള്ളസാർ ആ നടത്തത്തിൽ കാണുന്നുണ്ടാവില്ല. നളചരിതമോ കല്യാണസൌഗന്ധികമോ മറ്റോ മനസ്സിൽ മൂളിക്കൊണ്ടാണ് ആ നടത്തം. നിമിഷകവിയും കാവ്യാസ്വാദകനും ആത്മാർത്ഥതയുള്ള അദ്ധ്യാപകനുമായ അണഞ്ഞ്ജുപിള്ള അനന്തകൃഷ്ണക്കുറുപ്പിന്റെ വിശ്വസ്തനാണ്. കുട്ടികളുടെ ഫീസ് കൃത്യമായി പിരിച്ചു കൊടുക്കും. കിട്ടിയത് അനന്തകൃഷ്ണൻ എല്ലാവർക്കുമായി വീതിച്ചു കൊടുക്കും. അണഞ്ഞ്ജുപിള്ളയ്ക്ക് രണ്ടു രൂപ അധികം കൊടുക്കും. അധ്യാപകർക്ക് കുടുംബം പോറ്റാൻ ഈ ശമ്പളം ഒന്നിനുമാകില്ല. എന്നാലും ആരും പരാതി പറയില്ല. പ്രതിഫലേച്ഛയില്ലാതെ വിദ്യ പകർന്നുകൊടുക്കുന്ന അദ്ധ്യാപകരുടെ തലമുറയായിരുന്നു അത്. ഏറത്തു വീട്ടിൽ ഭക്ഷണത്തിനും വയ്പുകാർക്കും പഞ്ഞമില്ലാത്തതിനാൽ ഉച്ചയാഹാരം സാറന്മാർക്ക് സ്കൂളിലെത്തും.

അശോകൻ കടന്നുചെല്ലുമ്പോൾ അന്നത്തെ പത്രം വായിക്കുകയായിരുന്നു അനന്തകൃഷ്ണൻ. അയാൾ കാൽപ്പെരുമാറ്റം കേട്ട് തലയുയർത്തിനോക്കി. പത്രം ശ്രദ്ധയോടെ മടക്കിവയ്ക്കുമ്പോൾ ''വാ ഇരിക്ക്''എന്നയാൾ മകനോട് പറഞ്ഞു.

''പള്ളിക്കൂടമൊക്കെ നോക്കിക്കാണാനാണോ വന്നത്?''

''അല്ല. അച്ഛനോട് ഒരു കാര്യം പറയാനുണ്ട്.''

''വീട്ടില് വച്ച് പറയാമ്പറ്റാത്തതാ?'' അയാൾ ചിരിച്ചുകൊണ്ടു പറഞ്ഞു. വെളുത്ത താടിയിലൂടെ തെളിയുന്ന പാൽപ്പുഞ്ചിരി.

''അച്ഛനെ ഒറ്റയ്ക്ക് കാണാനാണ്.''

''ശരി പറയ്.''

''ഞാൻ നാളെ പോകും. ഒരുപക്ഷേ തിരിച്ചുവരവുണ്ടാവില്ല. മനസ്സുകൊണ്ട് ഏറത്ത് വീടും നാടും ഉപേക്ഷിച്ചു കഴിഞ്ഞു. കഴിഞ്ഞ എട്ടു വർഷംകൊണ്ട് അത് എന്നിൽനിന്ന് ഒഴിഞ്ഞു കഴിഞ്ഞു. ഭദ്രനെ എനിക്കുപേക്ഷിക്കാനാവില്ല. അതുകൊണ്ടു മാത്രമാണ് ഞാൻ വന്നത്.''

അശോകൻ ശാന്തനായി സാവകാശം പറഞ്ഞു. വെളുത്ത താടി രോമങ്ങൾക്കപ്പുറത്തു നിന്ന് ഏതോ അറിവിന്റെ പ്രകാശം ചൊരിഞ്ഞു. അയാൾ ചിരിച്ചു. അറിവ് അനന്തമോ അതീതമോ അല്ല. അതിന്റെ ഭൂതകാലപ്പാതകൾ മറ്റെല്ലാ ജീവിതപ്പാതകളെയും റദ്ദു ചെയ്യുന്നു. അജ്ഞതയുടെ കയത്തിൽനിന്ന് കരകയറിയെന്ന തോന്നലാണ് ഇവിടെ അറിവ്. അപ്പോൾ സ്വന്തം ജീവിതത്തിനോട് നിസ്സംഗനായി ജ്ഞാനിയുടെ ചിരി ചിരിക്കും.

''നിന്നെ ആരും ഒന്നിൽനിന്നും തടയുന്നില്ല. നിന്റെ ജീവിതം നിന്റെ സ്വാതന്ത്ര്യമാണ്.'' അനന്തകൃഷ്ണൻ പറഞ്ഞു,

''അമ്മച്ചിയും അമ്മയും. അവരുടെ മനസ്സാണ് എന്റെ പ്രശ്നം. ഞാൻ മരിച്ചെന്നു വിചാരിച്ച അവർക്ക് എന്റെ തിരിച്ചുവരവ് വലിയ ആശ്വാസമായി. ഇനിയുമവരെ...''

'അതിനൊക്കെ ഉത്തരം നീ തന്നെ കണ്ടെത്തണം. ജന്മബന്ധനങ്ങളിൽ നിന്നു മോചനം നേടാമെന്ന് നീ കരുതുന്നു. അപ്പോൾ ആ മോക്ഷമാർഗ്ഗവും നിനക്കറിവായറിയണം. ദുഃഖകാരണം അജ്ഞതയാണ്. നിന്റെ അമ്മമാർ ദുഃഖിക്കുന്നെങ്കിൽ അവർ അറിവില്ലായ്മയുടെ തമസ്സിലാണ്.''

പിന്നെ അദ്ദേഹം ഗാന്ധിയെയും വിവേകാനന്ദനെയും ബുദ്ധനെയും ഉദ്ധരിച്ച് അറിവു പ്രകാശിപ്പിച്ചു. അറിവു തന്നെയാണ് ആത്മീയത എന്നും പറഞ്ഞു. ഒരജ്ഞാനിയോടെന്നപോലെ അയാൾ സംസാരിച്ചു.

പിതാവ് എന്ന കൊളുത്ത് നനുത്ത തണുപ്പായി ഉരുകിയൊലിച്ചിറങ്ങുന്നതിൽ മാത്രം ശ്രദ്ധിച്ച് അവൻ ഇരുന്നു.

## മുപ്പത്തിരണ്ട്

**അ**ശ്വതിയുടെ കാര്യം സത്യഭാമ പറയുന്നതു കേട്ടാണ് അവനറിഞ്ഞത്. അകത്തെ വരാന്തയിൽ ദ്രൗപദിയെ പന്തുരുട്ടി കളിപ്പിക്കുകയായിരുന്നു അശോകൻ.

രാവിലെ വീട്ടുജോലിക്ക് എത്താതിരുന്ന കാമാക്ഷി വൈകുന്നേരമാണ് വന്നത്. കാമാക്ഷിയുടെ വീട് ഓലകെട്ടായിരുന്നു.

“വീടക്കെ ഓലകെട്ടിതീർന്നാടി?” സത്യഭാമ ചോദിച്ചു.

“തീർന്നക്കാ.. ഒരു ദെവസത്തെ മെനക്കേട്. എന്നിട്ടും പഴയോല യക്കെ അടുക്കിപ്പറക്കി നാലുപാടും തൂത്തുവാരാനുണ്ട്. അരിയാട്ടി വച്ചേമച്ചും പോകാമെന്നു വച്ച്.”

“ഓലയൊക്കെ തെകഞ്ഞാടീ?”

“ഓ പഴയോലയൊക്കക്കൊണ്ട് ഒപ്പിച്ചെടുത്ത്. ഇവിടന്ന് തന്ന ഒണങ്ങിവീണ ഓല ഞാൻ കീറി കൊവുത്ത് മൊടഞ്ഞ്. പിന്നെ ഒരു കെട്ട് മൊടഞ്ഞ ഓല ആ അശ്വതീടേന്ന് വാങ്ങിച്ച്.”

അശ്വതി എന്ന പേര് കേട്ടപ്പോൾ പന്ത് കൈയിൽ പിടിച്ച് അശോ കൻ തരിച്ചിരുന്നു. ദ്രൗപദി പന്ത് കിട്ടാൻ ഒച്ചവച്ചു.

“അവക്കെവിടന്ന് ഓല?” സത്യഭാമ ചോദിച്ചു.

കാമാക്ഷി അടുക്കളയിൽനിന്ന് വെള്ളത്തിലിട്ട അരിയും ഉഴുന്നും സംസാരത്തിനിടയിൽ എടുത്തുകൊണ്ടുവന്നു. അത് കാലു നീട്ടി യിരുന്ന് ഊറ്റി എടുത്തുകൊണ്ട് പറഞ്ഞു.

“അവള് വെട്ടോല വാങ്ങിച്ച് മൊടഞ്ഞ് വിക്കും. ഇവിടന്നും അയ്യ പ്പൻ കൊച്ചാട്ടൻ ഓല വെട്ടിയപ്പം പത്തഞ്ഞൂറ് മടല് ഓല അവക്ക് വിറ്റ്.” സംഭാഷണത്തിന് കാതു കൊടുത്ത് അശോകൻ ദ്രൗപദിക്ക് പന്തുരുട്ടിക്കൊടുത്തു.

“അവള്ടെ കാര്യം കഷ്ടം തന്നെ. കഴിഞ്ഞ തവണ ഇവിടെ കൊയ്ത്തിനു വന്നപ്പം ഇവിടത്തെ അടുക്കളപ്പണിക്ക് വന്നൂടേടീന്ന് ചോദിച്ചപ്പം അവക്ക് മിണ്ടാട്ടമില്ല. എന്ത് പറ്റിയാ എന്തോ?” സത്യ ഭാമ പറഞ്ഞു.

“കൊയ്ത്തിനേ വരത്തൊള്ള്. വീട്ടുജോലിക്കവള് പോവത്തില്ല. ഓലക്കച്ചോടവും. പിന്നെയവക്ക് പശുവും ആടും തയ്ക്കണ കുന്ത്രാണ്ട വുമൊക്കെയൊണ്ട്. ജമ്പറും റൗക്കയും കൊച്ചിങ്ങള്ടെ പാവാടയു മൊക്കെ തയ്ക്കും.”

“അവള്ടെ കൊച്ചിനെത്ര വയസ്സായി?”

“ആറേഴു വയസ്സ് കാണും. നല്ല തങ്കപ്പെട്ട കൊച്ച്.”

“എന്നാലും വയലിന്റെ നടുവിലെ ആ പണയില് അവളൊറ്റയ്ക്ക് താമസിക്കുന്നല്ലെ. പെണ്ണിന് പേടിയാവൂല്ലേ?”

“അവളങ്ങനെ പേടിക്കുന്നവളൊന്നുമല്ലക്കാ. അത് വിത്തങ്ങന ത്തതാ.” കാമാക്ഷി എന്തോ അർത്ഥം വച്ചാണ് അത് പറഞ്ഞത്. സത്യഭാമയ്ക്കത് തിരിയാനുള്ള വകതിരിവില്ല.

“എന്നാലും ആളുകളതുമിതും പറയൂല്ലേ.”

''പറയൂല്ലേന്നാ. നല്ലോണം പറയുന്നൊണ്ടക്കാ. രാത്രി കതകിനു മുട്ടലും കല്ലേറിയലുമക്കെയൊണ്ട്. നമ്മടെ ജാതീലെ ആണുങ്ങള് ആൺതൊണയില്ലാത്ത പെണ്ണിനെ കെടന്നൊറങ്ങാ സമ്മതിക്കോ. എന്നാ ഒള്ളതു പറയാമല്ലക്കാ അവളത്തരക്കാരിയല്ല. പിന്നെ നല്ല തന്റേടവുമൊണ്ട്. കത്താളും തലേല് വച്ചോണ്ടാണ് കെടക്കുന്നതെന്ന് അവളെന്നോട് പറഞ്ഞു.''

സത്യഭാമ ഓർത്തിട്ട് പറഞ്ഞു.

''നല്ല ഐശ്വര്യമൊള്ള ചെറുക്കനായിരുന്ന് അവള്ടെ നായര്. നല്ലോണം പണിയെടുക്കേം ചെയ്യും. അവൻ ചത്തപ്പം ഇവിടത്തെ കൊച്ചാട്ടനും മൂന്നാലു ദെവസം മിണ്ടാട്ടമില്ലാരുന്ന്.''

''അവന് അവളന്ന് വച്ചാ ജീവനായിരുന്ന്.''

അരി കഴുകി അരിച്ചെടുത്തതുംകൊണ്ട് കാമാക്ഷി ചായ്പിലേക്ക് ആട്ടാൻ കൊണ്ടുപോയി.

അശോകൻ ഇത്രയും നേരം പതുക്കെ ചലിക്കുന്ന ഒരു യന്ത്രം പോലെ ദ്രൗപദിക്ക് പന്തുരുട്ടിക്കൊണ്ടിരുന്നു. അവന്റെ മുഖം ശാന്ത മായിരുന്നെങ്കിലും നെഞ്ചിടിപ്പ് അവനു കേൾക്കാമായിരുന്നു. അവൻ നടന്ന് പുറത്തേക്കു പോയി. അശ്വതിയെ കാണാൻകൂടിയാണോ താൻ ഇപ്പോൾ വന്നത്? ലക്ഷ്യമില്ലാത്ത പലതിന്റെയും ലക്ഷ്യം അതതു സന്ദർഭങ്ങളിലാണ് തിരിച്ചറിയുന്നത്. ജന്മംതന്നെ അങ്ങനെ യാണ്. അങ്ങനെ ഓരോന്നാലോചിച്ച് ലക്ഷ്യമില്ലാതെ നടക്കുമ്പോൾ തോട്ടുവരമ്പിൽ വച്ച് കുട്ടനെ കണ്ടു.

കുട്ടനിൽനിന്ന് അശ്വതിയുടെ കൂടുതൽ കാര്യങ്ങൾ ചോദിച്ച റിഞ്ഞു.

''ഏറത്ത് തുറുവിൽനിന്ന് വയ്ക്കോൽ വലിക്കുമ്പോഴാണ് അവ ളുടെ ഭർത്താവിനെ പാമ്പു കടിച്ചത്. അവൻ കച്ചില് കന്നുകാലി കൾക്ക് എരുത്തിലിൽ കൊണ്ടിട്ടുകൊടുത്തിട്ട് വേദനയോടെ കാല് വലിച്ചു വലിച്ച് വീട്ടില് പോയി. അവളോടെ എന്തോന്നാ ഊരുന്നത് കടിച്ചെന്ന് പറഞ്ഞ്. അവള് ഓടി ഏറത്ത് വന്ന്. ഏറത്തെ പേരപ്പൻ ഒടനേ വിഷാരിയെ വിളിക്കാമ്പറഞ്ഞ്. ഞാനാണ് പോയത്. വെഷാരി വന്നപ്പഴത്തേക്കും ആ അണ്ണമ്മരിച്ച്.''

''എന്നായിരുന്നു അയാള് മരിച്ചത്?''

''ഒന്നൊന്നര കൊല്ലമാവും.''

''ചെല്ലമ്മയക്കനാ.''

''ചെല്ലമ്മയപ്പച്ചി മരിച്ചിട്ട് അഞ്ചാറ് കൊല്ലമായി. ക്ഷയമായിരുന്ന്.''

കുട്ടൻ പിന്നെയും ഓരോരോ വിശേഷങ്ങള് പറഞ്ഞുകൊണ്ടിരുന്നു. അതൊന്നും അശോകൻ കേൾക്കുന്നുണ്ടായിരുന്നില്ല. കുട്ടൻ പോയശേഷം അശ്വതിയുടെ വീട്ടിലേക്ക് അശോകൻ നടന്നു.

വൈകുന്നേരമായി. വെയിൽ മങ്ങിത്തുടങ്ങി. തോടു മുറിച്ച് അശ്വതിയുടെ വീട്ടുമുറ്റത്തേക്ക് അശോകൻ നടന്നു. ഉണക്കാനിട്ടിരുന്ന മെടഞ്ഞ ഓലകൾ അടുക്കിവയ്ക്കുകയാണ് അവൾ. കുറെ ഓലകൾ കീറിയിട്ടിരിക്കുന്നു. വേലിയിൽ നിൽക്കുന്ന മുരുക്കിൽ കെട്ടിയിട്ടിരിക്കുന്ന ആട് പൂഴിമണ്ണിൽക്കിടന്ന് അയവിറക്കുന്നു. നാലഞ്ചു കീറ് ഓലകൾ പൊക്കി അടുക്കിന് മുകളിൽ വച്ച് തിരിയുമ്പോൾ അവൾ അശോകനെ കണ്ടു. അവൾ അവിടെ അവനെ നോക്കിനിന്നു.

അശോകൻ അവളുടെ അടുത്ത് ചെന്ന് നിന്നു. ജീവിതത്തിന്റെ ഛായ കണ്ണിലും മുഖത്തും. ചെറിയ, വളരെ ചെറിയ മന്ദസ്മിതം അവളുടെ ചുണ്ടിന്റെ വക്കിൽ തെളിഞ്ഞു.

‘‘നീ വന്നെന്നറിഞ്ഞു.’’ അവൾ പറഞ്ഞു.

അവൻ മൂളിയെങ്കിലും ശബ്ദം പുറത്തുവന്നില്ല.

ആറേഴു വയസ്സുള്ളൊരു ആൺകുട്ടി വാതിലിൽ വന്നുനിന്നു. അശോകൻ അവനെ നോക്കി. അവൻ നാണിച്ചു തലതിരിച്ച് അകത്തേക്കു പോയി.

‘‘എന്റെ മോനാണ്.’’

ആരോ രണ്ടുപേർ തോട്ടുവരമ്പിൽ ഏന്തിയും വലിഞ്ഞും നോക്കുന്നുണ്ട്. അശോകൻ അങ്ങോട്ടു നോക്കിയപ്പോൾ അശ്വതിയും നോക്കി.

‘‘അതൊക്കെ ഇവിടെ പതിവാ, അവരങ്ങ് പോവും. നീ വാ. അകത്തിരിക്കാം.’’

അവൻ അവിടെനിന്നുകൊണ്ടുതന്നെ ചോദിച്ചു.

‘‘ചെല്ലമ്മയക്കൻ മരിച്ചത്...’’

‘‘ക്ഷയമായിരുന്നു. നീയിവിടന്ന് പോവമ്പഴേ വയ്യായിരുന്നു. ഇപ്പം ആറു കൊല്ലം കഴിഞ്ഞ് മരിച്ചിട്ട്.’’

അശോകന് അവൻ ശൂന്യമാകുന്നതുപോലെ തോന്നി. അവൻ വല്ലാതെ വിഷമിച്ച ഒരു നോട്ടത്തിൽ അവളെ നോക്കി. രണ്ടുപേരും മനസ്സുകളെ അറിയുകയും അതടഞ്ഞിരിക്കുകയും ചെയ്യുന്നതിന്റെ കനം അനുഭവിക്കുകയായിരുന്നു.

‘‘അശ്വതീ...’’ അവൻ വിളിച്ചു.

അവൾ വിങ്ങി.

''നീ മരിക്കാതെ എന്റടുത്തെത്തിയല്ലേ. നീ മരിച്ചൂന്നറിഞ്ഞ ദിവസം എനിക്ക് സഹിക്കാമ്പറ്റീല്ല. ഞാനൊരുപാട് കരഞ്ഞു. എന്നെ ക്കാരണമല്ലേ നീ മരിച്ചതെന്ന് ഓർത്തപ്പം... എന്നെക്കാരണമല്ലേ നീ പോയത്. നിനക്ക് നല്ല നില വരണമെന്നാണ് ഞാനാശിച്ചത്. ഏറത്തു കാർക്കൊരു പ്രശ്നവുമൊണ്ടാവാതിരിക്കാനാ.''

കരച്ചിൽ പൊട്ടിക്കൊണ്ട് അവൾ പറഞ്ഞു.

''അതോണ്ടാണ് ഞാൻ വിവാഹത്തിന് ഏറത്തമ്മാവനോട് സമ്മ തിച്ചത്.'' അവൻ ഒന്നും മിണ്ടാതെ അവളെ നോക്കിനിന്നു.

അവൾ വീണ്ടും ഓർമ്മയിലേക്ക് പോയി.

''അപ്പുക്കുട്ടന്റച്ഛൻ നല്ല സ്നേഹമുള്ള ആളായിരുന്നു. എനിക്ക ങ്ങേരെ സ്നേഹിക്കാൻ കഴിഞ്ഞില്ല. എന്നിട്ടും എന്നോട് സ്നേഹവും കരുതലുമായിരുന്നു. എന്നിട്ട് ഒരു ദെവസമങ്ങ് പോയി. എനിക്ക് ആ നല്ല മനുഷ്യനെ...''

അവളുടെ ആ സങ്കടം ആദ്യമായി പുറത്തുവന്നു. അതവൻ കണ്ടു.

അവൾ മുണ്ടിന്റെ കോന്തലകൊണ്ട് കണ്ണീർ തുടച്ചു. എന്തോ ഓർക്കുന്ന മനസ്സിനൊപ്പം കണ്ണുകൾ പോവുന്നത് അവൻ ശ്രദ്ധിച്ചു.

അങ്ങോര് മരിച്ചപ്പം ഞാൻ കരഞ്ഞില്ല എന്നു പറഞ്ഞ് ഏങ്ങി ക്കരച്ചിലോടെ അവൾ അവന്റെ നെഞ്ചിലേക്കു വീണു. അശോകൻ അവളെ ചേർത്തുപിടിച്ചു.

''എന്നെ ഇത്രേം സ്നേഹിച്ച എനിക്കെന്റെ അപ്പുക്കുട്ടനെത്തന്ന അങ്ങേർക്ക് ഒരു തുള്ളി കണ്ണീര് എന്റെ കണ്ണീന്ന് വന്നില്ലല്ലെ.''

എവിടെയോ ഒളിഞ്ഞിരുന്ന കരച്ചിലത്രയും കരഞ്ഞു കരഞ്ഞ് ചെറുചെറു ഏങ്ങലായി. അത്രനാൾ കരുതിയ കണ്ണീരത്രയും അവന്റെ നെഞ്ചിനെ നനച്ചു. അവൻ അവളെ പിടിച്ച് ഇറയത്തിന് പുറത്തുള്ള തിണ്ണമേൽ ഇരുത്തി. അവനും അവിടെ ഇരുന്നു. അവൾ മുഖം വീണ്ടും മുണ്ടിന്റെ കോന്തല കൊണ്ടു തുടച്ചു.

പെട്ടെന്നവൾ ഈ നിമിഷത്തിലേക്ക് വന്നു.

''നിനക്ക് തിന്നാനെടുക്കട്ടെ. നീയിരി. ഞാനിപ്പം വരാം.''

അവൾ അകത്തേക്കു പോയി. അവൻ ചുറ്റാകെ നോക്കി. ഭിത്തി യിലും കതകിലുമെല്ലാം കരി വച്ചു വരച്ച ചിത്രങ്ങൾ. വിചിത്ര രൂപ ങ്ങൾ. പൂച്ചയുടെ ശരീരവും ആനയുടെ തലയും. ആനുപാതികമോ ക്രമമോ ഇല്ലാത്ത കുട്ടിഭാവന സൃഷ്ടിച്ച സൗന്ദര്യം. ഓരോ പടത്തി ന്റെയും താഴെ അപ്പുക്കുട്ടൻ എന്ന് ഇംഗ്ലീഷിലും മലയാളത്തിലും എഴുതിവച്ചിട്ടുണ്ട്.

പശു കരഞ്ഞിടത്തേക്ക് അശോകൻ നോക്കി. തോട്ടുവരമ്പിൽ ഒരു പശു മേയുന്നു. ഇടയ്ക്ക് തൊട്ടപ്പുറത്തു നിൽക്കുന്ന പശു ക്കുട്ടിയെ നോക്കുന്നുമുണ്ട്.

അശ്വതി ഒരു അലുമിനിയം പിഞ്ഞാണം അവന്റെ മുന്നിൽ കൊണ്ടുവന്നുവച്ചു. ചേമ്പും നനകിഴങ്ങും പുഴുങ്ങിയതും മുളകരച്ച ചമ്മന്തിയും.

അതവൾ കുനിഞ്ഞുവച്ച് നിവരുമ്പോൾ അവനവളെ സ്നേഹ ത്തോടെ നോക്കി. അവളുടെ ചെറു മന്ദസ്മിതം അപ്പോഴും.

''അരി തെളയ്ക്കുന്നേ ഒള്ള്. ഇപ്പം വേവും. പുഴുക്ക് തിന്നമ്പഴ ത്തേക്കും കഞ്ഞി തരാം. ഞാനാ ഓല അടുക്കി വയ്ക്കട്ട്.''

അവൾ ഓല അടുക്കിവയ്ക്കാൻ പോയി. അതിനിടയിൽ തോട്ടു വരമ്പത്തു നിന്ന പശുവിനെയും കുട്ടിയെയും ചായ്ച്ചിറക്കിയ കാലി ത്തൊഴുത്തിൽ കൊണ്ടുവന്നു കെട്ടിയിട്ട് അടുക്കളയിലേക്കു പോയപ്പോൾ അശോകൻ വിളിച്ചുപറഞ്ഞു.

''എനിക്ക് കഞ്ഞിവെള്ളം മതി.''

അവൾ തിരികെവന്നു ചോദിച്ചു. ''അതെന്ത്?''

''നല്ലോണ്ണം നിറഞ്ഞു. ആസ്വദിച്ചു കഴിച്ചു. അതോണ്ടാ. കഞ്ഞിയും ചോറുമക്കെ പിന്നെയാവാം.''

അവൾ തലകുലുക്കി അകത്തുപോയി ഒരു പരന്ന കിണ്ണത്തിൽ കഞ്ഞിവെള്ളവുമായി വന്നു. അവനത് മോന്തിക്കുടിച്ചു. അവൾ കൈ കഴുകാൻ വെള്ളം മൊന്തയിൽ കൊണ്ടുകൊടുത്തിട്ട് അശോകൻ കഴിച്ച പാത്രങ്ങളുമായി അകത്തുപോയി തിരികെ വന്നിട്ട് പിന്നെയും ഓല അടുക്കാൻ തുടങ്ങി.

അശ്വതിക്ക് എപ്പോഴും ജോലി തന്നെ, അശോകൻ വിചാരിച്ചു. ഇതിനിടയിൽ അവൾ വിളിച്ചു ചോദിച്ചു, ''മോനേ അപ്പൂ... എന്തോന്ന് ചെയ്യുന്നെടാ?''

''പാടമെഴുതുന്നമ്മാ'' എന്ന് അവൻ അകത്തുനിന്ന് പറഞ്ഞു.

''നാണം കുണുങ്ങിയാണ്. മനുഷരടെ വെട്ടത്ത് വരത്തില്ല.'' അവൾ അശോകനോട് പറഞ്ഞു.

ഓല അടുക്കിക്കഴിഞ്ഞ് അവൾ പശുവിന് വെള്ളം കൊടുത്തു. ആടിനെയും അഴിച്ച് ചായ്പ്പിൽ മറ്റൊരറ്റത്ത് കെട്ടിയിട്ട് അതിനും വെള്ളം കൊടുത്തു. അങ്ങോട്ടുമിങ്ങോട്ടും ജോലിയുമായി നടക്കു മ്പോൾ ചെറുപുഞ്ചിരിയും നോട്ടവുമായി അവനെ സ്പർശിക്കുന്നുണ്ട് അവൾ.

വീണ്ടും അകത്തേക്കു കയറുമ്പോൾ അവൻ പറഞ്ഞു.

''അശ്വതീ എനിക്കു കുറച്ച് സംസാരിക്കാനുണ്ട്.'' പെട്ടെന്നവൾ മുന്നോട്ടു വച്ച കാലിൽ തിരിഞ്ഞുനോക്കി. ഒരു നിമിഷം അങ്ങനെ നിന്നു.

'''വിളക്കു കൊളുത്തിവച്ചിട്ട് വരാം.''

അവൾ അകത്തു പോയി, കൊളുത്തിയ മണ്ണെണ്ണച്ചിമ്മിനിയുമായി വന്നു.

''മോനേ വാ ഇവിടെ വന്നിരുന്ന് പടി.''

അവൻ പുസ്തകവും പെൻസിലുമായി വിളക്കിനരികെ വന്നിരിക്കുമ്പോൾ അശോകനെ നോക്കി നാണിച്ചു. അശോകൻ അവനെ വാത്സല്യത്തോടെ നോക്കിച്ചിരിച്ചു.

അവൾ ഇറങ്ങിവന്നപ്പോൾ അവൻ എഴുന്നേറ്റ് മുന്നോട്ടു നടന്നു. അവൾ അവന്റെ പിറകെ നടന്നു. പഞ്ചാരമണൽമുറ്റത്ത് ഒരു കോണിൽ അവൻ നിന്നു. അവന്റെ മുഖത്തു നോക്കി അവളും.

രണ്ടുപേരും മൗനം.

അവൾ പറഞ്ഞു.

''പറ.''

''നമുക്കൊരുമിച്ച് ജീവിച്ചൂടെ?''

അവളുടെ കണ്ണുകളിൽ നോക്കി അവൻ പറഞ്ഞു. അവൾ അവന്റെ കണ്ണുകളിലേക്കുതന്നെ നോക്കി നിന്നു. അവളുടെ പ്രതികരണം അറിയാൻ അവൻ അവളുടെ മുഖത്തു നോക്കി നിന്നു. ഏതെല്ലാമോ ഭാവങ്ങൾ ആ നിശ്ചലമായ കണ്ണുകളിലും മുഖത്തും ലോലമായ അലകളിൽ അവൻ കണ്ടു. അവൾ ഒരു മന്ദസ്മിതത്തോടെ തല ചെറുതായി കുലുക്കി. അത് അനുകൂലവും പ്രതികൂലവുമാകാം.

''നമുക്കിവിടെ ഇരിക്കാം.'' അവൾ പറഞ്ഞു.

അവർ പൂഴിമണ്ണിൽ ഇരുന്നു. കുറച്ചു നേരം അവൾ കുനിഞ്ഞിരുന്നു. പിന്നെ അവനെ നോക്കി പറഞ്ഞു.

''മരിച്ചു പോയെന്നു കരുതിയ നീ വരുന്നു. അതും നിനച്ചിരിക്കാതെ. എന്നോടിങ്ങനെ പറയുന്നു. അപ്പം...''

''നീ ആലോചിച്ച് പറഞ്ഞാൽ മതി.''

''അല്ലശോകാ.. ഇതക്കെ ഒള്ളത് തന്നേന്ന് അമ്പരക്കൂല്ലേ. അതേ ഒള്ള്.'' ഒരു തുള്ളി കണ്ണുനീർ വന്നത് അവൾ തുടച്ചു.

അവൾ അതിനിടയിൽ സമചിത്തതയോടെ എന്തോ തീരുമാനമെടുത്തപോലെ പറഞ്ഞു.

''നമ്മൾ പിരിഞ്ഞിട്ട് എട്ടു വർഷമായി. ഇതിനിടയിൽ ഞാനും നീയും ഒരുപാട് ജീവിച്ചു. നീ ലോകം ഒരുപാട് കണ്ടു. കുടുംബത്തിലെയും രാജ്യത്തിലെയും ഒത്തിരി സംഭവങ്ങൾകൊണ്ട് ഏറത്തെമ്മാവനും മാറി. ഇനി അതൊന്നുമല്ലെങ്കിലും, ശരി എന്നു തോന്നിയാൽ അത് ചെയ്യാൻ എന്റെ മനസ്സ് പാകപ്പെട്ടു. നിന്നിലെനിക്ക് ഒരുപാട് വിശ്വാസമുണ്ട്. നിന്റെ ധീരത. നീ പഴയ കൊച്ചുപയ്യനല്ല. നീ എന്റെ മുന്നിൽ വന്നു നിന്നപ്പോൾ മുതൽ ഞാനത് അറിയുന്നു.''

അവൾ കൈ നീട്ടി. അവൻ അവന്റെ കൈ അവളുടെ കൈമേൽ വച്ചു. രണ്ടുപേർക്കും ചിരി വന്നു. അവൾ മറ്റേ കൈത്തലവും അവന്റെ കൈമേൽ വച്ചു. അവനും അങ്ങനെ ചെയ്തു.

''ഇതെന്താ പാണിഗ്രഹണമോ?'' അവൻ ചോദിച്ചു. ''ഇങ്ങനെ മതിയോ നാട്ടാര് അറിയണ്ടേ.''

''വേണം.'' അവൾ പറഞ്ഞു.

''എനിക്ക് മറ്റൊരു കാര്യവും പറയാനുണ്ട്.'' അവൻ പറഞ്ഞു. അവൾ കാതോർത്തു.

''ഇവിടെ വിടണം. നീയും മോനും കൂടി വരണം.''

''അതെന്തിന്?''

''അത് നിനക്ക് മനസ്സിലാവോന്ന് അറിയില്ല. ഇവിടെ നിൽക്കുമ്പോഴുള്ള ഞാൻ എന്നെ അസ്വസ്ഥപ്പെടുത്തുന്നു. മറ്റെവിടെയെങ്കിലും പോയി രക്ഷപ്പെടണം. നാടുവിട്ടതുമുതൽ എന്നെ മറ്റുള്ളവർ കണ്ടത് ഏറത്തെ കുട്ടിയായിട്ടല്ല. നായരായിട്ടല്ല. തമ്പ്രാനായിട്ടല്ല. അവിടെയും മലയാളികൾ എന്റെ ജാതി സ്വത്വം അന്വേഷിച്ചതിന്റെ അസ്വസ്ഥതയുണ്ടായിരുന്നു. യുദ്ധശേഷം കഴിഞ്ഞ എട്ടു വർഷം ഇവിടെ വന്നതുവരെ ഞാൻ ഇന്ത്യയിൽ പലയിടത്തും അലഞ്ഞു. തെരുവിൽ, പാവങ്ങൾ താമസിക്കുന്ന ചേരികളിൽ. പാവങ്ങൾ എന്നാൽ താഴ്ന്ന ജാതിക്കാരാണല്ലോ. കഴിഞ്ഞ എട്ടു വർഷത്തെ ജീവിതം എന്നെത്തേടിയുള്ള യാത്രയായിരുന്നു. ജന്മംകൊണ്ടും ജനിച്ചകാലംകൊണ്ടും മറ്റുള്ളവർ തരുന്ന അസ്തിത്വം കൊണ്ടും നരകത്തിൽ ജീവിച്ച ഞാൻ അഴുക്കുകളറ്റ് ബുദ്ധനായി.''

മൂവന്തിയുടെ ഇത്തിരിവെട്ടത്തിൽ അവൾ കണ്ടു, അവൻ കാലങ്ങൾക്കുമപ്പുറം കണ്ണുനട്ട് നിശ്ചലനായി ഇരിക്കുന്നു.

അവൻ ഈ സ്ഥലത്തിലേക്കും ഈ സമയത്തിലേക്കും തിരികെ വന്ന് പറഞ്ഞു.

''ബുദ്ധൻ.. ബുദ്ധൻ... ആ വാക്ക് എന്നിൽനിന്ന് ഇപ്പോൾ അറിയാതെ വന്നതാണ്.'' അവൻ ചിരിച്ചു.

അവൻ തുടർന്നു.

''ഇവിടെ വന്നപ്പോൾ മുതൽ ഞാൻ കൊച്ചമ്പ്രാനാണ്. ഏറത്തെ തമ്പ്രാനാണ്. നമ്മുടെ വീട്ടുജോലിക്കാരായ താഴ്ന്ന ജാതിയിൽ പെടുത്തിയവരെ ഞാൻ ചേട്ടാ, അമ്മാവാ, ചേച്ചീ എന്നൊക്കെ വിളിച്ചാൽ ഭ്രാന്തെന്നു പറയും. ആൾക്കാര് ചിരിക്കും. എന്തൊരു ലോകത്തെയാണ് നൂറ്റാണ്ടുകൾകൊണ്ട് സൃഷ്ടിച്ചു വച്ചിരിക്കുന്നത്. ഒരടഞ്ഞ കോട്ടയ്ക്കകത്താണ് പിറന്നുവീണതെന്നറിയാതെ അവിടെ ജീവിച്ചു മരിക്കുന്നു. ഓരോരുത്തർക്കും മഹാത്മാ പട്ടം കിട്ടുന്നതും അതിനകത്തുതന്നെ.''

അവൻ അവളെ നോക്കി പറഞ്ഞു.

''അതുകൊണ്ട് നമുക്ക് പോണം. സമൂഹത്തിന്റെ ഏറ്റവും അടിത്തട്ടിൽ അവരുടെ ജീവിതം ജീവിക്കണം. സത്യസന്ധമായ ജീവിതത്തിന് മറ്റു വഴിയില്ല.''

അവൾ ഒന്നും മിണ്ടാതെ കുനിഞ്ഞിരുന്ന് മണലിൽ വരച്ചുകൊണ്ടിരുന്നു. ഏറെ നേരം അങ്ങനെയിരുന്നതായി അവൾക്കു തോന്നി.

അവൾ പറഞ്ഞു.

''നീ പറയുന്നത് ഞാൻ മനസ്സിലാക്കുന്നു. നിന്നെപ്പോലെ പടിപ്പില്ലെങ്കിലും എന്റെ മനസ്സിലും ഏതാണ്ടിതുപോലെയുള്ള ചിന്തകളുണ്ട്. എന്തുകൊണ്ട് എന്റെ ജീവിതം ഇങ്ങനെയായി എന്ന ചിന്തയിൽനിന്നുതന്നെയാണ് ഞാൻ ഈ ലോകത്തെയും മനസ്സിലാക്കാൻ ശ്രമിച്ചത്. ഒരു പെണ്ണ് എന്ന നിലയിലും. നാമൊത്തു പടിച്ച ആ കാലം ആണ് എന്റെ നല്ലകാലം. ഒരുപാട് സ്വപ്നങ്ങൾ, അറിവുകൾ. അതൊന്നുമല്ല ലോകമെന്ന് പിന്നെയറിഞ്ഞു. ഏതാണറിവ്. അനുഭവത്തിൽ കിട്ടിയ ഈ വൃത്തികെട്ട ലോകം ഇങ്ങനെയൊക്കെയാണെന്നറിയുന്നതോ നാം പടിച്ചകാലത്തെ സ്വപ്നങ്ങളും നക്ഷത്രങ്ങളും പ്രകൃതിയും കവിതകളുമോ. പെണ്ണായതുകൊണ്ട് ഋതുമതിയായപ്പോൾ എന്റെ പടിത്തം നിന്നു. കണക്കൊഴിച്ച് എല്ലാ വിഷയത്തിനും ഞാനായിരുന്നു ഒന്നാമത്. കണക്കിന് ഭദ്രൻ ഒന്നാമതും ഞാൻ രണ്ടാമതും. നീ എപ്പഴും മൂന്നാമതാണ്. ചെലപ്പം ഇംഗ്ലീഷിന് നിനക്ക് പസ്റ്റ് കിട്ടും. അപ്പം നിനക്ക് എന്തോരു സന്തോഷമാണെന്നോ, എന്നെ തോൽപ്പിച്ചൂന്നും പറഞ്ഞ്.''

രണ്ടുപേരും ഓർമ്മയിൽ ചിരിച്ചു.

''പക്ഷേ എനിക്കു തോന്നുന്നത് അശോകാ നീ ബുദ്ധമാർഗ്ഗത്തിലാണ്, ബുദ്ധനായിട്ടില്ല എന്നാണ്.'' അവൾ കളിയാക്കിയതുപോലെ ചിരിച്ചു.

"അത് അപ്പഴത്തെ ഒഴുക്കിൽ ഞാനങ്ങ് പറഞ്ഞുപോയതാ. എനിക്കറിയാം ഞാനൊരു അജ്ഞാനിയാണെന്ന്."

"അജ്ഞാനിയല്ല. ഇവിടം ഇങ്ങനെയൊക്കെയാണെന്ന് അറിയുന്നുണ്ടല്ലോ. അതാണറിവ്."

അശ്വതിയെ അശോകൻ പ്രണയത്തോടെ നോക്കി. പരസ്പര നോട്ടത്തിൽ മനസ്സുകൾ തൊട്ടു.

"ഇവിടെനിന്നുകൊണ്ടുതന്നെ നീ നീയാകണം. അതാണ് വേണ്ടത്. ഞാൻ നായരാണെങ്കിലും തൊഴിലാളിയും അഗതിയും പെണ്ണുമാണല്ലോ. നീയെന്നോട് ഒരുമിച്ചു ജീവിക്കാം എന്നു പറഞ്ഞപ്പോൾ ഏറത്തു വീട്ടിലേക്കല്ല എന്നെ നീ വിളിക്കുന്നതെന്ന് എനിക്ക് മനസ്സിലാക്കാൻ കഴിയും. അപ്പോൾ ഏറത്തെ മരുമകളാകാനും പോകുന്നില്ല. തൊഴിലാളിയെന്ന ജീവിതം കീഴാള ജീവിതമാണല്ലോ."

"പറയത്തൊഴിലാളിയും നായർത്തൊഴിലാളിയും ഒരുപോലെയല്ല. നിനക്ക് ഏറത്ത് വീട്ടിലും അടുക്കളയിലും കയറാം. പറയർക്കും കുറവർക്കും വീട്ടിനകത്ത് കയറാനാകില്ല, കിണറ്റിൽനിന്ന് വെള്ളം കോരാനാകില്ല."

"അതു ശരിയാണ്. പക്ഷേ ഞാനവരോട് നിന്ന് കൊയ്യുന്നുണ്ട്. കറ്റ മെതിക്കുന്നുണ്ട്. അപ്പം രുക്മിണിയമ്മാവിയെപ്പോലെയല്ല അവരെന്നെ കാണുന്നത്. അതുപോട്ടെ. നീ ഇവിടത്തെ കാര്യങ്ങളക്കെയറിഞ്ഞാ?"

"എന്തു കാര്യം?"

"ഇൻഡ്യയ്ക്ക് സ്വാതന്ത്ര്യം കിട്ടിയതറിഞ്ഞാ?"

"അതൊക്കെയറിഞ്ഞ്. പഴേ കളിയാക്കല് ഇപ്പഴുമൊണ്ടല്ലെ."

"പള്ളിക്കൂടത്തിലെ അതേപോലെ കൂട്ടുകൂടി അതേ സ്വാതന്ത്ര്യത്തില് ഇരിക്കുന്നപോലെ ഇപ്പം തോന്നുന്ന്. ഞാൻ വയസ്സറിയിച്ച് പെണ്ണായതീപ്പിന്നെ ഏറത്തെ അശോകനെ എനിക്ക് കിട്ടാത്ത ഒരാളായി ദൂരെ നിന്ന് പ്രണയിച്ചിട്ടേയൊള്ള്."

അടുത്തായിരുന്നപ്പോഴും അകലം പാലിച്ച ആ ഓർമ്മയിൽ അശോകൻ തല കുലുക്കി.

"നീ ഇവിടത്തെ കാര്യങ്ങളെന്ന് പറഞ്ഞതെന്തോന്ന്?"

"ഏറത്തമ്മാവന്റെ ഹരിജനോദ്ധാരണ പ്രവർത്തനം അറിഞ്ഞാ?"

"അതറിഞ്ഞ്. അച്ഛൻ കുറെ ഹരിജനങ്ങൾക്ക് വീടുവച്ചുകൊടുത്തു. അവരുടെ കുട്ടികളുടെ വിദ്യാഭ്യാസം ഹരിജൻസേവാസംഘ് ഏറ്റെടുത്തിട്ടൊണ്ട്. അതല്ലേ?"

‘‘അതുതന്നെ. ഇനീമൊണ്ട്. വേലൂർ രാമാനന്ദൻ എന്ന എസെൻ ഡിപീക്കാരനും നിവർത്തനപ്രക്ഷോഭകനും സ്റ്റേറ്റുകാങ്ക്രസുകാരനുമായ വ്യക്തിയെ അറിയാമല്ലോ.’’

‘‘നീ തമാശ പറയാതെ. കാര്യം പറ.’’

‘‘അദ്ദേഹമിപ്പോൾ സഖാവ് രാമാനന്ദനാണ്.’’

‘‘ഓഹോ...’’ അശോകൻ അത്ഭുതത്തോടെയാണത് കേട്ടത്.

‘‘ഇവിടെ കർഷകത്തൊഴിലാളി യൂണിയൻ അങ്ങോരുണ്ടാക്കി. ഞാനും അതിലൊണ്ട്. രാത്രീല് ക്ലാസ്സക്കെ ഒണ്ടായിരുന്ന്. രാമാനന്ദൻ സഖാവ് ക്ലാസെടുക്കും. വേറെയും സഖാക്കള് വരും. സഖാവ് എൻ.സി. ശേഖറും സഖാവ് പി. കൃഷ്ണപിള്ളയും ഒരിക്കൽ വന്നു. കൃഷ്ണപിള്ള സഖാവ് പാമ്പു കടിച്ച് മരിച്ചുപോയി. അതറിഞ്ഞപ്പം ഞങ്ങള് ഒരുപാട് സങ്കടപ്പെട്ടു. രാമാനന്ദൻ സഖാവ് എനിക്ക് കൊറെ പുസ്തകങ്ങള് വായിക്കാൻ തന്ന്. അതൊന്നും എനിക്കത്ര മനസ്സിലാകത്തില്ല. പക്ഷേ അവര് പറയമ്പം മനസ്സിലാവും. പഠിപ്പുള്ള തൊഴിലാളികൾടെ വീട്ടീ കഥാപുസ്തകവും കവിതയും കൈമാറി വായിക്കും. വൈക്കം മുഹമ്മദ് ബഷീറിന്റേം കേശവദേവിന്റേം ഒക്കെ കഥകളും ചങ്ങമ്പുഴേടേം ഇടപ്പള്ളീടേം കുമാരനാശന്റേമൊക്കെ കവിതകളും അങ്ങനെ വായിക്കും.’’

അശ്വതിയുടെ പുതിയ ലോകം അശോകൻ അത്ഭുത്തോടെ കാണുകയായിരുന്നു. പുതിയ വാക്കുകളുടെ ഉപയോഗം, സംസാര ശൈലി ഒക്കെ മാറിയിരിക്കുന്നു. സഖാവ്, വിപ്ലവം, തൊഴിലാളിവർഗ്ഗം എന്നൊക്കെ സംസാരത്തിൽ വരുന്ന ഭാഷ. അത് അശ്വതിയുടെ മാത്രം മാറ്റമല്ല, നാടിന്റെ മാറ്റമാണ് എന്ന് അവൻ അറിയുകയായിരുന്നു. നവോത്ഥാനം ഉഴുതു മറിച്ച മണ്ണ് നനഞ്ഞിരിക്കുന്നു. ഇനി വിത്തു പാകണം. മുളയ്ക്കണം.

‘‘ഇപ്പം കൽക്കത്ത തീസിസ് വന്നപ്പം എല്ലാരും ജയിലിലായല്ലെ. വേലൂരോ?’’

‘‘അങ്ങോരും ജയിലിലാണ്. ഒളിവിലായിരുന്ന്. ഒളിവിലായിരുന്നപ്പം പൊലീസ് ഇവിടന്ന് പലരേം പിടിച്ചോണ്ടുപോയി മർദ്ദിച്ചു. ഇവിടേം പൊലീസ് വന്ന്. ഞാൻ പുസ്തകങ്ങളെല്ലാം മൊടഞ്ഞ ഓലയിൽ നല്ലോലെ പൊതിഞ്ഞ് പൊലീസ് വരുമന്നു പേടിച്ച് കുഴിച്ചിട്ടാരുന്ന്. പൊലീസ്കാരെകൂടെ നമ്മടെ കുഞ്ഞമ്പിള്ള പൊലീസുമൊണ്ട്. അങ്ങേര് പറഞ്ഞ് ഞാൻ ഏറത്തെ അടുക്കളജോലിക്കാരിയാണെന്ന്. പിന്നെ അധികം ചോദ്യം ഒണ്ടായില്ല. ‘‘നീയും ഒണ്ടന്നാണല്ലെ കിട്ടിയ റിപ്പോർട്ട്. സത്യം പറഞ്ഞോളണം’’ എന്നൊക്കെ

പറഞ്ഞ് ഏട്ട് ആറുമുഖം പിള്ള മീശയൊക്കെ പിരിച്ച് വെരട്ടി. അയാള് ഒരുമാതിരി അടിമുടി നോക്കേം ചെയ്ത്. പേടിച്ച് വെറച്ചെങ്കിലും വെളീ കാണിക്കാതെ നിന്ന്. പൊലീസ്കാര് പോയതിന്റെ പെറേന്ന് ഏറത്തമ്മാവൻ ഇവിടെ വന്ന് ''നീയൊണ്ടോടീ ആ കമ്മ്യൂണിസ്റ്റുകാരുടെകൂടെ'' എന്നെന്നെ തറപ്പിച്ചു നോക്കിക്കൊണ്ട് ചോദിച്ചു. ഏറത്തമ്മാവന്റെ മുഖം ഒരിക്കലും ഞാനങ്ങനെ കണ്ടിട്ടേയില്ല. ഇല്ലെന്ന് ഞാൻ തറപ്പിച്ചു പറഞ്ഞ്. പാർട്ടി രഹസ്യം ജീവൻ പോയാലും പറയരുത് എന്നു പറഞ്ഞത് പാലിക്കാൻ കള്ളം പറയണം എന്നു ഞാൻ മനസ്സിലുറപ്പിച്ചിരുന്നു. ഒണ്ടന്നാണല്ലെ കേൾക്കുന്നതെന്ന് അമ്മാവൻ പറഞ്ഞു. അതു കള്ളമാണെന്ന് ഞാൻ തറപ്പിച്ചു പറഞ്ഞു. അവര് നാടു നശിപ്പിക്കാനിറങ്ങിയ അക്രമികളാണ്. അവരുടെ ഒപ്പം കൂടിയാ നിന്നെ സഹായിക്കാൻ ഞാനും ഒണ്ടാവത്തില്ല ആരും ഒണ്ടാവത്തില്ല എന്ന് പറഞ്ഞിട്ടു പോയി.''

അശോകൻ വന്നിട്ട് ഒരാഴ്ചയോളമാകുന്നെങ്കിലും നാട്ടിലെ ഇത്തരം വർത്തമാനങ്ങളൊന്നും ആരും പറഞ്ഞില്ല.

വർത്തമാനം പറഞ്ഞ് മതിമറന്നിരുന്നു. അവളുടെ ഭാവങ്ങൾ, തമാശകൾ, കളിയാക്കലുകൾ, പൊട്ടിച്ചിരികൾ. ജീവിതാനുഭവങ്ങളും അറിവും പാകപ്പെടുത്തിയ പഴയ ചുണക്കുട്ടി.

അശോകനും അശ്വതിയും അവരുടെ ജീവിതലോകത്തിന്റെ ഇടത്തിൽ എത്തിച്ചേർന്നു. തികച്ചും ആകസ്മികമായി. രാവേറെ ചെല്ലുവോളം അവർ ഇരുന്നു. വാക്കും മൗനവും നിശ്വാസവും സംസാരിച്ചു. നക്ഷത്രങ്ങൾ വാരിവിതറിയ ആകാശത്തേക്കു നോക്കി രാവൊച്ചകൾ കേട്ട് ഒന്നും മിണ്ടാതെ എത്ര നേരമിരുന്നു എന്നറിയില്ല. നോക്കുമ്പോൾ വിളക്കിന്റെ മുന്നിലിരിക്കുന്ന അപ്പുക്കുട്ടൻ ഉറക്കം തൂങ്ങുന്നുണ്ട്. അശോകനും അശ്വതിയും അപ്പുക്കുട്ടനിലേക്ക് ഉണർന്നത് ഒരുമിച്ചാണ്. അവർ നക്ഷത്രവെട്ടത്തിൽനിന്ന് ചിമ്മിനിവെട്ടത്തിലേക്കു നടന്നു. അശ്വതി മൂന്നുപേർക്കും കഞ്ഞി വിളമ്പി വന്നു. കഞ്ഞി കുടിച്ച് പുതിയ ഒരു ജീവിതത്തിന്റെ ചിത്രം മനസ്സിലുറപ്പിച്ച് അവൻ പുറത്തേക്കിറങ്ങി. തോട്ടിൻകരവരെ അവളും അവനോടൊപ്പം നടന്നു. തോട്ടുവക്കിൽ അവൻ നിന്നു.

അവൻ പറഞ്ഞു.

''ഞാൻ എങ്ങും പോകുന്നില്ല. ഇവിടെ നമ്മൾ നമ്മളായി ജീവിക്കും.''

അവൾ തലകുലുക്കി. അവൾ അവന്റെ തോളിൽ കൈ വച്ചു.

അവൻ പറഞ്ഞു.

''നമ്മെപ്പോലുള്ളവർക്ക് ജീവിക്കാൻ ഒരു ലോകമോ രാജ്യമോ ഇല്ല. മനുഷ്യന് വ്യവസ്ഥിതിയുണ്ടായതു മുതൽ നമ്മെപ്പോലുള്ളവർ

ഈ പ്രശ്നം അനുഭവിച്ചിട്ടുണ്ട്. നമുക്ക് നമ്മളായി ജീവിക്കാനുള്ള ശ്രമവും സംഘർഷങ്ങളുമായിരിക്കും നമ്മുടെ ജീവിതം.''

അവൻ അവളുടെ തോളിലും കൈ വച്ചു. നിനവറിയാതെ അവർ പുണർന്നു. കണ്ണടച്ച് നെഞ്ചുനെഞ്ചോട് ചേർത്ത് അവർ നിന്നു, അല്പ നേരം. ഉള്ളിലെ ശൂന്യത പരസ്പരം തൊട്ടു. വേദനയുടെ ആശ്വാസമാണ് അവരറിഞ്ഞത്.

അവൻ തോട്ടിനക്കരെ കടന്ന് ഇരുളിൽ മറയുവോളം അവൾ നോക്കിനിന്നു.

# മുപ്പത്തിമൂന്ന്

ലളിതമായ ചടങ്ങിൽ അവർ വിവാഹിതരായി. വേലൂർ രാമാനന്ദന്റെ സാന്നിധ്യം അശ്വതി ആഗ്രഹിച്ചിരുന്നു. കൽക്കത്താ തീസിസിനെ തുടർന്ന് രാമാനന്ദൻ അപ്പോൾ ജയിലിലായിരുന്നു.

അവർ അശ്വതിയുടെ വീട്ടിൽത്തന്നെ താമസമായി.

പുതുജീവിതം തുടങ്ങി രണ്ടുമൂന്നു മാസങ്ങൾ കഴിഞ്ഞപ്പോൾ ചിത്തരഞ്ജനും നാൻസിയും എട്ടുമാസം പ്രായമായ മോളും സിംഗപ്പൂരിൽ നിന്ന് വന്നു. ഒരു പെട്ടി നിറയെ സിംഗപ്പൂർ സാധനങ്ങളുമായാണ് അവർ വന്നത്. അപ്പുക്കുട്ടന് പടം വരയ്ക്കാൻ ചായവും ബ്രഷും മായ്ക്കാൻ മണമുള്ള റബ്ബറും പെൻസിലുകളും കളിപ്പാട്ടവും ഉണ്ടായിരുന്നു.

മരിച്ചുപോയി എന്നു വിചാരിച്ച അശോകൻ തിരിച്ചുവന്നതും പിന്നെ അശ്വതിയെ വിവാഹം കഴിച്ചതുമൊക്കെ അച്ഛനും അമ്മമാരും അയച്ച കത്തിലൂടെ ചിത്തനും നാൻസിയും അറിഞ്ഞിരുന്നു. ചിത്തരഞ്ജൻ അശോകനും കത്തുകൾ അയച്ചു.

രാത്രി ഭക്ഷണം കഴിച്ചിട്ടാണ് അവർ പിരിഞ്ഞത്. വീട്ടിലുണ്ടായിരുന്ന ഒരു പൂവനെ അന്ന് കറി വച്ചു. അശ്വതിയും നാൻസിയും അടുക്കളയിൽ പാചകപ്പണിയിലായിരുന്നപ്പോൾ പുറത്ത് പഞ്ചാര മണലിലിരുന്ന്, ചിത്തൻ കൊണ്ടുവന്ന വിസ്കി കഴിച്ചുകൊണ്ട് അവർ ജീവിതകഥകൾ പറഞ്ഞു.

അശോകൻ ഇത്രയും നാൾ എവിടെയായിരുന്നു, യുദ്ധം കഴിഞ്ഞ് എവിടെപ്പോയി എന്നൊക്കെ ചിത്തൻ ചോദിച്ചു.

''അതൊക്കെപ്പറയാൻ ദിവസങ്ങൾ വേണം. നീ നിന്റെ കാര്യങ്ങൾ പറ.'' അശോകൻ പറഞ്ഞു.

അവൻ സിംഗപ്പൂരിലെ കാര്യങ്ങൾ പറഞ്ഞു. യുദ്ധാനന്തര സിംഗപ്പൂരിന്റെ കാര്യങ്ങൾ അശോകൻ ചോദിച്ചറിഞ്ഞു. മദ്യത്തിന്റെ നേർത്ത ലഹരിയിൽ അശോകൻ സിംഗപ്പൂർ ഓർമ്മയിലായി. തകർന്നു വീഴുന്ന സിംഗപ്പൂർ ചിത്രങ്ങളാണ് ഓർമ്മയിൽ തെളിഞ്ഞത്.

വീണ്ടും പണിതുയരുന്ന സിംഗപ്പൂരിന്റെ ചിത്രമാണ് ചിത്തൻ പറയുന്നത്. യുദ്ധാനന്തര സാധ്യതയിലേക്കാണ് ചിത്തരഞ്ജൻ സിംഗപ്പൂരിൽ എത്തിയത്. യുദ്ധം തുടങ്ങുന്നതിനു മുൻപ് സിംഗപ്പൂരിൽ അവന്റെ പ്രണയിനി നാൻസി എത്തിയിരുന്നു. അവൾ നേഴ്സായിരുന്നു.

യുദ്ധമുറിവുകൾക്കൊപ്പം നാൻസിയുണ്ടായിരുന്നു. അവൾ ബ്രിട്ടീഷ് മിലിട്ടറിയിലായിരുന്നു, മുറിവേറ്റും മുറിവുകൾ ഉണക്കിയും. ഒരു പാടു മരണങ്ങൾക്ക് സാക്ഷിയായി. നാടും വീടുമായുള്ള ബന്ധമറ്റ നാളുകൾ.

മതം മാറിയുള്ള വിവാഹത്തിന് സ്വന്തം വീട്ടിൽനിന്ന് എതിർപ്പുണ്ടാകുമെന്നുറപ്പാണ്. ചിത്തരഞ്ജന്റെ പ്രതാപികളായ തറവാടും അതംഗീകരിക്കില്ല. യുദ്ധസമയം നേഴ്സുമാരെ ബ്രിട്ടീഷ് പട്ടാളത്തിലെടുക്കുന്നു എന്നറിഞ്ഞപ്പോൾ ചിത്തരഞ്ജനും നാൻസിയും കൂട്ടായെടുത്ത തീരുമാനപ്രകാരമാണ് നാൻസി മദിരാശിക്കു പോയത്. ഇന്റർവ്യൂ കഴിഞ്ഞ് അവൾ കപ്പലിൽ സിംഗപ്പൂരിന് പുറപ്പെട്ടു. പുറപ്പെടുമ്പോൾ അവൾ ചിത്തന് എഴുതി. പിന്നെ സിംഗപ്പൂരിൽ ചെന്നിട്ടും കത്തെഴുതി. അവളുടെ സഹോദരൻ വിൻസന്റ് സിംഗപ്പൂരിൽ യുദ്ധമെത്തുന്നതിനു മുൻപുതന്നെ എത്തിയിരുന്നു. അവൾ സിംഗപ്പൂരിൽ എത്തിയശേഷം ചിത്തനെയും കൊണ്ടുപോകാനായിരുന്നു പ്ലാൻ. അതിനുവേണ്ടി ശ്രമിക്കുകയാണെന്ന് അവൾ കത്തിൽ എഴുതി.

യുദ്ധം തീരുവോളം പിന്നെ നാൻസിയുടെ ഒരു വിവരവുമില്ലായിരുന്നു. എത്രയെത്ര ജീവിതങ്ങളെയാണ് യുദ്ധം തകർത്തുകളഞ്ഞത്. എത്രയെത്ര ബന്ധങ്ങളെ യുദ്ധം പിളർന്നുമാറ്റി. യുദ്ധത്തിൽ പൊലിഞ്ഞുപോയ ഇണയുടെ ഓർമ്മയിൽ ജീവിച്ചുതീർത്ത ജീവിതങ്ങൾ എത്ര?

ഏകാന്തതയുടെ കരൾ പിളർക്കുന്ന മൂന്നു വർഷങ്ങൾ മൂന്നു യുഗങ്ങളായിരുന്നു ചിത്തന്. ജഡമയമായ മൂന്നു വർഷങ്ങൾ.

നാൻസി ചിന്തിക്കാനോ ഓർമ്മിക്കാനോ സമയമില്ലാത്ത കർമ്മത്തിലായിരുന്നു. മുറിവുകൾ ഉണക്കാൻ, മരണത്തിൽ നിന്നു കരപിടിച്ചു കയറ്റാൻ. മരണങ്ങൾക്ക് സാക്ഷിയാവാൻ, അന്ത്യമൊഴികൾക്ക് കാതോർക്കാൻ. മരണത്തിന്റെ വായിൽ സ്വന്തം ജീവിതം

പെട്ടുപോയത് അനുഭവിച്ച നിമിഷങ്ങൾ. അപ്പോഴൊക്കെയും അവൾക്ക് ഓർക്കാനുണ്ടായിരുന്നത് ചിത്തൻ മാത്രമാണ്.

യുദ്ധം തീർന്ന ശേഷം അവൾ ചിത്തന് എഴുതി. നീണ്ട ഒരു കത്ത്. അവൾ അനുഭവിച്ചതിന്റെ ഒരംശംകൂടിയും അവൾക്കെഴുതാനായില്ല.

അവൾ അവസാനം എഴുതി.

''യുദ്ധം അവസാനിക്കുമ്പോൾ നമ്മുടെ ജീവിതത്തിന്റെ വഴി തുറക്കുകയാണ്. എത്രയും പെട്ടെന്ന് നമുക്ക് ഒരുമിച്ചുചേരാൻ കഴിയും. യുദ്ധകാലത്തെ എന്റെ സേവനങ്ങൾക്ക് ഒരുപാട് പ്രശംസകളും അംഗീകാരവും കിട്ടി. വെള്ളക്കാരായ മേലുദ്യോഗസ്ഥർക്ക് എന്നെ അത്രയ്ക്ക് മതിപ്പാണ്. ധൈര്യം ഒള്ളതുകൊണ്ടൊന്നുമല്ല, ഞാനിവിടെ ധീരയായി വാഴ്ത്തപ്പെട്ടവളാണ്. യുദ്ധം സൃഷ്ടിച്ച ആ ചുറ്റുപാടിൽ എന്റെ ശരീരവും ബുദ്ധിയും മനസ്സും അങ്ങനെയൊക്കെയങ്ങായി. ഒരുപാട് പറയാനുണ്ട്. പറഞ്ഞാലും പറഞ്ഞാലും തീരാത്തത്. എല്ലാം എനിക്ക് നിന്റെ ഹൃദയമിടിപ്പിന്റെ താളം കേട്ട് പറയണം.''

മൂന്നാഴ്ച കഴിഞ്ഞപ്പോൾ ചിത്തരഞ്ജൻ സിംഗപ്പൂരിന് കപ്പൽ കയറി. ചിത്തരഞ്ജന് ആശുപത്രി അഡ്മിനിസ്ട്രേഷൻ വിഭാഗത്തിൽ ജോലി കിട്ടി.

കുറച്ചു മാസങ്ങൾക്കു ശേഷം ചിത്തരഞ്ജൻ കൊടുത്തയച്ച സാധനങ്ങളുമായി വിൻസന്റ് ഏറത്ത് വന്നു. വെള്ളക്കാർ നടത്തുന്ന ഒരു വലിയ ആശുപത്രിയിലെ മാനേജരാണ് ചിത്തരഞ്ജൻ എന്ന് വിൻസന്റ് പറഞ്ഞു. അതിപുരാതനമായ ഒരുപാട് സാധനസാമഗ്രികൾകൊണ്ടു നിറഞ്ഞ ഏറത്തു ഭവനത്തിൽ സിംഗപ്പൂരിൽനിന്ന് എത്തിയ സാധനങ്ങൾ പുതുമയായിരുന്നു. ആ വലിയ തുകൽപ്പെട്ടി തന്നെ ആകർഷകമായിരുന്നു. പട്ടാളക്കാർ കൊണ്ടുവരുന്ന ട്രങ്ക് പെട്ടിയാണ് അതിനു മുൻപ് അവരൊക്കെ കണ്ടിട്ടുള്ളത്. പെട്ടി തുറക്കുന്നതിനു മുൻപേ ദ്രൗപദി അതിലടിച്ചു കളിക്കുകയും അതിന്മേൽ കയറി ഇരിക്കുകയും ചെയ്തു. വിൻസന്റ് പെട്ടി തുറന്ന് ഓരോ വസ്തുവും അതെന്തെന്നും എന്തിനുള്ളതെന്നും വിശദീകരിച്ചു. എല്ലാവരും കൗതുകത്തോടെ നോക്കിനിന്നു. അടുക്കളക്കാരികൾ പിറകിൽ വാതിലിൽ എത്തിവലിഞ്ഞു നോക്കുകയും ഓരോന്ന് അടക്കം പറയുകയും ചെയ്തു.

സാധനങ്ങൾ വിൻസന്റ് പറയുന്നതിനനുസരിച്ച് തരം തിരിക്കാൻ അയ്യപ്പൻപിള്ളയും കുട്ടനും കൂടി. ചാരുകസേരയിൽ ഇരിക്കുന്ന അനന്തകൃഷ്ണക്കുറുപ്പിന് ഇത് സാറിനാണ് എന്നു പറഞ്ഞ് വിൻസന്റ്

ഫേവർലൂബ വാച്ചും ടോർച്ചുമൊക്കെ നൽകി. കുറുപ്പ് അത് തിരിച്ചും മറിച്ചും നോക്കി. തനിക്കത്യാവശ്യമായ കാര്യങ്ങളാണ് എന്ന് മനസ്സിൽ കരുതി. ചിത്തൻ ആരെയും മറന്നില്ല. എല്ലാവർക്കും അവൻ എന്തെങ്കിലും കൊടുത്തയച്ചു. അടുക്കളക്കാരികൾക്കും വീട്ടുജോലിക്കാർക്കുമെല്ലാം.

കരുണനനും ഉണ്ടായിരുന്നു ഷർട്ടും പാന്റും തലയിൽ കെട്ടാൻ മഫ്‌ലറും. മരിച്ചവരും മരിച്ചു എന്നു സംശയിക്കുന്നവരും ആയ സഹോദരങ്ങൾക്ക് സ്വാഭാവികമായും ഒന്നും കൊടുത്തയച്ചില്ല. അശോകനും മരിച്ചുപോയി എന്ന ധാരണയിലാണപ്പോൾ. ചെല്ലമ്മയക്കനും അശ്വതിക്കും ഭർത്താവിനും അപ്പുവിനും തുണിത്തരങ്ങൾ വേലക്കാർക്കുള്ള സാധനങ്ങളുടെ കൂട്ടത്തിലുണ്ടായിരുന്നു. കളിപ്പാട്ടങ്ങളും അലങ്കാരപ്പണികൾ ചെയ്ത ഫ്രോക്കുകളും ദ്രൗപദിക്ക് ചിത്തൻ കൊടുത്തയച്ചു.

വിൻസന്റ് മടങ്ങിപ്പോയി കുറെ നാളുകൾ കഴിഞ്ഞാണ് അനന്തകൃഷ്ണന് ചിത്തരഞ്ജന്റെ ആ എഴുത്ത് കിട്ടുന്നത്. പൂമുഖത്ത് ചാരുകസാലയിൽ കിടന്ന് മലയാളരാജ്യം ദിനപത്രം എഡിറ്റോറിയൽ വായിക്കുമ്പോഴാണ് അഞ്ചൽ ശിപായി എഴുത്തുമായി വന്നത്. കത്ത് തരുമ്പോഴേ അഞ്ചൽ ശിപായി ഭാസ്കരപിള്ള പറഞ്ഞു.

''സിംഗപ്പൂരീന്ന് മോന്റെ എഴുത്താ.''

മാസത്തിൽ രണ്ടു കത്തു വീതം വരുന്നുണ്ട്. കടൽ കടന്ന് വരണ്ടേ. അവിടന്നയച്ചാലും ഏഴെട്ടു ദിവസമെടുക്കും ഇങ്ങെത്താൻ. സിംഗപ്പൂരിലെ വിശേഷമൊക്കെ ചിത്തൻ വിശദമായി എഴുതും. ആ രാജ്യം കണ്ടതുപോലെ തോന്നും അവന്റെ കത്തു വായിച്ചാൽ. അവൻ അടുത്തിടെ മലേഷ്യയിലും ഇന്തോനേഷ്യയിലുമൊക്കെ ഔദ്യോഗികാവശ്യത്തിനായി പോയിരുന്നു. ആ നാടുകളുടെ വിശദമായ വിവരണമായിരുന്നു പിന്നെയുള്ള കത്തുകളിൽ. അച്ഛൻ ഈ നാടുകളൊക്കെ കാണേണ്ടതാണ്. അച്ഛനെ ഒരിക്കൽ ഞാൻ കൊണ്ടുപോകും. ചിത്തൻ എഴുതി. എത്ര നല്ല ഭാഷയാണവന്. അമ്മമാർക്ക് എഴുതുമ്പോൾ മറ്റൊരു ശൈലിയാണ്. പത്രം മടക്കിവച്ച് കത്തിന്റെ കവർ പൊട്ടിച്ചു. കത്തു പുറത്തെടുത്തു. മൂന്നു പേജുണ്ട്. വായനാസുഖത്തിന്റെ നിർവൃതിയിലേക്ക് അനന്തകൃഷ്ണൻ പ്രവേശിച്ചു. അനന്തകൃഷ്ണന്റെ കൈകൾ വിറയ്ക്കുകയും നെഞ്ചിടിപ്പ് കൂടുകയും ചെയ്തു. മുഖത്ത് ക്ഷോഭം പ്രതിഫലിച്ചു. ആ കത്തു മുഴുവൻ വായിച്ചു. കൈയിൽ കത്തു പിടിച്ച് അയാൾ ഏറെനേരം ആലോചിച്ചിരുന്നു.

അൻപത്താറു വർഷത്തെ ജീവിതം ഓർമ്മയിലൂടെ കടന്നുപോകുകയായിരുന്നു. മാമൂലുകളെ ചോദ്യം ചെയ്ത യുവാവിനെ

അയാൾ കാണുകയായിരുന്നു. കുടുംബത്തെ പിടിച്ചുലച്ച ആഘാതങ്ങളാണ് തനിക്കുണ്ടായത്. ആദ്യം ജയരാജനിലൂടെ. എന്നിട്ടും സമാന്തരമായൊരു പാതയിൽ പതറാതെ മുന്നോട്ടുപോയി. മഹാത്മാ ഗാന്ധിയായിരുന്നു വഴികാട്ടി. സാമൂഹിക ഇടപെടലിൽ, രാഷ്ട്രീയത്തിൽ ഗാന്ധിമാർഗ്ഗം ഉത്തരം തന്നുകൊണ്ടിരുന്നു. ശരിയുടെ വഴി.

മക്കൾ എല്ലാം തന്നെ നിഷേധിച്ചു പോയവരാണ്. ഇപ്പോൾ ഇവൻ, ചിത്തൻ എന്റെ മുന്നിൽ അപേക്ഷയുമായി നിൽക്കുകയാണ്. തീരുമാനം എടുക്കണം.

ഒരു ക്രിസ്ത്യാനിയെ വിവാഹം കഴിക്കാനുള്ള അനുവാദമാണ് അവൻ ചോദിക്കുന്നത്. അവർ തമ്മിലുള്ള എട്ടു വർഷത്തെ പ്രണയത്തെക്കുറിച്ചും യുദ്ധകാലത്ത് അവർ വേർപിരിഞ്ഞിരുന്നതും അപ്പോൾ ഇരുവരും നീറിപ്പുകഞ്ഞതും അവൻ കത്തിൽ എഴുതിയിരിക്കുന്നു. ''യുദ്ധം അവസാനിച്ചു. ഞങ്ങൾ ഒരുമിച്ചുണ്ട്. ഒരുമിച്ചു ജീവിക്കാൻ അച്ഛൻ അനുവാദം തരണം. യുദ്ധമുഖത്ത് മരണത്തിന്റെ മുന്നിൽ നിന്ന് ദൈവം അവളെ രക്ഷപ്പെടുത്തിയത് എന്നോടൊപ്പം ജീവിക്കാൻ തന്നെയല്ലേ.'' അവൻ എഴുതി.

ദൈവം ഒരുമിപ്പിച്ചത് തനിക്ക് വേർപെടുത്താനാകുമോ?

അന്യമതത്തിലുള്ളവൾ ഈ വീട്ടിലെ അംഗമായാൽ തറവാട്ടിന്റെ സ്വഭാവമാകെ മാറിപ്പോകില്ലേ? അവളെ വിവാഹം കഴിച്ചോളൂ, പക്ഷേ, ഈ വീട്ടിൽ പിന്നെ സ്ഥാനമുണ്ടാകില്ല എന്ന ചിന്ത അയാളെ അസ്വസ്ഥനാക്കി. വയ്യ... ഇനി അങ്ങനെയൊന്നും വയ്യ.

കൂട്ടത്തിൽ ചിത്തൻ എഴുതുന്നുണ്ട്: അച്ഛൻ കുട്ടിക്കാലത്ത് പറഞ്ഞുകൊടുത്ത പുരാണകഥകളെപ്പറ്റി. കഥകളിലെ പ്രണയത്തെപ്പറ്റി. നളനും ദമയന്തിയും, ദുഷ്യന്തനും ശകുന്തളയും, സുഭദ്രയും അർജ്ജുനനും.... പക്ഷേ, അതൊക്കെ രാജകുലമായിരുന്നു. ആണും പെണ്ണും ഇഷ്ടപ്പെടുമ്പോൾ ജാതിയും മതവും നോക്കണമോ അച്ഛാ? മനസ്സിൽ ശരം പോലെ തറച്ച ചോദ്യമായിരുന്നു അത്.

ചിത്തൻ... അവൻ മാത്രമാണ് ഇപ്പോൾ തന്നോടു ചേർന്നു നിൽക്കുന്ന മകൻ. അവനിപ്പോൾ പരീക്ഷിക്കുകയാണ്. എന്തുത്തരം നൽകും? ഈ കാര്യത്തിൽ തനിക്കൊരുത്തരം നൽകാൻ ഗാന്ധി മാത്രമാണുള്ളത്.

പിന്നെയൊന്നും ആലോചിച്ചില്ല. ഗാന്ധിജിക്കൊരു കത്തെഴുതി. ഹരിജൻ സേവാസംഘത്തിന്റെ പ്രവർത്തനത്തിനായി ഗാന്ധി വന്നപ്പോൾ ചങ്ങനാശ്ശേരിയോടൊപ്പം അനന്തകൃഷ്ണക്കുറുപ്പും ഉണ്ടായിരുന്നു. ചങ്ങനാശ്ശേരിയുടെ മരണശേഷം സംഘത്തിനെ മുന്നോട്ടു

കൊണ്ടുപോകാൻ അനന്തകൃഷ്ണൻ ചെയ്ത പ്രവർത്തനങ്ങൾ ഗാന്ധിജിക്കറിയാം.

അനന്തകൃഷ്ണന് ഗാന്ധിജിയുടെ മറുപടിക്കത്ത് കിട്ടി.

> പ്രിയപ്പെട്ട അനന്തകൃഷ്ണൻ,
>
> മിശ്രവിവാഹത്തിനും മിശ്രഭോജനത്തിനും ഞാൻ എതിരായിരുന്നു. ഇപ്പോൾ എന്റെ നിലപാടുകൾ മാറിയിരിക്കുന്നു. കഴിഞ്ഞ കാൽ നൂറ്റാണ്ടുകൊണ്ട് എനിക്ക് ഈ വിഷയത്തിലുണ്ടായ മാറ്റങ്ങൾ ഞാൻ എഴുതിയിട്ടുണ്ട്. മിസ്റ്റർ കുറുപ്പ് അവ വായിച്ചിട്ടില്ല എന്നു കരുതുന്നു. എന്റെ സെക്രട്ടറി അവ പകർത്തി അയച്ചുതരും. മകൻ ക്രിസ്ത്യൻ പെൺകുട്ടിയെ വിവാഹം ചെയ്യട്ടെ. അവർക്ക് അവരവരുടെ മതത്തിൽ വിശ്വസിച്ചു ജീവിക്കാൻ സ്വാതന്ത്ര്യമുണ്ടാവണമെന്നു മാത്രം. എന്റെ അനുഗ്രഹാശിസ്സുകൾ.
>
> നിങ്ങളുടെ വിശ്വസ്തനായ എം.കെ. ഗാന്ധി.

അനന്തകൃഷ്ണൻ മാനസിക പ്രതിസന്ധിയിലായി. ഒരു ക്രിസ്ത്യാനിയെ മകൻ വീട്ടിലേക്ക് വിവാഹം കഴിച്ചുകൊണ്ടുവരുന്നത് അംഗീകരിക്കാൻ മനസ്സ് വിസമ്മതിക്കുന്നു. ഇപ്പോൾ ഗാന്ധി പറഞ്ഞിരിക്കുന്നത് താനത് അംഗീകരിക്കണമെന്നാണ്.

ഗാന്ധിയുടെ കത്തു കിട്ടി രണ്ടു ദിവസം കഴിഞ്ഞപ്പോൾ മറ്റൊരു കവർ പോസ്റ്റിൽ വന്നു. ഹരിജനിലും നവജീവനിലും മറ്റുമായി ഗാന്ധി എഴുതിയ ലേഖനങ്ങളുടെ പ്രസക്തഭാഗങ്ങൾ പകർത്തി എഴുതിയതായിരുന്നു അത്.

ഗാന്ധിയൻ ആണെന്ന് സ്വയം അഭിമാനിച്ചു നടന്ന താൻ ഗാന്ധിയെ തീരെ അറിഞ്ഞിരുന്നില്ല. തപാലിൽ വന്ന ആ കുറിപ്പ് വായിച്ചപ്പോൾ സ്വയംനിന്ദ തോന്നി. കുരുടൻ ആനയെ കണ്ടപോലെയാണ് ഗാന്ധിയെ മനസ്സിലാക്കിയിരുന്നത്. നൂൽനൂൽപ്പും ഉപവാസവും ലളിതജീവിതവും സത്യസന്ധതയും ഹരിജനോദ്ധാരണവും കൊണ്ടു മാത്രം ഗാന്ധിമാർഗ്ഗമാകുന്നില്ല. ഗാന്ധി ജീവിതത്തിന്റെ സമസ്തമേഖലയും സ്പർശിക്കുന്ന ശാന്തസമുദ്രമാണ്. അയാൾക്കു തോന്നി.

ഗാന്ധിപഠനത്തിന് ജീവിതം ഉഴിഞ്ഞുവയ്ക്കാൻ അനന്തകൃഷ്ണൻ തീരുമാനിച്ചു. അയാൾ പിൽക്കാലം ഗാന്ധിയെ ആഴത്തിൽ പഠിച്ചു. ഗാന്ധിയുടെ വിഖ്യാതമായ കത്തുകൾ ഉൾപ്പെടെ സകലതും തേടിപ്പിടിച്ച് വായിച്ചു.

സ്വതന്ത്ര ഇന്ത്യയിൽ നാടൊട്ടുക്ക് ഗാന്ധിസത്തെക്കുറിച്ച് പ്രഭാഷണങ്ങൾ നടത്തി. ഡൽഹിയിൽ വച്ച് ഒരു ഗാന്ധി പ്രഭാഷണം

കേട്ട അന്നത്തെ പ്രധാനമന്ത്രി ഇന്ദിരാഗാന്ധി അനന്തകൃഷ്ണന്റെ ഗാന്ധിയിലുള്ള അഗാധമായ അറിവ് മനസ്സിലാക്കുകയുണ്ടായി. ഇംഗ്ലീഷ് പ്രഭാഷണ ശൈലിയും ഇന്ദിരയെ ആകർഷിച്ചു. തുടർന്ന് ഇന്ത്യയിലെ പ്രമുഖ യൂണിവേഴ്സിറ്റികളിൽ അനന്തകൃഷ്ണൻ ഗാന്ധിയുടെ ജീവിതവും തത്ത്വചിന്തയും സമന്വയിപ്പിച്ചവതരിപ്പിച്ചു. അതൊരു പ്രത്യേക ശൈലിയായിരുന്നു. ഗാന്ധി പോലെ ലളിതം; അഗാധം. പ്രമുഖ പത്രങ്ങൾ എഴുതി.

മിശ്രവിവാഹത്തിൽ ഗാന്ധിജിയുടെ നിലപാടിലുണ്ടായ മാറ്റത്തിന്റെ ചരിത്രം വായിച്ച ശേഷം ചിത്തരഞ്ജനും നാൻസിയുമായുള്ള വിവാഹത്തിന് അയാളുടെ മനസ്സ് അനുകൂലമായി. ഉടൻതന്നെ ആ വിവരം കാണിച്ച് ഗാന്ധിക്ക് കത്തയയ്ക്കുകയും ചെയ്തു.

ഭാര്യമാരെ പറഞ്ഞു മനസ്സിലാക്കണം. നാട്ടുകാരുടെയും തറവാട്ടിലെ യാഥാസ്ഥിതികരുടെയും മുൻപിൽ ഗാന്ധിയുടെ കത്ത് ഉയർത്തിക്കാട്ടണം. കടുത്ത യാഥാസ്ഥിതികർ ആ യാഥാസ്ഥിതികത്വം കൊണ്ടു നടക്കുമ്പോൾത്തന്നെ ഗാന്ധിയെ ആദരിക്കുന്നു. ജാതി മത വിഭജനമുണ്ടെങ്കിലും വർഗ്ഗീയതയുടെ വടക്കൻ കാറ്റ് അന്ന് കേരളത്തിൽ എത്തിയിരുന്നില്ല.

ഗാന്ധിജിയുടെ സെക്രട്ടറിയുടെ ദീർഘമായ കുറിപ്പിൽ മിശ്രവിവാഹത്തിനും മിശ്രഭോജനത്തിനും അദ്ദേഹത്തിനുണ്ടായിരുന്ന എതിർപ്പ് പ്രകടിപ്പിക്കുന്ന ലേഖനമാണ് ആദ്യം കൊടുത്തിരുന്നത്. മിശ്രവിവാഹത്തിനും മിശ്രഭോജനത്തിനുമുള്ള വിലക്ക് ആത്മവികാസത്തിന് അനിവാര്യമാണ് എന്ന് 1920 ൽ ഗാന്ധി എഴുതി.

ദക്ഷിണാഫ്രിക്കയിൽ ഫാത്തിമ എന്ന മുസ്ലീം പെൺകുട്ടിയെ തന്റെ മകൻ മണിലാൽ വിവാഹം ചെയ്യുന്നതിനോട് യോജിക്കാൻ ഗാന്ധിജിക്ക് കഴിയുമായിരുന്നില്ല. മിശ്രവിവാഹവും മിശ്രഭോജനവും വിലക്കുന്നത് ഹിന്ദുമതത്തെ ദുർബലമാക്കുമെന്ന നിലപാടിൽ ഗാന്ധി പിന്നീട് എത്തി. ഹിന്ദുമതം ദുർബലമാകാതിരിക്കാനാണല്ലോ യാർവാദാ ജയിലിലെ സത്യാഗ്രഹത്തിനും പൂനാപാക്ടിനും ശേഷം ഗാന്ധി ഹരിജനോദ്ധാരണ പ്രവർത്തനം തുടങ്ങിയതും.

ഭാര്യമാരോടു പറയുന്നതിനു മുൻപ് മനസ്സ് പരുവപ്പെടേണ്ടതുണ്ട്. ഗാന്ധിജി വർഷങ്ങളെടുത്തു ഈ മാറ്റത്തിന്. സത്യാന്വേഷണത്തിന്റെ തപസ്സാണ് മഹാത്മാവിന്റെ ജീവിതം. ഈശ്വരനാണ് സത്യം എന്നു പറഞ്ഞ ഗാന്ധിജി പിന്നെ സത്യമാണ് ഈശ്വരൻ എന്ന് തിരുത്തി. ആ കണ്ടെത്തലിൽ അദ്ദേഹം പറയുന്നുണ്ട്, ഈശ്വരന്റെ ഉണ്മയിൽ എനിക്ക് സംശയം ഉണ്ടായിട്ടുണ്ട്. പക്ഷേ സത്യം, അതുണ്ട്, സംശയമില്ല എന്ന്. അതുകൊണ്ട് സത്യം തന്നെയാണ് ഈശ്വരൻ. സത്യം

കണ്ടെത്തുന്നതാവണം ജീവിതം. മഹാത്മാവല്ലാത്ത തനിക്ക് ഗാന്ധി മാർഗ്ഗം തന്നെ ഊന്നുവടിയും വഴിയും.

ഒറ്റയ്ക്ക് തികച്ചും ഒറ്റയ്ക്ക് മൗനസഞ്ചാരത്തിൽ അനന്തകൃഷ്ണൻ കന്യാകുമാരിയിൽ എത്തി. അനന്തവിശാലമായ പാരാവാരം. അഹം അലിഞ്ഞില്ലാതാവുന്നതായി അയാൾക്കു തോന്നി. അത് ഏകാന്തത യുടെയും അലിവായിരുന്നു. അനന്തപാരാവാരശൂന്യത. മൂന്നു ദിവസം കഴിഞ്ഞ് തിരിച്ചെത്തി. ഗാന്ധിയുടെ പരിവർത്തനവഴികൾ മനസ്സി ലേറ്റിയാണ് ഭാര്യമാരോട് കാര്യം പറയാനിരുന്നത്.

കന്യാകുമാരി യാത്രയിൽ തനിക്കുണ്ടായ മാനസിക വിമോചനം ഏറത്ത് തറവാടിന്റെ പടിപ്പുരയ്ക്കകത്ത് കടക്കുമ്പോൾ ഇല്ലാതാ കുന്നതായി അയാൾക്കനുഭവപ്പെട്ടു. സമുദ്രവിശാലമായ ബോധം തറവാട്ടറയിലേക്ക് ചുരുങ്ങി താഴിട്ടു പൂട്ടിയ പോലെ. അഴിഞ്ഞു പോയത് തിരികെ വന്നു മുറുക്കുന്നു.

അനന്തകൃഷ്ണൻ ഭാര്യമാരെ മുറിയിലേക്കു വിളിച്ചു. ശ്വാസ ത്തിൽ ശ്രദ്ധിച്ച് കണ്ണടച്ചിരുന്നു. സാമൂഹികകെട്ടുകൾ വരിഞ്ഞു മുറുക്കിയിരിക്കുന്നു എന്ന് അയാൾ മനസ്സിലാക്കി.

രുക്മിണിയും സത്യഭാമയും വാതിൽക്കൽ വന്നു നിൽക്കുമ്പോൾ ധ്യാനത്തിലിരിക്കുന്ന ഭർത്താവിനെയാണ് കാണുന്നത്. സത്യഭാമ യുടെ ഒക്കത്തിരുന്ന ദ്രൗപദിയുടെ കിണുങ്ങൽ കേട്ട് അനന്തകൃഷ്ണൻ കണ്ണു തുറന്നു.

''കുഞ്ഞിനെ അവിടെയാരെയെങ്കിലും ഏൽപ്പിച്ചിട്ട് വാ. ഒരു കാര്യം പറയാനാണ്.''

സത്യഭാമ കുഞ്ഞിനെ ഏല്പിച്ചിട്ട് വന്നു. രണ്ടുപേരോടും ഇരി ക്കാൻ അയാൾ പറഞ്ഞു. അവർ കട്ടിലിൽ ഇരുന്നു.

ഒന്ന്.... രണ്ട്... മിനിട്ടുകൾ. പറയാനാകുന്നില്ല. ഘനീഭവിച്ചുറച്ചു, സർവ്വം. വീർത്തുവലിഞ്ഞു മുറുകിയതിൽ നിന്ന് പൊട്ടിവന്നപോലെ ശബ്ദം വന്നു.

''ചിത്തന് ഒരു ക്രിസ്ത്യാനിപ്പെണ്ണിനെ കല്യാണം കഴിക്കണ മെന്ന്.''

അമ്മമാർ ഒരുമിച്ച് അയ്യോയെന്ന് വിളിക്കുകയും നെഞ്ചത്തടി ക്കുകയും ചെയ്തു. വിചാരിച്ചുറപ്പിച്ചതുപോലെയായിരുന്നില്ലല്ലോ അനന്തകൃഷ്ണൻ കാര്യം അവതരിപ്പിച്ചത്.

അമ്മമാർ ശ്വാസം നിലച്ചതുപോലെ വായ് തുറന്ന് ഇരിക്കുമ്പോൾ അനന്തകൃഷ്ണന്റെ പിരിമുറുക്കം അയഞ്ഞു.

‘‘അതിനിത്ര കോലാഹലം വയ്ക്കാനെന്തിരിക്കുന്നു? അവൻ ഏഴെട്ടു വർഷമായി ഒരു ക്രിസ്ത്യൻ പെൺകുട്ടിയുമായി അടുപ്പ ത്തിലാണ്. അവൻ വിവാഹം കഴിക്കാൻ നമ്മുടെ അനുവാദം ചോദിച്ചു.’’

‘‘അതിപ്പം സമ്മതിക്കാൻ പറ്റ്വോ?’’ രുക്മിണി പറഞ്ഞു.

‘‘കാലം മാറി വരെല്ലേ. നമുക്കത് ഒന്നൂടെ ആലോചിക്കണം.’’

‘‘കൊച്ചാട്ടനിതെന്തോന്ന് പറയുന്നത്. ഒരു നസ്രാണിപ്പെണ്ണിനെ ഈ വീട്ടീ കേറ്റുന്നത് ആലോചിക്കാനേ വയ്യ.’’

‘‘ഞാൻ ഗാന്ധിജിയോട് അഭിപ്രായം എഴുതിച്ചോദിച്ചു. അദ്ദേഹ ത്തിനും ഒരിക്കൽ അംഗീകരിക്കാൻ വയ്യാത്തതായിരുന്നു മിശ്ര വിവാഹം. ഇപ്പോൾ അദ്ദേഹം മിശ്രവിവാഹത്തിനനുകൂലമാണ്. മകന്റെ വിവാഹം നടത്തിക്കൊടുക്കണമെന്ന് അദ്ദേഹം പറഞ്ഞു.’’

സത്യഭാമയും രുക്മിണിയും കുറച്ചു നേരം മൗനത്തിലായി. കുനിഞ്ഞിരുന്നുകൊണ്ടുതന്നെ രുക്മിണി പറഞ്ഞു.

‘‘ഗാന്ധിക്കതൊക്കെപ്പറയാം. തറവാട് നശിക്കാൻ ഇനി ഇതു കൂടിയേ ഒള്ള്.’’

കണ്ണുനീർ തുടച്ചുകൊണ്ട് നോക്കിയപ്പോൾ അനന്തകൃഷ്ണൻ കണ്ണ് ഇറുക്കിയടച്ച് ഇരിക്കുകയാണ്. അയാൾ കണ്ണ് മെല്ലെ തുറന്ന പ്പോൾ കണ്ണിൽനിന്ന് കണ്ണുനീർ ഒഴുകിയിറങ്ങുന്നതാണ് കണ്ടത്.

‘‘അയ്യോ കരയയാണോ... ഇതെന്തിങ്ങനെ.’’ രണ്ടുപേർക്കും സങ്കടമായി.

എന്തിനാണ് കണ്ണീർ വന്നതെന്ന് അനന്തകൃഷ്ണന് വ്യക്തമല്ല. അയാൾ കണ്ണീർ തുടച്ചു. സത്യത്തിൽ ഉള്ളിൽ അകലെ നിന്ന് തുരന്നു പൊട്ടിവരുന്ന കരച്ചിൽ അണപൊട്ടിയൊഴുകുന്ന ജലപ്രവാഹം കണക്കേ വരുന്നത് അയാളറിഞ്ഞു. അയാൾ മനസ്സിന് പൂട്ടിട്ട് അമർത്തി. കുറച്ചു നേരം കണ്ണടച്ചിരുന്നു.

‘‘ഓരോന്നോർത്തു.’’ അയാൾ അങ്ങനെ പറഞ്ഞു. ശരിക്കും എന്തെങ്കിലും ഓർത്തതായി അയാൾക്കറിയില്ല.

‘‘മക്കളെ പറ്റിയാ?’’ രുക്മിണി ചോദിച്ചു.

‘‘മ്...’’ അയാൾ കൺകോണിലെ കണ്ണുനീർത്തുള്ളി തുടച്ചു. താൻ ഇപ്പോൾ പ്രവർത്തിക്കുന്നത് പകുതി നാടകമാണോ എന്ന് അയാൾക്ക് തോന്നി. കരുതിക്കൂട്ടിയല്ല. അങ്ങനെയായിപ്പോകുന്നു. കരുതിക്കൂട്ടി വന്നത് ഒന്നും നടന്നില്ല. കന്യാകുമാരി യാത്രയിൽ കഴുകി വെടി പ്പായ മനസ്സുമായി ഗാന്ധിയൻ ആദർശത്തെ മുൻനിർത്തി പറയാ നാണ് ഉദ്ദേശിച്ചത്.

അയാൾ പറഞ്ഞു. "നിങ്ങളുടെ വേദന എനിക്കറിയാം. നിങ്ങൾ രണ്ടും കഴിഞ്ഞ എട്ടു വർഷമായി തീ തിന്നുകയാണ്. ഇതിനിടയിൽ ദ്രൗപദി വന്നു നീറ്റലിനെ ഒന്ന് ഊതിത്തണുപ്പിക്കാൻ. കമ്യൂണിസ്റ്റായി പുറപ്പെട്ടുപോയവൻ എവിടെ എന്നറിയില്ല. ഒരുത്തൻ കള്ളനായി ഊരുചുറ്റുന്നു. ഇരട്ടകൾ രണ്ടും യുദ്ധത്തിൽ.... ആർക്കറിയാം."

ഇത്രയുമായപ്പോൾ രുക്മിണിയും സത്യഭാമയും നിയന്ത്രണം വിട്ട് നിലവിളിച്ചു കരഞ്ഞു.

അവർ കരച്ചിലടങ്ങി ശാന്തരാകാൻ അയാൾ കാത്തിരുന്നു. അപ്പോഴും പ്രശ്നത്തെ താനെന്തിനാണ് ഈ വഴിക്കു കൊണ്ടു പോകുന്നതെന്ന് അയാൾ സ്വന്തം അന്തഃകരണത്തോട് ചോദിക്കു ന്നുണ്ടായിരുന്നു.

"ചിത്തൻ സ്നേഹം ഒള്ളവനാണ്. നമ്മോട് ഒരു കരുതൽ അവ നൊണ്ട്. മതവും ജാതിയും നോക്കണ്ട. അവന് ഇഷ്ടം തോന്നി യതും ഒരു നല്ല പെണ്ണായിരിക്കുമെന്ന് എന്റെ മനസ്സ് പറയുന്നു. അവള് നഴ്സാണ്. യുദ്ധകാലത്ത് അവൾ സിംഗപ്പൂരിലൊണ്ടായി രുന്ന്. ഇപ്പം അവനവിടെ നല്ല ജോലി വാങ്ങിച്ചുകൊടുത്തതും അവ ളാണ്." അയാൾ പറഞ്ഞു.

രുക്മിണിയും സത്യഭാമയും പരസ്പരം നോക്കി.

"ക്രിസ്ത്യാനിപ്പെണ്ണുങ്ങളേ അന്യനാട്ടിലക്കെ ഇങ്ങനെ പോകൂ. യുദ്ധത്തിന്റെ എടേലക്കെ നമ്മടെ പെണ്ണുങ്ങള് പോവോ? നഴ്സ ന്നക്കെ പറയമ്പം അതിന്റയക്കെ കാര്യം ആർക്കറിയാം." രുക്മിണി പറഞ്ഞുകൊണ്ട് സത്യഭാമയെ നോക്കി.

"നഴ്സിനെന്താ കൊഴപ്പം? അത് ആതുരശുശ്രൂഷയല്ലേ?" അനന്ത കൃഷ്ണന്റെ ശബ്ദം ഗൗരവപ്പെട്ടു.

"നമുക്കിതിന് സമ്മതിക്കണം. വിവാഹം നടത്തിക്കൊടുക്കണം. എന്തു ദുരിതം വന്നാലും ഇപ്പോഴുള്ളതിനെക്കാൾ അധികമാകില്ല." അയാൾ പറഞ്ഞുറപ്പിച്ചു. പെണ്ണുങ്ങൾ പരസ്പരം നോക്കുകയും സമ്മതം പോലെ തലകുലുക്കുകയും ചെയ്തു.

സമ്മതിച്ചു തലകുലുക്കിയെങ്കിലും ഒരു ക്രിസ്ത്യാനിപ്പെണ്ണ് വീട്ടിൽ വന്നാൽ എങ്ങനെ എന്ന് ചിന്തിക്കുകയായിരുന്നിരിക്കണം.

"അവളുടെ പേരെന്തോന്ന്?" രുക്മിണി ചോദിച്ചു

"നാൻസി."

വീണ്ടും മൗനം. പരസ്പരം നോട്ടം.

"പേര് മാറ്റിക്കൂടേ?" സത്യഭാമ ചോദിച്ചു.

‘‘എന്തിന്?’’ അനന്തകൃഷ്ണൻ ചോദിച്ചു. ഇപ്പോൾ അനന്ത കൃഷ്ണനിലെ കെട്ടുകൾ അഴിഞ്ഞിരുന്നു.

അയാൾ ഗൗരവത്തിലും അധികാരത്തിലും പറഞ്ഞു.

‘‘പേരും മാറ്റുന്നില്ല മതവും മാറുന്നില്ല. അവൾക്ക് പള്ളിയിൽ പോകാം പ്രാർത്ഥിക്കാം. അവന് ക്ഷേത്രത്തിലും. ഞാൻ ഗാന്ധി യുടെ അനുയായിയാണ്. ഗാന്ധിയുടെ പാതയാണ് എന്റെ ജീവിതം. നിങ്ങൾക്കതറിയാമല്ലോ.’’

പിന്നെ ചോദ്യങ്ങൾ ചോദിക്കാൻ അവർക്ക് ഭയമായി. എന്നാലും അറച്ചറച്ച് രുക്മിണി പറഞ്ഞു.

‘‘എനിക്ക് പേടിയൊണ്ട്.’’

‘‘എന്തിന്?’’

‘‘ക്രിസ്ത്യാനികള് മാട്ടെറിച്ചിയക്കെ തിന്നൂല്ലെ. അപ്പം ഇവിടെ വരമ്പം...’’

‘‘ഇവിടെ വരമ്പം അവര് ഇവിടത്തെ രീതിയനുസരിച്ച് ജീവിക്കും. അതില് നിങ്ങള് വെഷമിക്കണ്ട. അവിടെ നമ്മടെ മോനും എന്തു തിന്നുന്നൂന്ന് നമക്കറിയില്ലല്ലോ.’’

‘‘കുടുംബത്തിലൊള്ളവരും മറ്റുള്ളവരുമൊക്കെറിയമ്പം...’’

‘‘എല്ലാരുമറിയട്ട്. ഗാന്ധിയുടെ അനുഗ്രഹാശിസ്സുകൾ ഞാനവിടെ വായിക്കും.’’ അനന്തകൃഷ്ണന്റെ സ്വരവും ഭാവവുമൊക്കെയങ്ങു മാറി.

പിന്നെയവർ ഒന്നും പറഞ്ഞില്ല. അനന്തകൃഷ്ണൻ ഗാന്ധിജി എന്ന മഹാനോടുവരെ അടുപ്പമുള്ള ആളാണ്. രാജ്യകാര്യങ്ങളിൽ ഇടപെടുന്ന ആളാണ്. ഒരുപാട് അറിവുള്ള ആൾ. അങ്ങനെയുള്ള മഹദ് വ്യക്തി വീട്ടുകാര്യങ്ങളിലെടുക്കുന്ന തീരുമാനങ്ങൾ അനു സരിക്കാതിരിക്കാനാവില്ല.

അവർ പോകാനായി എഴുന്നേറ്റു.

‘‘നിൽക്ക്. ഇതൂടെ കണ്ടിട്ട് പോ.’’ അനന്തകൃഷ്ണൻ മേശമേൽ ഇരുന്ന പുസ്തകം തുറന്ന് ഒരു ഫോട്ടോ എടുത്ത് അവരെ കാണിച്ചു. അവർ അതുവാങ്ങി നോക്കിയിട്ട് പറഞ്ഞു.

‘‘നല്ല ഐശ്വര്യമൊള്ള കൊച്ച്.’’ അവർ ഫോട്ടോയിൽ നോക്കി ച്ചിരിച്ചു. പിന്നെ പരസ്പരം നോക്കിച്ചിരിച്ചു.

അവരുടെ ചിരികണ്ട് അനന്തകൃഷ്ണനും ചിരിച്ചു.

വിവാഹത്തിന് സമ്മതിച്ചുകൊണ്ട് അനന്തകൃഷ്ണൻ ചിത്ത രഞ്ജന് എഴുതി. ‘‘നാട്ടിൽ വരണം. ഇവിടെ വച്ച് വിവാഹം നടത്താം.’’

അതു നടക്കുമോ എന്ന ഭയം ചിത്തരഞ്ജൻ അറിയിച്ചു. നാൻസിയുടെ വീട്ടുകാർ എതിർക്കും. അതൊക്കെ താൻ നോക്കിക്കൊള്ളാമെന്നും ധൈര്യമായിട്ട് വരാനും അനന്തകൃഷ്ണക്കുറുപ്പ് മകന് എഴുതി. നാൻസിയുടെ അപ്പൻ വാറുണ്ണി എസ്റ്റേറ്റുടമയും ധനികനുമായ ജേക്കബ്ബ് മിറാൻഡയുടെ തോട്ടം തൊഴിലാളിയാണ്. സ്റ്റേറ്റ് കോൺഗ്രസ്സിന് ധാരാളം സാമ്പത്തിക സഹായം ജേക്കബ്ബ് ചെയ്തിട്ടുണ്ട്. സി.പിയുടെ കണ്ണിലെ കരടാണ് ജേക്കബ്ബ്. ടി.എം. വർഗ്ഗീസുമായി നല്ല അടുപ്പത്തിലാണ്.

വർഗ്ഗീസ് പോയി ജേക്കബ്ബിനോട് സംസാരിച്ചു. കുറുപ്പിന്റെ മകൻ മതം മാറിയാൽ സമ്മതിക്കാമെന്ന് ജേക്കബ്ബ് പറഞ്ഞു. മതം മാറുന്ന പ്രശ്നമേയില്ലെന്ന് കുറുപ്പ് വർഗ്ഗീസിനെ അറിയിച്ചു.

"ഇത് ഗാന്ധിയുടെ ആദർശത്തിൽ നടക്കുന്ന വിവാഹമാകണം. അതിന് ഒരു മാറ്റവും വരുന്നതിനെ അനുകൂലിക്കാനാകില്ല." കുറുപ്പ് വർഗ്ഗീസിനോടു പറഞ്ഞു.

ജേക്കബ്ബിന്റെ സമ്മതമില്ലാതെ വാറുണ്ണിക്ക് ഒന്നും ചെയ്യാൻ പറ്റില്ലായിരുന്നു. കുറുപ്പ് നേരിട്ടും സംസാരിക്കാൻ ശ്രമിച്ചു. ആ വിഷയവുമായി തന്നെ കാണുകയേ വേണ്ടാ എന്ന് ജേക്കബ്ബ് പറഞ്ഞു. ആ കൂടിക്കാഴ്ച നടന്നില്ല.

ചിത്തരഞ്ജനും നാൻസിയും സിംഗപ്പൂരിൽനിന്ന് എത്തി. ചിത്തരഞ്ജന്റെയും നാൻസിയുടെയും സുഹൃത്തിന്റെ വീട്ടിൽ നാൻസിക്ക് താമസം ഏർപ്പാടാക്കിയിരുന്നു.

പ്രമുഖ വ്യക്തികളുടെ സാന്നിധ്യംകൊണ്ട് വിവാഹം കെങ്കേമമായി. സഹോദരൻ അയ്യപ്പനും സി. കേശവനും പി. കേശവദേവും എം.പി. പോളും ജി. രാമചന്ദ്രനുമൊക്കെ പങ്കെടുത്തു. ടി.എം. വർഗ്ഗീസ് ജേക്കബ്ബിനെ പിണക്കണ്ട എന്നു കരുതി വന്നില്ല.

വിവാഹം ലളിതമായി സ്കൂളിൽ വച്ചു നടന്നു. ഖാദി നൂൽമാല അന്യോന്യം ഇട്ടതു മാത്രം. അനന്തരം മഹാത്മാഗാന്ധിയുടെ ആശംസാ സന്ദേശം അനന്തകൃഷ്ണക്കുറുപ്പ് വായിച്ചു. തുടർന്ന് അനന്തകൃഷ്ണക്കുറുപ്പിന്റെ പ്രസംഗമായിരുന്നു.

"കേരളീയ നവോത്ഥാനം പുതിയൊരു ഘട്ടത്തിലേക്ക് കടക്കുകയാണ്. ജാതിയും മതവും വിവാഹത്തിന് പങ്കാളിയെ കണ്ടെത്താൻ വിലങ്ങുതടിയാകരുത്. ഇത് ഗുരുവും സഹോദരൻ അയ്യപ്പനും പറഞ്ഞിട്ടുള്ളതാണ്. ഇപ്പോൾ ഗാന്ധിയുടെ ആശീർവാദത്തോടെ നിങ്ങളുടെ എല്ലാം അനുഗ്രഹത്തോടെ ഞങ്ങളുടെ മകൻ ക്രിസ്തീയ സമുദായത്തിലെ ഒരു പെൺകുട്ടിയെ വിവാഹം ചെയ്യുകയാണ്.

അവരവരുടെ മതവിശ്വാസം തുടരാൻ ഇരുവർക്കും സ്വാതന്ത്ര്യ മുണ്ടെന്നത് പരസ്പരം അംഗീകരിച്ചുകൊണ്ടാണ് അവർ വരണ മാല്യം അണിഞ്ഞത്. ചില എതിർപ്പുകൾ ഉണ്ട്. അത് ഇല്ലാതാക്കാൻ ശ്രമിച്ചിരുന്നു. നടന്നില്ല. മാറ്റങ്ങൾ വരുമ്പോൾ എതിർപ്പ് സ്വാഭാവിക മാണ്. കാലക്രമേണ അതൊക്കെ മാറും.''

ഇങ്ങനെപോയി ആ ചെറു പ്രസംഗം. തുടർന്ന് അയ്യപ്പൻ, സി. കേശവൻ, പി. കേശവദേവ് തുടങ്ങിയവർ ആശംസയർപ്പിച്ച് സംസാ രിച്ചു.

നാട്ടുകാരും വിവാഹം ഉത്സവമാക്കി. നാട്ടുകാർക്ക് വിചിത്രവും കൗതുകകരവുമായ സംഭവമായിരുന്നു. എല്ലാവർക്കും സദ്യ ഒരുക്കി യിരുന്നു. ഹരിജനങ്ങൾക്ക് പ്രത്യേകം പന്തിയിൽ സദ്യ വിളമ്പി. പിറ്റേന്ന് ഇറങ്ങിയ പത്രങ്ങളിൽ വിവാഹം ഫോട്ടോ സഹിതം വാർത്തയായി വന്നു.

സ്കൂളിൽ നിന്ന് ഏറത്തേക്ക് നടക്കുമ്പോൾ നാൻസിക്കും ചിത്തനും പിറകിൽ നല്ലൊരു കൂട്ടം ഉണ്ടായിരുന്നു. നാൻസിക്ക് വെളുത്ത സാരിയും ബ്ലൗസുമായിരുന്നു വേഷം. ചിത്തൻ വെളുത്ത് കസവുകരയുള്ള മുണ്ടും വെള്ള ഷർട്ടും.

''കാണാൻ അഴകൊള്ള പെണ്ണ്. നല്ല ജോഡി.'' നാട്ടുകാർ പര സ്പരം പറഞ്ഞു.

ശരിക്കും അങ്ങനെ പറഞ്ഞുപോകും. അനന്തകൃഷ്ണക്കുറു പ്പിന്റെ മക്കളിൽ സാമ്പ്രദായിക സൗന്ദര്യബോധമനുസരിച്ച് ചിത്ത നായിരുന്നു സുന്ദരൻ. പൊക്കം, വെളുപ്പ്, തലയെടുപ്പ്, പ്രത്യേക പേഴ്സണാലിറ്റി ഇതെല്ലാം.

ഓലകെട്ടിയ ചെറിയൊരു വീട്ടിൽ വളർന്ന നാൻസി ഏറത്ത് തറവാടിന്റെ പടിപ്പുര കടന്ന് ആ വലിയ വീടിനെ നോക്കി. ലോകവും ലോകാനുഭവങ്ങളും അറിഞ്ഞ അവൾക്ക് ഒന്നും പുതിയതായി തോന്നിയില്ല. അമ്മമാർ നാൻസിയെ കൈപിടിച്ച് ഇറയത്തേക്കുള്ള പടവുകൾ കയറ്റി അകത്തു കൊണ്ടുപോയി. കുടുംബക്കാർ പെണ്ണു ങ്ങൾ ഒരുപാടുപേരെക്കൊണ്ട് അകത്തളങ്ങൾ നിറഞ്ഞിരുന്നു. അനന്ത കൃഷ്ണൻ കുടുംബക്കാരെയെല്ലാം അറിയിച്ചിരുന്നു. അവർക്കി തൊന്നും ഉൾക്കൊള്ളാനാകുമായിരുന്നില്ല. അവരാരും മറുത്തൊന്നും പറഞ്ഞില്ല. അനന്തകൃഷ്ണക്കുറുപ്പ് തീരുമാനിക്കുന്നതിനെ ആർക്കും എതിർക്കാൻ കഴിയുമായിരുന്നില്ല.

നസ്രാണിപ്പെണ്ണ്, ഇനി അതിന്റെ രീതികളെന്താണോ എന്തോ, പോരെങ്കി വെളിനാട്ടിലൊക്കെ ഒറ്റയ്ക്കു പോയത്, നഴ്സ്, ഇങ്ങനെ യുള്ള മുൻ ധാരണകളിൽ അവർ ഒരു അപരിചിതത്വത്തിന്റെ അകലം

കാണിച്ചു. നാൻസിക്കത് മനസ്സിലായി. പക്ഷേ, അവൾ അവളുടെ പെരുമാറ്റരീതികൾകൊണ്ട് അതിനെയൊക്കെ മാറ്റിമറിച്ചു.

വിവാഹത്തിന്റെ നാലാംനാളായിരുന്നു അനന്തകൃഷ്ണന്റെ ജന്മനാൾ. അതിന്റെ ഒരുക്കങ്ങളും വർത്തമാനങ്ങളും രണ്ടു ദിവസമായി കേൾക്കുന്നു. ചിത്തനും അവളോടു പറഞ്ഞിരുന്നു, അച്ഛന്റെ പിറന്നാളാണെന്ന്. മീനമാസത്തിലെ കാർത്തിക.

''അച്ഛന്റെ ജന്മനാളിന് ഞാൻ സദ്യ ഒരുക്കട്ടെ?'' നാൻസി ചിത്തനോട് ചോദിച്ചു.

''അതിനിവിടെ ഒരുപാട് അടുക്കളപ്പണിക്കാർ ഒണ്ടല്ലോ.''

''അവരക്കെ ഒണ്ട്, എന്നാലും എന്റെ പാചകം.''

''നീ അമ്മമാരോട് ചോദിക്ക്.''

അങ്ങനെയാണ് പിറന്നാളിന്റെ തലേന്നാൾ രാവിലെ അടുക്കളയിൽ വച്ച് നാൻസി രണ്ടമ്മമാരും നിൽക്കുമ്പോൾ അച്ഛന്റെ ജന്മനാളിന്റെ പാചകം ഞാൻ ചെയ്യട്ടെ എന്ന് ചോദിച്ചത്.

രണ്ടമ്മമാരും അത്ഭുതത്തോടെയും എന്തോ അരുതാത്തതു പറഞ്ഞതുപോലെയും നാൻസിയെ നോക്കി. അടുക്കളപ്പെണ്ണുങ്ങളും ഒരു പ്രത്യേക ഭാവത്തിൽ നോക്കുന്നു.

''നീയൊണ്ടാക്കാനാ? അതൊന്നും നടക്കത്തില്ല. അതിനൊക്കെ ഇവിടെ ആളൊണ്ട്.'' രുക്മിണി പറഞ്ഞു.

''അല്ലെങ്കീത്തന്നെ നിനക്ക് അറിയാമോ സദ്യ ഒരുക്കാൻ? ഇത് പള്ളിപ്പെരുന്നാളിന് വയ്ക്കുന്നപോലൊന്നുമല്ല. ഇറച്ചീം മീനുമൊന്നുമല്ല.'' സത്യഭാമ പറഞ്ഞു.

അടുക്കളപ്പെണ്ണുങ്ങൾ വായ് പൊത്തി കളിയാക്കിച്ചിരിച്ചു. നാൻസി ഒന്നും പറയാതെ, എന്തു പറയണമെന്നറിയാതെ വിഷമിച്ചുനിന്നു.

അടുക്കളയ്ക്കപ്പുറത്തെ നടുമുറ്റത്തോടു ചേർന്നുള്ള വരാന്തയിൽ പ്രാതൽ കഴിച്ചുകൊണ്ടിരിക്കുകയായിരുന്നു അനന്തകൃഷ്ണൻ.

''കൊള്ളാം കൊള്ളാം. എത്രപേര് അതിഥികളായി വരുന്നതാണ്. ഈ പെണ്ണ് ഇതെന്തോന്നറിഞ്ഞോണ്ട് പറഞ്ഞത്? ആ ചിത്തനിവിടത്തെ രീതിയക്കെ പറഞ്ഞു കൊടുത്തൂടെ'' എന്നു പറഞ്ഞുകൊണ്ട് അനന്തകൃഷ്ണക്കുറുപ്പിന് ദോശയിൽ ചമ്മന്തി ഒഴിക്കാനായി രുക്മിണി വന്നു. പറഞ്ഞതിന്റെ പാതികേട്ട കുറുപ്പ് കാര്യമന്വേഷിച്ചു.

''അല്ലേ ചിത്തന്റെ പെണ്ണിന് നാളെ പെറന്നാളിന് സദ്യ ഒരുക്കണമെന്ന്.''

രുക്മിണി ഒച്ചയിൽത്തന്നെ പറഞ്ഞു.

''ചിത്തന്റെ പെണ്ണെന്ന് പറയണ്ട. അവൾക്ക് പേരൊണ്ട്.'' അനന്ത കൃഷ്ണക്കുറുപ്പ് ഒച്ചയിലും കടുപ്പിച്ചും പറഞ്ഞു. അന്തരീക്ഷം കനത്തു.

''അല്ല നാളെ പെറന്നാളിന് സദ്യ നാൻസിയൊണ്ടാക്കാമെന്ന് പറയുന്ന്.''

രുക്മിണി ശബ്ദം താഴ്ത്തി പറഞ്ഞു.

''അവളൊണ്ടാക്കട്ടെ. അതിനെന്താ.''

''അതിനവക്ക് ഇവിടത്തെ രീതീല് ഒണ്ടാക്കാമ്പറ്റോ?''

''പറ്റാത്തതെന്ത്. അവൾക്കതറിയാവുന്നതുകൊണ്ടല്ലേ അവൾ ഒരുക്കാമെന്ന് പറയുന്നത്.''

അനന്തകൃഷ്ണക്കുറുപ്പ് അടുക്കളയിൽ നിൽക്കുന്നവർക്കും കൂടി കേൾക്കാവുന്ന ഒച്ചയിൽ ആജ്ഞാപിക്കുന്ന സ്വരത്തിൽ പറഞ്ഞു.

''നാളെ സദ്യവട്ടം ഒരുക്കുന്നത് നാൻസി മോളാണ്. രുക്മിണിയും സത്യഭാമയും ഉൾപ്പെടെ ആരും അതിൽ ഇടപെടണ്ട. പണിക്കാരികൾ അവൾക്ക് വേണ്ട സഹായങ്ങൾ ചെയ്യണം.''

ആജ്ഞയനുസരിച്ച് കാര്യം നടന്നു.

അരിയുന്നതും അരയ്ക്കുന്നതും തേങ്ങ തിരുമ്മുന്നതുമൊക്കെ പണിക്കാരികളെക്കൊണ്ട് ചെയ്യിപ്പിച്ച് അതാതു സമയം എത്തിക്കാൻ രുക്മിണിയും സത്യഭാമയും മേൽനോട്ടം വഹിച്ചു.

സദ്യ ഒരുങ്ങി. എല്ലാ വിഭവങ്ങളും എല്ലാ പിറന്നാളുകൾക്കും ഓണത്തിനും ഏറത്ത് വയ്ക്കുന്നവ തന്നെ. രുക്മിണിയും സത്യഭാമയും ഓരോന്നും രുചിച്ചു നോക്കി. ഓരോന്നും രുചിക്കുമ്പോഴും അവരുടെ ഭാവം കാണേണ്ടതുതന്നെയായിരുന്നു. നാൻസി തെല്ല് ഭയത്തോടെ അവർ രുചിക്കുന്നത് നോക്കിനിന്നു. അവരുടെ ഭാവം കണ്ടപ്പോൾ സമാധാനമായി.

കിച്ചടി നാക്കിൽ വച്ചു നുണഞ്ഞിട്ട് സത്യഭാമ പറഞ്ഞു.

''നാക്കിറങ്ങിപ്പോണ്. എവിടന്ന് നീയിതെക്കെ പടിച്ച് മോളേ?''

നാൻസി ചിരിച്ചുകൊണ്ട് നിന്നു. സൗന്ദര്യമുള്ള ചിരി.

വിശിഷ്ടാതിഥികൾക്കൊപ്പം ഇരുന്ന് അനന്തകൃഷ്ണക്കുറുപ്പ് സദ്യ ഉണ്ണുമ്പോൾ മറഞ്ഞുനിന്ന് നാൻസി ശ്രദ്ധിക്കുന്നുണ്ടായിരുന്നു. അയാൾ ആസ്വദിച്ചു കഴിക്കുകയാണ്.

കുറുപ്പ് അതിഥികളോട് പറഞ്ഞു. ''നാൻസിമോളാണ് സദ്യ മുഴുവൻ ഒരുക്കിയത്.''

“വളരെ നന്നായിരിക്കുന്നു, അടുത്ത കാലത്തൊന്നും ഇതു പോലൊരു സദ്യ കഴിച്ചിട്ടില്ല” എന്ന് അവർ ഓരോരുത്തരും പറഞ്ഞു.

“നാൻസീ മോളേ, ഇങ്ങു വാ.” അയാൾ നാൻസിയെ വിളിച്ച് എല്ലാവർക്കും പരിചയപ്പെടുത്തി. അവൾ അവരെ നോക്കി കൈ കൂപ്പി.

അവർ ഓരോരുത്തരും കുറുപ്പ് വാക്കിൽ മാത്രമല്ല പ്രവൃത്തി യിലും പുരോഗമനാശയക്കാരനാണെന്ന് പുകഴ്ത്തി.

ഒരതിഥി പറഞ്ഞു. “ബഷീറിന്റെ പ്രേമലേഖനം തിരുവിതാം കൂറിൽ നിരോധിച്ചു. കുറുപ്പ് അത് പ്രാവർത്തികമാക്കി.”

എല്ലാവരും അതുകേട്ട് ചിരിച്ചു.

അന്നത്തെ സദ്യയ്ക്കുശേഷം ഏറത്തു വീട്ടിൽ നാൻസിക്ക് വലിയ അംഗീകാരമായി.

“നീ എവിടെന്നു പടിച്ചു മോളേ ഞങ്ങടെ സദ്യയൊക്കെ?” രുക്മിണി ചോദിച്ചു.

‘അതമ്മാ നമ്മള് വെളിനാടുകളീ പോവമ്പം എല്ലാം പടിക്കും.”

രണ്ടമ്മമാരും അതു കേട്ട് കുറെ നേരം ചിന്തിച്ചിരുന്നു. അവർക്ക് മനസ്സിലാകുന്നതുപോലെ തോന്നി. അത്രയ്ക്കങ്ങ് ഗ്രഹിക്കാനുള്ള ലോകം അവർക്കില്ലായിരുന്നു.

നാൻസി എന്ന പെണ്ണ് പലതുകൊണ്ടും അവരെ അത്ഭുതപ്പെടുത്തി. ഓരോരുത്തരുടെയും മനസ്സ് ആവശ്യപ്പെടുന്നത് അപ്പോൾ അവൾ അറിയും. അടുക്കളയിൽ ഇല്ലാത്ത ഒരു സാധനം കാമാക്ഷി ചിന്തി ക്കുമ്പോൾ അവൾ പറയും. കുറുപ്പിന് വെള്ളമോ വെറ്റിലച്ചെല്ലമോ വേണമെന്നു തോന്നിയാൽ നാൻസി അതുമായി മുന്നിൽക്കാണും.

അച്ഛന് കുടിക്കാൻ വെള്ളം വേണോ? നാൻസി കൂജയും ടംബ്ലറു മായി വന്നുനിന്ന് ചോദിക്കും. നാൻസി അച്ഛാ എന്നു വിളിക്കുമ്പോൾ പ്രത്യേകം മധുരമാണ് കുറുപ്പിന്.

രുക്മിണിക്കോ സത്യഭാമയ്ക്കോ കാലു കഴപ്പോ നടുവേദനയോ വരുമ്പോൾ അപ്പോൾ അവളതറിയും. ധന്വന്തരം കുഴമ്പുമായി തട വാൻ നാൻസി എത്തും.

“എന്റെ കാലു വേദനിച്ചൂന്ന് നീ എങ്ങനെയറിഞ്ഞു മോളേ?” സത്യഭാമ ചോദിക്കും.

വേദനയെ തടവി തുടച്ചെടുത്തുകൊണ്ട് സത്യഭാമയെ നോക്കി അവൾ പുഞ്ചിരിക്കും.

ആ പുഞ്ചിരിയിൽ നോക്കി സത്യഭാമ അതിശയപ്പെടും. വേദന യാറുന്ന സുഖത്തിൽ ഇരിക്കും. തടവ് തീർന്നപ്പോൾ അവർ ചോദിച്ചു.

''മോക്ക് എന്തോന്നോ ദൈവാനുഗ്രഹമൊണ്ട്. മോളെ കൈ കൊണ്ട് തൊടമ്പംതന്നെ വേദന പോണ്. ഇതൊക്കെ എങ്ങനെ മോളേ?''

''ഞാൻ നഴ്സല്ലേ അമ്മാ. രോഗികൾ, അവരുടെ വേദന, ഇതിനു ചുറ്റുമാണ് എട്ടു കൊല്ലമായി ഞാൻ ജീവിക്കുന്നത്. മനസ്സിന്റെയും ശരീരത്തിന്റെയും മുറിവ് ഉണക്കുകയായിരുന്നു എന്റെ പണി. സ്വന്തം മുറിവും വേദനകളും നമ്മൾ അപ്പോൾ അറിയുന്നേ ഇല്ല. ഉറ്റവരും ഉടയവരുമില്ലാത്ത മുറിവേറ്റ പട്ടാളക്കാരന്റെ മനസ്സ് അവര് പറയാതെ നമ്മള് അറിയണം.'' അവൾ പറഞ്ഞു.

സത്യഭാമ അത്ഭുതത്തോടെ നോക്കി. അവർ കാണാത്ത ലോക ങ്ങൾ. സങ്കല്പിക്കാനേ വയ്യ. നാൻസി സത്യഭാമയെ ചേർന്നിരുന്ന് പറഞ്ഞു.

''അങ്ങനെ ഒരുപാടു മനുഷ്യരുടെയും പ്രശ്നങ്ങളുടെയും എട യീന്ന് വന്നോണ്ട് ഇവിടെ കുറച്ചുപേരുടെ കാര്യങ്ങള്, വീട്ടിലെ കാര്യ ങ്ങള് ഒന്നും എനിക്ക് വലിയ കാര്യമല്ലമ്മാ. സ്നേഹം മാത്രം മതി.''

മെൻസസ് ആയപ്പോൾ അവർ ആ വീട്ടിലെ ചിട്ടകൾ പാലിച്ചു. പുൽപ്പായയുമെടുത്ത് തെക്കിനിയിൽ മൂലയ്ക്കുള്ള വെളിച്ചമെത്താത്ത ഒരു മുറിയിൽ നാലു ദിവസം കഴിഞ്ഞു. തീണ്ടാരിയായി, തൊട ക്കാണ് എന്നൊക്കെ ജോലിക്കാരികളും അമ്മമാരും പറയുന്നുണ്ടാ യിരുന്നു. മെൻസസ് സമയത്തും നല്ല രക്തസ്രാവം ഉള്ളപ്പോൾ അവൾ മുറിവേറ്റ പട്ടാളക്കാരുടെ മുറിവുകൾ വച്ചുകെട്ടുന്നതും അവരെ പിടിച്ച് നടത്തിക്കുന്നതും മലവും മൂത്രവുമെടുക്കുന്നതും അവൾ ഓർമ്മിച്ചു. മെൻസസ് സമയത്ത് ഇരുട്ടുമുറിയിൽ പുൽപ്പായയിൽ കിടക്കുകയും സ്വന്തം ഭർത്താവിൽനിന്നുവരെ മാറിനിൽക്കുകയും ചെയ്യുമ്പോൾ നാൻസിക്ക് അമ്മമാരോടോ അവിടത്തെ വേലക്കാരി പ്പെണ്ണുങ്ങളോടോ വിഷമമോ ദേഷ്യമോ തോന്നിയില്ല. അവർ ഒരു ഇരുളിനകത്താണ്.

അതിനുശേഷമാണ് രുക്മിണിയും സത്യഭാമയും വീടാകെയും കുലുങ്ങിയ ഒരു സംഭവമുണ്ടായത്.

വെള്ളാത്തന്റെ മോൻ ഈച്ചരൻ പുരയിടം കിളച്ചപ്പോൾ കാലിൽ ഒരു വെട്ടുകൊണ്ടു. ആഞ്ഞുവെട്ടിയ വെട്ട് എങ്ങനെയോ വാക്ക ല്ലാതെ കൊണ്ടതാണ്.

നിലവിളികേട്ട് നാൻസിയും കിണറ്റിൻകരയിലേക്ക് ഓടിവന്നു.

''ഏ്യ അവിടെ പറയികളെന്തിന് കെടന്ന് നിലവിളിക്കുന്നത്?''

കാമാക്ഷി പറയുന്നതു കേട്ടാണ് നാൻസി പുറത്തേക്കു വന്നത്.

കിണറ്റിൻകരയിൽ നിന്നാൽ കാണാം കുറച്ചകലെ രണ്ടുമൂന്നു പേർ കൂടി നിൽക്കുന്നത്.

അവൾ അകത്തേക്കോടി. പഞ്ഞിയും മരുന്നും കത്രികയും അങ്ങനെ പ്രഥമ ശുശ്രൂഷയ്ക്കുള്ള പെട്ടിയുമായി അവൾ കുതിച്ചു. ഒരു തൊട്ടിയിൽ വെള്ളവുമായി വരാൻ അവൾ കാമാക്ഷിയോട് പറഞ്ഞു. ഇപ്പോൾ നാൻസി എന്തു പറഞ്ഞാലും വേലക്കാരികൾ കേൾക്കും. അവരുടെ സ്വകാര്യ അസുഖങ്ങളൊക്കെ അവളോടു പറയും, അവൾ അവർക്ക് മരുന്നു കൊടുക്കും. കൊച്ചുങ്ങൾക്കും പനി വന്നാൽ അവർ നാൻസിയോട് പറയും. ചിരങ്ങോ ചൊറിയോ പിടിച്ച് അടുക്കളപ്പണിക്കാരുടെ കൊച്ചുങ്ങൾ ഇരിക്കുന്നതു കണ്ടാൽ അവൾ വ്രണം കഴുകി മരുന്നു പുരട്ടും. ഇതൊന്നും രുക്മിണിക്കും സത്യഭാമയ്ക്കും പിടിക്കില്ല.

നാൻസിയും പിറകേ വെള്ളവുമായി കാമാക്ഷിയും ഓടുന്നത് രുക്മിണിയും സത്യഭാമയും കണ്ടു. അവർ അന്തംവിട്ടു നിന്നു.

അവർ വിളിച്ചു. ''എടാ ചിത്താ.. എടാ ചിത്താ... ഒന്നിങ്ങോട്ട് വന്നേ. വേഗം വന്നേ.''

ചിത്തൻ എന്തെന്നറിയാതെ ഓടിവന്നു.

''നോക്ക് നാൻസി ആ പറച്ചെറുക്കന് കാലങ്ങാണ്ട് ഇത്തിരി മുറിഞ്ഞെന്നും പറഞ്ഞ് വച്ചുകെട്ടാൻ പോയിരിക്കുന്നു.''

''കാലു മുറിഞ്ഞോ?''

''ആ... അവൻ വെട്ടിയപ്പഴങ്ങാണ്ട് കാല് ഇത്തിരി മുറിഞ്ഞെന്ന് പറയുന്ന്.''

''ആ അതിനെന്ത്. അവള് മുറിവു വച്ചുകെട്ടട്ടെ. അതല്ലേ അവ ള്ടെ ജോലി.''

''അതക്കെ അവിടെ. ഇവിടെ പറ്റത്തില്ല.''

''അസുഖമോ മുറിവോ വന്നാൽ മനുഷ്യരെല്ലാം ഒരുപോലെ യാണമ്മാ നഴ്സിനും ഡോക്ടറിനുമൊക്കെ.''

സത്യഭാമയും രുക്മിണിയും ചിത്തരഞ്ജനെ തുറിച്ചുനോക്കി.

ചിത്തൻ പറഞ്ഞു. ''പോരെങ്കിൽ ആ ചെറുക്കൻ നമുക്കുവേണ്ടി ജോലി ചെയ്യുന്നവനല്ലേ. നമുക്ക് ജോലിചെയ്തപ്പഴല്ലേ അവന് വെട്ടു കൊണ്ടത്.''

‘‘ഈ പറയർക്കും കൊറവർക്കുമൊന്നും നമ്മള് മരുന്നു വച്ചു കെട്ടേണ്ട കാര്യമൊന്നുമില്ല. അവര് ചെളീലും മണ്ണിലും കെടക്കുന്നോണ്ട് അവർക്കങ്ങനെ ദെണ്ണവും ദീനവുമൊന്നും വരത്തില്ല.’’

‘‘അങ്ങനെയല്ലമ്മാ. മനുഷ്യൻ കണ്ടുപിടിച്ച മരുന്നുകൾ അവർക്കും അവകാശപ്പെട്ടതാണ്.’’

ചിത്തൻ ഇങ്ങനെ പറഞ്ഞപ്പോൾ വിചാരിച്ചു ഈ പറയുന്നതൊന്നും തലയിൽ കയറാത്ത ഒരു യുഗത്തിലാണവർ ജീവിക്കുന്നതെന്ന്.

മുറിവിന് കുറച്ചാഴമുണ്ടെങ്കിലും കുത്തിത്തയ്ക്കേണ്ട ആവശ്യമുണ്ടായില്ല. നാൻസി കഴുകി പഞ്ഞി വച്ച് തുടച്ചൊപ്പിയെടുത്ത് മരുന്നു വച്ചുകെട്ടി. കഴിക്കാൻ ഗുളികയും തരാം വീട്ടിലോട്ടു വാ എന്ന് വെള്ളാത്തനോടു പറഞ്ഞ് അവൾ നടന്നു.

അമ്മമാരും ചിത്തനും വേലക്കാരികളും കൂടിനിൽക്കുന്നിടത്തു വന്നപ്പോൾ അവൾ പറഞ്ഞു.

‘‘അവിടെ കെളച്ചോണ്ട് നിന്ന ചെറുക്കന് വെട്ടുകൊണ്ട്. കുത്തിത്തയ്ക്കേണ്ടി വന്നില്ല.’’

അത്രയും പറഞ്ഞപ്പോൾ രുക്മിണി പറഞ്ഞു.

‘‘പറയനെ തൊട്ടശുത്തമാക്കിയതല്ലേ. പുറത്തുനിന്ന് കുളിച്ച് തുണിയും മാറി അകത്തു കേറീയാ മതി.’’

നാൻസി അതുകേട്ട് സ്തംഭിച്ചുനിന്നു. അവൾ ചിത്തനെ നോക്കി. ചിത്തൻ നിർവികാരനെന്നപോലെ നിൽക്കുകയാണ്.

‘‘എന്തശുദ്ധി? ഒരു മനുഷ്യന് മുറിവ് വച്ചുകെട്ടുന്നതിലെന്തശുദ്ധി? ഏതു രോഗിയെ ശുശ്രൂഷിച്ചാലും ഞാൻ അണുനാശിനിയിട്ട് കൈ കഴുകും. അത് പറയനായാലും ബ്രാഹ്മണനായാലും. ഇപ്പോഴും അതു ചെയ്തു.’’

‘‘ഈ വീട്ടീ ഇതൊന്നും നടപ്പില്ല. പറഞ്ഞുകൊടടാ ചിത്താ.’’ സത്യഭാമ പറഞ്ഞു.

‘‘അവര് പഴേ ആൾക്കാരല്ലേ. കുളിച്ച് വസ്ത്രം മാറി വാ.’’ ചിത്തൻ സൗമ്യനായി പറഞ്ഞു.

അവളുടെ ശ്വാസഗതി വർദ്ധിച്ചു. മുഖം ചുവക്കാൻ തുടങ്ങി. ചിത്തനെ അവൾ രൂക്ഷമായി നോക്കി.

‘‘ഇത് ഒരു കുളിയുടെ കാര്യമല്ല, മുറിവേറ്റ ഒരു മനുഷ്യനെ തൊട്ടാൽ അശുദ്ധമാകും എന്നു പറയുന്നതിനെ എനിക്കംഗീകരിക്കാനാകില്ല. ഒരു പട്ടിയെയോ പൂച്ചയെയോ പശുവിനെയോ തൊട്ടാൽ

നിങ്ങളിതു പറയുമോ?''' അവൾ കിതയ്ക്കാൻ തുടങ്ങി. വികാരം നിയന്ത്രിക്കാനാകാതെ അവൾ കഷ്ടപ്പെട്ടു. കരയരുത് എന്ന് അകം പറയുന്നുണ്ട്.

''ഇതാണ് പറഞ്ഞത്. കണ്ടാ നസ്രാണീടെ തനിക്കൊണം പൊറത്തു വന്നല്ലെ.'' രുക്മിണി പറഞ്ഞു.

''അമ്മാ...'' ചിത്തൻ ഉറക്കെ വിളിച്ചു. ''അങ്ങനെയൊന്നും പറയരുത്.''

ചിത്തന്റെ വിളി കേട്ട് പൂമുഖത്ത് ഇരിക്കുകയായിരുന്ന കുറുപ്പ് ഇറങ്ങിവന്നു.

എന്താ ഇവിടെ എന്ന് ചോദിക്കാൻ വന്നതും നാൻസിയുടെ മുഖം കുറുപ്പിന്റെ ശ്രദ്ധയിൽപ്പെട്ടു.

''എന്തു മോളേ?'' എന്ന് കുറുപ്പ് ചോദിച്ചതും മറുപടി പറഞ്ഞത് രുക്മിണിയാണ്.

''പറയന് മുറിവ് വച്ച് കെട്ടാമ്പോയി. തൊട്ടശുത്തമായോണ്ട് കുളിക്കാൻ പറഞ്ഞപ്പം പറ്റൂല്ലാന്ന്.''

''അതക്കെ ഇവിടത്തെ രീതിയല്ലേ. പഴമക്കാരെ ഒറ്റയടിക്ക് മാറ്റാമ്പറ്റോ. നീ ഒന്നു കുളിച്ചാ പ്രശ്നം തീരുമല്ലെ.''

''അച്ഛാ... അവിടെ കെളച്ചോണ്ട് നിന്ന പയ്യന് വെട്ടുകൊണ്ടു. ഞാൻ മുറിവ് വച്ചുകെട്ടി. ആരെ ശുശ്രൂഷിച്ചാലും ചെയ്യുന്നപോലെ ഞാൻ അണുനാശിനികൊണ്ട് കഴുകി. ഞാനൊരു നഴ്സാണ്. ഒരു നഴ്സ് രോഗിയെ പരിശോധിക്കുമ്പോ പറയനും ബ്രാഹ്മണനും തമ്മീ വ്യത്യാസമില്ല.''

''കണ്ടാ അവള് കൊച്ചാട്ടനേം...'' എന്ന് സത്യഭാമ പറഞ്ഞുവന്നപ്പോൾ കുറുപ്പ് കൈയാംഗ്യം കൊണ്ട് തടഞ്ഞു.

''അതൊക്കെ ശരി. ഇവിടെയിപ്പം ഒന്നു കുളിച്ചൂന്ന് വച്ച് ഒന്നും വരാൻ പോകുന്നില്ലല്ലോ.'' കുറുപ്പ് പറഞ്ഞു.

''അച്ഛൻ ഗാന്ധിയനല്ലേ? അച്ഛനിതു മനസ്സിലാവില്ലേ?' അവൾ കരച്ചിലിന്റെ വക്കത്തായി. ''അയിത്തോച്ചാടനത്തിന് പ്രവർത്തിക്കുന്ന ആളല്ലേ?''

''ആണ്. പക്ഷേ വീട്ടിലെ ശീലങ്ങൾ എളുപ്പം മാറില്ല.''

''അപ്പോൾ അച്ഛന്റെ പ്രവർത്തനത്തിന് എത്ര സത്യസന്ധതയുണ്ട്?''

അവൾ ആ പറഞ്ഞത് അനന്തകൃഷ്ണക്കുറുപ്പിന്റെ ഉള്ളിൽ തറച്ചു. അയാൾ അസ്വസ്ഥനായി.

അവൾ അതുകണ്ട് ഉടനെ പറഞ്ഞു.

‘‘ഞാൻ അച്ഛനെ ചോദ്യം ചെയ്യുകയല്ല. ഞാൻ ഒരു നഴ്സാണ്. ഞാൻ ഒരു മനുഷ്യനെ മുറിവ് വച്ചു കെട്ടാൻ തൊട്ടത് അശുദ്ധമായി കാണാൻ എനിക്കാവില്ല. ഇത് ഒരു കുളിയുടെ കാര്യമല്ല. അശുദ്ധിയുടെ ആ തത്ത്വം എനിക്കെങ്ങനെ അംഗീകരിക്കാൻ കഴിയും?’’

സത്യത്തിൽ അവൾ ഇതു പറയുമ്പോൾ അനന്തകൃഷ്ണൻ കണ്ണടച്ച് നിൽക്കുകയായിരുന്നു. സ്വന്തം പ്രവർത്തനത്തിന്റെ സത്യസന്ധത ചോദ്യം ചെയ്യപ്പെട്ടപ്പോൾ മുതൽ അയാൾ കണ്ണുകളടച്ചു ധ്യാനത്തിലായി. ഏതാണ് ശരി. ഇപ്പോൾ എന്തു തീരുമാനം എടുക്കണം?

കണ്ണുകളടച്ചു നിന്നപ്പോൾ ഗാന്ധി മനസ്സിന്റെ തിരശ്ശീലയിൽ തെളിഞ്ഞുവന്നു. ആ ദൃശ്യം കുറച്ചു നേരം നിന്ന് പതിയെ യേശു തെളിഞ്ഞു. യേശു രോഗികൾക്കും ദീനർക്കും ശാന്തിയരുളുകയായിരുന്നു.

അയാൾ പറഞ്ഞു. ‘‘മോള് അകത്തു കയറിപ്പോ.’’

ആ പ്രശ്നം അങ്ങനെ കലങ്ങിമറിഞ്ഞെങ്കിലും നാൻസി പിന്നെയും എല്ലാവർക്കും പ്രിയപ്പെട്ടവളായി.

അവർ വന്നുപോയപ്പോൾ വീട് സിംഗപ്പൂർ സാധനങ്ങളാൽ മാറിയതുപോലെ മനുഷ്യർക്കും കുറച്ച് മാറ്റങ്ങൾ ഉണ്ടായി. എല്ലാവർക്കും പ്രിയപ്പെട്ടവരായിത്തന്നെ അവർ സിംഗപ്പൂരിന് മടങ്ങി.

സിംഗപ്പൂരിന് പുറപ്പെടുന്നതിന് തലേന്ന് പൂമുഖത്തു നിന്ന് അനന്തകൃഷ്ണക്കുറുപ്പ് നാൻസി മോളേ എന്ന് നീട്ടിവിളിച്ചു.

‘‘അച്ഛാ...’’ എന്ന് വിളിച്ചുകൊണ്ട് നാൻസി ഓടിവന്നു.

കുറുപ്പ് പൂമുഖത്തു ചാരുകസേരയിൽ ഇരിപ്പുണ്ട്. അവൾ അടുത്തു വന്നപ്പോൾ അയാൾ ചോദിച്ചു.

‘‘മോള് ബൈബിൾ ദിവസവും വായിക്കുമോ.’’

‘‘വായിക്കും. ഏതേലുമൊരു ഭാഗം വായിക്കും.’’

‘‘മോൾടെ കൈയില് ബൈബിളൊണ്ടാ.’’

‘‘ചെറിയ ഒരു ബൈബിള് കൊണ്ടുവന്ന്. സിംഗപ്പൂരില് വേറേയുണ്ട്. അത് സമ്പൂർണ്ണമാണ്.’’

‘‘എന്റെ കൈയിൽ ഒരു ഇംഗ്ലീഷ് ബൈബിൾ ഉണ്ടായിരുന്നു. ഞാനത് പല ആവർത്തി വായിച്ചിട്ടുണ്ട്. ചെറുപ്പകാലത്താണ്. പിന്നെയതാരോ കൊണ്ടുപോയി. മോൾടെ കൈയിലൊള്ളത് ഇംഗ്ലീഷാ മലയാളമാ?’’

‘‘രണ്ടുമൊണ്ട്.’’

ഇതൊക്കെ ചോദിക്കുമ്പോൾ അനന്തകൃഷ്ണക്കുറുപ്പിൽ ഒരു പതർച്ചയുണ്ട്. മറ്റെന്തോ ചോദിക്കാനും പറയാനും ആലോചിക്കുന്ന തുപോലെ.

നാൻസി അത് ശ്രദ്ധിച്ചു. അവൾ ചോദിച്ചു.

''എന്തച്ഛാ...?''

''ഒന്നുമില്ല മോളേ...'' അയാൾ കസേരയിൽ നിന്ന് എഴുന്നേറ്റു.

''നീ എന്റെ മൂത്തമോൻ ജയരാജനെക്കുറിച്ച് കേട്ടിട്ടൊണ്ടോ?''

''ഒണ്ടച്ഛാ. എനിക്കറിയാം. എല്ലാം ചിത്തൻ പറഞ്ഞിട്ടൊണ്ട്.''

അച്ഛൻ തല കുലുക്കി. എല്ലാം അവൾക്കറിയാം എന്നുതന്നെ അയാൾ കരുതി.

''അതാണവന്റെ മുറി. അത് തൊറക്കാതെ കെടക്കയാണ്.'' അയാളുടെ ശബ്ദം വിറയാർന്നിരുന്നു.

''അവിടെ പുസ്തകങ്ങൾ ഒണ്ട്. അതിലൊരു ബൈബിളും ഒണ്ട്. അത് മോൾക്ക് തരണം.''

ഒരു താക്കോൽ അവളുടെ കൈയിൽ കൊടുത്തിട്ട് പൂമുഖത്തെ തെക്കേ മൂലയിലേക്ക് ചൂണ്ടി പറഞ്ഞു.

''ആ മുറി തൊറക്ക്.'' അയാളുടെ കൈ വിറയ്ക്കുന്നുണ്ടായിരുന്നു.

കറകറ ശബ്ദത്തോടെ കനമുള്ള വാതിൽ തുറന്നു. അവൾതന്നെ ആദ്യം മുറിയിലേക്കു കയറി. കൂടെ അയാളും. ഒരു തരി പ്രകാശവുമില്ലാത്ത ഇരുട്ട്.

''മോളവിടെ നില്ല്. ഞാൻ ജന്നൽ തൊറക്കാം.''

''ഞാൻ വെളെക്കെടുത്ത് വരാമച്ഛാ.'' ആ ഇരുട്ടിൽ അവളുടെ ഒച്ച താഴ്ന്നുപോയി.

''വേണ്ടാ. ഞാൻ തൊറക്കാം.'' കാഴ്ച ആവശ്യമില്ലാത്ത പരിചയം കുറുപ്പിന്റെ കൈകളെ ജനൽ കൊളുത്തിലെത്തിച്ചു.

ജന്നലിന്റെ രണ്ടു പാളികളും തുറന്നിട്ടു. വെളിച്ചം അണക്കെട്ടു തുറന്നുവിട്ടപോലെ ഒഴുകിയെത്തി.

വെളിച്ചം നാൻസിയുടെ മുന്നിൽ തുറന്നിട്ടത് ഒരു വശത്താകെ പുസ്തക അലമാര പിന്നെ കട്ടിൽ ഒരു മേശ. പൊടികൊണ്ട് നിറഞ്ഞിരിക്കുന്നു എല്ലാം. അവൾ സാരിത്തുമ്പുകൊണ്ട് മൂക്ക് മറച്ചു. അയാൾ മുറി ചുറ്റാകെ നോക്കി. ഓർമ്മയുടെ പൊടിപടലം അയാളെ മൂടി.

“മോളേ...” അവൾ നോക്കുമ്പോൾ അനന്തകൃഷ്ണക്കുറുപ്പിന് കാലുകൾ ഉറയ്ക്കുന്നില്ല.

അച്ഛാ... എന്നു പറഞ്ഞ് അവൾ അച്ഛനെ പിടിച്ചു നടത്തിച്ച് പുറത്തുകൊണ്ടുവന്ന് കസേരയിൽ ഇരുത്തി. അവൾ കൂജയിലിരുന്ന വെള്ളം കുടിപ്പിച്ചു. അവൾ അകത്തു പോയി ഏതോ ഗുളികയും അച്ഛന് കൊടുത്തു.

അയാൾ പറഞ്ഞു.

“ഗുളികയൊന്നും വേണ്ടാ മോളേ. വർഷങ്ങളായി ഇത്തരം മരുന്നുകൾ ഉപയോഗിക്കാറില്ല. മനസ്സിനെയും ശരീരത്തിനെയും വരുതിയിൽ കൊണ്ടുവരാൻ അച്ഛന് പറ്റും. ചിലപ്പോൾ ഒന്നു വഴുതും. അത് നേരെയായിക്കോളും.”

“അച്ഛൻ ഇവിടെ ഇരി. ഞാൻ പുസ്തകം തെരെഞ്ഞ് കണ്ടുപിടിക്കാം.”

അയാൾ തലകുലുക്കി.

അവൾ മുഖം ഒരു തോർത്തുകൊണ്ടു കെട്ടി ചൂലും കുട്ടയുമെടുത്ത് മുറിയിലേക്കുപോയി.

അയാൾ ചാരുകസേരയിൽ ചാഞ്ഞുകിടന്നു മയങ്ങി. കുറെ സമയം കഴിഞ്ഞ് അവൾ അച്ഛനെ തൊട്ടുവിളിച്ചു.

“അച്ഛാ...”

അയാൾ മയക്കത്തിൽനിന്നുണർന്ന് നോക്കി. അവൾ മറ്റൊരു സാരിയാണ് ഇപ്പോൾ ഉടുത്തിരിക്കുന്നത്. കുളിച്ചിട്ടുമുണ്ട്.

“അച്ഛൻ വരണം.” അവൾ എഴുന്നേൽക്കാനായി അച്ഛനെ പിടിച്ചു. നാൻസിയെ ഒരു കൊച്ചുകുട്ടിയെപ്പോലെ തോന്നി അയാൾക്ക്. അയാൾ എഴുന്നേറ്റ് കൂടെച്ചെന്നു.

മുറിയിലേക്കു കയറിയതും അനന്തകൃഷ്ണക്കുറുപ്പ് ആദ്യമൊന്നു ഞെട്ടി. പൊടിയിൽ കുളിച്ചു കിടന്ന മുറി ഇപ്പോൾ പ്രകാശത്തിൽ കുളിച്ചു കിടക്കുന്നു. പുസ്തക അലമാരയും കട്ടിലും മേശയും കസേരയും തറയുമെല്ലാം തൂത്തുതുടച്ച് വെടിപ്പാക്കിയിരിക്കുന്നു. അയാൾ അവളുടെ മുഖത്ത് നോക്കി. അവൾ എങ്ങനെയുണ്ട് എന്ന ഭാവത്തിൽ ചിരിച്ചു. അയാൾ അവളെ ചേർത്തുപിടിച്ച് സ്നേഹം ചൊരിഞ്ഞു.

അലമാരയിലെ പുസ്തകങ്ങളിലൂടെ അയാൾ വിരലുകൾകൊണ്ട് തടവി. ചില പുസ്തകങ്ങൾ എടുത്ത് മറിച്ചുനോക്കി. പഴമയുടെ ഗന്ധം പുസ്തകക്കടലാസുകളെ ബാധിച്ചിരിക്കുന്നു.

‘‘ഈ പുസ്തകങ്ങളൊക്കെ ഇനി ആർക്കാ? എന്റെ പുസ്തക അലമാരയിലും ഉണ്ട് ധാരാളം വിലപിടിപ്പുള്ള പുസ്തകങ്ങൾ.’’

‘‘അതിന് അവകാശികൾ വരും. അല്ലെങ്കിൽ പൊതുഗ്രന്ഥശാല യ്ക്ക് കൊടുക്കാമല്ലോ.’’

‘ശരിയാണ്.’ നല്ല ആശയം. കുറുപ്പിന് തോന്നി.

ഇതിനകം ബൈബിൾ നാൻസിയുടെ കൈയിൽ കിട്ടി. അവളത് അച്ഛന്റെ കൈയിൽ കൊടുത്തു.

‘‘ഇത് നിന്റെ കൈയിൽ ഇരിക്കട്ടെ മോളെ, നിന്റേൽ വേറെ ഒണ്ട ങ്കിലും. എന്റെ മോൻ വായിച്ച ബൈബിൾ അല്ലേ.’’

അവളതു വാങ്ങിച്ച് നെഞ്ചോട് ചേർത്തുപിടിച്ചു.

കുറച്ചുനേരംകൂടി അവർ അവിടെ നിന്നു. അനന്തകൃഷ്ണക്കുറുപ്പ് ഓരോ വസ്തുവിലും തൊട്ടും തലോടിയും നിന്നു. അവൾ ചോദിച്ചു.

‘‘ജയരാജയണ്ണന്റെ ഫോട്ടോ ഒണ്ടോ അച്ഛാ?’’

അയാൾ ഫോട്ടോ ഉണ്ടല്ലോ എന്ന് ഓർത്തിട്ട്, വാ.. എന്ന് അ വളെ വിളിച്ചു. പൂമുഖത്തിറങ്ങിയപ്പോൾ മോളിവിടെ നില്ല് എന്നു പറഞ്ഞ് അകത്തേക്ക് പോയി.

അയാൾ ഒരു ബുക്കുമായി വന്ന് കസേരയിൽ ഇരുന്നു. ബുക്കിൽ നിന്ന് ഫോട്ടോ എടുക്കുമ്പോൾ പറഞ്ഞു.

‘‘ചങ്ങനാശ്ശേരി സാറിന്റെ കൂട്ടുകാരൻ ഒരു സായിപ്പൊണ്ടായി രുന്ന്. സാറ് ജീവിച്ചിരുന്നപ്പം ഇവിടെ വരുമായിരുന്ന്. സാറും കാണും കൂടെ. അങ്ങോര് എടുത്തതാണ് ഈ ഫോട്ടോയൊക്കെ.’’

കുറുപ്പ് തിരഞ്ഞ് ഒരു ഫോട്ടോ കണ്ടുപിടിച്ച് കുറച്ചുനേരം അതിൽ നോക്കിയിട്ട് നാൻസിയുടെ കൈയിൽ കൊടുത്തു.

‘‘ദാ ഇതാണ് ജയരാജൻ. അന്നവന് പതിനെട്ടു വയസ്സൊണ്ട്. അവന്റേന്നും രണ്ടു വയസ്സിന് എളേതാണ് ഇവര് രണ്ടും. ഇരട്ടകള്. അശോകനും ഭദ്രനും. രണ്ടുപേരെയും യുദ്ധം കൊണ്ടുപോയി.’’ വികാരമില്ലാതെയാണ് ഇപ്പോൾ അനന്തകൃഷ്ണൻ ഇതൊക്കെ പറ യുന്നത്. നാൻസി അതു ശ്രദ്ധിച്ചിരുന്നു.

‘‘ഇത് കരുണൻ. പ്രധാന തീവണ്ടിയാപ്പീസിലക്കെ ഇവന്റെ പട മുണ്ട്. ചിത്തൻ പറഞ്ഞുകാണും.’’ അവൾ അറിയാം എന്ന് തല കുലുക്കി.

‘‘ഇത് ചിത്തൻ.’’ ചിത്തനെ നോക്കി അവൾ രസിച്ചു.

അവൾ പറഞ്ഞു. ‘‘ഈ ചിത്തന്റെ നിൽപ്പ്.’’

''അവൻ കൊച്ചിലേ നാണം കുണുങ്ങിയായിരുന്ന്.''

കുറച്ചുനേരം ഫോട്ടോയിൽ നോക്കിയിട്ട് അവൾ തിരിച്ചു കൊടുത്തു. അമ്മമാരുമായി മക്കൾ അഞ്ചുപേരും നിൽക്കുന്ന വേറെ രണ്ടെണ്ണവും ആ ഫോട്ടോകൾക്കിടയിൽനിന്ന് കിട്ടി.

''ഇതിലൊന്ന് മോള് എടുത്തോ.'' അവൾ അമ്മമാരുമായി മക്കൾ നിൽക്കുന്ന ഒരു ഫോട്ടോ വാങ്ങി ബൈബിളിനകത്തു വച്ചു.

പിറ്റേദിവസം രാവിലെ ചിത്തരഞ്ജനും നാൻസിയും സിംഗപ്പൂരിന് തിരിച്ചു.

യാത്രയാകുമ്പോൾ പെണ്ണുങ്ങളെല്ലാം വിതുമ്പി കണ്ണുനീർ തുടച്ചു. അമ്മമാരുടെ കണ്ണുനീർ കണ്ടപ്പോൾ നാൻസി അവരെ കെട്ടിപ്പിടിച്ച് കരഞ്ഞു. അങ്ങനെയൊരു സ്നേഹത്തിന്റെ ആ മൃദുലസ്പർശം അമ്മമാർ ആദ്യമായി അനുഭവിക്കുകയായിരുന്നു.

## മുപ്പത്തിനാല്

**നാ**ടിന്റെ നാനാഭാഗത്തുനിന്നും ജാഥകൾ വരുകയാണ്. നാടാകെ ഇളകിമറിഞ്ഞിരിക്കുന്ന പ്രതീതിയാണ്.

അതുവരെ കണ്ടിട്ടില്ലാത്ത ഐക്യം കേരളത്തിലെ കമ്യൂണിസ്റ്റ് സർക്കാരിനെതിരേ ശക്തിപ്പെട്ടിരിക്കുന്നു. കമ്മ്യൂണിസ്റ്റുകളെ അധികാരത്തിൽ തുടരാനനുവദിച്ചാൽ നിലനിൽപ്പ് അപകടത്തിലാകുമെന്ന് വിവിധ സമുദായനേതാക്കൾ മനസ്സിലാക്കിയിരിക്കുന്നു. അവർ ഭൂവുടമകളും വിദ്യാഭ്യാസ സ്ഥാപനങ്ങളുടെ കുത്തകകളുമായിരുന്നു. സമത്വം അവരുടെ സമ്പത്തിന്മേലുള്ള അവകാശം ഇല്ലാതാക്കുമെന്ന് അവർ ഭയന്നു. വിദ്യാഭ്യാസസ്ഥാപനങ്ങളിലുള്ള അവകാശങ്ങളിൽ സർക്കാർ കൈകടത്തുവാനുള്ള നീക്കം ചെറുക്കുകയല്ലാതെ നിർവ്വാഹമില്ല. ഓരോ ഗ്രാമത്തിലും തൊഴിലാളികളെക്കൊണ്ട് നാട്ടുപ്രമാണിമാരായ ജന്മിമാരെ യാതൊരു ബഹുമാനവുമില്ലാതെ ചോദ്യം ചെയ്യാൻ പഠിപ്പിച്ചവരുടെ കൈയിലാണ് ഇപ്പോൾ പൊലീസ്. പുന്നപ്രയിലെയും വയലാറിലെയും കുന്തക്കാരെ സി.പി. കൊന്നുകുഴിച്ചുമൂടിയെങ്കിലും ഇപ്പോൾ നാടാകെ അവർ നാറ്റപ്പൂച്ചെടി പോലെ പടർന്നുപിടിച്ചിരിക്കയാണ് എന്നൊക്കെയാണ് കമ്മ്യൂണിസ്റ്റ് സർക്കാരിനെതിരെ നിൽക്കുന്നവരുടെയിടയിൽ പൊതുവെയുള്ള സംസാരം. നാറ്റപ്പൂച്ചെടിക്കങ്ങനെ കമ്യൂണിസ്റ്റ് പച്ചയെന്ന് പേരും വന്നു.

തോപ്പിൽ ഭാസിയുടെ നിങ്ങളെന്നെ കമ്യൂണിസ്റ്റാക്കി നാടകം കണ്ടശേഷം പറയരുടെയും പുലയരുടെയും നെഗളിപ്പ് കൂടിയെന്നാണ് നായർ വീടുകളിലെ വർത്തമാനം. പറവൂർ ടി.കെ. നാരായണപിള്ള സി.പിയെപ്പോലെതന്നെ കമ്യൂണിസ്റ്റുകളെ അടിച്ചമർത്താൻ ശ്രമിച്ചു. പക്ഷേ ജനാധിപത്യത്തിലത് അത്രയയ്ക്കങ്ങ് സാധ്യമല്ലല്ലോ. ഒരു ഭരണഘടനയുണ്ടല്ലോ. എന്നിട്ടെന്ത്? ജനാധിപത്യത്തിലൂടെ അധികാരത്തിലേറി ഇവിടത്തെ കമ്യൂണിസ്റ്റുകൾ മാർക്സിനെയും ലെനിനെയും കടത്തിവെട്ടി.

അധികാരവടംവലിയിലും സാമുദായിക ചേരിതിരിവിലും ഭിന്നിച്ചു നിന്നതാണ് കമ്യൂണിസ്റ്റുകളെ സഹായിച്ചത് എന്നാണ് കോൺഗ്രസ്സുകാരുടെ വിലയിരുത്തൽ. അതുകൊണ്ട് ഇനി ഐക്യപ്പെടാതെ രക്ഷയില്ല. അധഃകൃതസമുദായങ്ങളൊഴിച്ചുള്ള വിവിധ സമുദായങ്ങളുടെ അകം പുകഞ്ഞ വർത്തമാനങ്ങളിലൂടെ കമ്യൂണിസ്റ്റ് ഭൂതത്തിനെതിരായ ഐക്യം ഊറിക്കൂടി.

നായർ ക്രിസ്തീയ ഈഴവ സമുദായനേതൃത്വമാണ് സമരത്തിന്റെ മുന്നിൽ. തിരുവിതാംകൂറിൽ അവകാശപ്രക്ഷോഭങ്ങളിലൂടെ പൗരബോധത്തിലേക്കുയർന്ന ഈ സമുദായനേതാക്കൾ ഇപ്പോൾ ഇന്ത്യൻ നാഷണൽ കോൺഗ്രസിന്റെ ബാനറും കൊടിയുമാണ് പിടിക്കുന്നത്. അധികാര കിടമത്സരത്തിൽ കോൺഗ്രസ് വിട്ട് പ്രജാസോഷ്യലിസ്റ്റ് പാർട്ടിയുടെ കേരളത്തിലെ നേതാവായി നിൽക്കുന്ന സോഷ്യലിസ്റ്റ് ആശയത്തോട് പ്രത്യേകിച്ച് മമതയൊന്നുമില്ലാത്ത പട്ടം എ. താണുപിള്ളയും കോൺഗ്രസിനൊപ്പമുണ്ട്.

ജനാധിപത്യ വ്യവസ്ഥയെ സ്വീകരിക്കാനുള്ള ജനകീയ പശ്ചാത്തലം ദേശീയ സ്വാതന്ത്ര്യ സമരത്തിലൂടെ ഇന്ത്യ ആർജ്ജിച്ചിരുന്നു. ഇന്ത്യൻ നാഷണൽ കോൺഗ്രസും കമ്യൂണിസ്റ്റ് പാർട്ടിയും സോഷ്യലിസ്റ്റ് പാർട്ടിയുമൊക്കെ ജനാധിപത്യപ്രക്രിയയിലേക്ക് പ്രവേശിക്കാനുള്ള സംഘടിത ശക്തികളായിരുന്നു. ഭാരതീയ ജനസംഘം, റവല്യൂഷനറി സോഷ്യലിസ്റ്റ് പാർട്ടി, അഖില ഭാരതീയ ഹിന്ദു മഹാസഭ, ശിരോമണി അകാലിദൾ എന്നീ പ്രസ്ഥാനങ്ങളും ആദ്യ തിരഞ്ഞെടുപ്പിൽ ഒരക്കനമ്പറിൽ ലോക്സഭയിലെ സാന്നിധ്യമറിയിച്ചിരുന്നു.

ജാഥകൾ യോഗസ്ഥലത്തെത്തിയിട്ടും മുദ്രാവാക്യം വിളികൾ നിലച്ചിരുന്നില്ല.

തമ്പ്രാനെന്നു വിളിപ്പിക്കും... പാളേ കഞ്ഞി കുടിപ്പിക്കും... എന്ന് വികാരവായ്പോടെ നായരും ഈഴവരും ക്രിസ്ത്യാനിയും ഒരുമിച്ച് വിളിച്ചു. കേരളീയ സവർണ്ണതയ്ക്ക് അപ്പോൾ പുതിയ നിർവചനം ചരിത്രത്തിൽ കുറിച്ചു. ഇ.എം.എസ്സിനെ കറുത്ത നമ്പൂതിരിയെന്നും

പുലക്കുടികളിൽ പോയി മീനും ഇറച്ചിയും തിന്നുന്ന നമ്പൂതിരിപ്പാടെന്നും ആക്ഷേപിച്ചു. കെ.ആർ. ഗൗരിയുടെ സ്ത്രീത്വത്തെയാണ് വിമോചനക്കാർ അധിക്ഷേപിച്ചത്. നായർ മുദ്രാവാക്യങ്ങളിൽ ഗൗരിയെ ജാതിപറഞ്ഞും ആക്ഷേപിച്ചു.

അശോകനും അപ്പുക്കുട്ടനും സ്കൂളിനു മുൻപിലുള്ള റോഡിൽ നിന്ന് ഇറക്കമിറങ്ങി പുഴക്കരയിലെ മൈതാനത്തിലേക്ക് നടക്കുമ്പോൾ മൈക്കിലൂടെ ആരോ ഒരാൾ, യോഗനടപടികൾ തുടങ്ങുകയാണെന്ന് വിളിച്ചുപറയുന്നുണ്ടായിരുന്നു. മന്നത്തു പദ്മനാഭൻ, ആർ. ശങ്കർ, പി.ടി. ചാക്കോ എന്നിങ്ങനെ യോഗത്തിനെത്തിയ വിശിഷ്ടരുടെ പേരുകൾ അനൗൺസർ പറഞ്ഞപ്പോൾ ഹർഷാരവങ്ങളും കൈയടികളും കൊണ്ട് മുഖരിതമായി. ഓരോ പേരിനെയും അവതാരകൻ അപദാനങ്ങൾ വർഷിച്ച് മൂടി. വിവിധ സഭകളിലെ ബിഷപ്പുമാരുടെയും മെത്രാന്മാരുടെയും നാനാസമുദായങ്ങളുടെ പ്രതിനിധികളുടെയും പേരുകളടങ്ങിയ നീണ്ട ലിസ്റ്റ് യോഗ നടപടികൾ വിശദീകരിച്ച മാന്യൻ മൈക്കിലൂടെ വിളിച്ചു പറയുമ്പോൾ അതതു സമുദായക്കാരുടെ കോണുകളിൽ നിന്ന് കൈയടികൾ ഉയർന്നു. ഇന്നത്തെ യോഗത്തിൽ അദ്ധ്യക്ഷത വഹിക്കുന്നത് പ്രമുഖ ഗാന്ധിയനും ഹരിജനോദ്ധാരകനും സ്വാതന്ത്ര്യസമരസേനാനിയുമായ ഏറത്ത് അനന്തകൃഷ്ണക്കുറുപ്പാണ് എന്നു പറഞ്ഞപ്പോൾ സദസ്സാകെ ഇളകിമറിഞ്ഞു.

അപ്പുക്കുട്ടനിപ്പോൾ പതിനെട്ടു വയസ്സായി. കൊല്ലം എസ്സെൻ കോളേജിലാണ് ഇപ്പോഴവൻ പഠിക്കുന്നത്. ചരിത്രം പ്രത്യേകിച്ചും കേരള ചരിത്രം അപ്പുക്കുട്ടനും അശോകനും ചർച്ച ചെയ്യുന്ന വിഷയമാണ്. പുസ്തകത്തിൽ കിട്ടാത്ത അറിവുകളാണ് അശോകൻ പങ്കുവയ്ക്കുന്നത്. അതിനോടാണ് അപ്പുക്കുട്ടന് താത്പര്യവും. കേട്ടറിഞ്ഞ നാട്ടുചരിത്രങ്ങൾ അശ്വതിയും അവനോട് പറയും. കുഞ്ഞുന്നാളിൽ അമ്മ പറഞ്ഞുതന്ന കഥകൾ പലതും ചരിത്രമായിരുന്നെന്ന് അവന് മനസ്സിലായത് ഇപ്പോഴാണ്. ഇപ്പോൾ അശ്വതിയുടെ കഥ കേൾക്കാനിരിക്കുന്നത് മഹിമമോളാണ്. അഞ്ചാം ക്ലാസിൽ പഠിക്കുന്ന മഹിമ എന്നും അമ്മയുടെ അടുത്ത് കഥ കേൾക്കാൻ കൂടും. രാജാക്കന്മാരൊക്കെയുള്ള പഴയകാല കഥകളാണവൾക്കിഷ്ടം.

പുഴക്കരയിലെ യോഗസ്ഥലത്തേക്ക് നടക്കുമ്പോൾ, ഏറത്തപ്പൂപ്പൻ സ്വാതന്ത്ര്യസമരസേനാനിയായിരുന്നോ എന്ന ചോദ്യത്തിൽ നിന്നാണ് അപ്പുക്കുട്ടൻ ചരിത്രത്തിന്റെ പാതയിലേക്കിറങ്ങിയത്. ഒലിപ്പിനരികിലൂടെ പാറക്കെട്ടുകൾ നിറഞ്ഞ കിഴുക്കാംതൂക്കായ പാതയിലേക്ക് തെന്നാതെ സൂക്ഷിച്ച് അവർ ഇറങ്ങുകയായിരുന്നു.

“അച്ഛൻ സ്വാതന്ത്ര്യസമരസേനാനിയാണെന്ന് പറയാനാവില്ല. തിരുവിതാംകൂർ സ്വാതന്ത്ര്യസമരമെന്നൊക്കെ ഇന്ന് പറയുന്നുണ്ടെങ്കിലും തിരുവിതാംകൂറിൽ അങ്ങനെ സ്വാതന്ത്ര്യസമരമില്ലായിരുന്നു. ദേശീയസ്വാതന്ത്ര്യസമരവും ഇവിടെ ഇല്ലായിരുന്നു. കോൺഗ്രസ്സിന്റെയും പ്രത്യേകിച്ച് ഗാന്ധിയുടെയും നിലപാട് നാട്ടുരാജ്യങ്ങളിൽ സമരം വേണ്ടാ എന്നതായിരുന്നു. ഇവിടെനടന്നത് ആറാട്ടുപുഴ വേലായുധപ്പണിക്കരും അയ്യാവൈകുണ്ഠസ്വാമികളും അയ്യൻകാളിയും നാരായണഗുരുവും ഒക്കെ നടത്തിയ പ്രവർത്തനത്തിന്റെ തുടർച്ചയാണ്. അത് വ്യവസ്ഥയ്ക്കെതിരേയാണ്. നാട്ടുപ്രമാണിമാർക്കാണ് അതു ചെന്നുകൊണ്ടത്. അത് കമ്യൂണിസ്റ്റുകളുടെ സമരമാണ്. ആ സമരം അതേസമയം സി.പിക്കെതിരേയുമായിരുന്നു. പുന്നപ്രയിലും വയലാറിലും നടന്നത് അതാണ്. അത് ജന്മികളോടും മുതലാളിമാരോടുമായിരിക്കുമ്പോൾത്തന്നെ തിരുവിതാംകൂർ ഭരണകൂടത്തിനെതിരുമായിരുന്നു. ജന്മിമാരും മുതലാളിമാരും നായർ ഈഴവ ക്രിസ്ത്യൻ സമുദായക്കാരായിരുന്നു, സമുദായനേതാക്കളുമായിരുന്നു. സമരത്തെ നയിച്ചവരും പ്രധാനമായും ഈ സമുദായങ്ങളിലുള്ളവർ തന്നെ. സ്റ്റേറ്റ് കോൺഗ്രസ്സുകാർ മിക്കവരെയും സി.പി. പാട്ടിലാക്കി. രാജഭരണം അവസാനിപ്പിക്കണം എന്ന സങ്കല്പം സ്റ്റേറ്റ് കോൺഗ്രസ്സുകാർക്കില്ലായിരുന്നു. സി.പിയെ മാത്രമാണ് അവർ എതിർത്തത്. മുപ്പത്തെട്ടിലെ സ്റ്റേറ്റ് കോൺഗ്രസ് സമരകാലത്ത് കെ. ദാമോദരൻ ലോകത്ത് പലയിടത്തും രാജവാഴ്ചകൾ അവസാനിപ്പിച്ചുകൊണ്ടിരിക്കയാണെന്നൊക്കെ തമ്പാന്നൂരിൽ പ്രസംഗിച്ചു. കേസരി ബാലകൃഷ്ണപിള്ള പറഞ്ഞതും സി.പിയെന്ന വ്യക്തി പോയതുകൊണ്ടായില്ല രാജഭരണംതന്നെ പോകണം എന്നാണ്. അന്നത്തെ യൂത്ത് ലീഗ് കാരൊഴിച്ച് ബാക്കിയെല്ലാം രാജഭക്തരായിരുന്നു. എന്തിന് തിരുവിതാംകൂറിലെ പ്രധാനമന്ത്രിയായശേഷവും പട്ടം താണുപിള്ള രാജഭക്തനായിരുന്നു. സർക്കാരിനെതിരേ പ്രസംഗിച്ചു എന്ന് പറഞ്ഞ് കമ്യൂണിസ്റ്റുകളെ ജയിലിലടച്ചു. ജനാധിപത്യം എന്തെന്ന് അറിയാവുന്നവരായിരുന്നില്ല ഇവരൊന്നും.”

കമ്യൂണിസ്റ്റുകൾ ജനാധിപത്യവാദികളാണോ? സോവിയറ്റ് യൂണിയനിൽ ജനാധിപത്യമുണ്ടോ?

“സോവിയറ്റ് യൂണിയനിൽ കമ്യൂണിസ്റ്റ് സ്വേച്ഛാധിപത്യം ആണ്. സർവ്വാധിപത്യം അത് തൊഴിലാളിവർഗ്ഗ സർവ്വാധിപത്യമായാലും നല്ല ഭരണക്രമമല്ല. അത് അടഞ്ഞ ഇരുണ്ട ഇടമാണ്. സ്റ്റാലിന്റെ ഭരണത്തിലെ കൊടുംക്രൂരതകൾ ഇപ്പോൾ പുറത്തുവന്നുകൊണ്ടിരിക്കയാണല്ലോ. ഇന്ത്യയിലെ കമ്യൂണിസ്റ്റുകളുടെ ബിംബം സ്റ്റാലിനായിരുന്നു. സ്റ്റാലിൻ എന്ന പാറയിലാണ് പ്രസ്ഥാനം ഉറപ്പിച്ചിരുന്നത്.

ക്രൂഷ്ചേവിന്റെ വെളിപ്പെടുത്തൽ ഇന്ത്യൻ കമ്യൂണിസ്റ്റുകൾക്ക് വലിയ ആഘാതമായി. സി. അച്യുതമേനോനും കെ. ദാമോദരനുമൊക്കെ അത് വലിയ അന്തർസ്സംഘർഷത്തിനിടയാക്കി. അച്യുതമേനോൻ പാർട്ടി വിടാൻകൂടി തീരുമാനിച്ചു എന്നാണറിയുന്നത്. സ്റ്റാലിന്റെ കാലത്തു നടന്ന അതിക്രമങ്ങളുടെ വെളിപ്പെടുത്തലുകൾ പല കമ്യൂണിസ്റ്റുകളെയും കമ്യൂണിസ്റ്റ് വിരുദ്ധരാക്കി.''

''പിന്നെ അച്ഛൻ എന്തിന് കമ്യൂണിസ്റ്റ് പാർട്ടിയെ പിന്താങ്ങുന്നു.''

''കേരളത്തിലെ താഴെത്തട്ടിലുള്ളവരെ അവകാശബോധമുള്ള പൗരന്മാരാക്കിയത് കമ്യൂണിസ്റ്റ് പാർട്ടിയാണ്. അതാണ് ഇവിടെ ജനാധിപത്യത്തെ വികസിപ്പിച്ചത്.''

''അപ്പോ ഇന്ത്യയിൽ കമ്യൂണിസ്റ്റ് ഭരണം വരുമെന്നാണോ അച്ഛൻ പറയുന്നത്?''

''അങ്ങനെയാവണമെന്നില്ല. എന്തായാലും റഷ്യയിൽ വന്നതു പോലെ വരാൻ സാധ്യതയില്ല. കേരളത്തിൽ വന്നതുപോലെ തിരഞ്ഞെടുപ്പിലൂടെ വരാനും സാധ്യതയില്ല. ഇന്ത്യയിലെ അടിത്തട്ട് ജനത ജാതീയമായി താഴേത്തട്ടിലുള്ളവരാണ്. ജാതിയെ ഇന്ത്യൻ മാർക്സിസ്റ്റുകൾ അഡ്രസ് ചെയ്യുന്നില്ലല്ലോ. അല്ലെങ്കിലും.''

അപ്പുക്കുട്ടൻ ഏതോ ആലോചനയിൽ മുഴുകുന്നത് അശോകൻ കണ്ടു.

അശോകൻ പറഞ്ഞു.

''രാഷ്ട്രീയ പരിഷ്കരണങ്ങൾക്ക് മുന്നേയും സമാന്തരമായും ഇവിടെ സാമൂഹിക പരിഷ്കരണം നടന്നു. അയ്യൻകാളിയും ശ്രീനാരായണ ഗുരുവും വിദ്യ നിഷേധിക്കപ്പെട്ടവർക്ക് അത് ലഭ്യമാക്കാനാണ് പ്രവർത്തിച്ചത്. പത്തൊൻപതാം നൂറ്റാണ്ടിൽത്തന്നെ വൈകുണ്ഠ സ്വാമികളും തൈക്കാട് അയ്യാവും ആറാട്ടുപുഴ വേലായുധപ്പണിക്കരുമൊക്കെ സാമൂഹിക അനീതികളെ പുറത്തെടുത്ത് അതിനെതിരേ പ്രവർത്തിച്ചവരാണ്.''

കുറച്ചുനേരം രണ്ടുപേരും ആലോചനയിലാണ്ടു.

''രാഷ്ട്രീയപരിഷ്കരണത്തിന് മുന്നേ സാമൂഹിക പരിഷ്കരണം നടക്കണം എന്ന അഭിപ്രായക്കാരനായിരുന്നു അംബേദ്കർ. നിനക്കറിയോ ഏറ്റവും ബഹിഷ്കൃത ജാതിയിൽപ്പെടുന്ന പുലയർക്കും പറയർക്കുമൊക്കെ വിദ്യാഭ്യാസത്തിനുള്ള അവകാശത്തിനായി കർഷകത്തൊഴിലാളി സമരം നടന്നു ഇവിടെ. അയ്യൻകാളിയാണ് ആ സമരം നടത്തിയത്. അതുപോലെ കഴിഞ്ഞ നൂറ്റാണ്ടിന്റെ അവസാനം സഞ്ചാര സ്വാതന്ത്ര്യത്തിനു വേണ്ടി വില്ലുവണ്ടി സമരം നടന്നു.

തുടർന്ന് അയ്യൻകാളിയുൾപ്പെടെ ബഹിഷ്കൃത ജാതിയിലെ ഒട്ടേറെപ്പേർ ശ്രീമൂലം പ്രജാസഭയിൽ അംഗമായി. താഴ്ന്ന ജാതിയിൽപ്പെട്ടവരുടെ ശബ്ദം ഭരണകൂടത്തിനു മുന്നിൽ കേൾപ്പിക്കാൻ അവർക്കു കഴിഞ്ഞു. ഇന്നോ? അധഃസ്ഥിതരുടെ ശബ്ദം നിയമസഭയിൽ കേൾപ്പിക്കാൻ ആരുമില്ല. സംവരണ സീറ്റിൽ തിരഞ്ഞെടുക്കപ്പെട്ടവർ പാർട്ടിക്കുവേണ്ടിയാണ് സംസാരിക്കേണ്ടത്. കമ്യൂണൽ അവാർഡിന്റെ പ്രസക്തി ഈ പശ്ചാത്തലത്തിലാണ് മനസ്സിലാക്കേണ്ടത്.'

അവർ നടന്ന് പുഴയോരത്ത് എത്തി.

പുഴയോരത്ത് അമ്പലപ്പറമ്പിനോടു ചേർന്ന് വിശാലമായ മണൽ മൈതാനത്തിലാണ് പൊതുസമ്മേളനം നടക്കുന്നത്. പ്രസംഗം തുടങ്ങിക്കഴിഞ്ഞു.

യോഗം നടക്കുന്ന മൈതാനത്തിനടുത്താണ് അശോകന്റെ ട്യൂട്ടോറിയൽ സ്ഥാപനം. ഏകലവ്യാ ട്യൂട്ടോറിയൽസ്. പുഴയിൽ കടത്തു കടക്കുന്നിടത്ത് നാലുമുറി കടകൾ ഇപ്പോഴുണ്ട്. തടിക്കച്ചവടം നടത്തുന്ന ലോഹിതന്റേതാണ് കടകൾ. ചായക്കട, ജൌളിക്കട, പലവ്യഞ്ജനക്കട, ബാർബർ ഷാപ്പ് എന്നിവയ്ക്ക് വാടകയ്ക്കു കൊടുത്തിരിക്കുന്നു. ജൗളിക്കട അശ്വതിയുടേതാണ്. അവിടെ രണ്ടു തയ്യൽ മെഷീനുമുണ്ട്. കടയുടെ പിന്നിൽ പുഴയോരത്താണ് ഏകലവ്യ ട്യൂട്ടോറിയൽസ്. പൂന്തോട്ടവും തണൽമരങ്ങളുമൊക്കെയായി പ്രശാന്ത സുന്ദരമാണ് ഏകലവ്യ എന്ന വിദ്യാഭ്യാസ സ്ഥാപനം.

വിവാഹത്തിനു ശേഷം അശോകൻ വീട്ടിൽ കുട്ടികൾക്ക് ട്യൂഷനെടുത്തു. അതിന്റെ തുടർച്ചയായി രണ്ടു വർഷം കഴിഞ്ഞ് 1950 ജനുവരി ഇരുപത്താറിന് ഏകലവ്യ ട്യൂട്ടോറിയൽസ് തുടങ്ങി. സ്കൂൾ ഉദ്ഘാടനത്തിന് നാട്ടിലെ പ്രധാനികളെയൊക്കെ ക്ഷണിച്ചിരുന്നു. തലേദിവസമായിരുന്നു ഡോക്ടർ പൽപ്പു മരിച്ചത്. അതുകൊണ്ട് സഖാവ് വേലൂർ രാമാനന്ദന് വരാൻ സാധിച്ചില്ല. പൽപ്പുവിന് അനുശോചനം അർപ്പിച്ചുകൊണ്ടാണ് ഉദ്ഘാടനച്ചടങ്ങുകൾ നടന്നത്. ഭാരതം റിപ്പബ്ലിക്ക് ആകുന്ന ദിവസം ഉദ്ഘാടനം വച്ചപ്പോൾ ഇന്ത്യൻ ഭരണഘടനയെക്കുറിച്ചും അംബേദ്ക്കറെക്കുറിച്ചും നെഹ്രുവിനെക്കുറിച്ചും ഗാന്ധിയെക്കുറിച്ചും ഒക്കെ തന്റെ വിദ്യാർത്ഥികൾക്കും സദസ്സിനും മുന്നിൽ സംസാരിക്കാനാണ് വിചാരിച്ചിരുന്നത്. അതൊക്കെ പറഞ്ഞു. പക്ഷേ പറഞ്ഞത് വിചാരിച്ചിരുന്ന രീതിയിലല്ല. വിദേശാധിപത്യത്തിനെതിരായ സമരത്തോടൊപ്പം ഇന്ത്യൻ സാമൂഹികഘടനയ്ക്കെതിരായ സമരവുംകൂടിയാണ് നാം ഒരു ജനാധിപത്യ റിപ്പബ്ലിക് ആയിത്തീരാൻ സഹായിച്ചത് എന്നുപറഞ്ഞുകൊണ്ടാണ് വിഷയത്തിലേക്കു കടന്നത്. ഏകലവ്യന്റെ പേരിലുള്ള ഈ സ്ഥാപനം

ഡോക്ടർ പൽപ്പുവിന്റെ ഓർമ്മയിൽ തുടങ്ങുന്ന യാദൃച്ഛികത എന്നെ വിസ്മയിപ്പിക്കുന്നു എന്നു പറഞ്ഞാണ് പൽപ്പുവിന്റെ വിയോഗ വാർത്ത അശോകൻ സദസ്സിനെ അറിയിച്ചത്.

അശ്വതി അന്ന് പൂർണ്ണഗർഭിണിയായിരുന്നു. ഏകലവ്യയുടെ ഉദ്ഘാടനത്തിനും റിപ്പബ്ലിക്കിന്റെ ആദ്യ ആഘോഷത്തിനുമുള്ള ഒരുക്കങ്ങൾക്കും അലങ്കാരങ്ങൾക്കും ഓടിനടക്കുന്ന അശ്വതിയുടെ ഓർമ്മച്ചിത്രം ഇപ്പോഴും അശോകന് തെളിഞ്ഞു കിടപ്പുണ്ട്. ഒൻപതു വയസ്സായ മഹിമമോളെ കാണുമ്പോൾ ചിലപ്പോഴൊക്കെ അശോകൻ അതോർക്കും. ഉദ്ഘാടനച്ചടങ്ങുകൾ നടക്കുമ്പോൾ അശ്വതിക്ക് നോവു തുടങ്ങി. അവളത് കടിച്ചുപിടിച്ചമർത്തി. ചടങ്ങുകഴിഞ്ഞ ഉടനെ പതിച്ചിക്ക് ആളുപോയി. പതിച്ചി വീട്ടിലെത്തിയപ്പോഴേക്കും അശ്വതിയെയും വീട്ടിലെത്തിച്ചു. കാറിന് പോകാവുന്ന വഴി അന്നുണ്ട്. കാറുപിടിക്കണമെങ്കിൽ നാലു കിലോമീറ്റർ അപ്പുറം പോകണം. കാളവണ്ടി നിരപ്പില്ലാത്ത വഴിയിൽ കുന്നുകേറ്റി പോകുന്നത് സുരക്ഷിതമല്ല.

‘‘ചക്ക്ടാവണ്ടീ വയറ്റുകണ്ണിയേങ്കേറ്റിപ്പോയാ അങ്ങെത്തുംമുമ്പേ പെറും. വേറെ വഴിയൊണ്ട്. ഇപ്പം ശരിയാക്കിത്തരാം.’’

നടേശൻ അധികാരത്തോടെ പറഞ്ഞു. ഏറത്തെ വേലക്കാരനായ മാണിക്കയുടെയും അയ്യപ്പന്റെയും മകനാണ് നടേശൻ.

അവിടെയുണ്ടായിരുന്ന ഒത്ത നീളത്തിലുള്ള രണ്ടു മുളയെടുത്ത് ഒരു മൂന്നടി അകലത്തിൽ സമാന്തരമായി വച്ച് കയർകൊണ്ട് കുറുകേ അരയടി വിട്ട് കെട്ടി യോജിപ്പിച്ചു. അതിൽ രണ്ട് ഓലക്കീറുമെടുത്തു വച്ചപ്പോൾ പല്ലക്കായി. അശ്വതിയെ അതിൽ കിടത്തി. നടേശനും കുട്ടനും എരപ്പന്റെ മോൻ ദിനകരനും അസനാരു കാക്കായുടെ മോൻ ബഷീറും കൂടി പല്ലക്ക് ചുമന്നു. പതിച്ചി നാണിയക്കൻ അപ്പോഴേക്കും അവിടെ എത്തിയിരുന്നു. വിവരമറിഞ്ഞെത്തിയ പെണ്ണുങ്ങളും നാണിയക്കനും കൂടി മുറ്റത്തു വച്ച ഓലപ്പല്ലക്കിൽ കിടക്കുന്ന അശ്വതിയെ പിടിച്ചെഴുന്നേൽപ്പിച്ച് അകത്തു കൊണ്ടുപോയി. അധികം താമസിച്ചില്ല, അശ്വതി പെൺകുഞ്ഞിനെ പ്രസവിച്ചു.

അങ്ങനെ ഓരോ റിപ്പബ്ലിക്ക്ദിനാഘോഷത്തിലും മഹിമയുടെ ജന്മദിനവും ആഘോഷിച്ചു. പലപ്രാവശ്യം കേട്ടതാണെങ്കിലും അവളുടെ ജന്മകഥ അവൾ പിന്നെയും പിന്നെയും അശ്വതിയെക്കൊണ്ട് പറയിക്കും.

അത് രാഷ്ട്രത്തിന്റെ ജന്മവുമായിരുന്നു.

ഒൻപതു വർഷംകൊണ്ട് നാട്ടിലുണ്ടായ മാറ്റങ്ങൾക്കൊപ്പം

ഏകലവ്യയും വികസിച്ചു. മഹിമയും വളർന്നു. ഇപ്പോൾ കടത്തു വരെ എത്തുന്ന ചെമ്മൺപാതയിലൂടെ ഒരു ബസ് ഓടുന്നുണ്ട്.

മന്നത്തിനെ കാണാനുള്ള ആഗ്രഹംകൊണ്ടാണ് ട്യൂട്ടോറിയലിലേക്ക് ഇറങ്ങിയ അശോകനൊപ്പം അപ്പുക്കുട്ടനും കൂടിയത്. അപ്പുക്കുട്ടൻ സദസ്സിന്റെ ഇടയിൽ നിന്നപ്പോൾ അശോകൻ ട്യൂട്ടോറിയലിലേക്ക് കയറി. പിറ്റേ ദിവസം രാവിലെ എടുക്കേണ്ട ക്ലാസിന്റെ നോട്ടുകൾ കുറിക്കാനായി ഇരുന്നു. കുറച്ചു കഴിഞ്ഞ് അപ്പുക്കുട്ടനും വന്നു.

''മന്നത്തിനെയും ശങ്കറിനെയുമൊക്കെ കണ്ടോ?'' അശോകൻ ചോദിച്ചു.

''കണ്ടു. മന്നം ഏറത്തപ്പൂപ്പനെ കൊറെ പുകഴ്ത്തി. 40 വർഷത്തെ സൗഹൃദമാണെന്നൊക്കെ പറഞ്ഞു.''

''അച്ഛൻ എന്നെസ്സെസ്സിലുണ്ടായിരുന്നെങ്കിലും മന്നത്തിനെ പലപ്പോഴും എതിർത്തിട്ടുണ്ട്. നിവർത്തനപ്രക്ഷോഭകാലത്തൊക്കെ മന്നത്തിന്റെ നയത്തിനെതിരായിരുന്നു അച്ഛൻ. ചങ്ങനാശ്ശേരിയുമായിട്ടായിരുന്നു അച്ഛന് അടുപ്പം.''

അശോകന്റെ ജോലികൾ കഴിഞ്ഞ് ഇറങ്ങുമ്പോഴും പ്രസംഗം നടക്കുന്നുണ്ട്.

ബസ് ഓടുന്ന ചെമ്മൺപാതയിലെ കയറ്റത്തിൽ സൈക്കിൾ പിടിച്ചുകൊണ്ട് അപ്പുക്കുട്ടൻ നടന്നു. കൂടെ അശോകനും.

''ഈ സമരം കൊണ്ട് ഇവർ എന്തു നേടാനാണ്?'' അപ്പുക്കുട്ടൻ ചോദിച്ചു.

''സർക്കാർ ജനങ്ങൾക്കു വേണ്ടി ഒട്ടേറെ കാര്യങ്ങൾ ചെയ്യുന്നു. പ്രത്യേകിച്ചും പാവപ്പെട്ടവരുടെ പ്രശ്നങ്ങൾ. പാവപ്പെട്ടവരും തൊഴിലാളികളും ഒരുപാടു പ്രതീക്ഷയോടെ തിരഞ്ഞെടുത്തതാണ് ഈ സർക്കാരിനെ. വാഗ്ദാനങ്ങൾ സർക്കാർ ഒന്നൊന്നായി ചെയ്യുന്നുണ്ട്. അങ്ങനെ കമ്യൂണിസ്റ്റ് പാർട്ടിക്ക് ജനപിന്തുണ വർദ്ധിക്കുന്നത് സമുദായനേതാക്കളെയും കോൺഗ്രസ്സിനെയും ഭയപ്പെടുത്തുന്നു. മറ്റൊന്ന് പാവപ്പെട്ടവർക്കും തൊഴിലാളികൾക്കും നീതി കിട്ടുമ്പോൾ പ്രമാണിമാർ കൈയടക്കിവച്ചിരിക്കുന്ന അവകാശങ്ങൾ പലതും നഷ്ടമാവും.''

''സഹോദരൻ അയ്യപ്പൻ വിമോചനസമരത്തിനെതിരായി നിരന്തരം എഴുതുന്നുണ്ടല്ലോ.''

''സഹോദരൻ വിമോചനസമരത്തിനെതിരാണ്. ഭൂരിപക്ഷമുള്ള സർക്കാരാണ്. അവർ ജനങ്ങൾക്ക് കൊടുത്ത വാഗ്ദാനം നടപ്പിലാക്കുകയാണ്. അതിനോട് എതിർപ്പുണ്ടെങ്കിൽ അടുത്ത തിരഞ്ഞെടുപ്പിൽ

കമ്യൂണിസ്റ്റ് പാർട്ടിയെ പരാജയപ്പെടുത്തുകയാണ് വിമോചനസമര ക്കാർ ചെയ്യേണ്ടത് എന്നാണ് അദ്ദേഹം പറയുന്നത്. അടിസ്ഥാന വിഭാഗങ്ങളുടെ പിന്തുണ കമ്യൂണിസ്റ്റ് പാർട്ടിക്കും സർക്കാരിനുമുണ്ട്. സമരത്തിന്റെ മുന്നിൽ സർക്കാർ മുട്ടുകുത്തില്ലെന്നാണ് ഞാൻ കരു തുന്നത്.''

സർക്കാർ മുട്ടുകുത്തിയില്ല. പക്ഷേ നെഹ്രുവിന്റെ കേന്ദ്രസർ ക്കാർ ഇ.എം.എസ് മന്ത്രിസഭയെ പിരിച്ചുവിട്ടു.

## മുപ്പത്തിയഞ്ച്

**തോ**ട്ടുവരമ്പിലെ പണയിൽ പഴയ വീടു നിന്നിടത്തുതന്നെ ഓടിട്ട ഒരു വീടു പണിത് അതിലാണ് അശോകനും അശ്വതിയും രണ്ടു മക്കളും ഇപ്പോൾ കഴിയുന്നത്. സൈകതം എന്ന് വീടിനു പേരിട്ടു.

അപ്പുക്കുട്ടൻ സിവിൽ സർവ്വീസ് പരീക്ഷയ്ക്കുള്ള തയ്യാറെടു പ്പിലാണ്. ഒരുപാട് പുസ്തകങ്ങൾ വായിക്കാൻ സൗകര്യത്തിന് അവൻ തിരുവനന്തപുരത്താണ് താമസം.

ബി.എയ്ക്ക് പഠിക്കുമ്പോൾത്തന്നെ അവധി ദിവസങ്ങളിൽ അവൻ ഏകലവ്യയിൽ പഠിപ്പിക്കുമായിരുന്നു. അവൻ എം.എ. കഴിഞ്ഞ് നിൽക്കുന്ന സമയത്താണ് കൂടെ പഠിച്ച നാരായണനെ അശോകൻ കാണാനിടയായത്. നാരായണൻ അപ്പോൾ ആസ്ട്രേലിയൻ ഹൈ ക്കമ്മീഷനിലാണ്. മറ്റൊരു സതീർത്ഥ്യൻ വഴി അശോകന്റെ വിവര ങ്ങൾ അറിഞ്ഞ നാരായണൻ വിലാസം വാങ്ങി അശോകന് കത്തെ ഴുതുകയായിരുന്നു. യൂണിവേഴ്സിറ്റി കോളേജിൽ അശോകന്റെ ഏറ്റവും അടുത്ത സുഹൃത്തായിരുന്നു നാരായണൻ. നാരായണ നോട് ഒരു വാക്ക് പറയാതെയാണ് അശോകൻ അന്ന് കോളേജ് വിട്ടത്. അശോകന്റെ യാതൊരു വിവരവുമില്ലാതെ ഭദ്രൻ വിഷമിക്കു മ്പോൾ നാരായണനായിരുന്നു ആശ്വസിപ്പിച്ചിരുന്നത്.

നാരായണന്റെ കത്തുവായിച്ചപ്പോൾ അശോകന്റെ കണ്ണു നിറഞ്ഞു. അശ്വതിയും മക്കളും അതു കാണുന്നുണ്ടായിരുന്നു.

അശോകൻ കത്ത് ഒന്നുകൂടി, അവർക്കു കേൾക്കാൻ വായിച്ചു.

ഡിയർ അശോകൻ,

ഞാൻ നാരായണനാണ്. കെ ആർ നാരായണൻ. നീ മറന്നുകാണില്ലല്ലോ. ആസ്ട്രേലിയൻ ഹൈക്കമ്മീഷനിലാണ്

ജോലി. ഇപ്പോൾ നാട്ടിൽ എന്റെ വീട്ടിലുണ്ട്. നിന്നെയൊന്നു കാണാൻ ആഗ്രഹമുണ്ട്. കുടുംബപരമായ ചില കാര്യങ്ങൾക്കാണ് വന്നത്. അതിനാൽ നിന്നെ അങ്ങോട്ടു വന്നു കാണാൻ സമയം കിട്ടില്ല. വരുമെന്ന പ്രതീക്ഷയോടെ

**കെ.ആർ. നാരായണൻ**

അപ്പുക്കുട്ടനെയും കൂട്ടിയാണ് പെരുന്താനത്തുള്ള കെ.ആർ. നാരായണന്റെ വസതിയിൽ പോയത്. ഇരുപത്തിമൂന്നു വർഷങ്ങൾക്കു ശേഷമുള്ള കൂടിക്കാഴ്ച. ആശ്ലേഷവും കൈപിടിച്ചു കുലുക്കലും മുഖത്ത് വിരിയുന്ന ഭാവങ്ങളും നോക്കി കുടുംബാംഗങ്ങളും അപ്പുക്കുട്ടനും നിന്നു.

ഇരുപത്തിമൂന്നു വർഷത്തെ കഥകൾ രണ്ടുപേരും പറഞ്ഞു. തന്റെ മനസ്സിനെ മനസ്സിലാക്കുന്ന ഒരു സുഹൃത്തിന്റെ അരികിലിരുന്നപ്പോൾ അശോകന്റെ മനസ്സിന് വല്ലാത്ത തണുപ്പു തോന്നി. മനസ്സിന്റെ അതിലോലതയിൽ നനുനനുത്ത സ്പർശം. അത് തന്റെ കഴിഞ്ഞകാല ജീവിതത്തിന്മേലുള്ള തൊടലായിരുന്നു.

ലണ്ടൻ സ്കൂൾ ഓഫ് എക്കണോമിക്സിൽ ടാറ്റായുടെ സ്കോളർഷിപ്പോടെ പഠിച്ചതും ഹരോൾഡ് ലാസ്ക്കിയുടെ കത്തുമായി നെഹ്രുവിനെ കണ്ടതും ഒക്കെ നാരായണനും പറഞ്ഞു.

അത് നാരായണൻ പറയുമ്പോൾ വിടർന്ന കണ്ണുകളോടെ അത്ഭുതത്തോടെ അപ്പുക്കുട്ടൻ നോക്കിയിരുന്നു.

നാരായണൻ പറഞ്ഞു.

'ലാസ്ക്കി സ്വമേധയാ കത്തു തരുകയായിരുന്നു. ഞാൻ ഡൽഹിയിൽ വന്ന് നെഹ്റുവിനെ കാണാൻ അനുവാദം വാങ്ങി. നെഹ്റു ലണ്ടനെക്കുറിച്ചും പഠനത്തെക്കുറിച്ചുമൊക്കെ ചോദിച്ചു. എനിക്കനുവദിച്ച സമയം കഴിഞ്ഞിട്ടുണ്ടാവുമെന്ന് കരുതി ഞാൻ പെട്ടെന്ന് ആ കത്ത് മേശപ്പുറത്തു വച്ച് പാർലമെന്റ് ഹൗസിന്റെ വൃത്താകൃതിയിലുള്ള ഇടനാഴിയിലേക്ക് ഇറങ്ങി നടന്നു. അപ്പോൾ പിന്നിൽ നിന്ന് ആരോ കൈയ്യടിക്കുന്നു. തിരിഞ്ഞു നോക്കിയപ്പോൾ നെഹ്രു എന്നെ കൈയടിച്ചു വിളിക്കയാണ്. നീ എന്താ ഈ കത്ത് ആദ്യമേ തരാതിരുന്നത് എന്നു ചോദിച്ചു. ഞാനതിന് സോറി പറഞ്ഞു. അദ്ദേഹത്തെ വീണ്ടും വന്നു കാണണമെന്ന് പറഞ്ഞു. പിന്നെ താമസിയാതെ വിദേശകാര്യ വകുപ്പിൽ എനിക്ക് ജോലി ശരിയായി.''

അന്ന് അപ്പുക്കുട്ടനോട് കുറച്ചുനേരം സംസാരിച്ചതിനുശേഷം നാരായണൻ പറഞ്ഞു:

''ഇവൻ മിടുക്കനാണ്. സിവിൽ സർവ്വീസ് പരീക്ഷ എഴുതണം. അതിനായി തയ്യാറാവണം.''

തിരിച്ചുവരുമ്പോൾ അശോകൻ അപ്പുക്കുട്ടനോട് പറഞ്ഞു.

''ഇപ്പോൾ നമ്മൾ ഷെഡ്യൂൾഡ് കാസ്റ്റ് എന്നു പറയുന്ന വിഭാഗത്തിലാണ് നാരായണൻ ജനിച്ചത്. ഒരു ഓലക്കുടിലിൽ. അയാൾ തിരുവിതാംകൂറിൽ ഒന്നാം റാങ്കോടെ ബി.എ. പാസായി. എല്ലാ സൗകര്യങ്ങളുമുള്ളവർ നേടിയ നേട്ടമല്ല നാരായണന്റെ നേട്ടം. അത് മുടന്തുള്ളവൻ ഓടി ജയിക്കുന്നതിനു തുല്യമാണ്. അവൻ ഇനിയും ഉയരങ്ങളിലെത്തും.''

പക്ഷേ കെ.ആർ. നാരായണൻ ഭാവിയിൽ ഇന്ത്യയുടെ രാഷ്ട്രപതിയാകും എന്ന് അശോകൻ കരുതിയില്ല. അശോകൻ മരിക്കുമ്പോൾ കെ.ആർ. നാരായണൻ എം.പിയാണ്. നാരായണൻ അശോകന്റെ മരണത്തിന് എത്തിയിരുന്നു.

അപ്പുക്കുട്ടന് അവന്റെ വഴികൾ തെളിയുകയായിരുന്നു. ആത്മവിശ്വാസത്തിൽ ചില ദൃഢനിശ്ചയങ്ങൾ അവൻ എടുത്തു. തിരുവനന്തപുരത്ത് വാടക തീരെ കുറഞ്ഞ ഒരു കുടുസ്സുമുറിയിൽ അവൻ വായനയുടെ ലോകത്ത് മുഴുകി.

ആ കുടുസ്സുമുറിയിൽ വായിച്ച് നോട്ട് കുറിച്ചുകൊണ്ടിരിക്കുമ്പോഴാണ് നെഹ്രുവിന്റെ മരണം അവനറിയുന്നത്. അവൻ പുസ്തകം മടക്കി വച്ചു. കട്ടിലിൽ നിരത്തിയിട്ടിരുന്ന പുസ്തകങ്ങളിൽ നെഹ്രുവിന്റെ ഇന്ത്യയെ കണ്ടെത്തലുമുണ്ടായിരുന്നു. അവൻ അതിന്മേൽ പതിയെ തടവി. ഉള്ളിൽ ശൂന്യതയുടെ ഒരു തുള വേദനയായി അനുഭവപ്പെട്ടു.

അപ്പുക്കുട്ടൻ ഇന്ത്യൻ ഫോറിൻ സർവ്വീസിൽ ചേരുമ്പോൾ ഇന്ദിരാഗാന്ധിയാണ് ഇന്ത്യൻ പ്രധാനമന്ത്രി. കേരളത്തിൽ ഇ.എം.എസ്. വീണ്ടും മുഖ്യമന്ത്രിയായി.

ഇ.എം.എസ്. സർക്കാരിനെ അട്ടിമറിച്ച് കോൺഗ്രസ് പിന്തുണയോടെ സി.പി.ഐയുടെ സി അച്യുതമേനോൻ മുഖ്യമന്ത്രിയായി.

ദേശീയ രാഷ്ട്രീയത്തിലും സംസ്ഥാന രാഷ്ട്രീയത്തിലും പല സംഭവവികാസങ്ങളും ഉണ്ടായിക്കൊണ്ടിരുന്നു. അടിയന്തരാവസ്ഥ വന്നു. അത് പിൻവലിക്കപ്പെട്ട് തിരഞ്ഞെടുപ്പു നടത്തിയപ്പോൾ ഇന്ദിരാഗാന്ധിയും കോൺഗ്രസും അമ്പേ തോറ്റു. പഴയ ജനസംഘക്കാർ ഗാന്ധിയൻ മൊറാർജിയുടെ മന്ത്രിസഭയിൽ പ്രധാന വകുപ്പുകളിൽ മന്ത്രിമാരായി. ജനതാ മന്ത്രിസഭ തകർന്നു, വീണ്ടും ഇന്ദിര വന്നു.

ഇന്ദിര കൊല്ലപ്പെട്ടു. രാജീവ് ഗാന്ധി പ്രധാനമന്ത്രിയായി. ഏഴുവർഷം കഴിഞ്ഞ് രാജീവും കൊല്ലപ്പെട്ടു.

രാഷ്ട്രീയമാറ്റങ്ങൾ ഉപരിതലത്തിലാണ്. അശോകന് നാൽപ്പത്തഞ്ച് അൻപത് വയസ്സായപ്പോഴേക്കും നിരാശയുടെ പടുകുഴിയിലായി.

ഭൂപരിഷ്കരണം നടപ്പിലായിട്ടും കർഷകത്തൊഴിലാളികളായ ദളിതർ ഭൂമിയുടെ അവകാശികളായില്ല. ലക്ഷംവീട് കോളനികൾ ഉണ്ടായി. അവർ കോളനികളിലേക്ക് ഒതുക്കപ്പെട്ടു. പട്ടികവർഗ്ഗമായ ആദിവാസികളുടെ ഭൂമി തട്ടിയെടുക്കപ്പെട്ടുകൊണ്ടിരുന്നു. കൈയേറ്റക്കാരായിരുന്നു രാഷ്ട്രീയശക്തി. പട്ടികജാതി പട്ടികവർഗ്ഗം രാഷ്ട്രീയത്തിന്റെ പുറമ്പോക്കിലേക്ക് ഉപേക്ഷിക്കപ്പെട്ടുകൊണ്ടിരുന്നു.

ആയിരത്തിത്തൊള്ളായിരത്തി അറുപതുകളിൽ ആശ അസ്തമിച്ചുകൊണ്ടിരുന്നു. എഴുപതെത്തിയപ്പോൾ പ്രതീക്ഷയറ്റ് ഇരുളിലായി. അതോടെ വല്ലാതെ ജഡതയും ബാധിച്ചു.

സ്വാതന്ത്ര്യത്തിന് മുൻപ് യൗവ്വനത്തിലെത്തിയവൻ ജനങ്ങളുടെ ഇടയിൽ നടക്കുന്ന സമരങ്ങളിലൂടെയും അങ്ങനെ വരുന്ന മാറ്റങ്ങളിലൂടെയുമാണ് സ്വയം ആയിത്തീർന്നുകൊണ്ടിരുന്നത്. അനന്തമായ പുതുക്കൽ ആണ് അവന്റെ മുന്നിലുള്ളത്. ജനിച്ചുവീണ സ്വത്വവലയത്തിൽ നിന്ന് പുറത്തുകടക്കാനുള്ള പ്രകാശവാതിലായിരുന്നു ചുറ്റും. ചിന്തയും പ്രവൃത്തിയും തിരമാലകളായി അലയടിച്ചു.

ഒരു പ്രസ്ഥാനത്തിന്റെ ഭാഗമായിനിന്നു പ്രവർത്തിക്കാൻ കഴിയുന്ന വ്യക്തിത്വമായിരുന്നില്ല അശോകൻ. പക്ഷേ ചുറ്റും അലയടിക്കുന്ന ആശയസംഘർഷങ്ങളും സമരങ്ങളും തനിക്കും ഒരിടമുണ്ടാക്കുന്നത് അശോകനറിഞ്ഞു. അശ്വതിയുമായി എവിടേക്കെങ്കിലും പോയി പുതിയസ്വത്വത്തിൽ പ്രകാശിതമാവാമെന്ന ആശയം ഉപേക്ഷിച്ചത് അതുകൊണ്ടാണ്. ഏറത്ത് തറവാട്ടിലെ ഇ.എ. അശോകക്കുറുപ്പ് ആകാതെ ഇവിടെ ജീവിക്കാം എന്നു തോന്നി. അങ്ങനെ ജീവിക്കുകയും ചെയ്തു.

അടിത്തട്ടു മനുഷ്യരുടെ പ്രസ്ഥാനമായ കമ്യൂണിസ്റ്റ് പാർട്ടിയുടെ വളർച്ച ഒരുപാട് പ്രതീക്ഷ നൽകി. കമ്യൂണിസ്റ്റ് പാർട്ടി അധികാരത്തിലേറിയപ്പോൾ ആ പ്രതീക്ഷ വർദ്ധിച്ചു. പിന്നെ നിരാശയായിരുന്നു.

അശോകൻ എല്ലാറ്റിനും കാഴ്ചക്കാരൻ മാത്രമായിരുന്നു. പുതിയ കാലത്തിലേക്ക് വാർത്തെടുക്കപ്പെടുന്ന യുവത അശോകനെ നിരാശപ്പെടുത്തി. അതിൽ നിന്ന് കുതറുന്നവർ നക്സലുകളും അസ്തിത്വ

പ്രശ്നങ്ങളിൽ ഉഴലുന്നവരുമായിരുന്നു. അവർ ജ്വലിച്ച് അകാലത്തിൽ ഇല്ലാതായിപ്പോകുന്നതാണ് കാണുന്നത്.

അദ്ധ്യാപനമാണ് അശോകന് ഇപ്പോൾ അല്പം ഇടം കൊടുക്കുന്നത്. ഒരിത്തിരിവട്ടത്തുരുത്ത്. താടി വളർത്തിയ ചെറുപ്പക്കാരാണതിൽ. അവരിൽ അഗ്നിയുണ്ട്. കമ്യൂവിന്റെ ദി റിബലും സാർത്രിന്റെ ബീയിങ്ങ് ആൻഡ് നത്തിങ്ങ്നെസും കൂടെയുണ്ടാവും. അവരിൽ ചെ ഗുവേരയും റെഷിദെബ്രേയും ആളിക്കത്തുകയാണ്. അശോകൻ കണ്ടു, ആരും അംബേദ്ക്കറെ വായിക്കുന്നില്ല. വായിക്കാനെന്തെങ്കിലും അംബേദ്ക്കർ എഴുതിയിട്ടുണ്ട് എന്നും ആർക്കുമറിയില്ല.

ഹരിജനം എന്ന് ഗാന്ധി വിളിച്ചു ബഹുമാനിച്ച സമൂഹത്തിൽ നിന്ന് വളരെ കുറച്ചുപേരെങ്കിലും ഇപ്പോൾ അശോകന്റെ വിദ്യാർത്ഥികളാണ്. അവരിൽ സമർത്ഥരായവരെല്ലാം മാർക്സിസ്റ്റ് ലെനിനിസ്റ്റ് വിപ്ലവപാതയിലാണ്. ദളിത് എന്ന വാക്ക് അവർ കേട്ടിട്ടില്ല. യുദ്ധത്തിനുശേഷം അശോകൻ മഹാരാഷ്ട്രയിലായിരുന്നപ്പോൾ അംബേദ്ക്കറെ വായിച്ചിരുന്നു. ദളിത് ചരിത്രത്തിനും അതിന്റെ പ്രസ്ഥാന വഴികൾക്കുമൊപ്പം അശോകൻ സഞ്ചരിച്ചിട്ടുണ്ടായിരുന്നു. അംബേദ്ക്കർ ചിന്തകൾ അശോകൻ തന്റെ ക്ലാസുകളിൽ അവതരിപ്പിക്കുമായിരുന്നു. ബിരുദ ബിരുദാനന്തര പഠനത്തിനുള്ള ബഹുഭൂരിപക്ഷം വിദ്യാർത്ഥികളും ദളിതരല്ലായിരുന്നല്ലോ. ജാതിയെ പ്രശ്നവത്കരിക്കുന്നതിൽ അവർക്കാർക്കും താത്പര്യമില്ലായിരുന്നു. ജാതി അവർക്ക് പ്രശ്നമായിരുന്നില്ല. ജാതി നിലനിൽക്കുന്നതും പ്രശ്നമായിരുന്നില്ല. ജാതി പ്രശ്നമായിരുന്ന കാലത്ത് ജാതിയുടെ കെടുതികൾക്കെതിരെ പോരാടിയ നവോത്ഥാന നായകർ പാഠപുസ്തകങ്ങളിലുണ്ട്. ചരിത്രത്തിലെ ആ വിഗ്രഹങ്ങൾ അവരുടെ മനസ്സിൽ പ്രതിഷ്ഠിക്കപ്പെട്ടു. അംബേദ്കർ ഭരണഘടനാശിൽപ്പി എന്നും. മരിച്ചവരും സമകാലീനരുമായ വിഗ്രഹങ്ങൾ പിന്നെയുമുണ്ട്. രാഷ്ട്രപിതാവ് തന്നെയാണ് അതുല്യമായ അവതാരം. പിന്നെ നെഹ്രു, ഇന്ദിരാ ഗാന്ധി, സുഭാഷ് ചന്ദ്ര ബോസ്... അങ്ങനെ ഒരു കൂട്ടർക്ക്... ഇ.എം.എസ്, എ.കെ.ജി തുടങ്ങിയ കമ്യൂണിസ്റ്റ് നേതാക്കൾ മറ്റു ചിലർക്ക്.

അംബേദ്കറെ അവർ കേട്ടുകളഞ്ഞു.

ഹരിജനങ്ങൾ എന്ന് വിളിക്കപ്പെട്ട, പട്ടികജാതി എന്ന് വിഭാഗീകരിച്ചവർക്ക് ജാതി അപകർഷത്തിന്റെ മേലുടുപ്പായിരുന്നു. കോളേജിൽ ജാതി സ്വത്വം ബുദ്ധിയെ, യൗവ്വനത്തെ, ആത്മാഭിമാനത്തെയൊക്കെ അപഹസിച്ചുകൊണ്ടിരുന്നു. എങ്ങും കളിയാക്കലുകളും നിന്ദയും മാത്രം.

ദളിത് ക്രിസ്ത്യാനിയായ ശ്രീജൻ പറഞ്ഞു.

''സാർ, കോളേജ് പ്രണയിനികളുടെ ലോകവുമാണല്ലോ. ജീവിതത്തിൽ ഒരുമിച്ചാലുമില്ലെങ്കിലും പ്രണയം അവിടെ പൂത്ത് വിലസും. ഒരു പുലയന്, ഹിന്ദു ആയാലും ക്രിസ്ത്യാനി ആയാലും, ഒരു സവർണ്ണ പെൺകുട്ടിയെ നോക്കാൻ ഭയമാണ്. അവന് ഇഷ്ടം തോന്നും. അത് തുറന്നുപറഞ്ഞാൽ ജാതി പറഞ്ഞ് അവനെ അധിക്ഷേപിക്കുമെന്നത് ഉറപ്പാണ്. മെസ്സിലെ ഭക്ഷണത്തിന് കുറ്റം പറഞ്ഞാൽ ഇതുകൂടിയും തിന്നാൻ നിന്റെ വീട്ടിലുണ്ടോ എന്നു ചോദിക്കും. ആരും കൂട്ടുകൂടില്ല. ലംസം ഗ്രാന്റും സ്റ്റൈപ്പന്റുമൊക്കെ അവരുടെ ഔദാര്യമാണ് എന്ന ഭാവമാണ്. ഇതിൽ നിന്ന് പുറത്തു കടക്കണം. വിപ്ലവമാണ് അതിനുള്ള വഴി.''

വിപ്ലവം എല്ലാ ഘടനയും ഇല്ലാതാക്കി പുതുലോകം സൃഷ്ടിക്കുമെന്നവർ വിശ്വസിച്ചു. നശിച്ച ജാതി ഇല്ലാത്ത ലോകം.

സ്വകാര്യ സ്വത്തുടമസ്ഥത ഇല്ലാതാക്കുവാനും തൊഴിലാളികളുടെ ഭരണം സ്ഥാപിക്കാനും വിപ്ലവപ്രവർത്തനത്തിനിറങ്ങിയവർ സമൂഹത്തിൽ വലിയ മാറ്റം കൊണ്ടുവന്നു. അത് ഉയർന്നു പൊങ്ങി താണു, എല്ലാപേരും തിരികെ വീട്ടിൽ കയറി, ഘടനയ്ക്കകത്ത് സ്ഥാനം പിടിച്ചു. അധികാരം അവരെ മേലാളരാക്കുകയും ചെയ്തു. വീണ്ടും വിപ്ലവത്തിന്റെ സ്വപ്നങ്ങൾ. അതിന് മുൻഗാമികളുടെ വിപ്ലവസ്വപ്നത്തിന്റെ ആയുസ്സുകൂടിയുണ്ടായില്ല.

ശ്രീജൻ നക്സൽ ആഭിമുഖ്യത്തിലേക്ക് വഴിമാറിയിരുന്നു. ഫിലിപ്പ് എം. പ്രസാദിന്റെയും കെ വേണുവിന്റെയുമൊക്കെ രഹസ്യയോഗത്തിൽ ശ്രീജൻ പങ്കെടുത്തു. അപഹസിക്കപ്പെടലിൽ നിന്നും ജാതിയിൽ നിന്നും പുറത്തു കടന്നതുപോലെ അവനു തോന്നി.

ഇംഗ്ലീഷ് സാഹിത്യം ബി.എയ്ക്ക് പഠിക്കുകയായിരുന്നു ശ്രീജൻ. അസാമാന്യ ബുദ്ധിയുള്ളവൻ, അതിശയിപ്പിക്കുന്ന വായനയുള്ളവൻ. ഭാഷയ്ക്ക് അതുവരെ പരിചയമായ ശീലത്തിനു പുറത്ത് മലയാളത്തിൽ കവിത എഴുതിയവൻ. അവൻ ബി.എ. പൂർത്തിയാക്കിയില്ല, കവിതയ്ക്ക് അവൻതന്നെ തീർത്ത വൃത്തം പൊട്ടിച്ചിതറി. കുറെ ദിവസം അവനെ കാണുകയുണ്ടായില്ല. പിന്നെ മറ്റു കുട്ടികളിൽ നിന്നറിഞ്ഞു,അവൻ മാനസികരോഗ ചികിത്സയിലാണെന്ന്. ഒരു ദിവസം ശ്രീജന്റെ വീട്ടിൽ അശോകൻ പോയി. ചായ്പ്പിൽ ചങ്ങലയിൽ ബന്ധിച്ച ശ്രീജനെ അശോകൻ കണ്ടു. എന്തുകൊണ്ടാണ് ശ്രീജൻ ഭ്രാന്തനായത്? അതിന് സാമൂഹികമായ കാരണമുണ്ടെന്നു തന്നെ അശോകൻ കരുതി.

പ്രവർത്തിക്കാനൊന്നുമില്ലാത്ത ലോകം ജീവിതാഭിമുഖ്യത്തെ തകർത്തുകളഞ്ഞു. ആ ജഡതയെ പ്രതിരോധിച്ച് അശോകൻ ജീവിച്ചു,

എഴുപത്തിമൂന്നു വയസ്സുവരെ. ശരീരം തളർന്നും ഓർമ്മ വിളങ്ങിയും നിന്ന അവസാന മൂന്നു വർഷങ്ങൾ അശോകൻ പാടേ അപഹരിക്കപ്പെട്ടു. താൻ എന്തിൽനിന്നെല്ലാം പുറത്തു കടന്നോ അതിനകത്ത് അശോകൻ അടയ്ക്കപ്പെട്ടു. കാലത്തിന്റെ എല്ലാ കെട്ടുപാടുകളിൽ നിന്നും പുറത്തുകടന്ന തന്റെ സ്വത്വം ജീവിച്ചിരിക്കുമ്പോൾത്തന്നെ തമോദ്വാരത്തിൽ വിലയം പ്രാപിച്ചു.

അടിയന്തരാവസ്ഥക്കാലത്താണ് അശോകൻ അഗസ്ത്യാർകൂടത്തിലേക്ക് യാത്ര ചെയ്തത്. ഏകലവ്യയിലെ യുവ അദ്ധ്യാപകരായ ഹരിയും സോമനും പതിവായി പോകാറുള്ളതാണ്. ഇത്തവണയും പോകാനായി രജിസ്റ്റർ ചെയ്യുന്നു എന്ന് പറഞ്ഞപ്പോഴാണ് കൂടെ കൂടാൻ അശോകൻ പെട്ടെന്ന് ഒരു തീരുമാനമെടുത്തത്. അബോധത്തിൽത്തന്നെ താൻ പൊതിഞ്ഞു മറയപ്പെടുന്നതുപോലെ കുറച്ചുനാളായി അനുഭവപ്പെടുന്നു. ഒരു മാറ്റം വേണം. മരിച്ചു ജീർണ്ണിച്ച കോശങ്ങളുടെ ഒരാവരണമാണ് തന്നെ പൊതിയുന്നത്. ക്രമേണ മെറ്റമോർഫോസിസിന് താൻ വിധേയനാകുകയാണ്. സ്വയം തിരിച്ചറിയാനാകാതെ വളരുന്നു. മറ്റുള്ളവർ അകാരണമെന്ന് പറയുന്ന ദേഷ്യം വ്യക്തിത്വത്തിന്റെ വിലയിടിക്കുന്നുണ്ട്. ദേഷ്യപ്പെട്ടുപോയതിന് യുക്തിയില്ലാത്തതിനാൽ എപ്പോഴും ക്ഷമാപണം ചോദിക്കേണ്ടി വരുന്നു, അശ്വതിയോട്, മക്കളോട്, വിദ്യാർത്ഥികളോട്.

''ഈയിടെയായി അശോകനിത്തിരി കൂടുന്നുണ്ട്. എന്തുപറ്റി അശോകാ നിനക്ക്?''

മുന്നിലിരുന്ന പാത്രം വലിച്ചെറിഞ്ഞ അശോകന്റെ ദേഷ്യപ്രകടനത്തിനോട് വാക്കുകൾകൊണ്ട് അതിരൂക്ഷമായി പ്രതികരിച്ചശേഷം അല്പം ശാന്തമായി അശ്വതി പറഞ്ഞതാണിത്.

ലജ്ജയും അവമതിയും തോന്നി ചെറുതായിപ്പോകുന്നുണ്ട് അശോകൻ.

മഹിമയുടെ കൂടെ ബാങ്കിൽ ജോലിചെയ്യുന്ന ശ്രീകുമാരൻനായരെ അവൾ പ്രണയിക്കുന്നു. പ്രണയത്തിന് അശോകൻ എതിരല്ല. പ്രായപൂർത്തിയായ മക്കൾക്ക് ഇണയെ കണ്ടുപിടിക്കുന്ന ജോലി അച്ഛനുമമ്മയ്ക്കുമാണെന്ന് അശോകൻ കരുതില്ലല്ലോ. പക്ഷേ താൻ എവിടെ നിന്നാണോ ഇറങ്ങിപ്പോന്നത് അതിനെക്കാൾ ഭൂതകാല മഹിമയിൽ സായുജ്യമടയുന്ന ഗൃഹത്തിലാണ് മകൾ ജീവിതവഴി കണ്ടെത്തിയത് എന്നത് അസ്വസ്ഥപ്പെടുത്താതിരിക്കില്ല.

മഹിമമോൾ പ്രവേശിക്കാൻ പോകുന്ന ഗൃഹാന്തരീക്ഷം തനി യാഥാസ്ഥിതിക നായർ തറവാടാണ്. യാഥാസ്ഥിതികതയും തറവാട്ടു മഹിമയും ആചാരാനുഷ്ഠാനാദികളും ബലപ്പെടുത്താനുള്ള പുതിയ

ചേരുവകൾ കണ്ടുപിടിക്കുന്ന ജ്യോതിഷികളും സമുദായനേതാക്കളുമുണ്ട്. അവരുടെയൊക്കെ ഒരു മിനിയേച്ചർ പതിപ്പാണ് മേലേമഠത്തിൽ തറവാട്ടിൽ അശോകൻ കണ്ടത്. ശരീരഭാഷ, വർത്തമാന വിഷയങ്ങൾ, ആചാരങ്ങൾ, കീഴ്ജാതിക്കാരെയും പ്രത്യേകിച്ചും ദളിതരെയും മറ്റു മതക്കാരെയും ആക്ഷേപിക്കൽ, നായർ മഹത്ത്വം പറഞ്ഞുകൊണ്ടേ ഇരിക്കൽ...

തന്നെ നരകലോകത്ത് കൂട്ടിക്കൊണ്ടുപോയതുപോലെ തോന്നി അശോകന്.

പയ്യന്റെ വീട്ടിൽപ്പോയിവന്ന ദിവസം വൈകുന്നേരം ചായകുടിച്ചുകൊണ്ടിരുന്നപ്പോൾ അശ്വതി ചോദിച്ചു.

''അശോകനെന്ത് ഒന്നും മിണ്ടാതിരിക്കണത്? ഇതേപോലത്തെ ബന്ധം അവക്ക് കിട്ടാനൊണ്ടോ? നല്ല ആൾക്കാര്, നല്ല പയ്യൻ, പഴേ പേരും പെരുമയുമുള്ള തറവാട്. അപ്പുമോനും ശ്രീകുമാരനെ ഇഷ്ടപ്പെട്ടു. അവളെന്തായാലും അന്യജാതിക്കാരനെ പ്രേമിച്ചില്ലല്ലോ. ശ്രീകുമാരന്റെ അച്ഛൻ എന്നെസ്സെസിന്റെ നേതാവായതാണാ അശോകന് പ്രശ്നം. അതോ അവര് കോൺഗ്രസ്സുകാരായതോ. ഇപ്പം കോൺഗ്രസ്സും കമ്യൂണിസ്റ്റും തമ്മില് വലിയ വ്യത്യാസമൊന്നുമില്ല. അച്യുതമേനോനും കരുണാകരനും ഒരുമിച്ച് ഭരിക്കുന്നില്ലേ?''

അശ്വതി ഇപ്പോഴും സി.പി.ഐ എമ്മിനേ വോട്ടുചെയ്യൂ. ഇ.എം.എസ്സാണ് ആരാധ്യപുരുഷൻ.

അശോകൻ സംയമനം പാലിച്ച് ഇരുന്നു.

''ഒന്ന് വായ് തുറന്ന് എന്തെങ്കിലും പറ.''

അശോകൻ പറഞ്ഞു.

''അവളുടെ ഇഷ്ടം നടക്കട്ടെ. പക്ഷേ വീട്ടുകാരും പയ്യനും നമുക്ക് യോജിച്ചവരല്ല. ഇങ്ങനെയൊരു വീട്ടിൽ വാർത്തെടുക്കപ്പെട്ട അതേ ആശയങ്ങളുമായി ജീവിക്കുന്ന ഒരുത്തനെ നമ്മുടെ മകളെങ്ങനെ അനുയോജ്യനായി കണ്ടെത്തി എന്നതാണ് എന്നെ അത്ഭുതപ്പെടുത്തുന്നത്.''

''നിങ്ങളിതെന്തോന്ന് പറയണത്? ചെറുപ്പകാലത്തെ ആദർശം ഇനീം കളഞ്ഞൂടെ. അതുകൊണ്ടെക്കെ എന്തോന്ന് നേടി? ഞാൻ ജോത്സ്യരെ കണ്ടപ്പം അവക്ക് നല്ല സമയമാണെന്നാ പറയണത്. ഇപ്പം നടന്നില്ലങ്കീ പിന്നെ മുപ്പത്തിരണ്ടു വയസ്സ് കഴിഞ്ഞേ നടക്കത്തൊള്ളെന്ന് നാണുജോത്സ്യര് പറഞ്ഞ്. നല്ല പൊരുത്തമാണ് അവര് തമ്മീ. സമസപ്തമയോഗമോ വേറെ എന്തോന്നൊക്കെയാ ഉണ്ട്. നിങ്ങക്കിതിലൊന്നും വിശ്വാസമില്ലല്ലെ?''

അശോകൻ നിസ്സഹായതയിൽ തളർന്ന് അവളെ നോക്കി. അശ്വതി ഇങ്ങനെയൊക്കെ പറയുമ്പോഴാണ് അശോകന് ജീവിതം അർത്ഥമില്ലാതാവുന്നത്.

"മകൾക്ക് ഒരു നല്ല ബന്ധം വരമ്പം നിങ്ങളെന്തോന്ന് ഇങ്ങനെ നോക്കണത്. പെണ്ണിന് ഒരു പറയനെയാ മേത്തനെയാ പിടിച്ചു കൊടുക്കണമെന്നാണാ നിങ്ങടെ മനസ്സില്."

ഒരു ദീർഘനിശ്വാസത്തോടെ അവൾ പറഞ്ഞു

"എന്റെ ഉക്കിരുട്ടുകൊണ്ട് പിള്ളേരക്കെ ഈ നിലയിലെത്തി. നിങ്ങള്ടെ ഏകലവ്യ ധർമ്മസ്ഥാപനമാണല്ലെ. ഏറത്തുന്ന് കിട്ടേണ്ട തറവാട്ടോഹരിയും വേണ്ടന്ന് വച്ച്. പിള്ളാരക്ക് നല്ല ഗതി വരമ്പം കുറുക്കേ നിക്കാന്നുവച്ചാ എന്തോന്ന് ചെയ്യും."

അവളുടെ ഓരോ വാക്കിനും അശോകന്റെ ഞരമ്പുകൾ വലിഞ്ഞു മുറുകി. എന്തെങ്കിലും ചെയ്തേ പറ്റൂ. സമനില തകിടം മറിയുകയാണ്. അപ്പോഴാണ് മുന്നിലിരുന്ന പാത്രവും വെള്ളവും തട്ടിത്തെറിപ്പിച്ചത്.

ഒരുവൻ ജാതിയിലും മതത്തിലും മൂഢവിശ്വാസങ്ങളിലും ജനിക്കുന്നത് ഒരു വീട്ടിലാണ്. വീടു ഭേദിച്ച് പുറത്തു കടന്ന് സ്വതന്ത്രമായി ബദൽ വീട് വികസിപ്പിച്ചു. സാമൂഹിക മാറ്റങ്ങൾക്കായി ഉദിച്ചുയർന്ന ബദൽ പ്രസ്ഥാനങ്ങളെ സമൂഹം വിഴുങ്ങിയപോലെ ബദൽ വീടിനെയും സമൂഹം വിഴുങ്ങുകയായിരുന്നു. അശ്വതി കാലത്തോടൊപ്പം സ്വപ്നങ്ങൾ നെയ്ത് മാറിക്കൊണ്ടിരുന്നു. നല്ല വീട്, മറ്റു സുഖസൗകര്യങ്ങൾ, മക്കളുടെ വിദ്യാഭ്യാസം, സമൂഹത്തിൽ നിലയും വിലയും ഇതൊക്കെയാണ് അവൾ ആഗ്രഹിക്കുന്നത്. ഏറത്ത് തറവാട് നശിച്ചുകൊണ്ടിരിക്കുമ്പോൾ സ്വന്തം കുടുംബം ഉയരത്തിലേക്കാണ്. അവളുടെ തയ്യൽക്കട ഇന്ന് അവിടത്തെ വലിയ ജൗളിക്കടയാണ്. നാലഞ്ചു പേർ തയ്യൽക്കാരായുണ്ട്. വിൽപ്പനയ്ക്ക് വേറെ രണ്ടുപേരും. അശ്വതി മുതലാളിയായി മേൽനോട്ടം വഹിച്ചവിടെ ഇരിക്കും. മകൻ ഇന്ത്യൻ ഫോറിൻ സർവ്വീസിൽ. മകൾക്ക് ദേശസാത്കൃതബാങ്കിൽ ജോലിയും. ഇപ്പോൾ നല്ലൊരു വിവാഹബന്ധവും.

നായർ സമുദായത്തിൽ ജനിച്ചെങ്കിലും കൊയ്തും കറ്റമെതിച്ചും ഏറത്തുകാരുടെ അടുക്കളപ്പണിചെയ്തും എച്ചിലെടുത്തുമായിരുന്നു അശ്വതിക്കും അമ്മയ്ക്കും ജീവിതം. ഇപ്പോൾ എന്നെസ്സെസ്സിന്റെ താലൂക്ക് പ്രസിഡന്റിന്റെ മകനാണ് മഹിമയെ വിവാഹം കഴിക്കാൻ പോകുന്നത്. സമുദായത്തിൽ നിലയും വിലയുമുണ്ടാകുന്നത് അവൾക്ക് അഭിമാനമാണ്. ശ്രീകുമാറിന്റെ വീട്ടുകാർക്ക് ഈ ബന്ധം

ഇഷ്ടപ്പെട്ടത് ഏറത്ത് അനന്തകൃഷ്ണക്കുറുപ്പിന്റെ ചെറുമകളാണ് മഹിമ എന്നതുകൊണ്ടായിരിക്കും.

ഒരുമിച്ചു ജീവിക്കാൻ തുടങ്ങിയ ആദ്യനാളുകളിൽ ജീവിതം മുന്നോട്ടുകൊണ്ടുപോകുന്നതായിരുന്നു പ്രശ്നം. ആരെയും ആശ്രയിക്കാതെ ജീവിക്കണം. അങ്ങനെയാണ് അശോകൻ വീട്ടിൽ ട്യൂഷൻ തുടങ്ങിയത്. അത് ഏകലവ്യ എന്ന സ്ഥാപനമായി വികസിച്ചു. അശ്വതി തയ്യൽക്കടയും തുടങ്ങി. അശോകന്റെ ചിന്തകളും ആദർശങ്ങളും കണ്ണുമടച്ച് സ്വീകരിച്ചിരുന്ന ആദ്യകാലം ക്രമേണ ഇല്ലാതായി. അശ്വതിയുടെ വിശ്വാസങ്ങളും ആഗ്രഹങ്ങളും ഓരോന്നായി പുറത്തുവന്നു. ക്രമേണ സൈകതം എന്ന പേരിലുള്ള ആ വീട് ഒരു സാധാരണ നായർ ഭവനമായി പരിണമിച്ചുകൊണ്ടിരുന്നു. ഈ മാറ്റത്തിന്റെ ആദ്യഘട്ടങ്ങളിൽ വഴക്കുകൾ പലതുമുണ്ടായി. പിന്നെപ്പിന്നെ ജനാധിപത്യം വീട്ടിലും ഉണ്ടാകേണ്ടത് താൻ മറന്നുപോകുന്നു എന്ന് അശോകൻ തിരിച്ചറിഞ്ഞു. ജനാധിപത്യം വ്യക്തിത്വത്തെ പിളർക്കുന്നുണ്ടായിരുന്നു. വീട്ടിൽ അശ്വതിയുടെ ഇഷ്ടവും ആശയവും പ്രബലമായി.

ഏകലവ്യയിലെ ചുരുക്കം ചില വിദ്യാർത്ഥികളും ചില അധ്യാപകരുമായിരുന്നു അശോകന് തന്നെ നിലനിർത്താനും പ്രകാശിപ്പിക്കാനും ആശ്രയം. എന്നിട്ടും താനൊരു മെറ്റമോർഫോസിസിന് വിധേയനാകുന്നുണ്ടോ എന്ന് അശോകൻ സംശയിച്ചു.

അപ്പുക്കുട്ടൻ സിവിൽ സർവ്വീസിനു പഠിക്കുമ്പോൾ ഇന്ദിരാഗാന്ധിയുടെ ആരാധകനായി. പല രാജ്യങ്ങളിൽ സ്ഥാനപതികാര്യാലയത്തിൽ ജോലി ചെയ്തപ്പോൾ ഈ ആരാധന കൂടി. ഇന്ദിരയോളം കഴിവും ധീരതയും നിശ്ചയദാർഢ്യവുമുള്ള മറ്റൊരു ലോകനേതാവില്ല എന്നാണവൻ പറയുന്നത്. അടിയന്തരാവസ്ഥ അനിവാര്യമായിരുന്നു എന്നാണ് അവന്റെ പക്ഷം. ജെപിയുടെ മൂവ്മെന്റ് ജനസംഘത്തെ വളർത്താനേ സഹായിക്കൂ എന്ന് അപ്പുക്കുട്ടൻ അശോകനെഴുതി. ജനതാപാർട്ടി പിളർന്ന് മൊറാർജി മന്ത്രിസഭ വീണപ്പോൾ ജനസംഘത്തിന്റെ യഥാർത്ഥ മുഖം കണ്ടല്ലോ എന്ന് തന്റെ വാദത്തെ ന്യായീകരിച്ചു. തന്റെ കൂടെ ഐ.എഫ്.എസ് കിട്ടിയ ഒരു തമിഴ് ബ്രാഹ്മണ പെൺകുട്ടി ജാനകിയെ അവൻ വിവാഹം കഴിച്ചു. നെഹ്രുവിയൻ മതേതരമൂല്യങ്ങളായിരുന്നു അവന്റെ ആദർശം. ഒരു നിരീശ്വരവാദിയായതുകൊണ്ട് അവൻ നിർമതനും ആയിരുന്നു. പക്ഷേ സവർണ്ണതയുടെ ജാത്യാഭിമാനം അവനിൽ കടന്നുകൂടിയിരുന്നു. ബൗദ്ധികശേഷിയുള്ള ജനിതക പരമ്പര എന്ന് ശാസ്ത്രീയ നിഗമനങ്ങളിലാണ് ജാതിയെ അപ്പുക്കുട്ടൻ കാണുന്നത്. ഇക്കാര്യങ്ങളിലെല്ലാം

സമാനചിന്താഗതിക്കാരിയായതുകൊണ്ടായിരിക്കാം ഐ.എഫ്.എസ്. പരിശീലനം കഴിഞ്ഞപ്പോൾ വിവാഹം കഴിക്കാം എന്ന് അപ്പുക്കുട്ടനും ജാനകിയും തീരുമാനിച്ചത്. വിവാഹത്തിനു മുൻപ് പെണ്ണിനെ കാണാൻ അശോകനും അശ്വതിയും മഹിമയും മധുരയിൽ പോയിരുന്നു. മധുരയിൽ തമിഴ് ബ്രാഹ്മണ ആചാരവിധികളോടെ അപ്പുക്കുട്ടന്റെയും ജാനകിയുടെയും വിവാഹം നടന്നു.

വിവാഹം കഴിഞ്ഞ് മധുരയിൽ നിന്നു മടങ്ങുമ്പോൾ അശോകനെ മൗനത്തിന്റെ കനത്ത ആവരണം പൊതിഞ്ഞു. കണ്ണുമടച്ച് കാറിൽ ഉണർന്നിരുന്നു. ക്ഷീണംകൊണ്ട് മഹിമയും അശ്വതിയും ഉറങ്ങിപ്പോയി.

അടച്ച കണ്ണിന്റെ ഇരുളിൽ ഒരു യാത്രയുടെ ദൃശ്യങ്ങൾ വെളിവായി. ജീവിതം യാത്രയാണ്. പ്രതീക്ഷിക്കാത്ത സ്ഥലികളിലൂടെ കടന്നുപോകുന്ന യാത്ര. ഒറ്റയ്ക്കൊരു യാത്ര സാധ്യമല്ല. സമൂഹയന്ത്രത്തിനൊപ്പം ചലിക്കാനല്ലാതെ ഒന്നിനുമാകില്ല. വരാൻ പോകുന്നത് കേവല മനുഷ്യന്റെ സ്നേഹ റിപ്പബ്ലിക് ആണെന്ന് സ്വപ്നം കണ്ട് സുഖമായുറങ്ങുമ്പോൾ വ്യവസ്ഥിതിയുടെ പുതുക്കിപ്പണിത എടുപ്പിലായിരിക്കും ഉണരുക. അവിടെ എത്തുന്നതിന് സ്നേഹവും ഒരു കെണിയായിരിക്കും. വിവാഹം, കുടുംബം, ഭവനം. വ്യവസ്ഥിതിയുടെ വാരിക്കുഴികളാണിതെല്ലാം. അതിനു പുറത്ത് അതിന്റെ സ്ഥൂലരൂപങ്ങൾ. അല്ലാതെ എവിടെയാണിടം. അലഞ്ഞു നടന്ന എട്ടു വർഷങ്ങൾ. സ്വാതന്ത്ര്യം അനുഭവിച്ച സ്വന്തം ഇടം ഉണ്ട് എന്നു തോന്നിയ കാലം. അവിടം ഇപ്പോൾ കാണാനേയില്ല. എല്ലാം മറഞ്ഞു. വഴിതിരിയാത്ത ഏതോ ഇടങ്ങളിലൂടെ ആരോ കൂട്ടിക്കൊണ്ടു പോകുന്നു.

## മുപ്പത്തിയാറ്

**മ**ഹിമയുടെ വിവാഹത്തിന്റെ കാര്യങ്ങൾ തകൃതിയായി നടക്കുന്നു. അപ്പുക്കുട്ടനും ജാനകിയും ഒരാഴ്ച മുന്നേ എത്തി. അപ്പുക്കുട്ടൻ എത്തിയപ്പോൾ കാര്യങ്ങൾ മുന്നിൽ നിന്നു നോക്കിനടത്താൻ ഒരാളായി. അശ്വതിക്ക് വലിയ ആശ്വാസമായി. തുണിക്കടയിലെ തൊഴിലാളികളും പാർട്ടിപ്രവർത്തകരും ക്ലബ്ബിലെ അംഗങ്ങളുമൊക്കെയായി ഒരു കാര്യത്തിന് വിളിച്ചാൽ വരാനായി അശ്വതിക്ക് ചെറുപ്പക്കാരുടെ ഒരു സംഘമുണ്ട്. വായനയും സാഹിത്യവും ചരിത്രവും ആദർശങ്ങളുമൊക്കെയായ ഒരു ആന്തരികലോകത്തിലാണ് അശോകൻ

എന്ന് അശ്വതി വിചാരിക്കുന്നു. അതുകൊണ്ട് പലതും പറഞ്ഞു ചെയ്യിക്കേണ്ടി വരുന്നു. അതു മതി, അതേ പ്രതീക്ഷിക്കുന്നുള്ളൂ. നല്ല മനസ്സാണ്. നല്ല മനസ്സിന്റെ ഓർമ്മകൾ അവൾക്കുണ്ട്. ഏറത്തു വീട്ടിൽ നിന്ന് അവരുടെ വേലക്കാരിയുടെ മകളെ വിവാഹം ചെയ്തത് അതുകൊണ്ടാണല്ലോ. ആ സ്നേഹം ഉള്ളതുകൊണ്ടാണല്ലോ വിധവയായ തന്നോട് ഒരുമിച്ചു ജീവിക്കാം എന്നു പറഞ്ഞ് സമീപിച്ചത്. അപ്പുക്കുട്ടന് അശോകൻ അച്ഛനും ഗുരുവുമാണ്. അത്രയും വലിയ മനസ്സാണ്. അത്രയും വലിയ മനസ്സാകാൻ തനിക്കു പറ്റില്ലെന്നും അങ്ങനെയായാൽ ജീവിതം മുന്നോട്ടുപോകില്ലെന്നും അശ്വതി കൂടക്കൂടെ പറയും.

അശോകന്റെ ആരോഗ്യത്തെക്കുറിച്ചൊക്കെ വലിയ ശ്രദ്ധയാണ് അശ്വതിക്ക്. മറ്റു വലിയ ആരോഗ്യപ്രശ്നങ്ങൾ ഒന്നുമില്ലെങ്കിലും ബി.പി. ഉണ്ട് ഇപ്പോൾ. അതിനുള്ള മരുന്ന് കഴിക്കുന്നു. ജീവിതാവസാനം വരെ കഴിക്കണം എന്നാണ് ഡോക്ടർ പറഞ്ഞത്. അത്യാവശ്യത്തിനുള്ള മരുന്നുകളേ ആ ഡോക്ടർ കുറിക്കാറുള്ളൂ. വേലൂർ രാമാനന്ദന്റെ സഹോദരന്റെ മകനാണ് ഡോക്ടർ മധുസൂദനൻ. മരുന്നു മുടക്കിയാൽ രക്തസമ്മർദ്ദം കൂടും. അത് ഹൃദയത്തിനെയും തലച്ചോറിനെയും ബാധിക്കും. അതു കേട്ടപ്പോഴേ അശ്വതിക്ക് ഉത്കണ്ഠയായി. അപ്പുക്കുട്ടൻ കത്തെഴുതിയപ്പോൾ അമ്മയെ സമാധാനിപ്പിച്ചു. ഒരു പ്രായമാകുമ്പോൾ സാധാരണ വരുന്ന പ്രശ്നമാണ്. മരുന്നു കഴിക്കുകയും ആഹാരകാര്യത്തിൽ ശ്രദ്ധിക്കുകയും ചെയ്താൽ മതി. അശോകന്റെ ആഹാരകാര്യത്തിൽ അശ്വതി പ്രത്യേകം ശ്രദ്ധിക്കാൻ തുടങ്ങി. ഉപ്പ് കുറച്ചിട്ട് എണ്ണ അധികം ഉപയോഗിക്കാതെ അശോകനുവേണ്ടി പ്രത്യേകം കറികൾ വച്ചു. വർഷത്തിലൊരിക്കലെങ്കിലും ജോത്സ്യനെ പോയിക്കണ്ട്, ദോഷസമയമാണോ എന്ന് നോക്കിച്ചു. ദോഷസമയമാണെങ്കിൽ പ്രത്യേക പൂജകൾ ചെയ്തു.

രണ്ടുവയസ്സ് മൂത്തതാണെങ്കിലും അശ്വതിക്ക് ഇപ്പോഴും നല്ല ആരോഗ്യമാണ്. അത് കുഞ്ഞുന്നാളിലേ നല്ലപോലെ പണിയെടുത്തിട്ടാണ് എന്ന് അശോകൻ പറയും.

"നീ ജോലിചെയ്യുന്നതിലെ സൗന്ദര്യമാണ് എന്നെ ആകർഷിച്ചത്." അശോകൻ പറയും.

അതുകേട്ട് അപ്പുക്കുട്ടൻ പറയും,

"നൃത്തം കണ്ടും പാട്ടുകേട്ടും പ്രണയിച്ചവരെപ്പറ്റി കേട്ടിട്ടുണ്ട്. ജോലി ചെയ്യുന്നതിൽ സൗന്ദര്യമുണ്ടെന്ന് ഇപ്പഴാ കേൾക്കുന്നേ."

"ഒണ്ട്. പണിചെയ്യുന്നതിൽ കലയുണ്ട്. അശ്വതി കൊയ്യുന്നതും കറ്റ കെട്ടുന്നതും കറ്റയടിക്കുന്നതും ചുമടെടുത്ത് നടക്കുന്നതും കറ്റ

കൊണ്ടിട്ട് അതീന്ന് വഴുത അഴിച്ചെടുക്കുന്നതും നെല്ലു കുത്തുന്നതും എന്നുവേണ്ട പശൂന് വെള്ളം കൊടുക്കുമ്പോൾ വരെ അതിലെ കല ഞാൻ ആസ്വദിച്ചിരുന്നു.''

''അപ്പോ എന്നെയല്ലേ ആസ്വദിച്ചത്?'' അശ്വതി ചിരിച്ചുകൊണ്ട് ചോദിക്കും.

''ആ പ്രവൃത്തികളിലെ സൗന്ദര്യമാണ് ഞാൻ കണ്ടത്. എല്ലാ സൗന്ദര്യവും പ്രവൃത്തിയിലാണ് പ്രകാശിതമാകുന്നത്. ചിന്താവിഷ്ടയായ സീത ചിന്തിക്കുമ്പോൾ സൗന്ദര്യമുണ്ട്. ഉറങ്ങുന്ന സുന്ദരി ആ ഉറങ്ങുക എന്ന പ്രവൃത്തിയുടെ സൗന്ദര്യമാണ്. ഒരു വ്യക്തിയുടെ അനവധിയായ സൗന്ദര്യം അനവധിയായ പ്രവൃത്തിയിലൂടെയാണ് കാണാനാകുക.''

അശോകനിങ്ങനെയാണ്. ചിലപ്പോൾ പറഞ്ഞുപറഞ്ഞ് ദാർശനികനാവും.

എന്തെല്ലാം കേൾക്കണമെന്ന മട്ടിൽ അശ്വതിയപ്പോൾ ചിരിക്കും.

''ഈ കുറിയേടത്ത് താത്രിക്ക് കാവുങ്ങൽ ശങ്കരപ്പണിക്കരുടെ കീചകന്റെ വേഷത്തോടാണ് പ്രണയം തോന്നിയത് എന്നു കേട്ടിട്ടുണ്ട്. കീചകന്റെ വേഷത്തിൽ തന്നെ കാണാൻ വരണമെന്ന് അവർ ആവശ്യപ്പെട്ടെന്നും വായിച്ചിട്ടുണ്ട്.'' അശ്വതി പറഞ്ഞു.

''അതെന്തേര്... കുറിയേടത്ത്?'' അപ്പുക്കുട്ടൻ ചോദിച്ചു.

''അതൊരുകഥ. കഥയല്ല. നടന്ന സംഭവം. പിന്നെ പറഞ്ഞുതരാം.'' ഇങ്ങനെ കഥ പറയുന്ന സദസ്സ് ചിലപ്പോഴൊക്കെ ഉണ്ടാവാറുണ്ട്. അശോകൻ വായിച്ച ചരിത്രങ്ങളും കഥകളും പറയും. അശ്വതി കേട്ട ചരിത്രങ്ങൾ പറയും.

അങ്ങനെ അശ്വതി പറയുന്നത് തന്റെ തായ്‌വഴിക്കഥകളാണ്. അമ്മയും അമ്മൂമ്മയും പറഞ്ഞുകൊടുത്ത കഥകൾ.

പതിനൊന്നാം തായ്‌വഴിയിലാണ് കഥ തുടങ്ങുന്നത്. പിന്നെ ക്ഷയങ്ങളുടെയും അഭിവൃദ്ധിയുടെയും പെൺകഥകൾ. പെൺകഥകളെന്നോ അമ്മക്കഥകളെന്നോ ഉള്ള പേരിൽ ഇവ പുസ്തകമാക്കാമെന്ന് മുതിർന്നപ്പോൾ അപ്പുക്കുട്ടൻ പറഞ്ഞു. വായിച്ച ചരിത്രത്തിലെ കഥാപാത്രങ്ങൾ അമ്മ പറഞ്ഞ കഥകളിലും വരും. അമ്മ പറയുന്നത് കേട്ടറിവിന്റെ മറ്റൊരു കോണിലൂടെയാണ്. തച്ചിൽ മാത്തു തരകന്റെയും ബാലരാമവർമ്മയുടെയും രാജാകേശവദാസിന്റെയും വേലുത്തമ്പിയുടെയും കഥ പതിനൊന്നാം തായ്‌വഴിക്കഥയാണ്. പതിനൊന്നാം തലമുറയിലെ അമ്മൂമ്മ വഴി വന്നതാണ് ആ കഥകൾ. അമ്മമാർ ഓരോരുത്തരും കഥ പറയുമ്പോൾ കഥ നടക്കുന്ന കാലത്തിലേക്ക് കൊണ്ടുപോകും. ചരിത്ര പശ്ചാത്തലം പറയും. അശ്വതി

അപ്പുക്കുട്ടനെ മടിയിൽക്കിടത്തി കഥപറയുമ്പോൾ അവനെ ഒന്നര നൂറ്റാണ്ടു പിന്നിലേക്ക് കൊണ്ടുപോകും.

പതിനൊന്നാം തലമുറയിലെ അമ്മൂമ്മ ജീവിച്ച കാലം. തിരുവിതാംകൂർ സ്ഥാപിച്ച മാർത്താണ്ഡവർമ്മയുടെ അനന്തരവൻ കാർത്തിക തിരുനാൾ രാമവർമ്മയുടെ അവസാന കാലത്ത് കഥ തുടങ്ങും. രാമവർമ്മയുടെ ദിവാനായിരുന്നു രാജാകേശവദാസ്. താൻ പഠിക്കുന്ന സ്കൂൾ രാജാകേശവദാസിന്റെ പേരിലാണെന്ന് അപ്പുക്കുട്ടൻ ഓർക്കും. ചോദ്യങ്ങൾ ചോദിച്ചാൽ കഥയുടെ ചരട് പൊട്ടുമെന്നതുകൊണ്ട് ചോദ്യങ്ങളെല്ലാം അവസാനം ചോദിക്കാൻ മാറ്റിവയ്ക്കും.

ഇപ്പോൾ മഹിമയുടെ കല്യാണത്തിനു വന്നപ്പോൾ അപ്പുക്കുട്ടൻ പറഞ്ഞു.

''അമ്മ പറഞ്ഞ കഥകൾ പലതും ചരിത്രത്തിലുമുണ്ട്. കഴിഞ്ഞ വർഷം ബ്രിട്ടനിലുണ്ടായിരുന്നപ്പം ലൈബ്രറിയിൽ നിന്ന് വായിച്ചു.''

''അതുകണ്ടപ്പഴാണ് നിനക്ക് വിശ്വാസം വന്നത് അല്ലേ. എടാ... അതിനൊക്കെ എന്റെ പതിനൊന്നാം തായ്‌വഴിയമ്മൂമ്മ കുഞ്ഞുകുട്ടിപ്പിള്ള സാക്ഷിയാണ്. എങ്ങും എഴുതിവച്ചില്ലെങ്കിലും സത്യമാണ്.''

''അമ്മ പറഞ്ഞ കഥകളാണ് എന്റെ മനസ്സിൽ. മാത്തു തരകൻ അച്ചൻകോവിലാറ്റിൽ നിന്ന് വെട്ടിയെടുത്ത 3000 തേക്കിൻ തടി പ്രളയത്തിൽ ഒഴുകി ആലപ്പുഴ എത്തുന്ന ദൃശ്യം എന്റെ മനസ്സിലൊണ്ട്. അതുപോലെ വേലുത്തമ്പി തരകന്റെ ചെവിയറുത്തത്, ബാലരാമവർമ്മ രാജാവ് തരകന് സ്വർണ്ണച്ചെവി കൊടുത്തത്.''

അപ്പുക്കുട്ടൻ ഒന്നാലോചിച്ചിട്ട് ചോദിച്ചു.

''ശരിക്കും നമ്മള് രാജരക്തമാണോ?''

''പിന്നല്ലാതെ. ബാലരാമവർമ്മരാജാവിന് കുഞ്ഞുകുട്ടിപ്പിള്ളയിൽ ജനിച്ച ദേവയാനിപ്പിള്ളയാണ് നമ്മടെ പത്താംതായ്‌വഴിയമ്മൂമ്മ.''

ഇങ്ങനെ കഥയും കാര്യവും പറഞ്ഞിരിക്കുമ്പോഴാണ് അശോകൻ സന്തോഷത്തോടെ കയറിവരുന്നത്.

''എന്ത് മുഖത്താകെ ഒരു തെളിച്ചം?'' അശ്വതി ചോദിച്ചു.

''ഞാൻ അഗസ്ത്യാർകൂടത്ത് പോകുന്നു.''

''അഗസ്ത്യാർകൂടത്തിലാ? അതൊരു മലയല്ലേ? ഈ പ്രായത്തീ പ്രഷറും വച്ചോണ്ട് അശോകനതക്കെ പറ്റോ?''

''അതൊക്കെ പറ്റും. ഞാൻ ഒറ്റയ്ക്കല്ല. ഹരിയും റഹീമും സോമനുമുണ്ട്.''

''ഹരിയും റഹീമും സോമനുമാ. അവര് പിള്ളേരല്ലേ? അവർക്കൊപ്പം മലകേറാമ്പറ്റോ? ഇത് പ്രാന്തുതന്നെ. ഞാ സമ്മതിക്കത്തില്ല.''

''അശ്വതീ, നീ എതിർക്കാൻ നിക്കല്ലേ. എനിക്ക് പോണം.''

''നീ എവിടെ വേണോങ്കിലും പൊക്കോ. സുഖമായിട്ട് തിരിച്ചു വന്നാ മതി. പ്രഷറും വച്ചോണ്ട് ഈ വയസ്സാങ്കാലത്ത് മലകേറാൻ പറ്റോ. അത് നീ ചിന്തിച്ചാ.''

''നമുക്ക് മധുസൂദനൻ ഡോക്ടറോട് ചോദിക്കാം. അമ്മ വേവലാതിപ്പെടാതെ.'' അപ്പുക്കുട്ടൻ പറഞ്ഞു.

''അല്ല, മോൾടെ കല്യാണത്തിനു മുമ്പ് പോവോ.''

ആ ചോദ്യത്തിന് അശോകൻ അശ്വതിയോട് നോട്ടംകൊണ്ടു മാത്രം പ്രതികരിച്ചു.

''അമ്മ എന്തിനിങ്ങനെയൊക്കെ അച്ഛനോട് ചോദിക്കുന്നത്?'' കേട്ടുകൊണ്ടു നിന്ന മഹിമ ചോദിച്ചു.

അവൾ അച്ഛന്റെ കൈപിടിച്ചു ചോദിച്ചു.

''അച്ഛൻ എന്നാണ് പോകുന്നത്?''

''ജനുവരി 16ന് മറുവീടും കഴിയുമല്ലോ. അച്ഛൻ പതിനെട്ടാം തീയതി പോകും.''

ജനുവരി 12 ന് കല്യാണം കഴിഞ്ഞ് പതിനാലിനായിരുന്നു ശ്രീകുമാരൻനായരുടെ വീട്ടിലേക്കുള്ള മറുവീട്. അന്ന് അശോകനെയും മറ്റും സ്വീകരിച്ചിരുത്തുമ്പോൾ ശ്രീകുമാരൻനായരുടെ അച്ഛൻ ഉപേന്ദ്രനാഥൻ നായർ ചോദിച്ചു.

''അശോകക്കുറുപ്പ് അഗസ്ത്യാർകൂടത്തിലൊക്കെ പോകുന്നെന്ന് കേട്ടു. പ്രായമായപ്പം വിശ്വാസമൊക്കെ വന്നോ?''

അശോകന് ആ കുറുപ്പു വിളി മനംപുരട്ടലുണ്ടാക്കി. ഇവരെക്കുറിച്ച് ഒരു ധാരണയുള്ളതുകൊണ്ട് മനസ്സ് പരുവപ്പെടുത്തിയാണ് വന്നത്.

അശോകൻ ഒരു ചരിഞ്ഞ ചിരി ചിരിച്ചു.

''ഇത് അശോകക്കുറുപ്പ്. കുറുപ്പുസാറ് മഹിമയുടെ അച്ഛനാണ്. നമ്മടെ ഗാന്ധിയൻ അനന്തകൃഷ്ണക്കുറുപ്പിന്റെ മോനാണ്.''

അവിടെ ഇരുന്ന ശുഭ്രവസ്ത്രധാരികളായ നായർ പ്രമാണിമാരെല്ലാം അശോകനെ നോക്കി.

''എനിക്ക് കണ്ടപ്പഴേ തോന്നി. അനന്തകൃഷ്ണക്കുറുപ്പ് വന്നു നിൽക്കുന്ന പോലെതന്നെ. ഞാൻ കുറുപ്പ് മരിച്ചപ്പം വന്നിരുന്ന്.'' താലൂക്ക് യൂണിയൻ സെക്രട്ടറി പറഞ്ഞു

''രണ്ടു ഭാര്യമാരും മരിച്ചല്ലേ? ഇപ്പം തറവാട്ടീ ആര് താമസം?'' മറ്റൊരു നായർ ചോദിച്ചു.

"എളേ അനിയത്തി." ഇനിയും ചോദ്യങ്ങൾ വന്നേക്കാം. അശോകൻ വിചാരിച്ചു.

"അശോകക്കുറുപ്പ് ആദ്യ ഭാര്യയിലേതാ രണ്ടാമത്തെ ഭാര്യയിലേതാ."

"ആദ്യഭാര്യയീ ആ പെങ്കൊച്ച് മാത്രമല്ലെ ഒള്ള്. പ്രസവിക്കാതിരുന്ന ആദ്യഭാര്യ പ്രസവിച്ച് വയസ്സുകാലത്തു കുറുപ്പു സാറിന് ഒരു പെങ്കൊച്ചിനെ കൊടുത്ത്." ഒരു നായരുടെ ചോദ്യത്തിന് മറ്റൊരു നായർ മറുപടി പറഞ്ഞതുകൊണ്ട് അശോകൻ രക്ഷപ്പെട്ടു.

ഇതുവരെ ഒന്നും മിണ്ടാതെ വിദൂരതയിലേക്കു നോക്കി എല്ലാം കേട്ടുകൊണ്ടിരുന്ന സൗമ്യഭാവമുള്ള ഒരു നായർ പറഞ്ഞു.

"അനന്തകൃഷ്ണക്കുറുപ്പിനെ ഗാന്ധിയൻ എന്നാണ് ഇപ്പം എല്ലാരും അറിയുന്നത്. അദ്ദേഹം എന്നെസ്സെസ്സ് രൂപീകരണയോഗത്തിൽ ഉണ്ടായിരുന്നവരിൽ ഒരാളാണ്. അതിപ്പം പലർക്കും അറിഞ്ഞൂട. അന്ന് അങ്ങോര് വളരെ ചെറുപ്പമാണ്. എന്റെ അച്ഛൻ പറഞ്ഞ് കേട്ടിട്ടുണ്ട്. പിന്നെ ഹരിജനോദ്ധാരണവും ഗാന്ധിമാർഗ്ഗവുമൊക്കെയായി."

"പക്ഷേ വിമോചനസമരത്തീ അനന്തകൃഷ്ണക്കുറുപ്പ് മുൻപന്തീലൊണ്ടായിരുന്ന്. കുറുപ്പിന്റെ ഉശിരൻ പ്രസംഗം നമ്മളക്കെ കേൾക്കുന്നത് വിമോചനത്തിന്റെ സമയത്താണ്." ഗോപിനാഥക്കുറുപ്പ് എന്നു പേരുള്ള ഒരു നായർ തന്റെ ഓർമ്മ പങ്കുവച്ചു.

"ആൺമക്കളെല്ലാം പെഴയായിപ്പോയി. ഒരു പെണ്ണൊള്ളത് ബുദ്ധിയൊറയ്ക്കാത്തതും. എന്നിട്ടും കുറുപ്പിന് നാട്ടിലെ നിലയ്ക്കും വിലയ്ക്കുമൊന്നും ഒരു കൊറവും വന്നില്ല. മക്കളേതുവഴിക്ക് പോയാലും അങ്ങോരത് കാര്യമാക്കില്ല. വല്ലാത്ത കരളൊറപ്പായിരുന്ന്."

അല്പം മുൻപ് സദസ്സിലേക്കെത്തിയ നായർ പറഞ്ഞു. അനന്തകൃഷ്ണക്കുറുപ്പിന്റെ മകൻ ഇവിടെയുണ്ടെന്ന കാര്യം അയാൾക്കറിയില്ലായിരുന്നു. ഉപേന്ദ്രനാഥൻനായർ കണ്ണുകൊണ്ടൊക്കെ ആംഗ്യം കാണിച്ചെങ്കിലും അയാളത് കണ്ടില്ല.

"അനന്തകൃഷ്ണക്കുറുപ്പിന്റെ മോൻ അശോകക്കുറുപ്പാ ഇത്. കുറുപ്പു സാറ് വലിയ ട്യൂട്ടോറിയൽ നടത്തുന്ന ആളാ. എമ്മേയ്ക്കൊക്കെ അവിടെ ക്ലാസൊണ്ട്." ഉപേന്ദ്രനാഥൻ നായർ പറഞ്ഞു.

അതുകേട്ടതും മറ്റേ നായർ ഒന്നു ചൂളി. അയാൾ അശോകനെ നോക്കി കൈകൂപ്പി.

"എന്റെ മോൻ ശ്രീകുമാരന്റെ കൂട്ടുകാർക്കൊക്കെ അശോകക്കുറുപ്പു സാർ ക്ലാസെടുത്തിട്ടൊണ്ട്. ഷേക്സ്പീയറൊക്കെയെടുക്കാൻ സാറിനെപ്പോലെ വേറെയാരുമില്ലെന്നാ പറയുന്നേ."

മറുവീടോടെ വിവാഹത്തിന്റെ എല്ലാ ചടങ്ങുകളും പൂർത്തിയായി. എല്ലാപേരും ആഹ്ലാദത്തിമിർപ്പിൽ എന്തൊക്കെയോ സംസാരിക്കുന്നു. അശോകന് ഒന്നും കേൾക്കാൻ കഴിയുന്നില്ല. തലയ്ക്ക് വല്ലാത്ത ഭാരം. തലച്ചോറിലെ കോശങ്ങളെല്ലാം എന്തൊക്കെയോ വന്നടിഞ്ഞ് അടഞ്ഞുപോയതുപോലെ.

അശോകൻ മറുവീട് കഴിഞ്ഞ് വീട്ടിലെത്തിയ ശേഷം കുറച്ചു നേരം പുറത്ത് കസേരയിൽ ഇരുന്നു. സംസാരങ്ങളുടെ ശബ്ദം താങ്ങാനാവാതെ വന്നു. അശോകൻ ഒരു തോർത്തുമെടുത്ത് എഴുന്നേറ്റു പുഴയിലേക്കു നടന്നു. നാളെ വെളുപ്പിന് അഗസ്ത്യാർകൂട യാത്ര തുടങ്ങും.

പുഴയിലിറങ്ങി കുറച്ചു നിമിഷം ജലത്തിൽ മുങ്ങിക്കിടന്ന് നിവർന്നു. വീണ്ടും രണ്ടുമൂന്നാവൃത്തി അങ്ങനെ ചെയ്തു. വെയിലിലും വെള്ളത്തിലും കുളി ആസ്വദിച്ചു, വളരെനേരം.

വളരെ നാളായി പുഴയിൽ കുളിച്ചിട്ട്. കുടുംബജീവിതത്തിനും പൊതുജീവിതത്തിനും പുറത്ത് ഏകാന്തവും രഹസ്യവുമായ സ്വജീവിതനിമിഷങ്ങളിലൂടെ ഇനിയുള്ള ജീവിതത്തെ താങ്ങണമെന്ന് കഴുത്തറ്റം വെള്ളത്തിൽ മുങ്ങിനിൽക്കുമ്പോൾ അശോകനിൽ തീരുമാനം വന്നു.

പിറ്റേദിവസം വൈകീട്ട് പുറപ്പെട്ടു. പോക്കിന് വേണ്ട സാമഗ്രികളെല്ലാം ഒരുക്കിവച്ചു. കമ്പിളി ഉടുപ്പ്, കമ്പിളിത്തൊപ്പി, തോർത്ത്, മൂന്നു സെറ്റ് വസ്ത്രങ്ങൾ, വെള്ളം ശേഖരിക്കാൻ കുപ്പി. ഇതൊക്കെത്തന്നെ. നാട്ടിൽ മടങ്ങിവന്നശേഷം മുണ്ടും ഷർട്ടുമായിരുന്നു അശോകന്റെ വേഷം. അഗസ്ത്യാർകൂടയാത്രയ്ക്കായി രണ്ട് പാന്റ് തയ്പിച്ചു. അച്ഛന്റെ പുതിയ വേഷം കണ്ട് മഹിമയ്ക്ക് ചിരിവന്നു. ഇത് പുതിയ വേഷമല്ല, അച്ഛന്റെ പഴയവേഷമാണെന്ന് അശ്വതി പറഞ്ഞു.

റെയിൽവേ സ്റ്റേഷനിൽ ചെല്ലുമ്പോൾ റഹിമിനും ഹരിക്കും സോമനുമൊപ്പം വേറൊരു പയ്യനുമുണ്ടായിരുന്നു. താടിവളർത്തിയ ഒരു പയ്യൻ. കണ്ണുകൾക്ക് നല്ല തേജസ്സ്.

ഹരി അവനെ പരിചയപ്പെടുത്തി. ''ദേവദാസ്.''

അശോകൻ അവന് കൈകൊടുത്തു. വിനയമുള്ള ചിരി. ചിരിക്കുമ്പോഴും തീക്ഷ്ണമായ കണ്ണുകൾ. ക്ഷോഭം ഉള്ളിൽ അലയടിക്കുന്നത് അശോകൻ കാണാതിരുന്നില്ല.

സോമൻ പറഞ്ഞു.

''ഇവൻ ഇവിടെ അടുത്തുള്ളതുതന്നെ. നമ്മടെ പഞ്ചായത്ത് പ്രസിഡന്റിന്റെ മോൻ.''

''സഖാവ് കുഞ്ഞച്ചന്റെ?''

''അതേ. സഖാവ് കുഞ്ഞച്ചന്റെയും സഖാവ് വേലൂർ രേവമ്മയുടെയും മകൻ.'' റഹിം പറഞ്ഞു.

''അതുശരി.'' അശോകൻ വാത്സല്യത്തോടെ അവന്റെ പുറത്ത് തട്ടി.

അശോകൻ നാടുവിട്ടുപോകുമ്പോൾ രേവമ്മയ്ക്ക് പത്തുപതിനാല് വയസ്സു വരും. അശോകൻ തിരിച്ചുവന്നശേഷമാണ് പാർട്ടി മീറ്റിങ്ങുകളിൽ പാടുന്ന ആ കുട്ടിയെ ശ്രദ്ധിക്കുന്നത്. രാമാനന്ദന്റെ പെങ്ങൾ രേവമ്മയാണതെന്നത് ഈ നാട്ടിൽ പ്രശസ്തമായിരുന്നു. സഖാവ് കുഞ്ഞച്ചന്റെയും രേവമ്മയുടെയും വിവാഹത്തിന് അശോകൻ പോയിരുന്നു. പാർട്ടിയാപ്പീസിൽ വളരെ ലളിതമായ ഒരു ചടങ്ങ്. എം.എൻ. ഗോവിന്ദൻ നായരും ടി.വി. തോമസും ടി.എ. മജീദും എൻ.സി. ശേഖറും കെ.ആർ. ഗൗരിയും വി.എസ്. അച്യുതാനന്ദനുമൊക്കെയുണ്ടായിരുന്നു. ടി.വി. തോമസ് അന്ന് പ്രതിപക്ഷനേതാവായിരുന്നു.

അക്കാലങ്ങളിൽ തിരഞ്ഞെടുപ്പുയോഗങ്ങൾ കഴിഞ്ഞ് തോപ്പിൽ ഭാസിയുടെ നിങ്ങളെന്നെ കമ്യൂണിസ്റ്റാക്കിയെന്ന നാടകം കളിക്കുമായിരുന്നു. 54ലെ ഇലക്ഷൻ കാലത്ത് നാട്ടിലെ കലാകാരന്മാർ രണ്ടുമാസം തയ്യാറെടുത്ത് നിങ്ങളെന്നെ കമ്യൂണിസ്റ്റാക്കി കളിച്ചു. രേവമ്മയാണ് അന്ന് മാല എന്ന കഥാപാത്രത്തെ അവതരിപ്പിച്ചത്. കുഞ്ഞച്ചൻ സംഘാടകനായി ആദ്യാവസാനം ഉണ്ടാകും. ഏകലവ്യയിൽ വച്ചായിരുന്നു റിഹേഴ്സൽ. വൈകുന്നേരം തുടങ്ങുന്ന റിഹേഴ്സൽ പാതിരവരെ കാണും. ദിവസവും റിഹേഴ്സലിന് കാഴ്ചക്കാരായി അശോകനും അശ്വതിയും കാണും. റിഹേഴ്സൽ കഴിഞ്ഞ് ഉറങ്ങിപ്പോയ മഹിമയെ തോളിൽക്കിടത്തി അശോകനും അപ്പുക്കുട്ടനെയും പിടിച്ച് അശ്വതിയും നടക്കും. അപ്പുക്കുട്ടൻ ഉറങ്ങാതെ നാടകറിഹേഴ്സൽ കണ്ടിരിക്കും. തിരിച്ചു നടക്കുമ്പോൾ അവൻ ഓരോരോ സംശയങ്ങൾ ചോദിച്ചുകൊണ്ടിരിക്കും. നാടകം തിരുക്കൊച്ചി സർക്കാർ നിരോധിച്ചിരുന്നകാലത്ത് ഏറത്ത് ഏലായിൽ കളിച്ചിരുന്നത് അപ്പുക്കുട്ടൻ കണ്ടിട്ടുണ്ട്. അന്ന് കാമ്പിശേരിയും ഒ. മാധവനും സാംബശിവനും സുലോചനയും സുധർമ്മയുമൊക്കെയാണ് അഭിനയിച്ചത്.

തിരുവനന്തപുരത്ത് അരിസ്റ്റോ ജംഗ്ഷനിൽ ഒരു ലോഡ്ജിൽ മുറിയെടുത്ത് രാത്രി തങ്ങിയിട്ട് പിറ്റേന്ന് വെളുപ്പിന് ബോണക്കാട്ടേക്ക് ബസ് കയറാനായിരുന്നു പ്ലാൻ.

തമ്പാന്നൂരിൽ ബസ് ഇറങ്ങിയപ്പോൾ ഒരു സുപ്രധാന വാർത്ത യാണ് എല്ലായിടവും കേൾക്കുന്നത്. ഇന്ദിരാഗാന്ധി തിരഞ്ഞെടുപ്പ് പ്രഖ്യാപിച്ചു. അടിയന്തരാവസ്ഥ പ്രഖ്യാപിച്ച് ജയിലിലടച്ചിരുന്ന നേതാക്കളെയെല്ലാം മോചിപ്പിക്കുന്നു. അന്തരീക്ഷത്തിൽ മൂടിക്കിട ന്നിരുന്ന ഒരു പുതപ്പ് ഇളകി കാറ്റിൽ ആകാശത്തിലൂടെ അകലേക്കു പോയി മറയുന്നപോലെ തോന്നി. ഭയത്തിൽ ചിട്ടപ്പെട്ട മനുഷ്യശരീര ങ്ങൾ മെല്ലെ ഇളകാൻ തുടങ്ങി. അനന്തമോ അനിശ്ചിതമോ ആയി തുടരുമെന്ന് കരുതിയ ഏകാധിപത്യം അയഞ്ഞിരിക്കുന്നു.

ദേവദാസിന്റെ മുഖം വിടരുന്നതു കണ്ട് അശോകൻ ചോദിച്ചു.

''ദേവദാസിന് ആദ്യത്തെ വോട്ടായിരിക്കുമല്ലേ?''

''രണ്ടുമാസം കൂടി കഴിഞ്ഞായിരുന്നെങ്കിൽ ആദ്യത്തെ വോട്ടാ കുമായിരുന്നു.''

''അപ്പം ഇരുപത്തൊന്നു വയസ്സായില്ലേ?'' അശോകൻ ചോദിച്ചു.

''ദേവദാസ് പ്രായംകൊണ്ട് പയ്യനാണ് സാറേ.'' ഹരി പറഞ്ഞു.

അല്പനേരം കഴിഞ്ഞ് ദേവദാസ് പറഞ്ഞു.

''ഈ തിരഞ്ഞെടുപ്പിൽ വോട്ടുണ്ടായിരുന്നെങ്കിൽ ഞാൻ ചെയ്യു മായിരുന്നു. അടിയന്തരാവസ്ഥയ്ക്കെതിരേ. അല്ലെങ്കിൽ വോട്ട് ചെയ്യണ്ട എന്നാണ് എന്റെ തീരുമാനം.''

''അതെന്ത്?' അശോകൻ ചോദിച്ചു.

'ഒരു കക്ഷിയോടും എനിക്ക് മമതയില്ല. അധികാരത്തിനുവേണ്ടി ആർക്കും തമ്മിൽ കൂട്ടുകൂടാം എന്ന അവസ്ഥയല്ലേ?''

അശോകൻ ചിന്തിച്ചു. രാഷ്ട്രീയബോധവും ചിന്തയുമുള്ള പുതിയ തലമുറ കക്ഷിരാഷ്ട്രീയത്തിൽ നിന്ന് അകലുകയാണ്. ഒരു കൂട്ടർ നക്സലിസത്തിലേക്കും മറ്റൊരുകൂട്ടം അരാജകജീവിതത്തിലേക്കും തിരിയുകയാണ്.

അശോകൻ ചോദിച്ചു. ''എസ്സെഫൈയിൽ പ്രവർത്തിച്ചിട്ടില്ലേ?''

''പത്തിൽ പഠിക്കുമ്പോഴാണ് എസ്സെഫൈ രൂപീകരിക്കുന്നത്. സമ്മേളനത്തിലൊക്കെ പോയി. ആവേശമായിരുന്നു അന്ന്. പ്രീ ഡിഗ്രിക്ക് എനിക്കെന്തൊക്കെയോ മാറ്റമുണ്ടായി. രണ്ടാം വർഷമായ പ്പോൾ പാർട്ടിയിലൊന്നും നിൽക്കാൻ കഴിയാത്ത രീതിയിൽ ഞാൻ മാറിപ്പോയി. ഒരുപക്ഷേ ഞാൻ പാർട്ടിപ്രവർത്തനത്തിന് പറ്റിയവൻ അല്ലായിരിക്കാം. വായനയും സിനിമയും സംഗീതവുമൊക്കെയായി രുന്നു എന്റെ ലോകം. അതൊക്കെയുള്ള വേറേ കുറെപ്പേരെ കൂട്ടിനും കിട്ടി.''

ഉള്ളിൽ തീയുള്ള യുവതയെ സ്പർശിക്കുന്നപോലെ തോന്നി അശോകന്. ഘടനയ്ക്ക് ഉൾക്കൊള്ളാനാകാത്ത പുതുജന്മങ്ങൾ.

പിന്നെ അഗസ്ത്യാർകൂടത്തിലേക്കുള്ള വഴിത്താരയിൽ ആറിന്റെ കരയിൽ പാറയിൽ വിശ്രമിക്കുമ്പോഴാണ് ദേവദാസ് ഇങ്ങനെ പറഞ്ഞത്:

''ഞാൻ ഒരു ഇന്റഗ്രേറ്റഡ് പേഴ്സനാലിറ്റി അല്ല. ഭ്രമണത്തിൽ നിന്ന് തെറിച്ച് അലയുന്നപോലെ. ഈ ലോകത്തിലെ ഒരിടവും എന്റെ ഇടമല്ലാത്തപോലെ.''

യാത്രയിൽ സമനിരപ്പിലെ സംസാരം ചെന്നെത്തിയ മഹാമൗനത്തിലാണ് പുഴക്കരയിൽ വച്ച് ദേവദാസ് ഇങ്ങനെ പറഞ്ഞത്.

സ്വതന്ത്ര ഇന്ത്യ പ്രായപൂർത്തിയാകാതെ പ്രസവിച്ച സന്തതികൾ. സ്വാതന്ത്ര്യസമരത്തിന്റെ ഉച്ചസ്ഥായിയിലായിരുന്നു തന്റെ യൗവനം. തിരുവിതാംകൂർ ഉഴുതുമറിയുന്ന കാലം. ആ ഉഴുതു മറിച്ചിലിലാണ് വീട്ടിൽ നിന്ന് പുറത്തേക്കു ചാടിയത്. ജയരാജണ്ണനും എങ്ങോ പുറപ്പെട്ടുപോയത്.

മല കയറുന്ന വേളയിൽ അശോകന് ദേവദാസിനോട് ഒരാത്മബന്ധമായി. ദേവദാസിന് ഇനിയും ഒരുപാട് വഴി താണ്ടേതുണ്ടെന്ന് അപ്പോൾ ഓർക്കുകയും ചെയ്തു.

പുൽമേടിന്റെ അതിവിശാലതയിൽ അലയടിച്ച കാറ്റിനെ ശ്രവിച്ച് അവർ നടന്നു. ദേവദാസ് എപ്പോഴും അശോകനൊപ്പമുണ്ട്. ചിലപ്പോഴൊക്കെ അശോകന് കൈയിൽ പിടിച്ച മുളവടിക്കുമപ്പുറം ഒരു കൈത്താങ്ങ് വേണ്ടിവരുന്നു. റഹിമും സോമനും ഹരിയും അല്പം മുമ്പേ നടക്കുന്നു. അവർ മറ്റെന്തൊക്കെയോ വിഷയങ്ങളിലാണ്. അവർ എപ്പോഴും, പിന്നാലെ വരുന്ന അശോകനെ ശ്രദ്ധിക്കുന്നുണ്ട്. അശോകൻ വന്നെത്തുന്നതിനായി കാത്തുനിൽക്കുന്നുണ്ട്.

ശ്വാസവായുവിൽ മനസ്സൂന്നി, മുളങ്കമ്പ് ഭൂമിയിലൂന്നി ഓരോ ചുവടും മൗനത്തിലേക്കുള്ള കയറ്റമായിരുന്നു. ഓർമ്മയിലും ചിന്തയിലും ഓരോ പദവും ഊന്നിയായിരുന്നു കയറ്റം. മലമുകളിൽ എത്തി. അനന്തവിസ്തൃതി നോക്കി കുറച്ചുനേരം അശോകൻ നിന്നു. പിന്നെ മിനുസമുള്ള പാറമേൽ ഇരുന്നു.

മാമലയുടെ ഉച്ചിയിൽ ഇല്ലായ്മയിൽ ഇല്ലാതായി കണ്ട ആകാശവിസ്തൃതി കണ്ണടച്ചപ്പോൾ പ്രപഞ്ചത്തിന്റെ അനന്തതയായി. അനന്തകാലത്തിലെ അതിസൂക്ഷ്മ മാത്രയിലാണ് ഈ ഒരു ജന്മവും കർമ്മവും. ഒരു വലിയ യന്ത്രം അതിന്റെ അതിസൂക്ഷ്മ ഭാഗങ്ങളിൽ പ്രവർത്തിക്കുന്നു. പുതിയ ലോകം ചുരുൾ നിവരുന്നു.

കാണുക.

കാഴ്ച വലിയ ഭാഗ്യം.

കണ്ണടയുന്നതുവരെ കാണുക. മൃത്യുവിന്റെ തിരശ്ശീല ഒരുനാൾ കഥാവശേഷനാക്കും. കഥ പിന്നെയും തുടരും.

## മുപ്പത്തിയേഴ്

**അ**ന്ന് വൈകുന്നേരം ഞങ്ങൾ പുറത്തിറങ്ങാൻ തന്നെ തീരുമാനിച്ചു. എത്രനാളായി ബീച്ചിലൊക്കെ പോയിട്ട്. സമയം കിട്ടുമ്പോഴൊക്കെ സൂര്യൻ അസ്തമിക്കുന്നതിനു മുൻപ് വർക്കല ബീച്ചിലെത്തുകയും സൂര്യൻ അസ്തമിച്ച് നന്നായിരുട്ടുന്നതുവരെ കടലിനെ നോക്കി മണലിൽ ഇരിക്കുകയും ചെയ്യുമായിരുന്നു.

ക്ലിഫിലും പാർക്കിങ്ങിന് സ്ഥലമില്ല എന്നു കണ്ടപ്പോൾ കുറച്ചകലെ കാർ പാർക്ക് ചെയ്ത് ബീച്ചിലേക്കു നടന്നു. അസ്തമയം കഴിഞ്ഞ് ഏറെ നേരം ഞങ്ങളവിടെ ഇരുന്നു.

അനന്തമായ ഇരുളിൽ കണ്ണുകളടച്ച് അവൻ കിടന്നിരുന്നത് ഓർമ്മയിൽ വന്നു. കടലിരമ്പം മാത്രം. നയന എന്ന പെൺകുട്ടിയുടെ പ്രായമേ ഉണ്ടാകൂ അന്ന് ഞാൻ എന്ന അവന്. ഒരു പെൺകുട്ടിക്ക് ഇങ്ങനെയൊരനുഭവം ഉണ്ടാകുമോ?

ഞാൻ ബിജിയെ നോക്കി. ബിജി അടുത്തിരിക്കുകയാണ്. ഓർമ്മയിലോ ചിന്തയിലോ, അറിയില്ല. ചിലപ്പോൾ ശൂന്യമായ മനസ്സിൽ ആയിരിക്കാം.

കുറച്ചു കഴിഞ്ഞ് അവൾ പറഞ്ഞു. ''ഗുരുവിന്റെ പാട്ടിടൂ.''

ഞാൻ പാട്ടിട്ടു.

''ആഴിയും തിരയും കാറ്റും ആഴവും പോലെ ഞങ്ങളും

മായയും നിൻ മഹിമയും നീയുമെന്നുള്ളിലാകണം.''

ടി.എം. കൃഷ്ണ പാടി.

പാടിത്തീർന്നിട്ടും പാട്ട് ഞങ്ങൾക്കൊപ്പമുണ്ടായിരുന്നു.

കാറിൽ തിരിയെ പോകുമ്പോഴാണ് പി.കെ. ശ്രീനിവാസന്റെ ഫോൺ വന്നത്.

''എന്നാ സൗഖ്യമായ്റ്ക്കാ.'' ആദ്യം തമിഴിൽ തുടങ്ങി പിന്നെ തമാശയൊക്കെ പറഞ്ഞിട്ടാണ് ശ്രീനി കാര്യത്തിലേക്ക് കടക്കുക.

''ഞാനങ്ങോട്ട് വരയാണ്. നാളെയങ്ങെത്തും. അവിടെ എത്തീട്ട് വിളിക്കാം.''

''അതെന്ത് പെട്ടെന്ന്?'' ഞാൻ ചോദിച്ചു.

''പെട്ടെന്ന് എന്നത് വെറും ഒരു തോന്നലാണ് സോദരാ... എല്ലാം നേരിൽ ഒ ക്കെ...മ് മ്..'' പതിവുള്ള മൂളലിൽ ഫോൺ കട്ടുചെയ്തു.

ചെന്നൈയിൽ നിന്ന് പിറ്റേന്ന് ശ്രീനി വർക്കലയെത്തി. എന്തിത്ര പെട്ടെന്ന് എന്ന് ഞാൻ ചോദിച്ചില്ല, ശ്രീനി പറഞ്ഞുമില്ല. വെറുതെ ചുമ്മാ എന്നൊരു മട്ടുണ്ടായിരുന്നു ആകെ മൊത്തം.

ജയപ്രകാശുമൊത്ത് അന്നു രാത്രി ഒരുമിച്ചു കൂടി. ആസ്വാദകനും ആസ്വദിപ്പിക്കുന്നവനുമായി പ്രകാശ് ഇരുന്നു. പ്രകാശിനെ എന്റെ ജ്യേഷ്ഠസുഹൃത്ത് എന്നു പറയാം. യൗവ്വന പ്രതിസന്ധികളിൽ ആ സാന്നിധ്യം തണലായിരുന്നു.

''സുധിയുടെ നോവലെവിടെവരെയായി?'' ജയപ്രകാശ് ചോദിച്ചു.

''അവസാന ഘട്ടത്തിലാണ്.'' ഞാൻ പറഞ്ഞു.

അങ്ങനെ പറഞ്ഞു എങ്കിലും എനിക്കറിയില്ലായിരുന്നു എപ്പോൾ അവസാനിക്കുമെന്ന്. അവസാനം എന്നൊന്നുണ്ടോ?

ആദിയും അന്തവും ഇല്ലാത്തതാണ് ഓരോ കഥയും. ഓരോ ജീവിതവും ജന്മപരമ്പരകളിലേക്ക് ആദിയും അവസാനവുമില്ലാതെ നീണ്ടു കിടക്കുന്നു. വിക്ടർ ആദിയിലേക്കുള്ള അനന്തമായ യാത്ര യിലാണ്. ചരിത്രമറകളെ ഭേദിച്ച് അവൻ അകത്തുകടന്നു.

മദ്യപിക്കുമ്പോൾ ജയപ്രകാശ് വാതാപി പാടുമായിരുന്നു. വർഷ ങ്ങൾക്കുശേഷം ഇപ്പോൾ മദ്യപിക്കാതെ ജയപ്രകാശ് പാടി. ഞാൻ കണ്ണടച്ചിരുന്നു. പാട്ട് അകലേക്കകലേക്ക് ഇല്ലാതായിക്കൊണ്ടിരുന്നു.

യഥാർത്ഥത്തിൽ ഞാൻ അകലേക്കകലേക്ക് പോകുകയായിരുന്നു വിക്ടറിനൊപ്പം. സോദരരെ കാണുവാൻ. അവിടെ രായപ്പനൊപ്പം ഇരിക്കുകയായിരുന്നു ഞാനും വിക്ടറും. അപ്പോഴും കടൽ ഉണ്ടാ യിരുന്നു. തിരമാലകൾക്കൊത്ത് പൊങ്ങിത്താഴുന്ന ഒരു ചെറു ചങ്ങാടത്തിലായിരുന്നു ഞങ്ങൾ. വലവീശി മീൻ പിടിക്കുന്ന ഞങ്ങൾ ക്കൊപ്പം ഒരാൾകൂടിയുണ്ടായിരുന്നു. അത് യേശുവാണെന്ന് അറിവ് പറഞ്ഞു. ചരിത്രത്തിലെ യേശുവുമായി അവന് ഒരു സാമ്യവുമില്ലാ യിരുന്നു. അവന്റെ പേര് എന്തായിരുന്നുവെന്ന് ചോദിക്കുകയോ പറയുകയോ ഉണ്ടായില്ല.

പിറ്റേ ദിവസം ഉണരാൻ ഒത്തിരി വൈകി. ഉച്ചയായിക്കാണും. ശ്രീനി പുറത്ത് വരാന്തയിലാണ്. തലയ്ക്ക് നല്ല ഭാരം. ഞാൻ വരാന്ത യിലേക്ക് ചെന്നു. മഴ കോരിച്ചൊരിയുന്നു. ക്ലിഫിലെ റിസോർട്ടിൽ

നിന്ന് നോക്കിയാൽ മുന്നിൽ മുപ്പതടിക്കപ്പുറം കടൽ. മഴയുടെ ജല വർഷം കടലിൽ. ഞാൻ പുൽമുറ്റത്ത് മഴയിലേക്കിറങ്ങി.

സന്ധ്യയ്ക്ക് ബീച്ചിൽ നടക്കാനിറങ്ങുമ്പോൾ ശ്രീനി പറഞ്ഞു.

''ഇന്നലെ സുധിയുടെ വർത്തമാനം മുഴുവൻ ദേവനെക്കുറിച്ചായിരുന്നല്ലോ.''

ദേവദാസിനെ ദേവൻ എന്നാണ് ശ്രീനി വിളിച്ചിരുന്നത് എന്നു തോന്നുന്നു. സൂരജിന്റെ അച്ഛൻ എന്നല്ലാതെ ദേവദാസ് എന്റെ ഓർമ്മയിൽ വരുന്നുണ്ടായിരുന്നില്ല. എന്റെ ജീവിതത്തിലൊരിടത്തും അയാൾ ഇല്ലായിരുന്നു. അല്ലെങ്കിൽ അയാളുള്ള എന്റെ ജീവിതം കൊഴിഞ്ഞുപോയിരിക്കുന്നു. ജീവിതത്തിൽ നിന്ന് മരിച്ചുപോയ ഒരുപാട് നിമിഷങ്ങളുണ്ട്. ചില കാലങ്ങൾതന്നെ ചിതൽ തിന്നു പോകുന്നു. ഓർമ്മ ബ്ലാക്ക് ആന്റ് വൈറ്റ് ആണ്. ഇരുട്ടും വെട്ടവും പിന്നെ കുറെ ചാരനിറത്തിൽ മങ്ങിയതും. ദേവദാസ് പൂർണ്ണമായും ഇരുട്ടിലാണ്.

പക്ഷേ മദ്യം തലയ്ക്കു പിടിക്കുന്നതിനു മുൻപ് ശ്രീനി പറഞ്ഞതോർക്കുന്നു. ഞാൻ കോടമ്പാക്കത്ത് ഒന്നുരണ്ടുമാസമുണ്ടായിരുന്നപ്പോൾ ദേവനുമവിടെ ഉണ്ടായിരുന്നു എന്ന് ശ്രീനി എന്നോട് പറഞ്ഞിരുന്നത് വീണ്ടും പറഞ്ഞു. രണ്ടു പേരും താടിക്കാർ. ഒരേ പ്രായം. കാഴ്ചയിലും ഒരുപോലെ. കള്ളുകുടിച്ചാൽ രസകരമായ ചർച്ചകളിൽ തുടങ്ങി അവസാനം തർക്കവും വഴക്കും ആകുമായിരുന്നു ഞങ്ങൾ എന്നും ശ്രീനി പറഞ്ഞു. ഇതൊക്കെ ശ്രീനി ഓർമ്മിച്ചുവച്ചിരിക്കുന്നു. ദേവൻ മരിച്ച കാര്യം ശ്രീനിയറിയുന്നത് ഞാൻ പറഞ്ഞപ്പോഴാണ്.

സൂരജിന്റെ മുറിയിൽ എഴുതാനിരിക്കുന്നകാലത്ത് ദേവദാസിന്റെ ഫോട്ടോയുള്ള ആൽബമൊക്കെ എന്നെ കാണിച്ചല്ലോ. കൂട്ടത്തിൽ മൂന്നു പടങ്ങളിൽ ശ്രീനിയുമുണ്ട്. ഒന്ന് ശ്രീനിയും ദേവനും മാത്രം. മറ്റൊന്നിൽ അവർക്കൊപ്പം ബാലൻ കെ. നായരുമുണ്ട്. കെ.പി. ഉമ്മറാണ് ഇനിയൊന്നിൽ കൂടെയുള്ളത്.

അന്നുതന്നെ ഞാൻ വിളിച്ചു ശ്രീനിയോട് പറഞ്ഞു.

ശ്രീനി അത്ഭുതത്തോടെ ചോദിച്ചു: ''സുധിക്കറിയില്ലേ ദേവനെ? ഹെ നിങ്ങള് വലിയ ദോസ്തുക്കളായിരുന്നല്ലോ?''

എനിക്കൊരോർമ്മയും വന്നില്ല. ഓർത്തോർത്തെടുക്കാൻ ഞാൻ ഓർമ്മയുടെ കോടമ്പാക്കം അറകളിലെല്ലാം കയറി സൂക്ഷ്മപരിശോധന നടത്തി. ദേവനെ അവിടെയെങ്ങും കണ്ടില്ല.

''കണ്ടാൽ സുധിയെപ്പോലിരിക്കും. ഡൂപ്ലിക്കേറ്റ് സുധീന്നാണ്

സുധി വന്നതിപ്പിന്നെ അവിടെ പലരും അവനെ വിളിച്ചത്. സുധിയെ ഡൂപ്ലിക്കേറ്റ് ദേവനെന്നും ചെലര് വിളിച്ചു.''

ശ്രീനി എന്റെ ഓർമ്മക്കൂടിനെ തട്ടിയുണർത്താൻ നോക്കി.

ഇന്നലെ മദ്യപിച്ചിരിക്കുമ്പോൾ എനിക്ക് ദേവനെ ഓർമ്മ വന്നു എന്നും ശ്രീനിക്കും കൂടി ഓർമ്മയുള്ള പലതും പറഞ്ഞു എന്നുമാണ് ഇപ്പോൾ ശ്രീനി പറയുന്നത്. ശ്രീനിക്കറിയാത്ത, ഞാനും ദേവനും മാത്രമുള്ള ചില കഥകളും പറഞ്ഞുപോലും. എന്തായാലും ഒന്നിനും രേഖയില്ല. ഞാനിന്നലെ പറഞ്ഞതും എനിക്കോർമ്മയില്ല, അതൊക്കെ ശ്രീനിയുടെ ഓർമ്മയിലാണ്.

ശ്രീനി അന്നുതന്നെ പോയി.

ഞാൻ അടഞ്ഞുകിടക്കുന്ന ഓർമ്മയുടെ മുറിയുടെ താക്കോൽ പ്പഴുതിലൂടെ ഭാവനയുടെ ടോർച്ചടിച്ചു.

സാലിഗ്രാമത്തിലെ വീട്, നടൻ ഗോപാലകൃഷ്ണനും അന്ന് സംവിധായകനാകാൻ ശ്രമിക്കുന്ന താഹയും ദേവദാസും ഒരുമിച്ചു താമസിച്ച വീട്, മറീനാ ബീച്ച് ഇതൊക്കെയാണ് ഞാനിന്നലെ ഓർമ്മി ച്ചെടുത്തതായി ശ്രീനി പറയുന്ന സംഭവങ്ങളുടെ സ്ഥലം. കാലം 1984. കാലം കൃത്യമായി എനിക്കോർമ്മയുണ്ട്. ഞാൻ മദിരാശിയി ലേക്ക് വണ്ടികയറിയതും തിരിച്ചുവരുന്നതും എൺപത്തിനാല് നവം ബർ ഡിസംബർ കാലത്തിലാണ്.

ദേവൻ എട്ടുവർഷം കോടമ്പാക്കത്തുണ്ടായിരുന്നു എന്നും അതിൽ മൂന്നു വർഷം മദിരാശിയിലെ ഏറ്റവും വൃത്തികെട്ട ചേരിയിലായി രുന്നു താമസിച്ചിരുന്നത് എന്നും ശ്രീനി പറഞ്ഞു.

''എല്ലാ അഴുക്കുകളിലും അവൻ ജീവിച്ചു. അവൻ അഴുക്കായി മാറുകയായിരുന്നു.

അവനെ കണ്ടുമുട്ടുമ്പോൾ ഒന്നുപറഞ്ഞാൽ രണ്ടിന് തെറിയാ യിരിക്കും. നല്ലതിനും ചീത്തതിനും തെറി. സന്തോഷം വരുമ്പോഴും ദേഷ്യം വരുമ്പോഴും തെറി. അവനേതോ തെരുവിലെ അനാഥനാണ് എന്നേ തോന്നൂ. പാതിരാത്രി ബോധമില്ലാതെ നടുറോഡിൽ കിടക്കു മ്പോഴാണ് ഞാൻ കാണുന്നത്. സ്ക്കൂട്ടറിൽ ഗോപാലകൃഷ്ണന്റെ വീട്ടിൽ നിന്ന് തിരികെ എന്റെ ഫ്ളാറ്റിലേക്ക് വരുകയായിരുന്നു. ഒരു വളവ് തിരിഞ്ഞതേയുള്ളൂ. ഞാൻ അടുത്തു ചെന്ന് നോക്കി. തെരുവുവിളക്കിന്റെ വെട്ടമുണ്ടായിരുന്നു. മുഖത്തും ഷർട്ടിലും കുറച്ച് ചോരയുടെ പാടുണ്ട്. ഒതുക്കമില്ലാത്ത താടി. അഴുക്ക് നിറഞ്ഞ ഷർട്ടും പാൻറും. ഞാൻ കുനിഞ്ഞ് മുഖത്തു നോക്കി. ഇംഗ്ലീഷിൽ എന്തോ പിറുപിറുക്കുന്നുണ്ട്. ഞാനൊന്നു തൊട്ടപ്പോൾ മലയാളത്തിൽ

പച്ചത്തെറി. ഞാൻ തിരികെ ഗോപാലകൃഷ്ണന്റെ വീട്ടിലേക്കു പോയി. വിവരം പറഞ്ഞപ്പോൾ ഗോപാലകൃഷ്ണനും താഹയും ഇറങ്ങിവന്നു. ഗോപാലകൃഷ്ണൻ അവനെ കോരിയെടുത്തു. അവൻ കുതറുകയും ചീത്ത വിളിക്കുകയും ചെയ്യുന്നുണ്ടായിരുന്നു. പക്ഷേ തീരെ അവശനായിരുന്നു. താഹയും ഗോപാലകൃഷ്ണനും നല്ല ഫോമിലായിരുന്നു. അതുകൊണ്ട് വരുംവരായ്കയൊന്നും നോക്കണ്ടല്ലോ. നാറുന്ന തുണിയൊക്കെ അഴിച്ച് ദൂരെക്കളഞ്ഞു. പൈപ്പു തുറന്ന് അതിന്റെ കീഴെ നിർത്തി. ശരീരം തുടച്ചെടുത്ത് ലുങ്കിയുടുപ്പിച്ചു കിടത്തി. ആള് മാണ്ടു പോയിരുന്നു. പിറ്റേദിവസം വൈകുന്നേരം അവിടെ ചെല്ലുമ്പോൾ അവിടെയിരിപ്പുണ്ട്. ഗോപാലകൃഷ്ണൻ പറഞ്ഞു ഒന്നും ചോദിക്കരുതെന്ന്. ഗോപാലകൃഷ്ണന്റേത് ഒരു പ്രത്യേക ട്രീറ്റ്മെന്റാണ്. പിന്നെ ഞാൻ ചെല്ലുമ്പോഴൊക്കെ മൗനമാണ്. നാളുകൾ കഴിയുന്തോറും അത് മാറിമാറിവരുന്നുണ്ടായിരുന്നു. ഗോപാലകൃഷ്ണനോട് അവൻ അടുത്തു.

ക്യാമറാമാൻ സാലു ജോർജ്ജ് ഒരു ദിവസം വന്നപ്പോൾ താഹയും സാലുവും സംസാരിക്കുന്നതിൽ ദേവനും കൂടി. ലോകസിനിമകളൊക്കെ അവൻ കണ്ടിരിക്കുന്നു എന്ന് അപ്പോഴാണ് മനസ്സിലായത്. സാലുവിന്റെ പ്രേരണയിൽ ദേവൻ വിപിൻദാസിന്റെ അസിസ്റ്റന്റായി. പിന്നെ കെ.ജി. ജോർജ്ജിന്റെ അസിസ്റ്റന്റായി. കുറെ തിരക്കഥകൾ എഴുതി. അക്കാലത്ത് പുറത്തുവന്ന പല സിനിമകളും അവന്റെ തിരക്കഥയായിരുന്നു. പേര് മറ്റാരുടേതോ ആയിരിക്കും. അന്ന് ജീവിക്കാനുള്ള കാശ് കിട്ടിയത് ഈ ഗോസ്റ്റ് റൈറ്റിങ്ങിലാണ്. സ്വന്തമായി സിനിമ ചെയ്യാനുള്ള ശ്രമമൊന്നും നടത്തിയില്ല. ഒരു ആഗ്രഹവുമില്ലാത്ത ഒരുത്തൻ. ഗോപാലകൃഷ്ണന്റെ ആത്മഹത്യ അവനെ തളർത്തി. ആയിടയ്ക്കാണ് അവന്റെ അച്ഛൻ മരിക്കുന്നത്. അച്ഛന് അസുഖം കൂടിയപ്പോൾ നാട്ടിൽ പോയി. പിന്നെ ഇങ്ങോട്ട് വന്നിട്ടില്ല. മൂന്നു വർഷം മകൻ എവിടെയാണെന്ന് അവർക്കറിയില്ലായിരുന്നു. ഗോപാലകൃഷ്ണന്റെ കൂടെ കൂടിയശേഷം അവൻ അമ്മയ്ക്ക് എഴുത്തുകൾ അയച്ചിരുന്നു. കമ്യൂണിസ്റ്റ് പാർട്ടിയിലുണ്ടായിരുന്ന രാമാനന്ദന്റെ സഹോദരി വി.എൻ. രേവമ്മയുടെ മകനാണെന്ന് പിന്നെയാണ് അറിയുന്നത്. കല്യാണമൊക്കെ കഴിച്ച് സ്കൂളധ്യാപകനായി നാട്ടിൽ ജീവിക്കുമ്പോൾ പിന്നെ കണ്ടു. അപ്പോഴാണ് ചേരി ജീവിതത്തിന്റെ പഴയ കഥകളൊക്കെ പറയുന്നത്. പിമ്പു മുതൽ ചാരായം വാറ്റു വരെ ചേരിയിലെ എല്ലാ ജീവിതവും ദേവൻ ജീവിച്ചിട്ടുണ്ട്. ഹോ, അത്ഭുതമാണ് എന്നു പറഞ്ഞ് ശ്രീനി തല കുടഞ്ഞു. ഗ്ലാസിലിരുന്നത് ഫിനിഷ് ചെയ്ത് ഗ്ലാസ് മേശമേൽ വച്ച് നെറ്റി തുടച്ചു.

ഞാൻ കേട്ടുകൊണ്ടിരിക്കുകയാണ് സൂരജിന്റെ അച്ഛന്റെ കഥകൾ, വി.എൻ. രേവമ്മയുടെ മകന്റെ, വീണയുടെ ഭർത്താവിന്റെ അറിയാക്കഥകൾ.

''കോടമ്പാക്കത്ത് വന്നടിഞ്ഞ് അദൃശ്യരായ ഒരുപാടുപേരെക്കുറിച്ച് ഞാൻ എഴുതിയിട്ടുണ്ട്. ദേവദാസിനെക്കുറിച്ചെഴുതിയിട്ടില്ല. മരിച്ചു എന്നറിഞ്ഞ ശേഷവും എഴുതിയില്ല. അങ്ങനെ എഴുതാൻ കഴിയുന്നതല്ല. ഒരുപക്ഷേ ഞാൻ അവനെക്കുറിച്ച് ഒരു നോവൽ എഴുതീന്നിരിക്കും.'' ശ്രീനി പറഞ്ഞു.

''അവനെന്താണ് ചേരി ജീവിതത്തിലേക്കൊക്കെപ്പോയി മറയാൻ നോക്കിയത്?'' ഞാൻ ചോദിച്ചു.

''അന്നു ഞാനിതവനോട് ചോദിച്ചു. അവൻ മിണ്ടാതിരുന്നു ചിരിച്ചു. അപ്പോൾ അസ്തിത്വദുഃഖം? എഴുപതുകളിലെ ക്ഷുഭിത യൗവ്വനം? എന്നൊക്കെ ഞാൻ പറഞ്ഞപ്പോഴും അവൻ ചിരിച്ചു.''

ഞാൻ രായപ്പനെ ഓർത്തു.

കുറെ നേരം ശ്രീനിയും ഞാനും മൗനമായിരുന്നു.

എന്റെ മൗനത്തിലത്രയും രായപ്പന്റെ ജീവിതമായിരുന്നു. അടുത്തൊരു നിമിഷം അശോകനെയും ഓർത്തു.

ഞാൻ ചോദിച്ചു. ''ദേവൻ അശോകനെക്കുറിച്ച് പറഞ്ഞോ?''

''ഏതശോകൻ?'' ശ്രീനി ചോദിച്ചു.

''ഏറത്തെ അശോകൻ?''

ശ്രീനി അന്തംവിട്ട് എന്നെ നോക്കി പറഞ്ഞു.

''ഇല്ല.''

ശ്രീനിക്ക് അങ്ങനെ ഒരു അശോകൻ അപ്പോൾ അജ്ഞാതനായിരുന്നു.

ഞാൻ സൂരജിനെ വിളിച്ചുപറഞ്ഞു, വർക്കലയ്ക്ക് വരാൻ.

അവൻ വരട്ടെ. നേരിൽ പറയാം അവന്റെ അച്ഛന്റെ അറിയാക്കഥകൾ.

അവൻ വന്നു. ഞാൻ പറഞ്ഞു.

സൂരജ് പറഞ്ഞു. ''പലപ്പോഴും നമ്മോടൊത്ത് ജീവിക്കുന്നവരുടെ ഭൂതകാലം നാമറിയാതെ പോകുന്നു, അച്ഛനമ്മമാരുടെപോലും. ഓർമ്മയുടെ പ്രപഞ്ചത്തിലെ ഇത്തിരിയിടത്താണ് നമ്മൾ സ്വന്തം ഓർമ്മകളുണ്ടാക്കി കഥയുള്ളവനാകുന്നത്.''

ഒത്തിരി വിശേഷങ്ങൾ സൂരജിന് പറയാനുണ്ടായിരുന്നു. അവൻ അപ്പപ്പോൾ എന്നെ അറിയിക്കുന്നതിനെപ്പറ്റിത്തന്നെ.

നയന അവൾ ട്യൂഷൻ സെന്റർ നടത്തുന്ന കെട്ടിടത്തിൽ താമസമായി. പെണ്ണൊറ്റയ്ക്ക് ഒരു വീട്ടിൽ താമസിക്കുന്നത് നാട്ടിലെ വലിയ സദാചാരപ്രശ്നമായി. അവളുടെ സഹോദരനും അവന്റെ പാർട്ടിയുമാണ് പ്രശ്നം ഏറ്റെടുത്തിരിക്കുന്നത്. ഒരു സംഘം അവളെ വന്ന് ഭീഷണിപ്പെടുത്തി. സഹോദരൻ അവളെ തല്ലുകയും ചെയ്തു. സഹോദരൻ എന്ന അവകാശത്തിലാണത് ചെയ്തത്. അതിൽ അവന്റെയും കൂടെയുള്ളവരുടെയും പേരിൽ കേസ് ചാർജ്ജ് ചെയ്തിട്ടുണ്ട്. പൊലീസും സദാചാരക്കാരോടൊപ്പമായിരുന്നു. ഇടതു പാർട്ടികൾ ഉൾപ്പെടെ, പാർട്ടികളുടെ പ്രാദേശിക ഘടകത്തിനൊന്നിനും നയനയുടെ പ്രവൃത്തിയോട് യോജിക്കാനായില്ല. ശക്തമായ എതിർപ്പാണ് നേരിടേണ്ടിവന്നത്. നയന ധീരമായിട്ടുനിന്നു. ഇപ്പോൾ പൊലീസുകാർ ഭരണഘടന മനസ്സിലാക്കിവരുന്നു. സൂരജ് അവിടെ വന്നുപോകുന്നതാണ് മറ്റൊരു സദാചാര പ്രശ്നം. അവനവളെ അങ്ങനെയാണെങ്കിൽ വിവാഹം കഴിച്ചുകൂടേ എന്നാണ് സദാചാരക്കാരുടെ ചോദ്യം. സദാചാര വാദികളായ പൊലീസുമാത്രമല്ല ജഡ്ജിയും കോടതിയിൽ വച്ച് ഈ ചോദ്യം ചോദിച്ചു. നിയമവ്യവസ്ഥയനുസരിച്ച് പ്രായപൂർത്തിയായ സ്ത്രീയും പുരുഷനും തമ്മിൽ കാണുന്നതിലെന്താണ് തെറ്റ്. ഇനിയവർ ഒരുമിച്ചു താമസിക്കുകയോ ലൈംഗികബന്ധത്തിൽ ഏർപ്പെടുകയോ ചെയ്താലും നിയമപരമായി അതിൽ എന്താണ് തെറ്റ് എന്ന് നയനയുടെ വക്കീൽ ചോദിച്ചപ്പോൾ അല്ല ഞാൻ പറഞ്ഞെന്നേയുള്ളൂ എന്ന ഭാവമായിരുന്നു ജഡ്ജിക്ക്.

''അപ്പോൾ നിങ്ങൾ കല്യാണം കഴിക്കുന്നില്ലേ?'' ഞാൻ ചോദിച്ചു.

''ഒരുമിച്ചും അല്ലാതെയും തോന്നിയപോലെ ഒരു റിലേഷൻഷിപ്പിൽ ഞങ്ങൾ ജീവിക്കും, നിയമം അനുവദിക്കുന്നെങ്കിൽ. ഇങ്ങനെ തന്നെ ഞങ്ങൾ തുടരും. ആ സ്വാതന്ത്ര്യം നമുക്ക് ഭരണഘടന തരുന്നുണ്ട്. പക്ഷേ അത്... അതനുഭവിക്കാൻ നിയമപ്പോരാട്ടം നടത്തി തളരണം. അതാണിന്ത്യയിലെ അവസ്ഥ.'' അവൻ പറഞ്ഞു.

ഒരു വിശേഷം കൂടി അവൻ പറഞ്ഞു: ''സ്കൂൾ നിന്നിടത്ത് അത്യാധുനിക സ്റ്റേഡിയത്തിനുള്ള തറക്കല്ലിടൽ മറ്റന്നാൾ മുഖ്യമന്ത്രി നിർവ്വഹിക്കും. മന്ത്രിമാരൊക്കെ വരുന്നുണ്ട്. അവരൊക്കെ വീട്ടിൽ സഖാവ് വി.എൻ. രേവമ്മയെ കാണാൻ വരും. ഏറത്തു വീട്ടിലെ അവശേഷിച്ച ഭാഗവും പൊളിച്ചു. അവിടമെല്ലാം ജെ.സി.ബി വന്ന് ഇടിച്ചുനിരത്തി. പൊതുശ്മശാനത്തിന്റെ പണി ഇലക്ഷനു മുൻപ് തീർത്ത് ഉദ്ഘാടനം ചെയ്യാൻ ധൃതിപിടിച്ച് പണി നടക്കയാണ്.''

# മുപ്പത്തിയെട്ട്

സ്വാതന്ത്ര്യസമരസേനാനി അനന്തകൃഷ്ണക്കുറുപ്പിന്റെ നിര്യാണം എല്ലാ പത്രങ്ങളും വലിയ വാർത്തയായി പ്രസിദ്ധീകരിച്ചു. ബഹുമുഖവ്യക്തിത്വത്തെ നേതാക്കൾ സ്തുതിച്ചു. ചിലർ ആദർശനിഷ്ഠനായ ഗാന്ധിയൻ എന്നു വാഴ്ത്തി. ചിലർ സമുദായ നേതാവ് എന്നു പറഞ്ഞു. നായർ സമുദായത്തിനെ പരിഷ്കരിക്കുന്നതിനും സമുദായത്തിന്റെ അവകാശങ്ങൾ നേടിയെടുക്കുന്നതിനുംവേണ്ടി നിലകൊണ്ട സമുദായസ്നേഹിയായിരുന്നു അനന്തകൃഷ്ണക്കുറുപ്പ് എന്നു പറഞ്ഞുകൊണ്ട് എൻ.എസ്.എസ് ഔദ്യോഗികമായി അനുശോചന പ്രമേയം പാസാക്കി. സമുദായ മൈത്രിക്കു വേണ്ടി നിലകൊണ്ട അനന്തകൃഷ്ണക്കുറുപ്പിനെ കേരള നവോത്ഥാനത്തിന്റെ ശുക്രനക്ഷത്രം എന്ന് എസ്.എൻ.ഡി.പി. യോഗം പ്രസിഡന്റ് പ്രസ്താവനയിൽ വിശേഷിപ്പിച്ചു.

പ്രതിപക്ഷ നേതാവ് ഇ.എം.എസ്. നമ്പൂതിരിപ്പാടിന്റെ അനുശോചന സന്ദേശത്തിൽ ഇങ്ങനെ പറയുന്നു: രാഷ്ട്രീയമായി വിരുദ്ധചേരിയിലായിരുന്നു ശ്രീ അനന്തകൃഷ്ണക്കുറുപ്പും ഞാനും. കമ്യൂണിസ്റ്റ് മന്ത്രിസഭയെ പുറത്താക്കാൻ വേണ്ടി വിമോചനസമരത്തിൽ മന്നത്തോടൊപ്പം നിന്ന് പ്രവർത്തിച്ചുവെങ്കിലും സ്റ്റേറ്റ് കോൺഗ്രസ്സിൽ പ്രവർത്തിച്ച് ഉത്തരവാദപ്രക്ഷോഭത്തിൽ പങ്കെടുക്കുകയും ദിവാൻ സിപിക്കെതിരെ ശക്തമായി നിലകൊള്ളുകയും ചെയ്തു എന്ന വസ്തുത നാം മറന്നുകൂടാ.

ഇന്ത്യൻ പ്രസിഡന്റും പ്രധാനമന്ത്രിയും അനുശോചനം അറിയിച്ചു. സംസ്ഥാന സർക്കാരിനുവേണ്ടി ആഭ്യന്തരമന്ത്രി കെ കരുണാകരൻ പുഷ്പചക്രം അർപ്പിച്ചു.

യുവനേതാക്കളായ എ.കെ. ആന്റണിയും വയലാർ രവിയും ഉമ്മൻചാണ്ടിയും കൊട്ടറ ഗോപാലകൃഷ്ണനും ശവസംസ്കാരത്തിൽ പങ്കെടുത്തു. യുവനേതാക്കൾ ഏറെ ബഹുമാനിച്ച മുതിർന്ന കോൺഗ്രസ്സുകാരനായിരുന്നു അദ്ദേഹം. യുവാക്കളെ എപ്പോഴും അദ്ദേഹം അംഗീകരിച്ചിരുന്നു. യുവാക്കളിലാണ് കോൺഗ്രസ്സിന്റെ ഭാവിയെന്ന് കുറുപ്പ് പറയുമായിരുന്നു.

സംസ്ഥാന ബഹുമതികളോടെ അനന്തകൃഷ്ണക്കുറുപ്പിന്റെ ഭൗതികശരീരം വീട്ടുവളപ്പിൽ സംസ്കരിച്ചു.

തിരുവിതാംകൂറിൽ ദേശീയ സ്വാതന്ത്ര്യസമരം യഥാർത്ഥത്തിൽ ഇല്ലാതിരുന്നെങ്കിലും സി.പി.ക്കെതിരേ ഉത്തരവാദഭരണത്തിനായി നടന്ന സമരമൊക്ക ചരിത്രത്തിൽ ദേശീയ സ്വാതന്ത്ര്യസമരം എന്ന്

രേഖപ്പെടുത്തപ്പെട്ടു. പി. കൃഷ്ണപിള്ളയും എൻ.സി. ശേഖറും പൊന്നറ ശ്രീധറും വൈക്കം മുഹമ്മദ് ബഷീറും അങ്ങനെ ചില തിരുവിതാംകൂറുകാർ ബ്രിട്ടീഷ് ഇന്ത്യയുടെ ഭാഗമായ മലബാറിൽ പോയി ഉപ്പുസത്യാഗ്രഹത്തിൽ പങ്കെടുത്ത് ജയിൽശിക്ഷയും മർദ്ദനവും അനുഭവിച്ചിട്ടുണ്ട്.

ഒരു ഇന്ത്യ ഉണ്ടായിവന്നപ്പോൾ തിരുവിതാംകൂറിന്റെ ചരിത്രം അതിൽ ലയിച്ചു. അല്ല അതിൽ മറഞ്ഞു, അല്ലെങ്കിൽ മാഞ്ഞു. സി.പി.യോടുള്ള സമരത്തിലും ബ്രിട്ടീഷുകാരോടുള്ള സമരത്തിലും മുഖം തിരിച്ചു നിന്നവർ ചരിത്രത്തിൽ ഇടം നേടാൻ സ്വാതന്ത്ര്യസമര സേനാനികളായി മാറി. അവരിൽ ചിലർക്ക് സമരത്തിൽ പങ്കെടുത്തവരെക്കാൾ ചരിത്രത്തിന്റെ മുൻനിരയിൽ സീറ്റ് കിട്ടി. ജീവിതപ്പിഴപ്പിന് ഐ.എൻ.എയിൽ ചേർന്നവർ ഇന്ത്യയ്ക്ക് സ്വാതന്ത്ര്യം ലഭിച്ചതോടെ സ്വാതന്ത്ര്യസമരസേനാനികളായി. സ്വാതന്ത്ര്യസമര പെൻഷനും അവർക്കനുവദിച്ചു. അതു നല്ലകാര്യമാണ് എന്ന് അശോകനു തോന്നി. പലരുടെയും കഷ്ടപ്പാട് അശോകനറിയാം. പക്ഷേ ആ പെൻഷൻ അശോകൻ വാങ്ങിയില്ല. അതിന് അശ്വതിയിൽ നിന്ന് അശോകന് കൂടക്കൂടെ വഴക്ക് കിട്ടിയിരുന്നു.

അനന്തകൃഷ്ണക്കുറുപ്പിന് താമ്രപത്രവും പെൻഷനും ലഭിച്ചു. പെൻഷൻ തുക കിട്ടിയപാടേ മകൾ ദ്രൗപദിയെ ഏല്പിക്കും. സ്വാതന്ത്ര്യം കിട്ടിയശേഷം കുറെവർഷം ഹരിജനോദ്ധാരണപ്രവർത്തനവുമായി നടന്നതിനാൽ മുഖ്യധാര അനന്തകൃഷ്ണനെ മറന്നുവരുകയായിരുന്നു. നായർ സർവ്വീസ് സൊസൈറ്റിയുടെ വാർഷിക യോഗത്തിൽ പങ്കെടുക്കുമായിരുന്നെങ്കിലും ചുമതലകളിൽനിന്ന് മാറിനിന്നു. മന്നം കേരള രാഷ്ട്രീയത്തിൽ നിറഞ്ഞു നിൽക്കുന്നു. ശങ്കറും അങ്ങനെ തന്നെ. തന്നോടൊപ്പം ജയിലിൽ സ്റ്റേറ്റ് കോൺഗ്രസ്സിലുണ്ടായിരുന്നവരൊക്കെ ഇപ്പോൾ കേരള രാഷ്ട്രീയത്തിന്റെ മുൻനിരയിൽ, കോൺഗ്രസ്സിലും പി.എസ്.പിയിലും കമ്യൂണിസ്റ്റിലും ആറെസ്പിയിലുമായി.

അനന്തകൃഷ്ണക്കുറുപ്പിന് ജഡതയിൽ നിന്ന് ഉണരാൻ കിട്ടിയ അവസരമായിരുന്നു വിമോചനസമരം. അനന്തകൃഷ്ണന്റെ പ്രസംഗങ്ങൾ ജനതയെ ഇളക്കിമറിച്ചു.

മന്നത്ത് പദ്മനാഭൻ നേരിട്ടു വന്നു കണ്ടാണ് അനന്തകൃഷ്ണക്കുറുപ്പിനെ വിമോചനസമരത്തിലേക്ക് ക്ഷണിച്ചത്.

എന്തിനാണീ വിമോചനസമരം എന്ന് അനന്തകൃഷ്ണക്കുറുപ്പ് മന്നത്തിനോടു ചോദിച്ചു.

സർക്കാരിനെ താഴെയിറക്കാൻ എന്നായിരുന്നു മന്നത്തിന്റെ മറുപടി.

"ജനങ്ങൾ തിരഞ്ഞെടുത്ത സർക്കാരിനെ താഴെ ഇറക്കുന്നത് ധാർമ്മികമാണോ? അവർ ജനങ്ങൾക്ക് കൊടുത്ത വാഗ്ദാനമല്ലേ നടപ്പിലാക്കുന്നത്."

"എന്താ കുറുപ്പിങ്ങനെ ചോദിക്കുന്നത്? നാട്ടിൽ നടക്കുന്ന അക്രമങ്ങൾ കാണുന്നില്ലേ? സെൽ ഭരണമല്ലേ നടക്കുന്നത്? സ്റ്റാലിന്റെ ഭരണമാണ് ഇ.എം.എസ് ഇവിടെ കൊണ്ടുവരുന്നത്. വിദ്യാഭ്യാസ ബില്ലും ഭൂപരിഷ്കരണവുമൊക്കെ കൊണ്ടുവന്ന് അവസാനം സ്വകാര്യ സ്വത്തവകാശം തന്നെ ഇല്ലാതാക്കും."

"വിദ്യാഭ്യാസബില്ല് കൊണ്ടുവരണമെന്നാണ് ഞാൻ പറയുന്നത്. അധ്യാപകർക്ക് ശരിയായി ശമ്പളം കൊടുക്കുന്നുണ്ടോ മാനേജർമാര്? ഞാനും ഒരു സ്കൂൾ മാനേജരാണ്. എനിക്കതിന് കഴിയുന്നില്ല. നമ്മളീ സ്കൂളൊക്കെ ഒണ്ടാക്കിയത് നാടിന്റെ പുരോഗതിക്കല്ലേ. ഇതീന്ന് ലാഭം കൊയ്യാനല്ലല്ലോ. എന്തൊക്കെയായാലും അവര് ദരിദ്ര ജനങ്ങൾക്കുവേണ്ടി ഒത്തിരി കാര്യങ്ങള് ചെയ്യുന്നുണ്ട്."

"അതാണ് പ്രശ്നം. പാവപ്പെട്ടവരാണ് ഇവിടെ ഭൂരിപക്ഷം. അവർക്കു വേണ്ടി ഓരോന്ന് ചെയ്യുമ്പോ അവരുടെ പിന്തുണ കമ്യൂണിസ്റ്റുകൾക്ക് കിട്ടും. അതൊരു വലിയ ശക്തിയായിട്ട് മാറും. പിന്നെ നമുക്കെവിടെയാണ് നിലനില്പ്. കേരളം നിരീശ്വരവാദികളുടെ അധീനതയിലാവും. ക്രിസ്ത്യാനികളും സർവ്വമതസമുദായങ്ങളും കമ്യൂണിസ്റ്റ് സർക്കാരിനെതിരേ സമരം ചെയ്യാൻ ഒന്നിക്കയാണ്. കോൺഗ്രസ്സും ആറെസ്പിയും കൂടെയുണ്ട്. ഈ അവസരം ഉപയോഗിച്ചില്ലെങ്കിൽ പിന്നെ ഒരവസരം കിട്ടില്ല. നിങ്ങളൊക്കെ സി.പിക്കെതിരേ സമരം ചെയ്തത് കേരളത്തിൽ കമ്യൂണിസ്റ്റ് ഭരണം വരാനല്ലല്ലോ. സി.പിയുടെ സ്വേച്ഛാധിപത്യത്തിൽ നമുക്ക് സുരക്ഷിതത്വമുണ്ടായിരുന്നു. ഇതിപ്പം സ്റ്റാലിന്റെ റഷ്യയും മാവോയുടെ ചൈനയും പോലാവും."

ഇങ്ങനെയിങ്ങനെ മന്നം പറഞ്ഞപ്പോൾ സ്വന്തം നിലനില്പിന്റെ പ്രശ്നം അനന്തകൃഷ്ണക്കുറുപ്പും ചിന്തിച്ചു. അങ്ങനെ ചങ്ങനാശ്ശേരിയിൽ ഒരു യോഗത്തിൽ പ്രസംഗിച്ചു. സദസ്സ് ആവേശഭരിതമായപ്പോൾ തനിക്ക് ഒരു പുതുജീവൻ വയ്ക്കുന്നതായി അനന്തകൃഷ്ണക്കുറുപ്പിന് തോന്നി. സത്യത്തിൽ ആ ആവേശമാണ് കുറുപ്പിനെ മുന്നോട്ടു കൊണ്ടുപോയത്. വിമോചനസമരത്തിൽ ആണ്ടിറങ്ങാൻ പ്രേരിപ്പിച്ചത്. പിന്നെ എന്നും യോഗങ്ങളായി, കൂടിയാലോചനകളായി. ഇ.എം.എസ് മന്ത്രിസഭ വീഴുന്നതുവരെ വിശ്രമമില്ലായിരുന്നു. അടുത്ത നിയമസഭാ തിരഞ്ഞെടുപ്പിൽ മത്സരിക്കാൻ കോൺഗ്രസ് പാർട്ടിയും സമുദായനേതാക്കളും നിർബന്ധിച്ചിട്ടും കുറുപ്പ് മത്സരിച്ചില്ല. ആ

കാര്യത്തിൽ ഒരു ഗാന്ധിയനായിത്തന്നെ കുറുപ്പ് നിലകൊണ്ടു. ഒരു ഗാന്ധിയൻ എങ്ങനെ അപ്രസക്തനാകാതെ നിലകൊള്ളണമെന്ന് കുറുപ്പ് മനസ്സിലാക്കി. സജീവമായി പ്രവർത്തിക്കുക. താൻ സ്വയം ഒരു രാഷ്ട്രീയശക്തിയാണെന്ന പ്രതീതിയുണ്ടാവുന്നതരത്തിൽ വർത്തമാനകാല രാഷ്ട്രീയത്തിൽ ഇടപെടുക.

അനന്തകൃഷ്ണക്കുറുപ്പ് അങ്ങനെതന്നെ ചെയ്തു. അറുപതിലെ നിയമസഭാ തിരഞ്ഞെടുപ്പിൽ കോൺഗ്രസിനുവേണ്ടി പ്രചാരണം നടത്തി. പ്രസംഗം മാത്രമല്ല, പത്രങ്ങളിൽ ലേഖനങ്ങൾ എഴുതുകയും ചെയ്തു. കോൺഗ്രസിനനുകൂലമാകത്തക്ക തരത്തിൽ പുതിയ വാദമുഖങ്ങൾ തുറക്കാൻ സമർത്ഥനായിരുന്നു കുറുപ്പ്. അറുപത്തഞ്ചിലും കോൺഗ്രസ്സിനുവേണ്ടി രംഗത്തിറങ്ങി. മന്നം കോൺഗ്രസ്സിനെ പിളർത്തി കേരള കോൺഗ്രസ് ഉണ്ടാക്കുന്നതിന് ഒപ്പം നിന്നപ്പോൾ അനന്തകൃഷ്ണക്കുറുപ്പ് കോൺഗ്രസ്സിൽ ഉറച്ചുനിന്നു. മന്നത്തിനെതിരേയും കമ്യൂണിസ്റ്റ് പാർട്ടിക്കെതിരേയും ഒരേസമയം ആക്രമിച്ചുകൊണ്ടായിരുന്നു കുറുപ്പിന്റെ പ്രസംഗങ്ങൾ. മന്നം അവസരവാദിയെന്ന് ചരിത്രത്തിൽ നിന്ന് തെളിവുകൾ നിരത്തി കുറുപ്പ് വാദിച്ചു. വർഗ്ഗീയ വിഭജനത്തിനാണ് മന്നം ശ്രമിക്കുന്നത്. ഉത്തരവാദഭരണസമരകാലത്ത് മന്നം സി.പിക്കൊപ്പമായിരുന്നു. ആർ. ശങ്കറിനെ മുഖ്യമന്ത്രിസ്ഥാനത്തു നിന്ന് തെറിപ്പിക്കാനാണ് മന്നം ക്രിസ്ത്യാനികളെ കൂട്ടുപിടിച്ച് കോൺഗ്രസ്സിനെ പിളർത്തിയതെന്ന് ഈഴവ ഭൂരിപക്ഷമുള്ള ഇടങ്ങളിൽ കുറുപ്പ് പ്രസംഗിച്ചു. നിവർത്തന പ്രക്ഷോഭം ന്യായമായ ആവശ്യത്തിനാണെന്ന് അന്ന് എന്നെസ്സെസ്സിനകത്തു നിന്ന് പറഞ്ഞ ആളാണ് ചങ്ങനാശ്ശേരിയും താനുമെന്ന് കുറുപ്പ് പ്രസംഗങ്ങളിൽ ഓർമ്മിപ്പിച്ചു. ക്വിറ്റ് ഇന്ത്യാ സമരത്തിലെടുത്ത നിലപാടു പറഞ്ഞ് കമ്യൂണിസ്റ്റ് പാർട്ടിയെയും വിമർശിച്ചു. ജനാധിപത്യത്തോട് വിശ്വാസമില്ലാത്ത സായുധസമര സിദ്ധാന്തമാണവരുടേത്. ചൈനാചാരന്മാരാണ് ഇടതു കമ്യൂണിസ്റ്റുകൾ എന്ന് പറഞ്ഞ് കൂടുതലും വിമർശിച്ചത് ആയിടെ പിളർന്നുമാറിയ സി.പി.ഐ. എമ്മിനെയാണ്. സി.പി.ഐ. എമ്മിന്റെ സ്ഥാനാർഥികൾ പലരും ചൈനാചാരന്മാർ എന്ന കുറ്റം ചാർത്തി ജയിലിലായിരുന്നു.

ചരിത്രമൊക്കെ പറഞ്ഞ് കവിതകളും ഉദ്ധരണികളുമൊക്കെ ചേർത്തുള്ള നല്ല പ്രസംഗം കേൾക്കാൻ കക്ഷിവ്യത്യാസമില്ലാതെ കുറുപ്പിന്റെ പ്രസംഗത്തിന് ആളുകൾ തടിച്ചുകൂടുമായിരുന്നു

അറുപത്തേഴിലും കോൺഗ്രസ്സിനുവേണ്ടി കുറുപ്പ് പ്രചാരണം നടത്തി. വലിയ പരാജയമാണ് കോൺഗ്രസ്സിനുണ്ടായത്. അതോടുകൂടി പഴയ തലമുറ കോൺഗ്രസുകാർ രാഷ്ട്രീയം മതിയാക്കി വീട്ടിലിരിപ്പായി.

കോൺഗ്രസ് പിളർന്നപ്പോൾ ഇന്ദിരഗാന്ധിയോടൊപ്പം കുറുപ്പ് ഉറച്ചു നിന്നു. കരുണാകരനും സി.എം. സ്റ്റീഫനും പിന്നെ, വിമോചനസമരക്കാലത്ത് തെരുവിലിറങ്ങിയ വയലാർ രവി, എ.കെ. ആന്റണി തുടങ്ങിയ വിദ്യാർത്ഥിനേതാക്കളുമായിരുന്നു കേരളത്തിലെ കോൺഗ്രസ് നേതാക്കൾ.

അതിനുശേഷം എഴുപതിൽ സി.പി.ഐയും കോൺഗ്രസ്സും യോജിച്ചു മത്സരിച്ചപ്പോഴും കുറുപ്പ് പ്രചാരണത്തിനുണ്ടായിരുന്നു. അപ്പോൾ കുറുപ്പിന് എൺപത്തൊന്നു വയസ്സ് പ്രായമുണ്ടായിരുന്നു. സ്റ്റേജിൽ നിന്ന് സ്റ്റേജിലേക്ക് ചുറുചുറുക്കോടെ അദ്ദേഹം കയറി. ഇന്ദിരാഗാന്ധി അനന്തകൃഷ്ണക്കുറുപ്പിനെ സ്നേഹത്തോടെ ആദരിച്ചു.

വിമോചനസമരക്കാലം മുതൽ ഇന്ദിരാഗാന്ധിക്ക് അനന്തകൃഷ്ണക്കുറുപ്പിനെ അറിയാമെങ്കിലും ഗാന്ധി ജന്മശതാബ്ദി വേളയിൽ ഡൽഹിയിൽ നടത്തിയ പ്രസംഗത്തോടെയാണ് അദ്ദേഹത്തിന്റെ അറിവിന്റെ ആഴം മനസ്സിലായത്. ഇംഗ്ലീഷിൽ നടത്തിയ പ്രസംഗത്തിന്റെ ഭാഷാപരമായ സൗന്ദര്യം മാത്രമല്ല ഭാരതീയ തത്ത്വശാസ്ത്രത്തിലും പുരാണത്തിലും ഗാന്ധിസത്തിലുമുള്ള അദ്ദേഹത്തിന്റെ അറിവും പ്രകടമാകുന്നതായിരുന്നു ആ പ്രസംഗം. കേരളത്തിൽ നിന്നുള്ള ഈ മഹാവ്യക്തിത്വം ഇതുവരെ ഒരു പാർലമെന്റ് അംഗമോ മന്ത്രിയോ ആകാതെ പോയതെന്തെന്ന് ഇന്ദിരാഗാന്ധി പനമ്പള്ളി ഗോവിന്ദമേനോനോട് ചോദിച്ചു. അധികാരത്തിൽ ഒരിക്കലും താത്പര്യമില്ലാത്ത ശുദ്ധഗാന്ധിയനാണ് കുറുപ്പ് എന്ന് പനമ്പള്ളി ഇന്ദിരാഗാന്ധിയോട് പറഞ്ഞു. പനമ്പള്ളിയുടെ മരണശേഷം കേരള രാഷ്ട്രീയത്തിൽ ഉപദേശത്തിനായി കുറുപ്പിനെ ചിലപ്പോൾ ഡൽഹിക്ക് വിളിപ്പിക്കുമായിരുന്നു. എഴുപത്തൊന്നിലെ വൻപിച്ച തിരഞ്ഞെടുപ്പ് വിജയത്തിനുശേഷം ആദ്യത്തെ കേരള സന്ദർശന സമയത്ത് കുറുപ്പിനെ മഹാരാഷ്ട്രയിൽ ഗവർണ്ണറായി നിയമിക്കുകയാണെന്ന് ഇന്ദിര പറഞ്ഞു. കുറുപ്പ് അത് സ്നേഹപൂർവ്വം നിരസിച്ചു.

ജേപി മൂവ്മെന്റിനെ ആദ്യം മുതലേ കുറുപ്പ് എതിർത്തു. ഗാന്ധിയുടെ കൊലയാളികളുമായാണ് ജയപ്രകാശ് നാരായൺ കൂട്ടുകൂടുന്നത് എന്ന് കുറുപ്പ് തന്റെ ലേഖനത്തിൽ എഴുതി. അടിയന്തരാവസ്ഥ പ്രഖ്യാപിച്ചപ്പോൾ ആദ്യംതന്നെ അടിയന്തരാവസ്ഥയെയും ഇന്ദിരയെയും പിന്തുണച്ച് കുറുപ്പ് രംഗത്തു വന്നു. രാജ്യത്തെ അപകടത്തിൽ നിന്ന് രക്ഷിക്കാനാണ് അടിയന്തരാവസ്ഥ പ്രഖ്യാപിച്ചതെന്ന് പിറ്റേദിവസം കുറുപ്പ് പത്രത്തിൽ എഴുതി. ദീർഘകാലം ജനാധിപത്യം നിലനിർത്താനാണ് തത്കാലം ഈ നടപടി വേണ്ടിവന്നതെന്ന്

അദ്ദേഹം വിശദീകരിച്ചു. അടിയന്തരാവസ്ഥ രാജ്യത്തിന്റെ ഭാവിക്കു വേണ്ടിയുള്ള ചികിത്സയാണ്. രാഷ്ട്രീയത്തിന്റെ അതിപ്രസരം രാജ്യ പുരോഗതിക്ക് വിലങ്ങുതടിയായിരുന്നു എന്ന് കുറുപ്പിനു തോന്നി. അച്ചടക്കമില്ലാതെ ഒരു രാജ്യത്തിനും മുന്നേറാനാവില്ല. അങ്ങനെ ഇന്ത്യ മുന്നേറുന്നു എന്നു കരുതിയ, രാജ്യം നാവടക്കി പണിയെടുത്ത അടിയന്തരാവസ്ഥയുടെ നാളുകളിലാണ് അദ്ദേഹം മരിച്ചത്.

ദ്രൗപദിയും ഭർത്താവ് രവീന്ദ്രൻ പിള്ളയും അവരുടെ മൂന്ന് ആൺമക്കളും രണ്ടു പെൺമക്കളും മരണസമയത്ത് വീട്ടിലുണ്ടായിരുന്നു. ചിത്തരഞ്ജൻ യൂറോപ്പിലായിരുന്നതിനാൽ ശവസംസ്കാരം കഴിഞ്ഞാണ് എത്തിയത്. സിങ്കപ്പൂർ ബെയ്സ് ചെയ്ത് പ്രവർത്തിക്കുന്ന വലിയ വ്യാപാരശൃംഖലയുടെ മാനേജിംഗ് ഡയറക്ടറാണ് എ.സി.ആർ. കുറുപ്പ് എന്ന എ. ചിത്തരഞ്ജൻ കുറുപ്പ്. അശോകൻ സ്ഥലത്തുണ്ടായിരുന്നെങ്കിലും അയാൾ അന്യനെപ്പോലെ നിൽക്കുന്നതാണ് എല്ലാവരും കണ്ടത്. ദ്രൗപദിയുടെ മൂത്തമകൻ പതിനഞ്ചു വയസ്സുള്ള മുരളി ചിതയ്ക്ക് തീ കൊളുത്തി. അപ്പുക്കുട്ടനെക്കൂടി മരണാനന്തരക്രിയകൾക്ക് കൂടെനിർത്തട്ടെ എന്ന് അശ്വതി ഓടി വന്ന് അശോകനോടു ചോദിച്ചു. ഒരു നിമിഷത്തെ കനത്ത മൗനത്തിനു ശേഷം അയാൾ മൂളി. അങ്ങനെ അപ്പുക്കുട്ടനും മുരളിയും മറ്റു രണ്ടു പേരമക്കളും കൂടി മരണാനന്തരക്രിയകൾ ചെയ്തു.

അപ്പുക്കുട്ടന് സിവിൽ സർവ്വീസ് സെലക്ഷൻ കിട്ടിയപ്പോൾ അപ്പൂപ്പനെ പോയിക്കാണുവാൻ അശ്വതി പറഞ്ഞു. അവൻ പോയി കണ്ടു. ഇന്ദിരാഗാന്ധിയെ ആദ്യമായി മീറ്റ് ചെയ്തപ്പോൾ അന്ന് അനന്തകൃഷ്ണക്കുറുപ്പിന്റെ ചെറുമകനാണ് എന്ന് അവൻ പരിചയപ്പെടുത്തി. ഇന്ദിരയ്ക്ക് അവനോട് പ്രത്യേക മമതയുണ്ടായിരുന്നു.

ദ്രൗപദിക്ക് അച്ഛന്റെ മരണം താങ്ങാനാകുമായിരുന്നില്ല. ഇന്നും അച്ഛന്റെ മരണദിവസം അവൾ ഫോട്ടോയിൽ നോക്കി കരയും. അങ്ങകലെ എവിടെയോ നിന്ന് ഒരു പാട്ട് കേൾക്കുന്നതായി അവൾക്ക് തോന്നും. അച്ഛന്റെ മരണം ദ്രൗപദി ഓർക്കുന്നതിങ്ങനെയാണ്.

അതിരാവിലെ ദ്രൗപദി കിണറ്റിൻകരയിൽ നിൽക്കുന്നു. ആകെയൊരു മൂകത. ഒരിലയും അനങ്ങുന്നില്ല. അങ്ങ് അകലെ എവിടെയോനിന്ന് ഒരു പാട്ട്.

അഗ്നിപർവ്വതം പുകഞ്ഞു
ഭൂചക്രവാളങ്ങൾ ചുവന്നു
മൃത്യുവിന്റെ ഗുഹയിൽ
പുതിയൊരു രക്തപുഷ്പം വിടർന്നു.

അവൾ ആ പാട്ടു കേട്ട് കുറച്ചു നേരം നിന്നു. ഇഷ്ടപ്പെട്ട പാട്ടാണ്. പക്ഷേ അപ്പോൾ വല്ലാത്തൊരു വിഷാദം അവൾ അനുഭവിച്ചു. അവൾ അകത്തേക്ക് കയറിപ്പോയി. അകത്ത് നടുമുറ്റത്തിനടുത്തുള്ള കോലായിൽ അച്ഛൻ വീണുകിടന്നു പിടയുന്നു. നെഞ്ചിൽ കൈ അമർത്തിപ്പിടിച്ചിട്ടുണ്ട്. ശബ്ദം പുറത്തു വരുന്നില്ല. ദ്രൗപദി ഉറക്കെ നിലവിളിച്ചു. രവീന്ദ്രൻ പിള്ളയും വേലക്കാരും മക്കളും ഓടിയെത്തി.

അനന്തകൃഷ്ണക്കുറുപ്പ് ശരീരത്തെ നിവർത്തി വലിച്ച് അവസാന ശ്വാസമെടുത്തു.

ഭാര്യമാർ രണ്ടുപേരും നേരത്തേ പോയി. അനന്തകൃഷ്ണക്കുറുപ്പ് പൊതുരംഗത്ത് സജീവമായിരുന്നകാലത്തുതന്നെയാണ് രണ്ടുപേരും മരിച്ചത്. സത്യഭാമയാണ് ആദ്യം മരിക്കുന്നത്. ക്ഷയമായിരുന്നു. നാഗർകോവിൽ ആശുപത്രിയിൽ കൊണ്ടുപോയി ചികിത്സിച്ചു. രോഗം ഭേദമായി വീട്ടിൽ വന്നതാണ്. അതോടുകൂടി സത്യഭാമയുടെ ശരീരം ക്ഷയിച്ചു. വയ്യാതായി. അറുപതിലെ തിരഞ്ഞെടുപ്പുപ്രചാരണകാലമാണ്. തിരഞ്ഞെടുപ്പു കഴിഞ്ഞ് വീട്ടിൽ വിശ്രമിക്കുമ്പോഴായിരുന്നു സത്യഭാമയുടെ സ്ഥിതി കൂടുതൽ വഷളായത്. കുറുപ്പ് അവരുടെ കൂടെയിരുന്നു. സത്യഭാമ അന്ത്യശ്വാസം വലിക്കുമ്പോൾ രുക്മിണിയും അനന്തകൃഷ്ണനും ഇടവും വലവും ഉണ്ടായിരുന്നു.

അസുഖം കൂടുതലാണെന്നറിഞ്ഞ് ചിത്തരഞ്ജനും നാൻസിയും മക്കളും നാട്ടിലെത്തിയിരുന്നു. അഞ്ചു മക്കളെ പെറ്റിട്ട് ആരുമില്ലാതായ ദുഃഖത്തിന് വലിയ ആശ്വാസമായിരുന്നു ചിത്തരഞ്ജൻ വന്നത്. കുട്ടികൾ അമ്മൂമ്മാ എന്നു വിളിച്ച് അരികെ ഇരിക്കുമ്പോൾ സത്യഭാമയുടെ കണ്ണ് നിറഞ്ഞൊഴുകി. നാൻസിയായിരുന്നു സത്യഭാമയെ പൂർണ്ണമായും പരിചരിച്ചിരുന്നത്. കുത്തിവയ്ക്കുന്നതും മരുന്നു കൊടുക്കുന്നതും ദേഹം കഴുകി വൃത്തിയാക്കുന്നതും എല്ലാം നാൻസിയാണ്.

"അവള് സ്നേഹമൊള്ളവളാ." രുക്മിണി അനന്തകൃഷ്ണനോടു പറഞ്ഞു.

നഴ്സായ മരുമകൾ സത്യഭാമയെ ശുശ്രൂഷിക്കാനുള്ളത് വലിയ ആശ്വാസമായി. ജാതിമതങ്ങളുടെ അർത്ഥശൂന്യത ഇനിയുമെന്തേ മനുഷ്യർക്ക് മനസ്സിലാകാത്തത് എന്ന് അപ്പോൾ അയാൾ ചിന്തിച്ചു.

മരണശേഷകർമ്മങ്ങൾ ചെയ്യാൻ ചിത്തരഞ്ജൻ തയ്യാറായി നിന്നു. അപ്പോഴാണ് കരുണൻ വന്നത്. അവൻ അമ്മയുടെ കാൽക്കലിരുന്ന് ആ മുഖത്തേക്ക് ഇത്തിരിനേരം നോക്കിനിന്നു. രുക്മിണി ആ നിമിഷം നിലവിളിച്ചു കരഞ്ഞു.

കരുണൻ ഉടുപ്പ് ഊരി ഒരു ഭാഗത്തിട്ടു.

അവൻ പറഞ്ഞു. ''ഞാനാണ് അമ്മയുടെ കർമ്മങ്ങൾ ചെയ്യുന്നത്. ഞാനിപ്പം കുളിച്ച് വരാം.''

എല്ലാവരും പരസ്പരം നോക്കി. ''അതു സാധ്യമല്ല.'' രാജഗോപാലൻ തന്ത്രി പറഞ്ഞു.

''അതെന്ത്?''

''കർമ്മശുദ്ധിയില്ലാത്തവൻ മരണാനന്തരകർമ്മം ചെയ്താൽ പരേതാത്മാവിന് മോക്ഷം കിട്ടില്ല.''

''താനാരാടോ ഇതു പറയാൻ. എന്റെ അമ്മയ്ക്ക് ഞാൻ കർമ്മം ചെയ്യും. അശോകയണ്ണൻ ചെയ്യുന്നില്ല. പിന്നെ ഞാനാണ് മൂത്തത്. ഞാൻ ചെയ്യും.''

സാധ്യമല്ല എന്ന് തന്ത്രി വീണ്ടും പറഞ്ഞപ്പോൾ അനന്തകൃഷ്ണൻ അവിടെ എത്തി.

അനന്തകൃഷ്ണൻ ഉറക്കെ പറഞ്ഞു. ''കരുണൻ കർമ്മങ്ങൾ ചെയ്യട്ടെ. ചിത്തരഞ്ജനും കൂടെ നിൽക്കട്ടെ. പുല തീരുന്നതുവരെ ഇവിടെയുണ്ടാവണമെന്നു മാത്രം.''

രാജഗോപാലൻ തന്ത്രി ഒന്നൊതുങ്ങി പറഞ്ഞു.

''അല്ല, അധർമ്മം ജീവിതമാക്കിയവന്റെ കർമ്മംകൊണ്ട് ഫലമുണ്ടോ?''

''അധർമ്മവും കർമ്മശുദ്ധിയുമൊക്കെ പരലോകത്ത് നോക്കിക്കൊള്ളും. നമ്മൾ വിധികർത്താക്കളാകണ്ട. ഒന്നറിയാം അവനെ സത്യഭാമ പ്രസവിച്ചതാണ്. അവനാണ് കർമ്മം ചെയ്യാൻ വന്നിരിക്കുന്നത്. നാടോടിയായവൻ സമയത്തെത്തിയല്ലോ.''

കരുണൻ കർമ്മങ്ങൾ ചെയ്തു. ചിത്തരഞ്ജനും കൂടെ നിന്നു. അപ്പുക്കുട്ടനെക്കൊണ്ടുകൂടി കർമ്മങ്ങൾ ചെയ്യിപ്പിക്കണമെന്ന് അശ്വതിക്കുണ്ടായിരുന്നു. അശോകനെ പേടിക്കുന്നതിനെക്കാൾ രുക്മിണി സമ്മതിക്കുമോ എന്ന പേടിയായിരുന്നു. അപ്പു അശോകന്റെ മകനല്ലല്ലോ. പിള്ളേരെയും കൊണ്ട് തറവാട്ടിൽ ചെല്ലുമ്പോൾ മഹിമയോട് രണ്ടമ്മമാരും സ്നേഹം കാണിക്കും. അപ്പുവിനെയങ്ങനെയല്ല. വേലക്കാരന്റെ മകനോട് എന്നപോലെ. അടുക്കള ഭാഗത്തല്ലാതെ അകത്തോട്ടൊക്കെ പോയാലും അവർക്കത് പിടിക്കില്ലായിരുന്നു.

രുക്മിണി മരിച്ചത് അനന്തകൃഷ്ണൻ മരിക്കുന്നതിന് രണ്ടു വർഷം മുൻപാണ്. അപ്പോഴും കർമ്മങ്ങൾ ചെയ്തത് ദ്രൗപദിയുടെ മക്കൾ തന്നെ.

അനന്തകൃഷ്ണന്റെ ജീവിതത്തിലെ ആകസ്മിക സംഭവമായിരുന്നു ദ്രൗപദിയുടെ ജനനം. അയാൾ ഏറെ സന്തോഷിച്ചു. ഒരുപാട് സ്വപ്നം കണ്ടു. പെൺകുട്ടിയാണ്. പുത്രദുഃഖത്തെ പുത്രി നികത്തുമെന്ന് ആ കാലങ്ങളിൽ തോന്നിപ്പോയി. ആ കാലങ്ങളിൽ ത്തന്നെയാണ് ഭദ്രന്റെ, യുദ്ധത്തിൽ വച്ചുള്ള മരണവും, മരിച്ചു എന്നു വിചാരിച്ച അശോകന്റെ തിരിച്ചുവരവും.

വളർന്നു വന്നപ്പോഴാണ് ദ്രൗപദിയുടെ അപാര ഓർമ്മശക്തിയുടെ മറുപുറം വെളിച്ചത്താകുന്നത്. അപാരമായ നിഷ്കളങ്കത. സാമൂഹിക ജീവിതത്തിനോ വ്യക്തിജീവിതത്തിനോ കഴിയാത്ത നിഷ്കളങ്കത. പ്രായമായ പെൺകുട്ടി പള്ളിക്കൂടത്തിൽ പഠിക്കുമ്പോൾ അവളുടെ വകതിരിവില്ലാത്ത നിഷ്കളങ്കത വരുത്തിവച്ചേക്കാവുന്ന വിനയോർത്ത് അനന്തകൃഷ്ണനും ഭാര്യമാരും ഒരുപാട് വിഷമിച്ചു. സുന്ദരിയും ശരീരപുഷ്ടിയുള്ളവളുമായിരുന്നു അവൾ. പള്ളിക്കൂടത്തിന്റെ തിണ്ണയിലും ക്ലാസിലുമൊക്കെ പാവാട അലക്ഷ്യമായിട്ടും മാറിടം പുറത്തു കാണുന്ന രീതിയിലുമൊക്കെ അവളിരിക്കുമ്പോൾ അധ്യാപകർ അവളെ വഴക്കുപറയും. അപ്പോഴവൾ വിങ്ങി വിങ്ങിക്കരയും. അവർ എന്തിനാണ് വഴക്കുപറയുന്നത് എന്നവൾക്ക് മനസ്സിലാകുന്നില്ല. ഈ വിവരമറിഞ്ഞ് അനന്തകൃഷ്ണൻ അവളുടെ പഠിത്തം നിർത്തി. അവളുടെ ഇഷ്ടവിഷയങ്ങളായ മലയാളവും ചരിത്രവും പഠിപ്പിക്കാൻ ഒരു അധ്യാപികയെ വീട്ടിൽ വരുത്തി.

പതിനേഴു വയസ്സായപ്പോൾ ദ്രൗപദിയെ വിവാഹം കഴിപ്പിച്ചു. അകന്ന ഒരനന്തരവനായ രവീന്ദ്രൻപിള്ളയുമായുള്ള വിവാഹം കേമമായിട്ടുതന്നെ നടത്തി. കമ്യൂണിസ്റ്റ് മന്ത്രിസഭ വീണ വിജയാഹ്ലാദത്തിന്റെ ഒത്തുകൂടൽ കൂടിയായി ഏറത്തുവീട്ടിലെ വിവാഹവേദി.

രവീന്ദ്രൻപിള്ള നല്ലൊരു കർഷകനും സ്നേഹനിധിയായ മനുഷ്യനുമായിരുന്നു. ഏഴാം ക്ലാസുവരെയുള്ള പഠിപ്പേ അയാൾക്കുണ്ടായിരുന്നുള്ളൂ. തന്റെ മകളുടെ ജീവിതം രവീന്ദ്രൻപിള്ളയിൽ സുരക്ഷിതമാണെന്നു കണ്ടുതന്നെയാണ് അനന്തകൃഷ്ണൻ കണ്ണടച്ചത്.

വസ്തുവകകൾ ഭാഗം വയ്ക്കാനുള്ള തീരുമാനം അനന്തകൃഷ്ണൻ എടുത്തത് സത്യഭാമയുടെ മരണത്തിനുശേഷമാണ്. മരണം സമീപമെത്തിയിട്ടുണ്ടെന്ന് അയാൾക്കു തോന്നി. മൂന്നേക്കറിൽ ഹരിജനങ്ങൾക്ക് വീടു വച്ച് കൊടുത്തിരുന്നു. ദ്രൗപദിക്ക് അഞ്ചു മക്കളുണ്ട്. ഇനിയുള്ള കാലം ഭൂമി നഷ്ടപ്പെട്ടാൽ പിന്നെ നേടാൻ എളുപ്പമല്ല.

അശോകനെ അറിയിച്ചു. അവന് ഏറത്തെ സ്വത്തിൽ ഒന്നും വേണ്ടാ എന്നു പറഞ്ഞു. നാട്ടിൽ വരാതിരുന്ന കരുണൻ ആയിടയ്ക്ക്

വന്നു. എനിക്ക് തരാനുദ്ദേശിക്കുന്നത് അച്ഛൻ അച്ഛന്റെ കണ്ടത്തിൽ കൃഷി ചെയ്ത പട്ടികജാതിക്കാർക്കു കൊടുത്താൽ മതി എന്ന് കരുണൻ പറഞ്ഞു.

ചിത്തരഞ്ജൻ പറഞ്ഞത് ''അവിടെ കുറെ ഭൂമി കിട്ടിയാലും ഞാനോ എന്റെ മക്കളോ അവിടെ വന്ന് കൃഷിചെയ്യാൻ പോകുന്നില്ല. പിന്നെ ഭൂമി സ്വത്താണ്. വിറ്റാൽ പണമാണ്. അതിന് എനിക്കിപ്പം ഒരു കുറവുമില്ല. എന്റെ ഓഹരികൂടി അച്ഛൻ ദ്രൗപദിക്ക് കൊടുക്കണം.''

അങ്ങനെ സ്കൂളും ഏറത്ത് തറവാടും എല്ലാ സ്വത്തുക്കളും ദ്രൗപദിയുടെ പേരിൽ എഴുതിവച്ചു.

മരിക്കുന്നതിന് തലേദിവസവും പതിവുപോലെ ഒൻപതുമണിക്ക് ഉറങ്ങാൻ കിടന്നു. ഒൻപതു മണിക്കു കിടക്കുകയും വെളുപ്പിന് നാലുമണിക്ക് എഴുന്നേൽക്കുന്നതുമാണ് പതിവുരീതി. പൊതുയോഗവും പ്രസംഗവുമൊക്കെയുണ്ടെങ്കിൽ പതിവുരീതി കുറച്ചു മാറും. എന്നാലും രാവിലെ നാലുമണിക്ക് ഉണരുന്നതിൽ ഒരു മാറ്റവുമില്ല. പ്രഭാത കൃത്യങ്ങൾ കഴിഞ്ഞാൽ ഭഗവദ്ഗീതയോ നാരായണീയമോ വായിക്കും. സംഗീതാത്മകമായാണ് അനന്തകൃഷ്ണൻ വായിക്കുന്നത്. ആലാപനത്തോടൊപ്പം പ്രകാശം മെല്ലെമെല്ലെ പരക്കുകയും പ്രകൃതി മെല്ലെ കണ്ണുതുറന്ന് ഉണരുകയും ചെയ്യും.

അന്ന് ഒൻപതു മണിക്ക് കിടന്നുറങ്ങിയ ആൾ പന്ത്രണ്ടു മണി കഴിഞ്ഞപ്പോൾ ഉണർന്നു.

തലച്ചോറിന് നല്ല തെളിച്ചം. വെറുതെ കുറച്ചുനേരം കിടന്നു. പിന്നെ ഓർമ്മകളോരോന്നായി വരാൻ തുടങ്ങി.

എൺപത്താറു വർഷം ജീവിച്ച വഴികൾ... എന്തെല്ലാം മാറ്റങ്ങൾ. ഒരു മനുഷ്യജന്മംതന്നെ എന്തെല്ലാം മാറ്റങ്ങളിലൂടെയാണ് കടന്നുപോകുന്നത്. അപ്പോൾ മാനവരാശിയാകെ എടുത്താലോ? എന്നിട്ടുമെന്തേ മനുഷ്യൻ മാറ്റത്തെ അംഗീകരിക്കാത്തത്.

ഓർമ്മകൾ... തടുക്കാനാകാതെ അവ പ്രവഹിക്കുന്നു. താങ്ങാനാകാത്ത കുത്തൊഴുക്ക്. എത്രനേരമായി ഇങ്ങനെ കിടക്കുന്നു എന്ന് ആലോചിച്ചതേ ഇല്ല. ഇടയ്ക്കിടയ്ക്ക് കൂജയിൽ നിന്ന് വെള്ളമെടുത്തു കുടിക്കും.

വെളുപ്പിന് കേൾക്കുന്ന അച്ഛന്റെ ശ്ലോകങ്ങൾ കേൾക്കാത്തതുകൊണ്ട് ദ്രൗപദി മുറിയുടെ വാതിൽക്കൽ വന്നു നോക്കി.

അനന്തകൃഷ്ണൻ കാൽപ്പെരുമാറ്റം കേട്ടു.

''ആര്? മോളാ?''

"ആ... അച്ഛാ. അച്ഛനെന്ത് ശ്ലോകം ചൊല്ലാത്തത്?"

"മനസ്സീ ചൊല്ലുന്നു മോളേ."

"അതെന്ത്? അച്ഛന് വയ്യേ?"

"വയ്യാതൊന്നുമില്ല. ഇങ്ങനെ കിടക്കുന്നു. ഓരോന്നാലോചിച്ച്. മോളു പോയി കെടന്നോ."

അവൾ പോയി. പരപരാവെട്ടം വച്ചു. ദാഹിക്കുന്നു. കൂജയെടുത്തപ്പോൾ അതിൽ വെള്ളം തീർന്നു. മോളെ വിളിക്കാമെന്നു വിചാരിച്ചിട്ട് വേണ്ടെന്നുവച്ച് കൂജയുമായി അടുക്കളയിലേക്കു പോയി. കോലായിലേക്കിറങ്ങുമ്പോഴാണ് ജയരാജൻ വെടിയേറ്റു വീഴുന്നത് വളരെ വ്യക്തമായി അനന്തകൃഷ്ണൻ കണ്ടത്.

കഠിനമായ വേദന. നെഞ്ഞ് കുത്തിപ്പിളർക്കുന്നു. കൂജ താഴെ വീണു. അയാൾ നെഞ്ചിൽ അമർത്തിപ്പിടിച്ചു. രക്തം ഹൃദയധമനികളെ പൊട്ടിച്ച് ഒഴുകി. തറയിൽ വീണ് അയാൾ വേദനയിൽ ഉരുണ്ടു. മങ്ങുന്ന കാഴ്ചയിൽ മുന്നിൽ ദ്രൗപദിമോൾ. അവൾ വായ് തുറന്ന് വിളിക്കുന്നു. കേൾക്കുന്നില്ല.

കാഴ്ചയിൽ അവൾ മാത്രം. അച്ഛന്റെ കാഴ്ചയിൽ മകൾ പിന്നിലേക്ക് പിന്നിലേക്ക് പോയി ചെറുതാകുന്നു. അനന്തകൃഷ്ണന്റെ ശരീരം ഒന്നു നിവർന്നു. അവൾ ഇരുളിൽ ഇല്ലാതായി.

## മുപ്പത്തിയൊൻപത്

**നാ**ലഞ്ചു ദിവസമായി പെയ്യുന്ന മഴയുടെ ഊക്കൊന്ന് കുറഞ്ഞു.

ചക്കി വീടിന്റെ സിറ്റൗട്ടിൽ മഴയുടെ ശമനതാളം നോക്കിയിരുന്നു. തണുപ്പുണ്ട്. കിട്ടിയ ഒരു തുണിയെടുത്ത് മൂടിപ്പുതച്ചാണ് ഇരിക്കുന്നത്. വയസ്സ് എഴുപതായി. തലമുടിയിൽ അങ്ങിങ്ങു മാത്രമേ നരയുള്ളൂ. ഒരു മൂലയ്ക്ക് മൂന്നു പട്ടികളും ചുരുണ്ടുകൂടി കിടക്കുന്നു.

വീടിനുമുന്നിലെ നദി നിറഞ്ഞ് കലങ്ങിമറിഞ്ഞ് ഒഴുകുന്നു. ചക്കിയുടെ വീട്ടിൽ ഈ മഴയത്തും വെള്ളം കേറിയില്ല. കുറച്ച് ഉയരത്തിലാണ് വീട്. താഴെ പുരയിടത്തിൽ നട്ട കപ്പയും ചേമ്പും പച്ചക്കറികളുമൊക്കെ വെള്ളത്തിൽ മുങ്ങി, വെള്ളം രണ്ടു ദിവസം കൊണ്ട് താഴും. സാധാരണ അങ്ങനെയാണ്.

ചിന്നംപിന്നം മഴ പെയ്തുകൊണ്ടിരുന്ന ഒരു ദിവസം ഈ നാട്ടിൽ വന്നെത്തിയത് ചക്കിക്ക് ഓർമ്മയുണ്ട്. അന്ന് ചക്കിക്ക് പത്തു വയസ്സ്.

ഒരു കാളവണ്ടിയിലാണ് വന്നിറങ്ങിയത്. മമ്മയെ ചേർന്നുപിടിച്ച് ഉറങ്ങുകയായിരുന്നു. വണ്ടിയിൽ നിന്ന് ഇറങ്ങുമ്പോഴാണ് ചക്കി ഉണർന്നത്. അപ്പോൾ ചാറ്റൽമഴയുണ്ടായിരുന്നു. കാളവണ്ടിയോടിച്ച അപ്പൂപ്പനെ ചക്കിക്ക് ഓർമ്മയുണ്ട്. കറുത്തു മെലിഞ്ഞ് കവിളൊട്ടി നരച്ച കുറ്റിരോമങ്ങളുള്ള അപ്പൂപ്പൻ. പല്ലില്ലാത്ത മോണകാട്ടി ചിരിക്കും.

''എന്താ പേരെന്ന് പറഞ്ഞത്?'' ആ അപ്പൂപ്പൻ മമ്മയോട് ചോദിച്ചു.

''രായപ്പൻ.'' ചക്കിയുടെ മമ്മ പറഞ്ഞു.

''വാ ന്റെ കൂടെ.''

ആ അപ്പൂപ്പന്റെ കൂടെ പോയി.

ഇപ്പോൾ അറുപതു വർഷമായി.

എവിടെ നിന്നാണ് ഇവിടെ എത്തിയത്?

അമ്മ, അഴകി, കുഞ്ഞമ്മ, അമ്മമ്മ, ആ വീട് എല്ലാം ചക്കിക്കോർമ്മയുണ്ട്.

തോട്ടുവരമ്പിൽ കളിച്ചുകൊണ്ടു നിൽക്കുമ്പോൾ ചക്കി കണ്ടത് വീട് കത്തിയെരിയുന്നതാണ്.

കുറേപ്പേരുണ്ട്. അവർ തീപ്പന്തവുമായി അടുത്ത വീട്ടിലേക്കോടുന്നു. നിരനിരയായി വീടുകൾ കത്തുന്നു.

ചക്കി പേടിച്ചുപോയി. ചക്കി കൈതയുടെ മറവിൽ ഓടിഒളിച്ചു. പേടിച്ചുവിറച്ച് അവിടെ കിടന്നു. ചിന്നൻ പട്ടി കുറച്ചു കഴിഞ്ഞപ്പോൾ അവളുടെ അടുത്തു വന്നു കിടന്നു. അവൾക്കാശ്വാസമായി. രാത്രിയായപ്പോൾ പേടിച്ച് ചിന്നനെ കെട്ടിപ്പിടിച്ച് കിടന്നു. ചിന്നൻ നക്കിയും വാലാട്ടിയും അവളെ ആശ്വസിപ്പിച്ചു. അവൾ ഉറങ്ങി.

പിറ്റേദിവസം രാവിലെ അവൾ വീട്ടിൽ വന്നു നോക്കി. കത്തിക്കരിഞ്ഞുകിടക്കുന്നു. അവൾ അവിടെ ഇരുന്ന് കരഞ്ഞുകരഞ്ഞ് തളർന്നു. വിശന്നിട്ടു വയ്യ. അവൾ വിശന്നും കരഞ്ഞും തളർന്ന് കിടന്നുറങ്ങി.

രായപ്പൻ അവിടെ എത്തിയത് രാത്രിയാണ്. രാത്രി എത്ര സമയമായെന്നറിയില്ല. നേരമിരുട്ടിയ ശേഷമാണ് രായപ്പൻ മരിച്ചവരുടെയും മരിച്ചുകൊണ്ടിരിക്കുന്നവരുടെയും ഇടയിൽ നിന്ന് നൂഴ്ന്നിറങ്ങിയത്. പുരയിടങ്ങളും കുറ്റിക്കാടുകളും തോടുകളും കടന്ന് ഇവിടെ എത്തി.

കത്തിക്കരിഞ്ഞ വീടുകൾക്കിടയിലൂടെ രായപ്പൻ ഓടി. തന്റെ

വീടും കത്തിക്കരിഞ്ഞു കിടക്കുന്നു. അവന് കരച്ചിൽ വന്നില്ല. അതു കണ്ട് തളർന്നില്ല.

കൂടപ്പിറപ്പുകളായ തൊഴിലാളികൾ മിക്കവരും വെടിയേറ്റു മരിച്ചു. ചിലർ ശവങ്ങൾക്കിടയിൽ മരിക്കാതെ വേദനിച്ച് രക്ഷപ്പെടാനാകാതെ കിടക്കുന്നു. പട്ടാളക്കാർ തോക്കിൻപാത്തി വച്ച് കുത്തിനോക്കുന്നു, ജീവൻ അവശേഷിക്കുന്നോ എന്നറിയാൻ. മരിച്ചതുപോലെ കിടക്കണം. അനങ്ങിയാൽ ജീവനെടുക്കുന്ന അവസാന വെടി പൊട്ടും.

തോക്കിന്റെ പാത്തികൊണ്ടുള്ള കുത്തിൽ വേദനിച്ചു പിടഞ്ഞിട്ടും രായപ്പൻ അനങ്ങാതെ കിടന്നു. ഇഴഞ്ഞിഴഞ്ഞ് എല്ലാവരുടെയും കണ്ണുവെട്ടിച്ച് രക്ഷപ്പെട്ടു. കാലിലായിരുന്നു വെടിയേറ്റത്. പൗർണ്ണമി നിലാവിനെ ഒളിച്ചൊളിച്ച് ഏന്തിവലിഞ്ഞ് വീട്ടിലെത്തി.

കത്തിക്കരിഞ്ഞ വീടിനെ നോക്കി അവൻ നിന്നു. കൊച്ചപ്പിയുടെ അമ്മമ്മയും ചക്കിയുമാണ് അവിടെ ഉണ്ടായിരുന്നത്. ചക്കി എവിടെ? അതുമാത്രമായിരുന്നു അവന്റെ ചിന്ത.

അവന്റെ മണമറിഞ്ഞ് ചിന്നൻ ഓടി എത്തി. മൂളിയും പ്രത്യേക ശബ്ദമുണ്ടാക്കിയും അവനെ കടിച്ചുവലിച്ചു. അവൻ വലിച്ചിടത്തേക്ക് മനസ്സു തളർന്ന് രായപ്പന്റെ ശരീരം പോയി.

തളർന്നു കിടക്കുന്ന ചക്കിയെ അവൻ കോരിയെടുത്തു.

"മോളേ.. മോളേ..." അവൻ വിളിച്ചു.

മമ്മാ... എന്ന് അവളുടെ ചുണ്ട് അനങ്ങി.

എത്രയോ ദൂരം അവളെയുമെടുത്ത് നടന്നു. ചിന്നനും കൂടെ നടന്നു.

കാലു വലിച്ചുവലിച്ച് നടന്ന് ഒരു റോഡിൽ എത്തി. നേരം വെളുത്തു വരുന്നതേയുള്ളൂ. ഭയമാണ്. ചോരവാർന്നൊലിച്ച കാലുകൾ. ഉടുതുണിയിലെല്ലാം രക്തം. പകൽവെട്ടം. മനുഷ്യർ ഉണർന്നിരിക്കുന്ന സമയം.

റോഡിലെത്തിച്ചേരുമ്പോൾ അവിടെ ഒരു കാളവണ്ടി നിർത്തിയിട്ടിരിക്കുകയാണ്. എന്തു ചെയ്യണമെന്നറിയാതെ നിൽക്കുമ്പോൾ തൊട്ടരികിൽ ഒരാൾ മൂത്രമൊഴിച്ച് എഴുന്നേറ്റു. അയാൾ സൂക്ഷിച്ചു നോക്കി.

പരുങ്ങി റോഡരികിലേക്കു നീങ്ങി. ചക്കി തോളിൽക്കിടന്നുറങ്ങുന്നു.

അയാൾ തറയിലുറപ്പിക്കാനാകാത്ത ഒരു കാലും വസ്ത്രത്തിലെ ചോരയും ശ്രദ്ധിച്ചു.

"നിക്ക്. എവിടന്നു വരുന്നു?"

രായപ്പൻ മിണ്ടിയില്ല.

"ഈ ചോര. വെടി കൊണ്ടതാണോ?"

രായപ്പൻ ഒന്നും പറയാതെ പേടിച്ചുനിന്നു.

"ഞാൻ നിങ്ങളുടെ ശത്രുവല്ല. വയലാറീന്നാണോ?"

രായപ്പൻ പറയാൻ ധൈര്യമില്ലാതെ നിന്നു.

"എന്നെ വിശ്വസിക്ക്. വണ്ടിയിൽ കേറ്."

രായപ്പൻ ചക്കിയെ വണ്ടിയിലേക്ക് കിടത്തി. രായപ്പൻ കയറുന്നതിന് മുൻപ് ചിന്നനെയും വണ്ടിക്കാരനെയും മാറിമാറി നോക്കി. രായപ്പൻ പറഞ്ഞു.

"പട്ടി. അവൻ അപ്പഴേ കൂടെ നടക്കയാണ്."

അയാൾ ചിന്നനെ വണ്ടിയിൽ എടുത്തുകയറ്റി. രായപ്പനെയും പിടിച്ചുകയറ്റി. ചിന്നൻ ചുരുണ്ടുകൂടിക്കിടന്നു. അയാൾ രായപ്പന് ഉടുക്കാൻ ഒരു തുണി കൊടുത്തു. ഉടുത്തിരുന്ന തുണികൊണ്ട് മുറിവിന്മേൽ കെട്ടിയിട്ട് രായപ്പൻ ആ തുണി ഉടുത്തു.

രായപ്പന് കുടിക്കാൻ വെള്ളം കൊടുത്തു.

ഉച്ചയായപ്പോൾ അവർ അവിടെ എത്തി. അടഞ്ഞുകിടക്കുന്ന രണ്ടു കടകൾ അവിടെയുണ്ട്.

ആ അപ്പൂപ്പൻ മഴയത്ത് അവളെയുമെടുത്ത് നടന്നു പോകുന്നതും മമ്മയും ചിന്നനും പിറകേ വരുന്നതും ചക്കി ഇന്നും ഓർക്കുന്നു.

ചക്കി ചോദിച്ചിട്ടുണ്ട്. അമ്മയും കുഞ്ഞയും അച്ഛച്ഛനും മമ്മയുമൊക്കെ എവിടെ എന്ന്.

രായപ്പൻ പറഞ്ഞു, അവരെല്ലാം വെന്തു മരിച്ചെന്ന്.

അവൾ ഇത്തിരി നേരം ആലോചിച്ചിട്ട് ചോദിച്ചു. "വീടു കത്തുമ്പം വല്യമ്മ മാത്രമല്ലേ അവിടെ ഉണ്ടായിരുന്നുള്ളൂ?"

പത്തുവയസ്സുകാരിക്ക് പിന്നെയും സംശയം വരും. "അപ്പം മമ്മ എവിടാരുന്നു?"

വേറെ ഒരിടത്തായിരുന്നു എന്ന് രായപ്പൻ പറയും.

അഴകി മരിച്ചത് രായപ്പനറിയാം. രായപ്പന് കാലിൽ വെടിയേറ്റ അടുത്ത നിമിഷമാണ് അരികെ നിന്ന അഴകിക്ക് വെടിയേൽക്കുന്നത്. അവളെ ചുറ്റിപ്പിടിച്ചു. രണ്ടുപേരും തറയിൽ വീണു. അഴകീ... അഴകീ... എന്ന് പതുക്കെ വിളിച്ചു.

അവളുടെ ശ്വാസം അപ്പോൾത്തന്നെ നിലച്ചു.

അവൾ ഏഴു മാസം ഗർഭിണിയായിരുന്നു. സമരത്തിന് വരണ്ട എന്ന് രായപ്പൻ പറഞ്ഞതാണ്. അവൾ കേട്ടില്ല.

പൊലീസിന്റെ അടിയും തൊഴിയും അങ്ങനെ ചിലപ്പോൾ ചത്തുപോകുന്നതുമൊക്കെ പ്രതീക്ഷിച്ചു. ജീവൻ പണയം വച്ചുതന്നെ സമരത്തിനിറങ്ങിയത്. ഇങ്ങനെ ജീവിച്ചിട്ടെന്തു കാര്യം എന്നു തോന്നിത്തുടങ്ങിയ ശേഷം സമരത്തിൽ പങ്കെടുക്കാൻ ആവേശമായിരുന്നു.

രായപ്പന്റെ തണുത്ത പ്രകൃതത്തിൽ അഴകിക്കും കൊച്ചപ്പിക്കും പലപ്പോഴും ദേഷ്യം വന്നിട്ടുണ്ട്.

''അടി കൊള്ളുമെന്ന പേടിയാ? അതാ മരിക്കുമെന്ന പേടിയാ?'' അഴകി ഒരിക്കൽ ചോദിച്ചു.

കൊച്ചപ്പിയും ചാച്ചനും നീലിയും അമ്മയും എവിടെയെന്ന് രായപ്പനറിയില്ല.

മരിച്ചുകാണുമോ?

പൊലീസിന്റെ പിടിയിലായിക്കാണുമോ?

നീലി പൊലീസിന്റെ പിടിയിൽ... രായപ്പനത് ആലോചിക്കാനേ വയ്യ.

അവിടന്ന് തന്നെപ്പോലെ കൊച്ചപ്പിയും നീലിയും അമ്മയും ചാച്ചനുമൊക്കെ രക്ഷപ്പെട്ടെങ്കിൽ? അവർ എവിടെയായിരിക്കും? ആര് ജീവിച്ചിരിക്കുന്നു, ആരു മരിച്ചു എന്നറിയാതെ ചിതറിപ്പോയവർ അനവധി.

എന്നും ചിതറിപ്പോയ സമൂഹം.

അടിമച്ചന്തയിൽ ചിതറിയവർ, ആട്ടിയോടിക്കപ്പെട്ട്, പട്ടിണികൊണ്ട്.

പത്താംക്ലാസിൽ പഠിക്കുമ്പോൾ ചരിത്രപാഠപുസ്തകത്തിലെ സംശയങ്ങൾ പറഞ്ഞുകൊടുക്കുമ്പോഴാണ് പുന്നപ്ര വയലാർ സമരം അവൾ ചോദിക്കുന്നത്. അവൾക്കന്ന് പതിനെട്ടു വയസ്സുണ്ട്.

രായപ്പൻ സമരത്തെക്കുറിച്ച് പറഞ്ഞു. അതിന്റെ രാഷ്ട്രീയ പശ്ചാത്തലം പറഞ്ഞു.

അധഃസ്ഥിതരുടെ ജീവിതം പറഞ്ഞു.

അയാളുടെ കണ്ണു നിറഞ്ഞു. ശബ്ദത്തിന് ഇടർച്ചയുണ്ടായി. അവളുടെ കണ്ണിൽ നിന്ന് കണ്ണുനീർ ഒഴുകി. പാവപ്പെട്ടവരുടെ ജീവിത ദുരന്തം, അവരേറ്റ മർദ്ദനങ്ങൾ, കൂട്ടക്കൊല ഇതൊക്കെയാണ് അവളെ കരയിച്ചത്. മമ്മയും അങ്ങനെ കരയുന്നു എന്നേ അവൾ കരുതിയുള്ളൂ.

കുറച്ചു നേരം അയാൾ അവളെ നോക്കി ഇരുന്നു. അയാളുടെ മുഖം വീർത്തുവന്നു. അവളെ തന്നിലേക്ക് ചേർത്തുപിടിച്ചു.

അയാൾ പറഞ്ഞു.

''അമ്മയും കുഞ്ഞയും മാമനും ചാച്ചനും അമ്മമ്മയുമെല്ലാം നഷ്ടപ്പെട്ടത് വയലാറിലാണ്.''

വീർത്ത ബലൂണിൽ നിന്ന് എന്നപോലെ രായപ്പനിൽ നിന്ന് അത് ഒഴിഞ്ഞുപോയി.

അയാൾ അവളെ കൂടുതൽ ചേർത്തുപിടിച്ചു.

''അഴകി എന്റെ ഈ കൈകളിലാണ് മരിച്ചത്. മറ്റവരെല്ലാം മരിച്ചുകാണും. ആരെങ്കിലും ജീവിച്ചിരുന്നാലും നമ്മളിനി കണ്ടുമുട്ടില്ല.''

അവൾ അയാളുടെ മടിയിലേക്ക് ചാഞ്ഞു. ഒരു സമൂഹമാകെ മരിച്ചുവീണ ചിത്രത്തിലാണ് അവൾ തന്റെ ഉറ്റവരും ഉടയവരും മരിച്ചുവീണത് കണ്ടത്.

രായപ്പൻ അവളുടെ മുടിയിഴകളിൽ തലോടി. അവളുടെ കണ്ണുനീർ തുടച്ചു.

''മോള് പഠിക്കണം. അധികാരവും സമ്പത്തുമാണ് വേണ്ടത്.''

''ചരിത്രം പഠിക്കണം. നാമാരെന്ന് അറിയണം. എഴുതപ്പെട്ട ചരിത്രത്തിലൊന്നും നമ്മൾ കാണില്ല. എന്തിന്, ചരിത്രത്തിൽ സ്ഥാനപ്പെട്ട അയ്യൻകാളി ഇപ്പം ചരിത്രത്തിലൊണ്ടാ?''

മമ്മയെ നോക്കി ചക്കി ഇരുന്നു. അവൾ പുതിയ ഒരാളായി മാറുകയായിരുന്നു. രായപ്പൻ പറയുന്നത് അവൾ ശ്രദ്ധയോടെ കേൾക്കുകയായിരുന്നു.

''ഇപ്പോൾ പാർലമെന്റിലും നിയമസഭയിലും കമ്യൂണിസ്റ്റ് പാർട്ടിയാണ് പ്രധാന പ്രതിപക്ഷം. പുന്നപ്ര വയലാർ സമരത്തിന്റെ നേതൃത്വത്തിലുണ്ടായിരുന്ന ടി.വി. തോമസാണ് ഇവിടെ പ്രതിപക്ഷ നേതാവ്. നാളെ കമ്യൂണിസ്റ്റ് പാർട്ടി ഭരണത്തിൽ വരാം. അപ്പോഴിതൊക്കെ തലകീഴ് മറിയുമോ? നമ്മളും ഭൂമിയുടെ അവകാശികളാകുമോ?

ഓരോ ഗ്രാമത്തിലുമുള്ള ജന്മിത്തറവാടുകളുടെ അധികാരവ്യവസ്ഥയെ ചുട്ടു ചാമ്പലാക്കാതെ ഒരു മാറ്റവും വരില്ല. ജാതി ഇല്ലാതാവുമോ. എനിക്കു വിശ്വാസമില്ല.'' രായപ്പൻ പറഞ്ഞതെല്ലാം അവൾക്ക് മനസ്സിലായില്ല. ആ രോഷത്തിന്റെ അർത്ഥം അവൾക്ക് മനസ്സിലായി.

അടിയാളന്റെ പീഡന ഓർമ്മകളല്ല, മേലാളബാല്യമാണ് ഒരു മിന്നൽത്തരംഗമായി രായപ്പനെ വന്നടിച്ചത്.

അവൾ പഠിച്ചു. നിശ്ചയദാർഢ്യത്തോടെ. പത്താം ക്ലാസ് അവൾ ഉയർന്ന മാർക്കോടെ ജയിച്ചു.

ചെറുക്ലാസുമുതലേ എല്ലാ വിഷയവും സ്കൂൾ വിട്ടു വന്നാൽ രായപ്പൻ പഠിപ്പിക്കും. ഹൈസ്കൂൾ ക്ലാസിലായപ്പോൾ അവരുടെ കൂടെ മറ്റു ചില കൂട്ടുകാരും പഠിക്കാൻ വന്നു. അവരൊക്കെ പട്ടികജാതിക്കാരായിരുന്നു. അവരൊക്കെ എല്ലാ പരീക്ഷയ്ക്കും പല വിഷയങ്ങളും തോറ്റുകൊണ്ടിരുന്നവരും പല ക്ലാസിലും തോറ്റവരുമാണ്. രായപ്പനറിയാം അത് അവരുടെ വീട്ടുസാഹചര്യമാണ്. ക്ലാസിൽ തഴയപ്പെടുന്നവരാണ്. ചക്കി പരീക്ഷയ്ക്ക് ഒന്നാമതെത്തുമ്പോൾ അദ്ധ്യാപകർക്ക് അത്ഭുതമാണ്. ഒരു പട്ടികജാതിക്കാരി? അദ്ധ്യാപകരുടെ മക്കളൊക്കെ പിന്നിലാവുമ്പോൾ അവർക്ക് ചക്കിയോട് ദേഷ്യവുമുണ്ട്. മറ്റു കുട്ടികൾ അദ്ധ്യാപകരോട് പറയും അവളെ അവളുടെ മമ്മാ പഠിപ്പിക്കുമെന്ന്. പത്താംക്ലാസിൽ പഠിപ്പിക്കാൻ ആ കൂലിപ്പണിക്കാരൻ രായപ്പന് എങ്ങനെ പറ്റും. അവർ അത്ഭുതപ്പെട്ടു.

പട്ടികജാതിക്കാരായ കൂട്ടുകാരും ചോദിച്ചു. ഞങ്ങളുടെയൊന്നും അച്ഛനുമമ്മയും പഠിച്ചിട്ടില്ലല്ലോ. നിന്റെ മമ്മ... ഇതെങ്ങനെ... അവർക്ക് വിശ്വസിക്കാനാകുന്നില്ല.

ചക്കി മമ്മയോട് ചോദിച്ചു.

മമ്മ പറഞ്ഞു. ''അതിന് ചില സഹായങ്ങളൊണ്ടായി. അംബേദ്ക്കറെ മോൾക്ക് അറിയാമല്ലോ. അതുപോലെയൊക്കെ. പിന്നെ അതു നിന്നു.''

''അപ്പം സർക്കാർ ജോലി കിട്ടുമായിരുന്നല്ലോ. പിന്നെന്താ പോവാത്തേ.''

''പോയില്ല. എനിക്കിതാ ഇഷ്ടം. എന്റെ ചക്കിമോളെ കാണാൻ പറ്റുമായിരുന്നാ അങ്ങനെ പോയെങ്കീ. എന്റെ അഴകിയെ കാണാൻ പറ്റുമായിരുന്നാ. കൊച്ചപ്പിയെ...'' രായപ്പന് കണ്ണുനീർ വന്നു. ചക്കിക്കും.

ഉയർന്ന മാർക്കു വാങ്ങിക്കാൻ രായപ്പൻ സാറിനടുത്തു പോകണമെന്ന് കുട്ടികൾ വീട്ടിൽ ശഠിച്ചു. രായപ്പൻ സാറാ... അവള്ടെ ഒരു

സാറ്... കണ്ട കൊറവനേം പറയനേമൊക്കെയാണ് സാറേന്ന് വിളിക്കുന്നത്. അവൻ കണ്ടത്തീ കിടന്ന് കെളയ്ക്കണത് കണ്ടിട്ടില്ലേ. അവൻ സാറൊന്നുമല്ല. ആ പെണ്ണ് നൊണ പറയയാണ്. മാതാപിതാക്കൾ ശാസിക്കും.

അവിടെ വന്ന പട്ടികജാതിക്കുട്ടികളെ ചക്കി പഠിച്ചു തീർന്നാലും രായപ്പൻ പഠിപ്പിക്കും. പഠനത്തിലെ അടിസ്ഥാന പ്രശ്നങ്ങൾ പരിഹരിച്ച് അവരൊക്കെയും മോശമല്ലാത്ത മാർക്ക് വാങ്ങി പത്താംക്ലാസ് പാസ്സായി.

കോളേജ് പഠനകാലത്തും ജോലിസ്ഥലത്തും പട്ടികജാതിക്കാരി എന്ന അവഹേളനം ചക്കിയെ കൂടുതൽ കരുത്തയാക്കി. പുന്നപ്ര വയലാർ ഓർമ്മ അപ്പോൾ ഇരമ്പിപ്പാഞ്ഞെത്തും.

സി.എൻ. ചക്കിട്ടീച്ചർ കുട്ടികൾക്കിഷ്ടപ്പെട്ട ടീച്ചറായിരുന്നു. മുപ്പതു വർഷത്തെ സേവനത്തിനുശേഷം 1991ൽ വിരമിച്ചു. അതിനും നാലു വർഷം മുൻപ് ഭർത്താവ് കെ.പി. ശങ്കരൻ റവന്യൂ വകുപ്പിൽ നിന്ന് വിരമിച്ചു.

പുഴവക്കിലെ പുറമ്പോക്കിൽ കെട്ടിയ കുടിലിൽ നിന്ന് പുതിയ വീടു വച്ചു മാറുന്നത് ചക്കിയുടെയും ശങ്കരന്റെയും വിവാഹശേഷമാണ്.

സർക്കാരുദ്യോഗസ്ഥരുടെ വരുമാനം വന്നപ്പോൾ മമ്മ ഇനി കൃഷിപ്പണിക്ക് പോകണ്ടായെന്ന് ചക്കിയും ശങ്കരനും പറഞ്ഞു. ആദ്യമൊന്നും കേട്ടില്ലെങ്കിലും പിന്നെ നിർത്തി. വീട്ടിലെ പത്തൻപത് സെന്റ് പുരയിടത്തിലായി പിന്നെ അദ്ധ്വാനം.

ചക്കിയും ശങ്കരനും മാസംതോറും ഓരോ പുസ്തകം രായപ്പന് വാങ്ങിക്കൊടുക്കും. നാട്ടിലുള്ള ഗ്രന്ഥശാലയിൽ നിന്ന് രായപ്പൻ സ്ഥിരമായി പുസ്തകമെടുത്തു വായിക്കുമായിരുന്നു. വായിക്കുന്ന കർഷകത്തൊഴിലാളി ഗ്രന്ഥശാലാപ്രവർത്തകർക്ക് അത്ഭുതമായിരുന്നു. രായപ്പനെ പാർട്ടിയിൽ ചേർക്കാൻ ഗ്രന്ഥശാലാപ്രവർത്തകരായ കമ്യൂണിസ്റ്റുകൾ ശ്രമിച്ചു. രായപ്പൻ ഒഴിഞ്ഞുമാറി.

ഇപ്പോൾ ശങ്കരനും ചക്കിയും രായപ്പന് ഇംഗ്ലീഷ് പുസ്തകവും വാങ്ങിക്കൊണ്ടു വരുന്നു. അടച്ചിട്ടിരുന്ന ജാലകം തുറന്നു. അനന്തവിഹായസ്സിലേക്ക് അറിവിന്റെ കിളി പറന്നു.

എഴുപതുകളെത്തിയപ്പോൾ കമ്യൂണിസ്റ്റ് പാർട്ടികളെക്കൊണ്ടും പട്ടികജാതി പട്ടികവിഭാഗത്തിന് സമൂഹത്തിൽ തുല്യ നില കൈവരില്ല എന്ന് രായപ്പൻ മനസ്സിലാക്കി. ഈഴവ സമുദായമൊക്കെ

നിവർത്തന പ്രക്ഷോഭകാലത്തിനു ശേഷം രാഷ്ട്രീയ സാമൂഹിക രംഗത്ത് തുല്യസ്ഥാനത്ത് എത്തി. അയ്യൻകാളിയും തുല്യമായി നടത്തിയ സാമൂഹിക ഇടപെടൽ മുപ്പതുകളിൽ അവസാനിച്ചു. പിന്നെ പട്ടികജാതിക്കാർ ഹരിജനങ്ങളായി. അതിന്റെ ഉദ്ധാരണമായി. തുടർന്ന് കമ്യൂണിസ്റ്റ് പാർട്ടികളുടെ ഉദ്ധാരണം. അധഃസ്ഥിതർ മനുഷ്യരാണ് എന്ന ഒരു ബോധം പൊതുസമൂഹത്തിലുണ്ടാവാൻ കമ്യൂണിസ്റ്റ് പാർട്ടി പ്രവർത്തനത്തിന് കഴിഞ്ഞു. പട്ടികജാതി പട്ടികവർഗം പൊതു രാഷ്ട്രീയത്തിനു പുറത്താണ് ഇപ്പോഴും. ഈ ഘടനയിൽ മാറ്റം വരുമെന്ന പ്രതീക്ഷയില്ല. ഇപ്പോൾ എം.എൻ. ഗോവിന്ദൻ നായർ ലക്ഷംവീട് പദ്ധതി തുടങ്ങി അവരെ കോളനികളിൽ ആക്കിയിരിക്കുന്നു. ഭൂപരിഷ്കരണവും അവരെ പുറത്തു നിർത്തി. ഇനിയെന്തു പ്രതീക്ഷിക്കണം.

ഹരിജൻ ഒരു ആക്ഷേപവാക്കായി പട്ടികജാതിക്കാർ മനസ്സിലാക്കിയിരിക്കുന്നു. അത്രയും ബോധം ഉണ്ടായി.

വിദ്യാഭ്യാസം നേടുന്ന പട്ടികജാതിക്കാർ കമ്യൂണിസ്റ്റ് പാർട്ടിയുടെ കൂടെ പോകുന്നു. രാഷ്ട്രീയമായി ഒരു സ്ഥാനം കിട്ടിയാൽ പാർട്ടി അച്ചടക്കത്തിൽ ജീവിക്കുന്നു. സ്വന്തം സമുദായത്തിന്റെ അവശതകൾക്ക് ഒന്നും ചെയ്യാൻ അവർക്കാകുന്നില്ല. വളരെ ചുരുക്കം പേർക്കാണ് ജനപ്രതിനിധിയൊക്കെ ആകാൻ കഴിയുന്നത്. സംവരണം ഉള്ളതുകൊണ്ടു മാത്രം.

ഇപ്പോൾ നക്സൽ പ്രസ്ഥാനത്തിലേക്കും പട്ടികജാതി വിദ്യാർത്ഥികൾ ആകർഷിക്കപ്പെടുന്നു. അവരുടെ പഠനം നഷ്ടപ്പെടുന്നതു തന്നെ മിച്ചം. ജാതിയെ പ്രശ്നമാക്കാത്ത കമ്യൂണിസ്റ്റ് പാർട്ടിയിൽ നിന്ന് ജാതീയ അവശതയനുഭവിക്കുന്നവർക്ക് എന്തു നേട്ടമാണ് ഉണ്ടാകുന്നത്?

രായപ്പൻ ചക്കിയുടെ മക്കളോട് പറഞ്ഞു. നിങ്ങൾ പഠിക്കണം. ഉയർന്ന ഒരധികാരസ്ഥാനത്തെത്തണം. രാഷ്ട്രീയത്തിലൊന്നും പോയി സമയം കളയണ്ട. നിങ്ങൾ ഒരു നിലയിലെത്തിയിട്ട് ഓരോരുത്തരും പത്തു ദളിതരെ ഉന്നത വിദ്യാഭ്യാസത്തിന് സഹായിക്കണം. (ദളിത് എന്ന വാക്ക് അപ്പോൾ പ്രചാരത്തിൽ വന്നു.)

മൂത്ത മകൾ ദിവ്യ സിവിൽ സർവ്വീസിലാണ്. രായപ്പനു കൊടുത്ത വാഗ്ദാനം അവൾ നിറവേറ്റുന്നു. പത്ത് സമർത്ഥരായ ദളിത് വിദ്യാർത്ഥികളെ അവൾ പഠിപ്പിക്കുന്നു.

രണ്ടാമൻ ജ്യോതിയാണ്. നിയമ ബിരുദം നേടിയ ജ്യോതി വിദ്യാർത്ഥി രാഷ്ട്രീയത്തിലും യുവജനപ്രസ്ഥാനത്തിലും സജീവമായി ഉണ്ടായിരുന്നു.

2006ലെ നിയമസഭാ തിരഞ്ഞെടുപ്പുകാലത്ത് രായപ്പൻ ജ്യോതിയോട് ചോദിച്ചു.

''നീ ഏതു പക്ഷമാണ്. ഔദ്യോഗികമോ വി എസോ?''

''ശരിക്കും ഞാൻ വിയെസ് പക്ഷമാണ്. പക്ഷേ പാർട്ടി വേദികളിൽ ഞാനത് പ്രകടിപ്പിക്കില്ല.''

രായപ്പൻ ചിരിച്ചു. ഇവൻ രക്ഷപ്പെടും. മനസ്സിൽ പറഞ്ഞു. അപ്പോൾ ജ്യോതി പാർട്ടിയുടെ ഏരിയ കമ്മിറ്റി മെമ്പറാണ്.

രായപ്പൻ വി.എസ്. അച്യുതാനന്ദനെ ഓർത്തു. തന്നെയും കൊച്ചപ്പിയെയും പാർട്ടി ക്ലാസുകളിലേക്ക് കൂട്ടാൻ വീട്ടിൽ വരുമായിരുന്നു. ഉശിരുള്ള ചെറുപ്പക്കാരൻ. മുപ്പത്തെട്ടിലെ ആലപ്പുഴ പണിമുടക്കിൽ ആവേശത്തോടെ മുദ്രാവാക്യം വിളിക്കുന്ന ചിത്രം ടി.വിയിൽ വിയെസ്സിന്റെ പ്രസംഗം കേട്ടുകൊണ്ടിരുന്നപ്പോൾ രായപ്പൻ ഓർത്തു.

ഈ സെറ്റപ്പിൽ വിയെസ്സിനും ഒന്നും ചെയ്യാനാകില്ല. ചെങ്ങറയോ മുത്തങ്ങയോ രാഷ്ട്രീയപ്പാർട്ടികളുടെ നയം മാറ്റിയിട്ടില്ല.

രക്ഷകരെക്കൊണ്ടു കാര്യമില്ല. സ്വയം രാഷ്ട്രീയമായി സംഘടിക്കണം.

ചക്കിയുടെ മൂന്നാമത്തെ മകൻ ജോയി ആ പാതയിലാണ്. ദളിത് ഭൂസമരങ്ങളിൽ സജീവമാണ്. ചക്കിയുടെ അച്ഛൻ ചോതിയെ കൊച്ചപ്പി പറഞ്ഞതുകേട്ട് നേരിട്ടുകണ്ടതുപോലെയാണ് രായപ്പന്. ജോയി ശരിക്കും അതുപോലെയാണെന്ന് രായപ്പന് തോന്നും. അവനത് ചക്കിയോടു പറയും. അവൾ അവന് കെട്ടിപ്പിടിച്ചൊരു ഉമ്മ കൊടുക്കും.

ദളിത് പ്രസ്ഥാനങ്ങളുടെ ഇടയിൽ അനേകം പ്രശ്നങ്ങൾ ഉണ്ട് എന്നാണ് അവൻ പറയുന്നത്.

''പ്രശ്നങ്ങളുണ്ട്. പക്ഷേ അതൊക്കെ പരിഹരിക്കാൻ കഴിയും. ഇപ്പോൾ അംബേദ്കർ നമുക്കു തരുന്ന വെളിച്ചമുണ്ട്. അംബേദ്ക്കറെ ഇത്രയും നാൾ ഭരണഘടനാ ശില്പി മാത്രമാക്കി മൂടിവച്ചിരിക്കയായിരുന്നു. മാർക്സും ലെനിനുമൊക്കെ വന്ന് അംബേദ്ക്കറെ മറച്ചു. ഫലം മാർക്സിനെയുമറിഞ്ഞില്ല അബേദ്ക്കറെയുമറിഞ്ഞില്ല.''

അംബേദ്ക്കർ കൃതികളുടെ എല്ലാ വാല്യവും ജോയി വാങ്ങി വന്നു. രായപ്പൻ അതെല്ലാം വായിച്ചു. ശരിയാണ്, അംബേദ്ക്കറെ മൂടിവച്ചിരിക്കയായിരുന്നു. ദളിതരുടെ ആയുധം മറഞ്ഞുകിടന്നു.

രണ്ടായിരത്തിയാറിലെ തിരഞ്ഞെടുപ്പ് ദിവസമായിരുന്നു രായപ്പന്റെ ജന്മദിനം. ജന്മദിനം മറവിയുടെ ആഴത്തിൽ നിന്ന് അന്ന് എന്തുകൊണ്ടോ പൊന്തിവന്നു.. ഇന്നെന്തോ, വോട്ടിട്ട് വന്നിരിക്കുമ്പോൾ

ഓർത്തു. ആ ഓർമ്മയിൽ രായപ്പന് മനംപുരട്ടി. അയാൾ അസ്വസ്ഥനായി.

ദളിതർക്ക് ജന്മനാളില്ല. ജനിച്ച ദിവസം ആരോർക്കാൻ, എന്തിനോർക്കാൻ. ജന്മം തന്നെ ശാപമാകുമ്പോൾ.

ചക്കിയുടെ മക്കൾ ചോദിക്കും, അപ്പൂപ്പനെത്ര വയസ്സായീന്ന്.

''ആർക്കറിയാം മോനേ. ഇതൊന്നും ആരും ഓർത്തു വയ്ക്കൂല്ലായിരുന്നു. നിങ്ങളിന്ന് കാണുന്ന ലോകത്തിലല്ല ഞങ്ങള് ജീവിച്ചത്. അതറിയാമല്ലെ.'' പിന്നെയും കുത്തിക്കുത്തി ചോദിച്ചപ്പോൾ ഒരിക്കൽ പറഞ്ഞു വിയെസ്സിനെക്കാൾ മൂത്തതാണെന്ന്.

ജോയി പഴയ കാലത്തെ ദളിത് ജീവിതം രായപ്പനോട് ചോദിച്ചു മനസ്സിലാക്കും.

രായപ്പൻ പറഞ്ഞു. ''നിങ്ങൾ പഠിച്ചിടത്ത്, ഹോസ്റ്റലിൽ ഒക്കെ വിവേചനവും അവഹേളനവും ഉണ്ടായിട്ടില്ലേ. പക്ഷേ നിങ്ങൾക്ക് മറ്റൊരു സൗകര്യമുണ്ടായിരുന്നു. സർക്കാർ ജീവനക്കാർക്കു കിട്ടുന്ന വീട്ടുസൗകര്യം. അതില്ലാത്തവരാണ് ബഹുഭൂരിപക്ഷം. അതറിഞ്ഞു വേണം പ്രവർത്തിക്കാൻ.''

താഴെ പുഴയിൽ മുങ്ങിക്കുളിച്ചിട്ട് കയറിവരുന്ന മമ്മയെ ചക്കി നോക്കിനിന്നു. കയറ്റം അനായാസേന കയറിവരുന്നു. നല്ല ആരോഗ്യമാണ് ഇപ്പോഴും.

കയറിവന്നപ്പോൾ ചക്കി പറഞ്ഞു.

''തല നല്ലോണം തോർത്തിയാ? ഇല്ലെങ്കീ പനി വരും. ചെറിയ പ്രായമല്ല.''

രായപ്പൻ ചിരിച്ചു. ''പോടീ മോളേ. എനിക്കസുഖമൊന്നും വരത്തില്ല.''

''എന്നാലും എനിക്ക് പേടിയാ. വയസ്സായി വരമ്പം.''

''വയസ്സായാ ഒരീസം അങ്ങ് പോവും. അതിനെന്തെങ്കിലും കാരണം വേണം. അത്രതന്നെ.''

''അങ്ങനെയിപ്പം പോണ്ട.'' ചക്കിക്ക് സങ്കടം വന്നു. രായപ്പന് ചിരി വന്നു.

''മോൾക്ക് മമ്മ എത്ര വയസ്സുവരെ ജീവിച്ചിരിക്കണം.''

''നൂറ്റമ്പത്.'' രണ്ടുപേരും ചിരിച്ചു.

''അപ്പഴെങ്കിലും ഒരു നല്ല പുലരിയുണ്ടാവോ മോളേ?''

ചക്കി ഒരു ചോദ്യചിഹ്നം പോലെ നോക്കി.

രായപ്പൻ ഒരു നെടുവീർപ്പിട്ടുകൊണ്ട് പുറത്ത് ഇട്ടിരിക്കുന്ന വീതിയുള്ള തടിബഞ്ചിൽ ഇരുന്നു. അവിടെ ഇരുന്നാൽ ഒഴുകുന്ന പുഴയും മേഘങ്ങൾ ഒഴുകുന്ന ആകാശവും കാണാം.

ചക്കി രായപ്പന്റെ അരികു ചേർന്ന് ഇരുന്നു. അയാൾ അവളെ കൈകൊണ്ട് അണച്ചുപിടിച്ചു. കുഞ്ഞുകാലത്തേയുള്ള ആ ഇരിപ്പ് രണ്ടുപേർക്കും മനസ്സിന് കുളിരാണ്.

കുഞ്ഞായിരുന്നപ്പോൾ നീലി പാടിക്കേട്ട പാട്ട് അവളെ തോളിലിട്ട് രായപ്പൻ പാടുമായിരുന്നു. രായപ്പനും ചക്കിയും ഒറ്റയ്ക്കായപ്പോഴും ഓരോ രാത്രിയും ഉറക്കത്തിലേക്ക് മെല്ലെ മറയുന്നത് ആ പാട്ടുകേട്ടാണ്.

ഇപ്പോഴും അവൾ പറയും. മമ്മാ പാട്ടുപാട്. ശങ്കരനും മക്കളും കളിയാക്കും.

ഇന്ന് രായപ്പൻ പാടി, അവൾ പറയാതെ. അവൾ കണ്ണടച്ച് കിടന്നു.

ആകാശം നിറങ്ങൾ വിതറി. സൂര്യൻ അസ്തമിക്കുകയാണ്,

ഒരു പുലരിയിലേക്ക്.

■

www.ingramcontent.com/pod-product-compliance
Lightning Source LLC
LaVergne TN
LVHW101400051026
849519LV00005BC/1589
* 9 7 8 9 3 9 1 0 7 2 0 7 0 *